D1679930

ஃபிரஞ்சியர் காலப் புதுச்சேரி:

மண்ணும் மக்களும்

[1674-1815]

ஃபிரஞ்சியர் காலப் புதுச்சேரி: மண்ணும் மக்களும்

[1674–1815]

எம்.பி. இராமன் @ இராமானுசம் (பி. 1949)

பேரா. எம்.பி.ஆர். கல்வியாளர்; அறிவியல் ஆய்வறிஞர்; சுற்றுச்சூழல் ஆர்வலர், ஆய்வாளர்; அறிவியல், தொழில்நுட்ப ஆய்வரங்கக் கருத்தாளர்; அறிவியல் விழிப்புணர்வுப் பரப்புரைஞர்; பேச்சாளர்; அறிவியல் தமிழ் எழுத்தாளர்.

2004இல் *ஜூனியர் விகடன்* இதழில், இவர் எழுதிய சூழல் விழிப்புணர்வுத் தொடரான *அச்ச ரேகை தீர்வு ரேகை*, உலகளாவிய வரவேற்பைப் பெற்றது; அவ்விதழின் 25 ஆண்டுப் பயணத்தில், ஒரு மைல் கல் படைப்பாகத் தெரிவு செய்யப்பட்டது.

1994இல் ‘பரம்பரை தொடரும் பாதை’ என்னும் நூலுக்கு, தமிழ்நாடு அறிவியல் பேரவையின் ‘சிறந்த அறிவியல் எழுத்தாளர் விருது’, 1999இல்; ‘சூழல் படும் பாடு’ நூலுக்குப் புதுவை அரசின் ‘கம்பன் புகழ்ப் பரிசு’, 2006இல் ‘அச்ச ரேகை தீர்வு ரேகை’ நூலுக்குப் புதுச்சேரி கூட்டுறவுப் புத்தகச் சங்கத்தின் ‘சிறந்த எழுத்தாளர் விருது’, 2014இல் ‘கடவுள் காக்கும் காடு’ நூலுக்குத் திருப்பூர் தமிழ்ச் சங்கத்தின் ‘சிறந்த சிறுவர் இலக்கியம் விருது’ ஆகியவை இவரது எழுத்து வன்மைக்குக் கிடைத்த அங்கீகாரங்கள்.

மாநில, தேசிய அளவில் கல்வி, அறிவியல் சுற்றுச்சூழல் சார்ந்த நிபுணர் குழுக்களிலும் உறுப்பினராகப் பங்களித்துள்ளார். அறிவியல், சமூக விழிப்புணர்வுப் பணிகளுக்காகப் புதுவை அரசின் ‘சுற்றுச் சூழல் விருது (1997)’, புது தில்லி, தேசிய சுற்றுச் சூழல் ஆயம் வழங்கிய ‘சுற்றுச் சூழல் சாதனையாளர் விருது’ (2005), ஜார்க்கந்து மாநிலம், பன்னாட்டுச் சுற்றுச் சூழல் தகவல் தொடர்புப் பேராயம் வழங்கிய ‘பேராசிரியர் ஓடம் பொற்பதக்கம்’ (2007), மதுரை முத்து அறக்கட்டளையின் ‘வாழ்நாள் சாதனையாளர் விருது’ (2016) உட்படப் பதினான்கு விருதுகளைப் பெற்றுள்ளார்.

2005 முதல் ஐக்கிய நாடுகளின் சுற்றுச் சூழல் பராமரிப்புச் செயல்திட்ட நிறுவனத்தின் உறுப்பினர். 2007 முதல் 2016 வரை புதுச்சேரி அரசில், மாநில சுற்றுச்சூழல் தர மதிப்பீட்டு நிபுணர் குழுவின் தலைவர்; 2014 முதல் புதுச்சேரி அரசு உயர்கல்வி ஆலோசனைக் குழு உறுப்பினராகப் பணியாற்றிவருகிறார்.

அலைபேசி: 94420 67567

மின்னஞ்சல்: *mpraman@gmail.com*

எம்.பி. இராமன்

ஃபிரஞ்சியர் காலப் புதுச்சேரி: மண்ணும் மக்களும்
[1674–1815]

காலச்சுவடு பதிப்பகம்

● **அன்பார்ந்த வாசகருக்கு,**

வணக்கம்.

காலச்சுவடு நூலை வாங்கியமைக்கு நன்றி.

நூலின் உள்ளடக்கம், உருவாக்கம், அட்டைப்படம் இன்ன பிற அம்சங்கள் பற்றிய உங்கள் கருத்துகளையும் ஆலோசனைகளையும் காலச்சுவடு வரவேற்கிறது. தகவல், எழுத்து, வாக்கியப் பிழைகள் தென்பட்டால் கட்டாயம் தெரிவித்து உதவுங்கள். நூல் தயாரிப்பில் கடும் குறைபாடு இருப்பின் மாற்றுப் பிரதி உங்களுக்குக் கிடைக்கக் காலச்சுவடு ஏற்பாடு செய்யும்.

***மின்னஞ்சல்:* publisher@kalachuvadu.com**

காலச்சுவடு நாகர்கோவில் தலைமையகத்துக்கும் கடிதம் அனுப்பலாம்.

தங்கள்
எஸ்.ஆர். சுந்தரம் (கண்ணன்)
பதிப்பாளர் — நிர்வாக இயக்குநர்

ஃபிரஞ்சியர் காலப் புதுச்சேரி: மண்ணும் மக்களும் (1674–1815) ◆ ஆய்வு நூல் ◆ ஆசிரியர்: எம்.பி. இராமன் ◆ © எம்.பி. இராமனுசம் ◆ முதல் பதிப்பு: டிசம்பர் 2021 ◆ வெளியீடு: காலச்சுவடு பதிப்பகம் (பி) லிட்., 669, கே.பி. சாலை, நாகர்கோவில் 629001

காலச்சுவடு பதிப்பக வெளியீடு: 1012

frenciyar kaalap putucceeri: maNNum makkaLum(1674–1815) ◆ Research Work ◆ Author: M.P. Raman ◆ © M.P. Ramanujam ◆ Language: Tamil ◆ First Edition: December 2021 ◆ Size: Royal ◆ Paper: 18.6 kg maplitho ◆ Pages: 368+24 (colour pages)

Published by Kalachuvadu Publications Pvt. Ltd., 669, K.P. Road, Nagercoil 629001, India ◆ Phone: 91-4652-278525 ◆ e-mail: publications@kalachuvadu.com ◆ Printed at Clicto Print, Jaleel Towers, 42 KB Dasan Road, Teynampet Chennai 600018

ISBN: 978-93-91093-96-9

12/2021/S.No. 1012, kcp 3190, 18.6 (1) rss

காணிக்கை

பிறவி வரமளித்த
இறைவன்,
பெற்றெடுத்த தந்தை – தாய்
'தியாகி' மு. **பாவாடை**'வாத்தியார்' – **கோமளவள்ளி,**
விழுமியங்களை என்னுள் விதைத்து,
என்னை 'நானாக' வளரவிட்ட அப்பா – அம்மா
'தியாகி' **இர. முருகேசன் – அரவிந்தநாயகி,**
அறியாப் பருவத்தில், அன்பால் குளிப்பாட்டிக் களிப்பூட்டிய
சரோஜா 'டீச்சர்',
'சாமியார்' **சுவாமிநாதன்,**
பள்ளி முதல் பல்கலைக்கழகம்வரை
ஒவ்வொரு நிலையிலும் என்னைச் செதுக்கி மெருகேற்றிய
அறிவுலக வழிகாட்டிகள்,
ஆசிரியர் **தி. கோவிந்தராசு,**
'வித்துவான்' மு. **மாணிக்க நாயகர்,**
'கம்பவாணர்' புலவர் அ. **அருணகிரி,**
புதுவைக் கல்லூரித் தோழர்கள்
பேராசிரியர் பா. **அம்பலநாதன்,**
முனைவர் மாகி **சி.பி. ரவீந்திரன்,**
முனைவர் **கோ. குமாரவேலு,**
முனைவர் **தேவ. கடம்பன்**
ஆகியோரின் அன்பு, ஆதரவு, அரவணைப்பில்
வளர்ந்த பயிரின் கதிர்கள் அவர்களுக்குப் படையலாக
இந்நூல் வடிவில்!

பொருளடக்கம்

நன்றி	13
முன்னுரை: தலைவாசலில் ஒரு தகவல்	15
அணிந்துரை	19

1. **நகரம் வளர்ந்த கதை** — 21
   - 1.1: முற்காலப் புதுவையின் நிலவியல் அமைப்பு — 22
   - 1.2: அயலவர் வருகை — 24
   - 1.3: மீனவர் கிராமமா புதுவை? — 27
   - 1.4: நவீன புதுவையின் வடிவமும் வளர்ச்சியும் — 29
   - 1.5: மர்த்தேன் கட்டிய கோட்டைகள் — 35
   - 1.6: மர்த்தேனுக்குப் பிறகு கட்டமைக்கப்படும் நகரம் (1706–1754) — 39
   - 1.7: நகரைச் சுற்றி ஒரு பாதுகாப்பு அரண் — 46
   - 1.8: அழிக்கப்பட்டது நகரம் — 52
   - 1.9: மீண்டும் புனரமைப்பு (1765–1815) — 54
   - 1.10: புதுச்சேரி – பொந்திசேரி – பாண்டிச்சேரி — 60
   - 1.11: முடிவாக ஓர் ஆரம்பம் — 62

2. **ஃபிரஞ்சுப் பேரரசு – எழுச்சி – தளர்ச்சி – வீழ்ச்சி** — 63
   - 2.1: புதுச்சேரியின் மகத்துவம் — 63
   - 2.2: ஐரோப்பியர் வருகை — 65
   - 2.3: ஃபிரஞ்சியரின் வணிக முயற்சிகள் — 69
   - 2.4: மர்த்தேனின் அரசியல் நகர்வுகள் — 75
   - 2.5: ஃபிரஞ்சிந்தியாவிற்கு அடிக்கல் நாட்டிய பியேர் தெல்தோர் — 77
   - 2.6: மீண்டும் வருகிறார் மர்த்தேன் — 81
   - 2.7: மர்த்தேனுக்குப்பின் — 83

2.8: வணிகத் தளங்கள் விரிவாக்கம்	87
2.9: துய்ப்ளேக்சுவின் சாதனைகளும் சறுக்கல்களும் (1742–1754)	90
2.10: தக்காணத்தில் ஃபிரஞ்சியர் ஆதிக்கம்	102
2.11: துய்ப்ளேக்சு – ஒரு சகாப்தம்	105
2.12: துய்ப்ளேக்சுவிற்குப் பின்	122
2.13: வருகிறார் லல்லி தொலாந்தல்	124
2.14: பிரஞ்சியர் தாழ்ச்சியும், ஆங்கிலேயர் எழுச்சியும்	126
2.15: புதுச்சேரி முற்றிலும் தகர்க்கப்பட்டதேன்?	131
2.16: லல்லியின் சாகசங்களும் சரிவுகளும்	135
2.17: லல்லிக்கு வக்காலத்து வாங்கும் வொல்தேர்	141
2.18: சரிவை நோக்கி ஒரு சாம்ராச்சியம்	148
2.19: சுய்ஃப்ரேனின் கடல் சாகசங்கள்	154
2.20: மூன்றாம் முறையாக ஆங்லேயர் பிடியில்	158
2.21: ஃபிரஞ்சியரின் தோல்விக்கான காரணங்கள்	161
2.22: பாரிஸ் ஒப்பந்தத்தின் விளைவு: துண்டு துண்டான புதுவைப் பகுதிகள்	162
3. பதினெட்டாம் நூற்றாண்டில் வாழ்க்கை நிலையும் வழக்காறுகளும்	**168**
3.1: புதுச்சேரியில் குடியேற்றம்	168
3.2: சுற்றுச்சூழலும் சுகாதாரமும்	177
3.3: பதினெட்டாம் நூற்றாண்டின் வாழ்க்கைத் தரம்	184
3.4: நம்பிக்கைகளும் நாட்டு நடப்பும்	198
3.5: இந்துக்களின் ஆன்மீகத் தலங்கள்	206
3.6: திருவிழாப் போல் திருமணங்கள்	216
3.7: சமயச் சார்பும் கலாச்சாரக் கலப்பும்	224
3.8: விழாக்காலப் புதுவை	227
4. பதினெட்டாம் நூற்றாண்டில் சமூக அமைப்பும் சாதியமும்	**243**
4.1: சமூகப் பிரிவுகள்	243
4.2: திரைகடல் ஓடி தேடிய நீதி	253
4.3: மணல் குள விநாயகர்	267
4.4: ஃபிரஞ்சுப் புரட்சியின் தாக்கமும் மக்களின் எதிர்பார்ப்பும்	272
4.5: புதுவையில் போராட்டங்கள்	277
4.6: விவசாயிகளின் போராட்டம்	284

5. புதுவையில் கிறித்தவம் – சந்தித்ததும் சாதித்ததும்   290

    5.1: கிறித்தவம் வருகை   290

    5.2: உள்ளுக்குள்ளேயே உரசல்கள்   296

    5.3: பழம்பெரும் தேவாலயங்கள்   299

    5.4: மதம் மாற்ற அணுகுமுறை   307

    5.5: தொற்றித் தொடரும் சாதிப் பிளவு   310

    5.6: அவசர கால உதவியும், அரவணைப்பும்   314

    5.7: இந்தியப் பண்பாட்டின் மீது வெறுப்பு   317

    5.8: இந்துக்கள் மீது கட்டுப்பாடுகளும் எதிர் வினையும்   321

    5.9: இந்துக் கிறித்தவரிடமிருந்தே எதிர்ப்பு   328

    5.10: வேதபுரீசுவரர் கோயில் இடிப்பு   329

    5.11: ஈசுவரன் கோயில் இடிப்பில் துய்ப்லேக்சுவின் பங்கு   340

    5.12: கட்டாய மத மாற்ற முயற்சிகள்   342

    5.13: கப்பூசியன் – ஏசு சபையினர்: மாறுபட்ட அணுகுமுறை   347

    5.14: கிறித்தவம் தழைத்ததா?   351

பின்னிணைப்புகள்

    ஆதாரப் பதிவுகள்   357

    சொல் விளக்கம்   363

வண்ணப் படங்கள்

    1. நகரம் வளர்ந்த கதை   369

    2. ஃபிரஞ்சுப் பேரரசு – எழுச்சி – தளர்ச்சி – வீழ்ச்சி   374

    3. பதினெட்டாம் நூற்றாண்டில் வாழ்க்கை நிலையும் வழக்காறுகளும்   384

    5. புதுவையில் கிறித்தவம் சந்தித்ததும் சாதித்ததும்   390

நன்றி

‘ஃபிரஞ்சியர் காலப் புதுச்சேரி: மண்ணும் மக்களும்’ என்ற இந்நூல் உருவாக்கத்தில் என்னுடைய பல நண்பர்கள் உற்சாகத்தோடு பங்களித்தனர்:

இந்நூல் உருவாவதில் ஆர்வம் காட்டி ஆக்கமும், ஊக்கமும் தந்த, இந்தியப் பாராளுமன்றத்தின் மாண்புமிகு புதுச்சேரி மாநிலங்களவை உறுப்பினர் திரு. நா. கோகுல கிருஷ்ணன், தேசியவாதி, மேனாள் சட்டப்பேரவை உறுப்பினர் தெய்வத்திரு. வெ. பாலன்,

தனது பன்னாட்டுப் பணிச்சுமைக்கிடையிலும், இந்நூலைத் தீரப் படித்துத் திருத்தங்களையும் ஆலோசனைகளையும் வழங்கிய வரலாற்றறிஞர், முனைவர் ஜெயசீல ஸ்டீஃபன், பேராசிரியர், ஃபிரஞ்சு கீழ்த்திசை இந்திய ஆய்வு நிறுவனம், புதுச்சேரி,

தகவல் களஞ்சியமாக விளங்கி, கேட்ட போதெல்லாம், கேட்டதற்கும் மேலாகவே தரவுகளைத் தந்துதவி, ஓர் இணை ஆசிரியரைப் போலவே என்னுடன் பயணித்த, கல்வித்துறை மேனாள் இணை இயக்குனர், எனது அரை நூற்றாண்டுக்கால நண்பர் முனைவர் அர்ஜுனன் இராமதாசு,

இந்நூலை முழுமையாகப் படித்து அணிந்துரை வழங்கிய, மண்ணின் மைந்தர், வரலாற்றறிஞர், சென்னை உயர் நீதிமன்ற மேனாள் நீதியரசர் தாவிதன்னுசாமி,

தொடக்கம் முதலே நூலாக்கத்தில் ஒல்லும் வகையெல்லாம் உதவிக்கரம் நீட்டிவந்த, நலம் நாடும நண்பர்கள், திருவாளர்கள் பா. முருகராஜா, பேராசிரியர் அர்ச்சுனன் அமுதன், கே.ஆர்.எஸ். மோகன்தாஸ்,

மெய்ப்புகள் நோக்கிச் செம்மைப்படுத்திய, தமிழ்மாமணி கல்லாடன், பேராசிரியர்கள் சு. தில்லைவனம், சி. சத்தியசீலன், ஆ. வெங்கட சுப்புராய நாயகர், முனைவர் ப. பத்மநாபன்,

படங்கள் சேகரிப்பில் பலவாறு கைகோர்த்த திருவாளர்கள் பகவான் இராஜா, நாராயண சங்கர், பாண்டிச்சேரி அருண், பிரபு @ பிரபாகர், தேசிய நல்லாசிரியர் இராமலிங்கம், 'நல்லாசிரியர்' பாசூர் வெற்றிவேல், வரைகலைவாணர் சிவாஜி பிரேம்குமார்,

தேடலுக்குத் துணை நின்ற ஃபிரஞ்சு நிறுவன ஆய்வாளர் பாலச்சந்தர், நூலகர்கள் இராமானுஜம், சரவணன், நரேந்திரன், ஆவணக்களரிப் பொறுப்பாளர் இரமேஷ்குமார்,

இந்திய தேசிய கலை கலாசாரம் பாரம்பரியம் பராமரிப்பு அறக்கட்டளை (INTACH), பழங்காலப் புதுச்சேரி (Anciens de Pondichery) தேசிய மரபு அறக்கட்டளை (National Heritage Trust), ஃபிரஞ்சு அரசின் வலைத்தளமான கேலிகா (Gallica), அவற்றுடன், முகநூல்/வலைத்தளம் வாயிலாகப் பெற்ற தகவல்களுக்கும், படங்களுக்கும் உரிய, முகம் தெரியாத படைப்பாளிகள்,

தட்டச்சுப் பணியைத் தரமாகச் செய்த நயினார் மண்டபம், ஆதிலட்சுமி அச்சகத்தார், நேர்த்தியாகப் பதிப்பித்த காலச்சுவடு பதிப்பகம்,

மிகக் கவினுடன் அட்டைப்படம் வடிவமைத்த ம. ஸ்டெனோலின்,

என் கல்விப் பணியும், பொதுப்பணியும் தங்கு தடையின்றி நடப்பதற்கு எஞ்ஞான்றும் துணை நிற்கும் எனது துணைவியார் திருமதி புஷ்பா உட்பட்ட குடும்பத்தினர் ஆகியோருக்கு என் நெஞ்சம் நிறைந்த நன்றிகளைப் பதிவிடுவதில் மட்டற்ற மகிழ்ச்சியடைகிறேன்!

நன்றி! வணக்கம்!

முன்னுரை

தலைவாசலில் ஒரு தகவல்

> எழுத்தாலே தாய் நாட்டை, தான் பிறந்த நாட்டை
> ஈடேற்ற முனைவதுதான் படித்தவனின் செய்கை
>
> – வாணிதாசன்

நான் அடிப்படையில் அறிவியல் புலத்தைச் சார்ந்தவன். எனது நாற்பதாண்டுக்காலக் கல்விப் பணியை முடித்த பின்னர், என் ஆதர்ச நாயகன் பாரதியின் புகழ் பரப்ப வேண்டும் என்ற வேட்கை என்னுள் ஊறியிருந்தது. என்னுடைய பன்னிரண்டாவது வயதில், விழுப்புரம் வட்டாரப் பள்ளிகளுக்கிடையேயான பாரதி விழா பேச்சுப் போட்டியில், கவியோகி சுத்தானந்த பாரதியின் திருக்கரங்களால் முதல் பரிசு பெற்றதால், அன்று முதலே பாரதியின்மீது எனக்குள் ஒரு நிரந்தர ஈர்ப்பு இருந்துவந்தது. பிறந்த மண்ணின் மீதும், மக்கள் மீதும் அவர் காட்டிய ஆர்வமும் அக்கறையும் என்னைச் சிலிர்க்கவைத்தன. எனவே, 2011இல் ஓய்வு பெற்றதும், அவர் மீது கருத்தூன்றினேன்.

"சரித்திரத் தேர்ச்சி கொள்" என்று அரும்புகளுக்கு அவர் சொன்ன அறிவுரையை நானும் பற்றிக்கொண்டேன். நாம் பிறந்த மண்ணுக்கு நன்றிக்கடனாக ஏதேனும் பங்களிக்க வேண்டுமென்ற உந்துதல் அப்போது எனக்குள் துளிர்விட்டது. எட்டாண்டுகள் ஆழ்ந்த ஆய்வுக்குப் பின்னர்தான், புதிதாகச் சொல்வதற்குச் செய்திகள் உள்ளன என்ற நம்பிக்கை வந்தது.

எழுத முடிவு செய்ததும், இரண்டு இலக்குகளைக் குறிவைத்தேன்; இந்நூல் வெறும் வரலாற்று நிகழ்வுகளின் தொகுப்பாக இருக்கக்கூடாது; அதற்குப் பாடப்புத்தகங்கள் உள்ளன; ஆகவே, அந்நிகழ்ச்சிகளின் பின்னணியையும் விவரித்தால்தான் சாமானிய வாசகருக்கு ஈர்ப்பு வரும், அவற்றின் முக்கியத்துவம் புரியவரும் – இது முதலாவது.

"சிங்கங்கள் தங்களது வரலாறுகளைப் பதிவு செய்யாத வரையில், வரலாறுகள் வேட்டைக்காரனின் பெருமையைத்தான்

பேசிக்கொண்டிருக்கும்" என்ற ஆப்பிரிக்கப் பழமொழி சுட்டுவதுபோல, மக்களைப் பற்றிக் கவலைப்படாமல், மண்ணாசையால் போரிட்டுக்கொண்டு, வெற்றி பெற்றவர்களின் பெருமையை மட்டுமே பேசிச் செல்லக்கூடாது; மண்மணம் போற்றிக்கொண்டிருக்கும் சாமானியர்களின் வாழ்க்கையையும் பதிவு செய்ய வேண்டும்; அதுவே நமது பாரம்பரியத்தின் வீச்சையும் பண்பாட்டுப் பெருமையையும் வெளிச்சம் போட்டுக் காட்டும் – இது இரண்டாவது.

புதுச்சேரியின் வரலாற்றைப் பற்றிப் பல ஆங்கில, ஃபிரஞ்சு, தமிழ் நூல்கள் உள்ளன; குறிப்பாக ஓர்ம் (1763), மேலிசன் (1865, 1868), லியால் (1907), டான்னா அக்மோன் (2011) ஆகியோரின் பதிவுகள் வரலாற்றை விவரிக்கப் பெரிதும் வழிகாட்டின. ஆனால், மக்களைப் பற்றிய தேடலுக்கு ஆனந்தரங்கப் பிள்ளை (ஆரபி), ரங்கப்ப திருவேங்கடம் பிள்ளை (ரதிபி), முத்து விஜய திருவேங்கடம் பிள்ளை (முவிதி), இரண்டாம் வீரா நாய்க்கர் நாட்குறிப்புகள் (இவீநா) அமுதசுரபிபோல் தகவல்களை வாரி வழங்கின. "காடுகளில் மட்டும்தான் ரகசியங்கள் பொதிந்துகிடக்கின்றனவா? மனிதர்களிடமும்தான்! ஒவ்வொருவரிடமும்தான் எத்தனை ரகசியங்கள்" என்று வியந்தான் ஓர் எழுத்தாளன். அது உண்மை என்பதைப் புதுவை மக்களின் சமூக வாழ்க்கையை இந்நூல் மூலம் அறியவரும் எவரும் ஏற்பார்கள் என்பதில் ஐயமில்லை.

போர்த்துக்கீசியரே புதுவைக்கு வந்த முதல் அந்நியர் என்பதும், புதுவையின் முட்டைக்கோள வடிவ நகரைத் திட்டமிட்டது டச்சுக்காரர்களே என்பதை முன்மொழிந்தவர் வரலாற்றறிஞர் ஜெயசீல ஸ்டீபன் என்பதும், அதை வழிமொழிந்து, நிறுவியது இன்னொரு வரலாற்றறிஞர் ழான் தெலோஷ் என்பதும், சுண்ணாம்பாறும், தேங்காய்த்திட்டும் புதிதாக உருவானது பற்றிய லெ ழாந்த்தி பதிவுகளும், புதுச்சேரி, பொந்திசெரியாகி, பின் பாண்டிச்சேரியாக மருவிய மர்மமும், தமிழ்ப் பதிப்புலகுக்குப் புதியனவாக இருக்கலாம்.

படங்கள்தான் எளிதில் பார்வையை ஈர்க்கும் என்பதாலும், பல காட்சிகளை அப்போதைய நிலையிலேயே பார்க்கும்போது ஏற்படும் சிலிர்ப்பிற்காகவும், பல இடங்களிலிருந்து தேடிப்பிடித்துச் செருகியுள்ளேன். சூழ்நிலைக்கேற்பப் பத்தொன்பதாம் நூற்றாண்டின் ஒளிப்படங்களைப் பயன்படுத்தியுள்ளேன், கூறவரும் கருத்தை முழுமையாக உள்வாங்கிட அது உதவும் என்பதால்.

கூறுவது கூறல் குற்றம் என்பதை அறிவேன்; ஆயினும் ஒரு கருப்பொருளின் பொருண்மையை முழுமையாகப் புரிந்துகொள்வதற்கு ஓர் அறிமுகம் தேவைப்பட்டபோது, அது தவிர்க்க முடியாததாயிற்று. எனினும், சற்றே எச்சரிக்கையுடன் ஓரிடத்தில் மட்டும் முழுவிவரங்களைப் பதிந்துவிட்டு, மற்ற இடங்களில் கோடிட்டுக் காட்டிச் சென்றுள்ளேன்; வாசகர்கள் பொறுத்தருள்க!

அதேபோல், ஐரோப்பியர் வருகை தொடங்கி, 1945 இரண்டாம் உலகப்போர் வரையில் தகவல்கள் திரட்டியபோதும், வாசகர்தம் வசதி

கருதியும், நூலின் பொருண்மைக் கருதியும் இரண்டு தொகுப்புகளாகப் பகுத்துள்ளேன். முதல் பகுதியான இந்நூலில் 1674 தொடங்கி 1815 வரையில் பல்வேறு அயல்நாட்டு வல்லரசுகளின் ஆட்சிக்காலத்தில் நிகழ்ந்த அரசியல் மாற்றங்களையும், மக்களின் சமூக வாழ்வியலையும் இதில் விவரித்துள்ளேன்.

பெயர்ச்சொற்களை உச்சரிப்பதில், ஆங்கிலம், ஃபிரஞ்சு மொழிகளுக்கிடையில் பலத்த வேறுபாடுகள் உள்ளன. குறிப்பாக, ஃபிரஞ்சுப் பெயர்களில் அத்தகையக் குழப்பங்கள் ஏற்படுவது இயல்பே. ஆகவே, அவரவர் மொழியிலேயே பெயர்களைக் குறிப்பிட்டு, வாசகரின் புரிதலுக்காக ரோமன் எழுத்துக்களில் அந்தப் பெயர்களை அடைப்புக் குறிகளுக்குள் கொடுத்துள்ளேன்.

இறைநிலை எய்திவிட்ட என் நெடுநாள் நண்பர், வெ. பாலன் அவர்கள் ஓர் அரசியல் சாணக்கியர் மட்டுமல்லர்; நல்ல இலக்கியவாதியும் கூட; எல்லாவற்றிற்கும்மேல் தான் பிறந்த மண்ணை நேசித்த மாமனிதர்; அவருடன் பேசிக்கொண்டிருக்கும்போது, மண்ணாசை பிடித்த மன்னர்களையும் மக்களையும் பற்றிய விவரணமாக இருப்பதால், 'ஃபிரஞ்சியர் காலப் புதுச்சேரி – மண்ணும் மக்களும்' என்ற தலைப்பு பொருத்தமாக இருக்குமே என்றார்; எனக்கும் அது சரியெனப்பட்டது. தலைப்பைப் பரிந்துரைத்த அவர், அதை அச்சில் பார்க்கும் முன்னர், காற்றோடு கலந்துபோனது எனக்குப் பேரிழப்பு. இத்தலைப்பு அவரின் நினைவைப் போற்றி, அவருக்கு நான் செலுத்தும் அஞ்சலி.

இந்நூல் உருவாக்கத்தில், தனது பன்னாட்டுப் பணிச்சுமைக்கிடையிலும், தீரப் படித்து ஆலோசனைகளை வழங்கிய மேனாள் நீதியரசர் தாவிதன்னுசாமி, வரலாற்றறிஞர், முனைவர் ஜெயசீல ஸ்டீஃபன், தகவல்களையும் தரவுகளையும் தந்துதவிய முனைவர் அர்ஜுனன் இராமதாசு ஆகிய மூவருக்கும் மிகவும் கடப்பாடுடையேன்.

"காரியம் மிகப்பெரிது; எனது திறமையோ மிகச்சிறிது. ஆசையால் இதனை எழுதி வெளியிடுகின்றேன். பிறருக்கு ஆதர்சனமாகவன்று, வழி காட்டியாக" என்று 'பாஞ்சாலி சபதம்' முன்னுரையில் எழுதிய மகாகவி பாரதியின் மனநிலையில்தான் நானும் உள்ளேன்.

ஆகவே, இதுபோன்ற முயற்சிகள் தொடர வேண்டும்; தொடரும் என நம்புகிறேன்; அப்போதுதான் தேடல் நிறைவு பெறும்.

நன்றி! வணக்கம்!

எம்.பி. இராமன் @ இராமானுசம்

257, மூன்றாம் முதன்மைச் சாலை,
மகாவீர் நகர், இலாசுப் பேட்டை,
புதுச்சேரி – 605 008

அணிந்துரை

புதுச்சேரி என்றால் ஃபிரஞ்சியர் உருவாக்கிய புதுவிதமான பகுதி என்ற கருத்தே இந்தியாவில் உள்ளவர் மனத்தில் நிலவுகிறது. பள்ளத்தூர் என்ற ஊர், கோயில் குளத்துடன் இங்கு விளங்கிவந்தது. அதுபற்றி வில்லியனூர் கோயில் கல்வெட்டில் இன்றும் உள்ளது. அது அக்காலத்தில் செஞ்சி அரசுக்கு உட்பட்டிருந்தது. ஐரோப்பிய நாடுகளுடன் வர்த்தகம் வலுக்க வலுக்க, கடலோரத்தில் ஒரு சேரி உருவானது. பள்ளத்தூரார் அதைப் புதுச்சேரி என்றழைத்தனர்.

டச்சுக்காரர்கள் அந்தச் சேரியையும் பள்ளத்தூரையும் வாங்கி, இரண்டையும் இணைத்து முட்டை வடிவமான ஒரு நகரத்தை அமைக்கத் திட்டமிட்டனர். அதற்குப் புதுச்சேரி என்ற பெயரை வழங்கினர். அதனால்தான் ஒரு நகரமாக விளங்கிய இடத்திற்குச் சேரி என்ற பெயர் வந்துவிட்டது. ஃபிரஞ்சுக்காரர்களின் தலைநகரமாக உருவாகிவந்த புதுச்சேரியை ஆங்கிலேயர்கள் அவ்வப்போது கைப்பற்றி, மீண்டும் ஃபிரஞ்சுக்காரர்களுக்கே திருப்பித் தந்துவிட்டனர். அந்த நிலை முந்நூறு ஆண்டுகளுக்கு முன்பு நிலவியது. அந்தக் காலத்தைத்தான் இந்நூலாசிரியர் நமக்குப் படம்பிடித்துக் காட்ட விழைந்துள்ளார்; அந்த முயற்சியில் நல்ல வெற்றியும் பெற்றுள்ளார்.

ஏராளமான படங்களுடன் பழைய புதுச்சேரியை நம் கண்முன் தோன்றச் செய்திருக்கிறார். அவரது முயற்சி நல்ல பலன் அளித்திருக்கிறது. அவர் நம் பாராட்டுக்குரியவராகி விட்டார். தொடர்க அவர் தொண்டு!

லப்போர்த்து வீதி, புதுச்சேரி

26–01–2021

தாவிதன்னுசாமி

மேனாள் நீதியரசர்,
சென்னை உயர் நீதிமன்றம்

1

நகரம் வளர்ந்த கதை

"நீலவானம் மேலே கவிய, நீலத்திரை கடல் படர்ந்து விரிய, தரையிலிருந்து பார்க்கும் போது, புதுச்சேரி நீலப்பரப்பில் வைத்த ஒரு பச்சைப் பவளம் போல் தோன்றுகிறது"

– **தெ வாரன்** *(De Warren)*. (பிஷார் 1988: 24)

"கடலிலிருந்து பார்த்தால் ஒரு ராஜாங்கத்தின் முழுமையான மாட்சியையும் மேன்மையையும் புதுச்சேரி பெருமிதத்தோடு உணர்த்துகிறது"

– **பால் புளுய்சென்** *(Paul Bluysen 1885)*,
ஃபிரான்சு மேலவை உறுப்பினர். (பிஷார் 1988: 24)

"இது (புதுச்சேரி) ஒரு கிராமமும் அல்ல, நகரமும் அல்ல; இரண்டும் கலந்த ஓர் அதிசயம்"

– **மாலுமி தெ ஜென்னே** *(Sailor de Gennes)* (அனிமேஷ்ராய் 1988: 24)

பத்தொன்பதாம் நூற்றாண்டில் புதுச்சேரிக்கு வந்த வெளிநாட்டவர், கடலிலிருந்தும், மேட்டிலிருந்தும், உள்ளே நுழைந்தும் புதுச்சேரி என்னும் புதுவையைப் பார்த்துப் பதிந்த கருத்துகள் இவை.

வா, வாவென வரவேற்று ஆர்ப்பரிக்கும் அலைகளின் வரிசை; கடற்கரைக்கு இணையாகப் பச்சைப் பசேலென்ற மரங்கள் நிரலாய் நிற்கும் பசுமைச்சாலை; அதன் பின்னணியில் வெண்மையும் மஞ்சளும் கலந்த வெளிப்பூச்சில், பெரிதும் சிறிதுமாய்க் கம்பீரமாய் எழுந்து நிற்கும் கட்டடங்களின் அணிவகுப்பு; இவையெல்லாம், தொலைப்பார்வையிலேயே, கண்டவர் தம் கண்ணையும் கருத்தையும் ஒரு சேரக் கவர்ந்ததில் வியப்பேதுமில்லை.

அந்தச் சீர்மையைப் புதுச்சேரி அடைவதற்கு முன்னர், அது சந்தித்த போராட்டங்கள், கண்ணீரும் செந்நீரும் சிந்திக் கட்டிய கட்டடங்கள், அவற்றை இடித்து மண்மேடாக்கிய வக்கிரங்கள், மூன்று முறை தகர்க்கப்பட்டபோதும், ஃபீனிக்ஸ் பறவைபோல் எழுந்து நின்ற கம்பீரம் ஆகியவை எந்த ஒரு மண்ணின் மைந்தனையும் இறும்பூதெய்தச் செய்யும். அதன் தோற்றமும் வளர்ச்சியும் தொன்மையான வரலாற்றின் தொய்விலாப் பொன்னேடுகள்.

பரபரப்பான துறைமுகம் – கடல் பார்வை

பருந்துப் பார்வையில்

மனதை ஈர்த்த மஞ்சளும் வெள்ளையும்

1.1: முற்காலப் புதுவையின் நிலவியல் அமைப்பு

முற்காலத்தில் புதுச்சேரியின் நிலவியல் அமைப்பு மாறியிருந்திருக்கிறது. கடல் மிகவும் உள்ளேறி, தற்போதைய மிசியோன் வீதி வரையில் பரவியிருந்ததால், வேதபுரீசுவரர் கோயில் கடலலைகள் தழுவித் தாலாட்டும் கடலோரக் கோயிலாக இருந்தது. பின்னாளில் கடல் உள்வாங்கியபோது, கோயிலை ஒட்டி ஒரு பெரிய காயல் / உப்பங்கழியையும், அதற்கு அரணாக வடக்கு, தெற்காக நீண்ட மணற்குன்றையும் உருவாக்கிச் சென்றது. அந்தக் காயல், பல குளங்களாகக் துண்டுபட்டுக் குறுகியது. அதனால் உருவான சதுப்புத் தன்மையான தாழ்வான பகுதியே தற்போதைய பெரியவாய்க்காலின் (பழைய உப்பாறு) தோற்றுவாய் ஆனது. கடலுக்கும் காயலுக்கும் இடையே இருந்த ஒரு மேட்டுப்பாங்கான பகுதியில்தான் முதல் கோட்டை கட்டப்பட்டது. மற்ற மேடுகளும்

எம்.பி. இராமன்

நிரவப்பட்டு, பள்ளப் பகுதிகள் தூர்க்கப்பட்டன. 19ஆம் நூற்றாண்டில் தொடங்கி, கடலரிப்பின் காரணமாகக் கடல் மீண்டும் உள்ளேறி வந்துகொண்டிருக்கிறது.

புதுச்சேரியின் பழைய நிலவரைபடங்களை (*Cartrographs*) ஆராய்ந்த நிலவியல் நிபுணர் ழாக் துப்புய் (*Jacques Dupuy*), பண்டைய புதுவை பற்றி முன்வைக்கும் வடிவம் இது (புர்தா *1995: 187*).

பழைய துறைமுகம் எது ?

ஐரோப்பியர் வருகையின்போது புதுச்சேரியில் இயங்கிய துறைமுகம் எங்கு அமைந்திருந்தது ?

கிழக்குக் கடற்கரையில் இயற்கைத் துறைமுகங்கள் அமைய வாய்ப்பில்லாததால், அகன்ற ஆறுகளின் கழிமுகங்களும், அதன் மணற்பாங்கான முகத்துவாரமும் சிறிய கப்பல்கள் வந்து போக வாகாயிருந்தன. அகன்ற முகத்துவாரமும், மணற்குன்றுகளுடன் கூடிய கடற்கரையும், அமைதியான கடலும் சாதகமானதால் புதுச்சேரியிலும் ஒரு துறைமுகம் இயங்கியது.

1675–க்கு முன் புதுச்சேரி ஆறு (அரியாங்குப்பத்து ஆறு), வம்பா கீரைப்பாளையம் பகுதியில் கடலில் கலந்ததாகவும், அங்கு ஒரு துறைமுகம் இருந்ததாகவும் ஃபிரஞ்சுப் பேராசிரியர் மூவோ துய்ப்ரேய் (1935). குறிப்பிட்டுள்ளார். 1705ஆம் ஆண்டில் நிக்கோலஸ் தெஃபர் (*Nicolas DeFer*) என்பார் வரைந்த படத்தில் புதுச்சேரி ஆறு (அரியாங்குப்பத்தாறு) கடலில் கலக்குமிடம், அகலமாகவும், 12 வீச்சுத் தண்ணீருடனும் காணப்படுகிறது. அது, அக்காலத்தில் ஒரு துறைமுகம் இயங்குவதற்கு வேண்டிய ஆழமும், அகலமும் கொண்டதாக, சிறு கப்பல்களும், பெரிய படகுகளும் போய் வருமளவிற்கு ஓடிக் கடலில் கலந்திருக்கிறது. தற்போது வம்பாக் கீரைப்பாளையம் பகுதியில், புதிய கலங்கரை விளக்கத்தின் பின்புலமும், உப்பளம் திடலும் சேர்ந்த அகன்ற பகுதியே அது. ஆனால், பிற்காலத்திய படங்களில் துறைமுகப் பகுதியின் முகத்துவாரம் மணலால் தூர்க்கப்பட்டு, அடைந்து காணப்படு கிறது. இதனால், நாளடைவில் துறைமுகம் அதன் பயனை இழந்துவிட்டது.

இது நிகழ்ந்திருக்கலாம் என்பதற்கு இரண்டு சான்றுகள் கிடைத்துள்ளன.

1675ஆம் ஆண்டு ஏப்ரல் மாதத்தில், 'லா திலிழாந்த்' (*La Diligente*) என்ற கப்பலைப் புதுச்சேரியாற்றின் முகத்துவாரம் வழியே உள்ளே செலுத்தி வர முயலப்பட்டது. பாய் விரித்து நுழைந்த கப்பல், ஆற்றில் மணல் தூர்ந்திருந்ததால் முன்னேற முடியாமல் தரை தட்டி விட்டது. கடைசியில், அம்முயற்சி கைவிடப்பட்டு, கப்பல் உடைக்கப்பட்டது என்ற தகவலை ஃபிரஞ்சு ஆளுநர் ஃபிரான்சுவா மர்த்தேன் (*Francois Martin*) தன் நினைவுக் குறிப்புகளில் பதிந்திருக்கிறார்; இது முதல் சான்று.

ஃபிரஞ்சு வானியல் அறிஞர் லெ ழாந்தி (*Le Gentil 1779*) எழுதிய 'இந்தியக் கடற்கரைப் பயணங்கள்' என்னும் நூலில்,"1767இல் மிகப்பெரும் மழைகளால் வெள்ளப் பெருக்கு மிகுந்தபோது, பழைய கழிமுகத்தில் மணல் தூர்ந்திருந்ததால், புதுச்சேரி ஆறானது இன்னொரு படுகையை அமைத்துக்கொண்டது. அந்தப் புதிய கிளையே ஒரு தீவை (தேங்காய்த் திட்டு) உருவாக்கியது. பழைய போக்கு, மேலும் மேலும் தூர்ந்துபோனதால், ஆழம் குறைந்து மேடாகியது. 1769இல் அந்தத் துறைமுகம் முற்றிலும் மறைந்து போயிற்று" எனச் சாட்சியம் பதிவிட்டிருக்கிறார். இது இரண்டாவது சான்று. (லெழாந்திய் 1779: 544)

கூட்டிக் கழித்துப் பார்த்தால் பழைய துறைமுகம் அதுதானே!

1.2: அயலவர் வருகை

போர்த்துக்கீசியர் வருகை

ஐரோப்பியர்களில் முதலில் இந்தியாவிற்கு வந்தவர்கள் போர்த்துக்கீசியர்தாம். அப்போது, சோழ மண்டலக் கடற்கரை எனப்படும் கிழக்குக் கடற்கரை நெடுகிலும் அதற்கு இணையாகப் பெரிய பெரிய, நீண்ட மணல் குன்றுகள் இருந்தன. அவற்றின் மேற்கில், ஆறுகளின் கிளைகளும் கால்வாய்களும் சதுப்பு நிலப்பரப்பினூடே ஓடி, உப்பங்கழிகளாகவும் கழிமுகத் தேக்கங்களாகவும் (காயல்) கடலுடன் சங்கமித்தன (ழுவோ துய்ப்ரேய் 1955; ழான் தெலோஷ் 2004: 12).

புதுச்சேரி பழைய நிலவமைப்பு

தென்னிந்தியக் கடற்கரையின் நடுவில், அத்தகைய மணல் குன்றுகளும் சதுப்பு நிலங்களும் கொண்ட பகுதிகளுள் ஒன்றுதான் இன்றைய புதுவை எனப்படும் புதுச்சேரி. அதில், மூன்று நிலவமைப்புகள் தெளிவாக இருந்தன. ஒன்று கடலோரத்தின் மணல் குன்றுகள்; இரண்டாவது, அதன் பின்புறமாகத் தோப்புகள், குளங்கள், வாய்க்கால்கள், வயல்வெளியுடன் இருந்த பள்ளமான சதுப்பு நிலப்பகுதி. அதுவே மேற்கில் சற்றே உயர்ந்து பெரிய தோப்புகளும் பழத்தோட்டங்களும் வயல்களும் கொண்ட சற்றே மேடான குடியிருப்பிற்கு ஏற்ற பகுதியாகப் பரவியிருந்தது. இது மூன்றாவது அமைப்பு. இது பற்றி ஃபிரான்சுவா மர்த்தேன் விவரிக்கையில், “கோட்டைக்கு வெளியே மேற்கில் ஒரு தாழ்வான பகுதி வடக்கு நோக்கிச் செல்கிறது. அதன் கீழ்ப்புறம் வயல்களும் மேற்கே உள்ளூர் வாசிகளின் குடியிருப்புகளும் உள்ளன. அப்பள்ளத்தின் கிழக்கில் தெற்கு வடக்காக ஒரு நீண்ட சாலையும் அமைந்துள்ளது. நகரத்தின் நடுவே ஒரு சோழர் காலக் கோயிலும் இருந்தது.” என்று தனது நினைவுக் குறிப்புகளில் குறிப்பிட்டிருக்கிறார்.

பள்ளத்தூர்

பள்ளத்தூர் என்ற பெயர் புதுச்சேரிக் கல்வெட்டுகள் இரண்டில் காணப்படுகிறது. ஒன்றில் ‘பள்ளத்து ஊரவர் வில்லியனூர் திருக்காமீசுவரர் கோயிலில் ஏழாம் நாள் திருவிழா உபயம்’ செய்ததாகக் கல்வெட்டு (187) கூறுகிறது (வேங்கடேசன் 1991). மர்த்தேன் குறிப்பிடும் குடியிருப்புப் பகுதிதான் பள்ளற்றூர் அல்லது பள்ளச்சேரி என்ற பழைய ஊராக இருக்கும் என்கிறார் தாவிதன்னுசாமி (2019:14).

இந்த ஊரில்தான் நாயக்கர் காலத்தில் செஞ்சியின் நிர்வாகியான முத்துகிருஷ்ணப்ப நாயக்கரிடம் அனுமதி பெற்று, போர்த்துக்கீசியர் வணிகத்தைத் தொடங்கினர். அப்போதுதான் அயலவர் ஆட்சிக்குக் கால்கோள் நாட்டப்பட்டது. 1553இல் இந்த நிலப்பரப்பிற்குள் காலடி எடுத்து வைத்த போர்த்துக்கீசியர்கள் வைத்த பெயர் புதுச்செய்ரா (Puducheira). அங்கு அவர்கள் ஒரு தொழிற்சாலை நிறுவியதாகக் கூறப்பட்டாலும் அதற்கான சான்றுகள் இல்லை. எனவே, அவர்கள் அவ்வப்போது வந்து வந்து வணிகம் செய்துவிட்டுப் போயிருக்கலாம். எவ்வாறாயினும், 1614ஆம் ஆண்டில் செஞ்சி நாயக்கருடன் ஏற்பட்ட கருத்துவேறுபாட்டால், அவர்கள் இங்கிருந்து வெளியேறிவிட்டனர்(மொரே 2014).

பள்ளச்சேரியும் புதுச்சேரியும்

1553இல் இந்த நிலப்பரப்பிற்குள் காலடி எடுத்து வைத்த போர்த்துக்கீசியர்கள் வைத்த பெயர் புதுச்செய்ரா (*Puducheira*). இரண்டு வரலாற்றாசிரியர்கள், 1553இல் டி பரோஸ் (*Joao De Barros 1553*), 1652இல் சாம்சன் தப்ரவிய் (*Samson d'Abbreville 1654*) ஆகியோர் ஊரின் பெயரை புதுசெரா (*Puducheira*) என்றே குறிப்பிட்டுள்ளனர். இதிலிருந்து 16ஆம் நூற்றாண்டின் பிற்பாதியில் கடலூர், காரைக்கால், காலாப்பட்டு ஆகிய ஊர்களுடன், புதுச்சேரியும் ஒரு துறைமுகமாக விளங்கியதை உணரலாம். வரலாற்றுப் பதிவுகளான துவாசி தொகுப்புகளில் (*Thoisy Papers*), ழான் பெப்பன் (*Jean Pépin*) 1617ஆம் ஆண்டிலேயே இங்கு வந்திறங்கி, செஞ்சி நாயக்கிடம் வணிகத்தளம் அமைத்துக்கொள்ளவும், ஒரு கோட்டை கட்டிக்கொள்ளவும் அனுமதி பெற்று, ஓராண்டுக்குமேல் தங்கியிருந்து பெற்ற தகவல் இருந்தது; அவர் திரும்பிச் சென்று அரசருக்கு அளித்த அறிக்கையில் அப்போதே, 'புதுச்சேரி' (*Poudicheri*) என்ற பெயரைப் பதிந்துள்ளார். 1693க்கான நிலப்படத்தில் பள்ளத்தூரிலிருந்து, அதன் கிழக்குப் பகுதியில் ஒரு குடியிருப்புக் காட்டப் பட்டுள்ளது. அதுவே போர்த்துக்கீசியர்கள் வசித்த புதுச்செய்ரா ஆகும். அதாவது, புள்ளசெரி, பள்ளச்சேரி, பள்ளத்தூர் என்ற பழைய பெயர்களின் நீட்சியாக, கிழக்கில் கடலோரத்தில் புதிதாகத் தோன்றிய குடியிருப்புப் பகுதியை புதியசேரி என்ற பொருளில், ஐரோப்பியர்கள் புதுச்சேரி என்று குறிப்பிட்டிருக்கலாம். அதனால்தான் ஒரு நகரமாக விளங்கிய இடத்திற்குச் சேரி என்ற பெயர் வந்துவிட்டது. 1693இல் வந்த டச்சுக்காரர்கள், 1617இல் பெப்பன் தங்கிப்போன புதிச்சேரியை வாங்கியதோடு, பள்ளத்தூரையும் சேர்த்தே புதுச்சேரி என்ற பெயரில் மாநகரத்தைத் திட்டமிட்டனர் (தாவிதன்னுசாமி 2015: 16–17).

டச்சுக்காரர் வருகை

1618 பிப்ரவரி 9ஆம் நாள், டச்சுப் பயணியான வான் டென் புரோக் (Van Den Broecke) புலிசெரி (Pouliseri/Polesere) என்ற ஊரின் சத்திரத்தில் தங்கி விட்டுச் சென்றிருக்கிறார். இன்னொரு டச்சு நாட்டவரான சைமன் ஜுஸ்டன் (Simon Joosten) என்பவரும் அதே ஆண்டில் வந்து, ஒரு தொழிற்சாலையையும் நிறுவியபின், விரைவிலேயே மரணமடைந்துவிட்டார். அதன் பின்னர், செஞ்சி நாயக்கர், டச்சுக்காரர்களிடம் பேசி, அவர்களுக்கு நிலமும் இடமும் அளித்து நெசவுத்தொழில் செய்ய அழைப்புவிடுத்தார். ஆனால், அவர்களும் 1632இலேயே திரும்பிச் சென்றுவிட்டனர் (மொரே 2014: 73–74).

டேனிஷ் பங்களா

1624இல் பொலிசேரி (Polesere) என்று இப்பகுதியை அழைத்த டேனிஷ்காரர்கள், இரண்டு பெரிய கூடங்களுடன் கூடிய கோபுரம் போன்ற ஒரு வீட்டையும் கட்டி அதில் தங்கினர். பாதுகாப்பிற்காக அதைச் சுற்றிக் கல்லாலான மதில் சுவரும் கட்டப்பட்டது. டேனிஷ் பங்களா என்று வரலாற்றில் தவறாமல் குறிப்பிடப்படும் இதுவே புதுச்சேரியின் நகரப் பகுதியில் அந்நியரால் எழுப்பப்பட்ட முதல் கட்டுமானமாகும். 1637, 1639ஆம் ஆண்டுகளில் புதுச்சேரிக்கு (புள்ளசெரி – Pollechere) வந்து பார்த்த ஆங்கிலேய முகவரான ஃபிரான்சிஸ் டே (Francis Day) புதுச்சேரியைக் கிழக்குக் கடற்கரையின் முக்கிய துறைமுகங்களுள் ஒன்று எனக் குறிப்பிட்டிருக்கிறார் (மொரே 2014: 77).

ஃபிரஞ்சியருக்கு அழைப்பு

17ஆம் நூற்றாண்டின் தொடக்கத்தில் புதுச்சேரிப் பகுதி நாயக்க வம்சத்தின் ஆதிக்கத்தில் இருந்தது. 1617ஆம் ஆண்டில், ழான் பெப்பின் (Jean Pepin) என்ற ஃபிரஞ்சியர் சென் மெலோ (St. Malo) என்ற கும்பினியின் (Compaignie) சார்பில், புதுச்சேயில் வணிகம் செய்யவும், ஒரு கோட்டை கட்டிக்கொள்ளவும் செஞ்சி நாயக்கரிடம் அனுமதி பெற்றார். ஆனால், அவர் அடுத்த ஆண்டே திரும்பப் போய்விட்டார். ஐரோப்பாவைப் போர் மேகம் சூழ்ந்து கொண்டதால், அக்கும்பினி வணிக முயற்சிகளைத் தொடரவில்லை (மொரே 2014: 86)

ஃபிரஞ்சியரின் முதல் முயற்சிகள்

1669 மார்ச் 14இல் சூரத்திலிருந்த கிழக்கிந்தியக் கும்பினியின் இரண்டு இயக்குனர்களான தெ ஃபயே (de Faye), ஃபிரான்சுவா கரோன் (Francois Caron) ஆகியோர் சோழமண்டலக் கரையில் வணிகத் தளங்கள் அமைப்பதற்காக மர்க்காரா என்ற அர்மேனியரை (Armenian Marcara) அனுப்பத் தீர்மானித்தனர். 1669 மே மாதம் புறப்பட்ட அவர், கோல்கொண்டாவில் மசுலிப்பட்டினத்தில் ஒரு தளம் அமைக்க அனுமதி பெறவேண்டியிருந்தது. அதே சமயம், முன்பு நாயக்கர் வசமிருந்த செஞ்சிப் பகுதி, தற்போது பிஜப்பூர் சுல்தான்களின் வசம் மாறியிருந்தது. எனவே, புதுச்சேரியிலும் ஒரு தளம் தொடங்க வேண்டுமென்ற ஆர்வத்தால், அவர் தனது மகனை சுல்தான்களின் பிரதிநிதியாக வாலிகண்டபுரத்தில் நிர்வாகியாயிருந்த செர் கான் லோடியைச் (Sher Khan Lodi), சந்திக்க அனுப்பி வைத்தார். பின்னர், மர்க்காராவும் 1670இல் லோடியைச் சந்தித்து நட்பினை உறுதி செய்தார். மீண்டும் இங்கு வந்து வணிகம் செய்ய டச்சுக்காரர்கள் ஆர்வம் காட்டாததால், அதைத் தொடர்ந்து, லோடி வணிகத் தளம் அமைக்குமாறு ஒரு கடிதத்தையும் குஜோனுக்கு (Goujon) அனுப்பி, அழைப்பு விடுத்தார். அதன் தொடர்ச்சியாகத்தான் பெலான்ழே தெ லெஸ்பினேயும் (Bellanger de Lespinay) பின்னர் ஃபிரான்சுவா மர்த்தேனும் (Francois Martin) புதுச்சேரிக்குக் குடி புகுந்தனர் (மூவோ துய்ப்ரேய் 1937, 1955; மொரே 2014: 87–89).

டேனிஷ் பங்களா பற்றி

1673 பிப்ரவரி 4ஆம் நாள், புதுச்சேரிக்கு வந்த லெஸ்பினே, டேனிஷ் பங்களாவில் தங்கினார்; அது பற்றி, "எனக்களிக்கப்பட்ட வீடு மனதுக்கு உகந்த நிலையில் உள்ளது. இரண்டு பெரிய கூடங்கள், மேல் தளத்தில் குடித்தனம் நடத்தும் இடம், இதனுடன் இணைந்த வில்வடிவில் செங்கற்களால் கட்டப்பட்ட ஒரு கோபுரமும் வீட்டைச் சுற்றி வலுவான மதில்களும் இருந்தன" என்று குறிப்பிட்டிருக்கிறார் (மதனகல்யாணி 1998).

லெஸ்பினே மாடியில் தங்கிக் கொண்டார். 1674 ஜனவரி 4இல், மர்த்தேனுடன் 50 மாலுமிகளும் லூயி கெர் (Fr. Louis Guerre) என்ற கப்புசியன் பாதிரியாரும் வந்து சேர்ந்தனர். மர்த்தேன் தரைத்தளக் கிடங்கிலேயே தங்கிக்கொண்டார். மற்ற ஃபிரஞ்சியர் சுமார் 180 பேர், கடலோரத்தில் விழலால் வேயப்பட்ட வீடுகளில் தங்கினர். லெஸ்பினே

காலத்தில், 1673இல் கட்டப்பட்ட இத்தகைய புதிய குடிசைகள்தாம், பின்னால் வளர்ந்த புதுச்சேரி நகரத்திற்கான வித்துக்கள் எனலாம்.

1.3: மீனவர் கிராமமா புதுவை?

மார்த்தேன் வந்தபோது, புதுச்சேரியின் தென்கிழக்கில் வம்பாக் கீரைப்பாளையம் பகுதியில் ஒரு சில மீனவர் குடிசைகளும், கிழக்கில் ஒன்றும், வட மேற்கில் ஒன்றுமாக இரண்டு சிறு குடியிருப்புப் பகுதிகளும் இருந்தன. இடையே நெல் வயல்களும் இருந்தன. இரண்டு பகுதிகளையும் இணைக்கும் விதமாகத் தென்புறம் ஒரு மண்பாதையும் (செந்த்தான்ழ் வீதி), சற்றே வடக்கில், கிழக்கு மேற்காக ஒரு பாதையும் (அம்பலத்தாடுவார் மடம் தெரு) இருந்தன. சென்னைப்பட்டண வீதியிலிருந்த ஈசுவரன் கோயில், அதற்கு மேற்கே சற்றுத் தொலைவில் (பாரதி வீதி) ஒரு கோயில், அரசு பொது மருத்துவமனை இருக்குமிடத்தில் இன்னொரு கோயில் என்று மூன்று கோயில்களும் இரண்டு குளங்களும் ஊரினுள் இருந்தன. தென்கிழக்கில் இரண்டு மசூதிகளும் மௌலானா சாகிபின் கல்லறையும் (*Moorish Grave*) இருந்தன. 1693ஆம் ஆண்டு வரைபடத்தில் இவை தெளிவாக உள்ளன. பத்தாயிரம் பேர் வரை கூடும் வாரச்சந்தை நடந்து வந்த வளர்ந்த ஊராகத்தான் புதுவை இருந்தது. ஆதலால், அவர் புதுச்சேரியை “ஒரு மீனவர் கிராமம்” என்று குறிப்பிட்டது அவர் தங்கிய கடலோரப் பகுதியைத்தான் (தாவிதன்னுசாமி 2015: 17).

மார்த்தேன் வந்திறங்கிய துறைமுகப் பகுதியோ, வாராவதிக்கு வடக்கில், பழைய நீதிமன்றத்திற்கு எதிரில் துய்ப்ளேக்சு சிலை நிற்கும் பகுதி. அவர் குறிப்பிடும் மீனவர் குடியிருப்போ அதற்குத் தெற்கில் இருந்தது; தமிழர் பகுதிகள் வடமேற்கில் சற்றே தொலைவில் இருந்தன. மேலும், டேனிஷ்காரர்கள் போனதும், வணிக நடவடிக்கைகள் குறைந்து போனதால், நெசவாளர்கள் ஊரை விட்டு வெளியேறியிருக்கலாம் இதன் காரணமாகவே அவர் மீனவர் கிராமம் என்று குறிப்பிட்டிருக்கக்கூடும் (மொரே 2014: 93–94).

மீனவர் குடியிருப்பு - அன்று போலவே இன்றும்

மார்த்தேன் மனைவி கண்ட புதுவை

சோழ மண்டலக் கரையின் தலைமை இயக்குநராக நியமிக்கப்பட்ட மார்த்தேன்,1686ஆம் ஆண்டு மே மாதம் முதல் நாளன்று, இரண்டாவது முறையாகப் புதுவைக்கு வரும்போது, அவரது மனைவி மரி குய்பெர்லியும் (*MarieCuperly*) உடன் வந்தார். அவர் கப்பலின் மேல் தளத்திலிருந்து ஊரை நோட்டம் விட்டபோது, 'கடற்கரை ஓரம் சில மீனவர் குடிசைகளும், அதற்குப் பின்னால் ஒரு பண்டகசாலையும் அதைச் சுற்றிலும் ஐரோப்பியர் வசித்தக் கூரை வீடுகளும் காணப்பட்டன' என்று மார்த்தேன் தனது நினைவுக் குறிப்புகளில் கூறுகிறார்.

மார்த்தேன் தொடங்கிய நகர வளர்ச்சி

ஃபிரஞ்சியர் வருவதற்கு முன்பே புதுச்சேரி ஒரு நெசவுத்தொழில் மையமாகவும் வணிகத்தலமாவும் இருந்ததற்கு இன்னோர் ஆதாரமும் காட்டப்படுகிறது. "1677–1678இல் சத்ரபதி சிவாஜி செஞ்சியைக் கைப்பற்றிய பின்னர், ஆடைகள் ஏற்றுமதி செய்து புகழ்பெற்ற புதுச்சேரி துறைமுகப்பட்டினத்தைப் பிண்டாரிகள் கொள்ளையிட்டுச் சென்றனர்." என்று ஆங்கிலப் பதிவேடுகள் குறிப்பிடுவதாக ஸ்ரீநிவாச்சாச்சாரி (1943: 185) கூறுகிறார். 1690–91இல் புதுவைக்கு வந்திருந்த ரொபேர் சால் (Robert Challes), செவ்வாய்க்கிழமைகளில் கூடிய வாராந்திரச் சந்தையில் பத்தாயிரம் பேருக்கு மேல் வந்ததைப் பார்த்திருக்கிறார் (மூரன் தெலோஷ் 2004: 22).

1674 செப்டம்பரில் 24இல், மர்த்தேன் புதுச்சேரிக்கும் முழுப் பொறுப்பாளராக வந்தபின் பூர்வீகக் குடியினரும் புதிதாகக் குடியேறிய ஃபிரஞ்சியரும் கலந்தே வாழ்ந்தனர். மண்ணால் கட்டப்பட்ட தமிழர் வீடுகளும் குடிசைகளும் அங்கொன்றும் இங்கொன்றுமாக பரவிக் கிடந்தன. ஐரோப்பியருக்கென புதிய குடியிருப்புக்கு அடிகோலும் வகையில், கடற்கரைக்கு இணையாக, ஒரே நேர்க் கோட்டில் ஒரு தெருவை உருவாக்கினார். அது ஃபிரஞ்சு வீதி (Rue des Francais) எனப்பட்டது. 1689இல் ஒரு கோட்டையும் (Le Fort Barlong), அதனுள் ஒரு செபக்கூடமும் (St. Louis Chapel) கிடங்குகளும் கட்டிமுடிக்கப்பட்டன. நகர உருவாக்கத்தின் முதல் கட்டம் அது.

தமிழகப் பகுதிகளிலிருந்து, அவரது அழைப்பின் பேரில் வந்த நெசவாளர்கள், ஓவியர்கள், வணிகர்கள் ஆகியோர், பள்ளப் பகுதியிலிருந்த பாக்குமரத் தோப்புப்பகுதியை அழித்து ஏற்படுத்தப்பட்ட வெற்றிடத்தில், ஆங்காங்கே குடியேறினார்கள். 1674ஆம் ஆண்டுக்குள்ளேயே 50 புது வீடுகள் கட்டப்பட்டுவிட்டன. வடக்கில், தூரத்தில், சாயப்பட்டறைகளும் கட்டித் தரப்பட்டன. மணக்குள விநாயகர் கோயிலுக்குக் கிழக்கிலும் ஒரு சில ஃபிரஞ்சியர் குடியேறினர். 1688வாக்கில் பவழமும் முக்கிய ஏற்றுமதிப் பொருளானதால், பவழம் மெருகேற்றுவோரும் குடும்பத்தோடு வரவழைக்கப்பட்டனர். அவர்கள் ஃபிரஞ்சியர் பகுதிக்கு மேற்கில் குடியேறினர். அதனால் குடியேற்றம் அதிகரித்து விரிவாக்கம் தொடங்கியது (ஜெயசீல ஸ்டீஃபன் 1996, 2018: 48–49).

1693இல் ஃபிரஞ்சியரிடமிருந்து புதுச்சேரியை டச்சுக்காரர்கள் கைப்பற்றிய போது, மேற்குப் பகுதி ஒரு வளரும் கிராமம் என்ற நிலையில்தான்

இருந்தது; நகரமயமாக்கல் தொடங்கவில்லை. ஆனால், கிழக்கில், கடந்த இருபதாண்டுக் காலத்தில், கோட்டைக்கு வடக்கில் சென் லூயி வீதி, ஆளுநர் மர்த்தேன் வீதி, பெர்ரி (மணக்குள விநாயகர்) வீதி, தெற்கில், கப்புசின் (ரோமன் ரோலண்டு) வீதி, நாணயச் சாலை (விக்டர் சிமொனேல் வீதி) ஆகிய புதிய தெருக்கள் உருவாக்கப்பட்டிருந்தன. அந்தப் பகுதியில் கட்டப்பட்ட ஐரோப்பியர் வீடுகள் அனைத்தும் கல்வீடுகளே. நேராகவும் ஒழுங்குடனும் அமைந்த தெருக்களில், கல் கட்டடங்கள் மட்டுமே எழுப்பப்பட்ட இந்தப் பகுதியே நவீன புதுவைக்கு அடிகோலியது எனலாம் (மூான் தெலோஷ் 2004: 31).

1.4: நவீன புதுவையின் வடிவமும் வளர்ச்சியும்

நகர வடிவமைப்பில் டச்சுக்காரர்களின் பங்கு

1693 செப்டம்பர் 8இல் புதுச்சேரியைக் கைப்பற்றிய டச்சுக்காரர்கள், 1699 வரையில் ஆட்சி புரிந்தனர். அப்போது ஆளுநர் பொறுப்பேற்றவர் லாரன்ஸ் பிட் (*Lawrens Pit*). புதுச்சேரியை எதிர்காலத்தில் டச்சுகளின் முக்கிய வணிகக் கேந்திரமாக உருவாக்க அவர் திட்டமிட்டார். போரினால் வெளியேறிய மக்கள் மீண்டும் வருவார்கள் என்று எதிர்பார்த்து, அதற்கேற்றவாறு நகரைப் பெரியதாகவும் முறையானதாகவும் பாதுகாப்பானதாகவும் அமைக்கத் தயாரானார். அதன் முதல் படியாக, நகரைச் சுற்றி, பாதி கல்லாலும் மீதி புதர்களாலும் மர்த்தேன் அமைத்திருந்த அரணை அகற்றிவிட்டு, மண்ணாலான மதில் சுவர் ஒன்றை 1695ஆம் ஆண்டிலேயே கட்டி முடித்தார் (மூான் தெலோஷ் 2004).

அடுத்த ஐந்தரை ஆண்டுகளில், டச்சுக்காரர்கள்தான் நவீன புதுச்சேரிக்கான எதிர்காலத் திட்டத்தை வகுத்தார்கள். நேர்நேரான தெருக்கள்; செவ்வக வடிவில் பல்வேறு பிரிவினருக்குமான குடியிருப்புகள்; ஒரே அளவிலான மனைகள்; நகரைச் சுற்றிலும் கோள வடிவிலான சுற்று அரண் என்று தனித்துவமான கட்டமைப்பைத் திட்டமிட்டது அவர்களே! (ஜெயசீல ஸ்டீஃபன் 2018: 57).

தனித்துவமான நகர அமைப்பு

மக்களின் குடியிருப்புகளை, அவர்களது தொழில் சார்ந்த பகுதிகளாகத் தனித்துவமாகக் காட்ட டச்சுக்காரர்கள் திட்டமிட்டார்கள். ஃபிரஞ்சியர் காலத்தில் வடக்கில் இருந்த குடியிருப்புகள் ஒழுங்கற்றிருந்தன. அவற்றை நேர்ப்படுத்தியதோடு, தென்பகுதியில் உப்பாறுக்கு வடக்கிலும் மேற்கிலும் இருந்த குளங்கள், வயல்கள், தோட்டங்கள், தோப்புகள் ஆகிய பகுதிகளையும் திருத்திக் குடியிருப்புகளாக்கும் வகையில் சதுரங்கப் பலகைபோல ஒரு விரிவான வரைபடத்தை ஜேக்கப் வெர்பெர்கமொயெஸ் (*Jacob Verbergamoyes*) என்ற டச்சுப் பொறியாளர் 1694இல் தயார் செய்தார்.

டச்சுக்காரர்கள், நகரைத் திட்டமிட்டபோது, பழைய நகரின் கிழக்குப் பகுதியில் பெரிய மாற்றங்கள் ஏதும் செய்யப்படவில்லை. கோட்டைக்கு வடக்கிலும் தெற்கிலும் இருந்த வேலிகளையும், உள்ளமைந்த தெருக்களையும் அப்படியே வைத்துக்கொண்டு மேற்குப் பகுதியில்

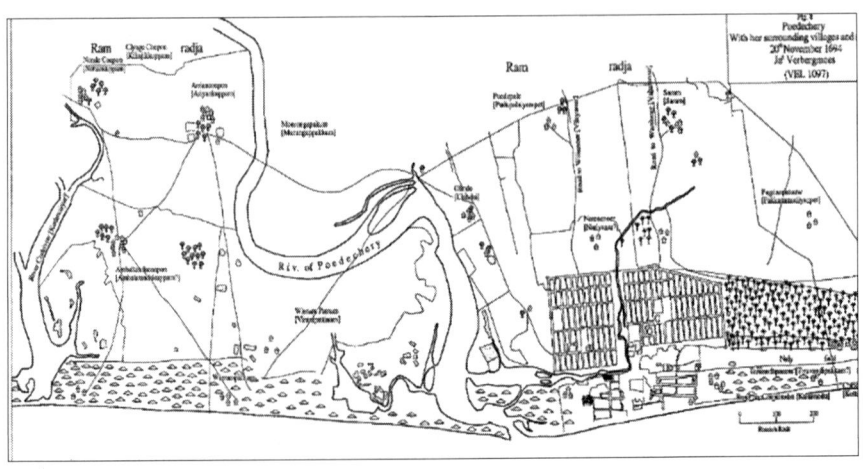

டச்சுக்காரர் பகுதி (1690)
புதுச்சேரியும் அதன் சுற்றுப்புறமும் ஜேக்கப் வேர்பெர்கேமொயஸ் (1694)

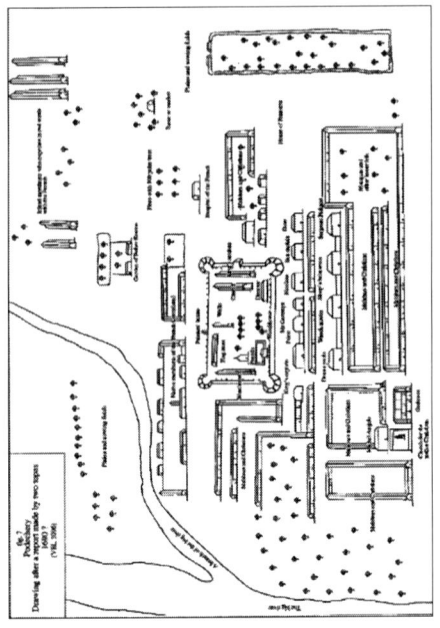

இரண்டு தொப்பிக்காரர்களின்
வர்ணனைப்படி
புதுச்சேரி நகரின் அமைப்பு (1694)

கோள வடிவிற்கான எல்லைகளுடன்
டச்சுக்காரர்கள் திட்டமிட்ட நகரம்
(ஜேக்கப் வேர்பெர்கேமொயஸ்–1694)

தங்களின் மதிநுட்பத்தைக் காட்டினர். உப்பாற்றுக்கு வடக்கு, மேற்குப் பகுதிகளில், பிராமணர், நெசவாளர், வணிகர்கள், விவசாயிகள், கைவினைக் கலைஞர்கள் போன்றோருக்குத் தனித்தனியாகக் குடியிருப்புகளை ஒதுக்கினர். நகரின் புதிய எல்லைகளைக் குறிக்கும்வகையில் கோள வடிவில் மண்ணால் கரையெழுப்பி மதில் ஒன்றையும் உருவாக்கினர்.

ஆனால் அந்த மதிலும் வலுவானதாக இல்லை. அதை உள்ளூர் வாசிகளே அவ்வப்போது தகர்த்து வந்தனர். எனவே மதிலோரமாக முட்செடி களையும் புதர்களையும் வளர்த்து ஓர் உயிர்வேலியை உருவாக்கினர். ஆங்காங்கே, போக வரத் தடுப்புகளுடன் கூடிய இடைவெளிகளும் திட்டிகளுடன் கூடிய சந்துகளும் அமைக்கப்பட்டன (ஜெயசீல ஸ்டீஃபன் *1996;* ழான் தெலோஷ் *2004;* மெலாங்கின் *2015).*

டச்சுக்காரர்கள் வெளியேறிய பின்

ஐரோப்பியப் போர்களின் முடிவில் ஏற்பட்ட ரிஸ்விக் உடன்படிக்கையின்படி *(Traite de Ryswick-1697), 1699*இல் டச்சுக்காரர்கள் வெளியேறியதால், அவர்களது கனவுத் திட்டத்தை முழுமையாக நிறைவேற்ற முடியவில்லை. வடமேற்குப் பகுதியை மட்டுமே சீரமைக்க முடிந்தது. தென்பகுதியில் காட்டப்பட்டிருந்த, தோப்புகளும் வயல்களும் விரிவாக்கம் முடிவடையாததால் அப்படியே விடப்பட்டிருந்தன. ஆனால், அவர்கள் எழுப்பிய மண்கரையும் மதிலும் அதன் நெடுகிலும் வளர்க்கப்பட்ட புதர்களாலான வேலியும் ‘ஓலாந்துக்காரர் வேலி’ *(Haie Hollandez)* என்ற பெயரோடு தங்கி விட்டது (தில்லைவனம் *2007: 99).*

மீண்டும் புதுச்சேரியில் மர்த்தேன்

*1699*இல் மீண்டும் பொறுப்பேற்றுக்கொண்ட மர்த்தேன், நகரத்தைச் சுற்றியிருந்த உயிர் வேலியைப் புதர்களாலும் பனை ஓலைத் தட்டிகளாலும் பலப்படுத்தினார். அதில், ஆறு புறப் பாதுகாப்புக் கொத்தளங்களும், வடக்கில் மதராஸ் கெவுனி *(Porte de Madras)*, மேற்கில் வழுதாவூர் கெவுனி *(Porte de Valdavour)* என்ற இரண்டு வாயில்களும் நிறுவப்பட்டன.

விரிவாக்கத்தின்போது

நகர விரிவாக்கத்திற்காக, பழைய மதராஸ் பட்டினத் தெரு (மிசியோன் வீதி) வடக்கில் நீட்டிக்கப்பட்டது; கிழக்கு மேற்காக, வழுதாவூர் வாயில் தொடங்கி, கடற்கரையை நோக்கி ஒரு புதிய தெரு (நேரு வீதி) உருவாக்கப்பட்டது. இவற்றிற்கிடையில், மதராஸ் பட்டினத் தெருவில் இருந்த பழமையான வேதபுரீசுவரர் கோயிலை ஒட்டி, புதிதாக நெசவாளர் குடியிருப்புகள் தோன்றியிருந்தன. அதற்குப் பின்னால், பிராமணர்களும் பூசைகளில் உதவும் பண்டாரங்களும் பராமரிப்புப் பணியை மேற்கொள்ளும் தேவரடியார்களும் ஏற்கெனவே குடியிருந்தனர். மக்களின் ஒப்புதலோடு அங்கிருந்த ஒரு கோயிலை அகற்றிவிட்டு, அவர்களுக்கு அங்கேயே மூன்று தெருக்கள் ஒதுக்கப்பட்டன.

வடக்கில் பாதிப்பகுதி நெசவாளர்களுக்கு (வெள்ளாளர், சேனையர்) ஒதுக்கப்பட்டன. கால்பங்குப் பகுதி வணிகர்களான வாணியர்கள், கோமுட்டி செட்டிகள் ஆகியோருக்கும், மீதி கால்பங்குப் பகுதியில், நான்கு தொகுப்புகள் விவசாயிகளான அகமுடையார், பள்ளிகள் ஆகியோருக்கும், எஞ்சிய பகுதிகள் ஒட்டர், தட்டார், கம்மாளர், தச்சர், கருமார், கன்னார், அச்சடிப்போர், சித்திரக்காரர். ஆகிய

கைவினைக் கலைஞர்களுக்கும் வகைப்படுத்தப்பட்டன. இன்றைய பெரிய கடைக்கு வடக்கே ஓர் அங்காடி உருவாக்கப்பட்டது.

தென்பகுதியிலும் நெசவாளர், வணிகர்கள், சேணியர், செட்டிகள், விவசாயிகள் ஆகியோருடன், தெலுங்கு பேசும் கோமுட்டிகள், கவரை, ரெட்டி ஆகியோருக்கும் சமமாகப் பகுதிகள் ஒதுக்கப்பட்டன. ஏனைய பிரிவினரான கணக்கர்கள், பரயேரிகள் (அம்பட்டர்), எண்ணெய் பிழிவோர், குலாளர் (குயவர்), சுண்ணாம்புக் கால்வாய்ப் பணியாளர், சித்திரம் அச்சடிப்போர், வெற்றிலை வியாபாரிகள், கூலிகள் ஆகியோர் ஆங்காங்கே கலந்திருந்தனர். அவர்களுக்குத் தென்மேற்குக் கோடியிலும், ஆதிதிராவிடர் எனப்படும் தலித்துகளுக்குப் புறநகர்ப் பகுதிகளிலும் குடியிருப்புகள் ஒதுக்கப்பட்டன. (ழான் தெலோஷ் 2004: 37–39).

புதிதாக ஒரு முகமதியர் குடியிருப்பு

கோட்டைக்கு வடக்கில் ஒரு பொதுக் கல்லறை இருந்தது. அது ஃபிரஞ்சியர்களுக்காக ஒதுக்கப்பட்டதால், கலவைக் கல்லூரிப் பகுதியில் தமிழ்க் கிறித்தவர்களின் கல்லறைக்கு இடம் தரப்பட்டது. லூயி கோட்டைக்கு வடக்கிலும் ஒரு சிறிய அங்காடி உருவானது. வெள்ளையர் பகுதியில் கும்பினியின் ஊழியர்களுடன், இந்தியர் – போர்த்துக்கீசியர் கலப்பினமான தோப்பாஸ் (*Topas*) எனப்படும் தொப்பிக்காரர்களும் குடியேறினர். ஐரோப்பிய நகர விரிவாக்கத்திற்கு ஏதுவாக, கப்ஸ் கோயில் பகுதியில் வாழ்ந்த இசுலாமியர் வீடுகள் தென்கோடிக்கு மாற்றப்பட்டன; அருகில் இருந்த பள்ளிவாசலும் அதற்குத் தெற்கில் இருந்த ஒரு தர்காவும் அங்கிருந்து அப்புறப்படுத்தப்பட்டன (ஜெயசீல ஸ்டீஃபன் 1996, 2018).

புதுச்சேரி நகரத்தின் வளர்ச்சி நிலைகள் (கோடிட்டவை குடியிருப்புகள்)

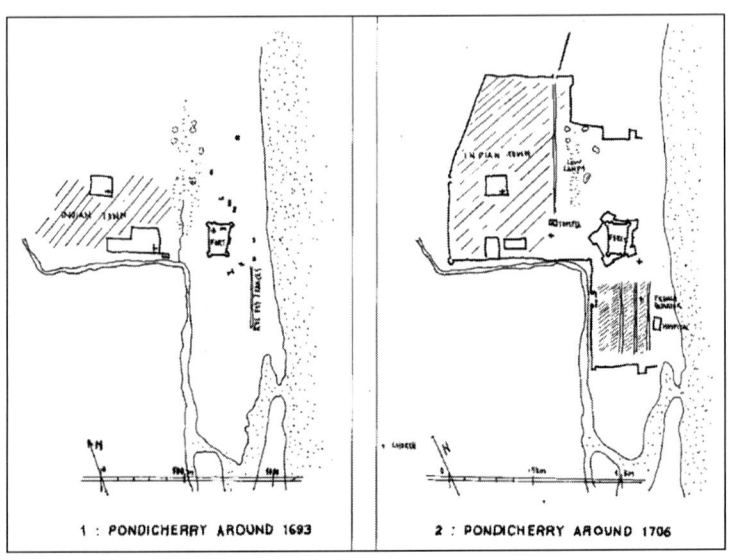

1 : PONDICHERRY AROUND 1693

2 : PONDICHERRY AROUND 1706

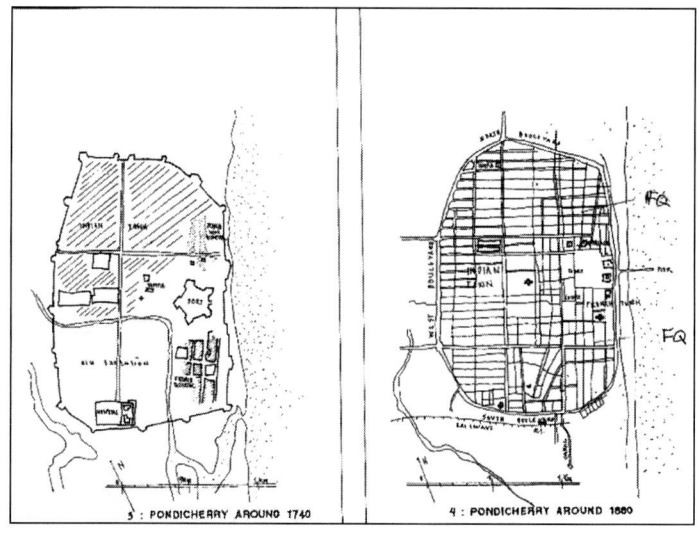

1693இல் பர்லோன் கோட்டையும் குடியிருப்புகளும், மர்த்தேன் நிர்வாக முடிவில் சற்றே வளர்ந்த நகரம் (1706), கருப்பர் வெள்ளையர் பகுதிகளுடன் நகரம் (1740), முழுமையாக வளர்ந்த முட்டை வடிவ நகரம்

படங்களின் வழியே ஒரு பார்வை

இன்றைய வரையில், ஐரோப்பியர் வருகைக்கு முன்பிருந்த புதுச்சேரியின் சுற்றுப்பகுதிகளுடன் ஆறு நிலப்படங்களும் நகர அமைப்பைப் பற்றி 66 படங்களும் செயல் திட்டங்கள் 20–ம் கிடைத்துள்ளன; எனினும், 1996ஆம் ஆண்டு வரை, அவற்றில் ஏதும் அகப்படவில்லை. ஆனால், அவை கிடைத்த பின்புதான் புதுவை வரலாற்றின் மீது புது வெளிச்சம் பாய்ந்துள்ளது (ஜெயசீல ஸ்டீஃபன் 1996, 2018).

1913இல் ஃபிரஞ்சு தேசிய ஆவணக் காப்பகத்தில், அதன் காப்பாளர் தெ லா ரோன்சியே (de la Ronsier) துவாசி தொகுப்புகளைக் (Thoisie Collections) கண்டெடுத்தார். 1933இல் பேராசிரியர் ழூவோ துய்ப்ரேய் (Jouveau Dubreuil 1955) அதை ஆராய்ந்தபோது, ஒரு நிலப்படத்தைக் கண்டார். அதில், இரண்டு தொப்பிக்காரர்கள் தந்த விவரப்படி, புதுச்சேரியின் நிலவியல் அமைப்பை டச்சுக்காரர்கள் வரைந்த படம் ஒன்று இருந்தது. 'பொதிச்செரி' எனப் பெயரிடப்பட்ட அதில், கிழக்கில் ஒன்றும், வட மேற்கில் ஒன்றுமாக இரண்டு சிறு குடியிருப்புப் பகுதிகளுடன் 33 இடங்களும் குறிப்பிடப்பட்டுள்ளன. இவற்றிற்கிடையே யும் சுற்றிலும் சிறுசிறு கால்வாய்கள் மருத நெல் வயல்கள், தோப்புகள், குளங்களும் உள்ளன. வடமேற்கிலிருந்த மேட்டுப் பகுதியிலிருந்து வரும் ஒரு வாய்க்கால், ஊரின் மையப் பகுதிவரை கிழக்கில் வந்து, பின் தெற்கில் திரும்பி, வர வரப் பெரிதாகி, ஆறுபோல் அகன்று, காயல் எனப்படும் கழிமுகத் தேக்கத்துடன் கலக்கின்றது. இதன் பெயர் உப்பாறு. அதன் தென்புறத்தில் ஒரு பெரிய ஆறு (புதுச்சேரி ஆறு) ஊருக்குத் தெற்கே கடலில் கலக்கிறது. அதையொட்டி, கடற்கரையோரமாக, வம்பா என

மீனவர்கள் குறிப்பிடும் மணல் குன்றுகளும் காட்டப்பட்டுள்ளன. இதுதான் பழைய புதுச்சேரி. 1690இல் நகரின் அமைப்பைக் காட்டும் அப்படம்தான், புதுச்சேரியின் நிலவியல் அமைப்பைக் காட்டும் படங்களில் மிகப் பழமையானது (ஜெயசீல ஸ்டீஃபன் 1996).

கண்டுபிடிக்கப்பட்ட டச்சு வரைபடம்

நெதர்லாந்து நாட்டின் தலைநகரான தி ஃகேக் (*The National Archives, The Hague*) தேசிய ஆவணக் காப்பகத்தில் பாதுகாக்கப்பட்டுள்ள, 17ஆம் நூற்றாண்டுக்கான ஆவணங்களில், வணிகத்தலங்கள் பற்றிய தொகுப்பில், புதுச்சேரி தொடர்பான ஐந்து படங்களை ஜெயசீல ஸ்டீஃபன் (1996) கண்டுபிடித்து வெளியிட்டார். அவற்றில், பூவோ துய்ப்ரேய் விவரித்த படமும் ஒன்று; ஜேக்கப் வெர்பெர்கமொயெஸ் (*Jacob Verbergamoyes*) என்ற டச்சுப் பொறியாளர் வரைந்த 1694 நவம்பர் 20ஆம் நாளிட்ட படங்களும் அதில் உள்ளன. ஒன்றில், புதுச்சேரியின் இருப்பிடமும், சுற்றியுள்ள ஊர்களும் கொண்ட பரந்துபட்ட நிலத்தியல் அமைப்பைக் காட்டியுள்ளார். மற்றொன்றில், கோட்டையுடன் கூடிய கடற்கரையோர வெள்ளையர் பகுதியும், ஓர் ஆற்றிற்கு மேற்கில் இந்தியர் பகுதியும் பிரித்துக் காட்டப்பட்டுள்ளன. நேர் நேரான தெருக்கள்; செவ்வக வடிவில் பல்வேறு பிரிவினருக்குமான குடியிருப்புகள் என்று தனித்துவமான அமைப்புகளும் வரையப்பட்டுள்ளன. இன்னொரு படத்தில், கோட்டையின் அமைப்பு வரையப்பட்டுள்ளது. ஆகவே, கோள வடிவக் கட்டமைப்புக்குக் கருத்துருக் கொண்டது டச்சுக்காரர்களே என்பது தெளிவாகிறது. அத்துடன் வெள்ளையர் பகுதியையும், இந்தியர் பகுதியையும் இணைத்து ஒரு மாநகரம் (*Citadel*) உருவாக்கவும் திட்டமிட்டது அவர்களே!

1699இல் ஃபிரஞ்சியர் திரும்பப் பெற்றபோது, வடக்குப் பகுதியில் மட்டும், அதுவும் அரைகுறையாகவே டச்சு வரைபடப்படி நகரம் வளரத்தொடங்கியிருந்தது. உப்பாறுக்குத் (சின்ன வாய்க்கால்) தெற்கிலிருந்த பகுதி பயிர் நிலமாகவே இருந்தது. மர்த்தேன் பொறுப்பேற்றதும் நெசவாளர்களை மறுபடியும் குடியேற்றியபோது, டச்சுக்களின் வடிவமைப்பின்படியே வீடுகளைக் கட்டச் செய்தார். அதைப் பின்பற்றியே நகர விரிவாக்கமும் தொடர்ந்தது (ழான் தெலோஷ் 2004: 40).

தமிழர்களின் வரலாற்றுக் கட்டமைப்புக்கு வலுவூட்டிய
அருந்தமிழர் ழான் தேலோசு

நகரத்தைத் திட்டமிட்டதோடு நின்றுவிடாமல், புதுவையை மையமாக வைத்து, சுற்றுப்புற ஊர்களான உழந்தை, சாரம், நேரியநூர், வீராம்பட்டினம், கோட்டைக்குப்பம், புதுப்பள்ளி ஆகியவற்றையும் வட்டத்தின் ஆரம் போல் நேர்க்கோடுகளான சாலைகளால் இணைக்கும் தொலை நோக்குத் திட்டமும் டச்சுக்காரர்களுக்கு இருந்தது *(ஜெயசீல ஸ்டீஃபன் 1996: 36)*.

ஃபிரஞ்சியரும் ஏற்றுக்கொண்டனர்

*1702, 1703*ஆம் ஆண்டுகளில், ஃபிரஞ்சுப் பொறியாளர் தெனிஸ் தெ நியோன் *(Denise de Nyon)* தயாரித்த வரை படங்கள், *1694*இல் டச்சு நகர அமைப்பையே ஒத்திருந்தன. அதில் செய்யப்பட ஒரே மாறுதல், பர்லோன் கோட்டைக்குப் பதில் ஐங்கோண லூயி கோட்டை வரைந்ததே. அதுமட்டுமல்ல, எதிர்காலத்தில், தென் கிழக்கிலும் தென்மேற்கிலும் நகரம் மேலும் விரிவாக்கப்பட்டபோதும் டச்சுத் திட்டத்தையே நீட்டித்துக்கொண்டனர். எனவே, நவீன புதுவையை வடிவமைத்தது டச்சுக்காரர்களே, அதைப் பின்பற்றியே ஃபிரஞ்சியர் நகரை நிர்மாணித்தார்கள் என்ற தகவலை முதன் முதலில் வெளிக் கொணர்ந்தவர் வரலாற்றறிஞர் ஜெயசீல ஸ்டீஃபன் *(1996, 1999)*. அதை வழிமொழிந்து, பல்வேறு காலகட்டங்களாக நிகழ்ந்த புதுவை நகரின் வளர்ச்சியை பல பதிவுகளின் மூலம் வெளிச்சம் போட்டுக் காட்டியவர் ஃபிரஞ்சு வரலாற்றாசிரியர் ழான் தெலோஷ் *(2004, 2005)*.

1.5: மர்த்தேன் கட்டிய கோட்டைகள்

ஃபிரஞ்சியருக்கும், புதுச்சேரியைச் சுற்றியிருந்த ஐரோப்பியர்களுக்கும் இடையே பூசல்களும், உரசல்களும் தொடர்ந்து கொண்டேயிருந்தன. வணிகச் சரக்குகளையும் சேமித்த செல்வத்தையும் கொள்ளையர்களிட மிருந்து காப்பாற்ற வேண்டியிருந்தது. எனவே, தங்களது பாதுகாப்பை உறுதி செய்துகொள்ள வேண்டிய கட்டாயத்திற்குள்ளானார்கள்.

நகரின் பாதுகாப்பிற்கு முன்னுரிமை அளித்த மர்த்தேன், *1688* அக்டோபர் வாக்கில், புதுச்சேரியில் ஒரு கோட்டையையும் ஒரு சுற்று அரணையும் கட்டிக்கொள்ள செஞ்சி நிர்வாகி அரி ராஜாவிடம் *(Hari Raja) 11,760* சக்கராக்களை அன்பளிப்பாகக் கொடுத்து அனுமதி பெற்றார்.

பர்லோன் கோட்டை

*1689*இல் அக்டோபர் மாதத்தில், கடற்கரையிலிருந்து *122* மீட்டர் தூரத்தில், கிளிஞ்சல் சுண்ணாம்பு பூசிய, சாய் செவ்வக வடிவில் ஒரு கல் கட்டடம் கட்டி முடிக்கப்பட்டது. அதற்கு ஒரே ஒரு வாயிலும் நான்கு மூலைகளிலும் உயரமான கொத்தளங்களும் *32* பீரங்கி மேடைகளும் இருந்தன. உள்ளே படைவீரர்களுக்கும் அலுவலர்களுக்குமான வீடுகளும், அலுவலகங்களும் சாரி சாரியாக அமைந்திருந்தன. வழிபாட்டிற்கென ஒரு செபக்கூடமும் *(St. Pierre Chapel)* கட்டப்பட்டது. அதுதான் ‘பர்லோன்’ கோட்டை *(Le Fort Barlong)*. அதைச் சுற்றிலும்

பாதுகாப்பிற்காகப் பனை மரங்கள் நடப்பட்டன. அந்தக் கோட்டையைக் கட்டி முடிக்க செஞ்சியை ஆண்ட ராம்ராஜாவுக்கு (மாவீரன் சிவாஜியின் இரண்டாவது மகன்) 5,000 'சக்கரம்' (ஏறத்தாழ ரூ. 8,920) ஃபிரான்சுவா மர்த்தேன் கொடுக்கவேண்டியதாயிற்று. டேனிஷ் பங்களாவிற்கு வடக்கில் கட்டப்பட்ட அந்தக் கோட்டை, ஃபிரான்சுவா மர்த்தேன் கோட்டை என்றும் அழைக்கப்பட்டது. அதைச் சுற்றிலும், மதிலை ஒட்டி, வடக்குப் பக்கத்தில், தெற்கு வடக்காக ஒற்றை மாடி வீடுகளையும் ஃபிரஞ்சியர் கட்டிக்கொண்டனர் (மர்கரித் லபெர்நாடி 1936: 39; மர்த்தினோ 1962: 568).

கோட்டையைக் கட்டும்போதே மர்த்தேனுக்கும் குய் தஷார் அடிகளாருக்கும் (Fr. Guy Tachard) அதன் வலிமையைப் பற்றிக் கருத்து வேறுபாடுகள் குறுக்கிட்டாலும், ஒருவாறு கோட்டை கட்டிமுடிக்கப் பட்டது. 1690இல் அதைப் பார்வையிட்ட ரொபேர் சால் (Robert Challes) என்ற கும்பினி அதிகாரி, பளீரென்ற அதன் வெண்மைத் தோற்றத்தைப் பாராட்டிவிட்டு, "மூன்று சாதாரண கோபுரங்கள், பாதுகாப்பிற்கு ஒரே ஒரு கொத்தளம், ஒழுங்கேயில்லாத வடிவமைப்புடன் ஒரு கோட்டை – இது எந்த அளவுக்குத் தாக்குப்பிடிக்கும்?" என்ற ஐயத்தினையும் எழுப்பினார்.

மூன்று வருடங்கள் கழித்து, 1693இல் டச்சுக்காரர்கள் அதை எளிதாகக் கைப்பற்றிக் கொண்டபோது, ரொபேர் சால் கொண்ட ஐயம் மெய்ப்பிக்கப்பட்டது. ஆனாலும், டச்சுக்காரர்கள் அதை அழிக்காமல், அதன்மேல் மேலும் ஆறு பீரங்கி மேடைகள் கட்டி வலுப்படுத்தி வைத்துக்கொண்டனர். 1699இல் மீண்டும் புதுச்சேரியை ஃபிரஞ்சியருக்குத் திருப்பித் தர நேர்ந்தபோது, தான் கட்டிய கோட்டையை அழிக்காமல் விடுமாறு மர்த்தேன் கேட்டுக்கொண்டார். அது அவர் கட்டிய முதல் கோட்டையல்லவா? ஊனிலும் உணர்விலும் இரண்டறக் கலந்த அக்கோட்டையை, மர்த்தேன் நெகிழ்ச்சியோடு பெற்றுக்கொண்டார். பின்னாளில், லூயி கோட்டையைக் கட்டியபோது, அதை இடிக்க மனமில்லாமல் அதையும் உள்ளடைத்தே கட்டத் தொடங்கினார்.

மர்த்தேன் கட்டிய கனவுக் கோட்டை

1693–99களில் டச்சுக்காரர்களின் ஆக்கிரமிப்பு மர்த்தேனுக்குப் பாதுகாப்பைப் பற்றிய பெரிய பாடம் புகட்டியிருந்தது. கொள்ளைகளும் படையெடுப்புகளும் பாதுகாப்புக்கு அச்சுறுத்தலாக இருந்ததால், முன்பிருந்த பர்லோன் கோட்டைக்குப் பதிலாகப் பெருமதில்கள் சூழ்ந்த, நெடிய நுழைவாயில்களும் கொத்தளங்களும் கூடிய ஒரு கோட்டையைக் கட்ட மர்த்தேன் திட்டமிட்டார். அவரது எண்ணத்திற்கு வடிவம் கொடுத்தார் டெனிஸ் தெ நியோன் (Denise de Nyon) என்ற தலைமைப் பொறியாளர். முன்னர் 'பர்லோன்' கோட்டை இருந்த இடத்திலேயே, அதையும் உள்ளடக்கியதாகப் புதிய கோட்டையைக் கட்டத் திட்டமிடப் பட்டது. அவர், ஃபிரான்சில், மர்சாய் வாபன் (Marsaille Vauben) வடிவமைத்த 'துர்னே' (Tournais) நகரின் கோட்டையின் வடிவிலேயே ஒரு ஐங்கோணக் கோட்டையைக் கட்டி முடித்தார். 1702இல் தொடங்கி, 1706இல் முழுமை பெற்ற அதுவே லூயி கோட்டை (Le Fort Louis). ஆனால்,

அது கட்டி முடிக்கப்பட்டபோது, பர்லோன் கோட்டை கொஞ்சம் கொஞ்சமாகத் தன் சுயத்தை இழந்துபோனது (கெப்ளே 1908: 521).

கோட்டையின் அமைப்பு

ஒழுங்கான ஐங்கோணம்; 540 அடி (90 Toises) இடைவெளியில் ஐந்து பிதுக்கங்கள் (Saillant); அவற்றின் மேல் கொத்தளங்கள் (Bastions); கடற்கரையை நோக்கியவாறு இரண்டு கொத்தளங்களுக்கிடையே ஒரு பெரிய தோரண வாயில் (Porte Royale) இளவரசர் பெயரில் (Porte Dauphine), இன்னொரு வாயில் – இது வெளிப்புற வடிவமைப்பு. உள்ளே நுழைந்தால் வெடி மருந்துக் கிடங்குகள், புடவைக் கிடங்கு, சிறைக்கூடங்கள், நிலவறைகள், காவலர் குடியிருப்பு, பயணியர் விடுதி, அரசு அலுவலகங்கள் எல்லாம் வரிசையாய் அமைந்திருந்தன. மொத்தச் சுற்றளவு 2700 அடி, கூடுதல் பாதுகாப்பிற்கு, மேற்கில் ஓர் அகழியும் வெட்டப்பட்டு, உப்பாற்றைத் திசைத் திருப்பி நீர் நிரப்பப்பட்டது. கிழக்கே கடற்கரையும் தெற்கே ஒலாந்துக்காரர் அமைத்த முள்வேலியும் எல்லைகள். 'கோட்டை மதிலுக்குள்ளே ஓர் அரண்மனையைக் கட்டவும் எண்ணமிருந்தது' என்கிறார் பியர் புர்சே (Pierre Bourcet) (ஜெயசீல ஸ்டீஃபன் 2018: 327–328; புர்தா 1995: 285–292).

இன்றைய நகர அமைப்பில், வடக்கில் ஆயி மண்டபத்திலிருந்து சட்டப் பேரவையின் வடபுறம்,தெற்கில் கசெர்ன் தெரு வரையிலும், கிழக்கில் ரோமன் ரோலான் வீதிக்கும், துய்மா வீதிக்கும் நடுவில், மேற்கே பெரிய வாய்க்காலுக்கு அப்பால் வரையிலும் பரவியிருந்தது. தற்போதைய சட்டப்பேரவை, யுகோ வங்கி, அரசு பொது மருத்துவமனை யாவும் அதனுள் அடங்கியிருந்தன. முக்கிய வாயிலான அரச வாயில் கடற்கரையில் பிரத்தாஞ்ஞி கொத்தளத்திற்கும், கொம்பாஞ்ஞி கொத்தளத்திற்கும் இடையே அமைந்திருந்தது (இராமதாசு 2021: 116–117).

பலமான கட்டமைப்பு

1699இல் ஃபிரஞ்சியர் திரும்பியவுடன், புதிய கோட்டைக்கான பணிகளைத் தொடங்கினர். மேற்குப்புறத்தில் சதுப்பு நிலத்தைத் தூர்த்து, முதலாவது கொத்தளம் 1702இல் கட்டப்பட்டது. அதற்கு தாஃபின் (Dauphine) என்று பெயர். 1703இல் தெற்கில் புர்கொங் (Bastion Bourgogne), 1704இல் வடக்கில் பெர்ரி (Bastion Berrie) கொத்தளங்கள் கட்டி முடிக்கப்பட்டன. வரைபடத்தின்படி மீதமிருந்த இரண்டு கொத்தளங்கள் மேற்குப் பக்கத்தில் எழுப்பப்பட வேண்டும். ஆனால், அரசாங்கத்தில் போதிய நிதி இல்லாததால், செங்கல்லால் கட்டுமானம் எழுப்ப முடியவில்லை. கனவுத் திட்டதைக் கைவிடவும் மார்த்தேனுக்கு மனமில்லை.

லூயி கோட்டை - கல்வெட்டு

பண நெருக்கடியையும் மீறி, தன் சொந்தச் செலவில், மற்ற இரண்டு கொத்தளங்களையும், பிரத்தாங் (Bastion Bretagne), கும்பினி (Bastion dela Campagnie) என்ற பெயர்களில் 1705, 1706ஆம் ஆண்டுகளில் மண்ணாலேயே கட்டி முடித்தார். கோட்டைக்கான மொத்தச் செலவு 1,86,983 ரூபாய். ஃபிரஞ்சுப் பேரரசர் 'லூயி' நினைவாய் அதற்கு லூயி (Le Fort Louis) என்று பெயர் சூட்டப்பட்டது (மூான் தெலோஷ் 2004, 2005).

கோலாகலத் திறப்புவிழா

அதன் திறப்பு விழாவை வெற்றிப் பெருமிதத்தோடு, மிகப் பிரம்மாண்டமாக மர்த்தேன் நடத்தினார். விழா தொடங்கியதன் அறிகுறியாக, மூன்றுமுறை பீரங்கிக் குண்டுகள் முழங்கின. கோட்டை வாயிலின் முன், இராணுவ வீரர்கள் அணிவகுத்து, மரியாதை செலுத்தினர். ஆளுநரும் அதிகாரிகளும் அவர்களைப் பின்தொடர்ந்து அரச வாயில் வழியாக உள் நுழைந்தனர். ஒவ்வொரு கொத்தளத்திற்குள் நுழையும்போதும் குண்டுகள் முழங்கின. மொத்தம் 200 குண்டுகளுக்குமேல் முழங்கிய அந்தத் திறப்பு விழா, 1706 ஆகஸ்டு 25ஆம் நாளில் கோலாகல மாக நடந்தேறியது (அனிருத்தா ராய் 1997; பால் கெப்பளேன் 1908: 521).

பர்லோன் கோட்டை வெள்ளை நிறத்தில் பளீரெனப் பிரகாசித்தது என்றால், லூயி கோட்டை முழுதும் சிவப்பு வண்ணத்தில் சிலிர்த்து நின்றது. "எதிர்காலப் ஃபிரஞ்சுப் பேரரசுக்கு, இக்கோட்டையே அச்சாரமாக இருக்கும்" என்று தஷார் அடிகள் (Fr. Tachard) அசரீரிபோல் முழங்கினார் (ஸ்ரீநிவாச்சாச்சாரி 1943: 56).

அது உண்மையானது! அடுத்த ஐம்பதாண்டுகளில் தென்னிந்தியாவில் நிகழ்ந்த அரசியல் மாற்றங்களிலும் திருப்பங்களிலும் லூயி கோட்டைக்குப் பெரும் பங்குண்டு.

மீனவர் சிற்றூர் மர்த்தேன் மேம்படச் செய்தான், மக்கட்
கானநல் உழைப்பை ஈந்தான், மண்மணம் கலந்திருந்தான்.
போனபின் பலரும் வந்தார், புதுப்புது மாற்றம் கண்டார்
பொன்னகர் காணீர், மீண்டும் புகழொளிர் புதுவையாக!

– **கவிஞர் கல்லாடன்** (2006: XXV 25–28)

கோட்டை கட்டிய பொறியாளர்

'லூயி கோட்டை' கட்டக் கருத்துரு கொண்டவர் மர்த்தேன்; வடிவமைத்துக் கட்டியவர் பொறியாளர் நியோன்.

ஃபிரஞ்சியரான டெனிஸ் தெ நியோன் (Denis de Nyon) ஒரு சட்டைக்காரப் (கலப்பினம்) பெண்ணைக் காதலித்தார். சென்னையைச் சேர்ந்த அவளைப் புதுவைக்கும் அழைத்து வந்து குடிவைத்தார். ஆனால் ஒரு ஃபிரஞ்சியர், கலப்பினப் பெண்ணைத் திருமணம் செய்துகொள்வதைப் பாதிரிமார்கள் ஏற்கவில்லை; வழக்கமாக எதிரெதிராகச் செயல்படும் கப்புசியன்களும் ஏசு சபைப் பாதிரிகளும் இதைக் கரங்கோர்த்து எதிர்த்தனர்; காதலைக் கைவிடுமாறு வற்புறுத்தினர். அடங்க மறுத்த நியோன், தன் காதலில் உறுதியாக நின்றார். இதனால் ஆத்திரமடைந்த

பாதிரிமார்கள், அவரை ஃபிரான்சிற்கே திருப்பி அனுப்பிவிடுமாறு ஆளுநர் மர்த்தேனை வற்புறுத்தினர். ஆனால், மனிதாபிமானமிக்க மர்த்தேன் அவர்களது கோரிக்கையை ஏற்க மறுத்ததோடு, நியோனின் காதலுக்குத் துணை நின்று, இருவரையும் சேர்த்து வைத்தார்.

நெகிழ்ந்து போன நியோன், தன் விசுவாசத்தைக் கோட்டையின் வடிவமைப்பிலும் நிர்மாணத்திலும் காட்டி நன்றிக் கடன் செலுத்தினார். வளர்ந்துகொண்டிருந்த ஃபிரஞ்சு சாம்ராச்சியத்தின் மாண்பையும் மாட்சியையும் பறைசாற்றும் பெருமைமிகு சின்னமாக லூயி கோட்டை உருவெடுத்தது. அதை வடிவமைத்துக் கட்டுவித்த நியோன், ஃபிரஞ்சு அரசால் மொரிசியசின் ஆளுநராகவும் நியமித்துச் சிறப்பிக்கப்பட்டார்.

கோட்டையின் கட்டுமானங்கள் பின்னர் அழிக்கப்பட்டாலும், ஃபிரஞ்சு வரலாற்றில் 'லூயி' கோட்டைக்கு ஒரு தனியிடம் உண்டு. 1929இல் நடந்த அகழ்வாராய்ச்சி அதன் பிரம்மாண்டத்தைக் குறி காட்டியது. ஆனால், அவ்வாராய்ச்சி ஏனோ தொடரவில்லை; பள்ளங்களும் மூடப்பட்டுவிட்டன.

பொறியாளர் நியோன், திண்டிவனம் சாலையில், ஜிப்மர் வளாகத் தினுள் ஓர் ஆலமரத்தடியில் கல்லறைக்குள் அமைதியாக உறங்கிக் கொண்டிருக்கிறார் (புர்தா 1995).

1.6: மர்த்தேனுக்குப் பிறகு கட்டமைக்கப்படும் நகரம் (1706–1754)

1706–1754களுக்கிடையிலான ஆண்டுகளில், பியேர் தெல்தோர் (*Pierre Deltor 1706-1707*), பியேர் துய்லிவியே (*Pierre Dulivier 1707-1708*), ஆந்திரே எபேர் (*Andre Hebert 1708-1712, 1717-1718*), பியேர் கிறிஸ்தோஃப் லெனுவா (*Pierre Christoph Le Noir 1721-1723, 1726-1734*), ழொசேஃப் பெனுவா துய்மா ((*Joseph Benoit Dumas 1735-1741*), ழொசேஃப் ஃபிரான்சுவா துய்ப்ளேக்சு (*Joseph Francois Dupleix 1742-1754*) ஆகிய ஆளுநர்களின் நிர்வாகத்தில் புதுச்சேரியின் வளர்ச்சி தொடர்ந்தாலும், லெனுவா, துய்மா ஆகியோரின் பங்கு மிகவும் முக்கியமானது.

லெனுவா நிர்வாகத்தில் நகர வளர்ச்சி

தெருக்களும் வாயில்களும்

நகருக்குள் போக்குவரத்தை ஒழுங்குபடுத்துவதற்காக, தமிழர் பகுதியில் இருந்த ஒரு பிள்ளையார் கோயிலும், வீடுகளும் அகற்றப்பட்டு, ஒரு நேரான புதிய மதராஸ் பட்டின வீதி (மகாத்மா காந்தி வீதி) உருவாக்கப்பட்டது. புதிய வீடுகள் கட்டவேண்டுமென்றால் அரசின் முன்அனுமதி பெறவேண்டும்; அளவீடுகள் வரையறுக்கப்பட்டு, அங்கீகரிக்கப்பட்ட மனைகளில்தான் வீடுகள் கட்டப்படவேண்டும் என்று அரசு ஆணை பிறப்பித்தது. ஃபிரஞ்சுப் பகுதியில், இரண்டு மாடிகளுக்குமேல் கட்டடங்கள் கட்ட அனுமதிக்கப்படவில்லை. குறிப்பாகப் புதிதாக எழும்பும் வீடு கல்வீடாகவும் மாடி இல்லை என்றால் குறைந்தது ஓட்டு வீடாக இருக்கவேண்டுமென்பதிலும், குடிசைகள் கூடாதென்பதிலும்

லெனுவா குறியாயிருந்தார். நேர்நேரான வீதிகளுக்குக் குறுக்கே வந்த கட்டுமானங்களும் ஆக்கிரமிப்புகளும் அகற்றப்பட்டன. தெருக்கள் அகலப்படுத்தப்பட்டன. சாலைகளின் இருமருங்கிலும் நிழல்தரும் மரங்கள் நடப்பட்டு, முறையாகப் பராமரிக்கப்பட்டன.

இஸ்லாமியர் குடியிருப்பு

*1710*வாக்கில், மக்களின் எண்ணிக்கை அறுபதாயிரமாகப் பெருகியதால், குடியிருப்புகளைத் தென்மேற்கில் அமைத்துக்கொள்ள ஊக்கமளிக்கப்பட்டது. அதற்காக அப்பகுதியில் இருந்த தோப்புகளும் குறுங்காடுகளும் (அடவி = *jungle*) அழிக்கப்பட்டு, *1694* டச்சு வரைபடப் படியே நகரம் விரிவாக்கப்பட்டது. அதன்படி, வெள்ளையர் பகுதியில் வாழ்ந்த இசுலாமியர்கள், ஐரோப்பியர் விரிவாக்கத்திற்கு ஏதுவாக, அங்கிருந்து அப்புறப்படுத்தப்பட்டனர். அவர்கள் பெரிய வாய்க்காலுக்கு மேற்கே ஒரு நெருங்கிய குடியிருப்பை அமைத்துக் கொண்டனர். ஆனால், அங்கு வீதிகள் நேர்க்கோடு – செங்குத்து முறையில் அமையவில்லை. இந்தியர்களுடன் மத ரீதியான உரசல்கள் தோன்றிய நிலையில், முஸ்லிம் களின் அதிருப்தியையும் சம்பாதிக்க ஃபிரஞ்சியர் விரும்பவில்லை. செல்வாக்கு மிக்க அவர்களின் மத நம்பிக்கைக்கு ஏற்ப தெருக்கள் அமைக்கப்பட்டதும் இதற்கு ஒரு காரணமாக இருக்கலாம் (பிஷார் *1988*).

புதிய குடியிருப்புப் பகுதி

லூயி கோட்டையின் மேற்கு மதிலை ஒட்டி ஓர் அகழியும் தோண்டப்பட்டது. அதில் தோண்டிய மண்ணைக்கொண்டு, கோட்டைக்கு மேற்கிலிருந்த பள்ளப்பகுதியைத் தூர்த்து, மேடாக்கி, புதிய குடியிருப்புப் பகுதிகளை உருவாக்கினர். அகழி தோண்டப்பட்டதால், வீடிழந்தவர் களுக்கு, மேடாக்கிய பகுதியில் மனைகள் ஒதுக்கப்பட்டன. லூயி

லூயி கோட்டைக்குள் சென் லூயி தேவாலயம்

கோட்டைக்குத் தெற்கிலும் ஓர் அங்காடி அமைக்கப்பட்டது. *1721–1735* கால இடைவெளியில், *5000* வீடுகளுடனும் *50000* மக்களுடனும் வளர்ந்த நகரம், டச்சுக்காரர்களின் வடிவமைப்பை ஏறத்தாழ அடைந்துவிட்டது.

புதிய தேவாலயங்களும் கட்டப்பட்டன. *1722*லேயே, லூயி கோட்டைக்குள், பழைய செபக்கூடத்திற்குப் பதில், புதிய தேவாலயமும் *(La Chappelle Saint Louis) 1723*இல் அதி புனித அன்னை ஆலயமும் *(Au Tres Sainte – Vierge Presente an Temple)* கட்டப்பட்டன. நகரைச் சுற்றிலும் கொத்தளங்கள், பீரங்கி மேடைகளுடன் கூடிய வலுவான ஓர் அரணும் அழகுக்கு அழகு கூட்டியது. எனவே, காடு மேடாயிருந்த பகுதியைத் திருத்திக் கவின்மிகு பெருநகராக்கிய சிறப்பு லெனுவாவுக்கே உரித்து *(ஜெயசீல ஸ்டீஃபன் 2018; மொரே 2020; 108–109)*.

பலப்படுத்தப்படும் பாதுகாப்பு அரண்

விரைவில், ஃபிரஞ்சியரின் கவனம் பாதுகாப்பு அரண்களின் மீது திரும்பியது. *1724*இல் ஒலாந்தே வேலியை அகற்றிவிட்டு மதிலைப் பலப்படுத்துவதில் லெனுவா கவனம் செலுத்தினார். கிழக்குப் பகுதியில் கடலே அரணாகும் என்பதால், மற்ற திசைகளில், மார்த்தேன் அமைத்த புதர் வேலிக்குப் பதிலாக, கல்லாலான தடுப்புகளும் கைப்பிடிச்சுவர்களும் கொத்தளங்களும். அமைக்கத் திட்டமிட்டார். அதற்காகும் செலவுகளுக் காக *1720* முதல் மக்களிடம் 'மதில் வரி' என்ற பெயரில் நிதி திரட்டினார். *1724*இல் கட்டுமானம் தொடங்கி, மொத்தம், ஆறு வாயில்களும், ஏழு மீட்டர் உயரமுள்ள பன்னிரண்டு கொத்தளங்களும் அமைக்கப்பட்டன. அதற்குப் பத்தாண்டுக்காலம் பிடித்தது. இடையில், *1729–30*இல் கடும் பஞ்சம் ஏற்பட்டு மக்கள் உணவுக்கே அல்லாடியதால், அவர்களின் வேண்டுகோளுக்கிணங்கி, லெனுவா மதில் வரியைக் கைவிட்டார். ஏற்கெனவே இருந்த சென்னை வாயிலும் வழுதாவூர் வாயிலும் மாற்றியமைக்கப்பட்டு, பலப்படுத்தப்பட்டன. உப்பாறு ஓரமிருந்த கூடலூர் வாயில் (உப்பளம் தண்ணீர்த் தொட்டி அருகில்) அகற்றப்பட்டு, புதிதாகத் தெற்கில் வில்லியனூர் வாயிலும் அமைக்கப்பட்டது. இதற்கான கட்டுமானத்தில் அரும்பணியாற்றிய லூயி பாதிரியாருக்கு பல்லக்கில் சவாரி வர அனுமதி அளித்து சிறப்பு செய்தார் லெனுவா *(ஜெயசீல ஸ்டீஃபன் 1996: 41; மொரே 2020: 109)*.

> **பொறியாளர் வியந்தார்!**
>
> கோடு கிழித்தாற்போல் நீண்ட, நேரான சாலைகள்; அவற்றின் இரு மருங்கிலும் அடுக்கடுக்காக அமைந்த ஒரே மாதிரியான வீடுகள், சாலைகளின் ஓரங்களில மரங்கள், நகா் முழுதுா் காலவாய்கள், குளங்கள், தோட்டங்கள் என்று அமைக்கப்பட்ட புதுச்சேரியைக் காணும் எந்த ஃபிரஞ்சு அமைச்சரும் பொறியாளரும் இதை உலகின் மிக அழகிய நகரங்களில் ஒன்று என்பதை மறுக்கமாட்டார்கள் - பொறியாளா் தெ கொசிஞி (*Er. CharpentierDeCossigny*) – அனிமேஷ் ராய் (2004: 6)

துய்மா காலத்தில் நகர வளர்ச்சி

கருப்பர் நகரில், வீதிகள் அகலப்படுத்தப்பட்டு, வீடுகள் ஒரே அளவான செவ்வக மனைக்குள் கட்டப்பட்டன. பழைய ஈசுவரன்

கோயில் (மிசியோன்) தெருவில் இருந்த நெசவாளர்களின் தறிகளும் சாயப் பட்டறைகளும் வடக்கே மதராஸ் வாயிலுக்கு அருகில் மாற்றப் பட்டன. வடமேற்குப் பகுதியில், குடியிருந்தவர்களின் தொழில் சார்ந்த பெயர்கள் முக்கியத்துவம் பெற்றன. ஒரு மாற்றாகத் தென்கிழக்குப் பகுதியில், ஃபிரஞ்சு நிர்வாகத்திற்கு இணக்கமாக இருந்த இந்தியர்களின் பெயர்கள் இடம் பெற்றன. அங்கேயே, 1734இல் தொடங்கப்பட்ட ஒரு மருத்துவமனையின் கட்டுமானம் 1740இல் (தூய இருதய ஆண்டவர் ஆலயப் பகுதி) நிறைவுற்றது. 1736–38இல் ஒரு நாணயச்சாலையும் (PWD தலைமை அலுவலகம்) அமைத்து நகருக்கு மெருகேற்றப்பட்டது. கோட்டைக்கு வடமேற்கே ஒரு சாவடி (பெரிய கடை காவல் நிலையம்) நிறுவப்பட்டு, அதில் வணிகப் பொருட்களுக்கு முத்திரையிடப்பட்ட பின்பே விற்பனைக்கு விடப்பட்டது. அந்தத் தெரு சாவடித் தெரு என்று அழைக்கப்பட்டது. (பின்னாளில் அதுவே, வழுதாவூர் சாலை என்றும், ராஜ வீதி என்றும், துய்ப்ளேக்சு வீதி என்றும் பெயர் மாற்றப்பட்டது; தற்போது, அதன் பெயர் ஜவகர்லால் நேரு வீதி). கூடலூர் வாயில் பகுதியில், வெள்ளையர் கருப்பர் நகரை இணைக்கும் வகையில் ஒரு பாலம் கட்டப்பட்டது (பிஷார் 1988; மூான் தெலோஷ் 2004; மொரே 2020).

வாய்க்காலான ஆறு

கோரி மேட்டுப் பகுதியிலிருந்து ஓடிவந்த உப்பாறு, நகரின் மையப்பகுதி வரை வந்து தெற்கில் திரும்பியதல்லவா! அதில் வெள்ளம் பெருகியபோதெல்லாம், பள்ளப்பகுதியில் தேங்கி நிற்பது வழக்கம். எனவே, 1725இல் நகரை தெற்குப்பகுதியில் விரிவாக்கத் திட்டமிடப்பட்டபோது, பொறியாளர் தெதியே (Dedier), உப்பாறை நகரின் மேற்கு எல்லையிலேயே தெற்கு நோக்கித் திருப்பிவிடலாம் என்று யோசனை தெரிவித்தார். அதனால், வெள்ளப் பாதிப்பைத் தடுப்பதோடு, ஆற்றின் தெற்கிலும் குடியிருப்புகளை விரிவாக்கலாம் என்றார். ஆளுநர் பெவோலியே (Joseph Beauvoillier), பாதிரியார் லூயியும் உடன்வர, தனது ஆலோசனைக் குழு உறுப்பினர்களுடன் நேரடியாகக் கள ஆய்வு செய்தபின், அந்த ஆறு, தெற்கில் திரும்பி, வரவிருக்கும் நகரப் பகுதியைச் சுற்றி ஓடிக் கடலில் கலக்குமாறு திசை மாற்றப்பட்டது. அதனால், 1739இல் பாதை மாற்றப்பட்டதால், நீர் வரத்துக் குறைந்து, அகன்றிருந்த ஆறு குறுகி, சின்ன வாய்க்காலானது. நகரின் பாதியிலிருந்து தெற்காக ஓடிய அக்கால்வாய் அகலமாகிப் பெரிய வாய்க்காலானது. காலப்போக்கில், இவை இரண்டுமே கழிவுநீர்க் கால்வாய்களாகிவிட்டன. (ஜெயசீல ஸ்டீஃபன் 2018: 330).

1740இல் ஐந்து வாயில்கள், பதினேழு பாதுகாப்பு முகப்புகளுடன், அரண் மேலும் வலுப்படுத்தப்பட்டது. 1741இல் புதுச்சேரியின் மக்கள் தொகை 1,30,000 ஆக உயர்ந்துவிட்டது.

கோட்டைக்குள்ளேயே அரசு மாளிகை

பழைய ஆளுநர் அலுவலகம் வலுவிழந்துவிட்டது. ஒரு நாள் ஆலோசனைக் குழுக் கூட்டம் நடந்து கொண்டிருக்கும்போதே, கூரை பொல பொலவென்று உதிர்ந்ததால், துய்மா தனது ஆடையை

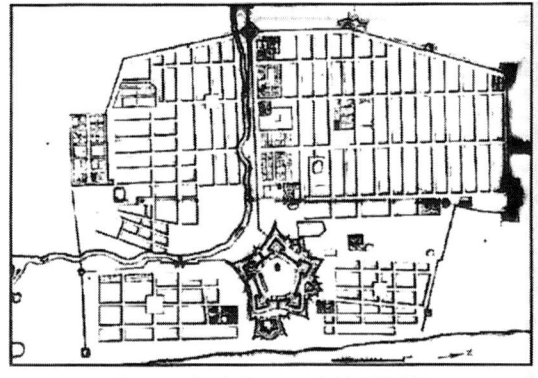

(*Source:* Jean Deloche, *Le Vieux pondichéry 1673-1824)*

படம் 5

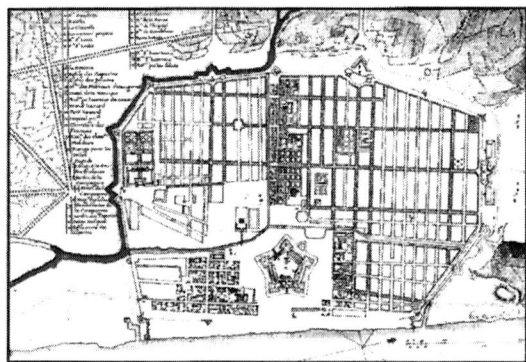

(*Source:* Jean Deloche, *Le Vieux pondichéry 1673-1824)*

மேல்: நகருக்குள் வரும் வாய்க்கால், தெற்கில் பெரிய வாய்க்காலாகத் திரும்புதல் (1739)
கீழ்: ஊருக்குள் சின்ன வாய்க்கால் வெளியில் பெரிய வாய்க்கால்

மாற்றவேண்டியதாயிற்று. எனவே, 1738இல், அரசு நிர்வாகத்தின் தலைமையிடமாக, கடற்கரைக்கு அருகில் ஓர் அரசு மாளிகையைக் கட்டத் திட்டமிட்டார். ஃபிரான்சின் பாரம்பரிய முறையான பரோக் (French Classism – Baroque) பாணியில் அமைந்த அதன் தரைத்தளத்தைப் பொறியாளர் ழெர்போல் (Gerbault) கட்டிமுடித்தார் (ஜெயசீல ஸ்டீஃபன் 2018: 332; மொரே 2020).

துய்ப்ளேக்சு காலத்தில்

1742இல் ஃபிரான்சுவா துய்ப்ளேக்சு புதிய ஆளுநராகப் பொறுப்பேற்றவுடன் ஒரு மருத்துவமனை கட்டிமுடிக்கப்பட்டது. கிழக்குப் பகுதியிலும் அரணை நீட்டித்து முழுமையாக்கினார். 1748இல், நகரைச் சுற்றியிருந்த அரணுக்குள் இருந்த தோட்டங்கள் உட்பட்ட நிலம் முழுதும் அரசின் உடைமை என்று அறிவிக்கப்பட்டது. வளர்ந்து வரும் நகரத்தின் அமைதி சூழல் கருதி, இனிமேல் கட்டப்படும் சாவடிகள், நகருக்கு வெளியே தான் அமையவேண்டும் என்று 1748 நவம்பர் 12ஆம் நாள் ஆணை பிறப்பித்தார்.

அத்துடன், துய்மா கட்டத் தொடங்கிய அரசு மாளிகையின் மேல் தளத்தை ஆளுநர் துய்ப்ளேக்சு, *1752*இல் பிரம்மாண்டமாகக் கட்டி முடித்துக் குடியேறினார். மிடுக்கான முகப்புடன் 24 தூண்கள் கொண்ட தாழ்வாரம், இரண்டு பக்கத்திலும் வில் வடிவ முகடுகள், மூன்றாவதாக நடுவில் முக்கோண முகடு, உச்சியில் கலை நயமிக்க சிறு தூண்கள் வரிசையாக நிறுத்தப்பட்ட கைப்பிடிச் சுவருடன் அதன் கவின்மிக்க முகப்பைப் பொறியாளர் துய்மோன் (*Dumont*) வடிவமைத்திருந்தார் (ஜெயசீல ஸ்டீஃபன் *2018: 333*)

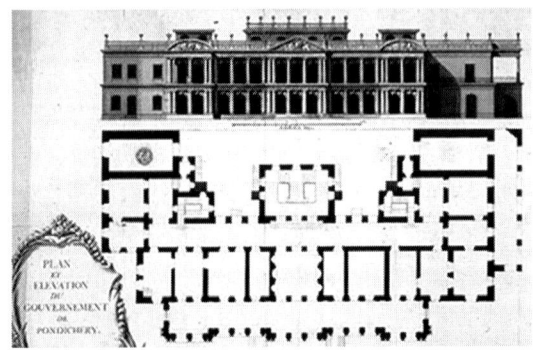

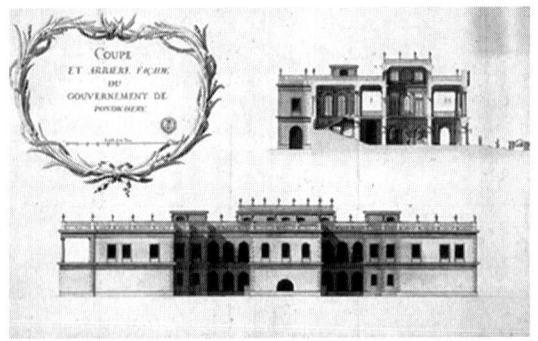

பொறியாளர் துய்மோன் வரைந்த அரச மாளிகையின் வெளிப்புற முகப்பு, பின்புறம் முகப்பு, கட்டுமானத்தின் தரைநிலை வடிவம், வெட்டுத்தோற்றத்தில் உட்புற அமைப்பு (1761இல் ஆங்கிலேயரால் இடிக்கப்பட்டது).

கருப்பு வெள்ளையர் நகரங்கள்

நான்கு குடியிருப்புப் பகுதிகளுடன் கருப்பு – வெள்ளை மாநகரம் நான்கு பகுதிகளாகப் பிரிக்கப்பட்டது. வெள்ளையர் பகுதியில், லூயி கோட்டைக்கு வடக்கில் சென் லொரான் (*Le Quartier de St. Laurant*) குடியிருப்பு, தெற்கில் சென் லூயி (*Le Quartier de St. Louis*) குடியிருப்பு, கருப்பர் நகரில் சின்ன ஏசு சபை வீதிக்கும் வாய்க்காலுக்கும் தெற்கில் ஒப்பித்தால் (*Le Quartier de Hospital*) குடியிருப்பு, வடக்கில் சென் ழொசேஃப் குடியிருப்பு (*Le Quartier de St. Joseph*) என்றும் பெயரிடப்பட்டன. வெள்ளையர் பகுதித் தெருக்களுக்கு மதகுருமார்கள், ஃபிரஞ்சு அதிகாரிகள், நிர்வாகிகள் ஆகியோரின் பெயர்கள் சூட்டப்பட்டன (ஜெயசீல ஸ்டீஃபன் *2018*).

வெள்ளையர் நகரம்

சென் லொரான் பகுதி பெரும்பாலும் குடியிருப்புப் பகுதியே. அதில் கப்புசியன்களின் வீடுகளும் தேவாலயமும் அங்காடியும் இருந்தன. கடைகள், வணிகக் கிடங்குகள், நாணயச் சாலையுடன் ஒரு சிறு பீரங்கிக் கிடங்கும் இருந்தன. சென் லூயி பகுதியில் அரசின் மாளிகை உள்ளிட்ட நிர்வாகக் கட்டடங்களும், இராணுவ வீரர்களின் புதிய குடியிருப்பு, தளவாடப் பகுதி, கும்பினியின் வணிகக் கிடங்குகள், அரசின் உயர் அதிகாரிகளின் வீடுகளும் அடங்கியிருந்தன.

கருப்பர் நகரம்

சென் ழொசேஃப் பகுதியில் சம்பா கோயிலை ஒட்டிக் கிறித்தவர்கள் குடியிருப்புகள் இருந்தன. வடகோடியிலிருந்து, வண்ணார், நாயனார், மகாநாட்டர்கள், நெசவாளர், கோமுட்டி, வணிகர், செட்டி, தரகர், பிராமணர், தமிழ்க் கிறித்தவர் ஆகிய பிரிவினருக்கு சாதி, தொழில் வாரியாக, நிரலாக வாழிடங்கள் ஒதுக்கப்பட்டிருந்தன. மேற்கில், மதிலோரமாக ஒட்டர், கன்னார், கருமார், தச்சர் ஆகியோர் தங்கியிருந்தனர். ஒப்பித்தால் பகுதி, ஒரு மத நல்லிணக்கப் பகுதி எனலாம். இதில் சம்பா கோயிலுக்குத் தெற்கில் பாதிரிமார்களும், ஐரோப்பியர்களும், பெருவணிகத் தமிழர்களும், நாணயச் சாலைப் பணியாளர்களும் குடியிருந்தனர். தென்கிழக்கில் இசுலாமியர் குடியிருப்புகளும் அதன் கோடியில், பெரிய தோட்டத்தினுள் ஒரு மருத்துவமனையும் இருந்தன. தோட்டத்தையொட்டி, அளவையரும், கள் விற்போரும் சாதாரண வீடுகளில் வசித்தனர் (பிஷார் 1988; ஜெயசீல ஸ்டீஃபன் 1996; மூான் தெலோஷ் 2005).

துய்ப்ளேக்சுவிற்குப்பின் வந்த ஆளுநர் கொதேகு, கருப்பு, வெள்ளை நகரப் பிரிவினையை ஒழுங்குபடுத்தி நிரந்தரமாக்கும் பொருட்டு, பெரிய வாய்க்காலுக்குக் கிழக்கிலும், சாராயக் கிடங்கிற்கு (வடிசாலைக்கு) மேற்கிலும் ஐரோப்பியர் பகுதியில் இருந்த தமிழர்கள், தத்தம் வீடுகளை, அரசு நிர்ணயித்த விலைக்கே வெள்ளையர் வசம் விற்றுவிட்டு வெளியேறவேண்டுமென்றும், அதற்குப் பதிலாக அவர்களுக்குப் பவழப்பேட்டையில் மனைகள் வழங்கப்படும் என்றும், 1754 நவம்பரில் அரசாணை வெளியிட்டார். (ஜெயசீல ஸ்டீஃபன் 1996; மூான் தெலோஷ் 2004).

அங்காடிகள்

1714இல் வெள்ளையர் பகுதியில் லூயி கோட்டைக்கு வடக்கில் ஒன்றும் தெற்கில் ஒன்றுமாக இரண்டு கடைத்தெருக்கள் (அங்காடிகள்) அமைந்திருந்தன. கருப்பர் பகுதியில், சாவடிக்கு மேற்கே, ஃபிரஞ்சுத் தோட்டப் பகுதியில் ஒரு கடைத்தெருவை அரசே அமைத்தது. 1769 நவம்பர் 23இல், 26 கடைகள் கட்டி, ஒரு கடைக்கு மாதம் மூன்று பணம் வாடகையாக வசூலிக்கப்பட்டது. அடுத்த வாரமே, மேலும் 17 கடைகள் பயனுக்கு வந்தன. நகர மக்களின் தேவை அதிகரித்ததால், 1773இல் மேலதிகமாக, 42 கடைகள் வாடகைக்கு விடப்பட்டன. மீராப்பள்ளி

அருகிலும் ஓர் அங்காடி இயங்கியது. அரசு நியமித்த கணக்காளர் ஒருவர் கடைகளின் நிர்வாகத்தைக் கவனித்தார் (இராமதாசு 2021: 27–34).

டச்சுக்காரர்களின் 1693ஆம் ஆண்டின் நிலப்படத்திலேயே, நகரை கருப்பர் – வெள்ளையர் பிரிவுகளுக்கான இரு பிரிவுகளாக அமைக்கும் அறிகுறி இருந்தது. 1699இல் ஃபிரஞ்சியர் மீண்டும் வந்து, மர்த்தேன் நகரமயமாதலைத் தொடங்கியபின், 1700ஆம் ஆண்டு வரைபடத்தில் மேற்குப் பகுதி புதிய நகரம் என்று பிரித்துக் காட்டப்பட்டுள்ளது. 1714இல் கருப்பர் வாழும் பகுதி *(Ville Noire)* – ஃபிரஞ்சியர் வாழும் பகுதி *(Ville Francois)* என்ற பெயர் வரைபடத்தில் குறிக்கப்பட்டுள்ளது. 1754இல் அதைக் கருப்பர் நகரம் – வெள்ளையர் நகரம் *(Ville Blanche)* என்று துய்ப்ளேக்சு அதிகாரப்பூர்வமாகவே அறிவித்தார். தொடர்ந்து, 1758இல் மூன்று வாயில்களுடன் ஒரு குறுக்குச் சுவர் எழுப்பப்பட்ட போது அந்தப் பிரிவு நிரந்தரமானது (ஜெயசீல ஸ்டீஃபன் 1996; ழான் தெலோஷ் 2004).

1.7: நகரைச் சுற்றி ஒரு பாதுகாப்பு அரண்

ஐரோப்பியப் போட்டியாளர்களின் அச்சுறுத்தல் ஒரு புறம்; வடநாட்டுப் பிண்டாரிகள், மூர்கள் போன்ற கொள்ளையரின் அட்டகாசங்கள் ஒரு புறம்; முகமதியர், மராட்டியர் போன்றோரின் படையெடுப்புப் பற்றிய அச்சம் ஒரு புறம் என எந்நேரமும் ஆபத்து சூழ்ந்த நிலையில் நகரின் பாதுகாப்பிற்கு முன்னுரிமை அளித்தார் மர்த்தேன். 1676இல் புதுச்சேரியின் நுழைவாயில்களில், இரவும் பகலும் வேலைவாங்கி, பனைத் தடுப்புகள் வைத்தும் பள்ளங்கள் தோண்டியும் எச்சரிக்கையுடன் செயல்பட்டார். 1688 அக்டோபர் வாக்கில், புதுச்சேரியில், ஓர் அரணும், ஒரு கோட்டையும் கட்டிக்கொள்ள செஞ்சி நிர்வாகி அரி ராஜாவின் அனுமதி கிடைத்தது. ஆனால், குறிப்பிட்ட உயரத்தில், நான்கு கொத்தளங்களும் வாயில்களும் மட்டுமே கட்டலாம் என்று நிபந்தனைகளும் விதிக்கப்பட்டன. முதற்கட்டமாக, நான்கு திசைகளிலும், நான்கு புறக்காவல் கோபுரங்கள் கட்டப்பட்டன. 1689இல், அரணைக் கட்டி முடிப்பதற்கு, அடுத்து வந்த செஞ்சி அரசர் சாம்பாஜி அவகாசம் தந்தார். அரசிடம் போதிய நிதியில்லாததால், மக்களிடமிருந்து மாதம் 150 பகோடாக்கள் வீதம் பணம் வசூலித்து வடக்கில் மட்டும் மதில் கட்டப்பட்டது; மற்ற முக்கிய இடங்களில் மணல் மூட்டைகள் தடுப்பாக வைக்கப்பட்டன. வடக்கு, மேற்கு, தெற்கு மூலைகளில் பகைவரைத் தடுக்க நீண்ட பள்ளங்கள் தோண்டப்பட்டன. இதுவே, எதிர்கால அரணுக்கு முன்னோட்டம் என்றால் மிகையாகாது (மொரே 2020).

டச்சுக்காரர்கள் திட்டமிட்ட அரண்

1693இல் கைப்பற்றி 1699 வரை புதுச்சேரியைத் தங்கள் வசம் வைத்திருந்த டச்சுக்காரர்கள், நீண்ட காலத் திட்டங்கள் வகுத்தனர். மேலும் சில புறநகர்ப் பகுதிகளை வாங்கி நகரத்தை விரிவாக்கியதுடன், பாதுகாப்புக்காக நகரைச் சுற்றி ஒரு வலுவான அரணையும் அமைக்கத் திட்டமிட்டனர். கடற்கரையில், தெற்கில் தொடங்கி, புல்வார் வழியாகப்

போய், வடக்கில் திரும்பி, மீண்டும் கிழக்கால் வந்து, கடற்கரையில் முடியும் வகையில் அதன் அமைப்பு இருந்தது. நீண்ட சுற்று மதில்கள், பதின்மூன்று கொத்தளங்கள், பீரங்கி மேடைகள், ஆங்காங்கே வாயில்கள், சேமிப்புக் கிடங்குகள், அரணைச் சுற்றி அகழி என்று விரிவான பாதுகாப்பு அம்சங்களுடன் ஒரு பலமான அரண் அமைக்கத் திட்ட வரைபடம் தயாரிக்கப்பட்டது அதில், வடக்கில் மதராஸ் பட்டின வாயில் (சென்னை வாயில்), மேற்கில் வழுதாவூர் வாயில், தென்மேற்கில் வில்லியனூர் வாயில், தெற்கில் கூடலூர் (கடலூர்) வாயில் என நான்கு வாயில்கள் திட்டமிடப்பட்டன (மூரான் தெலோஷ் 2005: 36).

மதில் கட்ட மக்களிடம் வரி (*Wall Tax*)

1720ஆம் ஆண்டில், கிழக்கிந்தியக் கும்பினியின் ஆலோசனைப்படி, ஆளுநர் தெ லா பிரிவொஸ்தியேர் (*Pierre Andre Prevost de La Prevostiere*) தலைமையில் கூடிய உயர்நிலைக் குழு, மூர்களின் தாக்குதலிலிருந்து நகரைப் பாதுகாக்க ஒரு சுற்று மதிலைக் கட்டுவதென்று தீர்மானித்தது. மூன்று கட்டங்களாக அதைக் கட்டுவதென்றும், அதற்கான மதிப்பீடான 20,000 பகோடாக்களில் ஒரு பகுதியை மக்களிடமிருந்து வசூலிக்கவும் முடிவெடுத்தது. 1724 மே மாதம் 25 அன்று, ஆண்டுக்கு 400 பகோடாக்களை 'மதில் வரி'யாக உயர் நிலைக் குழு நிர்ணயித்து, மக்களிடமிருந்து வசூலிக்கப்பட்டது. ஜூலை 6ஆம் நாள் புதிய ஆளுநர்பெவொலியே (*Joseph Beuvollier*) அடிக்கல் நாட்டினார். 1725ஆம் ஆண்டில் ஐரோப்பியர்கள் வரி செலுத்த மறுத்தனர்; அதனால், 1728ஆம் ஆண்டு இந்தியர்களும் அவ்வாறே மறுத்தனர். அப்போது முதல்கட்டம் முடிவடைந்திருந்தது. 1729இல் அதில் பழுது நீக்குவதற்காக 900 பகோடாக்கள் கூடுதலாக வசூலிக்கப்பட்டது. அவ்வாண்டில் பருவமழை பொய்த்துப்போனதால், விளைச்சல் குறைந்து கடும் வறட்சி நிலவியது. அன்றாட வாழ்வுக்கே மக்கள் அல்லாடினார்கள். இந்நிலையில், சுவர் வரி கட்ட இயலாதென்று, அப்போதிருந்த ஆளுநர் லெனுவாவிடம் (*Pierre Christoph Le Noir*) முறையிட்டார்கள். அதற்கிணங்கி, 1729–30 ஆண்டுகளுக்கான வரியை அவர் தற்காலிகமாக நிறுத்தி வைத்தார். இயல்பு நிலை திரும்பியதும், மீண்டும் தொடங்கி, இரண்டு கட்டங்களாக அரண் கட்டி முடியும்வரை வரி வசூல் தொடர்ந்தது; 1735இல் அது ரத்து செய்யப்பட்டது.

அரசுக்குப் பணமுடை ஏற்பட்டபோதெல்லாம் மக்களைக் கசக்கிப் பிழிவது ஒன்றும் புதிதல்ல. இதற்கு முன்னரே, 1689இல், மார்த்தேன் காலத்திலும் மதில் கட்டுவதற்காக மக்கள் வரி செலுத்தியிருந்தனர். 1745இல் மதராஸ் கெவுனியிலிருந்து கிழக்கில் கடற்கரை வரை பாதுகாப்பைப் பலப்படுத்த துய்ப்ளேக்சு முடிவெடுத்தபோது, கும்பினி நிதி தர மறுத்தது. மாதம் 120 பகோடாக்களை வரியாக மக்களை வாட்டி வசூலித்துத்தான் துய்ப்ளேக்சும் (*Joseph Francois Dupleix*) 1747இல் அரணைக் கட்டி முடித்தார்.

சென்னையில், ஆங்கிலேயர் ஆட்சியில், மக்களின் வரிப்பணத்தில் கட்டிய மதிலை அகற்றி அமைத்த சாலைக்கு, வால் டேக்ஸ் ரோடு (*Wall Tax Road*) என்றே பெயரிட்டனர்; அந்தப் பெயரை உச்சரிக்கும் போதெல்லாம், வரிகட்டிய மக்களின் வாடிய முகம்தான் நினைவுக்கு வரும். நல்ல வேளை! புதுச்சேரியில் புல்வார் என்று பெயரிட்டுப் போனார்கள் (ஜெயசீல ஸ்டீஃபன் 2018: 285–288).

அதற்கு முன்னோட்டமாக, கோள வடிவில் மண்ணால் கரையெழுப்பி மதில் ஒன்றையும் உருவாக்கினர். ஆனால், அது

போதுமான பாதுகாப்புத் தராதென்று கருதியதால். முட்செடிகளையும் புதர்களையும் வளர்த்து ஓர் உயிர்வேலியை உருவாக்கினர். ஒலாந்துக்காரர் வேலி எனப்பட்ட அதுவே புதுச்சேரி நகரின் தற்போதைய எல்லையை நிர்ணயித்தது எனலாம். ஆனால், அரணைக் கட்டும் முன்னரே, நகரை விட்டு வெளியேற நேர்ந்ததால், அதனைக் கட்டி முடிக்கும் பொறுப்பு ஃபிரஞ்சியர் மீது விழுந்தது (ஜெயசீல ஸ்டீஃபன் 1996; ழான் தெலோஷ் 2004; மெலாங்கின் 2015).

1699இல் மர்த்தேன் (François Martin 1699-1706), திரும்பி வந்தபோது, கிழக்கில் சென் லொரான் தெருவிலிருந்து எழும்பி வடக்கில் சென் ழில் தெரு வரையிலும் மேற்கில் சின்ன வாய்க்கால் முதல், வடக்கில் கலவை சுப்பராய சட்டித் தெரு வரையிலும் நகரம் வளர்ந்திருந்தது. அதன் நடுவில்தான் பர்லோன் கோட்டை இருந்தது. அரசுக்கும் அதிகாரிகளுக்கும் கோட்டைகள் பாதுகாப்புத் தந்தாலும் நகரின் பாதுகாப்பிற்கு அது போதுமானதாக இருக்காது என்று கருதிய ஃபிரான்சுவா மர்த்தேன், 1704இல் ஒரு வலுமிக்க சுற்று அரண் தேவையை உணர்ந்தார். ஆனால், நிதிப் பிரச்சினையால் அது தள்ளிப்போடப்பட்டது. எனவே, டச்சுக்காரர்களின் ‘ஒலாந்துக்காரர் வேலி’ (Hey Hollandez) என்ற வெளிச்சுற்றை அப்படியே வைத்துக்கொண்டு, செம்மண், மரக்கட்டைகள், முட்புதர்கள் கொண்டு ஓர் அரணை மர்த்தேன் எழுப்பினார்.

முதல் கட்டமாக, வடக்கு, தெற்கு, மேற்கில் ஆறு கொத்தளங்களை அமைத்துப் பீரங்கிகளையும் நிறுவி பாதுகாப்பைப் பலப்படுத்தினார்; அதில், மேற்கில் வழுதாவூர் வாயில் (காமராஜர் சதுக்கம்) வடக்கில் (மிசியோன் தெரு வடக்கு முனை) மதராஸ் வாயில் என்று இரண்டே வாயில்கள் அமைக்கப்பட்டன. தென்மேற்கில் உப்பாறு பகுதியில் ஒரு புறப்பாதுகாப்பு நிலையமும் நிறுவப்பட்டது. மண் மதில்களை மாற்றி செங்கல் சுண்ணாம்புச் சுவர்களை எழுப்பியதோடு, தெற்கில் இன்னொரு கொத்தளத்தையும் அமைத்தார் (ழான் தெலோஷ் 2005: 36).

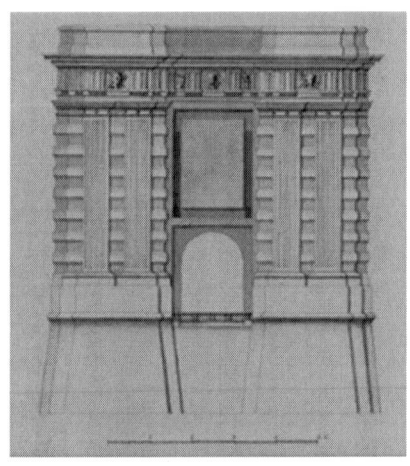

மதராஸ் வாயில் (கெவுனி): வெளித்தோற்றம்

மதராஸ் வாயில் (கெவுனி): உள்ளமைப்பு

பகுதி பகுதியாக வளர்ந்த அரண்

ஆளுநர் லெனுவா (1721–1734) காலத்தில் 1724ஆம் ஆண்டில், பாதிரியார் லூயி (Fr. Louis) மேற்பார்வையில், கட்டுமானம் தொடர்ந்தாலும், நகரத்தின் விரிவாக்கத்தை ஒட்டியே அரண் அமைக்கும் பணியும் தொடரவேண்டியதாயிற்று. அதனால், தொடக்கத்தில் வடக்கில் தொடங்கி, மேற்குப் பகுதி வரையில், 1.2 கிலோமீட்டர் நீளத்திற்கும், 1723ஆம் ஆண்டில் தெற்குப் பகுதியில் சேமிப்புக் கிடங்குகளுடன் அரை கிலோமீட்டர் நீளத்திற்கும் மதில் எழுப்பப்பட்டது. கிழக்குப் பகுதிக் கடலோரப் பகுதி என்பதாலும் ஆங்கே நீண்டிருந்த மணல் குன்றுகளே இயற்கை அரண் என்பதாலும் அதைத் தவிர்த்துவிட்டு, தெற்கிலும் வடக்கிலும் மேற்கிலும், மேலும் மூன்று கொத்தளங்களை நிறுவினார். 1728இல் அவரது ஆட்சியிலேயே, நகரம் பாதி வளர்ந்துவிட்டது. எனவே, 6.5 கிலோமீட்டர் சுற்றளவிற்கு மதில்களும் கட்டப்பட்டுவிட்டன. தெற்கிலிருந்த கூடலூர் வாயில் மேற்கு முனைக்கு (ஒதியன் சாலை) மாற்றப்பட்டு, வில்லியனூர் வாயில் என்றழைக்கப்பட்டது. 1735வாக்கில், நகரம் தற்போதைய கோள வடிவத்திற்கு விரிவடைந்துவிட்டது. அதற்கேற்ப, 13 கொத்தளங்களுடன், அதன் சுற்றளவும் 7.4 கிலோமீட்டருக்கு நீண்டது (மர்கரித் லெபர்னாடி 1936: 125).

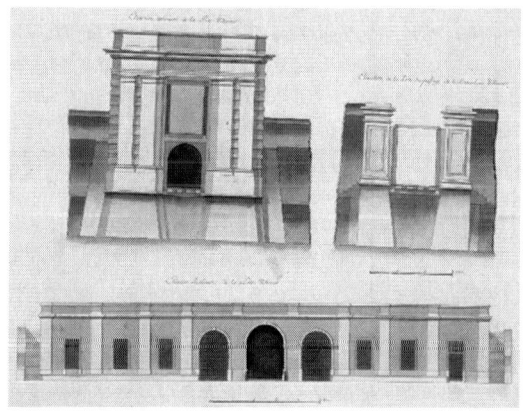

வில்லியனூர் வாயில்: புறத்தோற்றம் – பின்புறம் – வீரர்கள் பாசறை

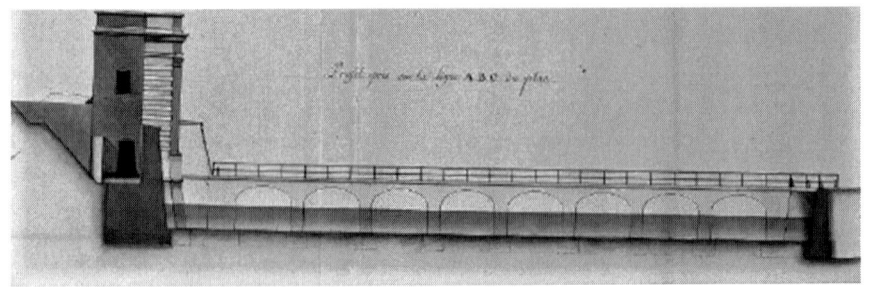

வெட்டுத் தோற்றத்தில் வில்லியனூர் வாயில் – பின்புறம்

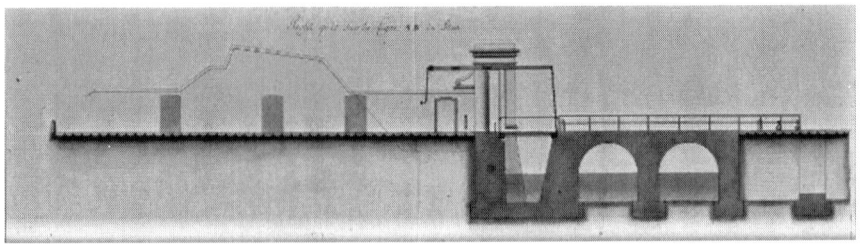

வெட்டுத் தோற்றத்தில் வில்லியனூர் வாயில் – முன்புறம்

துய்மா (Dumas 1734–1741), நிர்வாகத்தில் அரணில் கைப்பிடிச் சுவர்களும் வீரர்கள் தங்கும் விடுதியும் கட்டப்பட்டன. வடக்கு, தெற்கு, மேற்கு வாயில்களில் வீரர்கள் தங்குமிடமும் கட்டப்பட்டது. அரணுக்கு வெளியே ஓர் அகழியையும் வெட்டினார் (கெப்ளே 1960: 26).

முழுமை பெறும் அரண்

துய்ப்ளேக்சு (Dupleix 1742–1754) பதவியேற்ற போது தெற்குப் பகுதியிலும் குடியிருப்புகள் உருவாகியிருந்தன. ஆகவே அரணை மேலும் நீட்டிப்பதில் துய்ப்ளேக்சு (1741–1754) அக்கறை காட்டினார். 1747இல் கடலை நோக்கிய கிழக்குப் பகுதி, திறந்த வெளியாக இருப்பதால், அப்பகுதி கடற்படைத் தாக்குதலுக்கு எளிய இலக்காகும் என்று கருதினார். எனவே, அங்கு அரணைப் பெரிதாகவும் வலிமையானதாகவும் கட்டினார். கிழக்கில் மிகவும் எடுப்பான ஒரு 'தோரண வாயில்' (Porte Royale) அமைக்கப்பட்டது. அதன் வெளிப்புறம் ஓர் அகழியும் வெட்டி, அதைக் கடக்க ஒரு தொங்கு பாலத்தையும் அமைத்தார். அகழிக்காகத் தோண்டப்பட்ட மண், மேற்கிலிருந்த பள்ளப் பகுதியில் கொட்டப்பட்டு, சமமாக்கப்பட்டு, ஏறத்தாழ 1200 பேருக்கு வீட்டு மனைகள் ஒதுக்கப் பட்டன. அரணின் கட்டுமானம் நிறைவடைந்தபோது, கடற்கரையில் தொடங்கி, மதராஸ் வாயில், வழுதாவூர் வாயில், வில்லியனூர் வாயில் வழியாகச் சுற்றிவந்து மீண்டும் கடலோரத்தில் முடிந்து, ஏழரைக் கிலோமீட்டருக்கு மேல் நீண்டிருந்தது. அரணைக் கட்டி முடித்த துய்ப்ளேக்சுவின் சாதனை பற்றிய அறிவிப்புப் பலகை ஒன்றை இப்போதும் ஆயிமண்டபத்தின் தெற்குப் பகுதியில் காணலாம் (இராமதாசு 2021: 136–137).

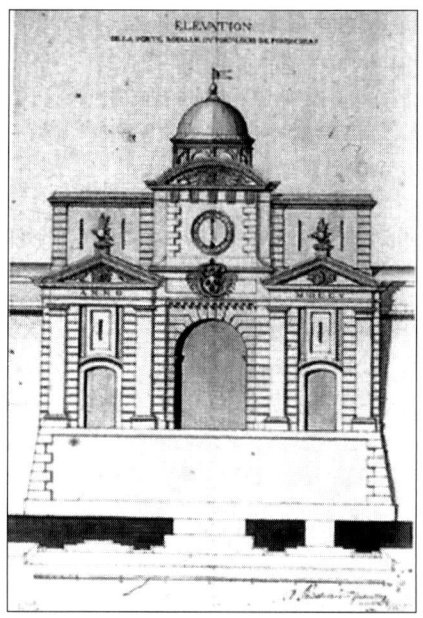

தோரண வாயில்

வில்லியனூர் கெவுனியும் வீரர் வெளியும்

புதுச்சேரி நகரின் தென்மேற்குப் பகுதிக்கு வீரர் வெளி என்ற பெயர் வழங்கியது. 1969 நகரசபைத் தேர்தலில், எழுத்தாளர் பிரபஞ்சன் தந்தையார் சாரங்கபாணி அவர்கள் போட்டியிட்ட வார்டுக்குப் பெயர் 'வீரர் வெளித் தொகுதி' காலப்போக்கில் மங்கிப்போன போது, அதை வீரை என்ற பழந்தமிழ்ச் சொல்லோடு பிணைத்து, அதற்கும் சங்க கால ஊரான வீரைக்கும் தொடர்பு உண்டு என்று சிலர் சித்தரிக்கிறார்கள்.

இதற்கு வடக்கில் மீராப்பள்ளி என்ற முகமதியர் தொழுகைக் கூடம் இருந்ததால், அந்தத் தெரு மீராப்பள்ளித் தெரு என்று அழைக்கப்பட்டது. இது 1751 வரைபடத்திலும் காட்டப்பட்டுள்ளது. எனவே, இது மீராப்பள்ளி பகுதி என்பதால், அதையே வீரர் வெளி எனத் திரித்துவிட்டனர் என்று கூறப்படுகிறது.

ஃபிரஞ்சியர் கட்டிய சுற்று அரணில் வில்லியனூர் கெவுனி என்ற வாயில் மிகப் பெரிய இராணுவக் காவல் நிலையம் ஆகும். வாயிலின் கட்டுமானம் தற்போதைய தாவரவியல் தோட்டத்திற்கு மேற்கில் வாயககாலைத் தாண்டி தொடங்கியது. அதில் சோதனைச் சாவடி, வீரர்கள் தங்குமிடம், குடியிருப்பு, ஆயுதக் கிடங்கு என்று கிழக்கில் நீண்டுகொண்டே போனது. தாவரவியல் தோட்டமும் வீரர்களின் குடியிருப்பாக இருந்தது. அவற்றின் வரைபடங்களைப் பார்த்தால் அதன் வீச்சினைப் புரிந்துகொள்ளலாம். இவை அனைத்தும் 1761இல் ஆங்கிலேயர்களால் அழித்துப் போடப்பட்டபின், வெட்டவெளியாகிக் குடியிருப்புப் பகுதியானது. பழைய பயன்பாட்டை வைத்து இந்தப் பகுதி வீரர் வெளி என்றே வழங்கப்பட்டிருக்கலாம்.

எவ்வாறாயினும், வீரர்வெளிக்கும் வீரைக்கும் எந்தவித ஒட்டுமில்லை

கிழக்கு அரண், வாயில் பற்றிய கல்வெட்டு

"வசீகரமான 1745 ஆம் ஆண்டின்போது, ஃபிரான்ஸ் மன்னர் பதினைந்தாம் லூயி ஆட்சிக்காலத்தில், அவரது பெயராலும், இந்தியக் கும்பினி பெயராலும், பாண்டிச்சேரி குடிமக்களின் வேண்டுகோளின் பேரில், நகரத்தின் பாதுகாப்பிற்காகவும் அதன் அழகுக் காகவும் கடலோரத்தில் கடற்புற வாயிலும் கோபுரங்களும் விழிப்புணர்வு மிக்க ஆளுநர் ஜொசேஃப் ஃபிரான்சுவா துய்ப்ளேக்சுவால் திட்டமிடப்பட்டு, கட்டி முடிக்கப்பட்டன."

(ஆயி மண்டபத்தின் சுவரில் உள்ள இலத்தீன் கல்வெட்டு வாசகம்)

1748இல், இந்திய மண்ணில் அதுவரை குவிக்கப்படாத அளவிற்குப் பெரிய இராணுவத்தோடு வந்து, 42 நாள்கள் முற்றுகையிட்டும், ஆங்கிலேய அட்மிரல் போஸ்கோவனால் (Admiral Boscowen) புதுச்சேரியைக் கைப்பற்ற முடியவில்லை. "உயர்வகலம் திண்மை அருமை இந்நான்கின் அமைவரண்" (குறள் 743) என்று வள்ளுவர் வகுத்த இலக்கணப்படி, உயர்ச்சியும் அகலமும் திண்மையும் பகைவரால் கடத்தற்கு இயலாத வலிமையும் அமைந்த அரண் என்று கூறலாம். அந்த அளவிற்கு, அரண் கட்டிமுடிக்கப்பட்டபோது, சோழ மண்டலக்கரையில், வடிவமைப்பின் நேர்த்தியில் மட்டுமல்லாது, வலுவிலும் மிகச்சிறந்த அரணாக இது திகழ்ந்தது (பிஷார் 1988; ஜெயசீல ஸ்டீபன் 1996, 1999; ஓர்ம் 1763: 43).

மர்த்தேன் வந்தபோதில், தற்போதைய கொசக்கடை தெரு, ஈசுவரன் கோயில் தெரு (மிசியோன் வீதி) ஆகிய இரண்டு தெருக்கள் மட்டுமே முக்கியமான சாலைகளாக இருந்தன. லெனுவா, துய்மா, துய்ப்ளேக்சு ஆட்சிக் காலத்தில், தெற்கு வடக்காக இருந்த மதராஸ் பட்டினச்சாலையும் (காந்தி வீதி) கிழக்கு மேற்காக வில்லியனூர் சாலையும் (லால்பகதூர் வீதி) நகரின் நடுவே வில்லியனூர் சாலையும் முக்கியத்துவம் பெற்றன. வெள்ளையர் பகுதியிலிருந்த தெருக்களுக்கு, கிறித்தவப் புனிதர்கள், ஃபிரான்சின் பகுதிகளின் பெயர்கள் இடப்பட்டன. கருப்பர் பகுதியின் வடகிழக்கில், தொழில் முறைப் பெயர்களும் வடமேற்கில் கும்பினிக்கு வேண்டிய தமிழர்களின் பெயர்களும் சூட்டப்பட்டன. 1755இல், ஒழுங்கமைந்த நேர்த்தியான குடியிருப்புகள், கம்பீரமான கோட்டை, வலுவான அரணுடன் புதுச்சேரி மாநகரம் ஒரு சாம்ராஜ்யத்தின் தலைநகரமாகும் அளவுக்குத் தகுதிபெற்று வளர்ந்து நின்றது (ஜெயசீல ஸ்டீபன் 2018: 294).

1.8: அழிக்கப்பட்டது நகரம்

1760இல் பெரும் படையுடன் புகுந்த ஆங்கிலேயரின் நான்கு மாத முற்றுகைக்குப்பின், 1761 ஜனவரி 17இல் ஆங்கிலேயரிடம் புதுச்சேரி

சரணடைந்தது. அடுத்த மூன்று மாதங்களுக்குத் திட்டமிட்டு, ஆறே மாதங்களில் அரண்கள், கோட்டைகள், கொத்தளங்கள், மாடமாளிகைகள், கூடகோபுரங்கள், ஃபிரஞ்சியர் குடியிருப்புகள் அத்தனையையும் இடித்துத் தூள் தூளாக்கி, மண்மேடாக்கி விட்டுச் சென்றனர். எங்கு நோக்கினும் கற்குவியல்களும் மண்மேடுகளும் இடிபாடுகளும் மண்டிக் கிடந்தன. நகரில் 960 ஃபிரஞ்சியர் மட்டுமே இருந்தனர். அவர்களில் அரசு ஊழியர்கள் 106 பேர், வெள்ளையர் 236 பேர், வெகுசிலரே இந்தியர். மற்றவர்கள் வெளியேறிவிட்டிருந்தனர். கூவுவதற்குக் கோழியும் குரைப்பதற்கு நாயும் இல்லை என்னும் அளவிற்கு மோசமான நிலை இருந்தது (ஓர்ம் 1763, 1805; மேலிசன் 1868).

லூயி கோட்டை இடிப்பு

1758 மே மாதம், முதல் நாளில் கடலூரை முற்றுகையிட்ட லல்லி தொலாந்தலிடம், ஜூன் மாதம் இரண்டாம் தேதி செயின்ட் டேவிட் கோட்டை சரணடைந்தது. அரசின் உயர் மட்ட ஆணைப்படி, அக்கோட்டையை இடித்துத் தரைமட்டமாக்கினார், லல்லி. அதற்குப் போட்டியாகத்தான், 1761இல் புதுச்சேரியைக் கைப்பற்றிய ஆங்கிலேயர், தலைமைத் தளபதி சர் தாமஸ் மன்ரோ (Sir Thomas Munro) ஆணைப்படி, தளபதி எயர் கூட் (Eyre Coote) தலைமையில் லூயி கோட்டையைத் தரைமட்டமாக்கிப் பழிதீர்த்துக்கொண்டனர்.

ஆம்! அழகுமிகு புதுவையின் ஆன்மா அன்று அழிக்கப்பட்டது. 1761 ஏப்ரல் 5க்குப்பின், ஃபிரஞ்சியருக்கு இந்தியாவில், ஓர் அங்குல நிலம் கூட இல்லாமல் போனது.

ஆளுநர்களின் பங்களிப்பு

புதுச்சேரியின் வளர்ச்சியை மூன்று ஆளுநர்களின் காலத்தில் அணுக்கமாக அறிந்தவர் ஆனந்தரங்கப் பிள்ளை. அதன் வீழ்ச்சியையும் நேரில் பார்த்து வெதும்பிய அவர், “திருவாளர் லெனுவார் ஒரு தோட்டக்காரனைப்போல வேலை செய்தார்; அவர் நிலத்தை வளமாக்கி உழுதார், உரமிட்டார், பயிரிட்டார், அனுபவித்தார். திருவாளர் துய்மா வெறுமனே விளைந்ததை மட்டுமே விழுங்கினார்; துய்ப்ளேக்சுவின் ஆட்சியில் ஒரு புயல் வந்து தோட்டத்தையே அழித்துவிட்டது” என்று குறிப்பிட்டிருக்கிறார்.

கல்வெட்டு

ஃபிரஞ்சுப் பேரரசின் மாட்சியை நினைவூட்டும் எச்சங்களாகப் பீரங்கிகள்

அகழ்வராய்ச்சியில் இடிபாடுகள்

கோட்டைப்பகுதியை வரலாற்றறிஞர் ழுவோ துய்ப்ரேய் (*Jouveau Dubreil*) 1939இல் அகழ்வாராய்ச்சி செய்தார். தரைமேலிருந்த கட்டுமானங்கள் தகர்க்கப்பட்டாலும், அதன் மிக உறுதியான அடித்தளம் கண்டு பிடிக்கப்பட்டது. தற்போதைய பாரதி பூங்காவின் தென்பகுதியில் தான் கோட்டையின் பிரதான 'தோரண வாயில்' (*Porte Royale*) என்பதைக் கண்டறிந்தார். ஆனால், ஆராய்ச்சி தொடராததால், அதன் முழுச் சிறப்பையும் உணரமுடியவில்லை (மார்கரித் லெபர்னாடி 1936: 36).

அண்மையில் பேராசிரியர் ரவிச்சந்திரன் குழுவினர் செய்த அகழ்வாராய்ச்சியில், கோட்டையின் எச்சங்களைக் கண்டறிந்தார்; ஆனால், ஆய்வுகள் தொடரவில்லை.

1706 முதல் 1761 வரை, மார்த்தேன், துய்மா, லெனுவா, துய்ப்ளேக்சு, மாகி தெ லபுர்தொனே, புஸ்சி, லல்லி தொலாந்தல் போன்ற ஆளுமைகள் புழங்கி, அரசோச்சிய 'லூயி' கோட்டையை இன்று காணப்படும் சில பீரங்கிகளும் திறப்புவிழாக் கல்வெட்டும் மட்டுமே எச்சங்களாக நினைவூட்டிக் கொண்டிருக்கின்றன.

லூயி கோட்டையைப் ஃபிரான்சுவா மார்த்தேன் 1702ஆம் ஆண்டு முதல் 1706ஆம் ஆண்டுவரை கட்டினார் என்றும்,கோட்டையின் ஆளுநராகத் துய்ப்ளேக்சு 1742 முதல் 1754 வரை இருந்தார் என்றும்,அது ஆங்கிலேயர்களால் 1761ஆம் ஆண்டில் அழிக்கப்பட்டப்பட்டது' என்றும் அதில் காணப்படுகிறது.

1.9: மீண்டும் புனரமைப்பு (1765–1815)

1765இல் பாரீஸ் ஒப்பந்தப்படி, புதுச்சேரி மீண்டும் ஃபிரஞ்சியரிடம் தரப்பட்டது. 1765 பிப்ரவரி 18ஆம் நாள், ழான் லா தெ லொரிஸ்தான் (Jean Law de Lauristan) அதன் புதிய ஆளுநராகப் பொறுப்பேற்று, பொறியாளர் புர்சே (Bourcet) திட்டத்தின்படி, நகரின் மறு நிர்மாணப் பணிகளைத் தொடங்கினார். வெள்ளை நகரம் முழுவதுமே நிர்மூலமானதால், தங்குவதற்கே இடமில்லாமல், லா ஒழுகரையிலும், மற்ற அலுவலர்கள் சுற்றியுள்ள கிராமங்களிலும் தங்கிக்கொண்டனர்.

1765 ஏப்ரல் 11ஆம் நாள், லா புதுச்சேரியை ஒப்புக்கொண்டபோது, இடிக்கப்படாத வீடு ஒன்று கூட அங்கு இல்லை; புல்லும் முள்ளும், புதரும் வளர்ந்து மூடியிருந்ததால் இடிபாடுகளுக்கிடையே பழைய நகரத்தின் அமைப்பைக் கண்டுபிடிப்பது கடினமாக இருந்தது; பார்ப்பதற்கே அதிர்ச்சியான காட்சி அது. "ஆங்கிலேயர்களுக்கு இருந்த அச்சுறுத்தலை நிரந்தரமாக ஒழித்துக்கட்டும் ஒரு முயற்சியாக, ஆளுநரின் மாளிகை, அரசுக் கட்டடங்கள், கோயில் மதில்கள் ஆகியவை தரைமட்டமாக்கப்பட்டிருந்தன. வெள்ளையர் பகுதியில் இருந்த ஐரோப்பியர், இந்தியர் வீடுகள் உட்பட்ட

அத்தனை கட்டுமானங்களும் மாதா கோவில்களும்கூட இந்தப் பொது அழிவிலிருந்து தப்பவில்லை. கோட்டைக்குத் தெற்கிலிருந்த இந்துக்களின் வீடுகள் மட்டுமே தப்பித்தன. ஐரோப்பியர் பகுதிக்கு அருகாமையிலிருந்த (இந்தியர்) பகுதிகளில், தெருக்கள் அகலமாயிருந்தன; ஆனால், வீடுகள் தாழ்வாக இருந்தன" என்கிறார் 1768இல் வந்த லெ ழாந்த்தி (1779: 632).

"ஒரு காலத்தில் ஏராளமான மக்களுடனும் செல்வச் செழிப்புடனும் திகழந்த ஒரு நகரை அடையாளம் காட்ட, இரண்டு இந்துக் கோவில்களைத் தவிர வேறு ஏதும் எஞ்சியிருக்கவில்லை" (சென் 1971: 55). புதுச்சேரியை மட்டுமல்லாமல், சுற்றியிருந்த நெல்லித்தோப்பு, அரியாங்குப்பம், உழவர்கரை தேவாலயங்களைக்கூடத் தேடி அழித்தனர். நகரில் எஞ்சியது, வடகிழக்கில் இருந்த அரைவட்டக் கொத்தளங்கள் மட்டுமே; அவையும் இடிப்பில் ஈடுபட்ட வீரர்கள் தங்கியிருந்ததால் தப்பித்தன (புர்தா 1995: 87–88).

சடுதியில் கட்டுமானம்

எங்குத் திரும்பினாலும் ஒரு மாபெரும் அழிவின் பதிவுகள் தென்பட்டன. கட்டடங்களிலிருந்து மரத்தூண்களும் கதவுகளும், சன்னல்களும், தூலங்களும் கொள்ளையடிக்கப்பட்டதால், சிதைந்த குட்டிச் சுவர்கள் மட்டும் மண்ணுக்கு மேல் துருத்திக் கொண்டிருந்தன. ஆகவே, புதிதாகக் கடைக்கால் தோண்டாமல், பழைய வடிவமைப்பிலேயே கட்டடங்களை எழுப்பத் திட்டமிடப்பட்டது. முட்புதர்கள் எல்லாம் தீ வைத்துக் கொளுத்தப்பட்டன; குப்பை கூளங்கள் அகற்றப்பட்டன. சாலைகளை அமைப்பதற்கு முன், அவை நேர்நேராக இருப்பதற்காகக் கயிறுகளைக் கட்டி, நேரான கோடுகளை வரைந்துகொண்டனர். தரைமட்டமாக்கப்பட்ட நிலையை வாய்ப்பாக்கிக்கொண்டு, தெருக்களின் ஒழுங்கமைப்பில் இருந்த பழைய கோணல்கள் சரிசெய்யப் பட்டன (சென் 1943: 57; ஜெயசீல ஸ்டீஃபன் 1996: 46).

ஆங்கிலேயரின் அடக்குமுறைக்கு அஞ்சி, நான்காண்டுகளாக வெளியேறிய மக்கள், 1765 முதல் திரும்ப வந்தனர். வசிப்பதற்கு வீடுகள் இல்லாத நிலையில், தற்காலிக முகாம்கள் அமைத்துக்கொண்டு, பழைய வீடுகளைத் திரும்பவும் கட்டினர். செஞ்சியிலிருந்து கற்களும், ஃபிரஞ்சுத் தீவிலிருந்து மரங்களும் தருவிக்கப்பட்டன. வியத்தகு வேகத்தில், ஐந்தே மாதங்களில், வெள்ளையர் பகுதியில் 126 கல்வீடுகளும், 53 ஓட்டு வீடுகளும் தமிழர் (மலபார்) பகுதிகளில், 120 கூரை வீடுகளும் கட்டப்பட்டன. மூன்றே ஆண்டுகளில், 1200 ஐரோப்பியர்களும், 60,000 இந்தியர்களும் வசிக்குமாறு புதுப்பிப்பதற்கான திட்டத்தைப் பொறியாளர் புர்சே தயாரித்திருந்தார். 1768இல் நெசவாளர் தெருக்களில், பகலில் வெப்பந்தணிந்த சூழலில் நெசவாளர்கள் தறி நெய்ய வசதியாக, சாலையின் இரண்டு பக்கமும், இரண்டிரண்டு வரிசைகளில் மரங்கள் நடப்பட்டன. ஆனால், சிதைந்து போன துறைமுகப் பகுதி உடனடியாக சீரமைக்கப்படாததால், கடற்கரையை ஒட்டி ஒரு பெரிய திடல் உருவாயிற்று. அது இராணுவத் திடலாக அணிவகுப்பிற்குப் பயன்பட்டது. இந்தப் பகுதியைச் சுற்றிலும் நிழல் தரும் மரங்கள் நடப்பட்டன (ஜெயசீல ஸ்டீஃபன் 1996: 46)

1769இல் தொடங்கி ஓராண்டுக்குள்ளாகவே, பொறியாளர் புர்சே, அரணின் அகலமான மண்சுவரையும், வடக்கே நான்கு கொத்தளங்களையும், தெற்கே ஒன்றையும் கட்டி முடித்தார். அவரது உதவியாளர் அந்துவான் நிகோலஸ் தெகலேசானுக்கும் (Antoine Nicolas Descalaison), புர்சேவுக்கும் தொடக்கம் முதலே கருத்து வேறுபாடுகள் தோன்றின. 1769இல் புர்சே மரணமடைந்தார். ஆயினும் புர்சே திட்டப்படியே பொறியாளர் துய்லக் (Duyluc) மேற்பார்வையில் கட்டுமானம் நடந்தது. 1775இல், மேற்கே மூன்று கொத்தளங்களையும், தெற்கே ஒன்றையும் கட்டியதோடு, பீரங்கிப் பாசறை ஒன்றையும் கிழக்கில் அமைத்தனர். எனினும், அரண் பழைய பலத்தோடு அமையவில்லை (ஜெயசீல ஸ்டீஃபன் 1996: 46–47; 2018: 333).

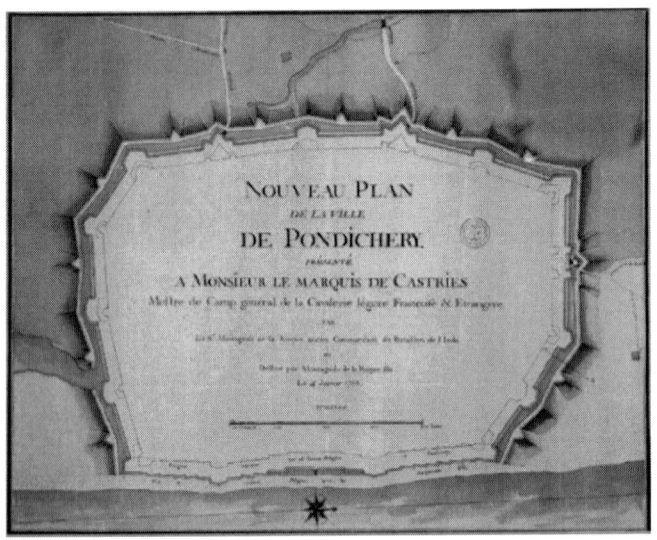

1778இல் பலமற்ற அரண்

புதிய அரசு மாளிகை

பழைய கும்பினி அலுவலகம் (Hotel de la Compagnie 1733-61) இருந்த இடத்திலேயே, புதிதாக ஒரு மாளிகையை எழுப்பலா முடிவு செய்தார். கால ஓட்டத்தில் கட்டட வடிவமைப்பில் பெரும் மாற்றங்கள் ஏற்பட்டிருந்தன. எடுப்பான முகப்பும், உயரமான தூண்களும் வளைவுகளும் பூவணிகளும் கொண்ட 'நவீன பரோக் மாதிரி' எனப்பட்ட ரொசோசோ (Rococo) பாணியில் இதை புர்சே வடிவமைத்தார். 1766இல் தரைத் தளமும், 1768 இல் மாடியும் கட்டி முடிக்கப்பட்டது. 1769 முதல் 'அரசு மாளிகை'யாக (Palace du Gouvernament = இராஜ் நிவாஸ்) இயங்கியது. ஆளுநருக்காக, கிழக்கு மேற்காக, நீள் செவ்வக வடிவில் ஒரு கட்டடம்; அதன் எதிரே இரு மருங்கிலும், செவ்வக வடிவில் கும்பினிப் பயன்பாட்டிற்காக இரண்டு கட்டடங்களுடன் புர்சே வடிவமைத்திருந்த அந்த வளாகம், காலனியக் கலாச்சாரத்தின் பெருமிதச் சின்னமாக நிமிர்ந்து நின்றது. ஒரு பதிவாளர் அலுவலகம், பாக்கு, வெற்றிலைக் கிடங்கு, கடற்கரை உணவு விடுதி, மருத்துவமனை, நாணயச்சாலை, சாவடி நீதிமன்றம்

அரச மாளிகை ஓவியம்

ஆகியவையும் அடுத்த நான்காண்டுகளுக்குள் பழைய அடித்தளங்களின் மீதே கட்டி முடிக்கப்பட்டன. (பிஷார் 1988; மெலாங்கின் 2015).

மண் மேடானது மாநகரம்

1777 ஜனவரி 15ஆம் நாள் பெல்கோம்ப் புதிய ஆளுநராகப் பொறுப்பேற்றார். ஆங்கிலேயரின் அச்சுறுத்தல் தொடர்ந்ததால் பழைய கோட்டையை அதன் பழைய அடித்தளத்தின் மீதே சீரமைக்கும் வேலை நடந்தது. பொருளாதார நெருக்கடியின் காரணமாகப் புனரமைப்புப் பணிகள் மந்தமாகவே நடந்துவந்தன. தட்டுத் தடுமாறி, புதுச்சேரி தன் பழைய பொலிவிற்குத் திரும்பத் தொடங்கியபோது, மீண்டும் போர் மேகம் சூழ்ந்தது; எனவே, மறு நிர்மாணங்கள் வெகுகாலம்

அழிப்பின் ஆவணம் – ஆங்கிலேயர் வரைந்த ஓவியம்

நிலைக்கவில்லை. 1778 ஆகஸ்டில் ஆங்கிலேயர் புதுச்சேரியை நோக்கி வரத்தொடங்கினர். ஆகவே, பாதுகாப்பிற்காக வெட்டிக்கொண்டிருந்த அகழிப் பணியை நிறுத்திவிட்டு அதில் நீர் நிரப்பப்பட்டது; நான்கு வாயில்களில், கூடலூர் வாயிலும், வழுதாவூர் வாயிலும் சுவர்களால் மறைக்கப்பட்டன. அகழிக்கு வெளியே, முட்செடிகளும், சதுரக் கள்ளியும் நடப்பட்டன. ஆங்கிலேயர் சார்பில் வடக்கே கூனிமேட்டில் கடல் வழியாக ஆயுதங்கள் குவிக்கப்பட்டன. தெற்கில் தேங்காய்த்திட்டு அருகில் ஒரு படைவீடு அமைக்கப்பட்டது. தளபதி ஃகெக்டர் மன்றோ (Hector Munro) பெரம்பையில் முகாமிட்டிருந்தார்.

ஆகஸ்டு 31ஆம் நாள் மும்முனைத் தாக்குதல் தொடங்கியது. அண்மையில்தான் போரின் தாக்கங்களிலிருந்து மெல்ல மீண்டுகொண்டிருந்ததால், ஃபிரஞ்சியரால் வெகுநாட்கள் தாக்குப் பிடிக்க முடியவில்லை. ஆளுநர் பெல்கோம்ப் அக்டோபர் 18ஆம் நாள் சரணடைந்தார். மூன்று மாதம் அவகாசம் கொடுத்து மக்கள் வெளியேற்றப்பட்டனர். 1779 மே மாதம் 12ஆம் நாள், ஃபிரஞ்சுப் போர்க்கைதி ஜோசையா துய்ப்ரே (Josaiah Dure) மேற்பார்வையில், கேப்டன் கெயில் (Captain Geils) தலைமையில் அரண் அழிப்பு தொடங்கி, அக்டோபர் 31ஆம் நாளன்று கோட்டை, கொத்தளங்கள் முற்றிலுமாக இடித்துத் தள்ளப்பட்டன; அகழியும் மூடப்பட்டது. ஆங்கிலேய அதிகாரிகளின் பயன்பாட்டுக்காக, அரசு மாளிகை மட்டுமே இடிப்பிலிருந்து தப்பியது. 1785 பிப்ரவரி வரையில், ஏழாண்டுகள் புதுச்சேரி அவர்களின் ஆளுகையின் கீழ் இருந்தது.

மறுபடியும், ஐரோப்பிய நிகழ்வுகளே ஃபிரஞ்சிந்தியத் தலைவிதியை நிர்ணயித்தன. அங்கு 1783இல் ஏற்பட்ட 'வெர்சாய் ஒப்பந்தம்' மூலம், 1785இல், ஆங்கிலேயர் ஃபிரஞ்சிந்தியப் பகுதிகளைத் திருப்பித்தந்தனர். ஒப்பந்தப்படி, ஃபிரஞ்சு இராணுவத்தின் பலத்தைக் குறைக்கும் வகையில், பெரும் பகுதி மொரிசியசுக்கு அனுப்பப்பட்டது. ஆயினும், ஆளுநராகப் புஸ்சி பொறுப்பேற்று முதல் வேலையாக, பொறியாளர் லுஃச்தியே (Momsi Eur de la Lustiere) மேற்பார்வையில் கோட்டையைச் சீரமைக்கத் தொடங்கினார். அடுத்து வந்த ஆளுநர்களும், பாதுகாப்பை மேம்படுத்துவதிலேயே கருத்தூன்றினர். எனவே, பொலிவிழந்த புதுவை நகரை மீட்டெடுக்கும் பணி மெதுவாகவே நடந்தது. 1787 செப்டம்பரில், தெ கொசிஞ்ஞி (David Charpentier de Cossigny) ஆளுநராகப் பொறுப்பேற்று இராணுவத்தைப் பலப்படுத்தினார். 1789–1792இல் தெ ஃபிரென் (chevalier de Fresne) காலத்திலும் மறுநிர்மாணம் தொடர்ந்தது. பின்னர் 1792இல் ஆளுநரானதெ ஷேர்மோன் (Dominique Prosper de Chermont 1792–1793) நிர்வாகத்தில் ஒரு போர்க்குழு அமைக்கப்பட்டதோடு, பொறியாளர் தெஃபெலின் (de Pheline) மேற்பார்வையில், அரண் கட்டுமானமும் தொடர்ந்தது. ஆனால், அதை முடிக்கும் முன்பே, 1793 ஆகஸ்டு 23ஆம் நாளன்று, ஆங்கிலேயர் மீண்டும் கைப்பற்றி, 1802 ஜூன்வரையில் ஆக்கிரமித்திருந்தனர். போர் நடவடிக்கைகளால் அச்சமுற்ற மக்கள், ஊரை விட்டு வெளியேறினர். அந்நூற்றாண்டின் தொடக்கத்தில் 50–60 ஆயிரம் பேர் உலவிய நகரத்தில், 1799இல் வெறும் 2,000 பேர்களே இருந்தனர்; அவர்களில் 800 பேர் ஐரோப்பியர்கள்.

1820இல் தொடங்கி மீண்டும் கட்டப்பட்ட அரசு மாளிகை வாயில்

அரசு மாளிகை – முன்புறத் தோற்றம்

மீண்டும் ஏமியன் ஒப்பந்தப்படி (*Treaty of Amiens 1802*) ஃபிரஞ்சிந்தியப் பகுதிகள் திருப்பித் தரப்பட்டாலும் அது பதின்நான்கு மாதங்களே நீடித்தது. 1803 ஆகஸ்டில் நான்காம் முறையாகக் கைப்பற்றிய ஆங்கிலேயர்கள், 1816 செப்டம்பர் 26 வரை ஆக்கிரமித்திருந்தனர். ஆனால், ஒவ்வொரு முறை திருப்பித் தரும்போதும், ஃபிரஞ்சியர் அரணை எழுப்புவதிலும், பழைய அடித்தளத்தின்மீது கோட்டையைக் கட்டுவதிலுமே குறியாயிருந்ததால் ஆங்கிலேயர் மிகவும் எரிச்சலுற்றனர்.

எனவே, இந்த முறை நகரின் மீதான அவர்களது தாக்குதல் தீர்க்கமாகவும், மூர்க்கமாவும் இருந்தது. தண்டோராபோட்டு, மக்களை வெளியேற்றிவிட்டு, அழிப்பினைத் தொடங்கினர். அரணையும், அரசு மாளிகை உள்ளிட்ட ஒட்டு மொத்த வெள்ளை நகரையும் முற்றிலும் அழித்துவிட்டுத்தான், 1814–பாரீஸ் ஒப்பந்தப்படி, திருப்பித்தந்தனர்; திருப்தியடைந்தனர். மீண்டும்வந்த ஃபிரஞ்சியர் அரணைத் தவிர்த்துவிட்டு,

நகரையும் அரசு மாளிகையையும் அலுவலகங்களையும் புனரமைத்துக் கொண்டனர் (ஜெயசீல ஸ்டீபன் 1996).

1.10: புதுச்சேரி – பொந்திசேரி – பாண்டிச்சேரி

ஒற்றை எழுத்துப் பிழை ஒன்று, புதுச்சேரி என்ற நகரின் பழைய பெயரை, பாண்டிச்சேரி என்று மாற்றியதன் மூலம் வரலாற்றையே புரட்டிவிட்டது என்பது வியப்பளிக்கலாம்; ஆனால், உண்மை அதுதான்.

புதுச்சேரி என்றால் புதிய ஊர் என்றும், அப்பெயரை எழுதும் போது, ஃபிரஞ்சிந்தியக் கும்பினியின் அலுவலர் செய்த எழுத்துப் பிழையால்தான், பாண்டிச்சேரி (*Poudicheri – Pondichery*) என்று பெயர் மாற்றம் ஏற்பட்டதாக, 1918ஆம் ஆண்டில், ழூலியன் வேன்சான் (*Julien Vinsen 1918*) குறிப்பிட்டிருந்தார். ஏசு சபையின் பிரச்சாரகர்களின் பதிவுகளில் 'புதுச்சேரியம்' (*Puducherium*) என்ற சொல்லைப் பயன்படுத்தியுள்ளதையும் அவர் சான்றாகக் குறிப்பிட்டார். (மொரே 2014: 146) அது வெறும் யூகமாகவே இருந்த நிலையில், அதன் பின்னணியை ழூவோ துய்ப்ரேய் (1935, 1955) ஆதாரங்களுடன் விவரிக்கிறார்:

'1913இல் தெ லா ரோன்சியேர் (*de la Roncière*) கண்டுபிடித்த வரலாற்றுப் பதிவுகளான துவாசி தொகுப்புகளில் (*Thoisy Papers*), ழூான் பெப்பன் (*Jean Pépin*) 1617ஆம் ஆண்டில் புதுச்சேரியில் இறங்கி செஞ்சி நாயக்கிடம் வணிகத் தளம் அமைத்து, ஒரு கோட்டை கட்டிக்கொள்ள அனுமதி பெற்ற தகவல் இருந்தது; எனவே, ஃபிரான்சின் முதல் குடியேற்றப் பகுதிக்கு அடிகோலியப் பெருமை அவருக்கே உரியது. ஏறத்தாழ ஐம்பது ஆண்டுகளுக்குப் பின், சென் மலோ (*St. Malo*) உறுப்பான அந்த்வேர் (*Antwerp*) குழுமம், வணிக முயற்சிகளை மீண்டும் தொடங்க விரும்பி, 1664ஆம் ஆண்டு, மன்னர் பதின்நான்காம் லூயிக்கு விடுத்த கோரிக்கையும் அந்தத் தொகுப்பில் இருந்தது. அதற்கான மூலப் பத்திரங்களை, தேசிய ஆவணப் பதிவகத்தில் தேடிப் பார்த்தபோது, ஒரு முக்கியமான தகவலைக் கண்டுபிடித்தேன். அதில் 'ஃபிரஞ்சிந்தியக் காலனிகளின் வரலாறு' (*Revue de l'Histoire des Colonies Françaises*) என்ற பகுதியில், ஒரு மூலப் பத்திரத்தில், ஒரு கோட்டை கட்டிக்கொள்ள ழூான் பெப்பனுக்குப் புதுச்சேரியின் நிர்வாகி (*Nayacq of Poudichéri*), அனுமதி கொடுத்த பத்திரம் இருந்தது. அதில் காலனியின் பெயர் புதிச்சேரி (*Poudicheri*) என்றிருந்தது'.

ஆனால், அதில் 1617 பதிவுகளில் புதிச்சேரி என்றிருந்ததைப் படியெடுத்த சென் மலோ எழுத்தர், பொந்திசேரி என்று 70ஆம் பக்கத்தில் இரண்டு முறை, மாற்றிப் படியெடுத்திருந்தார். கும்பினியின் எழுத்தர் u–வுக்குப் பதிலாக n–என்று மாற்றி எழுதியதால் வந்த வினை இது. இதைப் பின்பற்றியே, 1673இல் கிழக்கிந்தியக் குழுமம் சார்பில் வந்த, பிளாங்க்கே தெ லா யே (*Blanquet de la Haye*), பெலான்ழே தெ லெஸ்பினே (*Ballanger de Lespinay*), ஃபிரான்சுவா மர்த்தேன் (*François Martin*) ஆகியோரும் சென் மலோவின் பயன்பட்டான பொந்திசெரி என்றே தொடர்ந்தனர். ஆனால், 17ஆம் நூற்றாண்டில் கூட, நில வரைபடங்களில், போர்த்துக்கீசியர் புதுச்செய்ரா (*Pudecheira*) என்றும், டச்சுக்காரர்கள்

பொலசெரா (*Poelesera*) என்றும் தொடர்ந்தாலும், ஃபிரான்சுக்கு 1664இலேயே அது பொந்திசேரி (*Pondicheri*) ஆகிவிட்டது. இந்த எழுத்து மாற்றம் எத்தகைய வரலாற்று முக்கியத்துவமானது என்பது சொல்லித் தெரியவேண்டியதில்லை. ஆங்கிலேயர்கள் அதைத் தங்கள் மொழியில் பாண்டிச்சேரியாக்கி விட்டனர். எனவே, 1664ஆம் ஆண்டிலேயே புதுச்சேரி, பொந்திசெரியாகி, பாண்டிச்சேரியாக மருவிவிட்டது (மூவோ துய்ப்ரேய் 1937, 1955).

ஆனால், ஃபிரஞ்சியர் காலத் தமிழர்கள் உட்பட்ட குடிமக்கள், இந்நகரைப் புதுவை, புதுச்சேரி, புதுவைப்பட்டணம் என்றே குறிப்பிட்டனர். குறிப்பாக ஆனந்தரங்கப் பிள்ளை, ரங்கப்ப திருவேங்கடம் பிள்ளை, முத்து விஜய திருவேங்கடம் பிள்ளை, இரண்டாம் வீரா நாயக்கர் ஆகியோரின் நாட்குறிப்புகளில் பாண்டிச்சேரி என்ற பெயர் இல்லை. புதுச்சேரிப் பொதுமக்கள் ஃபிரஞ்சு அரசருக்கு 1790 மார்ச் மாதம் 11ஆம் நாள் அனுப்பிய மனுவில் கூட, புதுவை, புதுவைப் பட்டணம் என்றே குறிப்பிட்டிருந்தனர் (ஆலாலசுந்தரம் 1999; தாவிதன்னுசாமி 2010: 42–47).

லாஸ்பேட்டையான லாபேட்டை

ழீன் லா தெ லொரிஸ்தான் தனது 17 வது வயதிலேயே, ஃபிரஞ்சு இராணுவ வீரராக இந்தியாவிற்கு வந்தவர். 1757இல் சந்திரநாகூர் ஆட்சியராக இருந்த அவர், இராபர்ட் கிளைவ் தலைமையிலான இராணுவத்தை எதிர்த்துப் போரிட்டபோது, ஆங்கிலேயப் படையினால் சூழப்பட்டபோதும், உறுவிய வாளினை உறைக்குள் போட மறுத்த துணிச்சலான மாவீரன். அதற்காவே அவரை சிறைபிடித்த ஆங்கிலேயர்கள் மெச்சிப் பாராட்டினர். அவரது தம்பியும் இராணுவ வீரரே. அவரது உறவிரான ழான் லா, ஓர்லெயான் பிரபுவுடன் சேர்ந்து, சரிந்து கிடந்த ஃபிரஞ்சுப் பொருளாதாரத்தை நிமிர்த்தியவர். அத்தகைய பாரம்பரியமிக்கக் குடும்பத்தைச் சேர்ந்தவர் லா தெ லொரிஸ்தான்.

1761ஆம் ஆண்டில் ஆங்கிலேயரால் அழிக்கப்பப்பட்ட புதுச்சேரிக்கு, 1765ஆம் ஆண்டு ஆளுநராகப் (1765–1766; 1767–1777) பொறுப்பேறு, பொறியாளர் புர்சே துணையோடு, நான்கே ஆண்டுகளில் மறு நிர்மாணம் செய்தவர் லா. அவரது நிர்வாகத்தில், அரசு மாளிகை கட்டப்பட்டது; புதிய நீர்ப்பாதையாக வடக்கில் பெரிய வாய்க்காலை நீட்டிக்கும் திட்டம் தொடங்கப்பட்டது; தரையடிக்குழாய் வழியாகக் குடிநீர் வழங்கும் முறை புகுத்தப்பட்டது. ஆளவரமற்றுக் கிடந்த ஊரை, ஐரோப்பியர், தொப்பிக்காரர், இந்தியர்களுடன் 60,000பேர் வாழும் பரபரப்பான நகரமாக்கிய நவபுதுவைச் சிற்பி அவர்.

“லா குடும்பத்தார் எதையும் சிறப்பாகவே செய்வர்” என்பது அவரது வீட்டு முகப்பில் பதிக்கப்பட்ட வாசகம். அதற்கேற்ப, புதுவை நகரை மீட்டெடுத்த வேகத்திலும் விவேகத்திலும் அது நன்றாகவே வெளிப்பட்டது. அவரது பெயர், லா என்றே பதிவுகளில் காணப்பட்டாலும், ‘லாசு’ என்றே அவர் அழைக்கப்பட்டார். அவரது பெயரால், புதுச்சேரியில் ‘லொரிஸ்தான் பாத்’ என்று உருவான ஊர், பின்னர் ‘லாபேட்’ என்றாகி, நாளடைவில் லாஸ்பேட்டை என்றானது (புர்தா 1995: 90, 100).

எனவே, விடுவார்களா தற்காலத் தமிழ் ஆர்வலர்கள்! மண்மணம் வீசும் பழைய பெயரே வைக்கவேண்டும் என்று கோரிக்கை எழுப்பினர். எனினும், வணிகர்களும், ஃபிரஞ்சுக் கலாச்சாரத்தில் ஊறியவர்களும்,

பாண்டிச்சேரி என்ற பெயர் பாரெங்கும் பழகிவிட்டதால், அதை மாற்றக் கூடாது என்று வாதிட்டனர். இருவருக்கும் பொதுவாக, நகரத்திற்குப் பாண்டிச்சேரி என்றும், மாநிலத்திற்குப் புதுச்சேரி என்றும் அரசு முடிவு செய்து, 2006 செப்டம்பர் 20இல் அரசாணை வெளியிட்டுப் பெயர்ச் சிக்கலுக்குத் தீர்வு கண்டது (தாவிதன்னுசாமி 2019: 17).

1.11: முடிவாக ஓர் ஆரம்பம்

1664இல் புதுச்சேரியைப் பொந்திசேரி ஆக்கியவர்கள் ஃபிரஞ்சுக்காரர்கள்; 1660களில் அதைப் பாண்டிச்சேரி என்றாக்கியவர்கள் ஆங்கிலேயர்கள்; 1694இல் நகரை முட்டைக்கோள வடிவில் மாநகரமாக்கத் திட்டமிட்டவர்கள் டச்சுக்காரர்கள்; அதைச் செயல்படுத்தியவர்கள் ஃபிரஞ்சியர். 1816இல் பாரிஸ் ஒப்பந்தத்தின்படி, இனிமேல் ஆங்கிலேயரின் படையெடுப்பிற்குப் புதுச்சேரி இலக்காகாது என்ற உறுதியுடன், புதுச்சேரி பிரதேசத்தின் பகுதிகளைத் துண்டுத் துண்டாக்கித் தந்தவர்கள் ஆங்கிலேயர்கள்.

பின்னோக்கிப் பார்த்தால், 1694இல் டச்சுப் பொறியாளர் ஜேக்கப் வெர்பெர்கமொயெஸ் (Jacob Verbergamoyes), பாதிரியார் லூயி (Fr. Louis), 1704இல் டெனிஸ் தே நியோன் (Denis de Nyon), 1765இல் புர்சே (Bourcet), 1778இல் லா லுஸ் தியே (La Lustiere), 1792இல் தெ ஃபெலின்ஸ் (de Phelines), 1816இல் ஸ்பினாஸ் (Spinasse), பின்னர் லெமரேஸ் (Lemaresse) ஆகிய ஃபிரஞ்சுப் பொறியாளர்கள் இதன் வடிவமைப்பிலும், கட்டுமானத்திலும் அரும் பங்காற்றியுள்ளனர். இடையில் வந்த போர்களும் தகர்ப்புகளும் அவர்களது சாதனைகளை எந்தவிதத் தடயமுமில்லாமல் அழித்துப் போட்டாலும், நகரின் கோள வடிவமும், சுற்று வட்டச் சாலையான புல்வாரும் வரலாறாய் வாழும் அவர்களை என்றும் நினைவூட்டிக்கொண்டிருக்கும்!

❍❍❍

2

ஃபிரஞ்சுப் பேரரசு – எழுச்சி – தளர்ச்சி – வீழ்ச்சி

2.1: புதுச்சேரியின் மகத்துவம்

> பயண வழிகள் பல; பயணக் கலங்கள் பல; ஆனால், இலக்கு மட்டுமே எப்போதும் ஒன்றாகவே இருந்தது. காலங்காலமாக வியப்பூட்டிவந்த, தங்கம், வெள்ளி, பளபளக்கும் வைடூரியங்கள், உணவுப் பண்டங்கள், கிராம்பு, மிளகு போன்ற நறுமணப் பொருட்கள், கண்ணாடி இழையன்ன சன்னத் துணிகள் போன்ற செல்வங்களைக் கொண்ட பெருமைக்குரிய இந்திய நாட்டை எட்டிப் பார்ப்பதே அவர்களது ஒரே குறிக்கோள்
>
> – **யோர்ன் லண்ட்ஸ்டார்ம்**
> *(Bjorn Landstorm - The Quest for India - 1964).*

கீழ்த்திசை நாடுகளின் இயற்கை வளமும் அளப்பரிய மனித வளமும் ஐரோப்பிய நாடுகளை வெகுவாக ஈர்த்தன என்பது வரலாறு. இந்தப் போட்டியில் முதலில் குதித்தவர்கள் போர்த்துக்கீசியரே. டச்சுக்காரர்கள் (ஆலந்து), ஆங்கிலேயர் ஆகியோரின் முயற்சிகளுக்குப் பின், நான்காவதாய் வந்தவர்கள் ஃபிரஞ்சியர். போர்த்துக்கீசியருடன் முன்பே வந்த ஸ்பெயின் போட்டியிலேயே இல்லாமல், தொடக்க முயற்சிகளுக்குப்பின், ஐரோப்பாவுடன் முடங்கிவிட்டது (மேலிசன் 1868: 5).

வாணிபம் தொடங்கி வளப்படுத்தல், அதன் மூலம் அயல்நாடுகளில் கிறித்தவ மதத்தைப் பரப்புவது என்பனவே ஐரோப்பிய நாடுகளின் பொதுநோக்காகும். பின்னாளில், காலூன்றிய பகுதிகளில் நிலைபெற்று, நாடு பிடித்துக் குடியேற்றப் பகுதியாக்கிக் கொள்வதும் ஒரு நோக்கமாக உருவெடுத்தது. அதற்கு மதமும் ஒரு முக்கியக் காரணியாயிற்று. கிறித்தவ மதத்தின் இரு பெரும் பிரிவுகளான கத்தோலிக்கர், திருத்தமுறையாளர்கள் (Protestants–புரோட்டஸ்டன்ட்) பிரிவினரிடையே முதன்மை பெறுவதற்கான போட்டிகள் தீவிரமாகி, ஐரோப்பிய நாடுகள் தங்களுக்குள்ளேயே அவ்வப்போது கடுமையாகப் போரிட்டுக் கொண்டனர்; மன்னர்குல வாரிசுப் போர்களும் நடந்தன. ஆகவேதான், குடியேற்ற (காலனி) நாடுகளின் வரலாற்றில் நிகழ்ந்த அரசியல்

மாற்றங்களும் அவற்றிற்கான தீர்வுகளும் ஐரோப்பியப் போர்களின் முடிவைப் பொறுத்தே நிர்ணயிக்கப்பட்டன.

ஐரோப்பியப் போர்களின் தாக்கம்

ஃபிரஞ்சிந்தியாவில் நிகழ்ந்த நிலவியல் மாற்றங்களுக்கு, ஐரோப்பாவில் 1693–99, 1761–65, 1778–85, 1793–1815ஆம் ஆண்டுகளில் நடந்த போர்களே காரணமாகும். இத்துடன், இந்தியாவில் திருத்தமுறையாளர்களான ஆங்கிலேயருக்கும், கத்தோலிக்கர்களான ஃபிரஞ்சியருக்கும் இடையில் நடந்த நேரடிப்போர்களும், இந்திய அரசுகளின் உட்பகைகளிலும், வாரிசுச் சிக்கல்களிலும், மாறி மாறித் தலையிட்டு, அவர்கள் நடத்திய மறைமுகப் போர்களும், இந்தியாவில் அவர்களது நிலவியல் விரிவாக்கத்திலும் பரிமாற்றங்களிலும் முக்கிய பங்காற்றிய போதிலும், ஐரோப்பியப் போர்களின் இறுதித்தீர்வே இந்தியப் பகுதிகளின் எல்லைகளைத் தீர்மானித்தது. இவ்விரு வல்லரசுகளுக்கிடையேயான பலப்பரிட்சையில், இந்தியச் சிற்றரசுகள் பகடைக்காய்களாக உருட்டப்பட்டன. இதனால் ஆபத்தான, சந்தர்ப்பவாதக் கூட்டணிகள் உருவாயின; பொன்னும் மணியும் புகழ்தரும் பதவிகளும் தாராளமாக வந்து விழுந்தன.

ஐரோப்பாவில் ஏற்பட்ட ஐந்து ஒப்பந்தங்கள் குறிப்பிடத்தக்கன:

(1) 1697 – ரிஸ்விக் உடன்படிக்கை – (Traite de Ryswick)

(2) 1748 – ஏக்ஸ் லா சப்பேல் – (Aix la Chappelle)

(3) 1763 – பாரிஸ் ஒப்பந்தம் – (Treaty of Paris)

(4) 1783 – வெர்சாய் உன்படிக்கை – (Traite de Versailles)

(5) 1814 – பாரிஸ் ஒப்பந்தம் – (Treaty of Paris)

இந்தியாவில், இருபெரும் வல்லரசுகளும் தங்களின் ஆதிக்கத்தை விரிவாக்குவதற்காக அடிக்கடி மோத வேண்டியதாயிற்று சென்னை (1746) கடலூர் (1748), புதுச்சேரியில் (1761, 1778, 1793) போர்கள் முற்றுகைகளின்போது அவர்கள் நேரடியாகவே தாக்கிக்கொண்டனர். அதுவன்றியும், கோல்கொண்டா, பிஜப்பூர் சுல்தான்களின் வாரிசுப்போர் களிலும், டெல்லி முகமதிய பாதுஷா, ஐதராபாத், ஆர்க்காடு ஆகிய கர்நாடக நிஜாம்/சுபேதார்களின் வாரிசு உரிமைகளுக்காவும், அவர்கள் இராணுவ நடவடிக்கைகளில் இறங்கினர். 1746–1748, 1749–1754, 1758–1763ஆம் ஆண்டுகளில் நடந்த மூன்று கர்நாடகப் போர்கள் அதன் விளைவே.

ஆட்சிப் பரப்பாகும் வணிகத்தளம்

போர்த்துக்கீசியர்கள் மலபாரில் இறங்கினார்கள், கோவாவில் தளம் அமைத்தார்கள், அங்கேயே தங்கி ஆட்சியையும் நிறுவினார்கள். அது விதிவிலக்கு. மாறாக, வணிகத்தைக் கருவியாக்கி, அந்நிய நாடுகளைக் காலனிகளாக்கும் எந்த முயற்சியும் உடனடியாக நிகழ்வது மிக மிக அரிதே. அதிலும், 17–18ஆம் நூற்றாண்டுகளின் காலனித்துவ நடவடிக்கைகளை ஆய்வு செய்யும்போது, அவை திட்டமிட்டு படிப்படியாக பரிணமிப்பதைக் காணலாம்.

(1) நிலவுரிமை/சொத்துரிமை பெறுதல்: தங்குமிடம் ஒன்றைத் தெரிவு செய்து அதற்கு அனுமதி பெறுதல்; பின்னர் நிலம் வாங்கி அதற்குச் சொத்துரிமை பெறுதல்; மென்மேலும் ஊர்களைப் பெற்று விரிவாக்கம் செய்தல் – இது முதல் படி.

(2) நிதி ஆதாரம் உருவாக்கல்: நிலவரி, குத்தகைகள், கொடைகள், பரிசுகள் மூலம், நிரந்தரநிதி வருவாய் உருவாக்கிக் கொள்ளல், சுங்கச்சாவடி நிறுவுதல் – இது இரண்டாவது படி.

(3) நாணயம் அச்சிடும் உரிமை: ஃபிரான்சு அரச முத்திரையுடன் நாணயங்களை அச்சடிக்கும் உரிமை பெறுதல், தங்கசாலை நிறுவுதல்,பிறபகுதிகளிலும் தம் நாணயத்திற்குச் செலாவணி அங்கீகாரம் பெறுவதன் மூலம் நிதி ஆதாரத்தை வலுப்படுத்திக்கொள்ளல் – இது அடுத்த படி.

(4) பாதுகாப்புக்கு இராணுவம்: செல்வத்தையும் நிலவுரிமையையும் தக்கவைப்பதற்கும், விரிவாக்கத்திற்கும் ஏதுவாகப் பாதுகாப்பிற் காகக் கோட்டைகள், அரண்கள் கட்டுதல்; ஐரோப்பியர்களுடன், குடியேற்றப் பகுதியினரையும் சேர்த்து பயிற்சி பெற்ற இராணுவத்தை உருவாக்குதல். தேவையானபோது, தரைப் படைகளுக்குத் துணையாகக் கப்பல் படையைத் தருவித்து வலிமை கூட்டுவது – இது இறுதி நிலை.

இந்தியாவில், ஆங்கிலேய, ஃபிரஞ்சு நாடுகளின் காலனிய வரலாற்றைப் படிக்கும் எவருக்கும், இந்தப் படிநிலைகள், தனித்தோ இணைந்தோ இயங்கி, ஒரு பேரரசைக் கட்டமைப்பதில் பங்காற்றியிருப்பதைத் தெளிவாகக் காணலாம் (அனிமேஷ் ராய் 2008: 29–36; மொரே 2020: 18–19).

2.2: ஐரோப்பியர் வருகை

போர்த்துக்கீசியரான வாஸ்கோடகாமா 1498ஆம் ஆண்டில், தென்னாப்பிரிக்காவின் நன்னம்பிக்கை முனை வழியாகப் புதிய கடல்வழியைக் கண்டுபிடித்து, இந்தியாவின் மேற்குக் கடற்கரையில் கோழிக்கோடு(*Calicut*) துறைமுகத்தில் வந்திறங்கினார். அவரது வெற்றிப் பயணம் கீழ்த்திசை நாடுகளுக்கான வாசலைத் திறந்துவிட்டதால், வணிகத் தேடல் என்ற பெயரில் ஐரோப்பியர்கள் ஒருவர் பின் ஒருவராக வரத்தொடங்கினர். இந்தியாவின் இயற்கை வளமும் நெசவுத்தொழிலின் உயர்தரமும் மண்டிக் கிடந்த மனித வளமும் அவர்களை வெகுவாக ஈர்த்தன.

“நாங்கள் தேடி வந்த நாட்டை மட்டுமல்லாமல், நறுமணப் பொருட்களையும் மதிப்பில்லாத மணிகளையும் கண்டுபிடித்தாகி விட்டது; இது திரும்புவதற்கான தருணம். இவ்வளவு முக்கியமான கண்டுபிடிப்பிற்கு எங்களின் யோகமே காரணம். மிகுந்த மனநிறைவுடன் போர்ச்சுகல் நோக்கிப் பாய்விரிக்கிறோம்.” என்று வாஸ்கோடகாமா எழுதியிருப்பதிலிருந்து இந்தியாவை அவர்கள் எவ்வளவு குறிவைத்தார்கள் என்பது புலனாகும் (மெலாங்கின் 2015: 8–9).

கிழக்கிந்திய நாடுகளை, குறிப்பாக இந்தியாவை நோக்கி மேலை நாடுகள் விரைந்ததற்கு, வணிக நோக்கத்தைத் தவிர வேறொரு காரணமும்

இருந்தது. ஆதாம் – ஏவாள் உலவிய ஈடன் தோட்டம் இந்தியாவில் இருக்கும் என்ற கிறித்தவ மதகுருமார்களின் அழுத்தமான நம்பிக்கையும் ஒரு முக்கிய காரணமாகும். பதினாறாம் நூற்றாண்டிலேயே கத்தோலிக்க நாடுகளான ஸ்பெயினும், போர்ச்சுகலும் இந்தப் பந்தயத்தில் முந்திக் கொண்டன. எனவே, இதை ஒரு சவாலாக எடுத்துக்கொண்டு திருத்தமுறை நாடுகளான டச்சு, ஆலந்து (*Dutch–Holland*), டென்மார்க் (*Danes–Danish–Denmark*), இங்கிலாந்து ஆகிய நாடுகளும் இந்தப் போட்டியில் ஒன்றன்பின் ஒன்றாகக் குதித்தன.

செஞ்சியரின் ஆதிக்கத்தில் புதுவை

ஐரோப்பியரின் வருகையின் போது (16–17ஆம் நூற்றாண்டுகளில்), புதுச்சேரி செஞ்சி அரசின் கீழ் இருந்தது; அருகிலிருந்த வழுதாவூர் கோட்டை அதன் பாதுகாப்பு அரண். கடலூரிலிருந்து சென்னை செல்வதற்கு புதுச்சேரி வழியாக ஒரு பாதையும், செஞ்சியிலிருந்து வழுதாவூர் வழியாகப் புதுச்சேரிக்கு ஒரு பாதையும் இருந்ததால்,துறைமுகம் இயங்க வசதியானது.

முதன்முதல் தமிழகப் பகுதிக்கு வந்தவர்கள் போர்த்துகீசியரே. 1553 முதல் நாகப்பட்டினத்திலும் சாந்தோமிலும் வணிகத்தலங்களை நிறுவிய இவர்கள், புதுச்சேரி (புதுசெய்ரா), காலாப்பட்டு (காலாப்பத்), கூனிமேடு (கோனிமரா) ஆகிய இடங்களிலும் வணிகத் தொடர்பு கொண்டிருந்தனர். ஆனால், செஞ்சி அரசுடன் ஏற்பட்ட பிணக்கால், 1614இல் அவர்கள் வெளியேற்றப்பட்டனர் (மொரே 2014: 72).

டச்சுக்காரர்கள் வந்ததும் போனதும்

போர்த்துக்கீசியர்கள் வெளியேற்றப்பட்டதும், அவர்களது போட்டியாளர்களான டச்சுக்காரர்கள் நுழைந்தனர்; செஞ்சி அரசரான இரண்டாம் கிருஷ்ணப்ப நாயக்கரிடம் அனுமதி பெற்றுத் தேவனாம்பட்டினத்தில் (கூடலூர்) தங்கி, புதுச்சேரியிலும் (பொலிட்செரி – *Politseri*, புலிசேரி – *Poulesere*) வணிகம் செய்தனர். அந்தச் சமயத்தில் விஜயநகரப் பேரரசில் வாரிசுப்போர் நடந்துகொண்டிருந்தது. இதில் தஞ்சாவூர் பாளையத்தின் நாயக்கரான கிஷ்டப்பா (*Kistappa Nayakkar*), போர்த்துக்கீசியரோடு சேர்ந்து கொண்டு, இரண்டாம் இராமாவை (*Rama II*) ஆதரித்தார். செஞ்சிப் பாளையத்தின் நாயக்கரான முத்துக்கிருஷ்ண நாயக்கர், இராமாவின் போட்டியாளரான முதலாம் வெங்கடப்பாவை (*Venkatappa I*) ஆதரித்தார். டச்சுக்காரர்களும் அவருக்கே ஆதரவாயிருந்தனர் (மொரே 2014; இராமதாசு 2017: 72).

1618இல் கிஷ்டப்ப நாயக்கர், 12,000 பேர் கொண்ட பெரும்படையுடன் செஞ்சியைத் தாக்கிக் கைப்பற்றியதோடு, தேவனாம்பட்டினத்தையும் திருப்பாதிரிப்புலியூரையும் ஆக்கிரமித்தார். அதன் விளைவாக, போர்ச்சுகலுக்குப் போட்டியாளரான டச்சுக்காரர்கள் வெளியேறிப் புதுச்சேரியில் தஞ்சம் புகுந்தனர். 1620வரை தங்கியிருந்த அவர்கள், சாதகமான சூழ்நிலை திரும்பியதும் திருப்பாதிரிப்புலியூருக்கே திரும்பிப் போய்விட்டனர். டச்சு முகவரான சிமோன் ஜூஸ்டன் (*Simon Joosten*)

புதுச்சேரியில் தங்கி வணிகம் செய்துகொண்டிருந்தபோது மரணமடைந்தார். அவர் செர்க்கிள் தி பாண்டிச்சேரிக்கும், பெரிய கால்வாய்க்கும் இடையே அடக்கம் செய்யப்பட்டார். புதுச்சேரியில் கல்லறை கண்ட முதல் ஐரோப்பியர் இவரே. டச்சுக்காரர்கள் புதுச்சேரியில் வசித்த இரண்டாண்டுகளில், தொழிற்சாலை ஏதும் துவங்கியதற்கான ஆதாரம் இல்லை *(மொரே 2014: 72).*

*1618*இல் செஞ்சி நாயக்கர் கிருஷ்ணப்ப நாயக்கரிடம் அனுமதி பெற்று, டச்சுக்காரர்கள், தேவனாம்பட்டினத்தில் ஒரு கோட்டை கட்டினர். போர்த்துக்கீசியர் இதை விரும்பவில்லை. அவர்கள் விஜயநகர அரசர் முதலாம் வெங்கடப்பாவிற்கு அழுத்தம் கொடுத்து, கோட்டையைத் திரும்ப ஒப்படைக்கச் செய்தனர். பின்னர், சிவாஜியின் மகன் இராஜாராமிடமிருந்து ஆங்கிலேயர் அதிக விலை கொடுத்துக் கடலூர் கோட்டையை வாங்கிக்கொண்டனர் *(இராமதாசு 2017).*

டேனிஷ்காரர்கள் முயற்சிகள்

டச்சுக்காரர்கள் வெளியேறியதால் புதுச்சேரியில் வர்த்தகம் சுணங்கியது; வருமானம் குறைந்தது. எனவே அதைச் சரிக்கட்ட, தரங்கம்பாடியில் இருந்த டென்மார்க்கர்களை புதுவையில் வணிகம் செய்யுமாறு செஞ்சி நாயக்கர் *1624*இல் அழைப்பு விடுத்தார். தரங்கம்பாடியில் அவர்கள் கட்டியிருந்த நெசவுத் தொழிற்சாலையைப்போல புதுச்சேரியில் இல்லை. வணிகத் தளமாகவும் வாழிடமாகவும் கிடங்காகவும் ஒரே ஒரு கட்டடம்*(Out Post)* மட்டும் கட்டினர். அதுதான் டேனிஷ் பங்களா. புதுச்சேரியைச் சுற்றியிருந்த சாரம், ஒதியம்பட்டுப் பகுதிகளிலிருந்து வண்ணத்துணிகளை கொள்முதல் செய்து ஏற்றுமதி செய்து வந்தனர். ஆனால், கிருஷ்ணப்ப நாயக்கருடன் இது குறித்து அவர்கள் எந்த ஓர் ஒப்பந்தமும் செய்து வரவில்லை; ஒருக்கால், வாய்வழி அனுமதியுடன் அவர்கள் இயங்கியிருக்கக்கூடும் *(மொரே 2014: 72–76).*

கர்நாடக சுல்தான்களின் படையெடுப்பு

அப்போது இந்தியாவைப் போர் மேகம் சூழ ஆரம்பித்தது. *1636* முதல், மொகலாயப் பேரரசர் ஷாஜகானின் பார்வை தென்னகத்தின் மீது திரும்பியது. இப்பகுதியை கோல்கொண்டா, பிஜப்பூர் சுல்தான்கள் ஆட்சி செய்தனர். அவர்களில், கோல்கொண்டா சுல்தான் ஷாஜகானுடன் இணைந்துகொண்டார்; ஆனால் பிஜப்பூர் சுல்தான் பணிய மறுத்து விட்டார். என்றாலும், பிஜப்பூர், கோல்கொண்டா இரு படையினரும் *8000* வீரர்களுடன் (மூர்கள், கான்கள்), *1648*இல் செஞ்சி நோக்கி வந்து துவம்சம் செய்தனர். வேண்டிய மட்டும் கொள்ளையடித்து, அதையே வீரர்களின் ஊதியமாக எடுத்துக்கொள்ளுமாறு அறிவித்ததால், ஊர்கள் சூறையாடப்பட்டன; சொத்துக்கள் கொள்ளை போயின; எங்கும் வன்முறை தலைவிரித்தாடியது *(மொரே 2014: 80).*

‘மூர்களின் அட்டகாசத்திற்கு அஞ்சி, நெசவாளர்களும், சித்திரம் அச்சடிப்போரும் வெளியேறிவிட்டதால் துணி உற்பத்தி குறைந்து, பற்றாக்குறை ஏற்பட்டது. அதனால் துணி விலை தாறுமாறாக எகிறியது.

இரண்டு பெரும் இராணுவப் படைகள், இரண்டு பக்கமும் சூழ்ந்து கொண்டு, திரும்பத் திரும்பத் தாக்கியதால், ஊரே காலியானது. முக்கியத் துறைமுகங்களான தேவனாம்பட்டினம், பரங்கிப்பேட்டை, புதுச்சேரி ஆகிய மூன்றும் சீரழிக்கப்பட்டன' என்று ஆங்கிலக் கும்பினியின் முகவர் ஒருவர் அப்போதிருந்த நிலைமைப் பற்றிக் குறிப்பிட்டிருக்கிறார் (மெலாங்கின் 2015:10).

டென்மார்க்கர்களின் வெளியேற்றம்

இத்தகைய பேரழிவுகள் 1652, 1656ஆம் ஆண்டுகளிலும் நிகழ்ந்ததால், டென்மார்க்கர்களின் வணிகம் பெரும் வீழ்ச்சியடைந்தது. இந்தப் படையெடுப்பின்போது, அவர்கள் ஆதரித்த வாலிகண்டபுரம் சுபேதார், சேர்கான் லோடி, கோல்கொண்டா சுல்தான் படையினரிடம் தோல்வியடைந்ததால், இராணுவ ரீதியிலும் அவர்கள் பலவீனமடைந்தனர். இதனால், அவர்கள் முப்பது ஆண்டுகள் வாழ்ந்த புதுச்சேரியை விட்டு 1660இல் வெளியேற வேண்டியதாயிற்று.

வாய்ப்பை உதறிய டச்சுக்காரர்கள்

டென்மார்க்கர்கள் வெளியேறியதால், டச்சுக்காரர்களுக்கு இரண்டாவது வாய்ப்பு 1660களில் வந்தது. புதுச்சேரி பகுதிக்குப் பொறுப்பாளராக இருந்த செஞ்சி நாயக்கர் இராம்வேல் கிருஷ்ணப்பா, தேவனாம்பட்டினத்தில் இருந்த டச்சுக்காரர்களைப் புதுச்சேரிக்கு வந்து வணிகம் செய்யுமாறு இரண்டு முறை அழைப்பு விடுத்தார். ஆனால், அதை அவர்கள் ஏற்கவில்லை. ஆகவே, 1660 முதல் 1670 வரை புதுச்சேரியில் எந்த ஐரோப்பியரும் தங்கியிருக்கவில்லை. டென்மார்க்கர்கள் கட்டிய வணிகக்கிடங்கான 'டேனிஷ் பங்களா'மட்டும் கேட்பாரற்றுக் கிடந்தது (மொரே 2014:82).

ஆர்வம் காட்டாத ஆங்கிலேயர்கள்

ஆங்கிலேயர்கள், 1600ஆம் ஆண்டே பிரிட்டிஷ் கிழக்கிந்தியக் குழுமம் தொடங்கி, 1616லேயே இந்தியாவிற்குள் வந்து, கொல்கத்தாவில் கால் பதித்துவிட்டார்கள். 1617இல் புதுச்சேரியைப் பற்றி டச்சுக்காரர்கள் மூலம் கேள்விப்பட்ட ஆங்கிலேயர்கள், அங்கும் வணிகம் செய்ய விரும்பினர். 1625ஆம் ஆண்டு ஆங்கிலேயரான காக்ரேனை (Cochran) செஞ்சி நாயக்கர் முத்துகிருஷ்ணப்ப நாயக்கரின் அதிகாரியான 'புள்ளை' என்பவர் சந்தித்து வணிகம் செய்ய வருமாறு வற்புறுத்தினார். ஏனோ, அது தொடரவில்லை. 1639இல் ஹார்ட் என்ற கப்பல் மூலம், ஃபிரான்சிஸ் டே (Francis Day) புதுச்சேரிக்கு வந்திறங்கினார். அவருக்குப் புதுச்சேரியில் வணிகம் செய்யவும், கூனிமேட்டில் ஒரு தொழிற்சாலை அமைக்கவும் நாயக்கரிடமிருந்து அனுமதி கிடைத்தது. அதேசமயத்தில், டென்மார்க்கர் களுடனும் புள்ளை குலவியதை அறிந்ததால், ஆங்கிலேயர்களுக்கு ஆர்வம் குறைந்துபோனது.

மாறாக, அதே ஆண்டில், அதே கிழக்குக் கடற்கரையில் சந்திரகிரி அரசரிடமிருந்து சாந்தோமிற்கு வடக்கில் ஒரு துண்டு நிலத்தை வாங்கிய ஆங்கிலேயர்கள், அதில் ஒரு கோட்டையும் (St. George Fort) கட்டத்

தொடங்கினர். அதுவே பின்னாளில், செயின்ட் ஜார்ஜ் கோட்டையாகவும் மதராஸ் பட்டினமாகவும் வளர்ந்தது. அதனால், அவர்கள் புதுச்சேரியின் மீது அக்கறை காட்டவில்லை போலும்! (மொரே 2014:78–79).

ஆனால், விதி யாரை விட்டது? ஐரோப்பியாவில் நடந்த போர்களின் தொடர் விளைவாக, பின்னாட்களில் மூன்று முறை புதுச்சேரி மீது ஆங்கிலேயரைப் படையெடுக்க வைத்தது. 1761–65, 1778–85, 1793–1815ஆண்டுகளில் ஏறத்தாழ முப்பது ஆண்டுகள் ஆங்கிலேயரின் உடும்புப் பிடியில் சிக்கிப் புதுச்சேரி தத்தளிக்க நேர்ந்தது!

2.3: ஃபிரஞ்சியரின் வணிக முயற்சிகள் (மேலிசன் 1868)

பதினாறாம் நூற்றாண்டு முடியும் தறுவாயில், ஏனைய நாடுகள் வந்துவிட்டபோதும்கூட, கீழ்த்திசைத் தேடலுக்கு ஃபிரான்சு ஆயத்தமாகவில்லை. போதுமான கப்பல்களும், கடற்படை வீரர்களும் இல்லாததே அதற்குக் காரணம். 1630 வரையில் இதே நிலைதான் நீடித்தது.

ஃபிரான்சிலிருந்து இந்தியப் பயணம், கால நிலையைப் பொறுத்துப் பன்னிரண்டு மாதங்கள் வரை நீடித்தது. தொலைதூரக் கடற்பயணத்திற்கு அதிகச் செலவாகும்; இருபது முதல் எழுபது கப்பல்கள் வழியில் நிற்காமல், தொடர்ந்து நெடுந்தூரம் போக முடியாது; ஓய்வெடுக்கவும் பழுது பார்க்கவும், வழிப் பயன்பாட்டுக்குப் பொருட்களைச் சேகரிக்கவும் இடையில் தங்கிப்போகத் துறைமுக நகரங்கள் வேண்டும். இந்துமாக்கடலில் ரெயூனியன் (புர்போன் தீவு – Bourbon), மொரிசியஸ் (பிரான்சு தீவு – Iles de France), செங்கடலில் மோக்கா (Mocha/Makka) ஆகிய தீவுகள், நெடும் பயணங்களின் இடையில் தங்கிவர ஏதுவாகக் கிடைத்த பின்பே, ஃபிரான்சின் கீழ்த்திசைத் தேடல் சூடுபிடித்தது (மெலாங்கின் 2015:19, அனிருத்தா ரே 2004:522).

முற்றுப் பெறாத முயற்சிகள் (1601–1672) – முதல் முயற்சி

1503ஆம் ஆண்டு முதலே ஃபிரஞ்சியருக்கு இந்தியா மீது ஆர்வம் இருந்தது. ஆனால், ஆரம்ப காலத்தில், அரசு நேரடியாக வணிக முயற்சிகளில் ஈடுபடவில்லை; ஆனால் தனியார் ஊக்குவிக்கப்பட்டனர். 1537லேயே இரண்டு கப்பல்கள் மேற்குக் கடற்கரையில் டையு (Diu) வரை வந்து போனதாகக் கூறப்படுகிறது. கடல் செலவு மேற்கொண்டு, தொலைதூர வணிகத்தினைப் பெருக்குமாறு, 1537இல் ஆண்ட மன்னர் முதலாம் ஃபிரான்சுவாவும் (Francois–I), 1578இல் ஆண்ட மன்னர் மூன்றாம் ஃகென்ரியும் (Henri–III) உற்சாகமூட்டியும் முன்னேற்றம் காணமுடியவில்லை.

முதன்முதலாக 1601இல் சென் மலோ (St. Malo) நிறுவனம் சார்பில் இரண்டு கப்பல்கள் – குருவாசான் (Croissent) என்ற கப்பல் ஃபிரான்சுவா பிரார் தெ லாவல் (Francois Pyrard De Laval) தலைமையிலும், கார்ப்பின் (Carpin) என்ற இரண்டாவது கப்பல், ஃபிரான்சுவா மர்த்தேன் தெவித்தர் (Francois Martin de Vitre) தலைமையிலும் இந்தியாவிற்கு வந்தன; புதுச்சேரியிலிருந்து துணிகளையும் ஏற்றுமதி செய்து போயின. ஆனால் முதலீடு பற்றாக்குறையால் வணிகம் தொடரவில்லை. டச்சுக்களின் ஏக போகத்தை ஒடுக்குவதற்கான முதல் முயற்சி அதுவாகும் (மொரே 2014:86–87).

அடுத்தடுத்த முயற்சிகள்

1604ஆம் ஆண்டில் ஜூன் முதல் நாளில், நான்காம் ஃகென்ரி (Henri–IV) காலத்தில், ஃபிரஞ்சுக் கிழக்கிந்தியக் கும்பினி (Compagnie des Indes Orientales) தொடங்கப்பட்டது. இம்முறை, அரசும் மறைமுகமாக ஆதரவளித்தது. சலுகைகளாக, பயணச் செலவுக்குப் பணமும் இரண்டு பீரங்கிகளும் பதினைந்து ஆண்டுகளுக்கு ஏகபோக வர்த்தக உரிமையும் வழங்கப்பட்டன. ஆனால், சரியான திட்டமிட்டுச் செயலாற்றாததால் இக்கும்பினி முடங்கிப்போனது. 1611இல் இரண்டாவது வணிகக்குழுமம் தொடங்கப்பட்டு, அதுவும் செயல்படாமல் போனது. அதன்பின், 1615இல், மொலாக்கஸ் கும்பினி (Compagnie de Molaccus) இரண்டு கப்பல்களை அனுப்பியதில், ஒன்று மட்டுமே திரும்பியது; ஒரு கப்பலின் இழப்புப் பெரிதானதால் அதுவும் முடங்கியது.

மூான் பெப்பன் வருகிறார்

1616இல், சென் லூயி (St. Louis), சென் மிக்கேல் (St. Michel) என்ற இரண்டு கப்பல்களை, கேப்டன் நிக்கோலாஸ் ஃப்ரோலே தெ லா பிரதிலியேர் (Nicolas Frole tde la Bradiliere) தலைமையில், சுமார் 900 பேருடன் மூான் பெப்பன் (Jean Pepin), அர்மேல் மர்த்தேன் (Armel Martin) ஆகிய பிரதிநிதிகளுடன் சென் மலோ (St. Malo) கும்பினி அனுப்பியது. இவ்விரண்டில், சென் லூயி மட்டும் சோழ மண்டலக் கரைக்குச் சென்றது. அதிலிருந்த மூான் பெப்பன், செஞ்சி நாயக்கரான முத்துக்கிருஷ்ண நாயக்கருடன், புதுச்சேரியில் வணிகத் தளம் நிறுவவும் பாதுகாப்பிற்கு ஒரு சிறு கோட்டை கட்டிக் கொள்ளவும் ஓர் ஒப்பந்தம் செய்துகொண்டார். அதன் மூலம், இந்திய மண்ணில் ஃபிரஞ்சியர், உரிமையுடன் கால் பதிக்க அதிகாரம் பெற்றவர் அவரே!

1616இல் ஃபிரான்சிலிருந்து கிளம்பி, 1617இல் புதுச்சேரிக்கு வந்த மூான் பெப்பன் (Jean Pepin), 1618இல் இரண்டரை ஆண்டுகளுக்குப் பின், வணிகம் செய்து கொழுத்த ஆதாயத்தோடு, வெற்றிகரமாகத் திரும்பினார். வழியில், சென் மிக்கேல் கப்பலை டச்சுக்காரர்கள் பிடித்துக்கொண்டதால், சென் லூயி மட்டுமே சென் மலோவிற்குத் திரும்பிச் சென்றது. சென்ற இடமெல்லாம் மக்கள் திறந்த மனதுடன் வரவேற்றதாகவும் மற்ற அயலவர் ஆயுதங்களால் சாதிக்க முடியாததைத் தாங்கள் அன்பான கனிவான அணுகுமுறையால் சாதித்ததாகவும், அரசருக்கு அளித்த அறிக்கையில் அவர் பெருமையுடன் குறிப்பிட்டிருந்தார். எனவே, ஃபிரஞ்சு அரசு வணிக முயற்சிகளைத் தொடர ஆர்வமாக இருந்தது. ஆனால், இடையில் குறுக்கிட்ட முப்பதாண்டுப் போர் காரணமாக அம்முயற்சிகள் தடைபட்டன. 1648இல் போர் முடிந்ததும், ஃபிரான்சு புதுச்சேரிக்குள் வர முடிவு செய்து, 1652இல் மேற்கொண்ட முயற்சிகளை, ஆங்கிலேயர்கள் தந்திரமாகத் தடுத்துவிட்டனர். தங்களுக்குப் போட்டியாக ஃபிரான்சு வருவதை அவர்கள் விரும்பவில்லை. மேலும், ஐரோப்பாவில் கிளர்ந்த அரசியல் பிரச்சனைகளால் முயற்சிகள் தொடரவில்லை (மூவோ துய்ப்ரேய் 1937; மொரே 2014).

திடமான அடியெடுத்து வைக்கும் அரசு

1630இல் மன்னர் பதின்மூன்றாம் லூயியின் (Louis XIII) அமைச்சரான ரிஷேலியேதான், (Richelieu) நிலைமையைச் சரியாக உணர்ந்து, திடமான நடவடிக்கைகளைத் திட்டமிட்டார். ஐரோப்பிய அரசியலில் ஃபிரான்சு ஒரு முக்கிய சக்தியாக விளங்கவேண்டுமானால், மேற்கே அமெரிக்காவுடனும், கிழக்கே இந்தியாவுடனும் வணிகத் தொடர்பு அவசியம் என்று அவர் நம்பினார். அதற்கு உரமளிக்கும் வகையில் வலுவான வணிக நிறுவனங்களையும், அவற்றிற்குத் துணையாகக் கப்பல் படையையும் உருவாக்கத் தொடங்கினார் (இராமசாமி 1986, 1992)

கொல்பேர் முயற்சிகள்

அடுத்துவந்த மன்னர் பதின்நான்காம் லூயியின் ஆதரவுடன் ரிஷேலியேவின் முயற்சிகள் தொடர்ந்தாலும், நிறுவனங்களைத் தொடங்கும் நடவடிக்கைகள் தோல்வியிலேயே முடிந்தன. இந்தப் பின்னணியில், 1664இல் மன்னரே நேரடியாக அக்கறை எடுத்து, கிழக்கிந்திய வணிகக் கும்பினி (Compaignie des Indes Orientales) என்ற நிறுவனம் தொடங்கவைத்தார். முந்தைய முயற்சிகளின் தோல்விக்கு நிதி ஆதாரக் குறைவும், வலுவில்லாத கடற்படையுமே காரணம் என்பதை நிதி அமைச்சர் ழான் பப்திஸ்த் கொல்பேர் (Jean Baptiste Colbert) ஆய்ந்துணர்ந்து, அக்குறைகளை நிவர்த்தி செய்தார். எனவே, புதிய நிறுவனம் அரசின் முழுமையான ஆதரவுடனும், தாராளமான சலுகைகளுடனும் வலுவான நிதி ஆதாரங்களுடனும் ஆரம்பிக்கப்பட்டது. ஆகவே, இது கொல்பேர் நிறுவனம் என்றே அழைக்கப்பட்டது.

சலுகைகள் ஏராளம்

ஐம்பது ஆண்டுகளுக்குக் கிழக்கிந்திய நாடுகளுடன் வணிகம் செய்யும் உரிமை, ஒரு பங்கு ஆயிரம் லிவர் (Livre) (1 லிவர் = 21/2 ரூபாய்) என்ற முகமதிப்பில், 15,000 பங்குகளுடன் முதலீடு, நிர்வாகத்தைக் கவனிக்க 21 இயக்குநர்கள் அடங்கிய பொதுக்குழு, பயணப் பாதையில் தங்கிச்செல்ல மடகாஸ்கர், மோக்கா தீவுகளின் நிரந்தர உரிமை, எதிர்காலத்தில் கைப்பற்றும் இடங்கள், நிலங்கள், சுரங்கங்கள், அடிமைகள் அனைத்திற்குமான உரிமை போன்ற சலுகைகள் வழங்கிக் குழுமத்தின் அடித்தளம் வலுவாக்கப்பட்டது. வரிச்சலுகைகளுடன், முதல் பத்தாண்டுகளில் ஏற்படும் இழப்புகள் முதலீட்டில் கழித்துக்கொள்ளப்படும் என்ற உறுதியும், கடற்படைப் பாதுகாப்பும் வழங்கப்பட்டன. அனைத்திற்கும் மேலாக, மன்னர் லூயி, 30 லட்சம் லிவர் பணத்தையும் தன் பங்கிற்குக் கொடுத்தார். அவர் விதித்த ஒரே நிபந்தனை, வணிகம் பெருக்கி ஃபிரான்சை வளப்படுத்துவதோடு, கத்தோலிக்கக் கிறித்துவத்தைப் பரப்ப வேண்டும் என்பதே! (மேலிசன் 1868).

இதை நிறைவேற்றுவதற்காகக் கொல்பேர் தேர்ந்தெடுத்த நபர் யார் தெரியுமா? போட்டியாளரான டச்சுக்குழுமத்திலிருந்து இழுக்கப்பட்ட ஃபிரான்சுவா கரோன் (Francois Caron) என்ற திருத்தமுறைக் கிறித்தவர்தான்.

ஃபிரஞ்சியர் வருகையும், வளர்ச்சியும்

1664இல் கிழக்கிந்தியக் குழுமம்/கும்பினி தொடங்கிய ஃபிரான்சு (*Compagnie pour le Commerce des Indes Orientales*), தனது முதல் வணிகத்தளத்தை 1668இல் சூரத்தில் அமைத்தது. மற்ற ஃபிரஞ்சிந்தியப் பகுதிகளான புதுச்சேரி 1673இலும், சந்திரநாகூர் 1688இலும், காரைக்கால் 1738இலும், மாகி 1721இலும், ஏனாம் 1731இலும் ஃபிரான்சின் வசம் வந்தன. சுருங்கக்கூறின், இதுதான் தொடக்கத்தில் ஃபிரஞ்சியக் குடியேற்றப் பகுதிக்கு—எதிர்கால ஃபிரஞ்சிந்தியாவிற்கு – அடிகோலிய விதம்.

ஆனால், 1816ஆம் ஆண்டில் ஃபிரஞ்சிந்தியாவின் நிலவமைப்பு இறுதி வடிவம் பெறுவதற்கு முன்பு நடந்த நிகழ்வுகள் வரலாற்று முக்கியத்துவம் வாய்ந்தவை. சமரசத் தூதுகள், சதிகளின் சதிராட்டம், பிரித்தாளும் சூழ்ச்சி, துரோகங்களின் தொடர் கதைகள், பொன்னும் மணியும் பணமும் கொட்டிய பரிசு மழைகள், குருதிக் களரி பாய்ந்த போர்க்களங்கள், விதியின் விளையாட்டு என்று விரிகிறது அதன் பின்னணி.

வணிகத்தலமாகும் புதுச்சேரி

1666ஆம் ஆண்டு செப்டம்பர் நான்காம் நாள், ஃபிரஞ்சுப் பிரதிநிதியாக, பெபர் (*Beber*) என்பவர் இந்தியாவிற்கு வந்து, முகலாயப் பேரரசரான ஔரங்க செப்பைச் (*AurangZeb*) சந்தித்தார். மேற்குக் கடற்கரையில், சூரத்திற்கு அருகில், பன்னிரண்டு கிலோமீட்டரில் ‘சொயாலி’ (*Soyali*), என்ற இடத்தில் வணிகத்தளம் அமைத்துக் கொள்வதற்காக ஓர் ஒப்பந்தமும் செய்துகொண்டார். வணிக நிலையத்தின் தலைமை இயக்குநராக நியமிக்கப்பட்ட ஃபிரான்சுவா கரோன் (*Francois Caron*) அதை விரைவிலேயே சூரத் (*Surat*) நகருக்கு மாற்றிக்கொண்டார். அங்குப் பணியிலிருந்த ஃபிரான்சுவா மர்த்தேன் (*Francois Martin*), கிழக்குக் கடற்கரைப் பகுதிகளிலும் வணிகத்தை விரிவுப்படுத்தவேண்டி, 1667இல் அர்மீனியர் மர்க்காராவை கோல்கொண்டா சுல்தானுக்குத் தூதனுப்பி, மசூலிப்பட்டினத்தில் ஒரு வணிகச்சாலை அமைப்பதற்கான அனுமதியைப் பெற்றார். 1669 டிசம்பர் 5 முதல் அங்கு வணிகத்தளம் இயங்கத் தொடங்கியது. அதேபோல், 1670இல் கண்ணனூர் மன்னரிடம், தலசேரியில் ஓர் அங்காடி அமைக்கும் உரிமத்தையும் பெற்றுக்கொண்டார்; இவை முதல் கட்ட முயற்சிகள் (மொரே 2020:87).

தென்னிந்திய அரசியல் களத்தில் ஃபிரஞ்சியர்

ஃபிரஞ்சியர் வருகையின்போது

ஃபிரஞ்சியர் வருகையின்போது தென்னிந்தியா இரண்டு முகமதிய சுல்தான்களின் ஆட்சியின்கீழ் இருந்தது. கோல்கொண்டா (*Golkonda*), பிஜப்பூர் (*Bijapur*) சுல்தான்கள் இருவரும் வெவ்வேறு பகுதிகளை ஆண்டு வந்தாலும், அவர்களுக்கிடையே கடுமையான ஆதிக்கப் போட்டி நிலவியது. புதுச்சேரியை உள்ளடக்கிய செஞ்சிக்கோட்டை அப்போது பிஜப்பூர் சுல்தானின் ஆதிக்கத்தில் இருந்தது. அதை வாலிகண்டபுரத்தில் சுபேதாரான (*Subedhar*) சேர்கான் லோடியும் (*Sher Khan Lodi*),

செஞ்சிக்கோட்டை கிலேதார் ஆன (*Killedhar*) நாசிர் முகமது கானும் (*Nazir Mohammed Khan*) நிர்வகித்து வந்தனர்.

பிளாங்க்கே தெலாஃகே வருகை

ஃபிரஞ்சியர் வருகைக்கு முன்பே, டச்சுக்காரர்கள் இந்தியாவில் மட்டுமல்லாமல், அடுத்திருந்த இலங்கையிலும் (*Ceylon*) நிலை கொண்டிருந்தார்கள். தமிழ்நாட்டில் செயின்ட் தோம் (*SaintThome* = சாந்தோம்) பகுதி அவர்களின் கட்டுப்பாட்டில், ஆர்க்காட்டு நவாபின் நிர்வாகத்தில் இருந்தது. ஃபிரான்சு அரசரின் ஆணைப்படி, இந்தியாவிலும், அதை ஒட்டிய இலங்கைத் தீவிலும் ஃபிரான்சின் ஆதிக்கத்தைத் தொடங்குவதற்காக, 1671இல் ஒரு படையுடன் வந்த ஃபிரஞ்சு வைஸ்ராய், தளபதி ழாகொப் பிளாங்க்கே தெலாஃகே (*Jacob Blanquet de la Hay*), நேராகத் திரிகோணமலையை அடைந்தார். ஏற்கெனவே, அங்கு டச்சுத் தளபதி ரில்கோஃப் வான் கோயன்ஸ் (*Rylchoff Van Goens*) தன் கடற்படையுடன் முகாமிட்டிருந்தார். எனவே. இருதரப்பிற்கும் மோதல் வெடித்தது. இரு தரப்பிலும் பலத்த சேதம் ஏற்பட்டாலும், யாருக்கும் வெற்றி தோல்வி இல்லை. இந்நிலையில், அங்கிருந்து புறப்பட்டு இந்தியப் பகுதிக்குள் நுழைந்த தெலாஃகே, 1672 ஜூலை 25 அன்று, கோல்கொண்டா சுல்தானின் படைகளைத் தோற்கடித்து, சாந்தோமைக் கைப்பற்றினார். இதுவே, இந்தியாவில் ஃபிரஞ்சியரின் வெற்றிகரமான முதல் இராணுவ நடவடிக்கை.

ஃபிரஞ்சியர் வசம் சென்னை

சென்னையில் ஃபிரஞ்சியர் ஆதிக்கம் வெகுநாள் நீடித்தது. நாட்டில் கடும் பஞ்சம் நிலவியதால், உணவுக்குத் தட்டுப்பாடு ஏற்பட்டது. நாளடைவில் வீரர்கள் விலகிப்போனதால், படைபலமும் குறைந்தது. எனவே, தெலாஃகேயின் ஆணைப்படி, அவரது உதவியாளரான பெலான்ழே தெலெஸ்பினே (*Bellange de Lespinay*), செஞ்சி கில்லேதாரை 1672 நவம்பரில் சந்தித்து உதவி கோரினார். அவர் மூலம், புதிய போர் வீரர்களுடன், உணவுப் பொருட்களும், தளவாடங்களும் சென்னைக்குக் கொண்டு வரப்பட்டன. ஆயினும், ஃபிரஞ்சுத் தரப்பு பலவீனமாகவே இருந்தது.

ஃபிரஞ்சியரிடம் தோற்ற டச்சுத் தளபதி அட்மிரல் வான் கோயன்ஸ் (*Van Goens*), சாந்தோமைத் திரும்பவும் கைப்பற்றுவதில் தீவிரமாக இருந்தார். திரிகோணமலையைத் தாக்கித் தனதாக்கிய பிறகு, இந்தியாவுக்கு வந்து, கோல்கொண்டா அரசருடன் கூட்டு சேர்ந்தார். அவரிடம், "சாந்தோமைக் கைப்பற்றியதோடு ஃபிரஞ்சியர் திருப்தி அடையமாட்டார்கள். உங்களையும் எதிர்காலத்தில் அழித்துவிடுவார்கள். எனவே, உங்கள் கௌரவத்திற்காகவும், பாதுகாப்பிற்காகவுமாவது ஃபிரஞ்சியரை விரட்ட வேண்டும்". என்று வற்புறுத்திக் கனிய வைத்தார். அதன் விளைவாக, வான் கோயன்சின் கப்பற்படை கடல் வழியாகவும், கோல்கொண்டாவின் தளபதி அடில் ஃகாசனின் (*Adil Hasan*) இராணுவம் தரை வழியாகவும், இருமுனைத் தாக்குதலைத் தொடங்கின. ஏற்கனவே பலவீனமடைந்திருந்த தெலாஃகேயின் படை, 26 மாத கால முற்றுகைக்குப் பிறகு, சாந்தோமை ஒப்படைத்துச் சரணடைந்தது (மேலிசன் 1893:21–22).

போரின் முடிவில், வெற்றி வீரரான வான் கோயன்ஸ், ஆயுதங்களை ஒப்படைத்துவிட்டு, ஃபிரஞ்சு வீரர்கள் எங்கு வேண்டுமானாலும் போகலாம் என்று பெருந்தன்மையாக அனுமதித்தார்.

புதுச்சேரியை நோக்கிப் புறப்பாடு

இதற்கிடையில், 1670ஆம் ஆண்டிலேயே ஃபிரஞ்சு வணிகத்தள நிர்வாகியான குழோன் (Coujon) சேர்கான் லோடியைச் சந்தித்து, வணிகத் தளம் ஒன்றைப் புதுச்சேரியில் அமைப்பது பற்றிப் பேசியிருந்தார். 1672 நவம்பரில் பெலான்ழே தெ லெஸ்பினே சேந்தொமிலிருந்து வாலிகண்டபுரம் சென்று லோடியைச் சந்தித்தபோது, அவர் முந்தைய அழைப்பை உறுதி செய்ததோடு, புதுச்சேரியில் வணிகம் செய்யவும், டேனிஷ் பங்களாவில் தங்கிக் கொள்ளவும் அனுமதியும் கொடுத்தார். பெலான்ழே தரப்பு லோடியுடன் பேசிக்கொண்டிருந்தபோது, டச்சுக்காரர்களும் அவரிடம் அனுமதிக்காக வந்திருந்தனர். ஆனால், திரிகோணமலை, சாந்தோம் முற்றுகையில் ஃபிரஞ்சியரின் கை ஓங்கியிருந்தது பற்றிக் கேள்விப்பட்டிருந்த லோடி, அவர்களே வலுவான துணையாக இருப்பார்கள் என்று அவர்கள் பக்கம் சாய்ந்து விட்டார் (இராமசாமி 1986, 1992; மொரே 2014).

ஃபிரஞ்சுக்காரர்கள் பிஜப்பூர் தரப்புடன் கைகோர்த்ததால் ஆத்திரமடைந்த கோல்கொண்டா சுல்தான், அவர்களை மசூலிப்பட்டினம் வணிகத்தளத்தை விட்டு விரட்டி விட்டார். அதனால், அங்கு நிர்வாகிகளாயிருந்த ஃபிரான்சுவா மார்த்தேனும் (Francois Martin), பியர் தெஸ்தோரும் (Pierre Destor) 1673 ஜனவரி மூன்றாம் நாள் சென்னைக்கு வந்து, தெலாஃகேயுடன் சேர்ந்துகொண்டனர்.

லெஸ்பினேயும் மார்த்தேனும்

தெலெஸ்பினே, 1673ஆம் ஆண்டு, பிப்ரவரி மாதம் 4ஆம் நாள் புதுச்சேரிக்கு வந்து சேர்ந்தார். அதிகாரப்பூர்வமாகப் புதுவை மண்ணில் காலடி வைத்த முதல் ஃபிரஞ்சியர் இவரே. அவர் புதுச்சேரி வணிகத் தளத்திற்குத் தலைமை நிர்வாகியாக நியமிக்கப்பட்டார்; அவருக்கு உதவியாளராக நியமிக்கப்பட்டவர் மார்த்தேன். அவர் 1674 ஜனவரி 15ஆம் நாள் விழிலாந்த் (Vigilante) என்ற கப்பலில் மாலுமிகள் உட்பட சுமார் 60பேருடன் புதுச்சேரியில் கரையிறங்கினார். அவருடன் கப்புசியன் பாதிரியார் லூயி கெர் (Louis Guerre), சென்னை வணிகர் தானப்பா முதலியாரும் வந்திறங்கினர்.

அதே ஆண்டு செப்டம்பர் 24ஆம் நாளன்று லெஸ்பினே ஃபிரான்சுக்குத் திரும்பியதால், ஃபிரான்சுவா பரோன் (Francois Baron) சில காலம் இயக்குநராக இருந்தார். விரைவில், அவர் தலைமை இயக்குநராகப் பதவி உயர்வு பெற்று சூரத்திற்குச் செல்ல வேண்டியதாயிற்று. அதன் விளைவாக, 1675 மே 5ஆம் நாள், மார்த்தேன் புதுச்சேரியின் நிர்வாகப் பொறுப்பேற்றார். இதன்மூலம் கும்பினியின் நிர்வாகமும், அதன் அதிகாரமும் அவர் கைக்கு வந்தது (மொரே 2014).

2.4: மார்த்தேனின் அரசியல் நகர்வுகள்

ஆட்சிப் பரப்பாகும் வணிகத்தளம்

வணிகத்தளம் அமைக்க அனுமதி அளித்தபோது, லோடி சற்றே முன்னெச்சரிக்கையுடன் செயல்பட்டார். புதிய கட்டுமானங்கள் எதுவும் மேற்கொள்ளக்கூடாது; தேவைக்குமேல் பாதுகாப்பிற்கு வீரர்களை வைத்துக்கொள்ளக்கூடாது என்ற நிபந்தனைகள் விதித்திருந்தார். லெஸ்பினேவும் மார்த்தேனும் டேனிஷ் பங்களாவில் தங்கிக் கொண்டாலும், உடன் வந்தவர்கள் நிரந்தரமாகத் தங்குவதற்கு வசிப்பிடங்களும் பாதுகாப்பு அரண்களும் தேவைப்பட்டன. அதற்கு அனுமதி பெறுவதே முதல் வேலையானது.

சொந்த நிலம் வாங்க அனுமதி

அப்போது சுபேதார் சேர்கான் லோடி பெரும் பணமுடையிலிருந்ததால், அதைச் சாதகமாக்கிக்கொண்டு, அவருக்கு 15 விழுக்காடு வட்டிக்கு மார்த்தேன் பணம் கொடுத்ததால், புதுச்சேரியில் கும்பினிக்கு பாதுகாப்புத் தருவதற்கு லோடி எளிதில் இசைந்தார்.

இதனால் நம்பிக்கை வரப்பெற்ற மார்த்தேன், நிலம் வாங்குவதற்குக் கும்பினியின் அனுமதி கேட்டு எழுதிய கடிதத்தில், "சோழமண்டலக் கடலோரப் பகுதிகளில் இதுவே ஃபிரஞ்சியர் தங்குவதற்கு வசதியான பாதுகாப்பான இடம். ஒருபுறம் கடற்கரை, மறுபுறம் கால்வாய் இருப்பதால் எவரும் எளிதில் தாக்க முடியாது. பருவ மழையிலிருந்தும் பாதுகாப்பு உள்ளது. சுகமான, வளமான வணிக நகரமாக வளரக்கூடிய பகுதி" என்று பரவசத்தோடு எழுதினார் (மேலிசன் 1868:23).

சூரத்திற்குப் போவதற்கு முன்பு, புதுச்சேரியில் வாங்கவிருக்கும் நிலத்தை, பிளாங்க்கே தெலாஃகே – பரோன் இருவரும் வந்து பார்வையிட்டனர். "சாந்தோமிற்கு அடுத்ததாக, மார்த்தேன் தேர்ந்தெடுத்துள்ள இந்த இடம் தான் நமது தேவைகளுக்கு மிகவும் பொருத்தமானது" என்று குழுமத்தின் தலைமைக்கு அவர்கள் பரிந்துரை செய்ததாகத் தெரிகிறது (மேலிசன் 1868:23).

மார்த்தேன் முயற்சியால், கடற்கரையை ஒட்டி ஒரு குட்டி நகரம் உருவாகத் தொடங்கியது. வெளியூரிலிருந்து மக்களைக் குடிவரச் செய்து, அவர்களை அரவணைத்துப் போனதால் வணிகம் வளர்ந்தது. இரண்டே ஆண்டுகளில், எதிர்பார்ப்பையும் விஞ்சி, ஆண்டு வருமானம் உயர்ந்து, பத்து லட்சம் லிவர் மதிப்புள்ள துணிகளை ஏற்றுமதி செய்யுமளவிற்கு வணிகம் செழித்தது (மொரே 2014).

பாக்கமுடையான்பட்டு

1673இல் புதுச்சேரிக்கு வந்த பிளாங்கே தெலாஃகே, சூரத்திற்குத் திரும்பிப் போகும்போது, அன்றாடச் செலவிற்காக விட்டுச்சென்ற பணத்தைச் சேமித்து, சேர்கான்லோடியிடம் பேசி, மார்த்தேன் வாங்கிய இடம்தான் பாக்கமுடையான்பட்டு. அப்போது அது நெசவாளர் பகுதியாக விளங்கியது.

கோட்டை கட்ட அனுமதி

வணிகச் சூழல் சாதகமாக இருந்தாலும் மக்களுக்கும் உடைமைகளுக்கும் பாதுகாப்பற்ற சூழல் நிலவியது. பகைவர்களான டச்சுக்காரர்களும், முகமதிய சுல்தான்களும் சுற்றிலும் படைகளுடன் அச்சுறுத்திக்கொண்டிருந்தனர். இஸ்லாமிய வீரர்களான 'மூர்'களும், ஆஃப்கானிஸ்தான் கான்களும், 'பிண்டாரிகள்' எனப்பட்ட மத்தியப் பிரதேச கொள்ளைக் கூட்டத்தினரும் அவ்வப்போது சுற்றியுள்ள ஊர்களைக் கொள்ளையடித்துச் சென்றனர். எனவே, பாதுகாப்பைப் பலப்படுத்த வேண்டிய கட்டாயம் ஏற்பட்டது (ஸ்ரீநிவாசாச்சாரி 1943:185).

அதற்கும் சாதகமான சூழ்நிலை கனிந்தது. வழுதாவூர் கோட்டைக்குப் போர் அபாயம் வந்தபோது, 1675 செப்டம்பர் 25ஆம் நாள், அதை லோடிக்காக மர்த்தேன் காப்பாற்றிக் கொடுத்தார். எனவே, உள்ளூர் ஆட்களைக் காவலுக்குப் பாதுகாவலர்களாக நியமித்துக்கொள்ள அனுமதி கேட்டபோது, மகிழ்வோடு இசைந்த லோடி, தன்னுடைய வீரர்கள் முந்நூறு பேரையும் மர்த்தேனிடம் அனுப்பி வைத்தார். இதைத் தொடர்ந்து, புதுச்சேரியைச் சுற்றியிருந்த ஊர்களையும் ஃபிரஞ்சியரின் அதிகாரத்தின் கீழ் கொணர்ந்தார். இந்திய அரசியலில் தலையிட்டு, இந்தியர்களை இராணுவ வீரர்களாக்கி, இராணுவ நடவடிக்கையெடுத்து, அதன் மூலம் ஆதாயம் பெற்ற முதல் நிகழ்வு இதுவே. இந்தப் போக்கை ஆரம்பித்து வைத்தவர் மர்த்தேனே! (மேலிசன் 1868).

சேர்கான் லோடி அவ்வப்போது போர் நடவடிக்கைகளில் ஈடுபடுவதும், அடிபடுவதுமாக இருந்தார். எனவே 1674இல் கொடுத்த 8000 ரூபாய் பணத்தை, வட்டியோடு திருப்பித் தருமாறு மர்த்தேன் கேட்டார். நிதியில்லாமல் திண்டாடிக் கொண்டிருந்த லோடி, ஃபிரஞ்சுக்காரர்களுக்கு உரிமம் கொடுத்த பகுதிகளை அவர்களுக்கே நிரந்தரமாகக் கொடுத்து விடுவதாகவும், அதில் வரிவசூல் செய்யும் உரிமையையும் கொடுப்பதாகக் கூறினார். ஆயினும், ஃபிரஞ்சியருக்கான உரிமை வெறும் உறுதிமொழி அளவிலேயே இருந்தது.

சீறி வந்தார் வீர சிவாஜி! மாறியது அரசியல் களம்!

1670களில் மராட்டிய மாமன்னர் வீர சிவாஜி தென்னகத்தின் மீது பெரும்படையுடன் வந்தார். வழியிலிருந்த அரசுகளையெல்லாம் எதிர்ப்பேயின்றி வென்று முன்னேறி வந்த அவர், சென்னையைத் தாண்டி செஞ்சிவரை வந்துவிட்டார். கோல்கொண்டா சுல்தான் அபுல் ஹாசன் துணையோடு, 1677ஆம் ஆண்டில் திருவதிகையில் நடந்த போரில், 5000 குதிரைப்படை கொண்ட சிவாஜியால் லோடி வீழ்த்தப்பட்டார்; செஞ்சிக்கோட்டையும் வீழ்ந்தது. கைக்கு எட்டும் தூரத்தில் எஞ்சி இருந்தது புதுச்சேரி மட்டுமே.

சிவாஜி

கூட்டாளியான லோடியின் தோல்வியால் பதற்றமடைந்தார் மார்த்தேன். சிவாஜியின் அடுத்த இலக்கு புதுச்சேரியாக இருக்கலாம் என்பதால், ஒரு முன்னெச்சரிக்கையாக, எல்லாச் செல்வங்களையும் கப்பலில் ஏற்றிச் சென்னைக்கு அனுப்பிவைத்தார். 1679இல் அவருடன் இருந்தது 300 வீரர்கள் மட்டுமே. இந்தச் சூழ்நிலையில் சிவாஜியை எதிர்கொள்வது உசிதமல்ல என்று எண்ணிய மார்த்தேன் தந்திரமாகச் செயல்பட்டார். ஏற்கெனவே நிலச்சுவான்தாரரான பிராமணர் ஒருவர், தன் நிலத்தை சிவாஜியிடம் ஒப்படைத்துவிட்டுச் சரணடைந்திருந்தார். அவர் மூலம் ஏராளமான பரிசுப் பொருட்களையும், 50,000 பகோடா பணத்தையும் அன்பளிப்பாக அனுப்பிவைத்தார். சிவாஜியின் அதிகாரத்தைத் தான் முழுமையாக ஏற்பதாகவும், அதற்கான உரிமைக் கட்டணமும் செலுத்துவதாகவும் உறுதிஅளித்தார் (மேலிசன் 1868).

மராட்டியருடன் சமரசம்

ஐரோப்பியருடன் பகைமை பாராட்டுவதில் சிவாஜிக்கும் விருப்பமில்லை. எனவே, மார்த்தேனின் அன்பளிப்புகளால் மகிழ்ச்சியடைந்த சிவாஜி, எக்காரணங் கொண்டும் மராட்டியருக்கு எதிரான இராணுவ நடவடிக்கைகளில் ஈடுபடக்கூடாது என்ற நிபந்தனையுடன் மார்த்தேனின் வேண்டுகோளை ஏற்றுக்கொண்டார்.

சேர்கான் லோடியைத் தோற்கடித்து, புதுச்சேரியைச் சுற்றிய பகுதிகளை சிவாஜி கைப்பற்றியதால், மார்த்தேனுக்கு லோடி கொடுத்திருந்த அதிகாரப்பத்திரம் காலாவதியானது. இந்த இக்கட்டான சூழ்நிலையில், ஃபிரான்சுவா மார்த்தேன் சாதுர்யமாகச் செயல்பட்டு, மராட்டியரிடமிருந்து 1677 செப்டம்பரில் எழுத்து மூலம் முறையாக உரிமை பெற்றார். புதுச்சேரியில் ஃபிரஞ்சியரது பாதுகாப்பை உறுதி செய்ததோடு, வணிகத்துக்கும், சொத்துக்களுக்கும் ஏகபோக உரிமை வழங்கவும் சிவாஜி சம்மதித்தார்.

சாம்பாஜி

பின்னர், 1680 ஏப்ரல் 17இல் சிவாஜி மரணமடைந்ததும், செஞ்சிக்கு அதிபரான அவரது மகனான சம்பாஜி (Sampaji) ஜூலை 16, 1680இல் அதற்கான அரசாணையையும் வழங்கினார் (மொரே 2014:97–98).

இவ்வாறாக, அந்நிய நிலப்பகுதி ஒன்றில், கோட்டைக்குள் பாதுகாப்பாக அமர்ந்துகொண்டு, வருமானம் ஈட்டும் அடுத்த கட்டத்திற்கு ஃபிரஞ்சியரின் காலனியாதிக்க முயற்சிகள் முன்னேறியிருந்தன. இதை நடைமுறைப்படுத்தும் வாய்ப்பு, மார்த்தேனுக்குப் பிறகு நிர்வாகப் பொறுப்பேற்ற பியேர் தெல்தோருக்குக் கிடைத்தது.

2.5: ஃபிரஞ்சிந்தியாவிற்கு அடிக்கல் நாட்டிய பியேர் தெல்தோர் (மொரே 2014:100–101)

சொந்தமாக ஊர்கள்

ஃபிரான்சுவா மார்த்தேன், 1681ஆகஸ்டு மாதம் சூரத்திற்கு மாற்றலாகிப்போனபோது, கேப்டன் பியர் தெல்தோர் (Pierre Deltor –

1681–1686) கும்பினியின் நிர்வாகப் பொறுப்பேற்றார். அப்போது, செஞ்சிக்கோட்டம் சாம்பாஜியின் மகனான அர்சி ராஜா என்னும் அர்சி மகாதிக் *(Harji Raja or Harji Mahadik)* நிர்வாகத்தில் இருந்தது. அவருக்குப் பெரும் பணமுடை ஏற்பட்டதால், புதுச்சேரியையும், அதன் சுற்றுப் பகுதிகளில் சிலவற்றையும் ஃபிரஞ்சியருக்கு விற்க முன்வந்தார். சொந்த நிலம் வாங்கி, அதில் அழுத்தமாகக் காலூன்ற கிடைத்த வாய்ப்பினைக் கெட்டியாகப் பற்றிக்கொண்ட தெல்தோர், புதுச்சேரியில் பல பகுதிகளைக் குழுமத்திற்காக விலைக்கு வாங்கினார். வணிகக் குழுமமே ஃபிரஞ்சு அரசின் கட்டுப்பாட்டில் இயங்கியதால், அது அரசின் சொத்தானது. தெல்தோரின் சாதுர்யமான நடவடிக்கைகளால், சின்னஞ்சிறிய வாடகை, வணிகத்தளமான புதுச்சேரியை, ஃபிரான்சின் கொடி பறக்கும் வகையில், ஃபிரஞ்சுப் பேரரசின் முதலாவது இந்திய ஆட்சிப் பரப்பாகப் பரிணமிக்கச் செய்தார். அதன் மூலம் ஃபிரஞ்சிந்தியா என்னும் எதிர்காலக் காலனிக்கு பியேர் தெல்தோர் அடிகோலியவரானார்.

முதல் கிறித்தவத் தேவாலயம்

பர்லோன் கோட்டைக்குள் ஓர் அரைப் பள்ளிதான் *(Chapel)*. இருந்தது. இடைப்பட்ட காலத்தில் பல தமிழர்கள் மதம் மாறியிருந்ததால், அது போதுமானதாக இல்லை. எனவே, அவரது நிர்வாகத்தில் தான், தமிழ்க் கிறித்தவர்களுக்கென்று 1684இல் லசாரோ மோத்தா *(Lazaro De Mota)* முதலியார் கொடையளித்த நிலத்தில், கோட்டைக்குத் தென்கிழக்கில் முதல் தேவாலயம் *(Notre Dame des Agnes)* கட்டப்பட்டது. இதைக் கப்புசியன்கள் பொறுப்பேற்று நடத்தி வந்ததால் இது கப்ஸ் கோயில் என அழைக்கப்பட்டது.

ஆகவே, கிழக்கிந்தியக் கும்பினிக்கு அனுமதி கொடுத்த லூயி மன்னர் விதித்த இரண்டு முக்கிய நிபந்தனைகளான ஆட்சி அமைப்பது, மதம் பரப்புவது என்ற இரண்டு நிபந்தனைகளும் நிறைவேற பிள்ளையார் சுழி போட்ட பெருமைக்குரியவர் தெல்தோர். 1686வரையில் புதுச்சேரியை நிர்வகித்த தொல்தோர், ஃபிரான்சுக்குத் திரும்பிச் சென்றார் *(மொரே 2014)*.

தலைமை இயக்குநராக மர்த்தேன்

*1686*இல் மே *20*ஆம் நாளன்று மர்த்தேன் சூரத்திலிருந்து திரும்பி வந்து தலைமை இயக்குநராகப் பொறுப்பேற்றார்.

பாதுகாப்பிற்கு ஒரு கோட்டை

*1688*இல் கோல்கொண்டா சுல்தானின் படைகள் போரில் குதித்து, வந்தவாசி வரை முன்னேறினர். புதுவைக்கு எட்டு கிலோ மீட்டர் வரை வந்த அவர்கள், ஊரைக் கொள்ளையடித்தனர்; வீடுகளைச் சூறையாடினர்; திருட்டுப் பயம் அதிகரித்தது. எனவே, மர்த்தேன் கும்பினியின் பாதுகாப்பைப் பலப்படுத்த முயன்றார். பாதுகாப்பின் தேவையை எடுத்துக்கூறி, புதுச்சேரியின் மேற்குப் பக்கமாக எவரும் நுழையாத வகையில் ஒரு பாதுகாப்பு அரண் அமைக்க சம்பாஜியிடம் அனுமதி வாங்கினார். அடுத்து, சென் சிமோன் *(Saint Simon)* மூலம் செஞ்சியின்

நிர்வாகியாகப் பொறுப்பேற்றிருந்த அர்சி ராஜாவிடம் *(Harji Raja)* அக்டோபர் *17, 1688*இல் *11,700* ரூபாய் கொடுத்து, ஒரு கோட்டை கட்டிக்கொள்ளவும் முறையான அனுமதி பெற்றார். அப்படிக் கட்டியதுதான் பர்லோன் கோட்டை *(Forte Barlong)* (மொரே *2014*).

மர்த்தேனுக்கு ஒரு சறுக்கல்

மிக விரைவிலேயே, அர்சி ராஜாவிற்குப் பதில், சிவாஜியின் இளைய மனைவியின் மகன் இராம்ராஜா *(Ram Rajah)* மராட்டியப் பிரதிநிதியாக செஞ்சியில் ஆட்சியில் அமர்த்தப்பட்டார். ஆனால் அவர் ஒரு சுகவாசி. தன் முழுநேரத்தையும் கேளிக்கைகளிலும், களியாட்டங்களிலும் செலவிட்டதால், பெருத்தக் கடனாளியாகிவிட்டார். முகலாயப் பேரரசர் ஔரங்கசெப்பின் படைத்தளபதியான சல்ஃபிர்கான் *(Salfir Khan)* செஞ்சியை முற்றுகையிட்டபோது, போர்ச்செலவுகள் கூடி, அவரது நிதி நிலைமை மேலும் மோசமாகிவிட்டது.

*1691*ஆம் ஆண்டில், பணமுடையைச் சமாளிப்பதற்காக ஃபிரஞ்சியரிடம் பணம் கேட்டார். அதற்காக புதுச்சேரிப் பகுதி முழுவதையும் விற்கவும் தயாராக இருந்தார். ஆனால் *1690*ஆம் ஆண்டில் ஏற்பட்ட கடுமையான பஞ்சத்தைச் சமாளிக்கும் முயற்சியில், அரசுப் பணம் முழுவதையும் செலவு செய்து மக்களைக் காப்பாற்றியதால், மர்த்தேனிடம் பணமில்லை. எனவே இந்த அரிய வாய்ப்பைப் பயன்படுத்திக் கொள்ள ஆர்வமிருந்தாலும், அவரால் முடியவில்லை. பாரிசிலிருந்து கூடுதலான இராணுவ உதவியை எதிர்பார்த்துக் கடிதம் எழுதினார். அதுவும் கைகூடவில்லை. மாறாக, புதுச்சேரியிலிருந்த கடற்படையையும் ஃபிரான்சுக்கு அழைத்துக்கொண்டனர்.

மர்த்தேன் முயற்சியால், கிழக்குக் கடற்கரையில் அழகிய, பரபரப்பான வணிகத்தளமாக உருவாகியிருந்த புதுச்சேரி, டச்சுக்காரர்கள், கண்ணை உறுத்திக் கொண்டிருந்தது. எனவே, ஃபிரஞ்சுக்காரர்களின் சங்கடத்தைச் சரியாகப் பயன்படுத்திக்கொள்ள முற்பட்டனர். புதுச்சேரியைத் தாங்களே வாங்கிக் கொள்வதாக இராம்ராஜாவுக்கு கடிதம் எழுதினர். ஆனால் அதற்கு இணங்க இராம்ராஜாவின் மனசாட்சி ஒப்பவில்லை. ஏற்கெனவே ஃபிரஞ்சியரிடம் கடன்பட்டிருந்ததால், "நியாயமாக அவர்களுக்கே விற்கவிருப்பதாகவும், இந்த உலகத்துச் செல்வம் மொத்தத்தையும் கொடுத்தாலும், அவர்களை வெளியேற்ற மாட்டேன்"என்றும் தெரிவித்துவிட்டார் (மேலிசன் *1868:27*).

டச்சுக்காரர்களின் பிடியில் புதுச்சேரி

இதற்கிடையே *1689*இல், ஐரோப்பாவில் டச்சுக்காரர்களுக்கும், ஃபிரான்சுக்குமிடையே போர் மூண்டது. அதன் எதிர்வினையாக இந்தியாவிலும் ஃபிரஞ்சியரைத் தாக்க டச்சுக்காரர்கள் தயாரானார்கள். ஃபிரஞ்சியரது வளர்ச்சியைக் கண்டு பொறாமை கொண்டிருந்த சூழலில், *1672*இல் சாந்தோமிலிருந்து அவர்களால் வெறுங்கையுடன் விரட்டப்பட்டதால், அதற்கு வஞ்சம் தீர்க்கும் வாய்ப்பாகவும் கருதித் தாக்குதலுக்குத் தயாரானார்கள் (மேலிசன் *1868:26*).

1693 ஆகஸ்டு *30*ஆம் நாள், டச்சு ஆளுநர் லோரன்ஸ் பிட் *(LeurensPit)* வகுத்த திட்டப்படி, இலங்கையிலிருந்தும் பத்தேவியாவிலிருந்தும் *(Batavia)* வரவழைக்கப்பட்ட நாற்பது கப்பல்கள் புதுவைக் கடலோரம் அணிவகுத்து நின்றன. பதினாறு பீரங்கிகள், ஆறு கை பீரங்கிகள் நகரை நோக்கி நிலை நிறுத்தப்பட்டன. *1579* போர் வீரர்கள், *200* மாலுமிகள், *2000* கடற்படை வீரர்கள், சிங்களச் சிப்பாய்களையும் சேர்த்து, மொத்தம் *20,000*பேர் தாக்கத் தயாராக அணி வகுத்தனர்.

டச்சு முற்றுகையில் பர்லோன் கோட்டை

செய்வதறியாமல் திகைத்தார் மர்த்தேன். அப்போது அவரிடம், ஆறு பீரங்கிகளும், *36* ஐரோப்பியப் போர் வீரர்களும், *300–400* உள்ளூர் சிப்பாய்கள் மட்டுமே இருந்தனர். இருந்தாலும், மனந்தளராமல் போராடத் துணிந்தார். பொதுமக்களைப் பாதுகாப்பாக நகரைவிட்டு வெளியேற்றிவிட்டு, எல்லாப் பக்கங்களிலும் டச்சுக்களைத் தாக்கத் தொடங்கினார். *1693* ஆகஸ்டு முப்பது முதல், செப்டம்பர் எட்டு வரை நடந்த சண்டையின் முடிவில், புதுச்சேரி டச்சுக்காரர் வசமாயிற்று (ஜெயசீல ஸ்டீஃபன் *2018:55*).

டச்சுக்களின் வசம் புதுச்சேரி

டச்சுக் கடற்படையின் முற்றுகை பற்றி அறிந்த அந்தக் கணமே, இராம்ராஜா மனமொடிந்து போனார். ஔரங்க செப்பின் முகலாயப் படையினர் அவரையும் வீழ்த்தி, செஞ்சியைக் கைப்பற்றிக் கொண்டதால், புதுச்சேரியும் அவர்களின் கீழ் வந்தது.இது டச்சுக்காரர்களுக்குச் சாதகமாகிப்போனது. மாறிவிட்ட சூழ்நிலையில், புதுச்சேரியை விலைக்குத் தரவேண்டும் என்று டச்சுக்காரர்கள் கோரியவுடனே, சற்றும் தாமதியாமல், *50,000* பகோடாக்களுக்கு விற்றுவிட்டதோடு, பாதுகாப்பிற்கு ஒரு சிறு படையையும் இராம் ராஜா அனுப்பி வைத்தார் (மேலிசன் *1868:104*).

போர்க்கைதியாய் மர்த்தேன்

பன்னிரண்டு நாள் முற்றுகையின் முடிவில், மர்த்தேன் தனது படையினருடன் சரணடைந்தார். அவர் சிறைபிடிக்கப்பட்டு, குடும்பத்துடன்

பத்தேவியாவிற்கு அனுப்பப்பட்டார். பகைவரானாலும், டச்சுக்காரர்கள் அவரை மரியாதையாகவே நடத்தினர். ஒன்பதே நாட்கள் கைதியாக வைத்திருந்தபின், அவரை வங்காளத்திற்குச் செல்லவும் அனுமதித்தனர். 1694 ஏப்ரல் 15ஆம் நாள் அவர் சந்திரநாகூர் வந்து சேர்ந்தார்.

ஒரு மணல் மேட்டை விலைக்கு வாங்கி, நகரம் ஒன்றை உருவாக்கி, வாணிபத்தைப் பெருக்கி, மக்கள் முதல் மன்னர் வரை நம்பிக்கையைப் பெற்று, ஒரு கோட்டையையும் கட்டி, எதிர்கால ஃபிரஞ்சு சாம்ராச்சியத் திற்கு வலுவான அடித்தளம் அமைத்த ஒரு செயல்வீரனை ஆதரிக்காமல் கை கழுவிவிட்டது, ஃபிரஞ்சு அரசு *(ஓம் பிரகாஷ் 2002:26).*

உயர்மட்ட ஆதரவில்லை, பணமில்லை, படை பலமுமில்லை என்ற சாதகமற்றச் சூழலிலும் சாதித்துக் காட்டிய ஒரு சமர்த்தியனின் பதினேழு ஆண்டுக் கால உழைப்பும், உயர்வும், ஒரு வார கால இடைவெளி யில் பொருளற்றுப் போயின *(மேலிசன் 1868:29).*

2.6: மீண்டும் வருகிறார் மர்த்தேன்

1697இல் ஐரோப்பாவில் போர்முடிவுக்கு வந்தது. அங்கு செப்டம்பரில் 21இல் செய்து கொள்ளப்பட்ட ரிஸ்விக் ஒப்பந்தப்படி *(Ryswick Treaty)*, புதுச்சேரி மீண்டும் ஃபிரஞ்சியரிடம் ஒப்படைக்கப்பட வேண்டும் என்று முடிவாயிற்று. மர்த்தேனின் முக்கியத்துவம் புரிந்துவிட்டதால், அவரை மீண்டும் ஆளுநராக்கிப் புதுவைக்கு அனுப்பினர். அவருடன் 200 வீரர்கள், பொறியாளர்கள், இராணுவத் தளவாடங்கள், பீரங்கிகள் அனைத்தும் அனுப்பப்பட்டன *(மேலிசன் 1868: 33–34).*

ஆயினும், புதுச்சேரியைத் திரும்பப்பெறுவது எளிதாக இல்லை. 1694–95இல் மொகலாயப் பேரரசரான ஔரங்க செப் *(Aureng Zeb)*, தென்னாட்டை நோக்கிப் படையெடுத்து வந்தபோது அவருடன் வந்த அவரது அமைச்சரான பீம்சென் *(Bhimsen)*, டச்சுக்காரர்கள் *(Dutch)* வசம் இருந்த புதுச்சேரியைப் பற்றி விவரித்துள்ளார். ‘புல்செரியில், சிறந்த இராணுவ பலத்தோடு, வலுவான ஆயுதங்களையும் அவர்கள் வைத்திருந்தனர்; இங்கிருந்த ஜமீன்தார்களும் அரசர்களும் ஐரோப்பியரும் பல பொருட்களை விற்று, கொழுத்த ஆதாயம் பெறுகின்றனர்; வங்காளம் போன்ற பகுதிகளிலிருந்து பெருமளவில் தானியங்கள் இறக்குமதி செய்யப்படு கின்றன; தேவைக்கு மேல் மிஞ்சிய தானியங்களை, இந்தப் பகுதி வழியே செல்லும் படைகளுக்கு அதிக விலையில் விற்பனை செய்கின்றனர்’ என்று பீம்சென் எழுதியுள்ளார். ஆகவே, ஒரு வளமான பூமியைத் திருப்பித்தர டச்சுக்காரர்கள் தயங்கியதில் வியப்பேதுமில்லை *(இராஜா 2001).*

பர்லோன் கோட்டையைச் சேதப்படுத்தாமல் ஒப்படைக்க வேண்டுமென்று மர்த்தேன் கோரினார். அது பற்றி நாகப்பட்டினத்தில் பேச்சுவார்த்தை நடத்தப்பட்டது. கடந்த ஆறு ஆண்டுகளில் புதுச்சேரியின் பாதுகாப்பைப் பலப்படுத்தியதற்காகச் செலவிட்ட வகையில் 1600 பகோடாக்கள் பெற்ற பின்னரே, இரண்டாண்டுகள் இழுபறிக்குப்பின், 1699 அக்டோபரில்தான் மர்த்தேனிடம் புதுச்சேரி திருப்பித்தரப்பட்டது.

இதற்கிடையில், டச்சுக்காரர்கள் ஊருக்கு மூன்று கிலோமீட்டர் தொலைவில், ஒரு துண்டு நிலத்தையும் இராம் ராஜாவிடமிருந்து வாங்கி யிருந்தனர். ஆனால், ரிஸ்விக் ஒப்பந்தப்படி அந்த நிலத்தைத் தரவேண்டியதில்லை என்று முரண்டு பிடித்தனர். ஃபிரஞ்சுப் பகுதிக்கு அருகிலேயே, கழுத்தை நெரிப்பதுபோல் டச்சுக்காரர்கள் இருப்பது பாதுகாப்பில்லை என்று கருதிய மர்த்தேன், பலத்த முயற்சிகளுக்குப் பின் 40000 பகோடாக்களுக்கு அதை விலைக்கு வாங்கிக்கொண்டார். டச்சுக்காரர்களிடமிருந்து திரும்ப வாங்கிய புதுவை பூமியில், அழுத்தமாகக் கால் பதித்தார் மர்த்தேன் (அனிருத்தா ரே 1997).

நட்பு மலர்ந்தது; ஊர்கள் கிடைத்தன

அடுத்து வந்த ஏழாண்டுகளில் மர்த்தேன் விறுவிறுப்பாகச் செயல்பட்டார். செஞ்சியில் இராஜாராமின் தோல்விக்குப் பின், ஆர்க்காட்டு நவாப்பாக தாவூத் கான் நியமிக்கப்பட்டிருந்தார். மாறிவிட்ட அரசியல் சூழ்நிலையில், அவருடன் நட்புப் பாராட்டியதால், 1703இல், காடுகள் சூழ்ந்த காலாப்பட்டைக் கொடையாகப் பெறமுடிந்தது. வணிகத்தை விரிவாக்கும் பொருட்டு, சாந்தோமில் (St. Thome) ஒரு வணிக நிறுவனம் அமைக்கவும் அனுமதி பெற்றுக்கொண்டார். 1706இல் ஒழுகரை, முருங்கப்பாக்கம், உழந்தை, பாக்குமுடையான்பட்டு, கருவடிக்குப்பம் ஆகிய ஊர்களையும் பெற்று விரிவுபடுத்தினார் (அனிருத்தா ரே 1997).

உறுதிப்படும் ஆதரவு

பாதுகாப்பைப் பலப்படுத்துவதற்காக பழைய "பர்லோன்" கோட்டைக்குப் பதிலாக மன்னர் "லூயி" (LeFort Louis) பெயரில், புதிய வலுவான கோட்டையை எழுப்பினார். லூயி கோட்டையைத் திறப்பதற்கு முன்பே மர்த்தேன் நோய்வாய்ப்பட்டார். சுற்றிலும் போர் மேகங்கள் சூழத்தொடங்கியதால், தனது ஆலோசகரான தெஸ்ப்ரேசைப் (D'Espresse) பரிசுப் பொருட்களுடன் டெல்லிக்கு அனுப்பி முகலாயப் பேரரசரின் (பாதுஷா – Badsha) ஆதரவைக் கோரினார். மன்னருக்கு உடல்நலம் குன்றியிருப்பதை அறிந்து, தனது மருத்துவரான மன்னுய்சி (Nicaleo Mannucci) என்பவரையும் உடன் அனுப்பி வைத்தார். அவர் ஏற்கெனவே, முகமதிய அரசவை மருத்துவராயிருந்தவர்; மன்னரின் உடல்நிலை பற்றி அறிந்தவர்.அதனால், மர்த்தேனின் மனிதாபிமானமிக்க செயலால் மன்னர் மனம் நெகிழ்ந்துபோனார். மர்த்தேனுக்குத் தனது ஆதரவை உறுதி செய்தார்.

ஃபிரஞ்சிந்திய ஆட்சிப் பரப்பை உருவாக்குவதில் இது முதல் கட்டம் (மொரே 2004; அனிருத்தா ரே1997).

வரி வசூல் மூலம் நிதி ஆதாரம்

மர்த்தேனின் முயற்சியின் விளைவாக, 1705ஆம் ஆண்டில் அரியாங்குப் பத்திலிருந்து 229, காலாப்பட்டிலிருந்து 84, உழந்தையிலிருந்து 76 பகோடாக்களும், ஃபிரஞ்சுக் குழுமத்திற்கு வருவாயாகக் கிடைத்தது. அதுமட்டுமன்றி, முகமதிய மாமன்னரிடம் சிறப்பு அனுமதி பெற்று,

மேலும் 10,000 பொற்காசுப் பகோடாக்களையும் அச்சடித்தார். இறப்பதற்குச் சில மாதங்களுக்கு முன்பு, டெல்லி பாதுஷாவுடனான உறவில் விரிசல் ஏற்படவிருந்தது. உடனே, பெருமளவுப் பரிசுகள் அனுப்பி, உறவைச் சுமுகமாக்கியதோடு, ஒழுகரையையும் 506 பகோடாக் களுக்குக் குத்தகைக்குப் பெற்றார்.

இவ்வாறாக, புதுச்சேரியில் குடியேறியிருந்த ஃபிரஞ்சுக்காரர்கள், இந்திய அரசர்களை அரவணைத்த தன் மூலம் வருவாயையும் பெறத் தொடங்கியதன் வழியாக, நிதி ஆதாரத்தையும் உறுதி செய்துகொண்டனர்.

புதுச்சேரியை உருவாக்க அடித்தளமிட்டு, ஒரு கோட்டையையும் கட்டி, நகரைச் சுற்றிப் பாதுகாப்பு அரணையும் அமைக்கத் திட்டமிட்டு, 40,000 மக்கள் நலமுடன் வாழும் நகரமாக உருவாக்கிய மர்த்தேன், 1706 டிசம்பர் 31ஆம் நாள் மறைந்தார்.

ஒரு செய்தி தெரியுமா? மர்த்தேனும் முன்னாள் டச்சுக் கும்பினிப் பணியாளரே! (மேலிசன்1868:19).

2.7: மர்த்தேனுக்குப்பின்

புதுச்சேரியின் புகழ்மிக்க வணிகராக வாழ்ந்தவர் ஆனந்தரங்கப்பிள்ளை. துய்ப்ளேக்சுவின் நிர்வாகத்தில் துபாசி என்னும் மொழிப் பெயர்ப்பாளராகவும் தலைமைத் தரகராகவும் அவருடைய அந்தரங்க ஆலோசகராகவும் விளங்கியவர். அவரது காலத்தில் நடந்த அனைத்து அரசியல் நடவடிக்கைகளுக்கும் அவரே நேரடி சாட்சியாகவும் பாத்திரமாகவும் பங்களிப்பாளராகவும் இருந்ததால், மர்த்தேனுக்குப்பின் நடந்த வரலாற்று நிகழ்வுகளுக்கு அவரது நாட்குறிப்புகளே வரலாற்று மூலங்களாகத் திகழ்கின்றன (ஆனந்தரங்கப்பிள்ளை 1735–1761).

மராட்டியரின் இரண்டாம் படையெடுப்பு

அடைக்கலம் தந்தார் துய்மா; அன்பளிப்புகள் குவிந்தன

ஜொசெஃப் பெனுவா துய்மா (*Joseph Benoit Dumas*) (1735–41) பற்றிய ஆனந்தரங்கப்பிள்ளையின் விவரிப்பில் துய்மாவின் சாதுரியம் வெளிப்படுகிறது. 1740ஆம் ஆண்டில் மராட்டியத் தளபதி ரகோஜி போன்ஸ்லே (*Rakoji Bhonsle*) மீண்டும் கர்நாடகத்தின் மீது படையெடுத்து வந்து, வந்தவாசி, செஞ்சி, பரங்கிப்பேட்டையைக் கைப்பற்றிக்கொண்டார். கர்நாடக நவாப் தோஸ்த் அலிகானும் (*Dost Ali Khan*), அவரது மகன் அசன் அலியும் (*Hasan Ali*) மராட்டியர்களால் கொல்லப்பட்டனர். அங்கிருந்து தப்பித்த இரண்டாவது மகனான சஃப்தர் அலியும் (*Safdar Ali*), அவரது மைத்துனரான சந்தா சாயபுவும் (*Chunda Sahib*) ஃபிரஞ்சு ஆளுநர் துய்மாவிடம் தம் குடும்பத்தாருக்குப்

ரகோஜி

புதுச்சேரியில் அடைக்கலம் நாடினர். காரைக்காலைப் பெறுவதில் பெருந்துணை புரிந்தவர் தோஸ்த் அலி என்பதால், ஒரு நன்றிக் கடனாக துய்மா உடனடியாக இசைந்தார். அது மராட்டியர்களுக்கு எரிச்சலூட்டியது. சந்தாசாயபுவின் மனைவியையும் அவரது குழந்தைகளையும் அவர்கள் கொண்டு வந்த குதிரைகள், யானைகள், பணம், நகைகளோடு தன்னிடம் ஒப்படைக்க வேண்டுமென்றார் ரகோஜி; மறுத்தால், புதுச்சேரியின் மீது படையெடுப்பேன் என்று கடுமையாக எச்சரித்தார்; நாற்பது ஆண்டுகளுக்கான கப்பத்தை உடனடியாகச் செலுத்த வேண்டும் என்றும் நெருக்கடி தந்தார். ஆனால், துய்மா இணங்கவில்லை.

"அடைக்கலமாய் வந்த பெண்களையும் குழந்தைகளையும் ஈவு இரக்கமின்றி கொல்லப்படுவதைப் பார்த்துக்கொண்டிருக்கும் பண்பு, ஃபிரஞ்சியருக்குக் கிடையாது. வீரமும் கருணையும் மிக்க கோமானாகிய நீங்கள், நான் இத்தகைய இழி செயல்களைச் செய்தால் எப்படி நினைப்பீர்கள்? சந்தாசாகிப்பின் மனைவியும் மகனும் புதுச்சேரியில் என் தலைவரான ஃபிரஞ்சு அரசரின் பாதுகாப்பில் உள்ளனர். அவர்களைக் கைவிடுவதைவிட, இந்தியாவில் உள்ள ஃபிரஞ்சுக்காரர்கள் அனைவரும் உயிரை விடத் தயாராக இருக்கின்றார்கள்". என்று உறுதியாகப் பதிலுரைத்தார். கப்பம் என்ற பேச்சே எழவில்லை என்றும் உறுதியாக மறுத்துவிட்டார் (மேலிசன் 1868:84).

பின் வாங்கிய மராட்டியர்

மராட்டியரின் ஆத்திரம் மேலும் அதிகமானது; படைகளைத் திரட்டினர்; எட்டாயிரம் வீரர் கொண்ட குதிரைப் படையை புதுச்சேரிக்கு அருகில் அழிசிப்பாக்கத்தில் கொண்டு வந்து அணி வகுத்தனர்; போர்ச் சூழல் உருவாயிற்று. துய்மாவும் போருக்கு ஆயத்தமானார்; கப்பல் படை தயார் நிலையில் வைக்கப்பட்டது. இறுதி முயற்சியாக, துய்மாவிடம் பேச்சு வார்த்தை நடத்த வந்த மராட்டிய அதிகாரி, அவரது மன உறுதியையும் துணிச்சலையும் கண்டு பிரம்மித்துப்போனார்; அவரது முயற்சிக்கும் துய்மா பணியவில்லை.

இருதரப்பினரும் பிடிவதமாயிருந்ததால் போர் தொடங்கியது. ஆனால், அரியாங்குப்பம் கோட்டையிலிருந்து வீசப்பட்ட குண்டுகளால் மராட்டியருக்குக் கடும் உயிர்ச்சேதம் ஏற்பட்டது. முதல் தாக்குதலிலேயே அதிர்ச்சியடைந்த மராட்டியர், பின் வாங்கிப் போயினர்.

சஃப்தர் அலி ஆற்காட்டின் புதிய நவாப் ஆக நியமிக்கப்பட்டார். அதன் நன்றிக்கடனாக முதலில் அழிசிப்பாக்கம், தேவரடியார் நத்தம், வழுதாவூர் ஆகிய ஊர்களையும், பின்னர், அரியாங்குப்பம், ஆராய்ச்சிக்குப்பம், ஒதியம்பட்டு, திருக்காஞ்சி ஆகிய ஊர்களையும் ஃபிரஞ்சியருக்கு உரிமையாக்கினார். வெற்றித் திருமகனான துய்மாவிற்கு நவாபுப் பட்டமும், 4500 குதிரை வீரர் என்ற 'மன் சப்தார்' (Man Sabdhar) விருதும் வழங்கி மகிழ்ந்தார். முகலாயரிடமிருந்து இப்பட்டத்தைப் பெற்ற முதல் அந்நியர் இவரே. ஃபிரஞ்சிந்திய ஆட்சிப் பரப்பை விரிவாக்குவதில் இது இரண்டாம் கட்டம் (அனிமேஷ் ராய் 2008; மேலிசன் 1868:93–94).

நாணயங்களில் இந்துக் கடவுள்கள் – ஆதரவும் எதிர்ப்பும்

டச்சு அச்சடித்த காசுக்கு மாற்றாகவும், ஃபிரஞ்சு செலாவணிக்குத் தனித்துவம் வேண்டுமென்பதற்காகவும், மக்களைக் கவரும் வண்ணம் விஷ்ணு உருவம் பொறித்தத் தங்கப் பகோடாக்களை வெளியிட மார்த்தேன் விரும்பினார். ஆனால், உயர் ஆலோசனை சபையினர் அதை ஏற்கவில்லை. அதனால், 1701இல், ஒரு பக்கம் லில்லி மலரும், மறு பக்கம் புதுசெரி என்று தமிழிலும் பொறிக்கப்பட்ட 'பணம்' என்ற பெயரில் வெள்ளி நாணயங்களை ஆலம்பரை தங்கசாலையில் அடித்துப் பயன்படுத்தினார். 1704இல் 2,40,000 லிவர் மதிப்புள்ள தங்கம் ஏற்றிவந்த டச்சுக் கப்பல் பிடிபட்டது. அதை மார்த்தேன் வேண்டுகோளின்படி, 1705இல் ஆலம்பரை தங்கசாலையில் 'பகோடா'க்களாக நவாபு அச்சடித்துக் கொடுத்தார். அதில், ஒரு பக்கம் இலட்சுமி உருவமும், மறுபக்கம் பிறையும் இருந்தன. ஆனால், இந்து சமய அடையாளங்களை எல்லாவிதங்களிலும் எதிர்த்துவந்த ஏசு சபையினர், ஃபிரஞ்சு நாணயத்தில் இந்துக் கடவுளின் படமா என்று போர்க்கொடி உயர்த்தினர்; இதுபற்றி, மயிலாப்பூர் மறை மாவட்டப் பேராயரிடம் முறையிட்டார். இந்துக் கடவுளின் உருவம் இல்லாத நாணயத்தை உள்ளூர் மக்கள் ஏற்க மறுத்ததால் கும்பினியின் வியாபாரம் படுத்துவிடும் என்பதால், ஏசு சபையினருக்குத் தகுந்த அறிவுரை கூறுமாறு மார்த்தேன் கேட்டுக்கொண்டார். அவரது விளக்கத்தைப் பேராயரும் ஏற்க மறுத்தார். இதனால், ஏற்கெனவே அச்ச்சடித்தத் தங்கப் பகோடாக்களை உருக்கி விற்றதால் ஏகப்பட்ட இழப்பு ஏற்பட்டது.இந்த விவகாரத்தைக் கும்பினியின் பாரிஸ் இயக்குநர் குழுவின் கவனத்திற்குக் கொண்டுசென்றார் மார்த்தேன் (அனிருத்தா ரே 2004: 538–539).

இதுவணிகம் பற்றிய சிக்கல், மதம் பற்றியதல்ல என்பதால் கும்பினி இதை அரசரின் முடிவிற்கு அனுப்பியது. ஏசு சபையின் ஆட்சேபணையை அங்கீகரித்த ஃபிரஞ்சு அரசு, இந்துக் கடவுளின் படங்களைத் தடை செய்தது. நாணயங்களை புர்போன் முத்திரையுடன் வெளியிடுமாறு 1707இல் அரசர் ஆணையிட்டார். 1715இல் ஆளுநரான எபேர் லில்லி மலருடன் 'பட்டுக்கோட்டை' என்ற கலப்படத் தங்க நாணயங்களை வெளியிட்டார். இதனை வணிகர்களும் பொது மக்களும் ஆதரிக்காததால், அடுத்த ஆளுநர் துய்லிவியே மீண்டும் இலட்சுமி உருவத்துடன் நாணயம் வெளியிட முயன்றார்; ஆலோசனை சபை உறுப்பினரின் கடும் எதிர்ப்பால் அந்த முயற்சி கைவிடப்பட்டது. 1720இல் மறுபடியும் லில்லி மலருடன் நாணயம் வெளியிடப்பட்டது. ஆனால், 1707இல் ஃபிரஞ்சு அரசர் அனுமதி மறுத்தபின், இலட்சுமி உருவம் பொறித்த நாணயங்கள் 1736 வரை அச்சிடப்படவில்லை.

மதப்பிரச்சாரகர்கள் வெற்றி பெற்றதாகக் கொண்டாடினாலும், மக்கள் அதைப் பயன்படுத்த மறுத்தனர். மக்களின் முழுமையான புறக்கணிப்பால் வணிகத்தின் அடித்தளமே ஆட்டங்காணத் தொடங்கியதால், அரசு நிர்வாகம் நிலைகுலையும் சூழலும் உருவானது. அத்துடன், புதுச்சேரியில் மட்டுமே 'பணம்' செல்லுபடியானதால், சோழமண்டலக் கரைப்பகுதிகள் முழுவதும் செல்லக்கூடிய நாணயம் தேவைப்பட்டது. எனவே, 1736 டிசம்பர் முதல் புதுச்சேரித் தங்கசாலையிலேயே மூன்று வகையான நாணயங்களை அச்சடித்துப் புழக்கத்தில் விட்டார் துய்மா. அதற்காக, ஒரு பக்கம் தானியங்களுக்கிடையே 'லட்சுமி' உருவமும், மறுபக்கம் பவழங்களுக்கிடையே 'சிலுவை'யும் கொண்ட தங்கப் பகோடாக்களும், நவாபுவின் பெயரும், பிறையும் பொறிக்கப்பட்ட வெள்ளிப் பணமும் செப்புக் காசுகளும் அச்சடிக்கப்பட்டன (இராமசாமி 1992; ஜெயசீல ஸ்டீஃபன் 2018: 151–154).

நாணய அச்சடிப்பும் ஆளுநர்களின் பிரச்சினைகளும்
(ஜெயசீல ஸ்டீஃபன் 2018: 145–155)

மார்த்தேன் காலத்திலிருந்தே, நாணயச் செலாவணிப் பிரச்சினை இருந்தது. "காசு" (*Kasu*) எனப்பட்ட செப்பு நாணயம் டச்சுக்காரர்கள் காலத்தில் புழங்கியது. அதில் ஒரு பக்கம் காளியின் உருவமும், மறுபக்கம் புதுச்சேரி என்ற பெயரும் அச்சடிக்கப்பட்டிருந்தன. தொடக்கத்தில் மார்த்தேனும் அதையே பயன்படுத்தினார்.

முதலில், டெல்லி பாதுஷாவிடம் சிறப்பு அனுமதி பெற்று, 10,000 தங்கப் பகோடாக்களையும் அச்சடித்தார். நாணயம் தயாரிப்பதற்கான தங்கக்கட்டிகள் ஸ்பெயின் நாட்டிலிருந்து வாங்கப்பட்டன. அவற்றை ஆலம்பரையிலோ, ஆர்க்காட்டிலோ இயங்கிய தங்கச் சாலையில் (*Mint*) இந்திய நாணயமாக மாற்றி அச்சடித்த பிறகே செலவழிக்க முடிந்தது. அதற்கு ஏழு சதவீதம் கட்டணமாகத் தரப்பட்டது. எனவே, புதுச்சேரியில் புழங்கும் நாணயங்களை, ஃபிரஞ்சியரே அடித்துக்கொள்ளும் உரிமையை நவாபிடமிருந்து பெற மார்த்தேன் முயற்சிகள் மேற்கொண்டார்.

நவாப் தோஸ்த் அலிகானுக்கு 80,000 ரூபாயும், இமாம் சாயபுவுக்கு 15,000 மற்ற அதிகாரிகளுக்கு 25,000 என்றுஅன்பளிப்பாகக் கொடுக்கப் பட்டன. நாணயம் அடிப்பதற்குத் தேவையான வெள்ளிக்கட்டிகளை ஏற்றிவரும் ஒவ்வொரு கப்பலுக்கும் 50,000 வராகன் மதிப்புள்ள வெள்ளியை அன்பளிப்பாகக் கொடுப்பதாகவும் நவாபிடம் பேசி இசையவைத்தார் மார்த்தேன் (மொரே 2020:118, ஆரபி: மே 16, 1738).

லெனுவாவின் முயற்சிகள்

மார்த்தேனுக்கு அடுத்துப் பொறுப்பேற்ற ஆளுநர் லெனுவா (*Pierre Christoph Le Noir 1721–1723*), நிசாமிடம் தொடர்ந்து வலியுறுத்தி, புதுச்சேரியில் ரூபாய்க்கு முத்திரை அச்சு குத்தவும், ஏனத்தில் மூன்று உருவங்கள் பதித்த ரூபாய் போடவும், புதுச்சேரியின் தங்கசாலையில், சென்னையின் நாணயமான வராகனுக்குச் சமமான வராகன்களை அடிக்கவும் எழுத்து மூலம் 'பர்வானா' பெறுவதற்கு முயற்சித்தார். இந்தச் சலுகைகளைப் பெறுவதற்காக, ஆலம்பரை கோட்டை அதிகாரியான இமாம் சாயபு மூலம் முயன்றதோடு, மார்த்தேனைப் போலவே இவரும் அதற்காகப் பல ஆயிரம் வராகன்களையும் செலவிட்டார். ஆனால், அது கனிந்து வரும் வேளையில், அரசாணையாக வெளிவருவதற்கு முன்பே, அவர் ஃபிரான்சுக்குத் திரும்ப வேண்டியதாயிற்று (மொரே 2020: 110).

துய்மாவுக்கு அடித்த யோகம்

லெனுவாவின் முயற்சிகள் அடுத்த கட்டத்திற்கு நகர்ந்தன. அதைப் பெறும் நல்வாய்ப்பு துய்மாவிற்குக் கிடைத்தது. நிஜாமின் அறிவுறுத்தலின்படி, ஆர்க்காட்டு நவாப் தோஸ்த் அலியால் ஆலம்பரைக் கோட்டையினுள் இருந்த கருவூலத்தில் 1736 ஆகஸ்டு 17ஆம் நாளன்று ஒரு 'பர்வானா' தயாரிக்கப்பட்டது. இதற்காக, முதல் கட்டமாக, 1736 ஜூலை 6இல்

நவாப் தோஸ்த் அலிக்கு 900 பகோடா, அவரது சகோதரர் சதத் அலி கானுக்கு 290, அமைச்சர் இமாம் சாகிபுக்கு 345, கருவூலக் காசாளர் சிட்டி சோர்க்கனுக்கு 296 பகோடாக்களும் அன்பளிப்பாக அனுப்பி வைத்தார். தொடர்ந்து, நவாப் தோஸ்த் அலிக்கு 80,000 பகோடாக்களும், இமாம் சாகிபுக்கு 15,000, தர்பார் அதிகாரிகளுக்கு 25,000 பகோடாக்களும் தந்தே இதைச் சாதிக்க முடிந்தது. அதை, செப்டம்பர் 10ஆம் நாள் துபாசி பெத்ரோகனகராய முதலியார் நேரடியாகப் பல்லக்கில் போய் வாங்கிக்கொண்டு வந்தார். இதைப் பெரிய விழாவாகத் துய்மா கொண்டாடினார். கனகராய முதலி ஊருக்குள் நுழைந்தபோது, 21 பீரங்கிக் குண்டுகள் போட்டு வரவேற்கப்பட்டார். அரசு மாளிகையின் வாயிலுக்கு வந்ததும், கடலில் நின்றிருந்த மூன்று கப்பல்கள் ஒவ்வொன்றும் 21 குண்டுகள் போட்டன. அன்று பிற்பகலில், பர்வானாவை ஒரு பல்லக்கில் வைத்து, ஊர் முழுதும் மேளதாளங்கள் முழங்க ஊர்வலமாக எடுத்துச் சென்று கொண்டாடினார்கள் என்று ஆனந்தரங்கப் பிள்ளை கூறுகிறார் (மொரே 2020: 118).

நாணயச் செலாவணியின் முக்கியத்துவம்

நாணய அச்சடிப்பும், நாணயச்சாலை அமைப்பும், ஃபிரஞ்சிந்திய அரசு இறையாண்மையை நோக்கி நகர்வதற்கான முக்கியப் படிகளானதால், இதைச் சாதித்த துய்மாவிற்கு, ஃபிரான்சு அரசின் உயரிய விருதான சிவப்புப் பட்டை செவாலியே விருதும், கருப்புப் பட்டை 'புனிதர் மிஷேல்' பதக்கமும் வழங்கிக் கௌரவிக்கப்பட்டார் (ஆர்பி: ஜூன் 11, 1738).

இவ்வாறு, சுங்க வரிவசூலிக்கும் உரிமையையும், அதைத் தொடர்ந்து தங்க சாலை அமைத்து, நாணயம் அச்சடித்துக் கொள்ளும் உரிமையையும், முப்பதாண்டுகள் விடாது முயன்று பெற்றது பெரிய இராஜதந்திர வெற்றியாகும். இந்த முயற்சி வெற்றி பெற முக்கியக் காரணமாயிருந்தவர், முன்னாள் ஃபிரஞ்சு இராணுவ வீரரான ழொசேஃப் தெ வோல்தொன் (Joseph deVoldon). இராணுவப்பணி முடித்து, மருத்துவரானதும், அவர் நவாபுக்கும் மருத்துவம் பார்த்ததால் அணுக்கமாயிருந்தார். அதனால், இரு தரப்புக்குமிடையே எளிதாகத் தொடர்புகொண்டு அதைச் சாதிக்க முடிந்தது (அனிமேஷ் ராய் 2008: 34).

2.8: வணிகத் தளங்கள் விரிவாக்கம்

சந்திரநாகூர் – வங்காளத்தில் ஒரு வணிகத்தளம்

1673இல் கும்பினியின் வங்காள நிர்வாகியான தெஸ்லாந்தே (Deslandes) என்பவர், அப்பகுதியின் ஜமீந்தார்களான இராமேஸ்வர், இராம்கிஷன், பியாரே ராம் ஆகியோரிடமிருந்து, பரோ காசிம்பூர் என்ற கிராமத்தில் 61 பிக்கா நிலத்தை வாங்கினர். தொடர்ந்து சாபினரா, சீராபாத், தேவிபூர், துர்காபூர் போன்ற ஊர்களும் வாங்கி விரிவாக்கப் பட்டது. அந்தப் பகுதி நிலா வடிவில் இருந்ததால் அதற்குச் சந்திரநகர் (Chandan nagore) என்று பெயரிட்டனர்.

கட்டமைக்கப்படும் காரைக்கால் (மொரே 2020: 122–124)

கிழக்குக் கடற்கரையில், அதுவும் நஞ்சை வளங்கொழிக்கும் தஞ்சைத் தரணியில் மற்றொரு துறைமுகம் தேவை என மர்த்தேன் உணர்ந்தார். 1674 முதல் அது மராட்டியரின் ஆதிக்கத்தில் இருந்தது. தஞ்சாவூர் மன்னரான சாகோஜியின் அழைப்பிற்கிணங்கி ழெர்மேன் (Germain) என்பவரை அனுப்பி, காரைக்கால் பகுதியில் வர்த்தகம் புரிவதற்கான வாய்ப்புக்களை மர்த்தேன் ஆராய்ந்தார். தனது தூதராகக் கொலாந்தே (Collande) என்பவரை அனுப்பி, வணிகம் செய்வதற்கான உரிமையை 1688 ஜூலையில் பெற்றார். ஆனால் அம்முயற்சி ஏனோ தொடரவில்லை. எனவே, அடுத்த ஐம்பதாண்டுகளுக்குப் பின்னரே, ஃபிரஞ்சியர் மறுமுயற்சிகளை மேற்கொண்டனர்.

துய்மா நிர்வாகத்தின்போது, அதற்கான தருணம் மலர்ந்தது. தஞ்சாவூர் மன்னர் சாகுஜிக்குப் பெரும் பணத் தேவை இருந்ததால், அவரிடமிருந்து கருக்களாச்சேரியையும், மேலும் ஐந்து ஊர்களையும் வாங்கிக்கொள்ள ஆளுநர் துய்மா 1738 ஜூலை 25ஆம் நாளன்று, ஓர் ஒப்பந்தம் செய்துகொண்டார். இதற்காக இரண்டு லட்சம் லிவர் (50,000 சக்கரம் தங்கம்) பணமும் போர்த்தளவாடங்களும் விலையாக நிர்ணயிக்கப்பட்டு, முன்பணமும் தரப்பட்டது. ஆனால், தரங்கம்பாடிக்கு அருகில் இன்னொரு போட்டியாளர் வருவதை விரும்பாத டச்சுக்காரர்கள் இதை ஆட்சேபித்தனர். அவர்களைப் பகைத்துக்கொள்ள விரும்பாத சாகுஜி ஒப்பந்தப்படி நடந்துகொள்ளவில்லை.

எனவே, ஃபிரஞ்சியர் காரைக்காலுக்குள் நுழைய முயன்றபோது, சாகுஜியின் தளபதியான கான்சாகிப், ஃபிரஞ்சியரைத் தடுத்து நிறுத்தினார். அச்சமயத்தில் ஆற்காட்டு நவாபு தோஸ்த் அலி கான், அவரது சகோதரர் படா சாயபு, மைத்துனர் சந்தாசாகிபு தலைமையில் திருச்சி, தஞ்சாவூர் அரசர்களிடம் கப்பம் வசூலிக்கப் படைகளை அனுப்பியிருந்தார். ஆகவே, காரைக்காலில் காலூன்றுவதற்கு, சந்தாசாகிபின் உதவியை துய்மா நாடியதும், அவர் 1739 பிப்ரவரி 14ஆம் நாள் தனது படையை அனுப்பி காரைக்காலைக் கைப்பற்றி, ஃபிரஞ்சியரிடம் ஒப்படைத்தார்; கூடவே, நிரவியும் சந்தா சாயபுவால் அன்பளிப்பாகத் தரப்பட்டது. சாகுஜியின் பணமுடை கடுமையானதால், அவரிடமிருந்து 10,000 சக்கரங்களுக்கு கீழையூர், வாஞ்சியூர், புதுத்துறை, கோவில்பத்து, திருமலைராஜன் பட்டினம் ஆகிய ஊர்களும், 1739ஆம் ஆண்டிலேயே வாங்கப்பட்டன. இதனால், மனமகிழ்ந்த துய்மா, சந்தாசாகிபிற்கு 1400 பகோடா, படா சாயபுக்கு 600, போர் வீரர்களுக்கு 200 பகோடாக்களை அன்பளிப்பாக அளித்தார் (மேலிசன் 1868: 78).

1749–59களில் நடந்த இரண்டாம் கர்நாடகப் போரின் விளைவு, காரைக்காலிலும் எதிரொலித்தது. அப்போது, தஞ்சையின் மன்னரான பிரதாப் சிங், ஃபிரஞ்சியரின் எதிரணியிலிருந்தார்; புதுச்சேரியில் துய்ப்ளேக்சு ஆளுநராயிருந்தார். ஆம்பூர் சண்டையில் அன்வருதீன் கான் வீழ்த்தப்பட்டதால், பிரதாப் சிங் வலுவிழந்தார். எனவே, அவர் தனது பண முடையைச் சமாளிக்க, 1750இல் வாஞ்சியூர், தருமாபுரம்,

ஊழியப்பத்து, மத்தளங்குடி, ஆகிய ஊர்களை, *60,000* சக்கரங்களுக்கு ஃபிரஞ்சியருக்கு விற்றார்; திருநள்ளாரும், அதற்கடுத்து, வடமறைக்காடு, கீழகாசாக்குடி, தலத்தெரு ஆகிய ஊர்களும் அவரிடமிருந்து விலைக்குப் பெறப்பட்டன. இறுதியாக, *1750*இல் பிரதாப் சிங்கிடமிருந்து மேலும் *81* கிராமங்கள் பெறப்பட்ட நிலையில் காரைக்கால் விரிவாக்கம் நிறைவுற்றது (இராமசாமி *1992*).

மேற்குக் கடற்கரையில் ஒரு வணிகத்தளம் – மாகி

*1721*ஆம் ஆண்டில் தளபதி ஆந்திரே மொலாந்தன் (*Andre Mollandin*) முயற்சியால், வடகரா மன்னர் பயனேரிடம் (*Bayaner*), மய்யழி ஆற்றின் முகத்துவாரத்தில் (*Mahe=Mayyazhi*) ஒரு கிட்டங்கி அமைத்துக் கொள்ள ஃபிரஞ்சியர் ஓர் ஒப்பந்தம் செய்துகொண்டனர்; *1724*இல் அங்கு ஒரு கோட்டையையும் கட்டிக்கொண்டனர். அத்துடன் மேற்குக் கடற்கரையில் ஃபிரஞ்சிந்தியாவின் மாகி வணிகத்தள வரலாறு சுருங்கிவிடுகிறது. ஆனால், அதைப் போட்டியாளரான ஆங்கிலேயரிடமிருந்து தக்கவைத்துக் கொள்வதென்பது பெரும்பாடாகிவிட்டது. நான்கே ஆண்டுகளில் (*1725*இல்), அது ஆங்கிலேயரால் கைப்பற்றப்பட்டது. ஆனால், தளபதி மொலாந்தன் தலைமையில், கப்பற்படைத் தளபதி மாகி தெலபூர்தொனே (*Bertand Francois Mahe de Labourdonnais*) திறமையான வியூகம் வகுத்து, ஆங்கிலேயரை முறியடித்துத் திரும்ப பெற்றுத் தந்தார். *1726* நவம்பர் *8*ஆம் நாள் ஃபிரஞ்சியரின் உரிமையை, மன்னர் வழுந்நாவர் (*Vazhunnavar-Bayaner*) மொலாந்தனுடன் ஓர் ஒப்பந்தம் மூலம் உறுதி செய்தார் (மேலிசன் *1868: 63–65*).

மாகி தெ லபூர்தொனே

தமிழகப் பகுதிகளைப் போலன்றி, கேரளப் பகுதிகள் அளவில் சிறிய, பெரிய நிலப்பகுதிகள் துண்டுத் துண்டாகப் பலரால் ஆளப்பட்டு வந்தன. பெரிய சமஸ்தானங்கள் மன்னர்களாலும், சிறு சிறு பகுதிகள், நாயர், நம்பூதிரி வம்சத்தவரின் சிற்றரசர்களாலும் ஆளப்பட்டுவந்தன. எனவே, ஆங்கிலேயரும் ஃபிரஞ்சியரும் இவர்களைத் தங்களுடன் அணிசேர்த்துக்கொண்டு ஆளுமைப் போரில் ஈடுபட்டதால், மாகி கைமாறுவதும், அதனோடு சில சில பகுதிகள் சேருவதும் பிரிவதுமாக இருந்தது. இடையில், மைசூர் மன்னர் ஐதர் அலியின் அரசியல் பகடையிலும் அது சிலகாலம் உருட்டப்பட்டது.

*1745*வாக்கில் மாவீரன் மாகி தெ லபூர்தொனே திறமையான வியூகம் வகுத்து, ஆங்கிலேயரை முறியடித்தபின்தான், அதன் நிலக்கூறுகள் உறுதியாயின. மாகியைச் சுற்றியிருந்த பள்ளூர், சாலக்காரா, நாலுதரா ஆகியவை உள்ளிட்ட ஒரு வணிகத்தளம் மேற்குக் கரையில் நிரந்தரமானது. ஃபிரஞ்சிந்தியாவின் ஐந்து நிலப்பகுதிகளில், நேரடி

இராணுவ நடவடிக்கையால் இணைக்கப்பட்ட பகுதி, மாகி மட்டுமே (மொரே 2001, 2020: 120–122).

ஏனாமிலும் ஒரு வணிகத்தளம்

சூரத்திற்குப் பின் ஃபிரஞ்சியர் சோழமண்டலக் கரையில் கால் பதித்தது மசூலிப் பட்டினத்தில். 1723இல் ஃபிரஞ்சியர்கள் ஏனாமில் ஒரு வணிக மையத்தை ஏற்படுத்தினாலும், வணிக வளர்ச்சிக்குச் சாதகமான சூழல் நிலவாததால், 1727இல் அங்கிருந்து வெளியேறி, மீண்டும் 1731இல் வந்து சேர்ந்தனர். அதைத் தொடர்ந்து, 1734இல் இராஜமுந்திரி அரசில் பெத்தாபூர் ஜமீன் மூலம், தக்காணத்தில் சுபேதாராயிருந்த நிசாம் உல் முல்க்கிடமிருந்து, தெ சூஷ் என்பவர், நான்கு காணி நிலத்தையும், ஒரு தோட்டத்தையும் வாங்கினர். பின்னர், 1751இல் நரசாபூர், தேவரகோட்டா, நிசாம்பட்டினம், கொண்டவீடு, பேடனா போன்ற ஊர்களை சலாபத் சங், இதாயத் கான் மோடி ஆகியோர் மூலம் பெற்றனர். துய்ப்ளேக்சுவால் ஐதராபாத் நிசாமாக நியமிக்கப்பட்ட முசாஃபர் சங், 1750ஆம் ஆண்டில், ஏனாம் பகுதியின் நிர்வாக உரிமையை அளித்தார். 1757இல் ரெட்டி வம்சத்தின் பொப்பிலி மன்னருக்கும் , விஜயநகர வம்சக் கிளையான ராஜு வழியினருக்கும் இடையே நடந்த பொப்பிலி யுத்தத்தில், ஃபிரஞ்சுப் பிரதிநிதியாகத் தக்காணத்திலிருந்த புஸ்சி (Bussy), விஜயநகர அரசருக்குத் துணையாகப் போரிட்டு வெற்றித் தேடித்தந்தார். அதற்கு நன்றிக் கடனாக, மன்னர் பசுபதி பெத்த விஜயராமராஜு, புஸ்சிக்கு ஏனாம் பகுதியைப் பரிசாக வழங்கிச் சிறப்பித்தார் (இராமதாசு 2017).

நிலை கொண்ட ஃபிரஞ்சிந்தியப் பேரரசு

பதினெட்டாம் நூற்றாண்டின் மையத்தில், புதுச்சேரி, காரைக்கால், மாகி, ஏனாம், சந்திரநாகூர் ஆகிய ஐந்து பகுதிகளில், சற்றொப்ப ஐநூற்று ஒன்பது சதுர கிலோமீட்டர் பரப்பில், மூன்று லட்சம் மக்கள் கொண்ட கடல் கடந்த காலனியில், ஃபிரான்சு மாமன்னரின் ஃபிரஞ்சுக் கொடி பறந்தது. இவற்றுடன், மொத்தமாக நான்கு சதுர கிலோமீட்டர் பரப்பளவில், இரண்டாயிரம் பேர் வசித்த, காசிம்பார், டாக்கா, பர்காம்பூர், ஜோக்தியா, பாட்னா, பலாசூர், மசூலிப்பட்டினம், கள்ளிக்கோட்டை ஆகிய பதினொரு வணிகத் தளங்களும் அவர்களின் ஆதிக்கத்தின்கீழ் இருந்தன.

இவ்வாறு, மர்த்தேனில் தொடங்கி, தெல்தோர், துய்மா, லெனுவா ஆகியோரின் முயற்சிகளால் வளர்ந்த ஃபிரஞ்சுப் பேரரசு, 1750களில் துய்ப்ளேக்சு காலத்தில் உச்சத்தை எட்டியது.

2.9: துய்ப்ளேக்சுவின் சாதனைகளும் சறுக்கல்களும் (1742–1754)

புதுச்சேரியின் 12ஆவது ஆளுநராக 1742–1754 காலத்தில் ஆட்சி புரிந்தவர் ஜொசேஃப் ஃபிரான்சுவா துய்ப்ளேக்சு (Joseph Francois Dupleix). இந்தியாவில், துய்ப்ளேக்சுவின் முதல் நியமனமே புதுச்சேரியில்தான். 1720இல், லெனுவா அரசில் உயர் ஆலோசனைக் குழுவின் தலைமை

உறுப்பினராகச் சேர்ந்து பத்தாண்டுகள் பணியாற்றிய பின்னர், ஆளுநர் துய்மாவுடன் ஏற்பட்ட கருத்து வேறுபாட்டால் *1731*இல் சந்திர நாகூருக்கு இயக்குநராக மாற்றலாகிப்போனார். அதன்பின், *1742*இல், ஆளுநராக நியமிக்கப்பட்டு, மீண்டும் புதுச்சேரிக்கு வந்தார். கும்பினியின் வணிகத்தைப் பெருக்குவதோடு, இந்தியாவில் ஃபிரஞ்சுப் பேரரசை நிறுவ வேண்டும் என்ற பெருநோக்கோடு வந்தவராதலால், அவரது ஒவ்வோர் அரசியல் நடவடிக்கையும், அக்குறிக்கோளை நோக்கிய ஏற்றத்தையோ, இறக்கத்தையோ சந்தித்தது *(மேலிசன் 1868: 67–69).*

எதிரும் புதிருமான அதிகார மையங்கள்

துய்ப்ளேக்சு சிறந்த மதியூகி; நிர்வாகி; இராஜதந்திரி. தென்னகத்தில் நிலவிய குழப்பமான சூழலையைச் சாதகமாகிக்கொள்ள வேண்டுமானால், இராணுவப் படை பலத்தோடுத் தலைமைப் பலமும் வேண்டும் என்று கணித்தார் துய்ப்ளேக்சு. அதனால், 'ஃபிரஞ்சிந்தியப் பேரரசை நிறுவவேண்டும்' என்ற அதே குறிக்கோளைக் கொண்டிருந்த கப்பற்படைத் தளபதி மாகி தெ லபூர்தொனேவையும் *(Mahe de Laburdonnais)*, *1746*இல் அவரது படையோடு இந்தியாவிற்கு துய்ப்ளேக்சு வரவழைத்தார்.

லபூர்தொனேவும் சிறந்த நிர்வாகி; தீரமான போராளி; சிறந்த கடற்படை வீரரும் கூட. *1935* முதல் மொரிசியஸ், ரெயுனியன் தீவுகளின் ஆளுநராகப் பணியாற்றி வந்தவர். அயல்நாடுகளில் ஃபிரஞ்சுப் பேரரசை நிறுவவேண்டுமென்ற தீராத ஆசை கொண்டவர். ஏற்கெனவே, *1725*இல் மாகியை மீட்டெடுத்த மாவீரர் அவர். ஆகவேதான், அவரைத் துய்ப்ளேக்சு குறிப்பிட்டு அழைத்திருந்தார். ஃபிரஞ்சு அரசின் அனுமதி கிடைத்தவுடன், தன் நோக்கத்தை எட்டக் கிடைத்த வாய்ப்பாகக் கருதி, காலம் கடத்தாமல், சாதாரணக் கப்பல்களில் சிறு பீரங்கிகளைப் பொருத்திப் போர்க்கப்பல்களாக மாற்றிக்கொண்டு புறப்பட்டுவிட்டார். வழியில் கடும் புயலில் சிக்கியபோதும், முடிந்தவரையில் பழுது நீக்கிக்கொண்டு, மூவாயிரம் பேர் கொண்ட படையோடு வந்து சேர்ந்தார் *(இராமசாமி 1992).*

ஆனாலும், ஒரே தகுதிகொண்ட இரு பெரும் ஆளுமைகள் ஒருங்கிணைந்துப் பணிபுரிவதில் சங்கடங்கள் எழுந்தன. தொடக்கத்திலிருந்தே அவர்கள் இருவருக்குமிடையே இணக்கமான உறவு அரும்பவில்லை. ஒரே உறைக்குள் இரண்டு கத்திகள் இருக்க முடியாதல்லவா? அதுவே, பெரும் பின்னடைவுகளுக்குக் காரணமானது. இருவரும் சந்தித்த ஐந்தாவது நாள் முதலே இதை எதிர்பார்த்ததாக ஆனந்தரங்கப் பிள்ளை கூறுகிறார் *(ஆலாலசுந்தரம் 1999: 108–109).*

சென்னை படையெடுப்பு (ஓர்ம் 1861: 91–106; ஆலாலசுந்தரம் 1999: 69–77)

*1746*ஆம் ஆண்டு செப்டம்பர் மாதத்தில் 'புதுச்சேரி' என்ற வாணிபக் கப்பலை ஆங்கிலேயர்கள் கைப்பற்றிப் போர்த்துக்கீசியருக்கு விற்றுவிட்டதால், அதை முகாந்திரமாகக் கொண்டு, ஃபிரஞ்சியர் சென்னை முற்றுகையைத் தொடங்கினர்; கடல் வழியாக லபுர்தோனே செயின்ட் ஜார்ஜ் கோட்டையையும் தாக்கத் தொடங்கினார்.

புதுச்சேரியிலிருந்து புறப்பட்ட படைகளும் தரைவழியில் தாக்கியதால், ஐந்தே நாட்களில் சென்னையைக் கைப்பற்ற முடிந்தது. இராபர்ட் கிளைவ் உள்ளிட்ட வீரர்கள் கைது செய்யப்பட்டனர்.

அன்வருதின் கான்

சிக்கல் அங்குதான் தொடங்கியது. சென்னையை, ஆர்க்காட்டு நவாபு அன்வருதின்கானுக்கு சிலகாலம் தந்துவிட்டு, பின்னர் தாமே வைத்துக்கொள்ள வேண்டும் என்பது துய்ப்ளேக்சுவின் எண்ணம். இதன் மூலம் சென்னையை ஃபிரஞ்சு வசப்படுத்தி விட்டால், அங்கிருந்தே கிழக்குக் கடற்கரையோரப் பகுதிகளை எளிதாகக் கைப்பற்றி விடலாம் என்பது அவரது தொலைநோக்குத் திட்டம். அதற்காகத்தான், சென்னை போர்ச் செலவைக்கூட கும்பினியை எதிர்பார்க்காமல் தானே செய்திருந்தார் (மேலிசன் 1868; ஓர்ம் 1861).

மாற்றுச் சிந்தனையில் லபுர்தோனே

ஆனால், லபுர்தோனே மூன்று வழிகளில் சிந்தித்தார். ஃபிரஞ்சு அரசுக்கு உரிமையாக்கிக் கொள்வது, முற்றிலும் அழித்து விடுவது, அல்லது கும்பினிக்கு மீட்புப்பணம் வாங்கிக்கொண்டு ஆங்கிலேயரிடமே திருப்பித் தந்துவிடுவது என்ற மூன்றில், கும்பினிக்கு மீட்புத்தொகையாகப் பதினொரு இலட்சம் பகோடாக்களைப் பெற்றுக்கொண்டு, சென்னையை ஆங்கிலேயருக்கே திருப்பித் தருவதற்கான ஒப்பந்தத்தை யாரையும் கலந்தாலோசிக்காமல் லபுர்தோனே செய்துகொண்டார். ஏற்கெனவே ஃபிரஞ்சு அரசின் மையமாகப் புதுச்சேரி விளங்குவதால், இன்னொரு கேந்திரம் அவசியமில்லை என்பது அவரது வாதம்.

இது துய்ப்ளேக்சுவிற்குப் பேரிடியாக விழுந்தது. மீட்புப் பணத்திற்காகச் சென்னையைக் கைவிடக்கூடாது என்று துய்ப்ளேக்சும், உயர்நிலைக் குழுவும் பலமுறை அறிவுறுத்தியும் லபூர்தொனே ஏற்றாரில்லை. அவரிடமிருந்து சென்னையைப் பெற்றுக்கொள்ள வந்த தெஃப்ரேன், பராதியைப் புறக்கணித்தார்; ஒப்படைப்பதைத் தடுப்பதற்காக வந்த புதுச்சேரி வீரர்களையும் அவர் சிறைபிடித்தார் (ஓர்ம் 1763; மேலிசன் 1868).

நழுவிப்போன நல்வாய்ப்பு

ஆனால், இயற்கையின் கணக்கோ வேறுவிதமாயிருந்தது. அக்டோபர் மாதத்தில் வீசிய கடும் புயலால், லபுர்தோனேவின் கடற்படை பெருத்த சேதமடைந்ததால், அவர் முரண்டுபிடிக்கும் வலுவிழந்தார். சென்னையைத் திருப்பித்தரவேண்டும் என்று தான் செய்த ஒப்பந்தத்தை நிறைவேற்ற வேண்டுமெனத் தெஃப்ரேனிடம் கண்டிப்புடன் கூறிவிட்டு, பொறுப்பையும் ஒப்படைத்து விட்டு, மொரிசியசிற்குத் திரும்பிப் போய்விட்டார். அவர் ஃபிரான்சுக்குப் போனதும் கையூட்டுப் பெற்றுக் கொண்டு நாட்டுக்குத் துரோகம் இழைத்ததாகக் குற்றம் சாட்டப்பட்டு, மூன்றாண்டுகள் சிறையில் அடைக்கப்பட்டார் (மேலிசன் 1868: 178–179).

சென்னை முற்றுகை தொடங்கியவுடனே, ஃபிரான்சிலிருந்து மூன்று போர்க்கப்பல்களும் வந்துசேர்ந்து வலுக்கூட்டின. எனவே லபுர்தோனே சரியாகச் செயல்பட்டிருந்தால், சென்னைக்கு அடுத்து கடலூர் கோட்டையையும் கைப்பற்றி, நிலைப்படுத்திக்கொண்டு, மற்ற வணிகத் தளங்களையும் கைப்பற்றி, ஆங்கிலேயரை அன்றே ஒடுக்கியிருக்கலாம். ஆனால், லபுர்தோனேவிற்கு ஆங்கிலேயர்கள் கமுக்கமாக அளித்த ஒரு லட்சம் பகோடாக்களே அவர் சுயநலமாகச் செயல்படக் காரணம் என்று வரலாற்றாசிரியர்கள் கருதுகிறார்கள். ஆக, முதல் கோணலே முற்றும் கோணலானது *(ஓர்ம் 1763; மேலிசன். 1868).*

அடையாறு சண்டை – குண்டு மழையில் சென்னை (1746)

முதல் கர்நாடகப் போர் – அடையாறு சண்டை

லபுர்தோனே களத்திலிருந்து அகன்றதும், சென்னை முற்றுகையை துய்ப்ளேக்சுவே கையாண்டார். ஆங்கிலேயருக்கு ஆதரவாகச் சென்னையை மீட்க வந்த ஆர்க்காட்டு நவாபு அன்வருதீன்கானின் மகன் மாஃபுஸ்கான் படைகளை, லத்தூர் *(LaTour)* தலைமையிலான படை சாந்தோமிலிருந்து விரட்டியடித்தது. அதைப் புதுச்சேரியிலிருந்து வந்த பராதி *(Louis Paradis de la Roche)* தலைமையிலான படை, 1746 நவம்பர் 7இல் அடையாறில் தோற்கடித்து சென்னை வெற்றியை உறுதி செய்தது *(மேலிசன் 1868: 197).*

இந்தப்போர் பல உண்மைகளை வெளிச்சம் போட்டுக்காட்டியது. வாளும் வில்லும் ஏந்திக்கொண்டு வந்த 10,000 மூர்களை, 350 ஃபிரஞ்சு வீரர்கள், 700 சிப்பாய்கள் மட்டுமே கொண்ட பராதியின் பயிற்சி பெற்ற இராணுவம் சிதறடித்தது. பழம் பஞ்சாங்கமான இந்திய இராணுவ முறைகளின் பலவீனத்தையும், ஐரோப்பியப் போர் முறைகளின் மேன்மையையும் புலப்படுத்தியதன் மூலம், முதல் கர்நாடகப் போரின் (1746–1748) அடையாறு சண்டை *(Battle of Adyar–1746)* வரலாற்றில் இடம்பெற்றுவிட்டது *(டாட்வெல் 1968: 5–117)*

ஆங்கிலேயரும் வாளாயிருக்கவில்லை. சென்னையைத் தொடர்ந்து கடலூர் செயின்ட் டேவிட் கோட்டையைக் *(Fort St. David)* கைப்பற்ற

துய்ப்ளேக்சு செய்த நான்கு முயற்சிகளையும் முறியடித்தனர். நான்காவது முயற்சியை தளபதி லாரன்ஸ் (*Major Stringer Lawrence*) முறியடித்துப் பின்வாங்க வைத்தார்.

தாக்கப்படும் புதுச்சேரி

1746 முதல் 1748 வரை நீடித்த சென்னையைக் கைப்பற்றியதற்குப் பழிக்குப் பழியாக, 1748 செப்டம்பரில் தளபதிகள் கிரிஃபின் (*Griffin*) – போஸ்காவன் (*Edward Boscawen*) ஆகியோர் 60 கப்பல்கள், 6000 வீரர் களுடன் புதுச்சேரியை முற்றுகை யிட்டனர். ஆனாலும் ஃபிரஞ்சு வீரர்கள் தீரமுடன் செயல்பட்டு ஆங்கிலேயரைக் கடலூருக்குப் பின்னோடவிட்டனர். போரில் தளபதி பராதி குண்டடிபட்டு இறந்துபோனதால், துய்ப்ளேக்சுவே இராணுவ நடவடிக்கைகளைக் கையாண்டு, 42 நாட்களுக்கு வழிநடத்தி புதுச்சேரியைப் பாதுகாத்தார். இது துய்ப்ளேக்சுவிற்குக் கிடைத்த முக்கியமான வெற்றியாகும் (மேலிசன் 1868: 223).

ஆனால், ஐரோப்பாவில் ஆஸ்திரிய உரிமைப்போரின் முடிவில், இங்கிலாந்தும் ஃபிரான்சும் செய்து கொண்ட 'ஏக்ஸ் லா சப்பேல் (*Axe la Chappelle* – 1748) உடன்பாட்டின்படி, சென்னையை ஆங்கிலேயர் வசமே திருப்பித் தரவேண்டியதாயிற்று.

ஃபிரஞ்சுப் பேரரசை நிலைநிறுத்துவதை நோக்கித் திடமான அடியெடுத்து வைத்திருந்த துய்ப்ளேக்சுவிற்கு, இது ஒரு பெரும் சறுக்கலாக அமைந்தது. துய்ப்ளேக்சுவிற்கு மட்டுமல்ல, ஃபிரஞ்சிந்திய சாம்ராச்சியக் கனவிற்கும் தான்.

வாரிசுப்போர்களில் சாதித்த சாதுர்யம்

ஆம்பூர் வெற்றி (இரண்டாம் கர்நாடகப் போர் 1749–54)

1748 மே மாதம் தக்காணத்தில் டெல்லிப் பிரதிநிதியான சுபேதார் ஆசஃப் அலி முல்க் இறந்தவுடன், அவரது மகனான நாசிர் ஜங், பேரன் முசாஃபர் ஜங் ஆகியோரிடையே வாரிசுப் போட்டி எழுந்தது. முசாஃபர் ஜங், ஃபிரஞ்சியரின் ஆதரவைக் கோரியபோது, அந்த வாய்ப்பைத் துய்ப்ளேக்சு நழுவவிடவில்லை. வடக்கிலிருந்து முசாஃபர்ஜங், திருச்சியிலிருந்து சந்தா சாகிப் (*Chunda Sahib*), கிழக்கிலிருந்து தொத்தேய் (*D'Auteuil*) தலைமையில் ஃபிரஞ்சுப் படைகளும் கூட்டாகச் சேர்ந்து 1749 ஆகஸ்டு மூன்றாம் நாள், ஆர்க்காட்டு நவாபுக்கு எதிராக, ஆம்பூரில் (*Battle of Ambur*) முற்றுகையைத் தொடங்கினர். 420 இராணுவ வீரர்கள், 100 தொப்பிக்காரர்கள், 2000 சிப்பாய்கள் மட்டுமே கொண்ட அப்படை, 12000 இராணுவ வீரர்கள், 6000 தரைப் படையினர், 220 யானைகள் கொண்ட ஆர்க்காட்டு நவாபு அன்வருதீன் கானின் மாபெரும் அணிவகுப்பை வெற்றிகரமாகத் தோற்கடித்தது. ஜூலை மாதத்தில் நடந்த

சண்டையின்போது அன்வருதீன் கான் கொல்லப்பட்டார்; அவரது மகனான மாஃபுஸ் கான் கைது செய்யப்பட்டார்; மற்றொரு மகனான முகமது அலி திருச்சிக்குத் தப்பியோடினார். ஆகஸ்டு 8ஆம் நாள், சந்தா சாகிபு ஆர்க்காட்டு நவாபாக அறிவிக்கப்பட்டார் (மேலிசன் 1868: 237).

துப்ளேக்சுவை சந்திக்கும் முசாஃபர் ஜங்

முசாஃபர் ஜங்

புதுச்சேரியில் வெற்றி விழா

கழுத்தைச் சுற்றிய நாகம் போல், எட்டிய தூரத்தில் இருந்த பலமான எதிரியை அழித்ததால், தக்காணத்தில் ஃபிரஞ்சியருக்குக் கிடைத்த மாபெரும் வெற்றி இது. ஆகவே, இருதரப்பினரும் இதைப் பெரிய அளவில் கொண்டாடினர். வெற்றி வீரரான சந்தா சாகிபு, செப்டம்பர் 29ஆம் நாளன்று, யானைப் படை, ஒட்டகப் படை, குதிரை வீரர்களுடன் ஊர்வலமாகப் புதுவைக்கு வந்தார். அவரைத் துய்ப்ளேக்சு, ஊர் எல்லையான மொரட்டாண்டிக்கே தன் பரிவாரங்களுடன் போய் எதிர்கொண்டு வரவேற்றார். அங்கிருந்து இருவரும் பல்லக்கில் ஊர்வலமாக இராஜ பவனி வந்து ஊருக்குள் நுழைந்தனர். அடுத்தநாள், முசாபர் ஜங்கும் தனது குடும்பத்தாருடன் வந்து கொண்டாட்டங்களில் கலந்து கொண்டார். விருந்தும் கேளிக்கையுமாக விழா அமர்க்களப்பட்டது (மொரே 2020: 197).

நாசிர் ஜங்கின் பெரும் படை

ஆர்க்காட்டை இழந்த முகமது அலிக்கு ஆங்கிலேயர் நேசக்கரம் நீட்டினர். அதற்கேற்றாற்போல், ஐதராபாத் நிசாம் நாசிர் ஜங் ஒரு மாபெரும் படையுடன் தமிழகத்திற்குள் புகுந்தார். மூன்று லட்சம் போர் வீரர்கள், பெரிய குதிரைப்படை, 1300 யானைகள், 800 பீரங்கிகளுடன் பாசறை அமைத்தபோது, அது ஐந்து மைல் நீளமும், மூன்று மைல் அகலம் கொண்டிருந்தது என்று வியக்கிறார் ஆனந்தரங்கப்பிள்ளை (ஸ்ரீநிவாசாச்சாரி 1943: 470).

வழுதாவூரில் ஒரு சறுக்கல்

1750 ஏப்ரல் முதல் நாள், நாசிர் ஜங் புதுச்சேரிக்கு ஏழு மைல் அப்பால் உள்ள வழுதாவூரில் முகாமிட்டார். அவரது முகலாயப்

படையினருடன், மராட்டிய சேனையும், அன்வருத்தீன்கான் மகன்களான மாஃபூஸ்கான், முகம்மது அலியும், ஆங்கிலத் தளபதிகள் மேஜர் ஸ்டிரிங்கர் லாரன்ஸ் *(Stringer Lawrence)*, கேப்டன் கோப் *(Cope)* ஆகியோரும் அணி சேர்ந்திருந்தனர். எதிர் முகாமில் முசாஃபர் ஜங், சந்தாசாகிப் ஆகியோரும், அவர்களுக்கு ஆதரவாகத் தொத்தேய் *(D'Auteuil)* தலைமையில் ஃபிரஞ்சுப் படைகளும் முகாமிட்டிருந்தனர்.

நாசிர் ஜங்

நாசிர் ஜங்கின் அசுர படைபலத்தைக்கண்டு அஞ்சிய ஃபிரஞ்சு வீரர்கள், புதுவைக்குத் திரும்பிப் போகவேண்டுமென்று முரண்டு பிடித்தனர். அவர்களுக்குத் தைரியமூட்டுவதற்காக, துய்ப்ளேக்சு, புஸ்சியை அனுப்பி வைத்தும் பலனில்லை. ஏப்ரல் 4ஆம் நாள் தாக்குதல் தொடங்கியவுடனே, பதின்மூன்று கீழ்நிலைப் படைத் தலைவர்கள் பதவியை விட்டு விலகி, புதுவைக்குத் திரும்பிவிடப் போவதாக ஆளுநருக்கு அறிவித்தனர். இராணுவ ரீதியாக மிகச் சிக்கலான நேரத்தில் முக்கியமான அதிகாரிகளே போர் செய்ய மறுத்ததால் ஃபிரஞ்சுப் படைவீடு நம்பிக்கை இழந்து கிடந்தது. எனவே, வேறுவழியின்றி, படைகளைப் புதுச்சேரிக்குத் திரும்புமாறு தொத்தேய் ஆணையிட்டார். ஃபிரஞ்சியரை நம்பி வந்த முசாஃபர் ஜங், வேறுவழியில்லாமல் நாசிர் ஜங்கிடம் சரணடைந்தார். துய்ப்ளேக்சுவிற்கு இது ஒரு இன்னுமொரு சறுக்கல்தான்.

மாற்றியமைக்கப்பட்ட வியூகம்

புஸ்சி

வழுதாவூர் வெற்றியால் உற்சாகமடைந்த முகம்மது அலி மீண்டும் தாக்க வந்தபோது, தளபதிகள் தொத்தேய், தெலாதுஷ், புஸ்சி ஆகியோரின் படையணிகளை துய்ப்ளேக்சு ஒருங்கிணைத்தார். அதே சமயம் எதிர் முகாமிலும் பிளவு ஏற்பட்டது. ஆங்கில கேப்டன் கோப் மீது ஏற்பட்ட கருத்து வேறுபாட்டால், கோபமுற்ற மேஜர் லாரன்ஸ் அவரைக் கடலூருக்குத் திரும்புமாறு உத்தரவிட்டார். மூர்க்கப் போராளியான கோப் களத்திலிருந்து அகன்றதும், அந்தப் பலவீனத்தை துய்ப்ளேக்சு தனக்குச் சாதமாக்கிக்கொண்டார்.

தொத்தேய் படை, *1750* ஜூன் மாதத்தில் திருவதிகையைக் கைப்பற்றிய பின், புஸ்சியுடன் சேர்ந்துகொண்டு, ஜூலை *30*இல் வில்லியனூர் பகுதிகளைக் கைப்பற்றியது. தோற்றுப்போன முகம்மது அலி ஆர்க்காட்டுக்குப் பின் வாங்கிப்போனார். அவரது வீரர்கள் சுமார் பத்தாயிரம் பேர் செஞ்சிக் கோட்டைக்குத் தப்பியோடி, அங்கிருந்த ஆங்கிலேய

வீரர்கள் 1000 பேருடன் சேர்ந்துகொண்டனர். அவர்கள் வசம் எட்டுப் பீரங்கிகள் மட்டுமே இருந்தன.

செஞ்சியில் படை முகாம் பலவீனமானதை உணர்ந்த துய்ப்ளேக்சு, முகமது அலியைத் தோற்கடிக்க இதுவே தருணம் என்று முடிவெடுத்தார். ஃபிரஞ்சுப் படை இரு பிரிவுகளாகப் பிரிக்கப்பட்டது; ஒரு பிரிவு 250 வீரர்கள், 1200 சிப்பாய்கள், எட்டுப் பீரங்கிகளுடன் புஸ்சி தலைமையில் முதலில் செஞ்சியை நோக்கிச் சென்று, தாக்குதலைத் தொடங்குவதென்றும், அடுத்த பிரிவு தொத்தேய் தலைமையில் 1000 வீரர்கள், 1200 சிப்பாய்கள், சந்தா சாயபுவின் 1000 மூர்களுடன் பின் தொடர்ந்து போய், பின்னிருந்து திடீர்த் தாக்குதல் நடத்துவது என்றும் வியூகம் வகுக்கப்பட்டது.

அதன்படி, 1750 செப்டம்பர் 11ஆம் நாளன்று மாலை ஏழு மணிக்கு, புஸ்சி செஞ்சியை அடைந்தார். பெரிய ஆங்கிலேயப் படையும், இந்திய சிப்பாய்களும், பீரங்கிகளும் இருந்ததால் சின்னஞ் சிறிய புஸ்சி படையை எளிதில் தோற்கடிக்கலாம் என்று எண்ணிய முகம்மது அலியின் படை தாக்குதலைத் தொடங்கியது. அது அருகில் நெருங்கும் வரை காத்திருந்த புஸ்சி, துப்பாக்கி வீரர்களை ஏவிவிட்டார். அலியின் படை பின்வாங்கியபோது, சற்றுப் பொறுத்து வந்த தொத்தேலின் படை, அதைப் பின்புறமாகத் தாக்கத் தொடங்கியது. இருமுனைத் தாக்குதலில் மாட்டிக்கொண்ட அலியின் வீரர்கள், பின்வாங்கி ஓடிப்போய்க் கோட்டைக்குள் புகுந்துகொண்டு நகரின் வாயில்களையும் அடைத்துப்போட்டனர். பீரங்கிக் குண்டுகளால் வாயில்களைத் தகர்த்துவிட்டு உள்ளே நுழைந்த புஸ்சி, அன்று மாலையே நகரைக் கைப்பற்றிக்கொண்டார்.

வீழ்ந்தது செஞ்சிக் கோட்டை

செஞ்சிக் கோட்டை *(Troy of the East)* மிகவும் பலம் வாய்ந்தது; பாதுகாப்பானது. மூன்று மலைகளை உள்ளடக்கிக் கட்டப்பட்ட கோட்டையின் நீண்ட மதில்களில், மூன்று மலைகளிலும் வாயில்கள் இருந்தன. அதைப் பிடிக்க வியூகத்தை மாற்றினார் புஸ்சி. ஃபிரஞ்சு இராணுவம் மூன்று பிரிவுகளாகப் பிரிந்து, மூன்று கோபுர வாயில்களையும் தனித்தனியாகத் தாக்குவது என்று முடிவானது. அதையும் பின்னிரவு வரை காத்திருந்து, இருட்டில் மேற்கொண்டால் எதிரியை நிலைகுலைய வைக்கலாம் என்று திட்டமிட்டனர். அவ்வாறே, நிலவு மங்கும் வரை காத்திருந்து, மூன்று பிரிவுகளும், ஒரே நேரத்தில் மூன்று வாயில்களையும் தாக்கின. அகழியைத் தாண்டியும் வாயிலுக்குச் செல்லும் சிறு பாலத்தைக் கடந்தும் மதில் மேல ஏறிக் குதித்தும் ஒருவாறு வீரர்கள் உள்ளே புகுந்துவிட்டனர். முதன்மை வாயிலான இராஜகிரி தாக்குதலைப் புஸ்சியே வழி நடத்தினார். ‘சுற்றிலும் கும்மிருட்டு, அடுத்தவர் முகம் பார்க்க முடியாத நிலை, போருக்குத் தயாராக இல்லாத வீரர்கள், திடீரென்று திணிக்கப்பட்ட சண்டை, புரியாத மொழியில் காட்டுக் கூச்சலுடன், வெறித்தனமாக ஓடிவந்து தாக்கிய வீரர்களை எதிர்கொள்ள முடியாமல் முகமதியப் படை கதிகலங்கிப்போனது.

விரைவில் 'மன்னர் வாழ்க' என்ற வெற்றி முழக்கம் விண்ணைப் பிளந்தது. சண்டை ஆரம்பித்த ஒரு மணி நேரத்திலேயே எல்லாம் முடிந்து விட்டது' என்கிறார் நேரடி சாட்சியான ஏசு சபைப் பாதிரியார் லவோர் *(Fr. Francois Louis de Lavaur)* (ஸ்ரீநிவாசாச்சாரி 1943).

அபுல் ஹாசனின் அமைச்சரான மாதண்ணா என்ற ஒரு பிராமணனின் துரோகத்தால்தான், வலுவான செஞ்சி மலைக்கோட்டையை 1649இல் பிஜப்பூர் சுல்தானும், 1677இல் மராட்டிய மாமன்னர் சிவாஜியும் கைப்பற்ற முடிந்தது. அதேபோல், நாசிர் ஜங்கின் கூட்டாளிகளே கோடரிக்காம்புகளானதால்தான், ஃபிரஞ்சியாரால் செஞ்சியைக் கைப்பற்ற முடிந்தது. டெல்லி மாமன்னர் ஔரங்க செப்பின் தளபதிகளையே திணறடித்த ஒரு கோட்டையை, இருபத்து நான்கு மணிநேரத்திற்குள்

செஞ்சிக் கோட்டையின் வலுவான இராஜ கிரி வாயில்

பிடித்துக் கொடி நாட்டியதால், துய்ப்ளேக்சுவின் துணிச்சலும், புஸ்சியின் வீரமும் புகழின் உச்சத்தைத் தொட்டன (மேலிசன் 1868: 264–265).

செஞ்சி வீழ்ச்சியும் நாசிர் ஜங்கின் மனமாற்றமும்

செஞ்சிக்கோட்டையின் வீழ்ச்சி ஆர்க்காட்டில் முகாமிட்டிருந்த நாசிர் ஜங்கை யோசிக்க வைத்தது. துய்ப்ளேக்சுவுடன் பகைமை பாராட்டாமல், சமாதானம் காண முயன்றார். அவரது சமாதான முயற்சிக்குச் சில நவாபுகளும் ஆதரவு தெரிவிக்கவே, இரண்டு அதிகாரிகளைத் தூதனுப்பினார்; புதுச்சேரியில் பேச்சுவார்த்தைகள் நடந்தன. முசாஃபர் ஜங்கை விடுதலை செய்ய வேண்டும், சந்தா சாகிப்பிற்கு ஆர்க்காட்டு நவாபுப் பதவியைத் தரவேண்டும் என்று துய்ப்ளேக்சு விதித்த இரண்டு நிபந்தனைகளையும் நாசிர் ஜங் ஏற்க மறுத்தார். எனவே, இரண்டு மாத இழுபறிக்குப் பின், சமாதான முயற்சி தோல்வியில் முடிந்தது. கோபமடைந்த நாசிர் ஜங், தனது படையை செஞ்சியை நோக்கிப் போகுமாறு ஆணையிட்டார். அவரது சேனை மிகப்பெரியதாகையால் முப்பது மைல்களைக் கடக்கப் பதினைந்து நாட்களாயிற்று. செஞ்சியை அடையும் முன்பே சூறைக் காற்றும், மழையும் குறுக்கிட்டதால், செஞ்சியிலிருந்து 12 மைல் தொலைவில் வெள்ளிமேடுப் பேட்டையில் முகாமிட நேரிட்டது (ஓர்ம் 1763, 1805: 157).

இதற்குள், நாசிர் ஜங்கின் முகாமில் விரிசல்கள் தோன்றின. முசாஃபர் ஜங்கின் தாயார், இரத்த உறவான சந்தா சாகிப், ஃபிரஞ்சியரிடம் அடைக்கலமாக இருப்பது குடும்ப கவுரவத்திற்கு இழுக்கு, எனவே அவரைத் திரும்பக் கொண்டுவரவேண்டும்; சிறையிலிருக்கும் முசாஃபர் ஜங்கை விடுவித்து இருவரையும் சேர்த்துக்கொள்ள வேண்டும் என்று நாசிர் ஜங்கிடம் வலியுறுத்தினார். கடப்பா, கர்னூல், சவனூர் நவாப் போன்றோரும் அதை வழிமொழிந்தனர். ஆனால் நாசிர் ஜங் இதைப் பொருட்படுத்தவில்லை. ஃபிரஞ்சுக்காரர்களின் யோசனைக்கு மாறாக, முகம்மது அலியை ஆர்க்காட்டு நவாபாக நியமித்தார்.

கூட்டாளிகளுக்குள் குழப்பம்

நாசிர் ஜங்குடன் பேச்சுவார்த்தை நடக்கும்போதே, அவருடைய கூட்டாளிகளுள் ஒருவரான கார்னூல் நவாபு இம்மத் பகதூர் கானையும், கடப்பா, சவனூர் நவாபுகளுடன் இருபது பேரையும், துய்ப்ளேக்சு ஏழு மாதங்களாகத் தொடர்புகொண்டு, கமுக்கமாகத் தன் பக்கம் சேர்த்துக்கொண்டார்; நாசிர் ஜங்கின் தளபதிகளுக்கு ஏழு லட்ச ரூபாய் தருவதாகக் கூறிப் பகை முகாமில் நிலவும் அதிருப்தியைப் பெரிதாக்கினார்; நவாபுகள் மூலம் படைவீட்டின் பலம், பலவீனங் களைத் தெரிந்துகொண்டு, அதற்கேற்ப வியூகத்தை வகுத்தார். ஃபிரஞ்சுப் படைகள் நாசிர் ஜங்கைத் தாக்கும்போது, அவருடனே இருக்கும் அதிருப்தியாளர்கள், அவரை விட்டுப் பிரிந்து, அவருக்கு எதிராகத் திரும்பவேண்டும், ஃபிரஞ்சியருக்கு ஆதரவாகப் போரைத் திசை திருப்பி நாசிர் ஜங்கைத் திணறடிக்கவேண்டும் என்று திட்டம் வகுக்கப்பட்டது; இத்திட்டம் சரியாக நடப்பதற்கு அறிகுறியாக ஃபிரஞ்சியர் ஒருவர் அதிருப்தியாளர்களது படைகளுக்கு முன் யானையின் மீது வெள்ளைக் கொடியேந்தி வருவார்; ஃபிரஞ்சுத் தளபதி அதைப் புரிந்துகொண்டு அவர்களைத் தாக்காமல், போரைத் தொடர்ந்து எதிர்ப்புறம் நடத்தி வெற்றி காண வேண்டும் என்பது துய்ப்ளேக்சுவின் வியூகம். அதன்படி, கீல்வாத நோயால் முடங்கிப்போன தொத்தேலுக்குப் பதில் தெலத்தூஷைத் *(DeLa Touche)* தளபதியாக நியமித்துப் போர் ஆயத்தம் செய்தார். 1950 அக்டோபர் மாதம் அதற்கான சூழ்நிலை கனிந்து வந்தது (மேலிசன் 1868: 261–264).

தனது முகாமில் நடக்கும் துரோகச் செயல்களை அரசல் புரசலாக மோப்பம் பிடித்துவிட்டார் நாசிர் ஜங். எனவே, சாட்சிக்காரனைவிட சண்டைக்காரனே மேல் என்று உணர்ந்து துய்ப்ளேக்சுடன் சமரசம் காண முடிவு செய்தார். தனது விருப்பத்தை மீண்டும் ஒரு தூதர் மூலம் அவசர செய்தியாக அனுப்பினார்.

துரோகிகளால் வீழ்ந்த நாசிர் ஜங்

துய்ப்ளேக்சுவுடன் நாசிர் ஜங் சமாதானமாகிவிட்டால் தங்களது திட்டம் நிறைவேறாது என்று அஞ்சிய கூட்டாளிகள், அவரது தூதர் புதுச்சேரிக்குப் போய்ச் சேரும் முன்பே, செஞ்சியிலிருந்து மூன்று மைல் தூரத்தில் முகாமிட்டிருந்த லத்தூஷுக்குச் சண்டையைத்

துவக்குமாறு தெரிவித்தனர். நாசிர் ஜங்கின் துரோக நவாபுகளிடமிருந்து, அப்துல்லா என்ற துருக்கியர் மூலம் துய்ப்ளேக்சுவிற்கும் இது பற்றி ரகசியத் தகவல் தெரிவிக்கப்பட்டது. இதற்கிடையே, நாசிர் ஜங்கின் தூதர் மூலம் அவரது மனமாற்றத்தை அறிந்த துய்ப்ளேக்சு, நாடி வரும் நட்புக்கரத்தைப் பற்றிக் கொள்வது தென்னக அரசியலில் பயனளிக்கும் என்று எண்ணினார். ஆகவே, மறு தகவல் வரும் வரையில் சண்டையைத் துவக்கவேண்டாம் என்று ஒரு தூதர்மூலம் லத்தூஷுக்குத் தகவல் அனுப்பினார். அந்தோ! அச்செய்தி போய்ச் சேர்வதற்குள் சண்டை துவங்கிவிட்டது (மேலிசன் 1868: 263–265).

எதிர்பாராத திடீர் தாக்குதல்

1750 டிசம்பர் 16ஆம் நாள் அதிகாலை நான்கு மணிக்குத் தாக்குதல் தொடங்கியது. சிதறிக்கிடந்த முகாம்கள், பெருமழையால் சேதமடைந்த படைவீடு, மாரிக்காலத்துக் கும்மிருட்டு ஆகியவற்றைச் சரியாகக் கணக்கிட்டு ஒரு நள்ளிரவுத் தாக்குதலை ஃபிரஞ்சுப் படைத்தலைவர் தெலத்தூஷ் தலைமையில் நடத்தியது. சமாதான முயற்சிகள் மேற்கொண்டிருக்கும்போது போர் அபாயம் இருக்காது என்று நம்பிய நாசிர் ஜங் அசட்டையாக இருந்துவிட்டார்; திடீர் தாக்குதலை எதிர்பார்க்கவில்லை. “குடிகார ஃபிரஞ்சியரின் மடத்தனத்திற்கு முடிவு கட்டுகிறேன், ஒருத்தர் விடாமல் வெட்டிப்போடுங்கள், துரோகி முசாபர் ஜங்கின் தலையை வெட்டி என் காலடியில் போடுங்கள்” என்று கொக்கரித்தார் (மேலிசன் 1868: 269). துய்ப்ளேக்சுவுடன் முன்பே தீட்டியிருந்த ரகசியத் திட்டப்படி, தனது கூட்டாளிகளான மராட்டியர், மைசூர் நவாபுப் படைகள் சண்டையில் பங்கேற்காமல் அமைதியாகிவிட்டனர் என்று தெரிந்ததும், தானே யானை மேலேறிக் கிளம்பிவிட்டார்.

சுதாரித்துக்கொண்டு முன்னேறிய நாசிர் ஜங்கை, உடனிருந்த தோழனான இம்மத் பகதூர் கானே துப்பாக்கியால் சுட்டுக் கொன்றார்; அவரது தலையைத் தன் வாளால் துண்டித்து, முசாஃபர் ஜங்கின் காலடியில் வைத்தார். முசாபர் ஜங் தன் மாமன் தலையை ஓர் ஈட்டியில் செருகித் தரையில் நிறுத்தி வைத்தார்; பொழுது விடிந்தது; குருதி சொட்டச் சொட்ட தொங்கிய நாசிர் ஜங் தலையைக் கண்ட கூட்டாளி முகம்மது அலியும் மூர் படையினரும் சிதறி ஓடிவிட்டனர் (ஓர்ம் 1861: 160).

பொன் முகப்படாம் அணிந்து கம்பீரமாக நின்றிருந்த நாசிர் ஜங்கின் பட்டத்து யானையின் மீது முசாஃபர் ஜங் ஏறி, அம்பாரியில் அமர்ந்து அழகு பார்த்துக்கொண்டார். அனைவரும் புதுச்சேரியை அடைந்ததும், இந்த வெற்றிச் செய்தியை சந்தாசாகிப்பே, பரிவாரம், பாதுகாப்புப் பற்றிக் கவலைப்படாமல், முதல் ஆளாகப் புதுச்சேரிக்கு ஓடிவந்து, துய்ப்ளேக்சுவிடம் தெரிவித்தார் (ஓர்ம் 1763: 162).

சாய்ந்தது நிசாம் நாசிர் ஜங்கின் தலை; ஓய்ந்தது எதிரிகளின் அச்சுறுத்தல்; ஓங்கியது துய்ப்ளேக்சுவின் செல்வாக்கு; தொடங்கியது அவரது தக்காண விரிவாக்கம் (ஓர்ம் 1763, 1805; மேலிசன்1868; இராமசாமி 1986; 1992).

வெற்றிக் காணிக்கை – துய்ப்ளேக்சுஃபதேபாத்

செஞ்சிக் கோட்டையைப் பிடித்தது ஓர் இமாலய வெற்றிதான். அவ்வெற்றியைக் கொண்டாடும் வகையில் செஞ்சிக்கு 25 மைல் தூரத்தில் ஒரு குடியிருப்பைப் புதிதாக ஏற்படுத்தி, “துய்ப்ளேக்சு வெற்றித்திருநகர்” என்ற பொருளில் ‘துய்ப்ளேக்சு ஃபதேபாத்’ (*Dupleix Fatebad*) என்று பெயரிட்டுக் கொண்டாடினார் நவாப் முசாஃபர் ஜங் (ஆரபி: ஆகஸ்டு 6, 1751).

“15ஆம் லூயியின் 35ஆம் ஆட்சிக்காலத்தில், அகமத்ஷாவின் 3ஆம் ஆண்டு ஆட்சிக்காலத்தில், ஆளுநர் துய்ப்ளேக்சு ஆணையின் கீழ் போரிட்ட ஃபிரஞ்சுத் தளபதி துரோவத் தெலத்தூஷ், இந்த இடத்தில்தான் நாசிர் ஜங்கைக் கொன்றார்” என்று கல்வெட்டில் பொறிக்கப்பட்ட நினைவுத்தூண் ஒன்றும் பெருமிதத்தோடு நிறுவப்பட்டது.

ஆனால், 1952ஆம் ஆண்டு, சென்னையிலிருந்து திருச்சிக்கு சந்தா சாகிபை எதிர்க்கப் போகும் வழியில், வளர்ந்து கொண்டிருக்கும் “துக்ளக் ஃபதேபாத்” நகரமும், நினைவுத் தூணும் ஆங்கிலத் தளபதி இராபர்ட் கிளைவ் கண்ணில்பட்டன. தன் படைகளை ஏவி, முற்றிலும் நாசமாக்கிவிட்டுத்தான் அங்கிருந்து அகன்றார் (ஓர்ம் 1763: 217; மேலிசன் 1868; டேனா அகமோன் 2011: 213).

துய்ப்ளேக்சுக்கு நவாபு பட்டம் – புதுச்சேரியில் வெற்றிவிழா

நாசிர் ஜங் கொள்ளையடித்து 18 பெட்டிகளில் வைத்திருந்த தங்கம் – வெள்ளிக் கட்டிகளையும், சுமார் ஒரு கோடிப் பணத்தையும் தளபதிகள் தொத்தேய், புஸ்சி, லத்தூர் ஆகியோர் புதுச்சேரிக்குக் கொண்டுவந்தனர். முசாஃபர் ஜங்கைக் காட்டிக்கொடுத்த நவாபுகளுக்கு முந்தைய ஒப்பந்தப்படி அதில் பாதிப் பங்கு தரப்பட்டது (ஓர்ம் 1861: 162).

அனைத்திற்கும் மேலாக, 1750 டிசம்பர் 26ஆம் நாள், இந்த வெற்றியைப் பெரிய பந்தல் போட்டு அலங்கரித்துப் பதவியேற்பு விழா போலவே மிகச் சிறப்பான விழாவாகக் கொண்டாடினார் துய்ப்ளேக்சு. மேடையில் இரண்டு சிம்மாசனங்கள் போடப்பட்டிருந்தன; முசாபர் ஜங், முன்பாகவே வந்து ஒன்றில் அமர்ந்துகொண்டார். நவாபுகளின் பரிவாரம் அவரைச் சுற்றி அமர்ந்துகொண்டது. பெருத்த ஆரவாரத்தோடு ஊர்வலமாக வந்த துய்ப்ளேக்சுவை, ஆர்க்காட்டு நவாப் ஆக அறிவித்து, இன்னொரு சிம்மாசனத்தில் அமரவைத்தார் முசாஃபர் ஜங். அதற்கான அடையாளமாக ஒரு கிரீடத்தையும் சூட்டி, உடைவாளையும், முகலாயப் பேரரசின் உயரிய விருதான மீன் இலச்சினையையும் அளித்தார். தனக்கு அளிக்கப்பட்ட நவாப் பதவியை ஏற்கக் கண்ணியமாக மறுத்த துய்ப்ளேக்சு, சந்தா சகிப்பின் கைகளைப் பற்றியவாறு, “எனக்குப் பதில் சந்தா சாகிப்பை நவாபாக நியமிக்கிறேன்” என்று பெருந்தன்மையோடு அறிவித்தார். முசாஃபர் ஜங்கின் வற்புறுத்தலின் பேரில் 7000 குதிரைப்படைத் தலைவர் என்பதற்கான ‘மன்சப்தார்’, பட்டத்தை மட்டும் ஏற்றுக் கொண்டார் (மேலிசன்1868: 267–270; சிட்னி ஓவன் 1886: 717–718).

கொட்டியது பரிசு மழை

முசாஃபர் ஜங்கும் சந்தா சாகிபும் போட்டிப்போட்டுக் கொண்டு பொன்னும் பொருளும் மண்ணும் மணியும் அளித்து நன்றிக்கடன்

செலுத்தினர். ஆனந்தரங்கப்பிள்ளையின் முயற்சியால், ஃபிரஞ்சியருக்கு, வழுதாவூர், வில்லியனூர் – பாகூர் சுற்றிய ஊர்களுக்கு நிரந்தர உரிமையும், வழுதாவூருக்கு ஜாகீர் உரிமையும், காரைக்காலில் 81 கிராமங்களும், ஏனாமிற்கும் நிரந்தர உரிமைக்கு உறுதிப்பாடும், மசூலிப்பட்டினம், திவி ஆகிய இடங்களில் வணிகத்தளம் அமைக்க முழு உரிமையும், புதுச்சேரியின் பகோடா நாணயங்களுக்குக் கர்நாடகத்திலும் செலாவணிச் சலுகையும் வழங்கப்பட்டன. துய்ப்ளேக்சுக்குத் தனிப்பட்ட முறையில் கோவளத்தையும், அவரது மனைவிக்குப் பரங்கிப்பேட்டையையும், தளபதி தொத்தேய்க்கு *(D'Auteil)* ஆலம்பரையும், ஆனந்தரங்கம் பிள்ளைக்குச் செங்கல்பட்டையும் சந்தாசாகிப் பரிசாகக் கொடுத்தார். துப்ளேக்சின் சாதனைகளைப் பாராட்டிய ஃபிரஞ்சு அரசர், அவருக்கு 'சென் லூயி பதக்கம்' வழங்கிச் சிறப்பித்தார்; அதனால், அவர் தன் பெயருடன் மர்க்கிய் என்ற பட்டப் பெயரைச் சேர்த்துக்கொள்ளும் தகுதி பெற்றார் (ஆரபி: ஜனவரி 1, 1750; மார்ச்சு 11, 1750; மார்ச்சு 24, 1757).

அன்வருதீன் கானின் பகையை முறியடிக்க, அவரது பகைவர் களைத் தனது கூட்டாளிகளாக்கியதால், தமிழகத்திலிருந்து வடக்கு நோக்கி ஃபிரஞ்சியரின் செல்வாக்கைப் பரப்புவதற்கான வாய்ப்பினை துய்ப்ளேக்சு ஏற்படுத்திக் கொண்டார். அது அவரது அரசியல் வியூகத்திற்குக் கிடைத்த மாபெரும் வெற்றி. இதனால், ஆட்சிப் பரப்பும் விரிவடைந்தது. மர்த்தேனும் துய்மாவும் நகர்த்திய முதல் இரண்டு கட்டங்களுக்குப் பின், பிரஞ்சிந்திய ஆட்சியை நிறுவுவதில் இது மூன்றாவது முக்கியக் கட்டம்.

2.10: தக்காணத்தில் ஃபிரஞ்சியர் ஆதிக்கம்

ஆம்பூர், செஞ்சி, வெள்ளிமேடு பேட்டை வெற்றிகளுக்குப் பிறகு, தனது தக்காண விரிவாக்கத்தைத் தொடங்கிய துய்ப்ளேக்சு, தனது புதிய வியூகத்தின் ஓர் அம்சமாக, நாசிர் ஜங்கின் தம்பியான சலாஃபத் ஜங்கை தக்காணத்தின் நிசாமாக நியமித்ததோடு, அவருக்குத் துணையாகப் புஸ்சியையும் அனுப்பி வைத்தார். பதிலுக்கு, தக்காணம் ஃபிரஞ்சியரின் "காப்புப்பகுதி" என்று சலாஃபத் ஜங் அங்கீகரித்ததால், அவர்களே மெய்நிகர் ஆட்சியாளர்களாக ஆனார்கள் (சிட்னி ஓவன் 1886: 719–720).

மேலும், ஃபிரஞ்சுப் படைகளின் பராமரிப்பிற்காகக் கிருஷ்ணா நதியின் வடக்கில் கிழக்குக் கடற்கரையோரத்தில் நஞ்சை வளமிக்க பகுதிகள் அவர்களுக்கு வழங்கப்பட்டன. இதனால் ஸ்ரீகாகுளம், இராஜமுந்திரி, மசூலிப்பட்டினம் உட்பட்ட வடக்கு நிலப்பரப்புகளும் *(Circars du Nord)* ஃபிரஞ்சியரின் ஆதிக்கத்தின் கீழ் வந்தன.

துய்ப்ளேக்சுவின் முழு ஆதரவுடனும் எதார்த்தமான கணிப்புடனும் செயல்பட்ட புஸ்சியால், தக்காணம் முழுவதும் ஃபிரஞ்சியரின் ஆட்சியின் கீழ் இயங்கியது. கிழக்கிந்தியக் கும்பினி ஆரம்பித்து 76 வருடங்களுக்குப் பிறகு சரித்திரப் புகழ் பெறும் வெற்றிகள் பெற்றதன் மூலம், மூன்றரைக் கோடி மக்களுக்கு அதிபதியானார் துய்ப்ளேக்சு! (ஓர்ம் 1763; மேலிசன் 1868).

தோல்வியால் பின்வாங்கும் தொத்தேய்

ஆங்கிலேயர்களும் முகம்மது அலியும் தங்களது தோல்விகளைச் சவாலாக எடுத்துக் கொண்டார்கள். எனவே, மீண்டும் 1751இல் திருச்சியில் சந்தா சாகிப் – முகம்மது அலி இடையே மோதல் தொடங்கியது. ஃபிரஞ்சியரும் சந்தா சாகிபுக்கு ஆதரவாகப் படைகளை இறக்கினர். அவர்களது கவனத்தைத் திசைதிருப்ப, ஆங்கிலேயர் வாலிகண்டபுரத்தில் ஒரு மோதலைத் துவக்கினர். அந்தச் சண்டையில் தாக்குப் பிடிக்க முடியாமல், தளபதி தொத்தேய் ஜூன் மூன்றாம் நாள் பின்வாங்கினார். மேலும், முகமது அலிக்கு ஆதரவாக மைசூர், தஞ்சாவூர், மராட்டியப் படைகளும் வந்து திருச்சி முற்றுகையைத் தீவிரமாக்கின.

சந்தா சாகிபுவின் வீழ்ச்சி

தளபதி தொத்தேலுக்குக் கீழ் வாதம் கடுமையானதால், அவர் புதுச்சேரிக்குத் திரும்பிவிட்டார்; சந்தா சாகிப்பிற்கு ஆதரவாகத் தளபதி லா தலைமையில் போரிட்ட ஃபிரஞ்சுப் படைகளாலும் தாக்குப்பிடிக்க முடியாமல், ஸ்ரீரங்கம் கோவிலுக்குள் தஞ்சம் புகுந்தனர். இதனால், தீரமிக்க தொத்தேய் தனது உடற்குறையையும் பொருட்படுத்தாமல் மீண்டும் ஒரு சிறு படையுடன் புதுச்சேரியிலிருந்து திருச்சி நோக்கிப் போனபோது, வழியில் சமயபுரத்தில் முடங்கவேண்டியதாயிற்று (மேலிசன் 1868).

இந்தச் சூழ்நிலையில், வெளியிலிருந்து எந்தப் பொருட்களும் போகாமல் தடை செய்யப்பட்டதால், ஸ்ரீரங்கம் கோயிலில் இருந்த இருப்பை வைத்துச் சமாளித்தனர். அதுவும் தீர்ந்து போனது. வேறுவழியில்லாமல் தளபதி லா, ஜூன் ஆறாம் நாள் ஸ்ரீரங்கத்தில் சரணடைந்தார். கோயிலில் ஒளிந்திருந்த சந்தா சாகிப், பக்கிரி வேடமிட்டுத் தப்பிக்க முயன்றபோது, அடையாளம் காணப்பட்டுப் பிடிபட்டார். அவரை முராரி ராவ் தலைமையில் வந்த மராட்டியர்கள் பிடித்துச் சென்று, அவரது தலையை வெட்டி, தலையையும் முண்டத்தையும் ஒட்டகத்தின் மேல் ஏற்றித் திருச்சிக் கோட்டையிலிருந்த முகமது அலிக்குப் பரிசாக அனுப்பிவைத்தனர். அதே சமயம், முகமது அலிக்கு ஆதரவாகச் சென்னையிலிருந்து கிளம்பிய ஆங்கிலத் தளபதி இராபர்ட் கிளைவ், வழியில் 1751இல் செப்டம்பர் – நவம்பரில் நடந்த முற்றுகையின்போது சாதுர்யமாகச் செயல்பட்டு, சந்தா சாகிபுவின் மகன் ரசா சாகிபுவைத் தோற்கடித்து ஆர்க்காட்டைக் கைப்பற்றினார். தொடர்ந்து ஆரணி, காவேரிப்பாக்கத்தில் நடந்த சண்டைகளிலும் வென்றவாறு, கிளைவ் திருச்சிக்குச் சென்று தளபதி லாரன்சுடன் சேர்ந்து, சந்தாசாகிப் படைகளை விரட்டியடித்தார் (ஓர்ம் 1763: 124–125; மேலிசன் 1868).

தோல்விகளால் மாற்றப்பட்ட வியூகம்

தன் லட்சியத்தை நிறைவேற்ற சந்தா சாகிப் துணையாக இருப்பார் என்று துய்ப்ளேக்சு பெரிதும் நம்பினார். அதனால்தான் ராகோஜி போன்ஸ்லேவால் பிடிக்கப்பட்டு, சதாரா சிறையில் அடைக்க

பட்டிருந்தவரை, ஏழு லட்சம் ரூபாய் கொடுத்து மீட்டுவந்தார். அவரது இழப்பு ஒரு பேரிடிதான். ஆனாலும் தோல்விகள் துய்ப்ளேக்சுவின் நெஞ்சுரத்தைக் கிஞ்சித்தும் குலைக்கவில்லை; வியூகத்தை சற்றே மாற்றிக்கொண்டு தன் குறிக்கோளை நோக்கித் தொடர்ந்தார்.

எதிர்த்தரப்பில் போரிட்ட மைசூர் மன்னர், மராட்டியத் தளபதி ஆகியோரை நண்பர்களாக்கிக் கொண்டார். அதன் மூலம், முன்பு இழந்த திருவதிகை, சிதம்பரம் முதலிய ஊர்களை மீண்டும் கைப்பற்றினார். வேலூரில் இருந்த முர்தாஸ் அலியை ஆற்காட்டு நவாபாக ஆக்கினார். இதன் மூலம் துய்ப்ளேக்சுவின் இழந்த செல்வாக்கு பெருமளவு மீண்டது. ஆயினும், திருச்சியைக் கைப்பற்றும் நோக்கம் அவருக்குக் கடைசிவரை கைகூடவில்லை; அவருக்கு மட்டுமல்ல, பின்னால் வந்த ஃபிரஞ்சு ஆளுநர்கள் அனைவருக்கும்தான்.

ஆங்கிலேயருடன் சமாதான முயற்சி

இதற்கிடையில், போர்களால் கும்பினிக்குச் சேர்ந்து வரும் பொருளாதார இழப்புகளைப் பூதாகரமாக்கியும் துய்ப்ளேக்சுவின் நிர்வாகம் பற்றியும் கும்பினிக்குப் புகார்கள் அனுப்பப்பட்டன. எனவே, சண்டைக்குப் பதில் சமாதானத்தையே கும்பினி விரும்பியது. இதை அறிந்த துய்ப்ளேக்சு, ஒரு புதிய முயற்சியாக, சக ஐரோப்பியர்களான ஆங்கிலேயர்களுடன் போர்களைத் தவிர்க்கும் பொருட்டு, சென்னை ஆளுநர் தாமஸ் சாண்டர்சுடன் (Thomas Saunders) சமாதான முயற்சிகளை மேற்கொண்டார் (மேலிசன் 1868: 413).

1749முதல் நடந்த சம்பவங்களின் பின்னணியை விவரித்து, ஆங்லேயர் கொடுத்தக் குடைச்சல்களையும், தனக்கு எதிராக முகமது அலியைத் தூண்டிவிட்டதையும், ஆங்கிலேயரின் தந்திரப் பிழையால்தான் மராட்டியர் மறுபடியும் கர்நாடகம் வரமுடிந்தது என்பதையும், அதற்கு மாறாகத் தனது தரப்பு எந்த வகைகளிலெல்லாம் ஆங்கிலேயருக்கு அனுசரணையாக இருந்தது என்பதையும் பட்டியலிட்டிருந்தார். ஐரோப்பியர்களான இரு தரப்பினரும் ஒருவருக்கொருவர் போரிட்டுக் கொள்வதால், வணிகம் பாதித்துப் பொருளாதார இழப்புதான் ஏற்படுகிறது; எனவே, இனிமேல் மோதலைத் தவிர்த்து, வர்த்தகத்தில் கவனம் செலுத்தினால் இருவருக்குமே ஆதாயம் என்பதை விளக்கி, 1752 ஃபிப்ரவரி 16இல் 98 பக்கத்தில், ஒரு நீண்ட கடிதத்தை அனுப்பிவைத்தார் (தாவிதன்னுசாமி 2019: 34).

பேச்சுவார்த்தைகள் முறிவு

துய்ப்ளேக்சுவின் கடிதம் ஆங்கிலக் கிழக்கிந்தியக் கும்பினிக்கும் அனுப்பப்பட்டது. தங்கள் தரப்பின்மீதே குற்றம் சாட்டியதால் எரிச்சலடைந்த ஆங்கிலேயக் கும்பினியின் அதிகார மையம், துய்ப்ளேக்சுவின் யோசனைகளை முற்றிலும் நிராகரித்ததோடு, அவரது முயற்சிகளை முறியடிக்குமாறு, 1753 ஜனவரி 24ஆம் நாளிட்ட கடிதத்தில் சாண்டர்சுக்குத் தெரிவித்தது (தாவிதன்னுசாமி 2019: 34).

ஆங்கிலேயரின் மேலிடத்து ஆலோசனைகளுக்குப் பின், 1754 ஜனவரி மூன்றாம் நாள் முதல், டச்சுக்காரர்களின் தளமான சதுரங்கப் பட்டினத்தில், பேச்சு வார்த்தைகள் நடந்தன. இரண்டு கோரிக்கைகளால் இழுபறி நீடித்தது. ஏற்கெனவே முகலாய மன்னர்களால் ஆர்க்காட்டு நவாபாக நியமிக்கப்பட்டிருந்த தன்னைத் தொடர்ந்து நவாபாக ஏற்றுக்கொள்ள வேண்டும் என்ற துய்ப்ளேக்சுவின் வாதத்தை ஆங்கிலேயர்கள் ஏற்கமறுத்தனர். முகம்மது அலியையே புதிய நவாபாக்க வேண்டுமென்பது அவர்கள் விதித்த நிபந்தனை. இருதரப்புகளும் இரண்டையும் ஏற்கவில்லை. பிடிவாதம் தளராததால், பேச்சு வார்த்தைகள் முறிந்தன; மீண்டும் போர் மேகம் சூழ்ந்தது (மேலிசன் 1868: 423).

திருப்பி அழைக்கப்பட்டார் துய்ப்ளேக்சு

துய்ப்ளேக்சுவின் தொடர் தோல்விகள் பற்றிப் பாரிசுக்கு அடுக்கடுக்கான புகார்கள் பறந்தன. முன்னர் அவரது எதிரியான மாகி தெ லபுர்தொனேவும், அரசின் உயர் மட்டத்தில் குற்றச்சாட்டுகளை அடுக்கிக்கொண்டிருந்தார். கூடவே, அடுத்தடுத்து வந்த போர்களால் கும்பினிக்குப் பெரும் பொருட்செலவு ஏற்பட்டது. அதனால் அதிருப்தியுற்ற ஃபிரஞ்சு அரசு, துய்ப்ளேக்சுவை ஃபிரான்சுக்குத் திருப்பி அழைத்துக்கொண்டது. 1754 அக்டோபர் 14ஆம் நாள், துய்ப்ளேக்சு புதுச்சேரியை விட்டுக் கிளம்பிப் பாரிசுக்குப் போய்ச்சேர்ந்தார் (தாவிதன்னுசாமி 2019: 35).

2.11: துய்ப்ளேக்சு – ஒரு சகாப்தம்

1696 ஜனவரி முதல் நாள் பிறந்த துய்ப்ளேக்சு, 1721 ஆகஸ்டு மாதம் புதுச்சேரியில் உயர் ஆலோசனைக் குழுவின் தலைமை உறுப்பினராகச் சேர்ந்து பத்தாண்டுகள் பணியாற்றிய பின், 1731இல் சந்திரநாகூருக்கு இயக்குநராக மாற்றலாகிப்போனார். பின், 1742இல் ஆளுநராக நியமிக்கப்பட்டு ஜனவரி 14ஆம் நாளன்று மீண்டும் புதுச்சேரிக்கு வந்தார். எனவே, புதுச்சேரியின் நிலைமையும், தென்னிந்திய அரசியல் களமும் அவருக்கு அத்துப்படி. ‘மாபெரும் ஃபிரஞ்சிந்திய சாம்ராச்சியம்’ என்பது அவரது வாழ்நாள் கனவு. எனவே அவரது ஒவ்வொரு நடவடிக்கையும் அந்த இலக்கை நோக்கியே நகர்ந்தது. ஆளுநராக வந்து இறங்கிய நொடி முதல், அவரது ஒவ்வொரு நடவடிக்கையும் தன்னையும், தனது இராணுவத்தையும் தயார்படுத்திக் கொள்வதிலேயே குறியாயிருந்ததைக் காணலாம்.

அவரது ஆளுமைப் பண்புகளின் முழுப் பரிமாணத்தையும் புரிந்துகொள்வதே, அவரைப் பற்றிச் சரியாக எடை போட உதவும். படைபலம் பெருக்குதல், வாரிசுப்போர்களில் குறுக்கிட்டு ஆதாயம் தேடல், கூட்டணிகளைக் கட்டமைத்தல், எந்நேரமும் போருக்கு அணியமாயிருத்தல் என்று, ஏதேனும் ஒன்று, அவரது அன்றாட நடவடிக்கைகளில் உள்ளுறைந்திருப்பதைக் காணலாம் (மேலிசன் 1868; சிட்னி ஓவன் 1886).

பிரம்மாண்டமான வரவேற்பு

அவர் வந்திறங்கும்போதே அதற்கான அறிகுறிகள் தெரிந்தன. 1742 ஜூலை 14ஆம் நாள்: அதுதான் துய்ப்ளேக்சு புதுச்சேரியின் ஆளுநராகப் பதவியேற்க வந்த நாள். கடலில் அவரது கப்பல் தெரிந்ததுமே வரவேற்கும் விதமாக 21 குண்டுகள் போடப்பட்டன. ஆனால், கடல் சீற்றமாயிருந்ததால் மறுநாள்தான் கரையிறங்கினார். கப்பலிலிருந்து இறங்கி, சலங்கில் (*Chelingue*) ஏறும்போதும் கரையில் இறங்கியபோதும் குண்டுகள் முழங்கின. கடற்கரையிலிருந்து அரசு மாளிகை வரும் வழியெங்கும் வாழை மரங்களும், தென்னங் கீற்றுகளும் தோரணங்களும் கட்டப்பட்டிருந்தன. அரசு அதிகாரிகள் ஊர்ப் பிரமுகர்கள் அனைவரும் ஒன்று கூடி வரவேற்றார்கள். அங்கிருந்து தேவாலயத்திற்குப் போய்ப் பூசை கேட்டபின், நடந்தே அரசு மாளிகைக்கு வந்து சேர்ந்தார். எல்லோரும் வரிசையாய் நின்று பரிசுகள் வழங்கினர் (ஆரபி: ஜனவரி 14, 1742).

அன்று மாலையில், பல்லக்கில் ஏறி கோட்டையின் வாயிலுக்கு வந்தார்; 15 குண்டுகள் முழங்கின. கோட்டை வாயில் தொடங்கிப் புல்லுக்கட்டு சந்தை வரை, இராணுவ வீரர்கள் இருபுறமும் அணிவகுத்து நின்றனர். முதலில் வெண்கொற்றக் குடைகளும், மயிலிறகுத் தட்டி களும் ஏந்திய வீரர்கள் நடந்து சென்றனர்;அதைத் தொடர்ந்து குதிரை வீரர்கள் அணிவகுப்பு; யானை மேல் நாதசுர மேளக் கலைஞர்களின் இசை முழக்கம்; மாகி சிப்பாய்களின் பரிவாரம்; பல்வேறு குழுக்களின் இசைவரிசை; இறுதியாக, பயேதர் (*Bayedere*) எனப்பட்ட தேவதாசி நாட்டியக் கலைஞர்களின் நடனம் தொடர மிக ஆடம்பரமாகவும் ஆரவாரத்துடனும் ஊர்வலம் புறப்பட்டது.

பண்டகசாலையில் முவோ துய்ப்ரேய் கண்டெடுத்தது.

ஏழரை மணிக்குக் கிளம்பிய ஊர்வலம், அச்சடிப்போர் அங்காடி திரும்பி, முத்தியாப் பிள்ளைத் தெரு வழியாக வேதபுரீசுவரர் கோயில் போய், தெற்கு மதிலைத்தாண்டி, கிழக்கு வாயிலை அடைந்தபோது, 21 குண்டுகள் முழங்கின. அங்கிருந்து, அரசு மாளிகை யின் தெற்கு வாயிலில் துய்ப்ளேக்சு இறங்கியபோதும் 21 குண்டுகள் போடப்பட்டன. உள்ளே போய், தன் அதிகாரபூர்வமான நாற்காலியில் அமர்ந்தபோதும் குண்டுகள் முழங்கின. உடனே வெளியில் வாணவேடிக்கைகள் வெகுநேரம் களைகட்டின.

புதிதாய் வரும் அரசு அதிகாரிக்கு வரவேற்பு அளிப்பது இயல்புதான். ஆனால், துய்ப்ளேக்சுவிற்குத் தரப் பட்டது வரலாறு காணாத வரவேற்பு. இது எப்படி முடிந்தது? ஏன்?

துய்ப்ளேக்சு பற்றி அறிந்தவர்க்கு இதில் வியப்பிற்கிடமில்லை. அவர்தான் புதுச்சேரியில் ஏற்கெனவே பன்னிரண்டு ஆண்டுகள் பணி புரிந்தவரா யிற்றே! எங்கு, எதை, எப்படிச் செய்யவேண்டுமென்பது அவருக்கா தெரியாது!

மிரளவைக்கும் பரிவாரம்

சமூக வழக்கங்களோடு, இராணுவ நடவடிக்கைகளிலும் இந்திய வழக்கங்களை ஃபிரஞ்சியர் ஏற்றுக்கொண்டனர். இதில் முன் நின்றவர் துய்ப்ளேக்சு. இந்தியாவின் முஸ்லிம் மன்னர்களின் தர்பாரும், விதவிதமான பரிவாரங்களும் அவரை வெகுவாகக் கவர்ந்தன. கப்பல் வருகை, விருந்தினர் வருகை, விருந்தோம்பலின் தொடக்கமும், முடிவும் போன்ற இயல்பான நிகழ்ச்சிகளுக்குக்கூடக் குண்டுகள் போடப்பட்டன.

1750இல் சந்தாசாகிப்பும் முசாஃபர் ஜங்கும் அவரைக் கர்நாடக நவாபு என அறிவித்தபோதும், மீன் இலச்சினை தந்தபோதும், அவர் பெருமிதத்தில் மிதந்தார் என்கிறார் ஆனந்தரங்கப் பிள்ளை. அவர் தனக்கென ஒரு தனிக்கொடியும் வடிவமைத்துக் கொண்டார். 'போர்களில் வெற்றி கண்ட பராக்கிரமசாலி (மாவீரன்)' என்று பொறிக்கப்பட்ட புதிய முத்திரையையும் உருவாக்கிக்கொண்டார் (ஆரபி: மார்ச்சு 17, 1747).

சாதாரணமாகக் கோட்டையிலிருந்து வெளியேறும்போதுகூட குண்டுகள் போடப்பட்டன. ஃபிரஞ்சு கொடிகள் தாங்கிய இரண்டு வீரர்கள் முன்செல்ல, துய்ப்ளேக்சுவின் பல்லக்குத்தொடரும்; அதற்குப் பின்னால் பத்துப் பன்னிரண்டு வீரர்களாவது பின்தொடர்வது வழக்கமாயிற்று.

பண்டிகை நாட்களில் படோடோபம்

பண்டிகை நாட்களில் இராணுவமிடுக்கு கூடுதலாகவே காணப்படும். தேசியக்கொடி ஏந்திய வீரர்கள் மூன்று யானைகளின் மீது முதல் வரிசையில் செல்வதும், நூற்றுக்கணக்கான வீரர்கள் இரண்டாவதாக அணிவகுப்பதும், அவரது பல்லக்கைத் தொடர்ந்து வீரர்களும் அதிகாரிகளும் குதிரைகளில் போவதும், ஓர் இந்தியப் பேரரசின் சுல்தான்கள், நவாபுகளின் பரிவாரம்போலவே கம்பீரமான காட்சியாகும். கும்பினியின் மேலிடத்திற்கும் அரசவைக்கும் துய்ப்ளேக்சுவின் 'நவாபிசம்' (Nawabism) நன்கு தெரிந்திருந்தபோதிலும், கருவூலம் நிரம்பிக்கொண்டிருந்த வரை அதைப் பொருட்படுத்தவில்லை. அரசியல் புலத்திலும், வணிகத் தளத்திலும் அவர்பெற்ற வெற்றிகள் அப்படி! (மெலாங்கின் 2015: 44).

"அது தவறல்ல; துய்ப்ளேக்சுவின் ஆடம்பரமும் பகட்டும் அடுத்தவர் மனதில், தனது குறைகளை மறைத்து மதிப்பை உயர்த்திக் காட்டும் உத்தியே" என்கிறார் சிட்னி ஓவன் (1886: 702).

பலமான இராணுவம் உருவாக்குதல்

ஆளுநரானதும் அவர் செய்த முதல் காரியம், இராணுவத்தைப் பலப்படுத்தியதுதான். லூயி கோட்டையைப் பார்வையிட்டதும், அதன் கடற்கரைப் பகுதி தாழ்வாகவும் அரண் ஏதுமின்றி, பாதுகாப்பற்றும் அமைந்திருப்பதால், பகைவரின் கடற்படை பீரங்கிகளுக்கு எளிய

இலக்காகும் என்று கணக்கிட்டு, கிழக்குப் புறத்தில், ஒரு நீண்ட மண் மதில் எழுப்பி அதில் பல இடங்களில் பீரங்கிகளையும் உடனடியாக நிறுத்தினார். உள்ளூரிலிருந்த இராணுவம் மிகச் சிறியதாக இருந்தது. ஐரோப்பிய வீரர்களால், இந்திய வெம்மைச் சூழலைத் தாக்குப் பிடிக்கமுடியாததால் வலுவற்றவர்களாக இருந்தனர். எனவே, மேலும் ஐரோப்பியர்களை வரவழைத்துப் பயிற்சி கொடுப்பதைவிட, உள்ளூர் இளைஞர்களை இராணுவத்தில் சேர்த்தால் செலவும் மிச்சமாகும் என்று கணக்கிட்டார். அதனால், சத்திரியர்களைக் (பள்ளிகள்) குறிவைத்து, அவர்களைப் படையில் சிப்பாய்களாகச் சேர்த்துக்கொண்டார்.

இராணுவத்தில், இந்தியர்கள் பெரும்பான்மையாக இருப்பதால், அவர்கள் உள்ளூர் பிரச்சினைகளில் தனக்கு எதிராகத் திரும்பலாம் என்பதால், மூன்றாவது மதமாகிய இஸ்லாமைச் சேர்ந்த மலபார் முஸ்லிம்களையும் படையில் சேர்த்துக் கொண்டார். குதிரைப் பயிற்சியில் தேர்ந்த மராட்டியர்களையும் ஆப்பிரிக்கக் கறுப்பின காப்பிரிகளையும் சேர்த்துப் படைக்கு மேலதிக வலுக்கூட்டினார். முறையான இராணுவப் பயிற்சி பெறாத அரசு நிர்வாகியாக மட்டுமே இருந்தபோதிலும், ஒரு தேர்ந்த தளபதிபோல், கட்டுக்கோப்பான இராணுவத்தை உருவாக்கினார்.

அஞ்சவைக்கும் அணிவகுப்பு

ஒவ்வொரு புத்தாண்டுப் பிறப்பின் போதும், கோட்டைக்கு வெளியே இராணுவ அணிவகுப்பு ஒன்றை முறையாக நடத்தினார். மொடமொடவென்ற சீருடையில், பளபளக்கும் ஆயுதங்கள் ஏந்திய பல்வேறு பிரிவினரும், இசைக்குழு முழங்க அணிவகுப்பர். குண்டுகள் 21 முறை முழங்க, துய்ப்ளேக்சு ஃபிரஞ்சு தேசியக்கொடியை ஏற்றி வைத்து, அணிவகுப்பு மரியாதையையும் ஏற்றுக்கொள்வது வழக்கம். அந்த அணிவகுப்புக் கிளப்பிய புழுதி அடங்கவே வெகு நேரமாயிற்று. இதைக் கண்டவர் மனதில், ஃபிரஞ்சு இராணுவத்தின் அசூர சக்தி அழுத்தமாகப் பதிவாயிற்று. புதுச்சேரி என்ற பெயரைக் கேட்டாலே அவரது எதிரிகள் நடுங்கினர்; எதிர்க்கத் துணியவில்லை; துணிந்தாலும் சேதம் அதிகமாகும் என அஞ்சினர், என்கிறார் ஆனந்தரங்கப் பிள்ளை.

அவ்வப்போது சோதனை

இராணுவத்தை உருவாக்கியதோடு, அதை எப்போதும் தயார் நிலையில் வைப்பதிலும் அக்கறை காட்டினார். அதற்காகத் திடீர் திடீர் என்று சோதனைகள் செய்வது வழக்கம். 1743 பிப்ரவரி 23ஆம் நாள்: ஐரோப்பியர் வசித்த ஒவ்வொரு தெருவிலும் பறைகள் முழங்கின. வேலையில் இல்லாத எல்லா ஐரோப்பியர்களும் உடனடியாக இராணுவத்தில் சேரவேண்டும் என்று அறிவிக்கப்பட்டது. மறுநாள், கோட்டைக்குச் சென்ற துய்ப்ளேக்சு அனைத்து வீரர்களும் சீருடையில் தயாராக வேண்டுமென்று ஆணையிட்டார். உடனடியாக ஓர் அதிகாரிகள் குழு அமைக்கப்பட்டு, அவர்களுக்கும் சீருடைகள் வழங்கப்பட்டன. போர்க்கருவிகள் தயார் நிலையில் வைக்கப்பட்டன. கொத்தளங்களில் பீரங்கிகள் நிறுவப்பட்டன. வெடிமருந்தும், குண்டுகளும்

பரவலாகப் பல இடங்களில் குவிக்கப்பட்டன. சுருங்கச் சொல்வதென்றால் ஒருபோருக்கான ஆயத்தங்கள் முறையாகச் செய்யப்பட்டன. ஆனால், எல்லாம் சரியாக நடந்தபின், அது ஒரு ஒத்திகைதான் என்று அறிவித்து அனைவரையும் வியப்பிலாழ்த்தினார்.

தயார் நிலையில் இராணுவம்

1744 அக்டோபர் 31ஆம் நாளன்று, மதியம் மூன்று மணியளவில், திடீரென்று கோட்டையில் கொடி ஏற்றப்பட்டது; ஒரு குண்டும் போடப்பட்டது. ஏதோ ஆபத்து சூழ்ந்துள்ளது என்று அதற்குப் பொருள். உடனடியாகக் கோட்டைக் கதவுகள் மூடப்பட்டன; வீரர்களும், சிப்பாய்களும் ஓடிப்போய்த் தங்களது ஆயதங்களை எடுத்துக்கொண்டு, தயார் நிலையில் அணிவகுத்து நின்றனர். எல்லாம் சரியாக இருப்பது தெரிந்ததும், அவர்கள் கலைந்து போகலாம் என்று தகவல் வந்தது; வாயில்கள் திறக்கப்பட்டன; எவருக்கும் எதுவும் புரியாமல் விழித்தனர்.

மறுநாள் துய்ப்ளேக்சு நகரின் வடமேற்கில் உள்ள மொரட்டாண்டிச்சாவடி ஒய்விடத்திற்குச் சென்று நீண்டநாட்கள் தங்கவிருப்பதால், அவசர காலத்தில் செயல்படுமளவிற்கு இராணுவம் விழிப்போடு உள்ளதாவென்று பார்க்கவே அந்தத் திடீர் அழைப்பு என்று துய்ப்ளேக்சு தெரிவித்தார். அதாவது, முறையாகப் பயிற்சிபெற்ற தளபதி போலவே இராணுவத்தைக் கட்டமைத்து வைத்திருந்தார் என்பதை ஆனந்தரங்கப் பிள்ளையின் குறிப்புகள் காட்டுகின்றன.

வாரிசுப் போர்களால் ஆதாயம்

தக்காண அரசுகளின் வாரிசுகளுக்குள் அரியணைப் போட்டி வந்தபோது, அதைத் தந்திரமாகக் கையாண்டார். சந்தா சாகிபு, முசாஃபர் ஜங் கூட்டணியுடன் தேவைப்பட்டபோது மைசூர் மன்னர், மராட்டியத் தளபதி ஆகியோரையும் சேர்த்துக்கொண்டது அவரது சாமர்த்தியம். அதனால், பொன்னும் பொருளும் கிடைத்ததாலும், அதற்கும் மேலாகத் தக்காண ஆதிக்கமே கைவரப்பெற்றது.

அவரது தாயகம் பெற்ற காலனிப் பகுதியை, இந்திய மண்ணில், ஃபிரஞ்சிந்தியாவாக உருவாக்கிக் காட்டவேண்டுமென்ற தணியாத வேட்கையுடன், அயராத முயற்சியும், தளராத துணிச்சலும், தனித்த மதியூகமும் சேர்ந்து இயங்கியதால்தான், ஃபிரான்சு நாட்டைவிடப் பெரிய நிலப்பரப்பைத் தனது ஆதிக்கத்தின்கீழ்க் கொணர முடிந்தது. அவரது செல்வாக்கு, ஃபிரான்சு மன்னரைப் போலவே, தென்னகத்தில் கொடிகட்டிப் பறந்தது (மேலிசன 1868: 271).

இருந்தும், அவர் மீது நம்பிக்கையிழந்து, அவர் பாரிசுக்குத் திருப்பி அழைக்கப்பட்டபோது, ஒரு விசுவாசமிக்க அதிகாரியாகவும், தேசபக்திமிக்க குடிமகனாகவும் நடந்துகொண்டார். அரசின் ஆணைக்கு மறுப்பேதும் சொல்லாமல், வாளை மட்டும் வைத்துவிட்டு, பாரிசுக்குக் கிளம்ப ஆயத்தமானார்.

பாரிசில் துய்ப்ளேக்சு

கும்பினியின் அதிருப்தி பற்றியும், புதிய ஆளுநராக சார்ல் ரொபேர் கொதேகு (*Charles Robert Godheheu*) வருவது பற்றியும் துய்ப்ளேக்சு முன்பே அறிந்திருந்தார். கொதேகு தனது நண்பர் என்பதால், இங்கு வந்து பார்த்து உண்மை நிலையை ஃபிரான்சுக்குத் தெரிவித்தால் எல்லாம் சீராகிவிடும் என்று நம்பிக்கையோடிருந்தார். கொதேகுவுடன், ஐந்து கப்பல்களும், 1,623 வீரர்களும் வந்தபோது தனது கோரிக்கையை ஏற்று இராணுவம் அனுப்பப்பட்டுள்ளது என்றே நம்பினார்.

ஆனால், விவரம் தெரிய வந்ததும், இரண்டு வருடங்கள் கழித்துக் கிளம்ப அனுமதி கேட்டார்; ஆனால், அவரை அடுத்த கப்பலிலேயே திருப்பி அனுப்பவேண்டுமென்பது அரசரின் ரகசிய ஆணை. எனவே, அவரது வேண்டுகோளை ஏற்கும் நிலையில் கொதேஃகு இல்லை. அது மறுக்கப்பட்டதால், அக்டோபர் 14ஆம் நாள் கிளம்பினார் (மர்த்தினோ 1929, 1931).

'கொதேகு ஃபிரான்சிலிருந்து புறப்பட்டு, புதுச்சேரியை அடைந்த பயணக் காலத்தில், இடைப்பட்ட இரண்டு மாதங்களில் ஐரோப்பிய அரசியல் சூழ்நிலை மாறிவிட்டது. எனவே, துய்ப்ளேக்சு (திரும்ப) வரவேண்டியதில்லை என்ற செய்தி அனுப்பப்பட்டது. பாரிசுக்குப் போய்ச் சேர்ந்தபின் தான் அந்தத் தகவல் புதுச்சேரிக்கு வந்து சேர்ந்தது. அது காலம் கடந்த முயற்சியானது. பாரிசில் அது தெரியவந்தபோது, 'எனக்கு நேரம் சரியில்லை' என்றுதான் துய்ப்ளேக்சு நொந்துகொண்டார்' என்று சில வரலாற்றாசிரியர்கள் (மேலிசன் 1868: 429; சிட்னி ஓவன் 1886) கருதுகிறார்கள். இதுபற்றி அக்டோபர் 1752இல் செய்தி அனுப்பப்பட்டதாக துய்ப்ளேக்சுவே, 1763இல் எழுதிய நினைவுக் குறிப்புகளில் குறிப்பிட்டிருக்கிறார்.

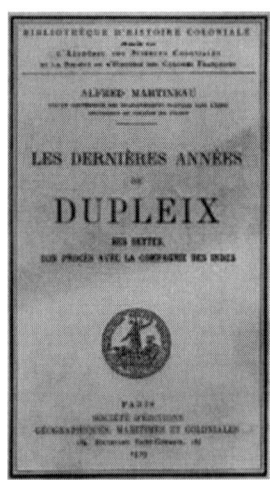

துய்ப்ளேக்சு பற்றி மர்த்தினோ நூல் (முகப்பு)

ஆனால், ஃபிரஞ்சு அரசியலில் அனுபவமிக்கவரும், ஃபிரஞ்சிந்திய ஆளுநருமான ஆல்ஃபிரட் மர்த்தினோ (*Alfred Martineau*) கூற்றுப்படி, துய்ப்ளேக்சுவின் கருத்தைக் கொதேகு அப்போதே மறுத்துவிட்டார். 1764இல் அவர் விடுத்த மறுப்பில், உள்ளூர் அரசர்களுடனான பிரச்சினைகளுக்கு மட்டும் துய்ப்ளேக்சுவின் ஆலோசனையைக் கேட்டுக் கொள்ளலாம், அதற்காக அவரது கொள்கையைக் கடைபிடிக்க வேண்டியதில்லை என்பதே தனக்கு அளிக்கப்பட்ட ரகசிய அறிவுரை என்று தெளிவாக்கியுள்ளார் (மர்த்தினோ 1929, 1931: 8).

பாரிசுக்குத் திரும்பி வந்த புதிதில் எல்லாம் இயல்பாகவே இருந்தது. அரசி பொம்பதூரும், துய்ப்ளேக்சுவின் மனைவியும் தோழிகளாகப் பழகினர்; நிர்வாகமும் கடுமை காட்டவில்லை;

நீர்தான் ஆளுநர்; கொதேகு வெறும் சமாதானத் தூதர்தான் என்று அமைச்சர் மஷோல் (*Machault*) அவரிடம் நேரடியாகக் கூறினார். எனவே, மீண்டும் வசந்தம் மலரும் கும்பினியிலிருந்து அவருக்கு வரவேண்டிய நிலுவைத் தொகை வந்துவிடும் என்று நம்பிக்கையோடு காத்திருந்தார் (சிட்னி ஓவன் 1886: 728).

பாரிசில் நடந்த கொடூரம்

அவருடைய எதிர்பார்ப்புகள் எல்லாம் சில மாதங்களிலேயே நீர்க்குமிழிகளாய் வெடித்துப்போயின. 'இந்தியாவில், ஃபிரஞ்சியருக்கும் ஆங்கிலேயருக்கும் இடையே இருந்த சிக்கல்கள் தீர்ந்துவிட்டன, அமைதி திரும்பிவிட்டது' என்று ஆளுநர் கொதேஃகு செய்தி அனுப்பியதும், நிலைமை தலைகீழாகிவிட்டது. இனிமேல் துய்ப்ளேக்சுவைக் கொண்டு சாதிக்கவேண்டியது ஏதுமில்லை என்றதும், பழைய நிதி இழப்புப் பல்லவியைப் பாடத் தொடங்கினர் (சிட்னி ஓவன் 1886: 728).

துய்ப்ளேக்சுவின் தன்னிலை விளக்கம்

ஆட்சி, அதிகாரத்தின் மூலம் கும்பினியைச் சிறப்பாக வளர்க்க முடியும் என்பது அவரது அசைக்க முடியாத நம்பிக்கை; கும்பினிக்கோ அதிகாரத்தைவிட வியாபாரத்தின் மீதும், வருவாயின் மீதும்தான் அக்கறை. புதுச்சேரியில் இருந்தபோதே கும்பினியின் அதிருப்தி பற்றிக் கேள்விப்பட்ட துய்ப்ளேக்சு, தென்னகத்தில் நிலவும் முரண்பட்ட அரசியல் நிலவரம் பற்றியும், தன் நகர்வுகளால் கிடைக்கும் பலன்கள் பற்றியும், 1753 அக்டோபர் 16ஆம் நாள் விரிவான அறிக்கையை அனுப்பி யிருந்தார் (தாவிதன்னுசாமி 2019).

நாடு பிடிப்பதும் நன்மைக்கே

"எந்த வணிக நிறுவனமும் அதன் வருவாயை வைத்து மட்டுமே வெற்றிகரமாகச் செயல்படமுடியாது. ஒரு பெரிய நிர்வாகத்திற்கு, நிலையான, பாதுகாப்பான வருமானம் தேவை. சின்னஞ் சிறியக் காலனிகளால் பொருளாதார இழப்புதான் ஏற்படும்; ஆகவே, காலனிகளை விரிவாக்கினால் பெரிய பகுதிகளிலிருந்து வரும் வருவாய் மூலம் கும்பினியின் செலவுகளையும் மீறி சேமிக்கவும் முடியும். வருங்காலத்தில், நில வரி, சொத்து வரிகள் மூலம் ஆண்டு வருவாய் உறுதிப்படுவதோடு, ஏகபோக வாணிபத்திற்கும் வழி பிறக்கும். அதற்கு உள்ளூர் அரசர்களை நட்பாக்கியோ, போர்தொடுத்து வென்றோ, நாடு பிடிக்கவேண்டும் என்ற தன் அணுகுமுறையை துய்ப்ளேக்சு விளக்கினார். வணிகத்தை மட்டும் நம்பி நிர்வாகம் செய்தால், காலப்போக்கில் முதலுக்கே மோசம் வரும்" என்றும் தெளிவாக எச்சரித்தார்.

போர்ச் செலவு ஒரு முதலீடே

இன்னும் ஒருபடி மேலே போய், "கும்பினியின் வேலை போர் புரிவதல்ல, வெறும் துணிப்பொதிகளை விற்றால் மட்டுமே போதும், என்று சிலர் நினைக்கலாம். வருமானம் வருமென்றால் போரும் வரவேற்கத் தக்கதே!. இன்று போருக்குச் செய்யும் செலவு நாளை பன்மடங்காக

ஈட்டப்போகும் வருவாய்க்கான முதலீடும் ஆகும். இதனால் நம் நாடு ஐரோப்பாவின் சக்தி வாய்ந்த நாடாக மாறும் என்பதாலாவது எனது யோசனைகளை மாற்றுக் கருத்தாளர்கள் ஏற்றுக்கொள்ள வேண்டும்" என்றும் துய்ப்ளேக்சு வாதிட்டார்.

"தங்கத்தையும் வெள்ளியையும் நிதி ஆதார இருப்பாக வைத்துக் கொள்ள வேண்டுமே அல்லாமல், விற்பனைச் சரக்காகக் கையாளக் கூடாது. அதிலும் அவற்றை ஐரோப்பிய நாடுகளுக்கு விற்றாலாவது, ஏதோ ஒரு வழியில் அவை நமக்கே திரும்பி வரும் வாய்ப்பு உண்டு. ஆனால், இந்தியாவுக்கோ சீனாவுக்கோ விற்றால் போனது போனதுதான்" என்பது அவரது இன்னொரு முக்கிய யோசனை.

குற்றப் பட்டியல் நீட்டும் கும்பினி

எதையும் ஏற்கும் மனநிலையில் கும்பினி இல்லை. ஆகவேதான், அவரை விளக்கம் கேட்காமலேயே திரும்பி வரச்செய்தார்கள். அதற்கு மாறாக, கும்பினியின் குறிக்கோளுக்கு மாறாகத் தேவையில்லாத போர்களில் ஈடுபட்டார், அதன் மூலம் பெரும் பொருளிழப்புக்குக் காரணமானார் என்று அவர் மீது கடுமையான குற்றச்சாட்டுகள் சுமத்தப்பட்டன (மர்த்தினோ 1931: 3). ஆய்ந்து பார்த்தால், துய்ப்ளேக்சுவின் ஃபிரஞ்சிந்திய ஆட்சியை விமரிசித்தக் கும்பினி, அவர் மீது வைத்த குற்றச்சாட்டுகள் மிகவும் மேலோட்டமானவை என்பது தெளிவாகும்.

ஃபிரான்சால் திணிக்கப்பட்ட போர்கள்

முதலாவது குற்றச்சாட்டு அவரது தோல்விகள்: துய்ப்ளேக்சு போர்களைத் தேடிப் போகவில்லை. ஐரோப்பியப் போர்களின் எதிரொலியாகவே ஆங்கிலேயருடனான மோதல்கள் அவர் மீது திணிக்கப்பட்டன. அதிலும் பல சண்டைகளில் அவர் வெற்றி பெற்றார். ஆனால், அவருக்கு முக்கியமான தருணங்களில் நிதி உதவியும் செய்யாமல், கூடுதல் இராணுவத்தையும் அனுப்பாமல் கும்பினிதான் அலட்சியம் காட்டியது. உடனிருந்த சில படைத் தலைவர்களும் முக்கிய தருணங்களில் ஒத்துழைக்க மறுத்தார்கள். பலரும் துரோகம் செய்துவிட்டுத் திரும்பிவிட்டார்கள். இந்தச் சூழ்நிலையில் போரைத் தொடர்வதே சிரமமாயிற்று. "இன்னொரு புஸ்சி மட்டும் எனக்குக் கிடைத்திருந்தால், கர்நாடகத்தில் ஆங்கிலேயரின் செல்வாக்கை அடியோடு அழித்திருப்பேன்" என்று அவர் கூறியது வெறும் வார்த்தைகளல்ல; சத்தியப் பிரமாணம் (இராமசாமி 1992: 76).

ஃபிரஞ்சிந்தியாவில் இராணுவப் பலம் குறைவு மட்டுமல்ல; இருந்த இராணுவ வீரர்களும், முறையான இராணுவப் பயிற்சியில்லாமல், வலுவற்றவர்களாக இருந்தனர். எனவே, சாலையில் திரிந்தவர்களையும், சிறைக் கைதிகளையும் சிப்பாய்களாக்கினார்; அவர்களை வைத்துப் போர் நடத்துவது பெரும்பாடாயிற்று.

1746 சென்னை முற்றுகையின் போது, அவரது ஆலோசனையை லபூர்தோனே கேட்டிருந்தால், ஆங்கிலேயரை அவர்களின் தலைமையகத்தி லிருந்து விட்டு விரட்டிவிட்டு, சென்னையை ஃபிரஞ்சிந்திய வணிகத்தின்

மையமாக்கியிருக்கலாம். அங்குத் தவறு செய்தது லபூர்தோனே, துய்ப்ளேக்சு அல்ல. ஏறத்தாழ மூன்றாண்டுகள் பிடியில் இருந்த சென்னையை, ஏக்ஸ் லா சப்பேல் ஒப்பந்தத்தால்தானே திருப்பித் தரவேண்டியதாயிற்று; ஆங்கிலேயர் போரிட்டு மீட்கவில்லையே!

புதுச்சேரி முற்றுகையில் வெளிப்பட்ட மதியூகம்

1748இல், போஸ்காவன் புதுச்சேரியை முற்றுகையிட்டபோது, லபூர்தோனே திரும்பிப் போய்விட்டார்; அவருடன் போர் அனுபவம் மிக்கத் தளபதிகள் இல்லை; எனவே, அவரே போர் நடவடிக்கைகளைக் கையாண்டார். செப்டம்பர் 6 முதல் அக்டோபர் 17 வரையிலான 42நாள் முற்றுகைக்குப் பின்னும் போஸ்காவனால் நகரை அழிக்க முடிய வில்லை; ஆங்கிலேய வீரர்கள் 1065 பேர் பலியாயினர். ஆனால், ஃபிரஞ்சுத் தரப்பில் 200 ஐரோப்பியர்களும், 20 சிப்பாய்களும் மட்டுமே மரணமடைந்தனர். அதற்குப் போருக்குத் தலைமையேற்ற துய்ப்ளேக்சுவின் மதியூகமே காரணம் (ஓர்ம் 1861: 98–106).

அதுமட்டுமல்ல. 1747 முதலே ஆர்க்காட்டு நவாபு, மைசூர் மன்னர், மராட்டியருடன் கூட்டணி வைக்கப் பலவகைகளிலும் முயன்றார். அது முடியாதபோது, எதிரிக்குப் பலம் கூடியது. அதையும் தாண்டி ஆம்பூர் சண்டையில் அன்வருத்தின்கான் கொல்லப்பட்ட போது, எதிர்த்தரப்பு கலகலத்துப்போனது. அப்போது, ஃபிரான்சு போதுமான பணமும், படையும் அனுப்பியிருந்தால், சந்தா சாகிபுவைக் கர்நாடக நவாபுவாக்கி அப்போதே தன் திட்டத்தை நிறைவேற்றியிருப்பார். அதையும் மீறி புஸ்சி, தொத்தேய், தெ லத்தூஷ் போன்ற தீரமும் வீரமும் மிக்கத் தளபதிகளை வைத்து ஆம்பூர், செஞ்சிப் போர்களை வென்று காட்டினார்.

திருப்பங்கள் நிறைந்த திருச்சிப் போர் (மேலிசன் 1868: 285–325)

1752இல் திருச்சியிலும் அவர் வென்றிருப்பார், தளபதி ழேக் ஃபிரான்சுவா லா (Jacques Francois Law) அவரது வியூகத்தை நம்பியிருந்தால். தஞ்சையிலிருந்து அரசரின் படைகளும், முராரி ராவின் படைகளும் வரும் முன்னர், திருச்சியில் போதுமான உணவின்றி, ஆயுதங்களின்றி, ஆங்கிலேயர் பலவீனமாயிருந்தனர்; கோட்டைக்குள் முடங்கிக்கிடந்த முகமது அலியை, லா எளிதாக முறியடித்திருக்கலாம். கடலூரிலிருந்து, எட்டு ஆறுகளைக் கடந்து, மேஜர் லாரன்ஸ் தலைமையில் வரும் படைகளைச் சரியான இடத்தில் மறித்துத் தாக்குமாறு துய்ப்ளேக்சு செய்தி அனுப்பினார்; பெரிய வலுவான படையுடன் இருந்த லா, அந்த யோசனையையும் ஏற்காமல், அவரைக் கொள்ளிடம் வரை எதிர்ப்பேயில்லாமல் வரவிட்டார். தொத்தேய்க்கும், லாவுக்கும் இடையே சமயபுரத்தில் இராபர்ட் கிளைவ் சிக்கிக் கொண்டபோதும், அவரைத் தாக்கிப் பிடிக்கத் தவறினார் லா.

சந்தா சாகிபுவின் 30,000 மூர்களோடு, நான்கு பீரங்கிகளும், 900 இராணுவ வீரர்களும், 2000 சிப்பாய்களுமாக, அதிகப் படைபலம் இருந்தபோதும், 200 வீரர்களையும், 300 சிப்பாய்களையும் மட்டும் அனுப்பியதால், லாரன்ஸ், கிளைவிடம் லா அடிபட்டார். மனைவியின் உடல்நிலையைக் காரணம் காட்டிப் புதுச்சேரிக்குத் திரும்பவேண்டு

மென்ற அவரது பொறுப்பற்ற வேண்டுகோள் நிராகரிக்கப்பட்டது. லாவும், சந்தா சாகிபுவும் ஸ்ரீரங்கம் தீவுக்குள் முடங்கிப்போனதால், அவர்களைச் சுற்றிவளைத்துத் தாக்கிப் பிடிப்பது எளிதாயிற்று. அப்போது புஸ்சி அவுரங்கபாதில் இருந்தார். வீரமும், விவேகமும் நிறைந்த புஸ்சி மட்டும் அவரோடிருந்தால், எளிதாக வெற்றி கிட்டியிருக்கும். திருச்சிப் போரின் முடிவில், ஃபிரஞ்சிந்தியப் பேரரசை நிறுவவேண்டுமென்ற துய்ப்ளேக்சுவின் மனக்கோட்டை, திருச்சி மலைக்கோட்டையில் மோதி, காவிரியில் கரைந்து போனது உண்மையே! (மேலிசன் 1868).

பாதுகாப்பில் அசட்டை காட்டிய கும்பினி

ஆனால், புதுச்சேரிக்கு வந்த புதிதில், கோட்டையையும், இராணுவத்தையும் பலப்படுத்தியபோது, 1743 செப்டம்பர் 18இல் கும்பினி ஒரு கடிதத்தைக் அனுப்பியது; உடனடியாகக் கோட்டைப் பணிகளை நிறுத்திவிடுமாறும், முன் அனுமதி பெறாமலேயே கட்டுமானங்களை மேற்கொண்டதால், இதுவரை ஆன செலவில் பாதியை அவர்தான் ஏற்றுக்கொள்ள வேண்டும் என்றும் கூறியது. அதே கடிதம், ஐரோப்பாவில் போர் சூழல் உருவாகி வருவதால், தயார் நிலையில் இருக்கவேண்டும் என்றும் எச்சரித்தது. எப்படிப்பட்ட முரண்பட்ட நிலைப்பாடு! (சிட்னி ஓவன் 1886).

சமனற்ற படைபலம்

ஃபிரஞ்சுத் தரைப்படை, ஆங்கிலேயப் படைகளுக்கு ஈடு கொடுத்துச் சமாளித்தபோது, கடற்படை அதற்குப் பின்னூட்டம் கொடுத்திருக்க வேண்டும். ஆனால், 1754இல், எதிர்த்தரப்பில் 131 போர்க்கப்பல்களும், 81 பீரங்கிக் கப்பல்களும் இருந்தபோது, ஃபிரஞ்சுக் கடற்படையில் 61 போர்க்கப்பல்களும், 31 பீரங்கிக் கப்பல்களும் மட்டுமே இருந்தன. 1753இல் ஃபிரஞ்சியருக்குச் சிம்ம சொப்பனமாயிருந்த இராபர்ட் கிளைவ், உடல் நிலை சீர்கெட்டதால் இங்கிலாந்துக்குத் திரும்பிப் போனபின், இந்திய அரசியல் களத்தில் துய்ப்ளேக்சுவுக்கு நிகரான ஆளுமை யார் இருந்தார்கள்? அவருக்குப் பின்வந்த கொதேகு ஐந்து கப்பல்கள், 1,623 படை வீரர்களுடன் வந்தார். அதில் ஒரு பாதியையாவது முன்பே அனுப்பியிருந்தால் துய்ப்ளேக்சு வென்றிருக்கமுடியுமே!

கும்பினியின் ஒப்புதல் பெறாமல் போர்களில் ஈடுபட்டு இழப்புக்கு வழிவகுத்தார் என்பது அடுத்த குற்றச்சாட்டு. இந்தியாவில் நடந்த போர்கள், பெரும்பாலும் ஐரோப்பாவில் நடந்த போர்களின் பின்விளைவுகள் தானே! எதிரி வந்து கழுத்தை நெரிக்கும்போது வாள் எடுக்காமல் வாளாயிருக்கவா முடியும்? (மேலிசன் 1868).

“இந்திய அரசர்களின் வாரிசுப் போர்களில் ஈடுபட்டபோதும், நிலமாகவும், வரியாகவும் ஆதாயம்தானே பெற்றோம். சில தோல்விகளால் பொருளாதாரம் பின்னடைவது இயற்கையே. இராணுவ உதவி கேட்டபோதெல்லாம், உதவாக்கரை ஆட்களை அனுப்பியதற்குப் பதில் பயிற்சி பெற்ற வீரர்களை அனுப்பியிருந்தால் முடிவு வேறுவிதமா யிருக்கும்; கும்பினிக்கும் பத்து மில்லியன் பவுண்டுகளுக்கு மேல்

கிடைத்திருக்கும். அத்தகைய சமயங்களில், இழப்பு ஏற்பட்டாலும், அரசுதான் கொள்கை ரீதியாக முடிவெடுத்துச் சமாளிக்கவேண்டும். இங்கிலாந்து அதைத்தான் செய்தது. ஆனால் ஃபிரான்சு என்னுடன் நிற்கவில்லை" என்ற அவரது ஆதங்கம் நியாமானதே!

வரவு எட்டணா செலவு பத்தணாவா?

ஆனால், கும்பினியின் சிந்தனை வேறாக இருந்தது. வணிகத்தை முன்னிறுத்தாமல் போர், அரசு, ஆட்சி, அதிகாரத்திலேயே குறியாயிருந்தார் என்பது அடுத்தக் குற்றச்சாட்டு. வணிகம் தொடங்கிய 1600 முதல் 1664வரை 33 கப்பல்கள் அனுப்பப்பட்டன; அதாவது இரண்டு வருடங்களுக்கு ஒன்று. 1664–1719இல், அதாவது அடுத்த 54 ஆண்டுகளில், 209 கப்பல்கள், ஆண்டுக்கு நான்கு என்ற கணக்கில் வந்துபோயின. ஆனால், 1720–1750 கால கட்டத்தில் முப்பதே ஆண்டுகளில், 533 கப்பல்கள் வணிகம் புரிந்துள்ளன. அதாவது ஆண்டுக்குப் பதினேழுகப்பல்கள் என்பது கணக்கு. இத்தனை பெருமுயற்சிகளுக்குப் பின்னும், எதிர்பார்த்தவாறு வருவாய் குவியவில்லை என்பது கும்பினியின் குற்றச்சாட்டு (அனிமேஷ் ராய் 2008: 31).

மக்கள் மீது கரிசனம்

தன் மனைவி சம்மந்தப்பட்டாலொழிய, மக்கள் அவதிப்படுவதைப் பொதுவாக துய்ப்ளேக்சு விரும்பியதில்லை, 1757 மே மாதம் மூன்றாம் கர்நாடகப்போர் மூண்டபோதும், பலவிதமான கட்டாயவரிகள் விதிக்கப்பட்டன. புது வரிவிதிப்பால் மக்கள்படும் துன்பங்களைப் பொறுக்கமுடியாமல், ஒருநாள் அவர்களுக்காகப் பரிந்து பேசுவதற்காக ஆனந்தரங்கப் பிள்ளை ஆலோசனைசபை உறுப்பினர்களின் முன்பாக வந்துநின்றார். தனக்கு உறுதுணையாகப் பழைய நிகழ்ச்சி ஒன்றைச் சுட்டிக்காட்டி, தன் கையிலிருந்த விண்ணப்பம் ஒன்றை எடுத்துப் படிக்கத்தொடங்கினார்.

1746ஆம் ஆண்டில் கடும் உணவுத்தட்டுப்பாடு நிலவியது. இதுபற்றி, "முன்பு முசியேலெனுவாதுரைத் தனத்திலும் இப்படியொரு கரிப்பு வந்தகாலத்தில், அவர் தானியவரியைக் குறைத்து, தானியத்தை இறக்குமதி செய்து, சனங்களைப் பஞ்சத்திலிருந்து காத்து, நிறைகீர்த்தி சம்பாதித்துக்கொண்டார். மற்ற விஷயத்தில் நீர் எது செய்தாலும் அது பெரிதல்ல; சனங்களைப் பட்டினியிலிருந்து காப்பாற்றிச் சந்தோஷமாக வைத்திருந்தால், அதுதான் உமது கீர்த்தியைப் பெருக்கும்; தூரத்து ராச்சியங்களிலும் பரவச்செய்யும்" என்று கூறினார்.

யோசிக்கவேயில்லை துய்ப்ளேக்சு. உடனே "கொள்முதல் விலை எதுவாக இருந்தாலும், ரூபாய்க்கு மூன்றரை படி நெல் விற்றாக வேண்டும். இதனால் வரும் இழப்பை என் கணக்கில் எழுதச்சொல், 4000–5000 இழப்பு வந்தாலும் பரவாயில்லை"என்று கூறியதோடு, அதை அரசாணையாகவும் வெளியிட்டார் (ஆரபி: டிசம்பர் 25, 1746).

துய்ப்ளேக்சுவின் சார்பில் அவரது சகோதரர், துய்ப்ளேக்சு தெ பக்கென்குர் (*Dupleix de Bacquencourt*) வாதாடியும் பலனில்லை. வொல்தேர் போன்ற அறிவாளிகளே துய்ப்ளேக்சுவின் வாதங்களை ஏற்க தயாரில்லை. 'உலகின் மறுகோடியில் என்ன நடக்கிறது என்று எங்களுக்குக் கவலையில்லை; கும்பினிக்கு வருவாய் குறையக் கூடாது' என்பது அவர்களது எதிர்வாதம். அந்த வகையில்தான்,

சென்னையைக் கைகழுவியதால் இராஜத் துரோகக் குற்றம் சாட்டப் பட்ட மாகி தெ லபுர்தொனே, அவரால் கும்பினிக்கு இழப்பில்லை என்பதால்தான், மரணத்தின் பிடியிலிருந்து மயிரிழையில் தப்ப முடிந்தது *(ஓர்ம் 1861: 72).*

கும்பினிதான் குற்றவாளி

அடுக்கடுக்காக வெற்றிகள் குவித்துக் கொண்டிருந்தபோதும், பணம் கொட்டிக் கொண்டிருந்தபோதும், தென்னகமே ஃபிரஞ்சிந்தியாவின் அதிகார வரம்பின் கீழ் வந்தபோதும், துய்ப்ளேக்சுவிடம் கும்பினி மென்மையாகவே நடந்துகொண்டது; போர் முயற்சிகளைக் குறை கூறவில்லை; திருச்சிப் போருக்குப் பின்தான் நிலைபாட்டை மாற்றிக்கொண்டது. ஒரு நீண்ட ஆதிக்கப் போராட்டத்தில், ஏற்றமும் இறக்கமும் இயல்பே என்ற அரசியல் அரிச்சுவடி புரியாமல், இரட்டைநிலை மேற்கொண்ட கும்பினிதான் குற்றவாளி.

போர்களால் வந்த கடன்சுமை

இந்தியாவில் நடந்த போர் செலவுகளுக்காகக் கும்பினியிடமிருந்து பணம் வராததால், 1746 முதலே நிதிநெருக்கடி அதிகரித்துக்கொண்டு வந்தது. 1748இல் அது மோசமானபோது, சொந்த சேமிப்பைச் செலவிட்டார்; தனியாரிடம் வட்டிக்குக் கடன் வாங்கினார். குடிமக்களிடம் வட்டிக்கு வாங்கினார்; தனது தங்க சாப்பாட்டுத் தட்டைக்கூட உருக்கிப் பணமாக்க நாணயச்சாலைக்கு அனுப்பத் தயாராக இருந்தார். வணிகர்கள், குத்தகைக்காரர்களிடமிருந்து வரவேண்டிய நிலுவையை விரைவாகவே வசூலிக்கச்செய்தார். வலங்கை இடங்கை தகராறின்போதுகூட கடனாகத்தான், அதுவும் வேண்டுகோளாகத்தான் கேட்கச்செய்தார். அதில் அடாவடித்தனம் இல்லை *(ஆரபி: ஜூன் 23, 1746; ஜூன் 2, 1752).*

தங்களிடம் அடைக்கலம் புகுந்திருந்த அரச பரம்பரையினரான சந்தாசாகிபுவின் உறவினர்கள் ஊரைவிட்டுப் போகவிருப்பம் தெரிவித்தபோது, அவர்களது குடும்பத்திற்காகச் செய்த செலவினைச் செலுத்திவிட்டுப் போகலாம் என்று கண்டிப்பாகக் கூறியதோடு, அதை வசூல் செய்வதற்காகக் காவலும் போட்டார். அவ்வாறே சந்தாசாகிபுவின் மனைவியும், பணமாகவும், வெள்ளி, தங்க நகைகளாகவும் அனுப்பி வைத்தார். அதே தோரணையில் நவாபுவின் உறவினர்களான டக்கேசாயபு, ரஜோபாவிடம் மிரட்டி வாங்கினாரே தவிர, பொதுமக்களிடம் கடுமை காட்டவில்லை.

“என் நாணயத்தின் மீது நம்பிக் கடன்கொடுத்தவர்களுக்குக் கும்பனி இழப்பீடு தரவேண்டும்” என்று கேட்டு, அவர் காட்டிய கணக்கு வழக்குகளை ஏற்க மறுத்தனர். மாறாக, அவர்தான் போர் செலவுகளைக் கும்பினிக்கு இழப்பீடாகத் தரவேண்டும் என்று வற்புறுத்தினர். நியாயமாகக் கும்பினியே அதைப் பெருந்தன்மையாகக் கேட்டுக் கொடுத்திருக்க வேண்டுமல்லவா?

“அரசரும், அமைச்சர்களும், அரசின் அனைத்து நிர்வாக மையங் களும், அவர்களுக்குப் பிடிக்கிறதோ இல்லையோ, எனக்குத் தோன்றிய வழியில், எவரும் எதிர்பார்க்காத அளவிற்கு ஐந்து மில்லியன் நிதிக் குவையை

கொண்டு வந்து குவித்தவன் என்ற முறையிலாவது, எனது யோசனைகளைப் பரிசீலிக்கவேண்டும்" என்று முடிவாகக் கோரியிருந்தார் (தாவிதன்னுசாமி 2019: 39–43).

போர் முயற்சிகளைவிட, வணிக வளர்ச்சியையே கும்பினி விரும்புகிறது என்று புரிந்துகொண்டதால்தான், 1954இல் ஆங்கிலேய ஆளுநர் சாண்டர்சுடன் சமாதான முயற்சியில் இறங்கினார். ஆனால், கும்பினியின் முன் அனுமதி பெறாமல் எதிர்த் தரப்புடன் தொடர்பு கொண்டதாக அதிலும் குறைகண்டது கும்பினி.

நிலவரம் புரியாத நிர்வாகிகள்

முப்பத்தைந்தாண்டு காலம் இந்திய அரசியல் களத்தில் சதிராடிய அனுபவத்தால், தான் வாழும் காலத்தைத் தாண்டி, தொலைநோக்கோடு சிந்தித்தவனின் கணிப்புகள், யோசனைகள் அவை. களத்தில் உழன்று, மண்ணைப் படித்து, மனிதரைப் புரிந்து, அரசியல் தெளிந்த ஒருவனின் கனவுகளை, அலைகடல் தாண்டி அறைக்குள் புதைந்து கிடந்த காகிதப் புலிகளால் புரிந்துகொள்ள முடியாததில் வியப்பேதுமில்லை. கும்பினியின் இயக்குநர்களில் பெரும்பாலோர் பாராளுமன்ற உறுப்பினர்கள். அவர்களோ, நாட்டின் எதிர்காலம் பற்றிச் சிந்திக்காமல், குறுகிய நோக்கில், அன்றைய வருவாயைப் பற்றியே அக்கறை காட்டினார்கள். செல்வாக்கான அவர்களால் எளிதாகக் கொள்கைகளின் போக்கை நிர்ணயிக்க முடிந்தது. அதனால்தான், அவரது அறிக்கை கிடைக்கும் முன்பே, கும்பினியின் கருத்தறிந்து நடவாத ஒருவரை, இனியும் பொறுப்பில் விட்டு வைப்பது தகாது என்று நிர்வாகம் ஏற்கெனவே முடிவு செய்துவிட்டது (ஓம் பிரகாஷ் 2006).

இந்தியாவிலிருந்து உயர் ஆலோசனைக் குழு உறுப்பினர் பர்த்தெலெமி (*Barthélemy*) அனுப்பிய குறிப்பில்,'வானளாவிய அதிகாரம் செலுத்திய ஒரு மனிதனின் ஆசைக்காக எத்தனை பேரை இழக்கப் போகிறோம்; இங்கு ஒற்றைப் பீரங்கியைத் தவிர வேறுஆயுதங்கள் இல்லை; இராணுவத்திலும் 200 பேர் கூட இல்லை; போர் என்று வந்தால், ஒரே ஒரு நாள் கூடத் தாக்குப்பிடிக்கமுடியாது; இதுதான் துய்ப்ளேக்சு நடத்திய கொடூர தர்பாரின் லட்சணம்' என்று கருத்துப்பட காட்டமாக எழுதியிருந்தார். துய்ப்ளேக்சுவின் நண்பரும், 1747–1749இல் சென்னையைக் கைப்பற்றிய காலத்தில் அதன் நிர்வாகியாகப் பணியாற்றியவரும், தற்போதைய ஆலோசனைக் குழுவின் உறுப்பினருமான ஒருவரே இவ்வளவு கடுமையாகக் கூறியது, ஒரு முக்கியத் திருப்பு முனையானது (மர்த்தினோ 1929, 1931: 8).

ஆங்கிலேயருடன் பேச்சுவார்த்தை

ஆனால், உண்மையான பின்னணி வேறு. 1954 ஜனவரியில் சதுரங்கப்பட்டினத்தில்நடந்தபேச்சுவார்த்தைகளின்போக்குஆங்கிலேயரைக் கலக்கத்தில் ஆழ்த்தியது. தக்காணத்தில் தனது அதிகாரத்தைத் தக்க வைப்பதில் துய்ப்ளேக்சு குறியாயிருந்ததால், இனிமேலும் அவரை இந்தியாவில் விட்டு வைப்பது ஆங்கிலேயப் பேரரசின் எதிர்காலத்திற்குக் குந்தகமாகும் என்று சரியாகக் கணக்கிட்டுத் துல்லியமாகக் காய்

நகர்த்தியது. ஃபிரான்சு அரசை நேரடியாகத் தொடர்புகொண்டு, சமாதானப் பேச்சுவார்த்தைகளை மேற்கொண்டது. துய்ப்ளேக்சு புதுச்சேரியில் நீடிக்கக் கூடாது என்பது அவர்களது முக்கியமான கோரிக்கை. ஆனால், நெடுநாள் கடந்த பின்னும், ஃபிரான்சு அந்தக் கோரிக்கை பற்றி முழு அக்கறை காட்டவில்லை என்பதால் உடனே போர் ஆயத்தத்திற்கு ஆணையிட்டது (சிட்னி ஓவன் 1886: 725).

அண்மையில்தான் போரிட்டுக் களைத்திருந்த ஃபிரான்சு, இன்னொரு போருக்குத் தயாராகும் நிலையிலில்லை. எனவே, எப்படியேனும் இங்கிலாந்தைச் சமாதானம் செய்யவேண்டிய கட்டாயத்திற்குள்ளானது. அதனால், எவ்வகையிலும் ஆங்கிலேயருடன் ஒத்துப்போகாத துய்ப்ளேக்சுவைப் பலிகிடாவாக்கி, புதுச்சேரியிலிருந்து நீக்குவதே சரியென்று ஆகஸ்டு 11இல் முடிவெடுத்து, அடுத்த நாளே ஆணையும் அனுப்பப்பட்டது. எனவே, துய்ப்ளேக்சுவின் மீதான அதிருப்தியால் எடுக்கப்பட்ட முடிவு என்பதைவிட, ஆங்கிலேயரின் மீதான அச்சத்தால் எடுக்கப்பட்ட முடிவு என்பதே சரி என்கிறார் ஓர்ம் (1763). அவசர அவசரமாக, மூன்றே மாதங்களில் (1755 ஜனவரி 11), சாண்டர்சுடன், கொதேகு அமைதி ஒப்பந்தம் செய்துகொண்டதும் அதை உறுதிப்படுத்துகிறது (ஓர்ம் 1861: 367–377).

கொதேகு வருகிறார் (சிட்னி ஓவன் 1886: 717–728)

துய்ப்ளேக்சுவுக்குப் பதில் ஆளுநராக நியமிக்கப்பட்ட சார்ல் கொதேகுவுக்கு முரண்பட்ட ஆணைகள் தரப்பட்டன. துய்ப்ளேக்சு பதவி விலக மறுப்பாரேயானால், அவரைக் கைதுசெய்து அனுப்பும்படி முதல் ஆணையில் கூறப்பட்டது. முப்பது ஆண்டுகாலம் அரசியலில் உழன்ற துய்ப்ளேக்சு, பதவி விலகுவாரா என்ற ஐயத்தால், அவர் முரண்டு பிடித்தால் சமாளிப்பதற்கு, 1600 போர் வீரர்களும் அனுப்பப்பட்டனர். அவர் மறுக்கும் நிலையில், அவரது மனைவி, மகளையும் கைதுசெய்து, தனிமைப்படுத்தவும் ஒரு தனிஆணை தரப்பட்டது. அத்துடன் முந்தைய நிர்வாகத்தின் செயல்பாடுகளைப் பற்றி விரிவான அறிக்கை தரவும் அவருக்கு ஆணையிடப்பட்டிருந்தது. ஆனால், அவர் இந்தியாவை அடையுமுன்பே, முதல் ஆணைக்கு முற்றிலும் மாறாக, அவருடன் நீக்குப் போக்குடன் நடந்துகொள்ளுமாறு ரகசியத் தகவலும் அனுப்பப்பட்டது (சிட்னி ஓவன் 1886: 726).

ஆனால், உள்ளுக்குள் உணர்ச்சிகள் கொந்தளித்தாலும், துய்ப்ளேக்சு மிகவும் கண்ணியத்துடன் நடந்துகொண்டார். உடை வாளையும் அரசுப் பொருட்களையும் ஒப்படைத்துவிட்டு, எதிர் காலத்தில் மேற்கொள்ளவேண்டிய நடவடிக்கைகளைப் பற்றி தனது ஆலோசனை களைக் கூறினார். போர் செலவுகளுக்காகத் தான் செய்த செலவுகளையும், வட்டிக்கு வாங்கியிருந்த கடன்களின் பட்டியலையும், *39 கடன்காரர் களுக்கு 41,25,000 பவுண்டுகளுக்கு* அவர் கொடுத்திருந்த பிணைப் பத்திரங்களையும் ஒப்படைத்தார். முதலில் சற்று விறைப்பாயிருந்த கொதேகுவும், அவரை மிகவும் மரியாதையுடனே நடத்தினார். துய்ப்ளேக்சுவிற்கு மக்களிடையே இருந்த செல்வாக்கைக் கருதி,

அரசிடமிருந்து எந்தவித அழுத்தமும் இல்லை என்றும், தான் விரும்பியே திரும்பச் செல்வதாகவும், மக்களிடம் கூறுமாறு கேட்டுக்கொண்டார். அதையும் துய்ப்ளேக்சு மதித்து, மக்கள் எதிர்ப்புக் கிளம்பாமல் தவிர்க்க உதவினார். அதனால், ஃபிரஞ்சு அரசு அவருக்கு அளித்திருந்த விருதுகளையும், முசாஃபர் ஜங், அளித்த மன்சப்தார் பட்டத்தையும், அதற்கான மீன் இலச்சினையையும், சலாஃபத் ஜங் அளித்த கொடியையும், நவாபுக்கான சீருடை, ஆபரணங்களையும் அணிந்துகொள்ள கொதேகு அனுமதித்தார் (ஓர்ம் 1763: 368–369).

ஆனால், பண விவகாரத்தில் கொதெகு மிகவும் கண்டிப்புடன் நடந்துகொண்டார். கும்பினியே துய்ப்ளேக்சுவுக்குத் தர அனுமதித்திருந்த 4,22,626 ஃபிராங்களைத் தரமறுத்தார். போருக்காகச் செலவான 3,134,557 ரூபாயையும் ஏற்கவில்லை. பரிதாபத்தின் பேரில், தன் சொந்தப் பணத்திலிருந்து ஒரு சிறுதொகையைத் தந்தார் (சிட்னி ஓவன் 1886: 727).

பரிதாபகரமான இறுதி நாட்கள்

பாரிசுக்குத் திரும்பிய அவருக்குச் சில நாட்களிலேயே, அதிகார வர்க்கத்தின் அணுகுமுறை மாறியது. பாராட்டுகளைக் குவிப்பதற்கு மாறாக, அவர்மீது அடக்குமுறை கட்டவிழ்த்துவிடப்பட்டது. தனக்குத் தரவேண்டிய கணக்கைச் சமர்ப்பித்து நிலுவையை வழங்குமாறு கும்பினியிடம் கோரினார். ஆனால், கும்பினியின் அனுமதி பெறாமல் வாங்கிய கடன்களைத் திருப்பித் தரவேண்டியதில்லை என விதண்டாவாதம் செய்தனர். கொடுத்த பணம் திரும்பக் கிடைக்காததால், கடன்காரர்கள் அவர்மீது வழக்குப் போட்டனர். கும்பினி சார்பில் செய்த போர்களுக்காக அவர் செலவழித்தப் பதின்மூன்று மில்லியன் ஸ்டெர்லிங் பணத்தைத் திருப்பித் தரவேண்டுமென்று அவரும் கும்பினி மீது வழக்குப் போட்டார். அரசு தனது அதிகாரத்தைப் பயன்படுத்தி விசாரணை நடக்காமல் முடக்கியது. அவரது சேமிப்புகள் முடக்கப்பட்டன; சொத்துக்கள் பறிமுதல் செய்யப்பட்டன; ஏழாண்டுகள் அதிலேயே கழிந்தன. அன்றாட செலவுக்கே சிரமப்பட்டார். மனைவி ழான் நோய்வாய்ப்பட்டபோது, மருத்துவச் செலவுக்குக் கூட பணமில்லாமல் திண்டாடினார். மதாம் ழான் , 1756 டிசம்பர் 6ஆம் நாளன்று மரணமடைந்ததும் மறுமணம் செய்துகொண்டார்; ஆனாலும் நிம்மதியில்லை.

பரிதாபகரமான இறுதி நாட்கள்

அரசு அவரைப் புறக்கணித்தது; அதிகாரிகள் அலட்சியப்படுத்தினர்; கடன் கொடுத்தோர் அவமதித்தனர். இராணுவத் தளபதி புஸ்சியை அவர் வாரிசாக்கிக் கொள்வதாக இருந்தது. மாறிவிட்ட சூழநிலையைக் கணக்கிட்டு, புஸ்சியும் ஒதுங்கிக்கொண்டார். துய்ப்ளேக்சுவின் கடைசி மகள் மரிஃபிரான்சுவா சவியே (Marie-François-Xavier) எனப்பட்ட ஷோன்ஷோன் (Chonchon). அவருடன் நடக்க இருந்த திருமணத்தையும் புஸ்சி ரத்து செய்ததோடு, தான் புதுச்சேரியில் கொடுத்தக் கடனுக்காக, அவரும் ஒரு வழக்குத் தொடர்ந்தார். இறப்பதற்கு மூன்று மாதங்களுக்கு முன்பு, கடன்காரர்களால் நீதிமன்றம் மூலம் அவரது வீடு கையகப்படுத்தப்

பட்டது. வழக்கு முடியும் முன்பே, நோய் தீவிரமாகி, 1763ஆம் ஆண்டு நவம்பர் மாதம் 10ஆம் நாள், ஒரு அனாதையைப்போல் மரணமடைந்தார் (மர்த்தினோ 1929).

துய்ப்ளேக்சுவின் பலவீனங்கள்

மனைவி ழானுடன் துய்ப்ளேக்சு

துய்ப்ளேக்சுவிடமும் சில பலவீனங்கள் இருந்தன. அதிகாரிகள் வாணிபம் செய்ய கும்பினி அனுமதித்திருந்தது. எனவே 'எல்லா வகைகளிலும் பணம் சேர்த்தார்; குத்தகைக்காரர்களிடம் தரகு பணம் பெற்றார்; கனகராய முதலியார் இறந்தபிறகு அவரது சொத்துக்களைப் பிரிப்பதில் ஒருசார்பாக நடந்துகொண்டு பணம் பார்த்தார்; மனைவியின் அடாவடிகளைக் கண்டும் காணாமலும் இருந்தார்; மனைவி சொல்லே மந்திரம் என்று மகுடி முன் நாகம் போல் அடங்கிக் கிடந்தார்' என்றெல்லாம் குறைகள் இருந்தன. 'அரசியல் கோணத்தில், பதவிகளின் மீதான பித்தும் பிடிமானமும் ஒரு பெருங்குறை; 1754இல் சதுரங்கப்பட்டினம் பேச்சுவார்த்தைகள் தோல்வியடைந்ததற்கு, நவாபு பட்டத்தை விட மறுத்ததே முக்கியக் காரணம். "அவர் புதுச்சேரியின் ஆளுநரைப் போல அல்லாமல், ஒரு அரசரைப் போலத்தான் நடந்துகொண்டார்" என்கிறார் மேஜர் லாரன்ஸ் (லியால் 1907). இருந்தபோதிலும், அவற்றை எல்லாம் மீறிய தலைமைப் பண்புகள், அவரிடம் நிறையவே இருந்தன (மேலிசன் 1868: 423).

துய்ப்ளேக்சுவின் ஆதங்கம்

அவரது முடிவு துயரமானது. இறப்பதற்கு மூன்று நாட்களுக்கு முன்பு எழுதிய நாட்குறிப்பில், "ஆசியாவில் என் நாட்டை வளப்படுத்துவதற்காக நான் என்னுடைய இளமை, செல்வம், வாழ்க்கை அத்தனையும் தியாகம் செய்தேன். என்னுடைய பங்களிப்புகள் கட்டுக்கதைகளாகக் கருதப்படுகின்றன. மனித இனத்திலேயே மிகவும் மோசமானவனாக நடத்தப்படுகின்றேன். நான் மிகக் கடுமையான வறுமையில் உழல்கின்றேன். என்னிடமிருந்த சிறிதளவு சொத்தும் பறிமுதல் செய்யப்பட்டு விட்டது. சிறைவாசம் நீடிக்காமலிருக்க நீதிமன்றத்தின் முடிவைத் தள்ளிப்போடுமாறு கேட்கவேண்டிய கட்டாயத்திலிருக்கிறேன்" என்று மனமுருகி எழுதியிருக்கிறார். இறுதியில் எந்தவித நிவாரணமுமில்லாமல், மரணம்தான் அவரைக் கடன்காரர்களிடமிருந்து காப்பாற்றியது. (மேலிசன் 1868: 430).

சவக்கிடங்கில் அவரது உடலைப் பரிசோதிக்கவந்த அதிகாரி "தரையில் இருந்த ஒரு விரிப்பில் கிடத்தப்பட்டிருந்த ஒரு பிணத்தைக் காட்டி, இதுதான் துய்ப்ளேக்சு என்றார்கள்", என்று தனது அறிக்கையில் பதிவிட்டிருக்கிறார். எப்பேர்ப்பட்ட நாயகனுக்கு எப்பேர்ப்பட்ட வீழ்ச்சி! (ஓம் பிரகாஷ் 2006).

காலம் கடந்த ஞானோதயம்

துய்ப்ளேக்சுவின் சாணக்கியத்தனம் விரைவிலேயே ஃபிரஞ்சு அரசுக்குப் புரியவந்தது. அவர் பாரிசில் மரணமடைந்த பின், தக்காணத்தில் அடுத்தடுத்துப் போர்கள் மூண்டன. லல்லி தொலாந்தலும், புஸ்சியும், சுய்ஃப்ரேனும், பெல்கோம்பும் போர்க்களத்தில் இறக்கிவிடப்பட்டது வணிகத்திற்காகவா ? ஆட்சிக்காகவா ? என்ற கேள்வி எழுந்தது; வலிமையான இராணுவத்தின் அவசியமும் அவசரமும், ஆட்சி அதிகாரத்தின் தேவையும் புரிய வந்தபோது, அவர் உயிருடன் இல்லை. எந்த நிறுவனத்தின் நலனைப் புறக்கணித்தார் என்று குற்றம் சாட்டினார்களோ, அந்தக் கும்பினியே 1770இல் அடியோடு கலைக்கப்பட்டுவிட்டது.

இந்தியாவில் ஆங்கிலேயர் ஒரு சாம்ராச்சியத்தை நிறுவ முடிந்த தற்கு இரண்டு முக்கியக் காரணங்களை வரலாற்றாசிரியர்கள் முன்வைக்கிறார்கள். ஒன்று, இந்திய அரசர்களின் பதவி மோகத்தையும், அவர்களது இராணுவத்தின் பலவீனத்தையும் சரியாகப் புரிந்து கொண்டது; இரண்டாவது, ஒழுக்கமும், கட்டுக்கோப்பும் கொண்ட இராணுவத்தை, உள்ளூர் ஆட்களை வைத்தே கட்டமைத்தது. இவை இரண்டையும் முதலில் உணர்ந்துகொண்டது ஃபிரஞ்சுக்காரர்கள்தான், குறிப்பாக துய்ப்ளேக்சுதான்; அவரிடமிருந்துதான் இந்த வியூகத்தை ஆங்கிலேயர் கற்றுக்கொண்டனர். அதனால்தான், ஃபிரஞ்சியரை முந்திக்கொண்டு துய்ப்ளேக்சுவின் முதல் சிலையை, கொல்கத்தா தலைமை ஆளுநர் மாளிகையில் நிறுவினார்கள் என்று குற்றம் சாட்டுவோரும் உள்ளனர் (மொரே 2020: 21). ஆனால், துய்ப்ளேக்சு வடிவமைத்த வியூகத்தை செயல்படுத்தவிடாமல் கும்பினி குறுக்கில் நின்றபோது, அதை ஆங்கிலேயர்கள் கையாண்டு வெற்றிபெற்றார்கள் என்பதே உண்மை. அதனால்தான், 'ஆங்கிலேயரின் ஆதிக்கம் உருவாகி, உறுதிப்பட்டு ஃபிரஞ்சிந்தியா தனது முக்கியத்துவத்தை இழந்தது' என்கிறார் ஜேம்ஸ் மில் (*James Mill*) (லியால் 1907: 124). "ஃபிரஞ்சிந்தியாவை உருவாக்கியவர் துய்ப்ளேக்சு; உருக்குலைத்தது ஃபிரான்சு" என்கிறார் மேலிசன் (1868: 584).

பரிகாரம் தேடும் அரசு

ஆனாலும், காலம் காட்டிச் சென்ற வீரத்திருமகனின் கொள்கை களை அரசு கடைபிடிக்க வேண்டியது காலத்தின் கட்டாயமானது. 1861 செப்டம்பர் 29ஆம் நாள், வெர்சாய் நகரில் அவருக்குச் சிலை எழுப்பப்பட்டது. 1897இல் அவரது 200ஆவது பிறந்தநாள் வெகு விமரிசையாகக் கொண்டாடப்பட்டது. அரசே அதிகாரப் பூர்வமான விழா குழு அமைத்தது; நாடு முழுதும் கவியரங்கம், இசை நிகழ்ச்சிகள், நாடகங்கள் நடத்தப்பட்டு, அவரது நினைவு போற்றப்பட்டது; ஃபிரான்சு முழுதும் அவருக்குச் சிலைகளும் நினைவுச் சின்னங்களும் நிறுவப்பட்டன.

"புதுச்சேரி அரசிலிருந்து அவரை நீக்கியதுதான், இந்தியாவில் ஃபிரஞ்சிந்தியாவின் வளர்ச்சிக்கு நேர்ந்த மிகப்பெரிய முட்டுக்கட்டை என்பதை அரசும், அவரது நாட்டு மக்களும் உணர்ந்துகொண்டார்கள்"

என்றார் ஓர்ம் (1805). "முந்தைய ஃபிரான்சு அரசு அவருக்குத் துரோகம் இழைத்தது; நவீன ஃபிரான்சு அதற்குப் பரிகாரம் செய்தது" என்கிறார் ஓம் பிரகாஷ் (2006).

அரசரும் அமைச்சர்களும் கும்பினி நிர்வாகிகளும் அவரைப் புரிந்து கொள்ளவில்லை என்றாலும், புதுச்சேரி மக்கள்அவரைச் சரியாகவே எடைபோட்டிருந்தனர். ஆகவேதான், அவரது பதவி பறிக்கப்பட்டது தெரிந்தாலும், அவர் கப்பலேறப் போகும்போது, ஆயிரக்கணக்கான மக்கள் திரண்டுவந்து, மேள தாளங்களுடன், ஏராளமான பரிசுப் பொருட்களை வழங்கி, இராஜ மரியாதையுடன், கதாநாயகனாக வழியனுப்பி வைத்தனர். எந்தப் புதுவையிலிருந்து அவர் அவமானத்தோடு வெளியேறினாரோ, அதே ஊரில், அவருக்கு 1870இல் ஃபிரஞ்சு அரசு சிலை வைத்துக் கொண்டாடியது; அவரது சொந்த ஊரான லாந்த்ரசில் (Landrecies) சிலை வைப்பதற்காக 1615 ரூபாய், 5 பணம், 17 காசுகளைப் புதுவைப் பொதுமக்கள் நன்கொடையாகவும் வழங்கினர். ஆளுநர் ஆல்பிரட் மர்த்தினோ, புதிதாக நீட்டிக்கப்பட்ட பெரிய கால்வாயின் இரு புறமும் அமைந்த தெருக்களுக்கு, துய்ப்ளேக்சுவின் வரலாற்றுச் சிறப்பான வெற்றிகளை நினைவு கூரும் வகையில், கிழக்கில் செஞ்சி சாலை என்றும் மேற்கில் ஆம்பூர் சாலை என்றும், நகரின் முதன்மை வீதிக்கு துய்ப்ளேக்சு வீதி என்றும் பெயரிட்டுக் கொண்டாடினார். இதுதான் காலத்தின் கோலம் போலும்! (மெலாங்கின் 2019; மர்த்தினோ 1931).

"காலம் என்பது கறங்கு போல் சுழன்று, மேலது மீது கீழாய், கீழது மேலாய், மாற்றிடும் தோற்றம்" என்பார் மனோன்மணீயம் சுந்தரம் பிள்ளை (மனோன்மணீயம்: 94–95). துய்ப்ளேக்சு விவகாரத்தில் அது எவ்வளவு பொருத்தம்!

2.12: துய்ப்ளேக்சுவிற்குப் பின்

ஆளுநர்களின் தவறுகள்

துய்ப்ளேக்சுவிற்குப் பின், சார்ல் ரொபேர் கொதேகு (Charles Robert Godheheu, 1754–55) ஆளுநராகப் பதவியேற்றபோது, கர்நாடகப் போர் எழுப்பிய புழுதி இன்னும் படியாமல் இருந்தது. ஃபிரான்சுக்குப் புறப்படும் முன், மேற்கொள்ள வேண்டிய நடவடிக்கைகள் பற்றித் தெளிவாக விளக்கிவிட்டுத்தான் துய்ப்ளேக்சு கப்பலேறினார். போரைத் தொடரலாம் என்ற துய்ப்ளேக்சுவின் ஆலோசனையை கொதேகு ஏற்கவில்லை. 1754 ஆகஸ்டில் வந்த அவர் செய்த முதல் செயல், அவசர அவசரமாக ஆங்கிலேய ஆளுநர் தாமஸ் சாண்டர்சைத் தொடர்புகொண்டு, சுதேசிப் போர்களில் தலையிடாத நிலைபாட்டை இரு தரப்பும் கடைபிடிப்பதென்ற ஒரு சமாதான ஒப்பந்தத்தை 1755 ஜனவரியிலேயே செய்துகொண்டதுதான்; அவருக்குக் கும்பினியின் கட்டளை அப்படி (ஓர்ம் 1861: 375–377).

துய்ப்ளேக்சு பெற்றிருந்த கர்நாடக நவாபுப் பதவி, புஸ்சியைக் களமிறக்கிச் சேர்த்த செல்வாக்கு, அதன்மூலம் தக்காணத்தில் செலுத்திய ஆதிக்கம் அனைத்தையும், இந்த ஒப்பந்தம் மூலம் கொதேகு விட்டுக் கொடுக்க வேண்டியதாயிற்று. இதன்மூலம், கீழை நாடுகளில் உருவாகிக் கொண்டிருந்த ஃபிரஞ்சுப் பேரரசின் அடித்தளமே தகர்ந்து போனது.

விலகும் ஆதரவு

கொதேகுவின் பதவிக் காலத்தில், இராபர்ட் கிளைவ் வடநாட்டைக் கலக்கிக் கொண்டிருந்தார். துய்ப்ளேக்சுவை ஃபிரஞ்சியர் நடத்திய விதம், உள்ளூர் அரசர்களுக்குள் ஃபிரஞ்சியரைப் பற்றிய நம்பிக்கையைச் சிதைத்தது. வாணிபமே இலக்கு; ஆட்சி அல்ல என்று கொதேகு வெளிப்படையாகவே அறிவித்துவிட்டதால், தக்காணத்து நவாபுகள் ஃபிரஞ்சியரை விட்டு விலகத் தொடங்கினர். ஆயினும், ஆட்சியும் அதிகாரமும் தேவை என்பது அவருக்கும், முக்கியமாக ஃபிரான்சுக்கும் கொஞ்சம் கொஞ்சமாகப் புரிய ஆரம்பித்தது. ஆகவே, புஸ்சியை ஐதராபாத்தில் தொடர்ந்து தங்கி, சலாஃபத் ஜங்குக்குத் துணையாக நிற்குமாறு கொதேகு கூறினார்.

புஸ்சியின் சாதுர்யம்

ஆனால், ஆங்கிலேயரின் ஆதரவாளரான முகமது அலியை எதிர்த்து அரசியல் நடத்திக்கொண்டிருந்த சலாஃபத் ஜங்கிற்கு இந்தச் சமாதான ஒப்பந்தம் அதிர்ச்சியைத் தந்தது; புஸ்சி அளித்த விளக்கத்தை அவர் ஏற்கத் தயாராயில்லை. தொடர்ந்து சவனூர் நவாபுவுக்கும் மராட்டியருக்கும் நடந்த போரில் புஸ்சி நடந்துகொண்ட விதம் அவருக்கு ஆத்திரமூட்டியதால், கர்நாடகத்திலிருந்து ஃபிரஞ்சியரை வெளியேறுமாறு ஆணையிட்டதோடு, ஆங்கிலேயரின் ஆதரவு கோரித் தூது அனுப்பினார். இதனால், புஸ்சி அவுரங்காபாதிலிருந்து ஐதராபாதிற்கு இடம் பெயர வேண்டியதயிற்று. இருந்தாலும், சலாஃபத் ஜங் அவரை விடாமல் துரத்திக் கொண்டிருந்தார். இந்த இக்கட்டான சூழ்நிலையைச் சமாளித்து, மீண்டும் சலாஃபத் ஜங்கின் நம்பிக்கையைப் பெற்றார் புஸ்சி. அதுமட்டுமல்ல, சலாஃபத் ஜங்கின் துரோகிகளால், தனக்கும் அவரதுஅரசுக்கும் நேரவிருந்த ஆபத்திலிருந்தும் காப்பாற்றியதால் வலுவாகவே இருந்தார். வீரத்தோடு, விவேகமும் கலந்த முயற்சிகளால் எட்டு ஆண்டுகளுக்கு ஃபிரஞ்சியரின் ஆதிக்கத்தைத் தக்காணத்தில் தக்கவைத்துக் கொண்டிருந்தார்.

கொள்கையை மாற்றிய லெரி

கொதேகுவிற்குப் பின் துய்வால் தெ லெரி (Duyval de Leyrit, 1755–58) ஆளுநரானார். 1756ஆம் ஆண்டில் ஐரோப்பாவில் ஏழாண்டுப் போர் தொடங்கியது. அதன் எதிரொலியாக, இந்தியாவிலும் மூன்றாவது கர்நாடகப் போர் தொடங்கியது. எனவே கொதேகு செய்த சமாதான ஒப்பந்தத்தை ரத்து செய்துவிட்டு, ஆர்க்காட்டு நவாபு பக்கம் லெரி சாய்ந்துவிட்டார்.

தவறவிடப்பட்ட அரிய வாய்ப்பு

1757 செப்டம்பர் 13 வாக்கில், ஆங்கிலேயரை ஒடுக்க ஒரு நல்ல வாய்ப்புக் கிட்டியது. வங்காளத்தில் இராபர்ட் கிளைவுக்கு உதவுவதற்காகத் தென்னிந்தியாவில் காஞ்சீபுரம் தவிர்த்து, சென்னை, திருச்சி, செங்கல்பட்டு, கடலூர் ஆகிய தளங்களிலிருந்த படைகள் அனுப்பப்பட்டுவிட்டதால், ஆங்கிலேயர் மிகவும் பலவீனமாயிருந்தனர். குறிப்பாகச் சென்னையிலும், கடலூரிலும் அப்போது குறைந்த வீரர்களே இருந்தனர்.

ஆனால், ஃபிரஞ்சியர் தரப்பில் இரண்டு லட்சம் லிவர் பணம், நான்கு கப்பல்கள், 50 பீரங்கிகளுடன், செவாலியே மார்க்கி தெ சுப்பிர் (*Marquis de Soupire*) கடலிலும், கர்னல் சுபினே (*Soubinet*) தரையிலும் வலுவாக இருந்தனர். இருவரும் சேர்ந்து கடலூரரையோ சென்னையையோ தாக்கிக் கைப்பற்றியிருக்கலாம். அடுத்த ஆண்டு ஏப்ரல் வரை இதே நிலைமைதான் நீடித்தது. ஒரு புஸ்சியோ, துய்ப்ளேக்சுவோ, லல்லியோ, லபுர்தொனேவோ இத்தகைய வாய்ப்பை நழுவ விட்டிருக்க மாட்டார்கள். காலமும் படை பலமும் சாதகமானபோதும், கர்நாடகத்திலிருந்து ஆங்கிலேயரைத் துடைத்தெறியும் இன்னொரு வாய்ப்பும் தவறிப்போனது (மேலிசன் 1868).

2.13: வருகிறார் லல்லி தொலாந்தல்

துய்ப்ளேக்சுவின் ஆட்சிக்காலத்தில், போர்களால் ஏற்பட்ட பெரும் செலவு காரணமாக அவரை ஆதரிக்க மறுத்த ஃபிரஞ்சிந்தியக் கும்பினி, அடுத்த ஐந்தாண்டுகளில் தனது தவறை உணர்ந்தது. அதன் விளைவாக தோமஸ் அர்துய்ர் லல்லி தொலாந்தலை (*Thomas Arthur Lally Thollandel*) தலைமைத் தளபதி என்ற உயர் தகுதியோடும், அயலகக் குடியேற்றங்களின் ஆணையர் என்ற அதிகாரத்தோடும் புதுவைக்கு அனுப்பியது. ஃபிரஞ்சிந்திய ஆட்சியை நிறுவுவதற்காக நான்கு படை அணிகளும் ஐந்து லட்சம் பவுண்டு பணமும் அவருக்குத் தரப்படும் என்று உறுதியும் அளிக்கப்பட்டது.

பன்னிரண்டு போர்க்கப்பல்கள், 50 பீரங்கி வீரர்கள், 2000 போர் வீரர்கள் கொண்ட ஒரு பெரும் படையுடன், 1758இல் ஏப்ரல் 28ஆம் நாளன்று, லல்லி புதுச்சேரியில் வந்து இறங்கியவுடன் தென்னிந்திய அரசியல் களம் சூடுபிடித்தது. அவருக்குத் துணையாக, மே 6ஆம் நாள் தஷே (*d'Ache*) என்ற துணைத் தளபதியும் வந்திறங்கினார். ஆனால், வந்த முதல் நாள் தொட்டே, லல்லிக்கும், ஆளுநர் லெரிக்கும் இடையே அதிகாரப் போட்டி தொடங்கிவிட்டதால், புதுச்சேரி நிர்வாகத்தில் உச்சக்கட்டக் குழப்பங்கள் தோன்றலாயின (மேலிசன் 1868: 492–498; 539).

அவசரமான முடிவுகள்; அடுத்தடுத்துத் தோல்விகள்

இந்தியாவிலிருந்து ஆங்கிலேயரைத் துரத்தியடிப்பதே லல்லிக்கு இடப்பட்ட பணி. அவர் வருவதற்கு ஏழுமாதங்கள் முன்பே 1757 செப்டம்பரில், 1000 தரைப்படை வீரர்கள், 50 பீரங்கி வீரர்கள், நான்கு கப்பல்கள், இரண்டு லட்சம் பவுண்டு பணம் ஆகியவற்றோடு வந்து சேர்ந்த படைத்தலைவர் சுப்பிர் (*Soupire*), எந்தவிதப் போர் ஆயத்தங்களும் செய்யாததால் லல்லி எரிச்சலுற்றார். ஆகவே, வந்து சேர்ந்த அன்றே, ஆளுநர் லெரி ஏற்பாடு செய்த வரவேற்பு விருந்தையும் ஏற்காமல், இரவு ஒன்பது மணிக்கு, எந்தவித ஆலோசனையோ, தயாரிப்போ, வியூகமோ, விவாதமோ இல்லாமல் இரவோடு இரவாகக் கடலூரை முற்றுகையிடப் புறப்பட்டார். வீரர்கள் நடந்து சென்றனர்; பீரங்கிகள் மாட்டு வண்டிகளிலும் படகிலும் ஏற்றிச் செல்லப்பட்டன (இராமசாமி 1992).

மூன்றாம் கர்நாடகப் போர் தொடக்கம்

மே 16ஆம் நாள் கடலூர் செயின்ட் டேவிட் கோட்டையை முற்றுகையிட்டு, ஜூன் 2ஆம் நாளே கைப்பற்றிக்கொண்டார். கோட்டைகளையும்

குடியிருப்புகளையும் இடிப்பது ஐரோப்பிய மரபு அல்ல என்ற மேலிடத்து அறிவுரைகளையும் மீறி, அதை இடித்துத் தள்ளினார். அதுபற்றி ஒரு கல்வெட்டையும் கோட்டைச் சுவரில் பதித்துப் பெருமைப்பட்டுக் கொண்டார். இந்தச் சண்டை மூன்றாம் கர்நாடகப் போருக்கு வாசல் திறந்தது. ஆனால், அது எவ்வளவு தவறு என்பது 1761இல் நிரூபணமாயிற்று.

ஆரவாரமான வரவேற்பு

கடலூர் வெற்றி அசாதாரணமானது. இரவு நேரத்தில், எருதுகளின் கொம்புகளில் தீப்பந்தங்கள் கட்டி எரியவிட்டு, அந்த வெளிச்சத்தில் தாக்குதல் நடத்திப் பெற்ற வெற்றி. அது லல்லியின் நுண்மைப் போர்த்திறனுக்கு எடுத்துக்காட்டானது (ஆரபி: மே 17, 1758). எனவே, வெற்றிப் பெருமிதத்தோடு புதுச்சேரிக்குத் திரும்பும்போது, பண்டைய ரோமானிய முறையில் ஆரவாரமாகத் தன்னை வரவேற்க வேண்டு மென்று விரும்பினார். அதற்கேற்ப, வரவேற்பு நிகழ்ச்சி நிரலையும் அவரே வகுத்துத்தந்தார். அரியாங்குப்பத்திலிருந்து, தம்பூர் இசை முழக்கத்துடன். தாசியர் நடனமாட, இரண்டு பக்கங்களிலும் உருவிய வாளுடன் இராணுவ வீரர்கள் அணிவகுத்து வர, யானைகளும், ஒட்டகங்களும் முன் செல்ல, நடுவில் குதிரையில் வரும் அவரை, ஊர்வலமாக அழைத்துச் செல்லவேண்டும்; அரசின் நான்கு ஆலோசகர்களும், வில்லியனூர் வாயிலில் எதிர்கொண்டு வரவேற்க வேண்டும்; கப்ஸ் தேவாலயத்தில் அவரை ஆளுநரும் அதிகாரிகளும் வரவேற்கவேண்டும்; ஒரு சீமாட்டி மலர்க்கொத்து கொடுத்து வரவேற்க வேண்டும்; தலைமைப் பாதிரியார்கள் கையில் சிலுவையுடன் காத்திருந்து உள்ளே நடத்திச் சென்று, தனியான மேடையில் சிறப்பு பூசை செய்யவேண்டும்; எல்லோரும் கூடி நின்று வாழ்த்தவேண்டும் என்பது அவரது திட்டம். அவ்வாறே, அவர் வந்தபோது தேவாலயம் தீப ஒளியில் மின்னியது. இராணுவ இசை முழங்கியது. அரச மரியாதையோடு வரவேற்கப்பட்டார். (ஆரபி: ஜூன் 9–10, 1758).

லல்லியின் இரண்டாவது அவசர நடவடிக்கை, 1758 ஆகஸ்டு 2ஆம் நாள் நிகழ்ந்த தஞ்சையின் மீதான படையெடுப்பு. கடலூர் வெற்றி தந்த மயக்கத்தில், போதுமான அளவு வெடிமருந்துகளோ, தளவாடங்களோ இல்லாத நிலையிலும், நாகூர், திருவாரூர் என்று படைகளை அலைக்கழித்துவிட்டு, தஞ்சாவூருக்குள் நுழையும் போது வலுவிழந்துபோனார். அங்கும் வெகுநாள் தாக்குப்பிடிக்க முடியாமல், பின் வாங்கவேண்டியதாயிற்று (மேலிசன் 1868: 552–554)

தஞ்சையில் தோல்வி

தஞ்சைத் துரமரியில், நீண்ட போர்க்காலத்திற்குப் பின், தோல்வியால் தோய்ந்த முகத்தோடு ஒரு காப்பிரி உதவியால் தப்பி வரவேண்டியதாயிற்று; வந்து சேரத் தாமதமாகிவிட்டது. இரவு வெகுநேரம் ஆகிவிட்டதால் கோட்டையின் கதவுகள் அடைக்கப்பட்டுவிட்டன. அவரால் நகரத்தினுள் வரமுடியவில்லை. எனவே, அரியாங்குப்பம் பகுதியில் தற்காலிக முகாமிட்டுத் தங்கினார். ஒரு தலைமைத் தளபதி வீதியில் உறங்கவேண்டிய தாயிற்று. எல்லாமே எதிர்மாறாக நடந்ததால் பெருத்த ஏமாற்றமடைந்தார் லல்லி.

புஸ்சியைத் திரும்பச் செய்தல்

அடுத்த இலக்கு சென்னையின் மீது. ‘தன் வலி’ மீது அபரீத நம்பிக்கை கொண்டிருந்தாலும், ‘தன் படைவலியை’ச் சரியாகத் திரட்ட முடியாத தவறை லல்லி உணர்ந்தார். ஏற்கெனவே, 1758 ஜூன் 13 நாளிட்ட கடிதத்தின் மூலம், தக்காணத்தின் வடக்கே கோலோச்சிக் கொண்டிருந்த புஸ்சியைப் புதுவைக்குத் திரும்ப வருமாறு ஆணையிட்டிருந்தார். ஆனால், தனக்குப் பாதுகாப்பாக இருக்கும் புஸ்சியை அழைத்துக்கொண்டால் தான் ஆங்கிலேயர் உதவியை நாடவேண்டியதாயிருக்கும் என்று நிசாம் சலாஃபத் ஜங் எச்சரித்தார். அதை லல்லி பொருட்படுத்தவில்லை. புஸ்சி துணையுடன் சென்னையைக் கைப்பற்றிவிட்டால் ஆங்கிலேய அரசின் அச்சினை முறித்துவிடலாம் என்பது அவரது திட்டம். எனவே, நிசாமின் எச்சரிக்கையைப் புறந்தள்ளிவிட்டு, லல்லி, புஸ்சியை வரவழைத்துக்கொண்டார். புஸ்சியோ ஆகஸ்டு மாதத்தில், படைகளைத் தக்காணத்தில் விட்டு விட்டுத் தனியாளாக வந்துசேர்ந்ததால், லல்லியின் நோக்கம் நிறைவேறவில்லை. அவ்வாறே மசூலிப்பட்டினத்திலிருந்த லெயோன் மொரசினும் (Leon Moracin) வரவழைக்கப்பட்டார். வடக்கிலும் தெற்கிலும் பிரிந்து கிடந்த ஃபிரஞ்சுப் படைகளால் தீர்க்கமான இராணுவ நடவடிக்கைகளில் இறங்க முடியவில்லை (மேலிசன் 1868: 530–531).

1758 அக்டோபரில் ஃபிரஞ்சுப் படைகள், லல்லி, புஸ்சி தலைமையில் சென்னையை நோக்கிப் புறப்பட்டன. வழியிலிருந்த ஊர்களையெல்லாம் கைப்பற்றியவாறு டிசம்பர் 14ஆம் நாள் சென்னைக் கோட்டையை முற்றுகையிட்டனர். ஆனால், போதிய தளவாடங்கள் இல்லாததால், ஜனவரிக்கு மேல் தாக்குப்பிடிக்க முடியாமல் பிப்ரவரி மாதத்தில் திரும்ப வேண்டியதாயிற்று.

தெலுங்குப் பகுதிகள் பறிப்பு

இந்த வாய்ப்பை இராபர்ட் கிளைவ் சரியாகப் பயன்படுத்திக் கொண்டார். ஒரு படையை அனுப்பி, விஜயநகர அரசர் ஆனந்தராஜுவின் ஆதரவுடன், கோண்டுர், மசூலிப்பட்டினம் பகுதிகளை ஃபிரஞ்சியரிடமிருந்து மீட்டு தங்கள் வசமாக்கிக்கொண்டார்.

2.14: பிரஞ்சியர் தாழ்ச்சியும் ஆங்கிலேயர் எழுச்சியும்

ஏறத்தாழ எட்டாண்டுகள் தக்காணத்தில் ஃபிரஞ்சியர் ஆதிக்கத்தை நிலைநாட்டிக் கொண்டிருந்த புஸ்சியைப் புதுச்சேரிக்கு வரவழைத்தது லல்லி செய்த இமாலயத் தவறு. கொந்தளிப்பான போர்க்களச் சூழல் அறைகூவல் விடுவது தெரிந்தும், படைகளை விட்டு விட்டு தான் மட்டுமே, தனி ஆளாகப் புஸ்சி திரும்பி வந்ததும் தவறே (இராமசாமி 1992: 52).

அட்மிரல் தஷேவின் துரோகம் (ஆலாலசுந்தரம்: 1999 192–193)

1758 ஏப்ரலில், லல்லிக்கு உதவுவதற்காக, மொரிசியசிலிருந்து ஒன்பது கப்பல்களில் 4800 வீரர்களோடு வந்த படைத்தலைவர் தஷே (D'Ache), செப்டம்பரில் காரைக்காலுக்கு அருகில் ஆங்கிலேயக் கப்பல்களை எதிர்கொள்ள வேண்டியதாயிற்று. முதல் சண்டையின்போது, ஒரு கப்பல்

தீப்பிடித்து எரிந்துவிட்டது; தஷேவின் முகத்திலும் கையிலும் படுகாயம் பட்டது; அவரது சகோதரி மகனின் ஒரு காலும் கையும் துண்டாயின. விரக்தியடைந்தார் தஷே. சென்னையைத் தாக்குமாறு லல்லி கூறிய யோசனையை ஏற்கமறுத்து, ஆகஸ்டு மாதமே சிலோனுக்குச் சென்றுவிட்டார்.

வலுவற்றிருந்த சென்னைக் கோட்டையைத் தாக்க சரியான தருணம் என்று கருதி, மீண்டும் சென்னையைத் தாக்க வருமாறு தஷேவுக்குச் செய்தி அனுப்பினார். அவர் வரமறுத்துவிட்டதால்தான், லல்லி தஞ்சாவூர் பக்கம் போகவேண்டியதாயிற்று. அப்போதும் காரைக்கால் வரையில் வந்த தஷே, அங்கேயே தங்கிவிட்டதால், சென்னையிலிருந்து வந்த இரண்டு ஆங்கிலக் கப்பல்கள் தப்பிவிட்டன. அவரோ, ஃபிரான்சுத் தீவுக்குத் திரும்பிப் போய்விட்டார் (மேலிசன் 1868: 538–539).

நிலைமையை ஆராய்ந்த பாரிஸ் அரசு ஆலோசனை சபை, அடுத்த ஆண்டே அவரை மீண்டும் இந்தியாவுக்கு அனுப்பியது. 1759 செப்டம்பரில், தஷே பதினேழு கப்பல்களுடன், போர் செலவுக்காக மூன்று, நான்கு லட்சம் ரூபாய் மதிப்புள்ள வைரங்களையும் எடுத்துக்கொண்டு வந்தார். பணப் பற்றாக்குறையால் தவித்துக்கொண்டிருந்த லல்லியிடம் உடனே வைரங்களை ஒப்படைக்காமல், ஒரு வாரத்திற்குக் கப்பலை விட்டு இறங்கவில்லை. ஏற்கெனவே பட்ட காயம் ஆறாத நிலையில், அவரைப் பல்லக்கில் தூக்கி வரவேண்டியதாயிற்று. வந்த பின்னும் அறைக்குள்ளேயே அடைந்து கிடந்தார். தளபதி புஸ்சி, ஆளுநர் லெரி போன்றவர்களைக்கூட சந்திக்க மறுத்து, அதிருப்தியிலேயே இருந்தார். ஆங்கிலேயருடனான போர் மும்முரமாக நடக்கும்போதே, ஆங்கிலேயர்களின் ஆறு கப்பல்கள் தென்பட்டவுடன், அரண்டுபோய் புறப்பட்டுப் போய்விட்டார். லல்லியுடனான மோதலால் அதிருப்தியடைந்த பதினாறு இராணுவ அதிகாரிகளும் ஃபிரான்சுக்குத் திரும்பிவிட்டனர் (மேலிசன் 1868: 539–540).

முடிவுக்கு வரும் தக்காண ஆதிக்கம்

ஆறு கப்பல்களுடன் கடலில் ஆதிக்கம் பெற்ற ஆங்கிலேயர்கள் இந்த வாய்ப்பைச் சரியாகப் பயன்படுத்திக்கொண்டனர். ஐதராபாத் நிசாம் சலாஃபத் ஜங்குடன் ஓர் ஒப்பந்தம் செய்துகொண்டு, அவரை ஃபிரஞ்சியரிடமிருந்து பிரித்துத் தங்கள் பக்கம் இழுத்துக் கொண்டனர். இதனால், ஃபிரஞ்சியருக்கு சலாஃபத் ஜங் கொடுத்திருந்த வடக்கு நிலப்பரப்புகள் ஆங்கிலேயருக்கு மாற்றித் தரப்பட்டன. இதன்விளைவாகத் தக்காணத்தில் ஃபிரஞ்சியரின் ஆதிக்கம் முடிவுக்கு வந்து, ஆங்கிலேயரின் மறு எழுச்சிக்கு வழிவகுத்தது (மேலிசன் 1868: 534).

தென்கோடியிலும் ஃபிரஞ்சியரின் தோல்விகள் தொடர்ந்தன. போர்வீரர்கள், தளவாடங்கள், போதுமான நிதி ஆதாரம், அரசின் உயர்மட்ட ஆதரவு எதுவுமின்றி வலுவிழந்திருந்த லல்லியை முறியடிக்க, இதையே சரியான தருணமாக ஆங்கிலேயர் கருதினர். அதற்காக, வடக்கிலிருந்த கர்னல் எயிர் கூட் (Colonel Eyre Coote) படை, கர்நாடகத்தின் பல்வேறு கோட்டைகளைக் கைப்பற்றியபின், 1759 அக்டோபர் இறுதியில் தமிழகம் வந்தது.

போர்க் கைதியானார் புஸ்சி: வந்தவாசிச் சண்டை

1760ஆம் ஆண்டு ஜனவரியில் நடந்த வந்தவாசிப் போரில் (Battle of Vandiwash), வந்தவாசிக் கோட்டையை முற்றுகையிட்டிருந்த லல்லியை, 1760 ஜனவரி 22ஆம் நாள் எயிர் கூட் (Eyre Coote) முறியடித்தார். ஒரு காப்பிரியின் உதவியால் லல்லி தப்பி ஓடிவந்தார். புஸ்சி கைது செய்யப்பட்டுக் காவலில் வைக்கப்பட்டார். இனிமேல் போர் நடவடிக்கையில் ஈடுபடமாட்டேன் என்று கடிதம் எழுதிக் கொடுத்துவிட்டுப் பொறுப்பு விடுப்பில் (Parole) – பரோலில் – வரவேண்டியதாயிற்று (ஆரபி: மார்ச்சு 8, 1760). இப்போரில், எயிர் கூட் ஃபிரஞ்சுத் தலைமைத் தளபதி லல்லியை வீழ்த்தி, மற்றொரு தளபதி புஸ்சியைக் கைது செய்ததன் மூலம், 'ஃபிரஞ்சுப் பேரரசை இந்தியாவில் நிறுவ வேண்டும்' என்ற ஃபிரஞ்சுக் கிழக்கிந்தியக் கும்பினியின் கனவு நிராசையாக்கப்பட்டது. அந்த வகையில், வந்தவாசிச் சண்டை மூன்றாம் கர்நாடகப் போர் என்று வரலாற்று முக்கியத்துவம் பெற்றுவிட்டது (மேலிசன் 1868: 550–551; மர்ஷமேன் 1867: 261–262).

லல்லிக்கு புதிதாக ஞானோதயம் பிறந்தது. தென்னகத்தின் மீது படையெடுத்து வந்திருந்த ஐதர் அலியுடன் ஒப்பந்தம் செய்துகொண்டு, அவரது படை அணி ஒன்றினையும் வரவழைத்தார். மைசூர் அரசருடனும் ஒப்பந்தம் செய்துகொண்டார். அதுவும் பலனளிக்கவில்லை. வலுவிழந்தது லல்லி மட்டுமல்ல, ஃபிரஞ்சு இராணுவமும் தான்.

புதுச்சேரி முற்றுகை

எயிர் கூட்டின் வெற்றிப்பயணம் சென்னையிலிருந்து தொடங்கியது. 1760 ஜனவரி 29ஆம் நாள் சேத்துப்பட்டு, பிப்ரவரி 10இல் ஆர்க்காடு, மார்ச் 3இல் பெருமுக்கல், மார்ச் 12இல் ஆலம்பரவை, ஏப்ரல் 16இல் வழுதாவூர், ஏப்ரல் 19இல் விருத்தாச்சலம் என்று வழியில் இருந்த நகரங்களையெல்லாம் கைப்பற்றியவாறு முன்னேறிக்கொண்டிருந்தார். இதற்கிடையில், அவரது தளபதி ஸ்டீஃபன் சுமித் (Stephen Smith), திருவண்ணாமலையை வென்றார். கேப்டன் வுட் (Wood) ஏப்ரல் 4இல் விழுப்புரத்தைப் பிடித்தார். அதே ஏப்ரல் மாதத்தில், இன்னொரு கோடியில், மேஜர் வில்லியம் மேன்சன் (William Manson) காரைக்காலைக் கைப்பற்றினார். இறுதியாக, ஜூலையில் வில்லியனூரையும், செப்டம்பரில் சாரத்தையும் கைப்பற்றியவுடன், பெரம்பை, கோரிமேட்டில் படைவீடமைத்து எயிர் கூட் புதுச்சேரி முற்றுகையைத் தொடங்கினார்.

தவறிழைக்கும் தஷே (ஆலாலசுந்தரம் 1999: 192–193)

எயிர் கூட்டுடன், 1000 தரைப்படை வீரர்களும், 1000 குதிரை வீரர்களும், 2000 சிப்பாய்களும் இருந்தனர். வழுதாவூர், வில்லியனூர் வரை ஆங்கிலப் படை முன்னேறினாலும், ஃபிரஞ்சுப் படை தீரத்துடன் போரிட்டு அவர்களைத் தடுத்து நிறுத்தியது. அதனால், புறநகர்ப் பகுதியான அரியாங்குப்பம் வழியாகப் புகுந்து சென்னை வாயில் பகுதியைக் கைப்பற்றினார். கடல் வழியாக மூன்று ஃபிரஞ்சுக் கப்பல்கள் போரிட வந்தபோது, அதில் இரண்டை ஆங்கிலேயர் பிடித்துக்கொண்டனர். இந்தச் சமயத்தில் உறுதுணையாக இருக்கவேண்டிய தஷே தன் கப்பலுடன் இலங்கைப் பக்கம் போய்விட்டார் (ஆரபி: அக்டோபர் 7, 1758).

கையறுநிலையில் ஃபிரஞ்சியர்

நான்கு திசைகளிலிருந்தும் ஆங்கிலப் படைகள் முற்றுகையிட்டதால், பொருள் வரத்து பாதிக்கப்பட்டது. அரசின் பொருளாதாரமோ மோசமான நிலையில் இருந்தது; பணம் இல்லை; பணம் கொடுத்தாலும் பொருள் கிடைத்த பாடில்லை; அரிசி அரிதானது; கிறிஸ்துமஸ் சமயத்தில் ஆட்டுக்கறி கிடைக்காததால், நாய்க்கறி மாற்றாகி, அதுவும் நாய் ஒன்றுக்கு 24 ரூபாய்க்கு விற்கப்பட்டது.

எனவே, கடைசி முயற்சியாக, மைசூர் அரசரை நாடினார் லல்லி. அதற்காகப் பணமுடையிருந்தபோதிலும், நாட்டியம் நடனத்தோடு ஐரோப்பிய பாணியில் விருந்துக்கும் ஏற்பாடு செய்தார். அதன் பிறகு, மைசூரிலிருந்து உணவுப் பொருட்கள் வந்தன; ஆனால், பெரும் பகுதியை மைசூர் வீரர்களே தின்று தீர்த்துவிட்டனர்.

உணவு நிலைமை மிகவும் மோசமானது. தரங்கம்பாடியிலிருந்து உணவுப் பண்டங்கள் ஏற்றி வந்த கப்பலை, ஆங்கிலேயர் மடக்கிக் கைப்பற்றிக்கொண்டனர். தியாகதுர்க்கத்திலிருந்து மாட்டிறைச்சியும், உப்பிட்ட ஆட்டிறைச்சியும் மாட்டு வண்டிகளில் வரவழைக்கப்பட்டன. அது இராணுவத்திற்கே போதாதென்பதால், மக்களை வெளியேறுமாறு தமுக்குப் போடப்பட்டது. ஆனால், வாயில் முற்றுகையிலிருந்ததால் அவர்களால் வெளியேற முடியவில்லை. தொடர்ந்து எட்டு நாட்கள் மக்கள் பசி, பட்டினியால் வாடியதைக் கண்ட எயிர் கூட், பரிதாபப்பட்டு பொதுமக்களை மட்டும் வெளியேற அனுமதித்தார்.

பட்ட காலிலே படும் என்பது போல, ஒரு தீ விபத்தில் ஃபிரஞ்சியரின் வெடிமருந்துக் கிடங்கு தீப்பற்றி வெடித்து விட்டதால், பீரங்கிப்படை செயலற்றுப்போனது. குதிரை வீரர்களும் தப்பும் தவறுமாகக் கட்டளைகளை நிறைவேற்றினர்.

புதுவருடம் புயலோடு பிறந்தது. காற்றும் மழையும் மூன்று நாட்களுக்குச் சுழன்றடித்ததால், அதில் மாட்டிய ஆங்கிலக் கப்பல்கள் தரைதட்டின. கோரிமேடு படைவீடு சின்னாபின்னமாயிற்று. தேக்கி வைத்த வெடிப் பொருட்கள் நனைந்துபோயின. ஆனால், இந்த நல்ல வாய்ப்பை ஃபிரஞ்சியர் பயன்படுத்திக் கொள்ளவில்லை. மாறாக, இதை ஒரு தற்காலிகப் பின்னடைவாக எடுத்துக்கொண்டு, விரைவில் சுதாரித்துக்கொண்ட ஆங்கிலேயர், முற்றுகையை நெருக்கியதால் இறுதிக்கட்டம் நெருங்கியது. (மேலிசன் 1868).

முற்றியது மோதல்

அரசு மட்டத்தில், ஆளுநர் லெரிக்கும், லல்லிக்கும் இடையேயான உறவு மேலும் மோசமடைந்ததால் போர் நடவடிக்கைகளில் ஒருங்கிணைப்பு இல்லாமல் போனது. இருவரும் ஒருவரை ஒருவர் பார்ப்பதையே தவிர்த்தனர்; அருகருகே இருந்தபோதிலும், கடிதங்கள் மூலம் மட்டுமே கருத்துப் பரிமாற்றங்கள் நடந்தன. அதிகார வர்க்கமே லல்லிக்கு எதிராக இருந்ததால், அதிருப்தியாளர்களான கிலார் (Guillard), லா சேல் (La Seil), ஆலோசனை சபை உறுப்பினர் சென் மர்சோ (St.Marceau) ஆகியோர்

கோட்டைக்குள்ளேயே சிறைவைக்கப்பட்டனர். கோட்டைக்குள் உள்நாட்டுப் போரும், வெளியே பகைவருடன் போரும் நடந்துகொண்டிருந்தது. இந்தச் சூழ்நிலையில், தங்களை முழுமையாக வலுப்படுத்திக்கொண்ட எயிர் கூட் படையினர், டிசம்பரில் தாக்குதலைத் தொடங்கி ஜனவரியில் முடிவுக்குக் கொண்டுவந்துவிட்டனர். தாக்குப்பிடிக்க முடியாத லல்லி, நாற்பது நாள் முற்றுகையின் விளைவாக, 1761 ஜனவரி 16ஆம் நாள் சரணடைந்தார் (மேலிசன் 1868: 564–565).

லூயி கோட்டையில் யூனியன் ஜாக்கொடி: சரணடைகிறார் லல்லி

எயர் கூட்

ஜனவரி 17ஆம் நாள், காலை ஏழரை மணிக்கு வில்லியனூர் வாயில் வழியாக 50 குதிரை வீரர்களும், 100 ஆங்கில வீரர்களும் நுழைந்து கோட்டை வாயிலின் இருமருங்கிலும் அணிவகுத்தனர். தளபதிகள் பின்தொடர வந்த எயிர்கூட், இராணுவ மரியாதையை ஏற்றுக்கொண்டார். லூயி கோட்டையில், ஆயிரம் பீரங்கிகள் முழங்க, ஆங்கிலேய யூனியன் ஜாக் தேசியக்கொடியை ஏற்றி வெற்றியைக் கொண்டாடினார் எயிர்கூட்.

கோட்டைக்குள், ஆளுநர் மாளிகையில் நோய்வாய்ப்பட்டிருந்த லல்லி ஓர் அறையில் சோம்பிப்படுத்திருந்தார். உள்ளே நுழைந்த கூ ஒரு நாற்காலியில் அமர்ந்தார். இருவரும் சிறிது நேரம் பேசிக்கொண்டிருந்தனர். லல்லி மிகுந்த சிரமத்துடன் படுக்கையிலிருந்து எழுந்து நின்றார். இருவரும், அருகிலிருந்த வெள்ளித் தகடுகளால் மின்னிக்கொண்டிருந்த ஆலோசனைக் கூடத்திற்கு வந்தனர். அங்கு லெரியும், ஆலோசனைக் குழு உறுப்பினர்களும் ஏற்கெனவே குழுமியிருந்தனர். இரு தரப்பாரும் மரியாதை செலுத்திக் கொண்டனர். பின்னர், இராணுவமுறைப்படி, ஆளுநர் லெரி தன் வாளை உருவி எயிர்கூட்டிடம் கொடுத்தார். அவர் அதைப் பெற்றுக்கொண்டு, நீங்களே வைத்துக் கொள்ளுங்கள் என்று திருப்பித் தந்தார். லெரி கைதுசெய்யப்பட்டு, பல்லக்கில் கொண்டு செல்லப்பட்டார்.

துப்பாக்கி பீரங்கியுடன் ஐரோப்பியர்

டச்சு வீரர்கள்

இந்திய வீரர்கள்

கோட்டைக்குள்ளிருந்த 2060 பேர் கணக்கிடப்பட்டு, 381 பொதுமக்கள் தவிர, மற்றவர்கள் போர்க் கைதிகளாகச் சென்னைக்கும், திருச்சிக்கும் அனுப்பப்பட்டனர் (ஆலால சுந்தரம் 1999: 337; மேலிசன் 1868: 564–565).

1763இல் மூன்றாவது கர்நாடகப் போர் முடிவுக்கு வரும்போது, இந்திய அரசியல் களத்தில் சில உண்மைகள் தெளிவாயின. ஐதராபாத் நிசாமோ, ஆர்க்காட்டு நவாபோ, யாராக இருப்பினும், இரண்டு ஐரோப்பிய வல்லரசுகளுக்குள் ஒருவரைச் சார்ந்தே அரசியல் நடத்த முடியும்; ஐரோப்பியரின் துப்பாக்கி, பீரங்கிகளுக்கு முன், இந்தியரின் ஈட்டியும் வாளும், யானையும் குதிரையும் எதிர் நிற்கமுடியாது; இரும்பினால் வார்க்கப்பட்ட ஐரோப்பியக் கப்பல்களுக்கு, கட்டையாலும், கயிற்றாலும் உருவான மரக்கலங்கள் ஈடாகமாட்டா என்ற உண்மைகள் தெளிவாயின.

1758–60, மூன்றாண்டுகளில் லல்லியின் ஆர்வமிகுதியான போர் நடவடிக்கைகளால் தஞ்சாவூர், சென்னை, ஆர்க்காடு, வந்தவாசி, புதுச்சேரி என்று தொடர்ந்த தோல்விகளால், பலவீனமடைந்த ஃபிரஞ்சியர், வீழ்ச்சியின் விளிம்புக்குத் தள்ளப்பட்டனர். 1763இல், அந்நிய சக்திகளுள் ஆங்கிலேயரே வலுவானவர்கள் என்பது உறுதியானது. இந்திய வரைபடத்தில், ஃபிரஞ்சிந்தியா என்ற பெயரே இல்லமால் போனது.

2.15: புதுச்சேரி முற்றிலும் தகர்க்கப்பட்டதேன்?

1693இல் டச்சுக்காரர்கள் புதுச்சேரியைக் கைப்பற்றியபோது, ஆளுநரையும், இராணுவ வீரர்களையும் விரட்டிவிட்டனர்; நகரக் கட்டமைப்புகளின்மீது கைவைக்கவில்லை. ஒரே ஒரு தேவாலயம் மட்டுமே இடிக்கப்பட்டது; அதுவும் படைகளுக்குப் புகலிடமாகக் கூடாது என்பதால்தான்; பொறாமையினால் அல்ல. 1699இல் மீண்டும் நகரை ஒப்படைக்க நேர்ந்தபோது, மர்த்தேன் வேண்டுகோளை ஏற்று, பர்லோன் கோட்டையைக் கூட இடிக்காமல் திருப்பித் தந்தனர்.

நகரத்திற்குப் பாதிப்பில்லை

1778இல் ஆங்கிலேயர் முற்றுகையின் முடிவாக ஆளுநர் பெல்கோம்ப் சரணடைந்தபோதும், அரண் போன்ற இராணுவக் கட்டமைப்புகள் மட்டுமே அழிக்கப்பட்டன. அரசுமாளிகைக்கும்,

நகரத்திற்கும் எவ்விதப் பாதிப்பும் விளைவிக்கவில்லை. 1793இல், மீண்டும் படையெடுத்து வந்தபோது ஆளுநராயிருந்தவர் ஷெர்மோன் (*Dominique Prosper de Chermont*). ஆனால், விரைவிலேயே துஃப்ரவிய் (*Leroux de Touffreville*) பொறுப்பேற்றார். ஃபிரஞ்சியர் சரணடைந்தபோதும், அரசு மாளிகை, கோட்டை வாயில்கள், அரண்கள், கொத்தளங்கள், ஆயுதக் கிடங்குகள் மட்டுமே அழிக்கப்பட்டன; நகரத்தின்மீது குறிவைக்கப்படவில்லை.

ஆனால், 1758இல் கடலூர் டேவிட் கோட்டை ஃபிரஞ்சியராலும், 1761இல் புதுச்சேரி லூயி கோட்டையுடன் வெள்ளை நகரமும் ஆங்கிலேயராலும் தகர்க்கப்பட்டன என்பது வரலாறு. ஆனால், இந்த அழிப்பின் பின்னணியில், மனப்பிளவும், மதப்பிளவும் உள்ளூறையாக இருந்திருக்கலாம் என்று தோன்றுகிறது. அதற்குக் காரணகர்த்தாக்களாக இருந்தவர்களின் பின்னணி அப்படி!

லல்லியின் பின்னணி

கடலூர் டேவிட் கோட்டைத் தகர்ப்பினைத் தலைமை தாங்கி நடத்தியவர் லல்லி தொலாந்தல். இரவில் வெளிச்சம் போதாத நிலையிலும், எருதுகளின் கொம்புகளில் சுற்றிய தீப்பந்தங்களைக் கொளுத்தி, அந்த வெளிச்சத்தில் வெறியுடன் நடத்தப்பட்டத் தாக்குதல் அது.

லல்லி ஒரு கத்தோலிக்கர்; அவருடைய பூர்வீகம் அயர்லாந்து. பதினைந்தாம் நூற்றாண்டில் கத்தோலிக்கர் – திருத்தவாதிகள் மோதலின் காரணமாக ஐரோப்பாவில் வன்முறை வெடித்து, வாழமுடியாத நிலை ஏற்பட்டபோது, லல்லியின் தந்தை குடும்பத்தோடு ஃபிரான்சுக்குத் தப்பியோடினார். அங்குப் பிறந்த லல்லி, இராணுவத்தில் சேர்ந்து தளபதியாகி, தற்போது கடலூர் கோட்டையைக் கைப்பற்றியிருந்தார். அயர்லாந்து மன்னர் ஸ்டுவர்டு, திருத்தமுறையாளர் என்பதால் பாதிக்கப்பட்ட குடும்பம் லல்லியின் குடும்பம் (மேலிசன் 1893: 503).

நகரமும் இலக்கானது ஏன்?

போர்களின் முடிவில், கட்டடங்களின்மேல் கை வைக்காமல், ஊரைக் கொள்ளையடிப்பதே ஐரோப்பிய வழக்கமாயிருந்தது. எனவே, கோட்டையும் கொள்ளையும் குழுமத்திற்கே உரியன என்று ஆளுநர் ஜார்ஜ் பிகோட் (*George Pigot*) கூறினார். மாறாக, அவை அரசுக்கே உரியன என்றார் எயிர் கூட். ஆலோசனை சபை இருவரின் கருத்தையும் ஏற்கவில்லை. கோட்டையோடு ஒட்டுமொத்த நகரத்தையும் இடித்துத் தள்ளவேண்டுமென்று 1761 ஜனவரி 24ஆம் நாள் ஆணை பிறப்பித்தது. ஆங்கிலேயரின் கட்டுக்கடங்காத ஆத்திரத்திற்கு ஏதேனும் பின்னணி இருந்ததா? (ஜெயசீல ஸ்டீஃபன் 2018: 305)

ஆணவத்தின் அடையாளம்

கடலூர் கோட்டையைத் தகர்த்ததோடு லல்லி தொலாந்தல் விடவில்லை. தன் வெற்றியின் அடையாளமாக "1746–1752இல் ஆங்கிலேய ஆதிக்கப் பகுதிகளின் தலையகமாக விளங்கிய இக்கோட்டை

ஃபிரஞ்சியரால் இடிக்கப்பட்டது" என்று ஒரு தற்பெருமை பேசும் கல்வெட்டையும் அங்கே பதித்துவைத்தார். அதை அகங்காரத்தின் வெளிப்பாடாகக் கருதிய ஆங்கிலேயர், வஞ்சம் தீர்க்க நேரம் பார்த்திருந்தபோதுதான் புதுச்சேரி பிடிபட்டது.

காட்டிக் கொடுத்த குறிப்பு

ஃபிரஞ்சியர் சரணடைவதற்கு முன்பு லல்லியின் மெய்க்காப்பாளரான துப்புய் (Dupuy) என்பவர் சென்னைப் பக்கம் தப்பிப் போகும்போது, ஆங்கிலேய இராணுவ அதிகாரி தீர்த் (Deert) என்பவர் அவரை வழிமறித்து, அவரிடமிருந்த சில முக்கியப் பதிவுகளைக் கைப்பற்றித் தலைமையிடம் அளித்தார். அதில் ஒரு குறிப்பில், டேவிட் கோட்டையை 11,000 ரூபாய் செலவழித்து இடித்த தகவல்களோடு, சென்னை செயின்ட் ஜார்ஜ் கோட்டையை அழிக்க வேண்டும் என்பதற்கான ஆணையும் இருந்தது. இதனால் வெகுண்ட பிகோட் பிரபு, மொரீசியசிலிருந்து ஃபிரஞ்சுக் கப்பல்கள் உதவிக்கு வருவதற்கு முன்பே, புதுவை நகரை அழித்து விட முடிவெடுத்தார்.

பிகோட் பின்னணி

பழைய கத்தோலிக்கர் – திருத்தவாதிகள் மோதலின் காரணமாக ஐரோப்பாவில் நடந்த போரின் விளைவாக, திருத்தமுறையாளர் எனப்பட்ட புராட்டஸ்டன்டுகளும் ஃபிரான்சை விட்டு வெளியேறினர். அவ்வாறு வெளியேறிய குடும்பங்களில், ஜார்ஜ் பிகோட் குடும்பமும் ஒன்று. இங்கிலாந்தில் குடியேறிய பின், அரசுப் பணியில் சேர்ந்து, படிப்படியாக உயர்ந்து சென்னையின் ஆளுநரானார்.

ஜார்ஜ் பிகோட்

எயிர் கூட் பின்னணி

1760இல் வந்தவாசிப் போரில் லல்லியைத் தோற்கடித்து, புஸ்சியைக் கைது செய்தவர் எயிர் கூட். 1748இல் புதுச்சேரியை முற்றுகையிட்டு, மூன்று மாதங்களுக்கு ஆங்கிலேயப் படை முடக்கியபின், 1761 ஜனவரியில் இறுதித்தாக்குதல் நடத்திப் பிடித்தவர் அவரே. முற்றுகையின் முடிவில், லல்லி தோல்வியடைந்தார்; ஆங்கிலேயப் படைத்தளபதி எயிர் கூட் முன் லெரி சரணடைந்தார்.

சரணடையும் முன் வேண்டுகோள்

ஃபிரஞ்சியர் சரணடைவதற்கு முன்னர், ஜனவரி 15ஆம் நாளன்று, லெரி, லல்லி இருவரும் சில நிபந்தனைகளைத் தனித்தனிக் கடிதங்களில் அனுப்பி வைத்தனர்.

1. வீரர்கள் பல நாட்கள் ஊதியமில்லாமலும், ஊட்டமில்லாமலும் இருப்பதால், அவர்களைக் கொடுமைப்படுத்தாமல் நன்கு பராமரிக்க வேண்டும்.

2. குழுமத்தின் சொத்துக்களை மட்டுமே பறிமுதல் செய்ய வேண்டும்; ஃபிரஞ்சியரின் வீடுகளையும் உடைமைகளையும் கொள்ளையடிக்கக்கூடாது.

3. தமிழர்களுக்குப் பாதுகாப்புத் தரப்படவேண்டும்.

4. லூயி கோட்டையை அழிக்காமல் அப்படியே ஏற்றுக்கொள்ள வேண்டும் என்ற கோரிக்கைகள் முன்வைக்கப்பட்டன. ஆனால், ஆலோசனை சபை ஒப்புதல் தந்தால்தான் இவற்றை ஏற்கமுடியும் என்று கூட்டும், பிகோட்டும் கூறிவிட்டார்கள்.

சென்னை முற்றுகையின் வடுக்கள்

1758இன் இறுதியில் ஃபிரஞ்சியர் சென்னையை முற்றுகையிட்ட போது, நகரம் கொள்ளையடிக்கப்பட்டது. செயின்ட் ஜார்ஜ் கோட்டையிலிருந்த முகம்மது அலியின் மகன் குண்டுக்குப் பலியானார். எனவே, தமிழரும், ஐரோப்பியரும் அதிலிருந்து வெளியேறிவிட்டனர். கோட்டை மதில் இடிக்கப்பட்டு, அகழியில் தள்ளப்பட்டது. கோட்டையும், உள்ளிருந்த வீடுகளும் குண்டு மழைக்குள்ளாகித் தரைமட்டமாயின. இதனால், வெளியிலிருந்து பார்ப்பவர்க்குக் கோட்டையின் நடவடிக்கைகள் அப்பட்டமாகத் தெரிந்தன. சுற்றிலும் லல்லியின் படையினர் கோரத் தாண்டவமாடிக் கொண்டிருந்தனர் (ஆலாலசுந்தரம் 1999: 191).

அந்தச் சங்கடமான சூழ்நிலையில் ஆலோசனைக் குழு கூடியபோது, கோட்டை மதிலேறித் தாண்டி ஃபிரஞ்சியர் வந்தாலும், கடைசிவரை எதிர்ப்பது என்றும், சரணடைவதில்லை என்றும் குழு தீர்மானித்தது. அதில் உறுதியாய் நின்று ஒப்பமிட்டவர்கள், ஆளுநர் பிகோட், கோட்டையின் படைத்தலைவரான லாரன்ஸ் (*Major Stringer Lawrence*) ஆகியோர். ஆயுதப் பற்றாக்குறை, உணவுப் போதாமை, வீரர்களின் சோர்வு அனைத்தையும் சமாளித்துத் தாக்குப்பிடித்தனர் (ஆரபி: ஜனவரி 23, 1759).

ஆனால், இரண்டே மாதங்களில், ஆறேழு ஆங்கிலக் கப்பல்கள் கடலில் தென்பட்டதும், முற்றுகையைத் துறந்து, புறமுதுகு காட்டினார் லல்லி. அவரால் கோட்டையைப் பிடிக்க முடியவில்லை (ஆரபி: பிப்ரவரி 26, 1759).

ஆலோசனை சபையின் முடிவு

இந்தப் பின்னணியில்தான் 1761 ஜனவரி 24இல் ஆங்கிலேய ஆலோசனை சபை கூடியது. அங்கு நடந்த விவாதத்தில், புதுச்சேரி முற்றுகையால் கும்பினிப் பணம் 11,000 வராகன்கள் விரயமானது; சென்னை முற்றுகையின்போது, தலைமையகமான செயின்ட் ஜார்ஜ் கோட்டை சீரழிக்கப்பட்டது; எந்தவிதத் தூண்டுதலும் இல்லாமல், ஆங்கிலேயரின் கவுரவச் சின்னமான டேவிட் கோட்டை தகர்க்கப்பட்டது. இவற்றையெல்லாம் கருத்தில் கொண்ட ஆலோசனை சபை, இதற்கு மேலும் ஃபிரஞ்சியரைத் தலையெடுக்க விடாமல் செய்ய வேண்டுமானால், அவர்களது தலைமையகமாக உருவாகியிருந்த புதுச்சேரிக் கோட்டையை விட்டுவைப்பது, அரசியல் கோணத்தில் ஆதாயமாகாது என்ற முடிவை எடுத்திருந்தது.

பின்னர், எயிர் கூட்டும், ஜார்ஜ் பிகோட்டும் சேர்ந்தே இயங்கினர். காரணமேயில்லாமல் இடிக்கப்பட்ட கடலூர் கோட்டையின் இடிபாடுகள் அவர்களது கண்முன் நிழலாடின. சென்னைக் கோட்டைக்குள், ஊண் இன்றி, உறக்கமின்றிப் பட்டத் துயரங்களை அவர்களால் மறக்கமுடியவில்லை. கூடவே, ஃபிரான்சிலிருந்து மாறுபட்ட மதமுறையைப் பயின்றதால் விரட்டப்பட்ட வஞ்சம், பிகோட் பிரபுவின் நெஞ்சில் நீறு பூத்த நெருப்பாகக் கனன்று கொண்டிருந்தது.

புதுச்சேரியின் ஆங்கிலேய ஆளுநராக துப்ரே (Dupray) நியமிக்கப் பட்டார். அவருக்கு உதவ கடற்படை, தரைப்படை சார்ந்த மும்மூன்று அதிகாரிகளும் நியமிக்கப்பட்டனர். இடிப்பதற்கான விரிவான திட்டத்தை வகுக்கும் பொறுப்பு பொறியாளர் கால் (Call) வசம் விடப்பட்டது. பிகோட்டும், கூட்டும் அவருக்கு ஆலோசனைக் கூறினர். மூன்று மாதத்திற்குள் பொதுமக்கள் வெளியேற வேண்டுமென்று தமுக்கடிக்கப்பட்டது. சுமார் 30,000 பேர் மூட்டை, முடிச்சுகளோடு வெளியேறினர். மூன்று மாதத்தில் இடிக்கத் திட்டமிட்டு வேலைகள் தொடங்கின (ஜெயசீல ஸ்டீஃபன் 1996: 46).

பொதுக்கட்டடங்களோடு, கோட்டையும் அழிக்கப்படும் என்றபோது லல்லி குறுக்கிட்டார். “கோட்டையை இடிக்க வேண்டாம், சந்திரநாகூர் கோட்டையைத்தான் இடித்துவிட்டீர்களே; அதை டேவிட் கோட்டை இடிப்புக்குப் பதிலாக எடுத்துக்கொள்ளலாம்” என்றார். அவரது வேண்டுகோள் நிராகரிப்பட்டது.

பிகோட் போன்றே, துப்ரேயும் கிறித்தவ உட்பிரிவுக் கலவரத்தால் பாதிக்கப்பட்டு வெளியேறியவரே. ஒவ்வொரு நாளும், அவரே கையில் தடியுடன் வந்து இடிப்பு நடவடிக்கைகளை நேரடியாக மேற்பார்வை யிட்டார். ஆறே மாதத்தில், 6153 பகோடா, 70 பணம், 33 காசு செலவில், கோட்டையும், ஃபிரஞ்சியர் நகரமும் முற்றிலுமாக இடிக்கப்பட்டு விட்டன என்று ஆளுநர் துப்ரே, 1761 அக்டோபர் மாதத்தில் – சென்னை ஆலோசனை சபைக்கு அறிக்கை அளித்தார்; அத்துடன் புதுச்சேரி படையெடுப்பு முடிவுக்கு வந்தது (ஜெயசீல ஸ்டீஃபன் 1996: 45–46).

கத்தோலிக்கரான லல்லி கடலூர்க் கோட்டையை இடித்ததற்கு, திருத்தமுறையாளர்களான எயிர் கூட்டும், துப்ரேவும் ஒரு படி மேலே போய், புதுச்சேரியின் சுற்று அரண், லூயி கோட்டையுடன், கத்தோலிக்கர் பகுதியையும் இடித்துப் பழிதீர்த்துக் கொண்டாதாக உள்ளூற மகிழ்ந்திருப்பார்கள் என்று கொள்ளலாமா? (மேலிசன், 1868)

2.16: லல்லியின் சாகசங்களும் சரிவுகளும்

1758 ஏப்ரல் 26ஆம் நாள் தோமஸ் அர்துயிர் லல்லி தொலாந்தல், கோம்ப்த் தெ புரோவென்ஸ் (Compte de Provence) என்ற கப்பலில் வந்து புதுச்சேரியில் கரையிறங்கினார். அது ஒரு நல்ல வெள்ளிக்கிழமை. ஆளுநராக லெரியும், சின்னத்துரையாக பெர்த்தலெமியும் (Berthalemy) இருந்தபோதிலும், கோட்டையின்மீதும், நிர்வாகத்தின்மீதும் முழுமையான அதிகாரத்துடன் அவர் வந்திருந்தார். எனவே, அவரது வருகையே சர்ச்சைக்குரியதாயிற்று.

அவர் வந்தக் கப்பலில் பறந்தது, அவரது தகுதிக்கான சதுரக்கொடி; தேசியக் கொடி அல்ல. எனவே, அந்தக் கப்பலைக் கண்டதும், எதிரிக் கப்பல் எனக் கருதி, கரையிலிருந்து பதினோரு எச்சரிக்கைக் குண்டுகள் போடப்பட்டன. ஒன்று கப்பலிலும், ஒன்று அருகிலும், மீதி கடலிலும் விழுந்தன. கோபமடைந்த லல்லி, கொடியைக் குண்டுசுட்டு வீழ்த்தச் செய்தார்; பதிலுக்குச் சிவப்புக் கொடி ஏற்றி எச்சரித்தார்; கரையில் கறுப்புக் கொடி ஏற்றப்பட்டது; உடனே சிவப்புக் கொடியை இறக்கிவிட்டு, சதுரக் கொடியுடன் வெள்ளைக் கொடியையும் ஏற்றினார். தனது நியமனம் பற்றிய அரசாணையையும், இராணுவ அதிகாரி சுப்பிருக்கு (*Soupire*) எழுதப்பட்ட கடிதங்களையும் ஒரு கட்டுமரத்தின் மூலம் அனுப்பிவைத்தார்.

முறையான வரவேற்பில்லை

தளபதி சுப்பிர் சுதாரித்துக்கொண்டார். ஒரு படகில் ஏறி கப்பலுக்குப் போய் அவரை வரவேற்றார். ஆளுநர் லெரியும் இன்னொரு படகில் போய் எதிர்கொண்டு வரவேற்றார். ஆனால், கரையில் தோரணங்கள் இல்லை; தரையில் தண்ணீர் தெளிக்கவில்லை; கோரை பரப்பவில்லை; குலை வாழை மரங்கள் குத்திட்டு நிற்கவில்லை; தென்னை ஓலைகள் சலசலக்கவில்லை; அவருக்கு அளிக்கப்பட்ட வரவேற்பிலும், ஆளுநருக்கு இசைக்கப்படும் தம்பூர் ஒ ஷாம் (*Thambour aux Chamaps*) வாசிக்கப்படாமல், அடுத்த நிலை அதிகாரிக்குரிய தம்பூர் ஒ ரெம்ப்லி (*Thambour aux Rempli*) இசைக்கப்பட்டது. புர்பொன், ஃபிரான்சு தீவுகளின் ஆளுநராகவும், இந்துமாக்கடலின் தன்னிகரற்ற தளபதியாகவும் வந்திறங்கியவருக்கு இது அவமானமில்லையா? நல்ல வெள்ளி, லல்லிக்குப் பொல்லாத வெள்ளியாயிற்று! (இராசசெல்வம் 2020)

அவரது கோபம் ஒருநாள் வார்த்தைகளாக வெடித்தது. "நான் அரசரின் பிரதிநிதி; எல்லோரும், எல்லாச் சமயங்களிலும், எனது சொற்படி, எனக்குக் கீழ்ப்படிந்து நடக்கவேண்டும்" என்று லெரியிடம் கடுமையாகக் கூறியதால், முதல் நாளே இருவருக்குமிடையே விரிசல் விழுந்து, பனிப்போர் தொடங்கிவிட்டது (ஆரபி: மார்ச்சு 212, 1760).

ஞாயிறு தோறும் கோயிலுக்குப் போகும்போது, ஆளுநர் முன் செல்ல, மற்றவர்கள் பின் தொடரும் மரபுத் தரவரிசை மாறி, லல்லி முன் செல்ல, ஆளுநர் அவரைத் தொடரவேண்டியதாயிற்று.

போர்களால் நிதிச்சுமை – வரிக்கொடுமை

வந்திறங்கிய அன்றே கடலூர் முற்றுகை; அடுத்த ஜூன் மாதத்தில் சேத்துப்பட்டு, ஸ்ரீரங்கம், கள்ளக்குறிச்சிக் கோட்டைகளின்மீது தாக்குதல் தொடர்ந்து,நாகூர்,தஞ்சாவூர்,செங்கம்,சேத்துப்பட்டு,திருவண்ணாமலையில் போர்க்கோலம்; அதே ஆண்டு டிசம்பரில் சென்னை முற்றுகை. இவ்வாறு, வெற்றி தோல்விகளைப் பற்றிக் கொஞ்சம்கூடக் கவலைகொள்ளாமல், தொடர்ந்து போர்களில் ஈடுபட்டதால், போர் செலவுகளுக்காகப் பல இலட்சம் தேவைப்பட்டது.

இதை மக்களிடமிருந்து திரட்டுவது என்றும் முடிவெடுக்கப்பட்டது. பெரிய துரை (ஆளுநர்) லெரிக்கும், சின்ன துரை பெர்த்தலெமிக்கும்

இதில் உடன்பாடில்லை; எனினும், அவர்களின் பேச்சு எடுபடவில்லை. நிதிதிரட்டியது பெரிதல்ல; அதை லல்லி வசூலித்தவிதம்தான் அவரது சுயரூபத்தை வெளிச்சம் போட்டுக் காட்டியது. இதை அறிந்துகொள்ள ஆனந்தரங்கப் பிள்ளையைத் தவிர, வேறு யாரை நாம் நாட முடியும்!

கட்டாய நிதி வசூல்

1759 ஆகஸ்டில் ஆலோசனைக் குழுகூடியது. மக்கள் ஒவ்வொருவரும், அவரவர் சக்திக்குத்தக்கபடி நிதி அளிக்கவேண்டும், தவறினால் இராணுவம் அவர்களது சொத்துக்களைச் சூறையாடும் என்றும் எச்சரித்தது. அதை வசூலிப்பதற்காகச் சாதித் தலைவர்களான மகா நாட்டார்களை வரவழைத்து, அந்தந்தச் சாதியினரின் குடும்பச் சொத்து விவரங்களைத் தயாரிக்குமாறு ஆணையிட்டது. இது பற்றிய விவரங்கள் தெரியாதென்று சொன்னதற்காக, நாட்டார் தில்லை மேஸ்திரிக்கு அடிவிழுந்தது; எல்லோரும் நடுநிசி வரையில் சிறையில் அடைக்கப்பட்டு, எச்சரித்து அனுப்பப்பட்டனர். இதை எதிர்த்து வியாபாரிகள் கடையடைப்புச் செய்தனர்.

ஊரார் தாமே நிதி தர முன்வரவேண்டும் என்றும், அதற்கு வட்டி தரப்படும் என்றும், தமிழில் எழுதப்பட்ட சுவரொட்டிகள் ஊர்முழுவதும் ஒட்டப்பட்டன. ஒவ்வொரு நாளும் முத்திரைச் சாவடியில், மகாநாட்டார்களைக் கூட்டி, துய்ப்ளேக்சு காலம் தொட்டு நிற்கும் வரி நிலுவை விவரங்களும், தற்போது ‘இருபதில் ஐந்து’ என்று புதிதாக விதிக்கப்பட்ட போர் வரிப் பட்டியலும் மாற்றி, மாற்றித் தயாரிக்கப்பட்டன (ஆலாலசுந்தரம் 1999: 199–200).

கடுமையான தண்டனைகள்

வரி தராத குத்தகைக்காரப் பெருந்தனக்காரர்கள் இருட்டுச் சிறையில் அடைக்கப்பட்டனர். அவர்களது வீடுகளைச் சோதனை யிடப்பட்டு, பொருட்கள் பட்டியிலிடப்பட்டன. ஒவ்வொரு குத்தகைக்காரரும், போர் செலவிற்காகப் பன்னிரண்டு விழுக்காடு வட்டிக்குப் பத்து லட்சம் ரூபாய் தரவேண்டுமென்றும், அதற்கு ஈடாகச் சில பகுதிகளை எடுத்துக்கொள்ளலாம் என்றும் லல்லியே வலியுறுத்தினார். தவறினால், வீரர்கள் வீடுகளைச் சூறையாடுவார்கள் என்றும் எச்சரித்து அனுப்பினார். ஊரார் தரப்பிலிருந்து பதிலேதும் வராதபோது, நாடு கடத்துவேன், அவர்களைத் தூக்கில் போடுவேன் என்று மிரட்டினார் (ஆலாலசுந்தரம் 1999).

நோயாளிகளும் விலக்கல்ல

பெருவணிகரான பாப்பய்யப் பிள்ளை மரணப்படுக்கையில் கிடந்தபோதும், அவரைக் கட்டாயப்படுத்திப் பல்லக்கில் தூக்கிவந்து, 1,20,00 வராகனைத் தருமாறு மிரட்டினார். அவரது மகன் இதற்காகவே கடந்த ஒரு மாதமாகக் கிடங்கில் போடப்பட்டிருந்தார். நாற்பது நாள் சிறைவாசம் அவரது உடலில் சொறியைக் கிளப்பிவிட்டிருந்தது. கடைசியில் பேராயருக்கு ஆயிரம் ரூபாய் கையூட்டுக் கொடுத்து, அவரது

சமரச முயற்சியின்பேரில், இரண்டு யானைகளைக் கொடுத்துவிட்டுத் தப்பிக்க வேண்டியதாயிற்று (ஆரபி: மே 24, 176, ஜூலை 25, 1760).

சின்னாமுதலி, சாவடித் துபாசியாகவும், பின்னர் சில காலம் பெரிய துபாசியாகவும் இருந்தவர். முதுமையின் காரணமாகக் கைகால் வீங்கி, மூட்டுவலியாலும், பக்கவாதத்தாலும் படுத்துக் கிடந்தவரைக் கட்டிலோடு தூக்கி வந்து, பாதாளக் கிடங்கில் போட்டனர். அதைப் பொறுக்கமாட்டாமல், "அவரது குடும்பமே, பாட்டன், தகப்பன், அண்ணன் ஆகியோர் கும்பினியின் குர்த்தியேராக இருந்திருக்கின்றார்கள். தமிழர்களுக்குச் சிறைபடுவது அவமானம் என்பதால், அவர்களை மரியாதையாக நடத்தவேண்டும்" என்று ஆனந்தரங்கப்பிள்ளை வாதிட்டார். ஆனாலும், அவரை விடுதலை செய்யவில்லை. பிள்ளையின் வேண்டுகோளுக்கிணங்கி, ஒரு சலுகையாக, ஆளுநர் மாளிகையின் கீழ்த்தளத்தில், ஒரு தடுப்புக்குப்பின் அவரைக் காவல் வைத்தனர். இடம் மாறியதே தவிர, லல்லியின் மனம் மாறவில்லை (ஆலாலசுந்தரம் 1999; ஆரபி: மே 10, 1760).

அச்சத்தால் வெளியேறும் மக்கள்

சிறையிலும் வன்முறை தொடர்ந்தது. அகப்பட்டவர்களுக்குச் செருப்படி விழுந்தது. லல்லியிடம் முறையிடச் சென்ற மக்கள் அடித்துத் துரத்தப்பட்டனர். தவணையில் பணம் செலுத்தியவர்கள் தவிர, மற்றவர்களுக்கு நூறு தடியடி தரப்பட்டது. அச்சத்தால் பெரும்பாலான மக்கள் ஊரைவிட்டு ஓடிவிட்டனர்.

இதனால், புதுச்சேரியில் ஆள் நடமாட்டமில்லாமல் போயிற்று. ஊரைவிட்டுப் போனவர்களையும் விடவில்லை. அவர்கள் உடனடியாகத் திரும்ப வரவேண்டும் என்றும், இல்லையேல் அவர்களது வீடுகளை அரசே எடுத்துக்கொள்ளும் என்றும் தமுக்குப் போடப்பட்டது. கோட்டையில் வேலை செய்யும் அன்றாடக் கூலிகளும் ஆயிரம் ரூபாய் தரவேண்டும் என்று கட்டாயப்படுத்தப்பட்டனர்; வெள்ளையரது வீட்டில் வேலைசெய்த பணியாளர்களும், வண்ணார், நாவிதர், கருமார் போன்றோரும் பணத்திற்காகச் சிறையில் தள்ளப்பட்டனர்.

வீட்டுவரி வசூல்முறை விரிவாக்கப்பட்டு, சிறியவீடுகளுக்கும், குடிசைகளுக்கும்கூட வரிவிதிக்கப்பட்டது. வீடுகளை விற்க முன் வந்தாலும், சொற்பவிலைக்குக்கூட வாங்க ஆளில்லை. கூலிகளுக்கும், தோட்டிகளுக்கும் 20–30 மாதங்களாகச் சம்பளம் நிலுவையிருக்கும்போது, அவர்களால் வீட்டுவரி பற்றி யோசிக்கக்கூட முடியாத நிலையிருந்தது. ஆயிரம் கடைகள் இருந்த ஊரில் 10–15 மட்டுமே திறந்திருந்தன. லெனுவா காலத்தில் 50,000பேர் வாழ்ந்த ஊரில் 3000பேர் மட்டுமே மிச்சம். அந்த அளவிற்கு வரி வசூல் கொடுமை நிலவியது (ஆலாலசுந்தரம் 1999).

சோதனை மேல் சோதனை

இதற்கிடையே, கார்த்திகையில் பெய்யவேண்டிய மழை பொய்த்துப் போனதால், விளைச்சல் குறைந்து, உணவுப் பஞ்சம் ஏற்பட்டது. பண்டங்களின் விலை வாங்கமுடியாத அளவிற்குக் கடுமையாக உயர்ந்தது.

ஐரோப்பியர், தமிழர்கள் என்ற பாகுபாடில்லாமல் கால்நடைகள் கைப்பற்றப்பட்டன. தாசியர் நிலைமை மிகவும் பரிதாபமானது. மிகக் குறைந்த தொகைக்குக் கூட அவர்கள் விபச்சாரத்திற்குத் தயாராக இருந்தனர். இரவு பகல் என்றில்லாமல், தெரு முனைகளில் நின்று ஏங்கிக் கொண்டிருந்தனர். அவர்களும் தங்கள் வருமானத்தில் ஒரு பங்கை, அரசுக்குச் செலுத்தவேண்டுமென்று கட்டாயப் படுத்தப்பட்டதுதான் கொடுமையிலும் கொடுமை (ஆலாலசுந்தரம் 1999; ஆரபி: ஜூன் 12, 1760).

உணவுமில்லை ஊதியமுமில்லை

வீரர்களுக்கு மாதக் கணக்கில் சம்பளமில்லை; அவர்களுக்குச் சரியான உணவுகூட வழங்கப்படவில்லை; உடல்சோர்ந்து, மனம் வாடி முரண்டுபிடித்தார்கள். வெடி மருந்தோ, ஆயுதங்களோ, மருந்துகளோ வாங்கப் பணமில்லை; காலணிகளும், சீருடைகளும் தரப்படவில்லை. பசியிலும் பட்டினியிலும் வாடிய வீரர்கள், எதிர் முகாமுக்குத் தாவத் தயாரானார்கள். லல்லிக்கு உறுதியளிக்கப்பட்ட நான்கு லட்சம் பவுண்டும் வரவில்லை. அரசின் கருவூலத்தில் இருந்த வைரங்களையும், தங்கத்தையும் விற்க ஆலோசனை சபை அனுமதிக்கவில்லை. நிலைமையைச் சமாளிக்க, லல்லி தன் சொந்தப் பணத்தைக் கொடுத்து அவர்களைத் தடுத்து நிறுத்தினார். கையில் கிடைத்த வெள்ளிப் பாத்திரங்களையும், பல்லக்கிலிருந்த வெள்ளிக் கலசங்களையும்கூட உருக்கி, நாணயங்களாக்கி, ஊதியம் கொடுத்துச் சமாளித்தார். அதையும் மீறி, சிலர் புரட்சி செய்து போக முயன்றபோது, பீரங்கி வாயில் வைத்து சுட்டுத் தள்ளப்பட்டனர். போர்ப் படையைப் பெரிதாக்குவதற்காக, பயிற்சியே இல்லாத அதிகாரிகளையும், ஊழியர்களையும் இராணுவச் சீருடை அணிந்து தயாராகுங்கள் என்றபோது, அவர்கள் மறுத்து விட்டனர் (ஆரபி: ஜூலை 20, 1760; மேலிசன் 1865, 1868).

மன்னிக்கமுடியாத துரோகம்

ஒருவாறாக, ஃபிரான்சிலிருந்து உதவி வருவதற்கான அறிகுறிகள் தென்பட்டன. அட்மிரல் தஷே நான்கு லட்சம் வெள்ளி, நான்கு லட்சம் வைரத்தை மொரிசியசிலிருந்து கப்பலில் கொண்டுவரும்போது, ஆங்கிலப் போர்க் கப்பல்கள் வழிமறித்தன. மிரண்டுபோன தஷே பின்வாங்கிப் போய்த் தாமதமாகத்தான் வந்தார். முந்தைய சண்டையில் தனக்கு ஏற்பட்டக் காயங்களாலும், லல்லியுடனான தகறாராலும், இங்கிருந்த சூழ்நிலையில் சிக்கிக்கொண்டு போர் புரிய மனமில்லாமல், தன் கப்பல்களோடு இலங்கைக்குப் போய்விட்டார். அவரின் நாட்டுப் பற்று அப்படி!

லல்லியின் தோல்விகளுக்கு யாரேனும் ஒருவரைக் காரணமாகக் காட்டவேண்டுமென்றால், அது சந்தேகமேயில்லாமல் தஷேவைத்தான் என்கிறார் மேலிசன் (1865, 1868).

யாரையும் நம்பவில்லை

புஸ்சியின் வீரம் ஊரறிந்தது. லல்லி, அவரையும் நம்பாமல், படைச் செலவுக்குப் பணம் தராததோடு, அவருக்கு வந்தக் கடிதங்களையும்

கைப்பற்றி உளவு பார்த்தார். லல்லியின் நடவடிக்கைகளை அவருடனிருந்த அதிகாரிகளே ஏற்கவில்லை. அதிருப்தியடைந்த பதினாறு அதிகாரிகள் திரும்பிப் போய்விட்டனர். "இப்படியே போனால் இன்னும் இரண்டு மாதத்தில் ஊரில் ஒருவரும் இருக்கமாட்டார்கள். எல்லோரும் வெளியேறிக் கொண்டிருக்கிறார்கள்; நானும் போகப்போகிறேன். லல்லியும் அவரது சொல்தாக்களும் மட்டும்தான் இங்கே இருப்பார்கள்" என்று ஆலோசனைக்குழு உறுப்பினர் போயலோ *(Boyaleau)* கூறுமளவிற்கு நிலைமை மோசமாயிருந்தது *(ஆரபி: மே 3, 1760).*

லல்லிக்கு, மெல்ல மெல்ல ஊர்நிலவரம் உறைத்தது. "உணவுக்குக்கூட வழியில்லாததால் வீரர்கள் சண்டைக்குப் போக மறுக்கிறார்கள். அவர்கள் எதிரிகளுடன்கூடச் சேர்ந்து கொள்ளலாம். உணவுகூட இல்லாமல் எப்படிச் சண்டை செய்யமுடியும்? நான்தான் தலைமை என்பதால், எனக்குச் சரியென்று தோன்றுவதைத் தானே செய்யமுடியும்" என்று எதிர்வாதம் செய்தார். "நீங்கள் நமது படையைப் பட்டினி போட்டே ஒழிக்கத் தீர்மானித்துவிட்டீர்கள் போலும்" என்று ஆலோசனை சபையினரிடம் எரிந்து விழுந்தார். யாரையும் அவர் நம்பவில்லை. லெரியிடம், "சென்னை ஆளுநர் பிகோட் பிரபுவுடன் ரகசிய உறவு கொண்டிருந்தால், அதை என்னிடம் வெளிப்படையாகக் கூறிவிடுங்கள்" என்று கடுகடுத்தார் *(ஆரபி: ஜூன் 11, 22; ஆகஸ்டு 18, 1760).*

ஆளுநருக்கு அவமதிப்பு

ஒருகட்டத்தில், மக்கள்மீது பரிதாபப்பட்ட ஆளுநர் லெரி, "நிர்வாகம் உங்களுடையது; வரும் பணமெல்லாம் உங்களிடம்தான்; அதெல்லாம் என்னாயிற்று" என்று கேட்டார். "என்னைக் கேட்க நீர் யார்? உம்மை ஒரு நாயைப்போல அடித்து, சங்கிலிபோட்டு ஐரோப்பா விற்கு அனுப்பிவிடுவேன். ஜாக்கிரதை" என்று சீறினார் லல்லி. ஓர் ஆளுநருக்கே இந்தக் கதி என்றால், சாதாரணக் குடிமக்களின் நிலைமை என்னவாயிருக்கும்! *(ஆரபி: டிசம்பர் 9, 1759).*

கொடூர முறையில் மரணதண்டனை நிறைவேற்றம்

மர்த்தேன், லெனுவா, துய்மா, துய்ப்ளேக்சு, லல்லி, நால்வருமே பற்றாக்குறையால் பரிதவித்த ஆட்சியாளர்கள்தாம். ஆனால், ஈரங்கசிந்த நெஞ்சம்கொண்ட அவர்கள் எங்கே! இரும்பு மனம் கொண்ட லல்லி எங்கே!

லல்லி பாரிசுக்குத் திரும்பியதும், தஷே, தொவ்மோன், லெரி ஆகியோர் குற்றச்சாட்டுகளை அடுக்கினார்கள். கும்பினியும் அரசும் அவரது நடவடிக்கைகளைக் கடுமையாக விமரிசித்தது; அவர் மீது அரசத் துரோகக் குற்றம் சுமத்தி, சிறையிலடைத்தது; மூன்றாண்டுகள் நீதிமன்ற விசாரணைக்குப் பின், 1766 மே மாதம் 6ஆம் நாள் அவருக்கு மரணதண்டனை விதிக்கப்பட்டது. அதையும் உடனடியாக, நான்காவது நாளே கொடூரமான முறையில் நிறைவேற்றினர். (மேலிசன் 1865)

2.17: லல்லிக்கு வக்காளத்து வாங்கும் வொல்தேர்

வொல்தேர் (வால்டேர்=Voltaire): இயற்பெயர் ஃபிரான்சுவா மரி அரூ (François–Marie Arouet, 1694–1778); 18ஆம் நூற்றாண்டின் மிகச்சிறந்த ஃபிரஞ்சுச் சிந்தனையாளர்களுள் ஒருவர்; சமுதாயச் சீர்த்திருத்தவாதி; சமூகநீதிப் போராளியும்கூட. அப்படிப்பட்டவர், இராஜத்துரோகக் குற்றத்திற்காக மரணதண்டனை வழங்கப்பட்ட லல்லி தொலாந்தலுக்கு ஆதரவுக் குரலெழுப்பிப் பேராராடினார். ஏன்? எதற்கு?

வொல்தேர்

இராஜத்துரோகக் குற்றச்சாட்டு

தோமாஸ் அர்துய்ர்கோம்த்தெ லல்லி தொலாந்தல், ஃபிரான்சின் மிகச்சிறந்த கடற்படைத்தளபதி. 1756–1760களில் இந்தியாவில் நடந்த போர்களின்போது, அவரது நடவடிக்கைகள் ஃபிரான்சுக்கும், ஃபிரஞ்சு அரசருக்கும் எதிராக இருந்ததாகக் குற்றம் சாட்டப்பட்டவர். குறிப்பாக, 1760ஆம் ஆண்டில் புதுச்சேரி முற்றுகையின் முடிவில், ஆங்கிலேயக் கர்னல் எயிர் கூட்டிடம், ஃபிரஞ்சிந்தியத் தலைநகரமான புதுச்சேரியில் சரணடைந்ததன் மூலம் ஃபிரான்சின் தன்மானத்திற்கு இழுக்குத் தேடித் தந்ததாகப் பழி சுமத்தப்பட்டவர்.

தாமதப்பட்ட விசாரணை – அநியாய தண்டனை

1761இல் ஆங்கிலேயரிடம் சரணடைநதபின், பிணைக் கைதியாக இங்கிலாந்துக்குச் செல்லும்போதுதான், தன்மீதான குற்றச்சாட்டுகள் அவருக்குத் தெரியவருகின்றன. அங்கிருந்து விடுவிக்கப்பட்டு, 1763இல் பாரிசை அடைந்தவுடன் கைது செய்யப்பட்டு, சிறையில் தள்ளப்படுகிறார். மூன்றாண்டுகள் கழித்தே விசாரணை தொடங்குகிறது. தன்மீது சுமத்தப்பட்ட குற்றச்சாட்டுகள் மிகையானவை என்று வாதிடுகிறார்; பலனில்லை. அவர்மீதான இராஜத்துரோகக் குற்றம் நிரூபிக்கப்பட்டதாகக் கூறி மரணதண்டனை விதிக்கப்படுகிறது.

நீதிமன்றம் விதித்த தண்டனையை – நாட்டின் படைத்தளபதியின் மீதான இராஜத்துரோகம் என்பதாலும் – அதை நாட்டின் பாராளுமன்றம், 1766 மே மாதம் ஆறாம் நாள் முறைப்படி உறுதிசெய்கிறது. தண்டனையைக் கேட்டதும், அரசரிடம் மன்னிப்புக் கோருகிறார் லல்லி; உடனடியாக மறுக்கப்படுகிறது; சிறையில் தற்கொலைக்கு முயல்கிறார்; முடியவில்லை; மே 9ஆம் நாள் கைவிலங்கிடப்பட்டு, ஒரு குப்பை வண்டியில் அழைத்துப் போய், சிறைச்சாலைக் கொட்டடியில் அவசர கதியில் அமைக்கப்பட்ட மேடையில், தலைகுனிய வைக்கப்பட்டு, வாள்வீசப்படுகிறது; கழுத்துக்குப் பதில் தலையின் ஓரப்பகுதி சீவப்பட்டு துண்டாகி விழுகிறது; இரண்டாவது முறையாகக் கழுத்துத் துண்டிக்கப்பட்டு தண்டனை நிறைவேற்றப்படுகிறது. கொடூரத்திலும் கொடூரம்! (டேவிட்சன் 2010: 359). நீதி என்ற வாள்கொண்டு ஒரு படுகொலை நிகழ்ந்தது என்கிறார் லியால் (1907: 263).

தந்தையின் பழி துடைக்கும் தனயன்

லல்லியின் மகன் ழெரார் துரோஃபிம் தெ லல்லி தொலாந்தலுக்கு (*Gerard Trophime de Lally Tollandel*) தண்டனை நிறைவேற்றப்பட்ட அன்றுதான், தன் தந்தையின் பின்னணி தெரியவருகிறது. எப்படியேனும் தந்தையின்மீதான பழியை, மறுவிசாரணைமூலம் நீக்கிட வேண்டுமென்பதற்கான முயற்சிகளில் இறங்கினார். தன்னுடைய முயற்சிகளுக்கு அரசியல் செல்வாக்குள்ள, அறிவார்ந்த துணையைத் தேடியபோது கிடைத்தவர்தான் வொல்தேர்!

களமிறங்குகிறார் வொல்தேர்

FRAGMENTS
SUR
QUELQUES RÉVOLUTIONS
DANS L'INDE,
ET SUR LA MORT
DU COMTE DE LALLI.

ARTICLE PREMIER.
Tableau historique du Commerce de l'Inde.

Impiger extremos curris, mercator ad Indos;
Per mare, pauperiem fugiens, per saxa, per ignes
Hor. Epist. Lib. I.

DÈS que l'Inde fut un peu connue des Barbares de l'occident & du nord, elle fut l'objet de leur cupidité; & le fut encor davantage, quand ces

A

லல்லிக்காக வொல்தேர் தயாரித்த ஆவணம் (முகப்பு)

15ஆம் மன்னர் லூயி காலத்து மோசமான நீதி நிர்வாகம் பற்றி வொல்தேருக்கு நன்குதெரியும். மூன்று, நான்கு ஆண்டுகள் கழித்தே விசாரணை தொடங்கும்; விசாரணைகளில் வெளிப்படைத்தன்மை கிடையாது; வலுவான சாட்சியங்கள் இருக்காது; ஆணித்தரமான ஆதாரங்களுக்கும் தேவை இருக்காது. நீதிமான்களின் மன ஓட்டப்படியே விரைவாகத் தீர்ப்புகள் எழுதப்படும்; அதை அரசரும் கண்டுகொள்ளமாட்டார். எனவே, நீதிக்குப் போராடுவது குதிரைக்குக் கொம்பு வளர்ப்பது போன்றது.

அந்த அனுபவம் வொல்தேருக்கு நிறையவே உண்டு. அண்மையில்தான், தவறாக மரணதண்டனை நிறைவேற்றப்பட்டது லூஸ் (*Toulousse*) நகரத்து வணிகர் ழான் கலாஸ் (*Jean Calas*) என்பவருக்காகப் போராடி, அவரை நிரபராதியென நிரூபித்திருந்தார். எனவே, அவரை ழெரார் நாடியதில் வியப்பேதுமில்லை.

லல்லியை முன்பே தெரியும்

வொல்தேருக்கு லல்லியைப் பற்றி முன்பே நன்றாகத் தெரியும். வொல்தேரின் நண்பர்கள் அமைச்சர்களாயிருந்தபோது, அவர்களது அலுவலகத்தில் 1745இல் லல்லியைச் சந்தித்துப் பேசியிருக்கிறார். ஆனால், அப்போது லல்லிமீது அவருக்கு நல்ல கருத்துத் தோன்றவில்லை. லல்லியுடன் பேசிய பின் "ஓர் அயர்லாந்து கிறுக்கன்" என்ற எண்ணம்தான் மிஞ்சியது. அதுமட்டுமின்றி, வொல்தேரும் கிழக்கிந்தியக் குழுமத்தில் முதலீடுகள் செய்திருந்தார். ஆகவே, லல்லி இந்தியாவிற்கு அனுப்பப்பட்டபோது, "இந்தத் தலைக்கனம் பிடித்தவனால் பங்குதாரர்களுக்கும், முதலீட்டாளர்களுக்கும் பயனிருக்காதே" என்றும் கவலைப்பட்டார் (டேவிட்சன் 2010: 358).

ஆனாலும், மரணதண்டனையை எதிர்த்து ஓர் இயக்கமே நடத்தி வந்தவராகையால், லல்லிமீதான கொடூரதண்டனையை அவரது மனம் ஏற்கமறுத்தது. அதுவும், நாட்டுக்காகப் போராடும் இராணுவவீரர்களின் போர்க்காலப் பிறழ்ச்சிகளுக்காக மரணதண்டனை விதிக்கப்படுவதில் அவருக்கு உடன்பாடில்லை. 15ஆம் லூயிக் காலத்து நீதிவழுவும் நெறிமுறைகளின்மீதும், அவர் முரண்பட்டுப் போராடிவந்தார். எனவே லல்லியின் மகன் அவரை நாடியதும், நசிந்துவரும் தன்னுடைய உடல்நிலையையும் மீறி, மும்முரமாகச் செயலில் இறங்கினார்.

லல்லியின் அத்துமீறல்கள்

1770இல் தொடங்கி, வழக்கின் விவரங்களை முழுமையாகத் திரட்டினார். இந்தியாவில் லல்லிக்கும், ஆளுநர் லெரிக்கும் நிரந்தரமாகவே மனக்கசப்பு இருந்தது; அரசரால் நேரடியாக நியமிக்கப்பட்டவர் என்பதால் லல்லி ஆளுநரை மதிக்கவேயில்லை; ஒரு கீழ்நிலை அதிகாரி போல்தான் நடத்தினார்; ஆளுநர் என்றும் பாராமல், "உன்னை நாய்போல் விரட்டி அடிப்பேன்" என்று அவமானப்படுத்தினார்; சக தளபதியான தஷேயுடன் தகராறு செய்ததால், அவர் பாதிப் போரின்போதே போய்விட்டார்; அவருடன் ஒத்துப்போக முடியாமல், பதினாறு இராணுவ அதிகாரிகள் ஃபிரான்சுக்குத் திரும்பிவிட்டனர்; போர்க்கால நிதி கொடுக்குமாறு சொல்லொணா வகைகளில் பொதுமக்களைத் துன்புறுத்தினார்; தூக்கிலிடுவதாகவும் மிரட்டினார்; அவர்முன் சுதேசிகள் யாரும் காலணி அணியக்கூடாது, உட்காரக்கூடாது என்று துரைத்தனம் காட்டினார் (ஆரபி: ஜூன் 25, டிசம்பர் 9, 1759)" என்ற தகவல்கள் அவருக்குத் தெரியவந்தன (ஓர்ம் 1763; மேலிசன் 1865).

மரண தண்டனை அதிகபட்சமே

"சக அதிகாரிகளை அவமதித்துக் கீழ்த்தரமாக நடத்தினார்; அதிகாரத்தை முறைகேடாகப் பயன்படுத்தினார்; அப்பாவிப் பொதுமக்களைக் கொடூரமாகத் துன்புறுத்தினார்" என்ற குற்றச்சாட்டுகள் உண்மையானவை என்று அவருக்குப் புரிந்தது. ஆனால், அவர் 'இராஜத்துரோகி' என்பதை வொல்தேரின் மனம் ஏற்றுக்கொள்ள வில்லை. லல்லி போன்ற துறு துறுப்பான குணம் கொண்டவர்கள்,

தங்களின் ஆர்வ மிகுதியினால் பல எதிரிகளை உருவாக்கிக் கொள்வார்கள்; அது இயல்புதான்; அந்தக் காழ்ப்புணர்ச்சியின் காரணமாகத்தான் புஸ்சி, தஷே, தொத்தேய், மொராசின் போன்ற பலரும் லல்லிக்கு எதிராகச் சாட்சியம் கூறியிருக்கிறார்கள்; லல்லி நினைத்திருந்தால், வழக்கு நடக்கும்போதே தப்பித்துப் போய்விடுமாறு அவரது வழக்கறிஞர் சுவாசேல் பிரபு (Duc de Choiseul) ஆலோசனைக் கூறியபோது, தான் ஓர் அப்பாவி என்று உளமார நம்பியதால் அதை நிராகரித்தார். ஒருவர் பலரால் வெறுக்கப்பட்டார் என்பதே கொலைக் குற்றமாகாது என்பது சிந்தனையாளர்களின் வாதமாயிருந்தது, என்கிறார் மேலிசன் (1865, 1868: 560).

தேசப்பற்று மிக்க போர்வீரன்

லல்லி ஒரு மாவீரன் என்பதில் வொல்தேருக்கு ஐயமில்லை. 1734 ஆஸ்திரிய வாரிசுப் போரிலும், 1745இல் போலந்தில் ஃபோன்டினாய் (Fontenoy) சண்டையில் அயர்லாந்து ரெஜிமென்ட் (படையணி) பிரிகேடியராகவும், ஸ்காட்லாந்து ஃபால்கிர்க் சண்டையின்போது (Battle of Falkirk) இளவரசரின் மெய்க்காப்பாளராகவும் சிறப்பாகப் பணியாற்றியிருந்தார். வயதில் இளையவராயினும், அவரது வீரத்தின் அங்கீகாரமாகவே, 'கிழக்கிந்திய இராணுவத் தளபதி' என்ற உயர் பதவியுடன் 1756இல் இந்தியாவிற்கு அனுப்பப்பட்டார்.

1758 ஜூன் 13ஆம் நாள், லல்லி, புஸ்சிக்கு எழுதிய கடிதத்தில், "சென்னையைப் பிடித்ததும் முதல் வேலையாகக் கடல் வழியாகவோ, தரை வழியாகவோ, கங்கையை நோக்கிப் போகப்போகிறேன், இந்தியாவில் இனிமேல் ஆங்கிலேயர் எவரும் இல்லாமல் செய்வதே எனது இலக்கு" என்று கூறியிருந்தார். அந்தப் பின்னணியிலிருந்தே லல்லியின் நாட்டுப்பற்றையும், இராஜ விசுவாசத்தையும் புரிந்துகொண்டார் வொல்தேர் (மேலிசன் 1868: 516).

லல்லியின் புகார்ப் பெட்டி

நாணயத்தின் இரண்டு பக்கங்கள் போல், லல்லிக்கு மக்கள் மீது அக்கறையும் இருந்திருக்கிறது. 1760 மார்ச்சு மாதம் 26ஆம் நாள் குறிப்பில் லல்லி மக்களின் குறை கேட்டது பற்றி ஆனந்தரங்கப்பிள்ளைக் கூறுகிறார்.

"புதுவை வாழ் மக்களில், இஸ்லாமியரும், கிறித்தவர்களும், மற்றவர்கள் உயர் சாதியானாலும், கீழ் சாதியானாலும், தத்தமது மொழிகளில் புகார்களை எழுதிக் கோட்டையின் கிழக்கு வாசல் அருகில் தொங்கவிடப்பட்டுள்ள புகார்ப் பெட்டியில் போடலாம்" என்ற அறிவிப்பு தமிழ், ஃபிரஞ்சு, பாரசீகம், தெலுங்கு ஆகிய மொழிகளில் எழுதி ஒட்டப்பட்டது; பறையடித்து ஊர் முழுதும் தெரிவிக்கப்பட்டது. அப்பெட்டியின் சாவி அவரிடமே இருப்பதால், அவரே திறந்து நடவடிக்கை எடுத்தார் என்று குறிப்பிட்டுள்ளார்

(ஆலாலசுந்தரம் 1999).

மக்களிடம் நிதி கேட்டதேன்?

லல்லி இந்தியாவிலிருந்த காலத்தில் அவருக்கு நான்கு மில்லியன் லிவர் தருவதாக உறுதியளித்திருந்தனர். ஆனால், தரப்பட்டது இரண்டு

மில்லியன் லிவர்கள் மட்டுமே. போருக்காகப் பல வழிகளில் பணம் திரட்டியும் போதாத நிலையில், ஆளுநர் லெரியும், தனது தங்கக் கிண்ணத்தையும், பன்னீர் சொம்பையும் உருக்கி நாணயங்கள் அச்சிடக் கொடுத்தார். 1,44,000, லிவர் சொந்தப் பணத்தை லல்லியும், 80,000 லிவரை தௌஸ்தாங்கும் (D'Austang), பிறரும் செலவு செய்திருந்தனர். ஆலோசனை சபை உறுப்பினர்கள் தர மறுத்துவிட்டார்கள்; புஸ்சியும் தரவில்லை. ஆனால், அனைத்து உயர் அதிகாரிகளும் ஊழலில் திளைத்துக் கொழுத்த செல்வம் சேர்த்திருந்தனர் (மேலிசன் 1868: 518).

உயர் மட்டத்தில் ஒத்துழைப்பில்லை

போர் வியூகம் வகுப்பதிலும் அவர் சுதந்திரமாகச் செயல்பட முடிய வில்லை. தஞ்சாவூர் அவருடைய திட்டத்திலேயே இல்லை; ஏசுசபையின் செல்வாக்கு மிக்க பாதிரியாரான லவோர் வற்புறுத்தலால்தான் போகவேண்டியதாயிற்று. இந்தியப் போர்களில் வெற்றியைத் தீர்மானித்தது கடல் படையே. அவ்வாறிருக்கையில், பலமுறை வேண்டியும் கூடுதல் போர்க்கப்பல்களும், படைகளும் அனுப்பப்படவில்லை (மேலிசன் 1868: 549).

மக்களின் மனக்குமுறல்கள்

1760 ஆகஸ்டு மாதம்: ஊருக்கு வெளியில், ஆங்கிலேயரின் புதுச்சேரி முற்றுகைக் கெடுபிடிகள் ஒரு புறம், உள்ளூரில் லல்லியின் கொடுமைகள் மறுபுறம் என்று இருபுறம் இடிபடும் மத்தளத்தின் மனநிலையில் மக்கள் அவதிப்பட்டனர். அவர்களில் சிலர் தங்கள் உணர்ச்சிகளைத் துண்டுத்தாள்களில் எழுதிப் புகார்ப் பெட்டியில் போட்டனர்.

"வடக்கில் கும்பினி விவகாரங்களை மேம்படுத்திய முசியே புஸ்சியும், மச்சிலிபந்தரையும், பிற இடங்களையும் திறமையாக நிர்வகித்து கோடிக்கணக்கில் வருவாய் பெற்றுக்கொடுத்த முசியே மொராசினையும், திருச்சிராப்பள்ளியைப் பிடிக்கவிருந்த படைகளையும் திருப்பிவரச் சொன்னீர். காரைக்கால், வழுதாவூர், வில்லியநல்லூர், தியாகதுருகம் போன்ற பல சீமைகளைப் பகைவனிடம் ஒப்படைத்தீர்; செஞ்சியும், புதுச்சேரியும் மட்டும்தான் இருக்கின்றன; ஐந்தாறுநாளில் அவற்றையும் ஒப்படைத்துவிட்டு, இங்கிலீஷ்காரனிடம் சரணடைந்து, பரோல் பெற்றுக்கொண்டு, இங்கே நீர் சம்பாதித்த பணத்தையெல்லாம் வெளியிலே பத்திரப்படுத்திவிட்டுக் கப்பலேறப் போகிறீர். இந்தப் பட்டணத்துச் சனங்களைத்தான் பிச்சைக்காரர்களாக்கி விட்டீர்." என்று ஒருதாள் குமுறியது (ஆரபி: ஆகஸ்டு 18, 1760).

மேலும் ஒருவர் "நீங்கள் இறந்துபோனால் ஒருவரும் கண்ணீர் வடிக்கமாட்டார்கள். மக்களுக்கு மகிழ்ச்சியும் செழிப்பும்தான் ஏற்படும்" என்று எழுதப்பட்டிருந்த தாளை எவ்வாறோ லல்லியின் மேசையின்மீதும், கட்டில் மீதும் துணிச்சலாகப் போட்டிருந்தார். மக்களின் வெறுப்பு அந்த அளவிற்கு உக்கிரமாயிருந்தது (ஆரபி: நவம்பர் 11, 1759).

மக்கள் பட்ட துயரங்களைப் பற்றி எழுதுகையில், "புண்பட்ட விரலில் அம்மிக் குழவி விழுந்தது போலாச்சுது" என்று ஆனந்தரங்கப் பிள்ளை நச்சென்று சொன்னதைவிடவா வேறு சாட்சியம் வேண்டும்!

(ஓர்ம் 1763; மேலிசன் 1865; ஆலாலசுந்தரம் 1999)

சென்னை முற்றுகையின்போது லெரியின் அரசு ஒத்துழைக்க வில்லை; உயர் ஆலோசனைக் குழுவினரும் அவரோடு முரண்டு பிடித்ததால்,

கீழ் நிலைப் படைத்தலைவர்களைக் கட்டுக்குள் வைக்கமுடியவில்லை; கடலூரில் தஷே, வந்தவாசியில் தௌமோன் (D'Aumont) போன்ற இரண்டாம் நிலைத் தளபதிகளும் இக்கட்டானக் கட்டங்களில் துரோகமிழைத்துக் களத்திலிருந்து வெளியேறினார்கள்; போரில் உதவி செய்வதற்காக கர்நாடகத்திலிருந்து வரவழைக்கப்பட்ட புஸ்சியும், ஏனத்திலிருந்து மொரசினும் படைகளை விட்டுவிட்டுத் தனியே வந்ததால் பெரிதான பலனில்லை.

"லல்லியைச் சுற்றியிருந்த எல்லா அதிகாரிகளாலும், எல்லாப் பொதுமக்களாலும், அவர் அடியோடு வெறுக்கப்பட்டார் என்பது நன்றாகவே தெரிகிறது. அவர் முட்டாள்தனமான, முரட்டுத்தனமான, அதிகாரப்பிரியர், பதவி வெறியர் என்பதை நான் அறிகிறேன். அதையெல்லாம் மீறி, அவரை ஒரு இராஜத்துரோகி என்பதுதான் எனக்கு வியப்பளிக்கிறது" என்று குறிப்பிட்டார் வொல்தேர் (டேவிட்சன் 2010: 360).

பகைவரின் பாராட்டு

"தாண்ட முடியாத தடைகளையெல்லாம் தாண்டிப் போரிட்டார்; ஊதியம் தரப்படாத வீரர்களைக்கொண்ட ஓர் இராணுவத்தை, எந்தவித அரசு ஆதரவுமில்லாமல், இத்தனை நாள் களத்தில் நிறுத்திவைப்பதற்கு இந்தியாவில் இவரால் மட்டுமே முடியும்", என்று இவரது எதிரியான எயிர் கூட்டே பாராட்டிப் பதிவிட்டிருந்தார் (மேலிசன் 1868: 561).

மாறியது அரசியல் களம்

பாராளுமன்றமே தண்டனை வழங்கியிருந்ததால், அதை அரசரின் ஆலோசனை சபையின் பரிந்துரை மூலம்தான் அதை மாற்றியமைக்க முடியும்; அதுதான் நடைமுறை. ஆனால், அந்நாட்களில் அரசரை நாடுவது என்பது இயலாத காரியம்; கெடுபிடிகள் ஏராளம். வொல்தேர் வழக்கு பற்றிய விவரங்களைச் சேகரித்துக் கொண்டிருக்கும்போதே, மன்னர் 15ஆம் லூயி மரணமடைந்தார். அவருக்குப்பின் 1774இல் 16ஆம் லூயி புதிதாகப் பதவி ஏற்றிருந்தார். அவர் தந்தைக்கு எதிர் மாறாகத் தயாள குணம்கொண்டவராகவும், மக்கள் நலன் சார்ந்து இயங்குபவராகவும் இருந்தார். இதனால், இதை நல்ல வாய்ப்பாகக் கருதி, நம்பிக்கையுடன் களத்தில் இறங்கினார் வொல்தேர்.

நூல் வடிவில் வாக்குமூலம்

சிறைவாசத்தின்போதே, லல்லி தன் தரப்பு நியாயங்களையும், வாதங்களையும், வாக்குமூலம் போல் ஒரு நூலாகத் தொகுத்திருந்தார். அத்துடன் மூன்றாண்டுகளாக இரவு பகலாகத் திரிந்து தான் கண்டறிந்த உண்மைகளையும் திரட்டி "இந்திய வரலாற்றின் சில தகவல்களும் தளபதி லல்லியும்" (The Fragments of the History of India and of General Lally) என்ற பெயரில் ஒரு நூலாக வொல்தேர் தயாரித்தார். 1773இல் தயாரான அந்த ஆதாரங்களை வைத்து, அரசியல் செல்வாக்குப் பெற்ற தனது நண்பர்கள் துணையுடன், சிந்தனையாளர்களையும் ஒருங்கிணைத்துக்கொண்டு, லல்லி வழக்கில் மறுவிசாரணை நடத்தி நீதிவழங்க வேண்டும் என்ற கோரிக்கையை ஓர் பிரச்சார இயக்கமாகவே நடத்தினார்.

மறுவிசாரணையில் நீதி

அரசு எந்திரம் அசைந்துகொடுத்தது. வொல்தேர் மூலமாக, ழெரார் கொடுத்த மேல்முறையீட்டு மனுவை, அரசு ஆலோசனை சபை விசாரணைக்கு ஏற்றுக்கொண்டது. வரலாற்று முக்கியத்துவம் வாய்ந்த வழக்கு என்பதால், நான்கு ஆண்டுகளில் முப்பத்தியிரண்டு அமர்வுகளில் தீர விசாரித்த பின்னரே தீர்ப்பு வழங்கியது. லல்லி குற்றமற்றவர் என்றும், அவர் மீதான குற்றச்சாற்றுகளை விலக்கிக்கொள்ளவும், அவரது தண்டனையை ரத்துச் செய்யவும் முடிவு செய்து அரசுக்கு அனுப்பியது. அரசு ஆலோசனை சபை, அந்தத் தீர்ப்பினை ஏற்று பாராளுமன்றத்தின் ஒப்புதலுக்குப் பரிந்துரை செய்தது.

மரணப் படுக்கையிலும் மகிழ்ச்சி

அதற்குள்ளாக, வொல்தேரின் உடல் நலம் மிகவும் சீர்கெட்டுப் போனது; படுத்த படுக்கையானார். அந்தச் சமயத்தில்தான், லல்லியின் மகன் ழெரார், ஆலோசனை சபையின் பரிந்துரையை ஒரு கடிதத்தின்மூலம் வொல்தேருக்குத் தெரிவித்திருந்தார். 1778 மே 26ஆம் நாள் அக்கடிதம் கிடைத்தபோது, அவரது முகம் ஒளிர்ந்தது; கண்கள் பனித்தன. தன் உதவியாளரை அழைத்து, உடனே பதில் கடிதத்தை எழுதப் பணித்தார்; மிகவும் சிரமத்துடன் சொற்கள் உதிர்ந்தன. "இந்த மகத்தான செய்தியைக் கேட்டதும், மரணத் தறுவாயிலிருக்கும் இம்மனிதன் (வொல்தேர்) புத்துணர்ச்சிப் பெற்றுவிட்டான். அவன் உன்னை ஆரத் தழுவிக்கொள் கிறான். நீதியைப் போற்றி, நிலை நிறுத்தும் மன்னரை அவன் கண்டுவிட்டான்; இப்போது நிம்மதியாகச் சாவான்" என்று எழுதினார் (டேவிட்சன் 2010: 438).

"லல்லி என்ற மனிதன்மீது பாராளுமன்ற வழக்கறிஞர் பஸ்கியேர், நீதியின் பெயரால் நிகழ்த்திய கொலைக்கு, அரசரின் ஆலோசனை சபை மே 26ஆம் நாளில் பிராயச்சித்தம் செய்தது," என்று கொட்டை எழுத்தில், ஓர் அட்டையில் எழுதித் தன் பார்வையில் படுமாறு வைக்கச் செய்தார். நீதி கேட்டு தான் மேற்கொண்ட நெடும்பயணம் வெற்றி பெற்ற மனநிறைவுடன், அடுத்த நான்காவது நாள் (1778 மே 30) மரணமடைந்தார். உயிர் பிரியும்போது, அவரது கண்கள் அதைப் பார்த்தவாறே நிலைகுத்தி நின்றன (டேவிட்சன் 2010: 438).

மாற்ற மறுத்தது பாராளுமன்றம்

ஆனால், லல்லிக்கு நீதி கிடைப்பதில் சிக்கல் நீடித்தது. பாராளுமன்றம் விதித்த தண்டனையைப் பாராளுமன்றமதான் மறுபரிசீலனை செய்யமுடியும் என்பது ஃபிரான்சின் சட்டம். அந்தக் கட்டத்தில், விதி வேறுவிதமாக விளையாடியது. 1778இல் அறிவிக்கப்பட்ட பரிந்துரையை 1781இல்தான் பாராளுமன்றம் பரிசீலனைக்கு எடுத்துக்கொண்டது. விசாரணையின்போது, அரசு வழக்குரைஞர் தெப்ரெமெனில் (d'Epremesnil), லல்லிக்கு எதிராகக் கடுமையாக வாதித்திட்டதால், 1784இல் மேல்முறையீட்டு மனு முற்றாக நிராகரிக்கப்பட்டது (மேலிசன் 1865, 1868).

ஆனால், அரசர் பதினாறாம் லூயியும், ஆலோசனை சபையும் லல்லி குற்றமற்றவர் என அறிவித்தபோதிலும், பாராளுமன்றம் அவரைக்

குற்றவாளி என்றே தீர்மானித்ததாகப் பதிவுகள் காட்டுகின்றன. எனவே, அவர் நிரபராதியா, தவறிழைத்தவரா என்பது மர்மமாகவே நீடித்தது (லியால் 1907: 578).

திருத்தப்பட்ட தீர்ப்பு

இரண்டாவது குடியரசு ஆட்சிக்கு வந்து, அவரை நிரபராதி என்று தீர்மானிக்கும்வரையில், ஏறத்தாழ ஒரு நூற்றாண்டுக்காலம், வரலாறு அவரைக் குற்றவாளி என்றே வர்ணித்தது.

என்ன செய்வது! பெருமைக்கும் ஏனைச் சிறுமைக்கும் தத்தம் கருமமே கட்டளைக்கல்!

2.18: சரிவை நோக்கி ஒரு சாம்ராச்சியம்
(இராமசாமி 1992: 115–126)

கர்நாடகப் போர்களின் முடிவில், இந்திய அரசுகளின் துணையோடு தங்களின் ஆதிக்கத்தை வலுவேற்றிக்கொண்டு வந்த ஐரோப்பியர்கள், பின்னர் உள்ளூர் அரசுகளை ஆட்டிப்படைக்கத் தொடங்கிய சகாப்தம் உச்சக்கட்டக் காட்சியை நோக்கி நகர்ந்தது.

மீண்டும் வந்த வாய்ப்பு

ஐரோப்பியப் போர்களின் முடிவில், 1763 பிப்ரவரி 10இல் ஏற்பட்ட பாரிஸ் ஒப்பந்தத்தின் விளைவாக 1759இல் ஃபிரஞ்சியர் வசமிருந்த பகுதிகள் அவர்களுக்கே திரும்பக் கிடைத்தன. 1765 அக்டோபர் 28 முதல், பழைய ஃபிரஞ்சிந்தியப் பகுதிகள் திரும்பத் தரப்பட்டதால், அவர்கள் செல்வாக்கை இழந்திருந்தாலும், நம்பிக்கையை இழக்க வில்லை. அதற்கேற்றாற்போல், விரைவிலேயே அரசியல் களம் திசைமாறி நின்றது. 1768-1780க்கு இடைப்பட்ட ஆண்டுகள் ஆங்கிலேயருக்குச் சோதனையாக அமைந்தன. மைசூரிலிருந்து படையெடுத்து வந்த ஐதர் அலி (HyderAli), மேற்குக் கடற்கரையோரத்தில் தொடங்கி, வெற்றி மேல் வெற்றி பெற்று தமிழ் நிலத்திலும் முன்னேறிக் கொண்டிருந்தார்.

ஐதர் அலியுடன் கூட்டணி

ஐதர் அலி, முதலில் ஆங்கிலேயருடன் உறவுகொள்ள முயற்சித்தார். ஆனால், அவர்கள் பிடிகொடுக்கவில்லை. இதனால் கோபமுற்ற அலி, தன் இராணுவ வலிமையைக் காட்ட 1767 ஆகஸ்டில் 70,000பேர் கொண்ட பிரம்மாண்டமான படையுடன் தமிழகம் நோக்கி வந்தார். சோழ மண்டலத்தில் நுழைந்து வெற்றி மேல் வெற்றி பெற்று வந்தவரை, 1767 செப்டம்பர் 3ஆம் நாள் செங்கம் பகுதியில் ஆங்கிலேய கேப்டன் ஜோசஃப் சுமித் (Joseph Smith) வெறும் ஏழாயிரம் படைவீரர்களைக் கொண்டே விரட்டியடித்தார். அங்கிருந்து கிளம்பிய ஐதர் அலி, திருவண்ணாமலைக்குப் போய்த் தாக்குதல் தொடுத்தார்; செப்டம்பர் 16இல் அங்கும் தோல்வி. அடுத்ததாக நவம்பரில், ஆம்பூரை முற்றுகையிட்டார். ஆர்க்காட்டு நவாபுக்கு எதிரான ஐதராபாத் நிசாம் தனக்குத் தானாகவே உதவுவார் என்று எதிர்பார்த்தார்; அதுவும் கைவராத நிலையில்

1768 மே மாதம் பின்வாங்கிப் போனார். எனவே, ஆங்கிலேயருடன் மீண்டும் உறவுக் கரம் நீட்டிப்பார்த்தார். அவர்கள் பொருட்படுத்தாததால், ஆத்திரமுற்று அவர்களுக்குத் தன் வலிமையைக் காட்ட விரும்பினார் (லியால் 1907: 220–221).

1768 – ஆங்கிலேயருக்கு எச்சரிக்கை

ஒருநாள் விடியற்காலையில் செயின்ட் ஜார்ஜ் கோட்டையின் வாயிலில் ஓர் ஓவியம் ஒட்டப்பட்டிருந்தது. அதைப் பார்த்தவர்களுக்குப் பேரதிர்ச்சி!

பீரங்கிக் குவியல்களின்மீது ஐதர் அலி அமர்ந்திருக்கிறார். அவரது காலடியில் மண்டியிட்டிருக்கும் ஆங்கிலேய அதிகாரி துப்ரேயின் மூக்கைப் பிடித்து அவர் உலுக்குகிறார். துப்ரேயின் வாயிலிருந்து தங்கக் காசுகள் கொட்டுகின்றன. ஒரு நாய் ஆங்கில இராணுவத்தின் பதக்கத்தைத் தொங்கவிட்டுக்கொண்டு, அலியின் பின் புறத்தை நக்கியவாறு நின்று கொண்டிருக்கிறது.

ஆங்கிலேயரை வெறுப்பேற்றிய இந்தக் கேலிச் சித்திரத்தை ஆங்கிலேய அதிகாரி லாலி என்பவர் தனது நூலில் குறிப்பிட்டிருக்கிறார்.

ஐதர் அலி மீதான தங்கள் கருத்தை மாற்றிக்கொண்டு, அமைதி காண விரும்பியதற்கு, இந்த ஓவியத்தில் தொக்கியிருந்த கிண்டலும், கேலியும் ஒரு காரணமாயிருக்கலாம்!

மீண்டும் வந்தார் ஐதர் அலி

அடுத்த ஆண்டே (1768), மீண்டும் தமிழகம் நோக்கி வந்தார். 6000 திடமான வீரர்களைப் பொறுக்கியெடுத்து, அவர்களைக் கட்டாயப்படுத்திக் கால்நடையாக மூன்றே நாட்களில், 130 மைல் நடக்கவைத்து, சென்னைக்கு அருகில் முகாமிட்டார். தாங்கள் அலட்சியப்படுத்திய ஐதர் அலி சென்னைக் கோட்டைக் கதவைத் தட்டுமளவிற்கு வந்துவிட்டதால், ஆங்கிலேயர் அச்சமடைந்தனர். அதே சமயம், ஃபிரஞ்சியரின் உதவியை எதிர்பார்த்து, அது கைகூடாத நிலையில் ஐதர் அலி மைசூருக்கே திரும்பிச் சென்றார். ஆனால், போவதற்குமுன், ஆங்கிலேயரால் மறக்க முடியாத வகையில், தனது எச்சரிக்கையைப் பதிந்துவிட்டுத்தான் போனார் (மேலிசன் 1883: 226–231; மர்ஷ்மோன் 1867: 331–332).

ஐதர் அலி

கர்நாடகப்போர் ஐதர் அலிக்கு நிறைய பாடங்களைப் படிப்பித்திருந்தது. பீரங்கியின் சக்தி தெரிந்தது; கூட்டணியின் அவசியம் புரிந்தது; இரண்டு ஐரோப்பிய நாடுகளில் ஒன்றை வைத்துத்தான் மற்றொன்றை அழிக்கமுடியும் என்ற ஞானம் பிறந்தது.

ஐதர் அலியின் சபதம்

ஆங்கிலேயரும், அலியைப் பகைத்துக்கொள்ள வேண்டாமென்ற முடிவுக்கு வந்தனர். நெருக்கடியான காலங்களில் ஒருவருக்கொருவர்

உதவிக்கரம் நீட்டவேண்டும் என்று 1769இல் ஓர் ஒப்பந்தம் செய்து கொண்டனர். ஆனால், அவ்வாறு உறுதியளித்த ஆங்கிலேயர், 1772 ஏப்ரலில் மராட்டியர் படையெடுத்தபோது, ஒப்பந்தப்படி உதவிக்கு வரவில்லை; அலி தோல்வியடைந்தார். இது அலியை வேதனைக்குள்ளக்கியது. நம்பிக்கைத் துரோகம் செய்தவர்களுக்குத் தகுந்த பாடம் புகட்டத் திட்டமிட்டார். "இரண்டாண்டுகளில் இந்தியாவில் ஆங்கிலேயர் ஒருவர் கூட இருக்கக்கூடாது. அவர்களுக்கு ஓர் அங்குல நிலம் கூட இல்லாமல் விரட்டுவேன்" என்று சபதமிட்டார். அதற்காக, மராட்டியரையும், ஐதராபாத் நவாபையும் உடன் சேர்த்துக்கொண்டார் (மேலிசன் 1868: 34).

ஃபிரஞ்சியருடன் கூட்டணி

1760–முதலே போர்த்துக்கீசியப் பாதிரியார்கள் மூலம் ஐதர் அலி ஃபிரஞ்சியருடன் தொடர்பிலிருந்தார். பாரிஸ் ஒப்பந்தம் – 1763 காரணமாக அமைதி காட்டி வந்தாலும், ஃபிரஞ்சியரின் ஆதிக்க வெறி அடங்க மறுத்தது. அதற்கேற்ப, 1767இல் அரசர் பதினாறாம் லூயி, ஐதர் அலிக்கு உதவுவதாகவும், ஆனால் சற்றுப் பொறுத்திருக்க வேண்டும் என்றும் செய்தி அனுப்பினார். அதை உறுதி செய்யும் வண்ணம் போர்க்காலங்களில் ஒருவருக்கொருவர் இராணுவ உதவி செய்வதாக ஓர் ஒப்பந்தமும் செய்துகொண்டு, ஃபிரஞ்சியரையும் கூட்டணியில் இணைத்துக்கொண்டார். தேவையானபோது, ஃபிரஞ்சியருக்குத் தன்னுடைய காலாட்படையையும் பீரங்கிப் படையையும் உதவிக்கு அனுப்புவதாக உறுதியும் அளித்தார். 1778இல் பெல்கோம்ப் சரணடைந்த பின் ஃபிரஞ்சுக்காரர்களையும், ஐரோப்பியர்களையும் இராணுவ ஆலோசகர்களாகவும், பயிற்சியாளர்களாகவும், துப்பாக்கி, பீரங்கி போன்ற ஆயுதங்கள் தயாரிப்பவர்களாகவும் நியமித்து, மைசூர் இராணுவத்தை நவீனமயமாக்கிக் கொண்டார்.

தோல்வியின் விளிம்பில் ஆங்கிலேயர் – 1778

1778இல், தென்னிந்தியாவிலிருந்த ஆங்கிலேயப் படைகள் வங்காளப் பக்கம் அனுப்பப்பட்டிருந்தன. ஒரு சிறு படையுடன் எயிர் கூட் கடலூரில் முகாமிட்டிருந்தார். அவரைத் தொடர்ந்து விரட்டிவந்த ஐதர் அலி கடலூரை முற்றுகையிட்டார். ஃபிரஞ்சுத் தீவிலிருந்து ஆறு கப்பல்கள், ஒரு சிறு கப்பல், இரண்டு சண்டைக் கப்பல்களுடன் தளபதி தோர்வஸ் (D'Orves), 1778 ஜனவரி 25ஆம் நாள் கடலூர் வந்து கடல் வழியில் முற்றுகையைத் தீவிரமாக்கினார். ஆக, தென்னிந்தியாவில் ஆங்கிலேயரின் கடைசிப் படை, இருபுறத் தாக்குதலில் மாட்டிக் கொண்டது. நாளாக நாளாக, நகருக்குள் உணவுப் பற்றாக்குறையால் பசி, பட்டினியால் மக்கள் வாடினார்கள்; சிலர் இறந்தே போயினர். இரண்டு நாட்களுக்குமேல் வீரர்களாலும் தாக்குப் பிடிக்க முடியாத நிலைக்கு, உணவுப் பற்றாக்குறை கடுமையானது.

மீண்டும் தவறவிட்ட வாய்ப்பு

ஆனால், அரிதிலும் அரிதான இந்த வாய்ப்பை ஃபிரான்சு பயன்படுத்திக் கொள்ளவில்லை. தாக்குதல் கூட நடத்தாமல், வெறுமனே

முற்றுகையைத் தொடர்ந்திருந்தால் போதும், எயிர் கூட் படை சரணடைந்திருக்கும். அந்தச் சமயத்தில், 1781 ஜனவரி 25ஆம் நாள் வந்த கப்பல் படைத்தளபதி தோர்வஸ் மிகவும் பொறுப்பற்று நடந்துகொண்டார். தனது படைவீரர்களைக் கரையிறக்க மறுத்தார். திடீரென்று, வந்த 20ஆம் நாளிலேயே, (பிப்ரவரி – 15) முற்றுகையை விலக்கிக்கொண்டு, ஃபிரஞ்சுத் தீவிற்கே திரும்பச்சென்று விட்டார். கடல்வழி ஆபத்து விலகிய நிலையில், சென்னையிலிருந்து கப்பல்களில் உணவுப் பொருட்களும், கூடுதல்படைகளும் வந்து சேர்ந்தன. சுதாரித்துக்கொண்டார் எயிர் கூட் (மேலிசன் 1863: 240–251).

இது பற்றி ஃபிரஞ்சுத் தீவின் ஆளுநர் தெசுய்லாக் (De Souillac) பின்னாளில் வருத்தத்துடன் பதிவு செய்திருக்கிறார்: "தோர்வசின் இந்தச் செயலைப் புரிந்துகொள்ள முடியவில்லை; மிகவும் வியப்பாயிருக்கிறது; இதன் மூலம், சோழ மண்டலக் கரையின் அதிபதியாகும் வாய்ப்பினை, திரும்பவும் கிடைக்க முடியாத ஒரு வாய்ப்பினை நாம் (ஃபிரான்சு) இழந்துவிட்டோம்!" – எவ்வளவு பொருள்பொதிந்த மதிப்பீடு! (ஓர்ம் 1763; மேலிசன் 1868: 9).

போருக்குத் தயாரில்லை

ஆளுநர் பெல்கோம்பு (Guillaume De Bellecombe – 1777–1782) ஒரு தேர்ந்த இராணுவத் தளபதி. 1777இல் அவர் பதவியேற்றபோது, ஐரோப்பாவில் இங்கிலாந்திற்கும், ஃபிரான்சிற்கும் இடையே போர் தொடங்கியிருந்தது. அதன் விளைவாக, இந்தியாவிலும் போர்ச் சூழல் கவிந்தது.

ஆனால், 1778 ஜூலையில், புதுச்சேரி நகரம் ஒரு முற்றுகையை எதிர்கொள்ளும் நிலையில் இல்லை. 1765இல் தொடங்கிய நகரின் மறுசீரமைப்புப் பணிகள் அரைகுறையாக இருந்தன. அரணின் மதிற் சுவர்களில் இடைவெளிகள் இருந்தன; அவசர கதியில் தோண்டப்பட்ட அகழியோ, ஆங்காங்கே ஆழம் குறைவாக இருந்தது; திட்டமிடப்பட்ட பதின்மூன்று கொத்தளங்களில் ஐந்து மட்டுமே ஓரளவிற்குப் பலமாக இருந்தன; பாசறைகளில் ஒன்று கூடத் தயார் நிலையில் இல்லை. தரைப் படையில், 568 வீரர்களும், 153 பீரங்கிப் படையினரும், 428 சிப்பாய்களும், 141 பீரங்கிகள் மட்டுமே இருந்தன. இதுதான் அன்றைய ஃபிரஞ்சிந்தியாவின் பாதுகாப்புத் தயார்நிலை. ஐந்து மைல் சுற்றளவிலான அரணின் பாதுகாப்பிற்கு இவை போதா, என்கிறார் சென் (1971).

அதிகாரப் போட்டியினால் அதிர்ச்சித் தோல்வி

இந்தச் சூழ்நிலையில்தான், பெல்கோம்பு மற்றொரு போர் மோதலுக்குள் தள்ளப்பட்டார். இராணுவ அனுபவம் மிகுந்தவரான பெல்கோம்பு, காரைக்கால் வீரர்களையும் புதுவைக்கு வரவழைத்து, தளபதி திரான்சாலி அவ்குஸ்த் (August) தலைமையில், ஆங்கிலக் கடற்படையின் மீது தாக்குதலைத் தொடங்கினார்; போரில் முடிவேதும் ஏற்படவில்லை; ஆனால் இழப்பு ஆங்கிலேயருக்கே அதிகம். தாக்குதலை மேலும் தீவிரப்படுத்த பெல்கோம்பு திட்டமிட்டபோது, தளபதி திரான்சாலி ஒத்துழைக்கவில்லை. வீரர்களைப் புதுச்சேரியில் இறக்கி

விட்டு விட்டு, சந்தடியில்லாமல் ஃபிரஞ்சுத் தீவிற்குப் போய்விட்டார்; ஏமாற்றப்பட்டார் பெல்கோம்பு!

இதனால், 1778இல் ஹெக்டர் மன்றோ (*Hector Munro*) தலைமையில் வந்த ஆங்கிலேயர்கள், ஆகஸ்டு 8ஆம் நாள், பெரம்பையில் படை வீடமைத்து, புதுச்சேரி முற்றுகையைத் தொடங்கி, அக்டோபர் 18ஆம் நாளன்று கைப்பற்றிவிட்டனர்; பெல்கோம்பு சரணடைந்தார்.

மீண்டும் ஆங்கிலேயர் வசமாகும் ஃபிரஞ்சிந்தியா

ஐரோப்பாவில் 1778இல் போர் தொடங்கிய நிலையில், இந்தியாவில் மற்ற ஃபிரஞ்சிந்தியப் பகுதிகளையும் கைப்பற்ற வேண்டிய நிர்ப்பந்தம் ஆங்கிலேயர்களுக்கு ஏற்பட்டது. 1778 ஜூலை 10ஆம் நாள் சந்திரநாகூரைத் தாக்கிய ஆங்கிலேயர்கள், கோட்டையைக் கைப்பற்றி, சுற்றியிருந்த அகழியையும் மூடிவிட்டனர். காரைக்காலில் பாதுகாப்பு பலவீனமாயிருந்தது; முன்பு அழிந்த கோட்டை திரும்பக் கட்டப்பட வில்லை; இருந்த போர் வீரர்களும் மிகக்குறைவு; இதனால் அச்சமுற்ற நிர்வாகி தெ புவாஸ்தே (*DeBoisteil*), ஆகஸ்டு 9ஆம் நாள், காரைக்காலைக் கைகழுவிவிட்டு, புதுச்சேரிக்கு வந்துவிட்டார்.

போதுமான தளவாடங்கள் இருந்தபோதிலும், சின்னஞ்சிறிய ஊரான மாகி, ஒரு பெரும் தாக்குதலை எதிர்கொள்வது கடினம். அப்போது அது ஐதர் அலி வசம் இருந்ததால், அவருடன் மோதுவது பற்றி ஆங்கிலேயருக்கும் தயக்கமிருந்தது. ஆனாலும், அதிகாரபூர்வமாக, அது ஃபிரஞ்சியரின் குடியேற்றப் பகுதியானதால், 1779 மார்ச் 19ஆம் நாள் ஆங்கிலேயர் படை, கர்னல் ஜான் பிரெய்த்வெய்ட் (*John Braithwaite*) தலைமையில், மாகியையும் கைப்பற்றியது. ஏனாமில் கோட்டையும் இல்லை, வீரர்களும் இல்லை. அது ஏற்கெனவே ஆங்லேயர் வசம் போய்விட்டது. விளைவாக, 1783இல் ஏழாண்டுப்போர் முடியும் வரை, இரண்டாவது முறையாக, ஃபிரஞ்சிந்தியப் பகுதிகள் அனைத்தும் ஆங்கிலேயர் வசமே இருந்தன.

ஐதருக்கு அஞ்சிய ஆங்கிலேயர்

தனது பயன்பாட்டிலிருந்த மாகியைக் கைப்பற்றிக் கொண்டதால், ஏற்கெனவே அலிக்கு ஆங்கிலேயரின் மீதிருந்த விரோதம், குரோதமாயிற்று. வலுவான கூட்டணி அமைந்த தைரியத்தில், மீண்டும் தமிழ் நிலம் நோக்கிப் படைகளுடன் வந்து, 1780 அக்டோபரில் காஞ்சிபுரம் வரை எதிர்ப்பேயில்லாமல் வந்தார். அங்கிருந்து, சென்னையை நோக்கி முன்னேறியவரைப் பரங்கிமலையில் ஹெக்டர் மன்றோ எதிர்கொண்டார். அதனால், வேறு பக்கமாகத் திரும்பிய அலி, தாக்க வந்த பெய்லியை (*Baillie*) 1780 செப்டம்பர் 10இல் எளிதில் வென்று விரட்டினார் (மேலிசன் 1883: 230–240; மர்ஷ்மோன் 1867: 38–390).

இதனால் கலக்கமடைந்த ஆங்கிலேயர், தந்திரமாக நவாபையும், மராட்டியரையும் அவரிடமிருந்து பிரித்துப் பலவீனமாக்கினர். ஆயினும், ஐதர் அலி மனம் தளராமல் படையை மேலும் செறிவாக்கிகொண்டு, போர்ப் பயணத்தைத் தொடர்ந்தார். போர் நடந்துகொண்டிருக்கும்

போதே கல்கத்தாவிலிருந்து நவம்பரில் வரவழைக்கப்பட்ட எயிர் கூட்டையும் சிதம்பரத்தில் தோற்கடித்தார். ஆனால், பரங்கிப்பேட்டை, போளூர், சோழிங்கநல்லூர் என்று மூன்று இடங்களில் நடந்த சண்டைகளிலும் வரிசையாகத் தோற்கடிக்கப்பட்டார். பரங்கிப்பேட்டையில் மட்டும் அவர் தரப்பில் பத்தாயிரம் வீரர்கள் மாண்டனர்.

ஐதர் அலியின் கவனத்தைத் திருப்பும் பொருட்டு, தளவாடக் கிடங்கான ஆரணியை ஆங்கிலேயர் தாக்கினர். இதன் எதிரொலியாக, அவரது மகன் திப்பு சுல்தான் வந்தவாசியை விட்டு வெளியேற வேண்டியதாயிற்று; பின் வேலூரும் வீழ்ந்தது. ஐதர் அலியால் கடலோரப் பகுதிகளும் தாக்கப்பட்டதால், வங்காளத்திலிருந்து ஆங்கிலக் கப்பல் படை வரவழைக்கப்பட்டது. புதிய ஆளுநராக வந்த ஜார்ஜ் மெக்கார்ட்னி (*George MacCartney*), அந்தக் கடற்படை உதவியுடன் நாகப்பட்டினத்தை மீட்டுக்கொண்டார் (பௌரிங் 1896; மேலிசன் 1868).

சுய்ஃப்ரேனுடன் ஒருங்கிணைப்பு

தொடர் தோல்விகளின் விளைவாக, ஐதர் அலி ஃபிரஞ்சியருடன் உறவைப் புதுப்பித்துக்கொள்ளத் தூது அனுப்பினார்; அதற்குப் பலனாக ஃபிரஞ்சியரிடமிருந்து இராணுவ உதவிக்கான உறுதிமொழி கிடைத்தது. அதன்படி, "நான் போர் புரியவே வந்திருக்கிறேன்", என்ற முழக்கத்தோடு 1782 பிப்ரவரி மாதம் ஐந்து பீரங்கிக் கப்பல்களுடன் சுய்ஃப்ரேன் (*Suffrein*) வந்திறங்கியதும் ஐதர் அலிக்கு நம்பிக்கை கூடியது. சுய்ப்ரேனுக்கு உதவியாக புஸ்சி திரும்பவும் புதுச்சேரிக்கு அனுப்பப்பட்டார்.

திப்பு சுல்தான்

திப்புவின் ஏவுகணை

ஐதர் அலியின் மகானான திப்பு சுல்தான், 1782ஆம் ஆண்டே, மீண்டும் படையுடன் வந்தார். கர்னல் ஜான் பிரெய்த்வெய்ட் (*Colonel John Braithwaite*) தலைமையில், 1800 சிப்பய்களுடனும், 100 வீரர்களுடனும் எதிர்கொண்ட ஆங்கிலேயரை, பிப்ரவரி மாதம் 18ஆம் நாளன்று, 400 ஃபிரஞ்சு வீரர்கள் துணையுடன் கொள்ளிடத்தில் முறியடித்தார். 1782 ஏப்ரலில், ஐதர் அலியும் துறைமுகமான கடலூருக்கு வந்து 1200 பிரஞ்சு வீரர்களுடன் முற்றுகையைத் தொடங்கினார். ஆனால், விரைவிலேயே அங்கிருந்து, வடக்கே போய்விட்டார். கடலூரைக் கைப்பற்ற முடியாததில் ஐதர் அலிக்கு ஏமாற்றமே! இருந்தபோதிலும், கர்நாடகத்தில் ஆட்சி அவரிடமே இருந்தது.

2.19: சுய்ஃப்ரேனின் கடல் சாகசங்கள் (இராமசாமி 1992: 115–126)

ஃபிரஞ்சுத் தளபதி சுய்ஃப்ரேன்

1782 பிப்ரவரி முதல் 1783 ஜூன் வரை சோழ மண்டலக் கரையோரம், ஐதர் அலியின் துணையோடு, சுய்ஃப்ரேன் காட்டிய வீரமும், துணிச்சலும் எட்வர்ட் ஹியுக்ஸ் (Edward Hughes), எயிர் கூட் போன்ற ஆங்கிலத் தளபதிகளையே திணறடித்தன. ஏப்ரல் 12இல் திரிகோணமலை, ஜூலை 6இல் நாகப்பட்டினம் ஆகிய இடங்களில் ஆங்கிலக் கப்பல் படையை முறியடித்து, கடலூரையும் கைப்பற்றினார். இறுதியாக, செப்டம்பர் 3இல் திரிகோணமலையையும் கைப்பற்றியதால், சரிந்துகொண்டிருந்த ஃபிரஞ்சுப் பேரரசின் கவுரவத்தை, துய்ப்ளேக்சுவிற்குப் பிறகு நிமிர்த்திக்காட்டினார். இடையில் வந்த 1783 –வெர்சாய் ஒப்பந்தம் அவரது வெற்றிப் பயணத்திற்கு முட்டுக்கட்டை போட்டது.

சதுரங்கப்பட்டினம் முற்றுகை – 1782

வங்காளக் குடாக் கடலில் நுழைந்ததும் 1782 பிப்ரவரி 5இல் அவருக்கு முதல் சோதனை காத்திருந்தது. சென்னைக் கோட்டை பாதுகாப்பில்லாமல் பலவீனமாயிருந்தது ஆகவே, 1782 பிப்ரவரி 12இல் சென்னைக்கருகில் சதுரங்கப்பட்டினம் கடலில் தங்கி நோட்டம் விட்டார். எட்வர்ட் ஹியுக்சின் கப்பல் படை வெகுதூரத்திலிருந்தது. எனவே, 1782 பிப்ரவரி 17இல், ஆங்கிலேயக் கப்பல்களைத் தாக்கத் தொடங்கினார். ஆனால், பருவக் காற்று அவருக்குச் சாதகமாயில்லை. எதிரில், காற்றின் திசையில், எட்வர்ட் ஹியுக்ஸ் இலங்கையிலிருந்து சென்னையை நோக்கி வேகமாக வந்துகொண்டிருந்தார். இருவரும் பருவநிலை சாதகமாவதற்காகக் காத்திருந்தனர். ஓரிரண்டு தாக்குதல் களுக்குப் பிறகு, பீரங்கிகள் பயன்படுத்த முடியாத நிலையில், 19ஆம் நாளன்று சுய்ஃப்ரேன் கிளம்பிப் புதுச்சேரி நோக்கிப்புறப்பட்டார்.

ஆனால், புதுச்சேரியில் இறங்காமல், நேராகப் பரங்கிப்பேட்டைக்குப் போகுமாறு ஐதர் அலி செய்தி அனுப்பினார்; அதுவும் ஒருவகையில் சாதகமானது. பரங்கிப்பேட்டையில் ஐதர் அலியின் தூதர்களுடன் பேசி, அனைத்துத் துருப்புகளுக்கும் தானே தலைமை தாங்குவதற்கு ஒப்புதல் பெற்றார். இரண்டு மாதத் தயாரிப்புகளுக்குப் பிறகு, 1782 ஜூன் மூன்றாம் நாள் கடலூருக்கு வந்தபோது, நாகப்பட்டினத்தைக் கைப்பற்றவேண்டும் என்று ஐதர் அலி எழுதிய கடிதம் அவருக்குக் கிடைத்தது.

நாகப்பட்டினம் முற்றுகை

தன்னுடனிருந்த கப்பல்களில் நான்கை வேறு பணிகளுக்கு அனுப்பிவிட்டு, ஆறாம்நாள் அவர் நாகப்பட்டினத்தை அடைந்தபோது

எட்வர்ட் ஹியுக்ஸ் இரண்டு கப்பல்களுடன் எதிர்கொண்டார். சண்டையின்போது இரண்டு ஃபிரஞ்சுக் கப்பல் கேப்டன்கள் தங்கள் கொடிகளை இறக்கிவிட்டனர்; மேலும் சிலர், கட்டளைகளுக்குக் கீழ்ப்படிய மறுத்தனர். ஆனாலும், குறைவான கப்பல்களுடன், திறமையாகக் காய் நகர்த்தி, தாக்குதலைத் தொடர்ந்தார். நான்கு மணிநேர சண்டையின் முடிவில், எட்வர்ட் ஹியுக்ஸ் பின்வாங்கிவிட்டார்; சுய்ஃப்ரேன் கடலூருக்குத் திரும்பிவிட்டார். ஆனால், முரண்டு பிடித்த நான்கு கேப்டன்களான தெ சிலியார் *(De Ciliart)*, தெ மௌர்வி *(De Mourville)*, தெ ஃபோர்பன் *(De Forbin)* தெ ருய்த்தே *(DeRuyter)* ஆகியோரைப் போர்க் குற்றத்திற்காகவும், ஐந்து இளநிலை அதிகாரிகளை ஒத்துழைக்க மறுத்ததற்காகவும், ஃபிரான்சுக்குத் திருப்பி அனுப்பிவிட்டார்.

சுய்ஃப்ரேன் கடலூரிலிருந்தபோது, ஐதர் அலி பாகூருக்கு வந்து சேர்ந்தார். சுய்ஃப்ரேனை வரவழைத்து, நாகப்பட்டினம் கடல் சாகசங்களுக்காக விருந்தளித்துப் பாராட்டிப் பரிசுகள் வழங்கித் தன் மகிழ்ச்சியைப் பகிர்ந்துகொண்டார். அப்போது, மொரிசியசிலிருந்து தளபதி புஸ்சி, 64, 74 பீரங்கிகள் பொருத்திய இரண்டு பிரம்மாண்ட போர்க் கப்பல்கள், ஆறு சண்டைக் கப்பல்கள் 5000 வீரர்களுடன் இந்தியாவுக்கு வந்துகொண்டிருப்பதாக சுய்ஃப்ரேன் தெரிவித்தபோது, அலி மிகவும் மகிழ்ச்சியடைந்தார். 1782 ஜூலை 25–26ஆம் நாட்களில் இருவரும் தங்கள் தளபதிகளுடன் எதிர்காலத் திட்டம் பற்றி ஆலோசித்தனர்.

திரிகோணமலை முற்றுகை – 1782

திரிகோணமலையிலிருந்து எட்வர்ட் ஹியுக்ஸ் சென்னைக்குப் போய் விட்டதால், பாதுகாப்புக் குறைந்திருந்த ஒஸ்டென்பர்க் கோட்டையைப் *(Fort Ostenburg)* பிடிப்பதற்காகத் தயாரானார் சுய்ஃப்ரேன். கடலூரில் கப்பல்களைப் பழுதுபார்த்துக்கொண்டு, ஆகஸ்டு 21இல் இலங்கைக்குப் புறப்பட்டார். அங்கு புஸ்சி எட்டு போர்க் கப்பல்களில் 5000 வீரர்களுடன், காலே துறைமுகத்தில் காத்திருந்தார். ஆகஸ்டு 25ஆம் நாள், கப்பல்கள் திரிகோணமலை துறைமுகத்தைச் சுற்றி வளைத்தன. இரண்டாயிரம் ஆயுதம் தாங்கிய இராணுவ வீரர்கள் தரையிறங்கி, ஒஸ்டென்பர்க் கோட்டையைச் சுற்றி நிலைகொண்டனர். 30ஆம் நாள் கலையில் குண்டு வீச்சை ஆரம்பித்த சுய்ஃப்ரேன், கோட்டையிலிருந்த கேப்டன் ஹே மெக்டொவலுக்கு *(Hey MacDowel)*, உடனடியாகச் சரணடையுமாறு செய்தி அனுப்பினார். கோட்டையை ஒப்படைத்து விடுவதாகவும், அதற்குப் பதில் உள்ளிருக்கும் ஆயிரம் வீரர்களை, சென்னைக்குப் போக அனுமதிக்க மாறும், அவர் விடுத்த வேண்டுகோளை சுய்ஃப்ரேன் ஏற்றுக்கொண்டார்.

திரிகோணமலைகோட்டை பிடிபட்டது

இந்நிலையில், அடுத்த நான்காம் நாள் மாலையில், ஆங்கிலேயக் கப்பல்கள் வந்துவிட்டதால், நேரடித் தாக்குதல் தொடங்கியது. ஒன்றரை மணி நேர சண்டைக்குப்பின் இரவு வந்ததால், சண்டை நிறுத்தப்பட்டது. ஆனால், மறுநாள் காலையில் ஆங்கிலேயக் கப்பல்களைக் காணவில்லை. முந்திய நாள் தாக்குதலில் அரண்டுபோய், எதிர்க்க முடியாமல்

ஓடிவிட்டிருந்தன. ஏழாம் நாள், வெற்றி வீரராகத் திரிகோணமலைக் கோட்டைக்குள் காலடி எடுத்துவைத்தார் சுய்ஃப்ரேன்.

ஆனால், இந்தச் சண்டையின்போது ஒரு ஃபிரஞ்சுக் கப்பல் தீப்பிடித்து விட்டது. அதைப் பார்த்த சில கேப்டன்கள் அச்சமுற்றுப் பின்வாங்கப் பார்த்தார்கள். அவர்களின் துரோகம் ஏனைய வீரர்களின் மன உறுதியைக் குலைத்துத் தோல்விக்கு வழிவகுத்திருக்கும். அதைச் சமாளித்து, எஞ்சியிருந்த படையினரின் துணையுடன் சாதித்துக் காட்டினர் சுய்ஃப்ரேன்.

கடலூர் கடலில் நோட்டம்

திரிகோணமலை சண்டையின்போது பல கப்பல்கள் சேதமடைந்த தால் இரண்டு வாரங்களில் அவை சீர் செய்யப்பட்டன. அப்போது கடலூரிலிருந்த ஐதர் அலி, அங்கிருந்து வடக்கில் போய்விட்டதாகவும், அதனால் எப்போது வேண்டுமானாலும் சென்னையிலிருந்து ஆங்கிலேயப் படைகள் தாக்கக்கூடும் என்றும் தகவல் வந்தது. கடலூர், ஆங்கிலேயப் படைகளுக்கு வேண்டிய தளவாடங்கள், உணவுப் பொருட்களைச் சேமித்து வழங்கும் முக்கியத் தளமானதால், அதைக் கண்காணிக்க வேண்டி, அங்கிருந்து கிளம்பி 1782 அக்டோபர் 4ஆம் நாள் கடலூர் வந்துவிட்டார். சிலநாள் காத்திருந்த பின்னும், ஆங்கிலேயக் கப்பல்கள் வருவதாகத் தெரியவில்லை.

அசே தீவில் ஆயத்தவேலைகள்

அதற்குள் மாரிகாலம் வந்துவிட்டது. இரு தரப்புக் கப்பல்களுமே துறைமுகத்தை விட்டு நகரமுடியவில்லை. மழை வலுத்துக்கொண்டு வந்தது; சூறைக்காற்று சுழன்றடித்தது; கப்பல்களுக்கும் பாதுகாப்பில்லை. எனவே, வறிதே நங்கூரம் பாய்ச்சிக் கிடப்பதைவிட கப்பல்களைப் பழுதுபார்ப்பதற்காக சுமத்ரா தீவின் அசே (*Aceh*) துறைமுகத்திற்கு அக்டோபர் 15இல் கிளம்பிப்போனார். உடனடியாகப் பணியை முடித்துக்கொண்டு, மீண்டும் தயார்நிலையில் டிசம்பர் 20ஆம் நாள் இந்தியாவிற்குக் கிளம்பிவிட்டார். வழியில், ஆங்கிலேயக் காலனியின் கஞ்சம் (*Ganjam*) தீவை நாசமாக்கிவிட்டு, மற்றொரு கப்பலையும் கைப்பற்றிக்கொண்டார். வரும் வழியில்தான், அவருக்கு ஐதர் அலியின் மரணச் செய்தி கிடைத்தது. நவம்பர் முதல்நாள், கடலூரை அடைந்த பின்னும் மழைக்காலம் முடிவடையாததால், வீரர்களை மட்டும் இறக்கி விட்டு, தேவையான பொருட்களை நிரப்பிக்கொண்டு, கப்பல்களை முழுமையாகத் தயார் செய்வதற்காகத் திரிகோணமலைக்குப் புறப்பட்டார்.

மீண்டும் கடலூர் முற்றுகை – 1783

ஏற்கெனவே, மொரிசியஸ் (*Ile de France*) ஃபிரான்சு தீவிலிருந்து இலங்கை வரை வந்திருந்த புஸ்சி, ஒஸ்டென்பர்க் கோட்டை பிடிபட்ட வுடன், கடலூருக்குச் சென்று முகாமிட்டிருந்தார். ஹியூக்சின் கப்பல்கள் கடல்வழியாகக் கடலூரை முற்றுகையிட்டுள்ளதாக 1783 மே மாதம் 24ஆம் நாள், சுய்ஃப்ரேனுக்குச் செய்தி அனுப்பியிருந்தார். ஜூன் 7ஆம் நாள் மேஜர் ஜெனரல் ஜேம்ஸ் ஸ்டூவர்ட் தலைமையில், ஆங்கிலப்படையினர், கோட்டையைத் தரை வழியில் தாக்க ஏதுவாக

கடலூருக்கு அருகில், வண்டிப்பாளையம் பகுதியில் முகாமிட்டனர். எதிர்த்தரப்பில், புஸ்சி தன் சேனையுடனும், திப்புவின் வீரர்களுடனும் கோட்டைக்கு வெளியில் காத்திருந்தார். ஜூன் 13ஆம் நாள் காலை நான்கு மணிக்கு ஸ்டூவர்ட் படை திடீரெனத் தாக்கியதில், புஸ்சியின் ஃபிரஞ்சியர் படை கடும் சேதமடைந்து, நிலைகுலைந்துப் போனது. மேற்கொண்டு தாக்குதலைத் தொடரவேண்டாம் என்ற புஸ்சியின் வேண்டுகோளை ஸ்டூவர்ட் ஏற்றுக்கொண்டாலும், முற்றுகையைக் கைவிடாமல் நெருக்கடியை இறுக்கினார். கடல் வழியாகக் கூடுதலாகப் படைகள் வருவதற்காகக் காத்திருந்தார்.

பின்வாங்கினார் ஹியூக்ஸ்

புஸ்சியின் செய்தி கிடைத்ததும், அதற்காகவே காத்திருந்ததுபோல் திரிகோணமலையிலிருந்து, உடனே கிளம்பிய சுய்ஃப்ரேன், தரங்கம்பாடியில் சில நாட்கள் நோட்டம் விட்ட பிறகு, ஜூன் 16ஆம் நாள் கடலூர் பகுதியை அடைந்தார். ஹியூக்சின் 18 கப்பல்கள் எதிரே அணிவகுத்திருந்தன. தரையிலிருந்து 1200 வீரர்களைக் கப்பல்களில் ஏற்றிக்கொண்ட சுய்ஃப்ரேன், 18ஆம் நாளன்று ஹியூக்சின் கப்பல்கள் மீதான தாக்குதலைத் தொடங்கினார். இரண்டு நாட்களுக்கு, ஒருவரை ஒருவர் விரட்டிக்கொண்டிருந்தனர். 20ஆம் நாள் மாலையில் தொடங்கி, நான்கு மணிநேரம் கடும் சண்டை நடந்தது. மறுநாளன்று, ஹியூக்சின் கப்பல் படை கடலூரைவிட்டு விலகிச் சென்று விட்டது. ஆங்கிலேய வீரர்கள் ஸ்கர்வி (Scurvy) நோயால் பலவீனமானதாலும், குடிநீர் பற்றாக்குறையாலும், உதவிக்காகச் சென்னையைத் தொடர்பு கொண்டிருந்தார் ஹியூக்ஸ். அதை அறிந்த சுய்ஃப்ரேன், அவருக்கு உதவிகள் வராமல் தடுத்துவிட்டார். இதனால், ஹியூக்சின் படை அதற்கு மேலும் தாக்குப் பிடிக்க முடியாமல், சென்னையை நோக்கிப் பின்வாங்கிப்போனது; மீண்டும் சுய்ஃப்ரேனுக்கு வெற்றி.

ஸ்டூவர்ட்டின் கடலூர் முற்றுகையைத் தரையில் முறியடிப்பதற்காகக் கப்பலிலிருந்து மாலுமிகளையும், 2800 வீரர்களையும் இறக்கிவிட்டு, சுய்ஃப்ரேன் காத்திருந்தார். கூடுதல் பலம்பெற்ற புஸ்சி, ஜூன் 25இல் தொடங்கி, அவ்வப்போது ஆங்கிலேயரைச் சீண்டிக்கொண்டிருந்தார். ஆனால், ஸ்டூவர்ட்டின் எதிர்த் தாக்குதல் மூர்க்கமாயிருந்தது. நான்கைந்து நாட்களில், 450 ஃபிரஞ்சு வீரர்கள் இறந்துபோனதோடு, 150 பேர் கைதிகளாகப் பிடிக்கப்பட்டனர். ஆங்கிலேயர் தரப்பிலும் நிறைய வீரர்கள் பலியானதோடு, எஞ்சி இருந்தவர்களும் ஸ்கர்வியால் மிகவும் நலிந்துபோயிருந்தனர். அவர்களுக்குச் சென்னையிலிருந்து கூடுதல் வீரர்களும் வரவில்லை. அந்த நல்வாய்ப்பைப் பயன்படுத்திக்கொண்டு, பலமிழந்த ஆங்கிலேயரைத் தாக்குவதற்கு, புஸ்சி தன் படைகளைத் தயார் செய்துகொண்டிருந்தார்.

வந்தது செய்தி; வறிதானது வாய்ப்பு

ஜூன் 29ஆம் நாள், ஒரு சமாதானக் கொடி போட்ட கப்பல் கடலில் தென்பட்டது. ஐரோப்பாவில் ஆங்கிலோ – ஃபிரஞ்சுப் போர் நின்றுவிட்டதால், இங்கும் போர் நிறுத்தம் செய்துகொள்ளலாம்

என்று ஹியூக்சிடமிருந்து கோரிக்கை வந்தது. ஜூலை 25ஆம் நாளன்று பிரான்சிலிருந்தே பாரிஸ் ஒப்பந்தம் பற்றிய அதிகார பூர்வமான தகவலும் வந்துசேர்ந்தது (பௌரிங் 1893).

வெற்றிக்கான வாய்ப்புகள் பிரகாசமாகத் தெரியும்போது, பின் வாங்குவது கோழைத்தனம் என்று நம்பினார் சுய்ஃப்ரேன். "சென்னையைக் கைப்பற்றுவேன்" என்ற குறிக்கோள் நிறைவேற முடியாத வருத்தம் சுய்ஃப்ரேனை உறுத்தியது. ஆத்திரம் பொங்க வெடித்தார். "அட்மிரல் எட்வர்ட் ஹியூக்சிடமிருந்து ஓடிப்போவதைக் காட்டிலும், சென்னைச் சுவர்களின் மீது என் கப்பல்களை மோதவிடுவேன்" என்று கர்ச்சித்தார். ஆனாலும் இரு நாடுகளுக்கிடையேயான ஒப்பந்தம் என்பதால், போரைக் கைவிட்டுத் திரும்புமாறு அரசு ஆணையிட்டிருந்தது (சென் 1971: 248; இராமசாமி 1992: 128).

சுய்ஃப்ரேன் திரும்புகிறார்

வேறுவழியின்றி, கடற்போர் நாயகன் சுய்ஃப்ரேன் ஃபிரான்சுக்குத் திரும்பிப்போனார். அவரைக் கடற்படை அமைச்சரே நேரில் வந்து வரவேற்றார். மன்னர் பதினாறாம் லூயி அழைத்து வெகுவாகப் பாராட்டினார். இந்தியாவில் நாகப்பட்டினம், திரிகோணமலை, கடலூர் சண்டைகளின்போது அவரின் வீரதீரச் செயல்களுக்காகப் பதவி உயர்வுடன் கவுரவிக்கப்பட்டார்.

கடலூர் சண்டையைப் பாதியில் நிறுத்தியது, ஃபிரான்சுக்குப் பேரிழப்பாகும். கடலூரில் நின்றிருந்த ஸ்டூவர்ட்டின் படைதான் தென்னிந்தியாவில் ஆங்கிலேயர்களின் கடைசி நம்பிக்கை நட்சத்திரமாகும். வலுவிழந்திருந்த அப்படையை சுய்ஃப்ரேன்–புஸ்சி இணைந்து வலுவாகத்தாக்கி அழித்திருந்தால், பின்னர் சென்னையும், தென்னிந்தியாவும் ஃபிரான்சின் வசம் வந்திருக்கக்கூடும். இன்னொரு வாய்ப்பையும் இழந்தனர் ஃபிரஞ்சியர், என்கிறார் மேலிசன் (1868: 73).

2.20: மூன்றாம் முறையாக ஆங்கிலேயர் பிடியில்

1793இல் ஐரோப்பாவில் மீண்டும் போர் மூண்டது. இச்செய்தி ஐந்து மாதங்களுக்குப் பிறகே இந்தியாவில் தெரிய வந்தது. வழக்கம்போல் ஆங்கிலேயரும், ஃபிரஞ்சியரும் போர்க்களம் கண்டனர். மூன்றாவது கர்நாடக யுத்தம் முடிந்தவுடனேயே ஆங்கிலேயப் படைகள் விரைவில் தயாராகியிருந்தனர். எனவே, மாகி, ஏனாம், காரைக்கால் பகுதிகளை எதிர்ப்பின்றிப் பிடித்துவிட்டனர். 1793இல் கர்னல் ஜான் பிரெய்த்வெய்ட் தலைமையில் தரைப்படை புதுச்சேரியை முற்றுகையிட சென்னையிலிருந்து புறப்பட்டது. வந்தவாசியில் ஆட்களையும், ஆயுதங்களையும் சேகரித்துக்கொண்டு, புதுச்சேரிநகருக்குத் தெற்கில் அரியாங்குப்பத்தையும், மேற்கில் வில்லியனூரையும் பிரெய்த்வெய்ட் கைப்பற்றினார். இதன் மூலம் வெளியிலிருந்து உதவிகள் வருவது தடுக்கப்பட்டது. ஜூலை 28ஆம் நாளன்று, மேட்டுப் பகுதியான கோரிமேட்டில் படை வீட்டை அமைத்துக்கொண்டார். இந்த இடைவெளியில், இலங்கையில் திரிகோணமலையில் இருந்த அட்மிரல் சார்லஸ் கார்ன்வாலிசின் (Charles Cornwallis) ஆங்கிலேயக் கடற்படை விரைந்து வந்து கிழக்கில் நங்கூரமிட்டது.

அடுத்த இருபது நாட்களில், நகரைச் சுற்றிலும் அகழிகள் வெட்டியும், பீரங்கி மேடைகள் அமைத்தும் தயார் செய்துகொண்டு, புதுச்சேரியைப் பிற பகுதிகளிலிருந்து துண்டித்தனர். போர் தொடங்கும் முன்பாக, புதுச்சேரி ஆளுநர் தொமினிக் பிராஸ்பர் தெ ஷெர்மோனை *(Dominique Prosper de Chermont)* சரணடையுமாறு செய்தி அனுப்பினர். அதை ஏற்கமறுத்து ஃபிரஞ்சியரும் போருக்குத் தயாராயினர்.

ஆகஸ்டு மாதம் முதல் நாளில் தாக்குதல் தொடங்கியது. ஆங்கிலேயருக்குக் கடல் வழியாகக் கப்பல்களில் வந்த ஆயுதங்கள், உணவுப் பொருட்களை கடற்படை வெற்றிகரமாகத் தடுத்துவிட்டது. மேற்கிலும், வடக்கிலும் படைகளை முன்னிறுத்த முயன்றபோது, கனத்தமழை பெய்ததால் தாமதமானது. அடுத்த இருபது நாட்களும் இரு தரப்பினரும் மாறி மாறித் தாக்கிக் கொண்டனர். ஆகஸ்டு 22ஆம் நாள் பிரெய்த்வெய்ட்டின் வலிமை மிகுந்த பீரங்கிப்படை குண்டு மாரி பொழியத் தொடங்கிய சில மணி நேரங்களிலேயே, ஃபிரஞ்சியரின் எதிர்த் தாக்குதல் அடங்கிப்போனது.

திப்பு சுல்தானின் மறுப்பு

முன்னதாக, ஸ்ரீரங்கப்பட்டனத்தில் நடந்த போரில், காரன்வாலிசிடம் திப்பு சுல்தான் தோல்வியடைந்திருந்தார். எனவே, ஆங்கிலேயருடன் அவர் ஒரு சமாதான ஒப்பந்தம் செய்துகொண்டார். காலம் கற்பித்த கசப்பான பாடம் அது. அதனால், திப்புவும் துணைக்கு வர மறுத்துவிட்டார். கடல் வழியிலும், தரை வழியிலும் ஆதரவற்ற நிலையில், அன்று மாலையே நகரின் கொத்தளங்களில் வெள்ளைக் கொடிகள் தோன்றி, சரணாகதியை அறிவித்தன. மறுநாள் ஆகஸ்ட் 23 காலை ஆளுநர் ஷெர்மோன் சரணடைந்தார். புதுச்சேரி முற்றுகை வெற்றிகரமாக முடிவுக்கு வந்தது (அனிருத்தா ரே 2004: 447–449).

மீதமிருந்த ஃபிரஞ்சிந்தியப் பகுதிகளான, சந்திரநாகூர் ஜூன் 11யிலும், மாகி, ஏனாம், காரைக்கால் ஆகியவை ஜூலை 16யிலும் எதிர்ப்பின்றிக் கைப்பற்றப்பட்டுவிட்டதால், 1793இல் மீண்டும் ஆங்கிலேயரின் மேலாதிக்கம் நிரூபிக்கப்பட்டது.

கைவிடப்பட்ட அமைதி உடன்படிக்கை

ஐரோப்பாவில், போர்க்களம் கண்ட நாடுகளிடையே, ஒன்பதாண்டுகளுக்குப்பின், ஒரு சமரசத் தீர்வு எட்டப்பட்டது. 1802இல் கையெழுத்தான 'ஏமியன்ஸ் அமைதி ஒப்பந்தம்' *(Amiens Peace Treaty)* மூலம் ஃபிரான்சின் குடியரசை இங்கிலாந்து அங்கீகரித்தது. ஆனால் ஆங்கிலேய ஊடகங்கள் ஃபிரஞ்சு மன்னரைத் தொடர்ந்து கேலிச் சித்திரங்கள், கட்டுரைகள் மூலம் இழிவுபடுத்துவதாக ஃபிரான்சு குற்றம் சாட்டியதால், ஓராண்டுக்குள்ளாகவே இரு நாடுகளுக்கிடையே கடுமையான கருத்து வேறுபாடுகள் தோன்றியதால், ஒப்பந்தம் கானல் நீராகிப்போனது. ஃபிரஞ்சிந்தியப் பகுதிகள் ஆங்கிலேயரின் ஆதிக்கத்தின் கீழேயே மூன்றாம் முறையாகத் தொடர்ந்தன. மறுபடியும் ஃபிரஞ்சிந்தியா மலர்வதற்கு, 1814இல் பாரிஸ் உடன்படிக்கை வரை காத்திருக்க வேண்டியதாயிற்று.

களத்தில் இறங்கும் திப்பு சுல்தான்

1782இல் ஐதர் அலி மறைந்த பின்னர், போர்க்குணம் குறையாத திப்பு வெகு சிரமத்திற்குப் பின், 1784இல்தான் மைசூரை ஆங்கிலேயரிடமிருந்து திரும்பப் பெறமுடிந்தது. அதற்கே அவர் ஆங்கிலேயருடன் ஒத்துப்போய் ஒப்பந்தம் செய்ய வேண்டியிருந்தது. ஆனாலும், தன்னையும், தன் தந்தையையும் சிறுமைப்படுத்திய ஆங்கிலேயரை விரட்ட வேண்டுஞுமென்றால், ஃபிரஞ்சியரின் துணையுடன்தான் இயலும் என்று கணக்கிட்டார். பாரிஸ் ஒப்பந்தத்தால் திப்பு சுல்தானுக்கு ஃபிரஞ்சியர் நேரடியாகக் களமிறங்க முடியாத நிலையிருந்தது. என்றாலும், 1797 ஜூலை மாதம், மூன்று தூதர்களைத் தன் சார்பில் பாரிசுக்கே அனுப்பி, 16ஆம் லூயி அரசின் ஆதரவைக் கோரினார். அந்த வேண்டுகோளின் முக்கியத்துவத்தை உணர்ந்தாலும், சர்வதேச ஒப்பந்தத்தை மீறி அவருடன் கைகோர்க்க மன்னர் 16ஆம் லூயி தயங்கினார். எனவே அம்முயற்சி வெற்றி பெறவில்லை.

16ஆம் லூயி அவையில் திப்பு சுல்தானின் மூன்று தூதர்கள்

1789ஆம் ஆண்டு ஃபிரஞ்சுப் புரட்சிக்குப் பிறகு, ஃபிரான்சில் அரசியல் நிலை வெகுவாக மாறிக்கொண்டேயிருந்தது. தளபதி நப்போலியன் போனபார்த் (Napoleon Bonaparte), புதிய மன்னராகத் தயாராகிக் கொண்டிருந்தார். எனவே திப்பு சுல்தானுக்கு மீண்டும் நைப்பாசை துளிர்விட்டது. நப்போலியனுக்கும் திப்பு சுல்தானுக்கு உதவவேண்டுமென்ற பெருவிருப்பம் இருந்தது. மத்தியக் கிழக்குப் போருக்குப் பின், 15000 வீரர்களை அனுப்பி, இந்திய அரசர்களை ஒருங்கிணைத்து, திப்புவுடன் சேர்ந்து ஆங்கிலேயரை விரட்டியடிக்கலாம் என்று திப்பு சுல்தானின் தூதர்களிடம் அவர் உறுதி அளித்திருந்தார்.

ஒப்பந்தத்தை மீறும் நப்போலியன்

1797–98இல், திப்பு சுல்தான், ஃபிரான்சின் காலனிய நிர்வாகிகளின் ஆதரவுடன், தக்காண சுல்தான் அசஃப் அலியையும் சேர்த்துக்கொண்டு,

ஆங்கிலேயரைத் தாக்கப் பெரும் படை திரட்டினார். ஆனால், பாரிஸ் ஒப்பந்தத்தைச் சுட்டிக் காட்டி, இராஜதந்திர முறையில் ஆங்கிலேயர் அதைத் தடுத்துவிட்டனர். இதற்கிடையில், ஏழாண்டுகளுக்குப் பிறகு, நப்போலியனின் கவனம் ரஷ்யா (*Russia*) மீது தீவிரமாகத் திரும்பி விட்டதால், திப்புவின் முயற்சி பிசுபிசுத்துப்போனது. 1799இல், திப்பு மரணமடைந்ததும், நீறு பூத்த நெருப்பாகக் கனன்று கொண்டிருந்த, ஃபிரஞ்சிந்தியா என்னும் ஃபிரான்சின் கனவுத் திட்டம், முற்றாகக் கருகிச் சாம்பலாகிப் போனது (மேலிசன் 1868).

2.21: ஃபிரஞ்சியரின் தோல்விக்கான காரணங்கள்

ஃபிரஞ்சிந்திய வரலாற்றினூடே பயணித்த எவருக்கும், ஃபிரான்சினால் இந்திய மண்ணில் ஒரு வலுவான, பரந்துபட்டப் பேரரசை அமைக்க முடியாததன் பின்னணி புரிந்திருக்கும். இதற்கு ஐரோப்பாவில் நடந்த போர்களும், பாரிசில் எடுக்கப்பட்ட முடிவுகளுமே முக்கியக் காரணங்கள்.

- 17, 18ஆம் நூற்றாண்டுகளில், ஃபிரான்சு அரசின் நடவடிக்கைகள், எதேச்சாதிகாரமாக, மன்னராலேயே தன்னிச்சையாக எடுக்கப்பட்டன. அதிலும், மன்னர் 15ஆம் லூயி அவரது மனைவி போம்பதுரின் (*Madame de Pompadour*) கட்டுப்பாட்டில் இயங்கியதால், அரசியல் முதிர்ச்சியின்றி எடுக்கப்பட்ட முடிவுகள் பெரும்பாலும் தவறாகவே முடிந்தன.

- ஐரோப்பியப் போர்களில் தொடர்ந்து பங்கேற்றதால், கப்பல் படையும், இராணுவமும் அங்கேயே முடக்கப்பட்டதால், முக்கியத் தருணங்களில் இந்தியாவிற்கு இராணுவ உதவி செய்யமுடிய வில்லை. அதனால். இந்தியக் கடல்களில் ஆங்கிலேயரின் ஆதிக்கமே மேலோங்கியிருந்தது.

- ஆங்கிலேயரிடம் படை பலமும் மிகுந்திருந்தது; ஆனால், ஃபிரஞ்சியரிடம், துய்ப்ளேக்சு, லபுர்தொனே, புஸ்சி, லல்லி, சுய்ஃப்ரேன், போன்ற திறமிக்கத் தலைமைப் பலம் மிகுந்திருந்தது. ஒளிர்ந்த இரு தரப்பையும் ஒப்பிடும்போது, "ஃபிரஞ்சுத் தளபதிகள் மினு மினுக்கும் நட்சத்திரங்களிடையே எரிநட்சத்திரங்கள்" என்கிறார் மேலிசன் (1868: 583). மாறாக எதிர்த்தரப்பில், இராபர்ட் கிளைவ் தவிர, திறமையான தளபதிகள் இல்லாதபோது, சற்றே கூடுதல் படைகளை அனுப்பியிருந்தால் ஃபிரான்சு வெற்றி பெற்றிருக்கலாம்.

- முக்கியக் கட்டங்களில், இரண்டாம் கட்டத் தலைவர்களான, தஷே, தோவ்மொன், தோர்வஸ், தெ புவாஸ்தே, திரான்சாலி போன்றவர்கள் இழைத்தத் துரோகத்தாலும், லா போன்றவர்களின் அனுபவமின்மையாலும், வெற்றி வாய்ப்புகள் கைநழுவிப்போயின. கிடைத்த, கிடைக்கவிருந்த வெற்றிகளையும், ஐரோப்பிய சமாதான ஒப்பந்தங்கள் பறித்துக் கொண்டன.

- லபுர்தொனே – துய்ப்ளேக்சு, லல்லி – லெரி இவர்களுக்கிடையேயான சமமான திறமையும், அதிகாரமும் கொண்ட இரட்டைத் தலைமை, கெடுதியாகவே முடிந்தது.

- கும்பினியின் முன்னுரிமை வணிகத்திற்கே என்றானதால், போர்களின் போது, கும்பினியின் அதிகார மையம், சரியான வழிகாட்டும் வகையில், தொலைநோக்குப் பார்வையுடன் செயல்படத் தவறியது.
- இந்தியக் கடலிலும் களத்திலும், ஃபிரஞ்சியர் வரும் முன்பே, ஆங்கிலேயர் வந்து கொல்கத்தா, மும்பை, சென்னை ஆகிய முக்கிய மையங்களில் வலுவாகக் காலூன்றியிருந்தனர். ஃபிரஞ்சியரிடம் புதுச்சேரி மட்டுமே இருந்தது. பரந்துபட்ட வட்டார அரசியல் அனுபவம் ஆங்கிலேயருக்குப் பெரிதும் உதவியது.
- துவக்க காலப் போர்களின் வெற்றியில் கடற்படையே முக்கியப் பங்கு வகித்தது. ஆங்கிலேயர்களது கப்பல்கள் பராமரிப்புக்கு முழுமையான வசதிகளுடன் பழுதுபார்க்கும் தளத்துடன் துறைமுகம் இருந்தபோது, ஃபிரஞ்சியரிடம் மொரிசியஸ் மட்டுமே ஐரோப்பா– ஆசியக் கடல் வழியில் இருந்தது. அங்கும், போதுமான வசதிகள் இல்லை.
- அனைத்துக்கும் மேலான காரணம் நிதி பற்றாக்குறை. மர்த்தேன், துய்ப்ளேக்சு, லல்லி போன்றோர் சொந்த சேமிப்புகளையும், கடன் வாங்கியும் செலவழித்தனர். ஆனால், அதிகாரிகளையும் தனியாக வணிகம் செய்து கொள்ளக் கும்பினியே அனுமதித்ததால், பெரும்பாலோர் தங்களது சொந்தவருவாய்க் குவிப்பில் காட்டிய அக்கறையைப் போர்ச் செலவுகளுக்கு நிதி சேர்ப்பதில் காட்டவில்லை; அவர்களும் தரவில்லை.

இவற்றின் கூட்டு விளைவால், பதினெட்டாம் நூற்றாண்டின் முடிவில் ஃபிரஞ்சியருக்கு இந்தியாவில் ஓர் அடி நிலம்கூட இல்லாமல் போனது.

2.22: பாரிஸ் ஒப்பந்தத்தின் விளைவு: துண்டுத் துண்டான புதுவைப் பகுதிகள்

புதுச்சேரியின் வரை படத்தைப் பார்த்த எவருக்கும் அது ஒரு தொடர்ந்த நிலப்பரப்பாக இல்லாமல் துண்டுத் துண்டாக இருப்பது விநோதமாகத் தோன்றலாம். 284 சதுர கிலோமீட்டரில், 213 கிராமங்கள், 13 துண்டு துண்டான நிலப்பகுதிகளில் இருப்பது வியப்பளிக்கலாம். ஃபிரஞ்சியரைத் தண்டிப்பதாக எண்ணி, நிலத்தைத் துண்டித்த ஆங்கிலேயர்களின் அந்தச் செயல் கொடுமையானதுதான். ஆனால், அதற்கு வலுவான வரலாற்றுப் பின்னணி இருக்கிறது; அவர்களது முன் அனுபவம் அப்படி!

ஏழாண்டுப் போருக்குப்பின் 1763 பிப்ரவரி 10இல் செய்யப்பட்ட 'பாரிசு ஒப்பந்தம்', பழைய ஃபிரஞ்சிந்தியப் பகுதிகளை அவர்களுக்கே திரும்பிவர வகைசெய்தது. ஆனாலும், ஃபிரஞ்சியரின் ஏகாதிபத்திய முயற்சிகளை ஒடுக்கும் வகையில், முன்னெச்சரிக்கையாகச் சில நிபந்தனைகள் விதிக்கப்பட்டன.

சந்திரநாகூரில் கோட்டை ஏதும் கட்டக்கூடாது; சட்டம் ஒழுங்கை நிலைநாட்டத் தேவையான குறைந்தபட்ச அளவிலான வீரர்கள் தவிர, அதிகமான படைபலம் பெருக்கக்கூடாது என்பன அவற்றுள் அடங்கும்.

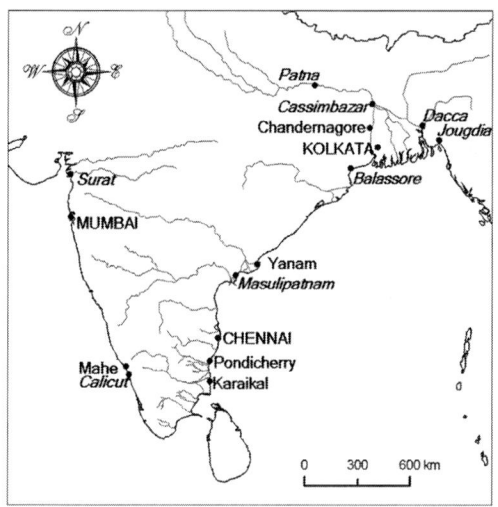

1816இல் ஃபிரஞ்சிந்தியா

அதன்படி, இராணுவ வீரர்கள் 25 பேர், சிப்பாய்கள் 300 பேர், பீரங்கிகள் 25 மட்டுமே வைத்துக்கொள்ள ஆங்கிலேயர் அனுமதி தந்தனர்.

பின்னாளில் நடந்த நிகழ்வுகள் ஆங்கிலேயரின் அச்சத்தை மெய்ப்பித்தன. காலனி விரிவாக்கத்தை – சந்திரநாகூரைத் தவிர்த்துவிட்டு – புதுச்சேரியை மையமாக வைத்து ஃபிரஞ்சியர் தொடர்ந்து மேற்கொண்டனர். ஐதர் அலி, திப்பு சுல்தானின் துணையை நாடிப் பெற்று, தளபதிகள் புஸ்சியும், சுய்ஃப்ரேனும் இராணுவ நடவடிக்கைகளில் இறங்கியபோது, ஃபிரஞ்சியரது சாம்ராச்சிய வேட்கை தெளிவாகவே தெரிந்தது. எனவேதான், மூன்றாவது, இறுதி முறையாக, ஆட்சிப்பகுதிகள் பரிவர்த்தனைக்கான 'பாரிஸ் ஒப்பந்தம்' 1814இல் வடிவமைக்கப்பட்டபோது மிகக் கடுமையான நிபந்தனைகள் விதிக்கப்பட்டன:

(1) எந்தக் குடியேற்றப் பகுதியிலும் கோட்டைகள் கட்டக்கூடாது.

(2) உள்ளூர்ப் பாதுகாப்பிற்குத் தேவைப்படும், குறைந்தபட்ச இராணுவத்திற்கு மேல் பலப்படுத்தக்கூடாது.

(3) இந்தியாவில், ஆங்கிலேய ஆதிக்கப் பகுதிகளின் மீது கிழக்கிந்தியக் குழுமத்தின் உரிமையை அங்கீகரிக்கவேண்டும்.

(4) ஃபிரஞ்சிந்தியப் பகுதிகள் மீது ஃபிரான்சின் ஆளுமையும், அதிகார வரம்பும் குறைக்கப்படும்.

(5) ஃபிரஞ்சியர் ஏதேனும் அத்துமீறினால், எச்சரிக்கை விடப்பட்ட ஆறுமாதத்திற்குள் காலனிப் பகுதியை விட்டு வெளியேற வேண்டும்.

(6) ஃபிரஞ்சியருக்கு நாணயம் தயாரிக்கும் உரிமை கிடையாது.

(7) வணிகம், உப்பு, மது தயாரிப்புத் தொழில்களும், சுங்கவரி வசூலிப்பதிலும் ஆங்கிலேயரின் முடிவே இறுதியானது.

நிபந்தனைகள் விதித்ததோடு நிற்கவில்லை ஆங்கிலேயர்; ஏறத்தாழ இருபத்துமூன்று ஆண்டுகாலம் ஃபிரஞ்சிந்தியப் பகுதிகள் ஆங்கிலேயர் வசம் இருந்தபோது, பலவித நிலவியல் மாற்றங்களைச் செய்திருந்தனர். அவ்வப்போது போரிட்டுக் கைப்பற்றுவதும், திரும்பத் திரும்ப ஒப்படைப்பதும் சரியெனத் தோன்றவில்லை. எனவே, எதிர்காலத்திலும் ஃபிரஞ்சியருக்கு விரிவாக்க விருப்பம் தோன்றாதிருக்கவும், அவ்வாறு ஏறுமாறான முயற்சிகள் மேற்கொள்ளப்பட்டால், அவர்களை எளிதாகச் சுற்றிச் சூழ்ந்து கொள்ளவும், தாக்கி மடக்கவும் ஏதுவாகப் புதுச்சேரியின் நிலப்பரப்புகளைத் துண்டுத் துண்டுகளாகவே பிரித்துக் கொடுத்தனர்.

வடக்கில் கோட்டக்குப்பம், முதலியார் சாவடி, தெற்கில் காட்டுப்பாளையம், ரெட்டிச்சாவடி, மேற்கில் வழுதாவூர், கண்டமங்கலம், தென்மேற்கில் மண்டகப்பட்டு, தூக்கணாம்பாக்கம் ஆகிய மையப் பகுதிகளைத் தங்களிடமே வைத்துக்கொண்டதோடு, அவ்விடங்களில் முகாம்கள் அமைத்தும், மகமைகள் (Toll Gate) நிறுவியும், புதுச்சேரியின் நடவடிக்கைகளைத் தங்களின் தொடர் கண்காணிப்பு வளையத்திற்குள் கொணர்ந்தனர்.

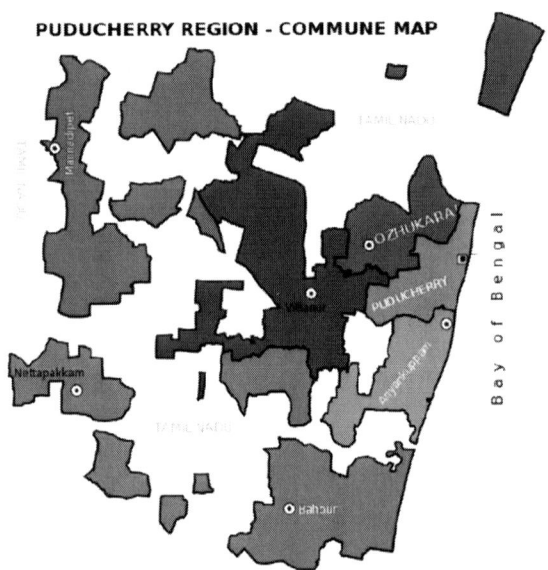

அன்று முதல் இன்று வரை – துண்டுத் துண்டாகப் புதுவைப் பகுதிகள்

இப்போது புரிந்ததா? ஏன் புதுவையின் பகுதிகள் தமிழகப் பரப்பினுள், கடலில் மிதக்கும் தீவுகள் போல், துண்டுத் துண்டாகப் பதிந்து கிடக்கின்றன என்று!

அகண்ட புதுவைக்கான அச்சாரம்

ஆங்கிலேயரின் மூன்றாவது முற்றுகையும் போரும், 1814 பாரிஸ் ஒப்பந்தம்மூலம் முடிவுக்கு வந்தன. கடந்த காலங்களில் ஃபிரஞ்சியர்

தங்களுடன் அடிக்கடி போரில் ஈடுபட்டு வந்ததைக் கருத்தில்கொண்டு, புதுச்சேரியைத் தொடர்ச்சியான நிலப்பரப்பாகத் தராமல் இடையிடையே தமிழகப் பகுதிகள் குறுக்கிடும் வகையில் துண்டுத் துண்டாகத் திருப்பித் தந்தது தெரிந்ததே. ஃபிரஞ்சியரின் ஆதிக்க நோக்கம் மீண்டும் தலையெடுக்குமானால், அதைப் பலமுனைத் தாக்குதலால் முடக்கி, முறியடிப்பதே அதன் நோக்கம்.

புதுவை நகருக்குள் தமிழ் நாட்டுப் பகுதிகள்

புதுச்சேரியில் இறக்குமதியான பொருட்கள் இங்கிருந்து தமிழகப் பகுதிக்குள் செல்லும் முன், அவற்றிற்கு ஆங்கிலேய அரசு சுங்கவரி விதித்தது; மனிதர்களின் போக்குவரத்துக்கும் கட்டுப்பாடுகள் விதிக்கப்பட்டன. எனவே, புதுச்சேரி அரசிடமிருந்து, பெரிய அங்காடியின் வடக்கு வாசல் பகுதியில் ஒரு துண்டு நிலத்தை விலைக்கு வாங்கி, அதற்கான நிர்வாக அலுவலகத்தை அமைத்து நடத்தி வந்தது. புதுச்சேரி விடுதலை பெற்றதும், அது இந்தியாவின் அங்கமாகிவிட்டதால் அந்த முத்திரைச் சாவடி பயனிழந்துப்போனது. ஆனால், இரண்டு அரசுகளுமே அதைப் பற்றிக் கவனம் கொள்ளாததால், ஆவணங்களின்படி, இன்றுவரை அது தமிழ்நாட்டுக்குச் சொந்தமான பகுதியாகவே இருக்கிறது. தற்போது, அங்குப் பனிக்கட்டித் தொழிற்சாலை இயங்கி வருகிறது.

இதேபோல், நல்லவாடு கிராமத்தில், ஊரின் நடுவில் ஒரு சிறு பகுதி மட்டும் தமிழ்நாட்டுக்குச் சொந்தமாயுள்ளது. அருகிலுள்ள சிங்கிரி கோயிலிலிருந்து, நரசிம்மசுவாமியைக் கடல் தீர்த்தவாரிக்கு நல்லவாடு வழியாகத்தான் கொண்டு செல்லமுடியும். இதனால், சிக்கல் ஏதும் வராமலிருப்பதற்காக, ஒரு சிறு பகுதியை ஃபிரஞ்சு அரசிடமிருந்து ஆங்கிலேயர் விலைக்கு வாங்கி நல்லவாடு ஊரின் வழியாக ஊர்வலப் பாதை அமைத்திருந்தனர். அது இப்போது ஒரு சிறு கிராமமாகவே வளர்ந்து, இன்னும் தமிழகச் சொத்தாகவே நீடிக்கிறது.

– (நன்றி: மாலை மலர் புதுச்சேரி – சிறப்பிதழ் 2019).

ஆயினும், 1814இல் போர் நிறுத்தப் பேச்சுவார்த்தைகளின் போது, எல்லைகளை மறு வரையறை செய்துகொள்ளலாம் என்று ஆங்கிலேயர் ஒரு யோசனையை முன்வைத்தனர். ஓட்டைகளில்லாமல் கச்சிதமான ஒரு நிலப்பகுதியைப் பெற்றுக்கொள்ள அப்போதைய ஃபிரஞ்சிந்திய ஆளுநர் துய்புய் *(Dupuy)* ஆர்வம் காட்டினார். ஆனால், பேச்சு வார்த்தைகளின் போதே, அவர் மாற்றப்பட்டு, சென்சிமோன் *(Saint Simon)* ஆளுநராக வந்தார். புதுச்சேரி, கடலூர், திருக்கோயிலூர், போளூர், மதுராந்தகம் உள்ளிட்ட அகண்ட புதுச்சேரியை உருவாக்கலாம் என்றும், மாற்றப்படும் தமிழகப் பகுதிகளுக்குப் பதிலாக, சந்திரநாகூர், மாகி, ஏனாமுடன் எட்டு வணிகத்தளங்களையோ, அல்லது காரைக்கால், மாகி, ஏனாம், சந்திரநாகூர் பகுதிகளையோ ஆங்கிலேயர் எடுத்துக்கொள்ளலாம் என்றும் மாற்று யோசனைகளை சென் சிமோன் முன்வைத்தார். அவரது யோசனைகளைஆங்கிலேய ஆளுநரும் ஏற்றுக்கொண்டார்; ஆனால், அரசுகளின் உயர்மட்டத்தில், லண்டனும், பாரீசும் இதை நிராகரித்துவிட்டன.

காலனியப் பகுதிகளின்மீது ஈர்ப்பு

ஃபிரான்சைப் பொருத்தமட்டில், தன் முயற்சியால் வென்றெடுத்து, நிர்வகித்துவந்த குடியேற்றப் பகுதிகள் மீது ஓர் உள்ளார்ந்த ஈர்ப்பு

இருந்ததால், பிடிகொடுக்கவில்லை. இதனால் ஏற்பட்ட அதிருப்தியால், ஃபிரஞ்சிந்தியப் பகுதிகளை ஒரே தவணையில் திருப்பித் தராமல், 1814 முதல் 1816 வரை, புதுச்சேரி, காரைக்கால், சந்திராநாகூர், மாகி, ஏனாம் ஆகிய ஐந்து வட்டாரங்களையும், எட்டு வணிகத் தளங்களையும் ஒவ்வொன்றாகப் பல்வேறு கால கட்டங்களில், தாமதித்தே ஆங்கிலேயர் திருப்பியளித்தனர்.

கள்ள வணிகர்களின் கைங்கர்யம்

இராணுவக் கனவுகளைத் தகர்ப்பதே முதன்மைக் குறிக்கோளாயினும், வினை வேறு வடிவில் வந்தது. ஐந்து பகுதிகளும் சுதந்திரமான துறைமுகங்கள் என்று அறிவிக்கப்பட்டதால், அயல்நாட்டு இறக்குமதிப் பொருட்கள் பெருமளவில் குவிந்தன. இவையனைத்தும் ஆங்காங்கே குறுக்கிட்டிருந்த இந்தியப் பகுதிகளின் வழியாகப் பிற பகுதிகளுக்குச் சுலபமாகக் கடத்தப்பட்டன. கள்ளச் சந்தை தழைத்தோங்கியதால், ஆங்கிலேயருக்குச் சுங்கவரி வசூலில் பெருத்த இழப்பு ஏற்பட்டது. பதுக்கல் வணிகத்தால் கொழுத்துக் கொண்டிருந்த இரு தரப்பு வணிகர்களே அகண்ட புதுவைக்கு முட்டுக்கட்டை போட்டனர் என்று பின் வந்த ஆளுநர் பவுல் நுர்க்கே தெகம்பெர் *(Paul de Nourquer de Camper, 1840–1844)* வருத்தப்பட்டார்.

இரண்டாவது முயற்சி

வெகுதூரங்களில் பிரிந்து கிடக்கும் சிறு சிறு நிலப்பகுதிகளை நிர்வகிப்பது ஃபிரான்சிற்கும் பெரும் சுமையாயிருந்தது. ‘வரவு குறைவு, செலவு அதிகம்’என்ற அடிப்படையில் 1767லேயே, ஆளுநர் லா தெ லொரிஸ்தான் மாகியை விடுத்து, வணிகத் தளத்தை கொளச்சலுக்கோ, கார்வாருக்கோ மாற்றிக்கொள்ள முயன்றிருந்தார்.

1870இல் ஜெர்மனியுடனான போரில் தோற்றபோது, அதன் போர்ச் செலவுகளுக்கு ஈடாக ஃபிரஞ்சிந்தியா முழுவதையுமே ஜெர்மனிக்குத் தர ஃபிரான்சு தயாரானது. இதனால் ஆங்கிலேயர் அதிர்ச்சி அடைந்தனர். “தெரியாத தேவதையை விடத் தெரிந்த பிசாசே மேல்” என்பதால், கடுமையான இராஜதந்திரமாக முயற்சிகள் மூலம், ஆங்கிலேயர் அதைத் தடுத்து நிறுத்தி விட்டனர்; புதுவைவாசிகளும் இதை அறவே விரும்பவில்லை. அடுக்கடுக்கான முறையீடுகள் பாரீசுக்குப் பறந்தன. மண்ணை வேண்டுமானால் கொடுங்கள், மக்களை அல்ல என்றது ஒரு வேண்டுகோள். மக்களை எல்லாம் பீரங்கியால் சுட்டுத் தள்ளிவிட்டு மாகியைத் தாருங்கள் என்று தந்திகள் பறந்தன. மக்களின் விருப்பத்தை மதித்து, ஃபிரான்சு அந்த யோசனையைக் கைவிட்டது.

ஆரம்பத் தடங்கல்களால் துவண்டு விடாமல், நிலப்பகுதிப் பரிமாற்ற முயற்சிகள் இருபதாம் நூற்றாண்டு வரை தொடர்ந்தன. பின்னாளில், உலகப் போர்களின் போது, இங்கிலாந்தும், ஃபிரான்சும் ஓரணியில் சேரவேண்டிய நிலை வந்தபோது, பழைய பகையை மறந்து, நேசக்கரம் நீட்டி, நட்பு பாராட்டினர். எனவே, இருதரப்பிலும் இறுக்கம் குறைந்தது; சுங்கப் பிரச்சினைகள் பின்னுக்குத் தள்ளப்பட்டன.

மூன்றாவது முயற்சி

ஆனால், இந்திய விடுதலைப் போராட்டம் தீவிரமடைந்தபோது, இந்தியப் பகுதிகளில் போராட்டங்களில் பங்கேற்ற போராட்ட வீரர்கள், ஃபிரஞ்சுப் பகுதிகளில் தஞ்சமடைந்தனர். வங்காளத்தில் அரவிந்தர், புதுச்சேரியில் பாரதியார், வாஞ்சிநாதன், வ.வே.சு. ஐயர் போன்றோர் தஞ்சம் புகுந்தபோது, ஆங்கிலேயரால் மேல் நடவடிக்கை எடுக்க முடியவில்லை. குறிப்பாக, சந்திர நாகூர் பகுதியில் ஒவ்வொரு வீடும் ஆயுதக் கிடங்காகவும், இந்தியப் போராளிகளுக்குப் புகலிடமாகவும் இருந்ததால், அது காதுக்குள் நுழைந்த கட்டெறும்பாய்க் குடைச்சல் கொடுத்தது. எனவே, அகண்ட புதுவை பிரச்சினை மீண்டும் உயிர் பெற்றது. ஐந்து ஃபிரஞ்சிந்திய பகுதிகளையும் ஆங்கிலேயரே எடுத்துக்கொண்டு, அதற்குப் பதிலாக, அமெரிக்காவிலோ, ஆஃப்ரிக்காவிலோ மாற்றிடம் வழங்குவதற்கான பேச்சுவார்த்தைகள் தொடங்கின.

புதுச்சேரித் தமிழர் பலரும், உலகப் போர்களின்போது, ஃபிரான்சிற்கு ஆதரவாக ஃபிரஞ்சு இராணுவத்தில் சேர்ந்து, போர்க்களம் புகுந்து, தங்களின் தேசபக்தியை வெளிப்படுத்தினர்; அதில் பலர் உயிர்த்தியாகமும் செய்திருந்தனர். இதனால், ஃபிரான்சுக்கும் ஃபிரஞ்சிந்தியாவிற்குமான உணர்வுபூர்வமான பிணைப்பு நெருக்கமாகி, இறுக்கமானது. ஆகவே, புதுச்சேரியை விட்டுக்கொடுக்க ஃபிரான்சிற்கும் ஆர்வமில்லை; புதுச்சேரி மக்களுக்கும் விருப்பமில்லை. எனவே, பேச்சுவார்த்தைகள் முறிந்தன. அகண்ட புதுவைப் பற்றிய பேச்சும் அத்துடன் அடிபட்டுப்போனது *(மேலிசன் 1868; அனிமேஷ் ராய் 2008: 95–96; கீதா 2008; தாவிதன்னுசாமி 2019: 58–60).*

❍❍❍

3

பதினெட்டாம் நூற்றாண்டில் வாழ்க்கை நிலையும் வழக்காறுகளும்

3.1: புதுச்சேரியில் குடியேற்றம்

மனிதக் குழுக்களின் சங்கமமே ஒரு சமூகம். வெவ்வேறு இனங்கள், வெவ்வேறு மொழிகள், வெவ்வேறு சாதிகள், வெவ்வேறு கலாச்சாரம் பயிலும் மனிதப்பிரிவுகள் ஓரிடத்தில் சேர்ந்து இயங்குவதே பெரும்பாலான சமூக அமைப்புகளின் இலக்கணம். கால ஓட்டங்களுக்கேற்ப, அவற்றின் அமைப்பிலும், எல்லை வரையறையிலும், அவ்வப்போது சிற்சில மாற்றங்கள் ஏற்படுவதுண்டு. இதற்குப் புதுச்சேரியும் விதிவிலக்கல்ல என்பதையே அதன் பழைய வரலாறும் காட்டுகின்றது.

1674இல், ஃபிரான்சுவா மர்த்தேன் புதுவையில் வந்திறங்கியபோது அவர் கண்டது ஒரு மீனவர் குடியிருப்பை மட்டுமே. உப்பனாறு கால்வாயின் மேற்கிலும் வடமேற்குப் பகுதியிலும் இருந்த இந்தியர் குடியிருப்புகள், அவரது காலத்தில் புதுச்சேரியின் வரையறைக்குள் வரவில்லை. ஆனால், விரைவிலேயே வெள்ளையரும் இந்தியரும் வந்து பெருமளவில் குடியேறிபோது, அதன் தோற்றம் மாறி, கிழக்கு, மேற்குப் பகுதிகள் உள்ளிட்ட ஒரு கலவைச் சமுதாயம் உருவானது.

குடியேற்றங்களுக்கான உந்துதல்கள்

தேவை கருதியும், பாதுகாப்புக் கருதியுமே குடியேற்றங்கள் நிகழ்வதாக அறிஞர் எங்கெல்ஸ் கருதுகிறார். ஃபிரஞ்சிந்தியாவில், வணிகத்தின் வளர்ச்சி நிலையும், அதையொட்டித் தமிழகப் பகுதிகளில் நிகழ்ந்த அரசியல் குழப்பங்களும், ஆதிக்கப் போர்களும் புலம் பெயர்வதற்கான முதன்மைக் காரணிகள். தமிழகத்தில் கிடைக்காத அமைதியும் பிழைப்பும், பாதுகாப்பும் ஃபிரஞ்சிந்தியாவில் கிடைக்கும் என்று கருதியே, மக்கள் வாய்ப்புக் கிடைத்தபோதெல்லாம் தயங்காமல் வந்து குடியேறினார்கள். வணிகம் செழித்தோங்கும்போது, நெசவாளர்கள், சித்திர

அச்சுக்காரர்கள், அன்றாடப் பணியாளர்கள் புதுவைக்குள் குடியேறுவதும், கடும் பஞ்சம், அடைமழை, பெருவெள்ளம், கடும்புயல், போர்க் காலங்களில் வெளியேறுவதும் வாலாயமாக நிகழ்ந்துள்ளன (தில்லைவனம் 2010).

அரசே முன் வந்து அயலூராரை அழைத்துக் குடியேற்றுவதும், முற்றுகை, தாக்குதல் போன்ற நெருக்கடியான காலங்களில் குடிமக்களை வெளியேற்றுவதும் நிகழ்ந்துள்ளன. பாதுகாப்புப் பணிக்காக மாகி இளைஞர்கள் மலபாரிகளாகவும், தமிழர்கள் சிப்பாய்களாகவும் இராணுவத்தில் சேர்க்கப்பட்டனர்.

சற்றொப்ப மூவாயிரம் பேர் மட்டுமே வாழ்ந்த ஒரு சிறு கிராமம், மர்த்தேன் நிர்வகித்த முப்பதாண்டுக் காலத்தில் முப்பதாயிரம் பேர் கொண்ட நகரமாக விரைந்து வளர்ச்சி கண்டது என்று ஆனந்தரங்கர் குறிப்பிடுவதிலிருந்து தொடக்க காலக் குடியேற்றங்களின் வீச்சை உணரலாம்.

புதுச்சேரியில் குடியேற்றங்கள்

1673இல் பெலான்ழே தெலெஸ்பினே ஒரு வணிகத்தளத்தைத் தொடங்குவதற்கு முன்பே குடியேற்றம் தொடங்கிவிட்டது. தமிழகப் பகுதிகளில் பிண்டாரிகள் (மத்தியப் பிரதேசக் கொள்ளையர்கள்), மூர்கள் (முகமதியப் படை வீரர்கள்) போன்ற வடதிசைக் கொள்ளைக் கும்பல்களின் அட்டகாசம் தாங்கமுடியாமல், பாதுகாப்புக் கருதி மக்கள் புதுச்சேரியை நோக்கிக் குடி பெயர்ந்திருந்தனர். அதுவன்றி, பிஜப்பூர், கோல்கொண்டா சுல்தான்களின் படையெடுப்பின்போது, இந்துக்களைப் பிடித்து, வலுக்கட்டாயமாக சுன்னத் செய்து, முஸ்லிம்களாகக் கட்டாய மதமாற்றம் செய்தனர். அதிலிருந்து தப்பிக்கும் நோக்கத்தோடும் பலர் ஓடி வந்தனர் (ஸ்ரீநிவாசாச்சாரி 1943: 185). (பதினெட்டாம் நூற்றாண்டில் இந்து என்ற பெயர் இல்லை; அனைத்து இந்தியரையும் 'மலபாரிகள்' என்றே ஃபிரஞ்சியர் குறிப்பிட்டனர்; தலித்துகள் தவிர்த்து மற்ற சாதியினரைத் 'தமிழர்' என்ற பொதுப்பெயரால் குறிப்பிடுகிறார் ஆனந்தரங்கப் பிள்ளை; மற்ற இனத்தவரையும் சேர்த்துக் குறிப்பிடும்போது 'உயர் சாதியினர்' என்று குறிப்பிடுகிறார்; இங்கு இந்துக்கள்/தமிழர் எனக் குறிப்பிடப்படுகின்றனர்).

கொள்ளையரிடமிருந்து தப்பிக்கக் குடிசைக்குத் தீ வைத்தல்

கிரேயோல், மெத்திகள், தொப்பிக்காரர்கள்

கிரேயோல் (*Creole*): ஐரோப்பியர்களுக்கும் காலனி நாட்டவர்க்கும் பிறந்த கலப்பினத்தவர். இவர்கள் மெத்திகள் (*Metis*) என்றும் அழைக்கப்பட்டனர். இந்தியர்கள் அயல் நாட்டவர்களை மிலேச்சர்கள் (*Mlechas*) என்றும் தாழ்வாகக் கருதினர்.

கிரேயோலின் வாரிசுகள் வழக்கமாகத் தொப்பி அணிந்து உலவியதால் அவர்கள் தொப்பிக்காரர்கள் (*Genes des Chapeau*) என்றும் அழைக்கப்பட்டனர். கிறித்தவ மதகுருமார்கள் இவர்களின் கலப்புத் திருமணங்களை ஆதரித்தனர். கப்புசியன்களும், ஏசு சபையினரும் போட்டிப்போட்டுக்கொண்டு இவர்களுக்கு உரிமை கொண்டாடினர்.

தொப்பாஸ் (*Topas*) என்னும் தொப்பிக்காரர்களுக்கும், கிரியோல் பிரிவினருக்கும் இடையேயான தொடர்பினைத் தெளிவாகக் கூறமுடியாது. அது ஒரு சிக்கலான விவகாரம் என்கிறார் 'இந்திய மிசியோனார் வரலாறு' நூலாசிரியர் லௌனே (1898). போர்த்துக்கீசியருக்கும் இந்தியருக்கும் பிறந்தவரே தொப்பிக்காரர் என்பது பொதுவான புரிதல். இவர்கள் வெளுத்த உடலுடன், மேற்கத்திய உடையணிந்து, எப்போதும் தொப்பியுடன் காணப்பட்டதால் இப்பெயர். இவர்கள் போர்த்துக்கீசு, ஃபிரெஞ்சு, தமிழ் என்று பல்வேறு மொழிகளும் தெரிந்தவர்கள். வெள்ளையருடனே வாழ்ந்துப் பழகியவர்கள். பெண்களைத் தொபாசின் (*Topasin*) என்றனர். ஆளுநர் துப்ளேவின் மனைவி, ழேன் அல்பேர் (எ) ஜென்னி பேகம் (*Jeanne Albert*), ஆளுநர் லா தெலொரிஸ்தான் மனைவி ழேன் கர்வால்ஃகோ (*Jeanne Carvalho*) ஆகிய இருவரும் தொபாசின்களே.

1705இல் ஆளுநர் வௌத்ரேய் (*Vaudreuil*), இத்தகைய கலப்பினால் பிறக்கும் சந்ததியினர் தீயவர்களாகவும் துர்க்குணத்தவராகவும் இருப்பார்களாத லால், நாட்டிற்கும், மதத்திற்கும் பயனிருக்காது என்று அறிவித்தார். ஆனாலும், வீட்டுப் பணி செய்த ஏழைப் பெண்கள் ஃபிரெஞ்சியரின் காமப்பசிக்கு எளிய இலக்கானதால், தொப்பிக்காரர்களின் எண்ணிக்கை கூடிக்கொண்டே வந்தது.

வெள்ளைக்கார ஆண்கள் சட்டையும் முழுக்கால் சட்டையும் அணிந்ததால் சட்டைக்காரர்கள் என்றும், பெண்கள், தமிழர் போலச் சேலை அணியாமல், சட்டை அல்லது கவுன் அணிந்ததால், சட்டைக்காரிகள் என்றும் அழைத்தனர் (புர்தா 1995; மொரே 2020; தாவிதன்னுசாமி 2019: 72–73).

நெசவாளர்களுக்கு ஊக்கம்

தெலெஸ்பினேவைத் தொடர்ந்து பொறுப்பேற்ற மர்த்தேனின் முதல் பணி வணிகத்தைப் பெருக்குவதே. ஆனால், புதுச்சேரி ஒரு நெசவாளர் கிராமமாக இருந்தாலும், போதுமான நெசவுக் கலைஞர்கள் இல்லை. எனவே சுற்றுப் பகுதிகளான பரங்கிப்பேட்டை, நெல்லிக்குப்பம், தேவனாம்பட்டினம், திருவதிகை, பண்ருட்டி போன்ற ஊர்களிலிருந்து நெசவாளர்களை வரவழைத்து, முத்தியால்பேட்டையில் தங்கவைத்தார். அங்கு, அவர்கள் காங்கு எனப்பட்ட நீலத்துணியை உற்பத்தி செய்வதற்கு வேண்டிய தறிகளும் சாயப்பட்டறைகளும் நிறுவப்பட்டன. 1742 வரைபடத்தில், நெசவாளர் கிராமம் என்று குறிப்பிடப்படுமளவிற்கு புதுச்சேரியின் மக்கள் தொகையில் பாதிக்குப்பாதி நெசவாளர்கள் பெருகியிருந்தனர்.

தானப்ப முதலி, பெருமாள் செட்டி, சூள செட்டி ஆகியோரும் அவ்வாறு மர்த்தேனின் அழைப்பை ஏற்று சென்னையிலிருந்து வந்தவர்களே. வணிகர்களோடு, நெசவாளர்கள், சித்திரம் வரைவோர், அச்சுக்காரர்கள், சாயம் தோய்ப்போர் போன்ற கைவினைஞர்களும் குடியேறுமாறு ஊக்குவிக்கப்பட்டனர். புதிய வீடுகளுடன், பர்லோன் கோட்டையின் கட்டுமானமும் தொடங்கியபோது, கட்டடப்பணியாளர்களும் கூலியாட்களும் பெருமளவில் குடியேறினர். பின்னாளில், திருச்சி, தஞ்சாவூர், மதுரைப் பகுதிகளிலிருந்து வந்த கிறித்தவர்கள், சம்பா கோயிலை ஒட்டிய தெற்குப் பகுதிகளிலேயே தங்கிக்கொண்டனர். இன்றுவரை அந்த வட்டாரத்தில் கிறித்தவர் மிகுந்திருப்பதற்கு அதுவே காரணம் (சம்பத்குமார் – ஆந்திரே கரோஃப் 2000; கிளமெண்ட் ஈஸ்வர் 2003). தமிழர்கள், மலபாரிகள், தெலுங்கர்களோடு, மராட்டியரும் குஜராத்தியரும் அர்மீனியரும் போர்த்துக்கீசியரும் வந்து குடியேறினர் (ஜெயசீல ஸ்டீஃபன் 2018).

திரும்பி வரத் தயக்கம்

1693–99 காலகட்டத்தில், டச்சுக்காரர்களின் ஆக்கிரமிப்பின்போது புதுச்சேரிவாசிகளில் பெரும்பாலோர் வெளியேறிவிட்டிருந்தனர். 1701இல் மீண்டும் மர்த்தேன் பொறுப்பேற்றதும், பழைய நிலைக்குப் புதுவையை மீட்டெடுப்பது பெரும் சவாலாயிற்று. தாமாகவே திரும்பிவருவார்கள் என்ற எதிர்பார்ப்பு பொய்த்துப்போனது. எனவே, வெளியேறிய நெசவாளர்களையும் கலைஞர்களையும் திரும்ப அழைத்து வரும் பொறுப்பைத் தரகர் தானப்ப முதலியாரிடம் அவர் ஒப்படைத்தார். ஆனால் அது எளிதாக இல்லை. மகாநாட்டார்களையும், மக்களையும் பலமுறை சந்தித்துப்பேசி, அவர்களை இசையவைத்து, திரும்பக் குடியேற்றிய பெருமை தானப்பாவுக்கே உரியது (ஆலாலசுந்தரம் 1999).

படையெடுப்பும் பாதுகாப்பும்

1670களில் மராட்டிய மாமன்னர் சிவாஜியின் படையெடுப்பின் போது, முதலில் செஞ்சியைப் பிடித்து, பின்னர் தஞ்சாவூர், திருச்சி பகுதிகளைக் கைப்பற்றியபோது, அவர்களது வீரர்கள், வயல்களையும் வீடுகளையும் கொள்ளையடித்தனர். அப்போது, மர்த்தேன் சமயோசிதமாகச் செயல்பட்டு, சிவாஜியுடன் இணக்கமாகப் போனதால், அவர்கள் புதுவைப் பக்கம் வரவில்லை. ஆகவே, தமிழக வாசிகளுக்குப் புதுச்சேரி தகுந்த புகலிடமானது (ஆரபி: 1–119). 1689இல் மராட்டியர்கள் தலைவரியாக ஆளுக்கு 20 பகோடாக்கள் வசூலிக்க முயன்றபோது, ஃபிரஞ்சியர் அதைத் தடுத்து நிறுத்தினர். ஆட்சியர்களுக்கு நெருக்கமாயிருந்த பிராமணர்கள், வணிகர்கள் சம்மந்தப்பட்ட தகராறுகளில்கூட அவர்களைத் தலையிட அனுமதிக்கவில்லை. இவ்வகையில், புதுச்சேரி ஒரு பாதுகாப்பு மண்டலமாக மக்களால் கருதப்பட்டதும், குடியேற்றங்களுக்கு ஒரு முக்கியக் காரணியானது (ஆலாலசுந்தரம் 1999).

பாதுகாப்புக் கருதி ஒரு கோட்டை கட்டிக்கொள்ள செர்கான் லோடியிடம் மர்த்தேன் அனுமதி கோரியபோது, உடனே இசைவு தெரிவித்ததோடு, 300 இராணுவ வீரர்களையும் அனுப்பிவைத்தார்.

மார்த்தேன் அவர்களுக்கு நிலம் ஒதுக்கி, வீடுகள் கட்ட உதவியும் செய்தார். அவர்களைப் பாதுகாப்புப் பணிக்கு மட்டுமின்றி, பல்வேறு பொருட்களை உற்பத்தி செய்யவும் ஊக்குவித்தார். வீடும் வேலையும் கிடைத்ததால் அவர்களும் இங்கேயே நிரந்தரமாகத் தங்கிவிட்டனர் (மேலிசன் 1868).

இஸ்லாமியர் குடியேற்றம்

1636இல் தொடங்கிய முகமதிய சுல்தான்கள் படையெடுப்பின்போது, இந்துக்களைப் பிடித்து, வலுக்கட்டாயமாகச் சுன்னத் செய்து மதமாற்றம் செய்தபோது, அதிலிருந்து தப்பிக்க எராளமான தமிழர்கள் புதுச்சேரிக்குள் குடியேறினர். அதற்குப் போட்டியாக, 1670களில் தமிழகம் நோக்கி வந்த மராட்டியர்களும் முஸ்லிம்களைக் குறிவைத்துத் தாக்கி, இந்துக்களாகக் கட்டாய மதமாற்றம் செய்தனர். அதனால் ஏராளமான தமிழக முஸ்லிம்கள், காரைக்கால், புதுச்சேரி பகுதிகளுக்குப் பாதுகாப்பு நாடி குடியேறினர். அவர்கள், புதுச்சேரியின் கடற்கரையை ஒட்டிய பகுதியில் வீடுகள் கட்டிக்கொண்டதோடு, மீராப்பள்ளி, குத்பா மசூதி என்ற இரண்டு மசூதிகளையும் கட்டி தொழுகை நடத்திவந்தனர். ஆகவே, இங்குக் கிறித்தவம் புகுவதற்கு முன்பே, இஸ்லாம் காலூன்றியிருந்தது எனலாம்.

18ஆம் நூற்றாண்டில், இரண்டாம் முறையாக மராட்டியர் பெரும்படையுடன் வருவதாகக் கேள்விப்பட்டவுடனே, இஸ்லாமியர் குடியேற்றம் சூடு பிடித்தது. எக்கோஜி எனப்பட்ட ராகுஜி போன்ஸ்லே (*Ekoji @ Rakhoji Bhonsle*) 1740வாக்கில் கர்நாடகத்தைக் கைப்பற்றியபின், தமிழகத்தில் நுழைந்து, ஆர்க்காட்டைத் தாக்கியபோது, நவாப் தோஸ்த் அலி கொல்லப்பட்டார். உடனே, திருச்சியிலிருந்து நவாபு சந்தா சாகிப் மனைவியும் ஆர்க்காட்டிலிருந்து நவாபு தோஸ்த் அலி கான் மனைவியும், ஆலம்பரையிலிருந்து இமாம் சாயபு மனைவியும், தத்தம் உறவினர்களுடனும் பரிவாரங்களுடனும் பாதுகாப்புக்காகப் புதுவைக்கு அனுப்பி வைக்கப்பட்டனர். அவர்களுக்கு ஆளுநர் துய்மா தஞ்சமளித்தார். அவர்களுடன் அவரது பரிவாரமும் வந்து அடைக்கலம் புகுந்தது. 1640 முதல் 1758 வரையிலான இஸ்லாமியக் குடியேற்றங்களுக்கு அரசியல் நிகழ்வுகளே காரணம் என்பது ஆனந்தரங்கப் பிள்ளையின் துணிபு (ஆரபி: மே2, 26; ஜூலை 8, 1740).

மேலும் மேலும் மராட்டியர் முன்னேறியபோது, வாலிகண்டபுரம், செஞ்சி, ஆர்க்காடு, வேலூர், வந்தவாசி பகுதிகளிலிருந்து கோட்டை அதிகாரிகளும் பிரமுகர்களும் அடைக்கலம் வேண்டித் தூதர்கள் மூலமாகவும், கடிதங்கள் வாயிலாகவும் ஃபிரஞ்சியருக்கு வேண்டுகோள்கள் அனுப்பிய வண்ணமிருந்தனர். அங்கிருந்து பிராமணர்கள், கோமுட்டிகள், தத்துவார்த்திகள், குஜராத்தியர் ஆகியோரோடு, பொதுமக்களும் கூட்டம் கூட்டமாக வெளியேறிப் புதுவைக்கு வந்தனர். 1740 மே 16ஆம் நாள், ஒரே நாளில் ஆயிரம் பேர் வந்தனர்; மூன்று நாள்களுக்குள் அது மூவாயிரமாக உயர்ந்தது (ஆரபி: மே 16–19, 1740).

துய்ப்ளேக்சுவின் நிர்வாகத்தில்

1725இல் மாகி தெ லபுர்தொனே வரும்போதே, 800 காப்பிரிகள் எனப்பட்ட ஆப்பிரிக்கக் கறுப்பின வீரர்களைக் கொண்டுவந்து

இறக்கிவிட்டார்; அது போரின் பொருட்டு. ஆனால், துய்ப்ளேக்சுவின் குடியேற்ற முயற்சிகள் வணிகத்தொழில் வளர்ச்சி சார்ந்தவை. திருவதிகை, பண்ருட்டி, உடையார்பாளையம், சென்னப்ப நாயக்கன் பாளையம், காஞ்சிபுரம் ஆகிய ஊர்களிலிருந்து கைக்கோளர், சேனியர், சேடர்களை அழைத்துவந்து குடியமர்த்துமாறு, கும்பினி வணிகர்களிடம் கூறினார். தானே அவர்களுக்கு மனைகள் ஒதுக்குவதாகவும், வீடு கட்டித் தந்து பண உதவி செய்வதாகவும் உறுதியளித்தார். ஒரு தறிக்குப் பத்து வராகனும் பஞ்சுக்கு வரி விலக்கும் தருவதோடு, தொடர்ந்து தொழில் தருவதாகவும் அறிவித்தார்.

கட்டாயக் குடியேற்ற முயற்சிகள்

1746 செப்டம்பர் மாதம், ஃபிரெஞ்சிந்திய வரலாற்றில் ஒரு முக்கிய தருணம். 1672இல் செயின்ட் தோமைக் கைப்பற்றிய பிறகு, இரண்டாவது முறையாக, செயின்ட் ஜார்ஜ் கோட்டையைப் பிடித்ததால், சென்னை ஃபிரஞ்சியரின் பிடிக்குள் வந்தது. ஏற்கனவே, சென்னையை ஆங்கிலேயர் முக்கிய வணிகக் கேந்திரமாக மாற்றியிருந்ததால், வருங்காலத்தில் புதுச்சேரியைத் தென்னிந்தியாவின் தலைமை வணிகத்தலமாக உருவாக்கவேண்டுமென்பது துய்ப்ளேக்சுவின் விருப்பம். அங்கிருந்த செல்வாக்கான அர்மீனியர்களையும் இந்திய வணிகர்களையும் புதுச்சேரிக்கு வரவழைப்பதன் மூலம், அதைச் சாதிக்க முடியுமென்பது அவரது திட்டம். அதற்கு ஏதுவாக, சென்னை வணிகர்களை ஈர்க்கும் எந்தவிதமான ஒப்பந்தத்தையும் செய்துகொள்ளும் அதிகாரத்துடன் ஆனந்தரங்கரின் தம்பி திருவேங்கடத்தை அவர் சென்னைக்கு அனுப்பிவைத்தார்.

அவ்வாறே அழைப்பு விடுத்து, சென்னை முழுதும் தமுக்கடிக்கப் பட்டது. அதற்கு ஆதரவில்லாததால், துய்ப்ளேக்சு பெரிதும் ஏமாற்றமடைந்தார். முற்றுகையின்போது, ஃபிரஞ்சு வீரர்கள் அடித்த கொள்ளைகளையும் மக்கள் மீது காட்டிய மூர்க்கத்தனத்தையும் வீடுகளை இடித்துத்தள்ளிய கொடூரங்களையும் நேரில் அனுபவித்து, அச்சத்தில் உறைந்திருந்த வணிகர்கள், புதுவைக்கு இடம் பெயர விரும்பவில்லை. அதனால் ஆத்திரமடைந்த துய்ப்ளேக்சு, வணிகர்கள் அனைவரும் மூன்று நாட்களுக்குள் அவர்களது சொத்துக்களையும் சரக்குகளையும் உடைமைகளையும் பதிந்துகொள்ள வேண்டுமென்றும், அவ்வாறு செய்யத் தவறினால், நிர்வாகமே அவற்றைப் பறிமுதல் செய்துவிடும் என்றும் தமுக்கடித்து எச்சரிக்கை விடச்செய்தார். மொத்த சொத்தும் போனாலும் வருவதில்லை என்று வணிகர்கள் மறுத்துவிட்டனர்.

சிந்தாதிரிப்பேட்டையில் வசித்த ஏழை நெசவாளர்களின் குடிசைகளும் குச்சு வீடுகளும் இடித்துத் தள்ளப்பட்டிருந்தன. அவர்கள் ஒன்று சேர்ந்து, இது பற்றிய முறையீட்டைத் துய்ப்ளேக்சுவிற்கு அனுப்பிவைத்தனர். அதை ஆனந்தரங்கப் பிள்ளை படித்துக்காட்டிய போது, “அவர்கள் சென்னையை விட்டு வெளியேறி, புதுச்சேரிக்குக் குடிபுகுமாறு செய்வதற்காகவே அவ்வாறு செய்துள்ளேன். யார் பேச்சையும் நான் கேட்க விரும்பவில்லை” என்று துய்ப்ளேக்சு கடுகடுத்தார்.

1746 நவம்பர் *20*ஆம் நாளன்று, பிள்ளையுடன் பேசும்போது, சென்னைப் பட்டினத்து வர்த்தகரை எப்படியும் நிரந்தரமாகப் புதுச்சேரிப் பட்டினத்திற்கு வந்து தங்கச்செய்யவேண்டும் என்று அழுந்தக் கூறினார். மதாம் துய்ப்ளேக்சும் தன் பங்கிற்கு, வெங்கடய்யன், வரதய்யன், பாப்பனப்பிள்ளை ஆகியோர் மூலம் தொடர் முயற்சிகள் செய்தார். ஆயினும், வெகு சிலரே அவர்களின் வற்புறுத்தலுக்குப் பயந்து இடம் பெயர சம்மதம் தெரிவித்தனர் (ஆலாலசுந்தரம் *1999: 124–126*).

கிறித்தவம் சார்ந்த மாற்றங்கள்

*1693–99*களில் திருத்தவாதிகளான டச்சுக்கரர்களின் ஆக்கிரமிப்பின் போது, கத்தோலிக்க எதிர்ப்பு மனப்பான்மை ஓங்கியிருந்தது. எனவே, கத்தோலிக்கப் பிரச்சாரகர்களும் தமிழ்க் கிறித்தவர்களும் வெளியேறி அண்டைப்பகுதிகளில் தஞ்சம் புகுந்தனர். *1701*வாக்கில், காரைக்கால் பகுதிகளில் மத மாற்றத்தில் ஈடுபட்டிருந்த ஏசு சபையினர், இந்து சமயத்தையும் கடவுள்களையும் இழிவாகப் பேசி அவமதித்தனர். அதனால் வெகுண்டெழுந்த இந்துக்கள், அவர்களையும், அவர்களை ஆதரித்த தமிழ்க் கிறித்தவர்களையும் விரட்டியடித்தபோது, அவர்களுக்குப் புகலிடமானது புதுச்சேரியே.

மதச் சுதந்திரத்திற்கு உறுதி

1701–1715 கால கட்டத்தில், தமிழர் வழிபாட்டுக்குக் கட்டுப்பாடுகள் விதித்து, வேதபுரீசுவரர் கோயிலை அகற்ற பல முயற்சிகள் நடந்தன. இதன் காரணமாக இந்துக்கள் வெளியேறியபோது, கும்பினியின் வணிக வளர்ச்சிக் கருதி, ஒவ்வொரு முறையும் அவர்களைத் திரும்ப வரவழைப்பது பெரும்பாடாயிருந்தது. எரியும் தீயில் எண்ணெய் ஊற்றுவது போல், சுற்றியிருந்த ஆங்கிலேயரும் டச்சுக்காரர்களும் அவர்களை வரவேற்று, முழுமையான மதச் சுதந்திரம் தரத் தயாராயிருந்தனர். இது ஃபிரஞ்சியரைத் தர்ம சங்கடத்தில் ஆழ்த்தியது. எனவே, கிறித்தவ வளர்ச்சி, கும்பினியின் எதிர்காலம் கருதி, இந்துக்களுக்கு மதம் சார்ந்த முழு உரிமைகளையும் அளிப்பதாகத் தெரிவித்து, அவர்களைத் திரும்பவும் வருமாறு நாட்டார்கள் மூலம் வேண்டுகோள் விடப்பட்டது. இதை, ஆலோசனைக் குழுவே, *1708* ஜூலை *29*ஆம் நாள் ஒரு தீர்மானமாக நிறைவேற்றியது. 'மலபாரிகள் வணிகம் செய்யவும், மத விவகாரங்களில் விருப்பப்படி நடந்து கொள்ளவும் முழு சுதந்திரம் தரப்படும் என்ற அறிவிப்பு, ஃபிரஞ்சு, போர்த்துக்கீசு, தமிழ் ஆகிய மொழிகளில் அறிக்கையாக ஊரெங்கும் ஒட்டப்பட்டது; நாட்டார்களுக்கும் தரப்பட்டது. பின்னர் ஆளுநராக *1711*இல் வந்த எபேரும், வியாபாரிகள் தங்கள் வரிகளை முறையாகச் செலுத்தினால், அவர்களும் அவர்களது மனைவி, மக்களும் அடிமைகளும் பணியாட்களும் தத்தம் பழக்க வழக்கங்களின்படியே நடந்து கொள்ளலாம் என்று விளக்கி, மக்கள் வெளியேறுவதைத் தடுத்தார் (டன்னா அக்மோன் *2011: 58–98*)

போர்க்கால வெளியேற்றங்கள்

*1748*இலும், *1758*இலும், *1790*இலும் போர் நடவடிக்கைகள் காரணமாக மக்களின் வெளியேற்றம் நிகழ்ந்துள்ளது. *1748*இல் அட்மிரல் போஸ்காவன்

தலைமையிலான ஆங்கிலேயரின் முற்றுகை அறுபது நாட்களே நீடித்தாலும், தாக்குதல்களின் உக்கிரம் மக்களைப் பீதியடையச்செய்தது. கடற்புறத்திலிருந்து, 31,547 பீரங்கிக் குண்டுகளும், 288 தீக்குடுக்கைகளும் மேற்கிலிருந்து 2,100 பீரங்கிக் குண்டுகளும் 770 தீக்குடுக்கைகளும் ஒரு நகரின் மீது மழை எனப் பொழிந்தால் மக்கள் அஞ்சாமல் வேறென்ன செய்வார்கள்! (ஆலாலசுந்தரம் 1999: 903; ஆரபி: அக்டோபர் 8, 1748).

தமிழர்கள் மட்டுமல்லாமல், ஐரோப்பியரும் தத்தம் குடும்பத்தினரைப் பத்திரமான இடங்களுக்கு அனுப்பிவைத்தனர். ஊர் மக்கள் தங்கள் உடைமைகளைத் தலையிலே சுமந்துகொண்டு வெளியேறினர். பெண்கள், பிராமணர் தவிர மற்றவரை வெளியே செல்ல அனுமதிக்க வேண்டாம் என்றும் பணக்காரப் பெண்கள் வெளியேறினால், அவர்களது நகைகளையும் பணத்தையும் கைப்பற்றிக் கொண்டுவரவும் துய்ப்ளேக்சு கட்டளையிட்டார். தஞ்சமடைந்திருந்த சந்தா சாகிப் மனைவியும் உறவினர்களும் கூட துய்ப்ளேக்சுவின் அனுமதியுடன் வழுதாவூருக்குப் பெயர்ந்தனர் (ஆலாலசுந்தரம் 1999: 89).

இயற்கைச் சீற்றங்களால் இடப்பெயர்ச்சி

சோழ மண்டலக் கரையோரம் செப்டம்பர் முதல் டிசம்பர் மாதம் வரை மாரிக்காலம். சில ஆண்டுகளில் வானிலை கடுமையாகி புயல், மழை, வெள்ளம் போன்ற இயற்கைப் பேரிடர்கள் நேர்ந்தபோது, பயிர் நிலங்களையும் வாழிடங்களையும் மூழ்கடித்தன. மாறாக, பருவ மழை பொய்த்தபோது, விளைச்சல் குன்றி, வறட்சியும் பஞ்சமும் பாடாய்ப் படுத்தின. இரண்டு வகைகளிலும், பாதிக்கப்பட்டவர்கள் அடித்தட்டு மக்களே. எனவே, பிழைப்பை நாடி வெளியேறுவதைத் தவிர அவர்களுக்கு வேறு வழியில்லாமல் போனது.

1681, 1687, 1745, 1752, 1754, 1760ஆம் ஆண்டுகளில், கடும் மழை கொட்டித்தீர்த்தது. 1687ஆம் ஆண்டில் மட்டும், ஆகஸ்டு, நவம்பர் என இரண்டு முறையும் மழை நீர் உப்பனாற்றுக் கரைகடந்து ஊருக்குள் புகுந்துவிட்டது. நிலங்களும் தெருக்களும் முழங்கால் அளவிற்குத் தண்ணீரில் மூழ்கின; மக்களும் கால்நடைகளும் வெள்ளத்தில் அடித்துச் செல்லப்பட்டனர். 1745, 1752, 1754, 1760ஆம் ஆண்டுகளில் மழையுடன் புயலும் சேர்ந்துத் தாக்கியது. 1745 நவம்பரில் மட்டும் மூன்று முறை புயல்கள் அடுத்தடுத்து வீசியதால் மக்களின் இயல்பு வாழ்க்கை நிலை குலைந்தது; இரண்டாயிரம் வீடுகள் சேதமடைந்தன; 40 பேர் மரணமடைந்தனர். 1760இல் டிசம்பர் மாதம் 30ஆம் நாளன்று, காலை எட்டு மணிக்குத் தொடங்கிய புயலும் மழையும் இரவு 10 மணிவரை விடாமல் தொடர்ந்ததால், கடலில் நங்கூரம் பாய்ச்சியிருந்த மூன்று கப்பல்கள் மூழ்கிவிட்டன; அதிலிருந்த 1100 பேர் நீரில் மூழ்கி இறந்தனர்; ஏழு பேர் மட்டுமே தப்பினர் (ஜெயசீல ஸ்டீஃபன் 2020: 122–123).

வாட்டி வதைத்த வறட்சி

1867, 1708, 1710, 1717–18, 1737–1738, 1747–48, 1759–60, 1768ஆம் ஆண்டுகளில், வறட்சியால் விளைச்சல் குறைந்தது; உணவுப்பொருட்களுக்குக் கடும் தட்டுப்பாடு நிலவியது. அதிலும், 1717–18, 1737–38, 1747–48, 1759–60ஆம் ஆண்டுகளில், மாதக்கணக்கில் நீடித்த வறட்சியால் பஞ்சம்

கடுமையானது. விலைவாசிகள் எகிறின; பணமிருந்தாலும் பொருட்கள் கிடைக்கவில்லை; மக்கள் சேமித்து வைத்திருந்த தானியங்களையும் ஆட்சியாளர்களே அபகரித்துக்கொண்டனர்; அப்பாவி மக்கள் பட்டினியால் செத்தொழிந்தனர். இத்தகைய இடர்மிகுந்த நேரங்களில் தற்காலிகமாகவேணும் மக்கள் இடம் பெயர வேண்டியதாயிற்று.

1748ஆம் ஆண்டில், இயற்கைப் பேரழிவுடன், போர்க்களக் கொடுமைகளும், மக்களின் துயரைப் பெருக்கி வெளியேறத் தூண்டின. உணவுப் பொருட்களுக்குக் கடும் தட்டுப்பாடு நிலவியதால், மக்கள், தங்களது நகைகள், பாத்திரங்கள் போன்ற உடைமைகளை மண்ணில் புதைத்துவிட்டு வெளியேறினர்; தெற்குச் சீமையிலேயிருந்து மதாம் துய்ப்ளேக்சு தருவித்த கள்ளரும் மறவரும் அவற்றை இரக்கமேயில்லாமல் கொள்ளையடித்தார்கள். இந்நிலையில், 1748 நவம்பரில் முற்றுகை நீங்கிய பின், வெளியேறிய மக்கள் திரும்பி வருவதும் எளிதாயில்லை. அவர்களது சொத்துக்கள் பறிமுதல் செய்யப்பட்டு ஏலம் விடப்பட்டன. அதை எதிர்த்து, தங்கள் வீடுகளைப் பிடுங்கிக்கொண்டால் நாங்கள் திவாலாகிப் போய்விடுவோம் என்று மகாநாட்டார்கள் தலைமையில் மக்கள் திரண்டு ஆர்ப்பாட்டம் செய்யுமளவிற்கு நிலைமை மோசமாயிருந்தது (ஆலாலசுந்தரம் 1999: 336–337; ஜெயசீல ஸ்டீஃபன் 2020: 125–128).

ஃபிரஞ்சியரின் கொடுமைகள்

1758–60களில், ஆங்கிலேயக் கர்னல் எயர் கூட் முகாமிட்டபோது, பகைவர்களின் நடவடிக்கைகளைவிட ஃபிரஞ்சியரின் கொடுமைகளே மக்களின் வெளியேற்றத்திற்குக் காரணமாயின. அப்போது, ஃபிரஞ்சுத் தளபதி லல்லி தொல்லாந்தல் – ஆளுநர் லெரி மோதல் உச்சக்கட்டத்தி லிருந்தது. போர் வீரர்கள் தேவைக்காக, வலுக்கட்டாயமாக ஆட்கள் இராணுவத்தில் சேர்க்கப்பட்டதால், அதிலிருந்து தப்பிக்க மக்கள் வெளியேறியதால், பட்டணமே வெறிச்சோடிக் கிடந்தது. ஆயிரத்திற்கும் மேற்பட்ட கடைகள் இருந்த ஊரில் வெறும் பதினைந்தே கடைகள் இருந்தன. போர்ச் செலவுகளுக்குப் பணமுடை நிலவியதால், தாறுமாறாக வரிகளை விதித்து, வலுக்கட்டாயமாக வசூல் செய்தனர். வரிகளைக் குறைத்து மதிப்பிட அரசு அலுவலர்கள் கையூட்டுக் கேட்டு நச்சரித்தனர். மறுத்தால் சிறைவாசம், சவுக்கடி, சொத்துக்கள் அபகரிப்பு போன்ற கெடுபிடிகளுக்கு அஞ்சி மக்கள் வெளியேறினர்.

முற்றுகை கடுமையானபோது, ஒரு கட்டத்தில், மக்கள் தங்கள் குடும்பங்களோடு வெளியேறிவிடவேண்டுமென்று அரசாங்கமே தமுக்குப் போட்டு வெளியேற்றியது. முற்றுகையிட்டிருந்த ஆங்கிலேயரும், மக்களைத் துன்புறுத்த விரும்பாமல், வெளியேறுவதற்கு மூன்று மாத கால அவகாசம் தந்தனர். 1760 ஜனவரியில், முரட்டுப் பறையர், தோட்டி, சக்கிலி, வெள்ளைக்காரர், பட்டாணியர் தவிர பிறர் அனைவருமே பட்டணத்தைவிட்டுச் சென்றுவிட்டனர் என்கிறார் ஆனந்தரங்கப் பிள்ளை. படைகளுக்குத் தேவையான உணவு, இருப்பை நீட்டித்துக்கொள்வது இதன் நோக்கமாக இருப்பினும், மக்களின் பாதுகாப்பை உறுதி செய்ய முடியாத கையறு நிலையையும் இங்குக் காணலாம் (ஆரபி: ஆகஸ்டு 24, 1760).

கைவினைஞர்கள் இடப்பெயர்ச்சி

அயலார் புதுச்சேரிக்குள் குடியேறியதுபோல் புதுச்சேரிவாசிகள், அயல்நாடுகளுக்கு அடிமைகளாகவும் கைவினைஞர்களாகவும் இடம் பெயர்ந்ததும் நிகழ்ந்துள்ளது. கடல் கடந்த காலனியப் பகுதிகளின் கட்டுமானங் களுக்கும் வளர்ச்சிப் பணிகளுக்கும் கொல்லர், தச்சர், கருமார் போன்ற கைவினைக் கலைஞர்கள் தேவைப்பட்டனர். அரசே அவர்களைத் தெரிவு செய்து, மூன்றாண்டு கால ஒப்பந்த அடிப்படையில், பல்வேறு சலுகைகளுடன், ரெயூனியன், மொரிசியஸ் தீவுகளுக்கு அனுப்பியது. பஞ்சக் காலங்களில் அவர்களே போக முன் வந்தனர். 1768ஆம் ஆண்டில், மொரிசியசின் மக்கள் தொகையில் 13 விழுக்காடு புதுச்சேரியிலிருந்து போனவர்களே. ஆகவே, அதை அடிமை வணிகத்தோடு குழப்பிக் கொள்ளக் கூடாது; அது அவர்களது திறமைக்குக் கிடைத்த அங்கீகாரமாகும் (ஜெயசீல ஸ்டீஃபன் 2018: 146).

இவ்வாறாக, 17, 18ஆம் நூற்றாண்டுகளில், புதுச்சேரி பல மாற்றங்களை எதிர் கொண்டாலும், மர்த்தேனுக்கு முன் வெறும் மூவாயிரம் மக்களைக் கொண்ட ஓர் ஊர், மர்த்தேன் காலத்திலேயே முப்பதாயிரம் பேர்களுடன் ஒரு முறையான சமூகத்தின் சட்டகத்தோடு உருவாகியிருந்தது. ஃபிரஞ்சிந்தியா தோன்றிய அரை நூற்றாண்டுக்குள்ளாகவே, லெனுவா ஆட்சியில் அறுபதாயிரம் மக்களுடனும், துய்மா நிர்வாகத்தில் ஒரு லட்சத்து முப்பதாயிரம் பேருடனும் வலுவான சமூகமாகக் கட்டமைக்கப்பட்டிருந்ததை, ஃபிரான்சுவா மர்த்தேனின் பதிவுகளும் ஆனந்தரங்கப்பிள்ளையின் நாட்குறிப்புகளும் தெளிவாகக் காட்டுகின்றன.

எவ்வாறெனினும், “மொழி பல பழகிய பழிதீர் தேஎத்துப் புலம் பெயர் மாக்கள் சேர்ந்தினிதுறையும்” (பட்டினப்பாலை: 206–207) என்றவாறு, உலகக் கலாச்சாரங்களின் சுகந்தக் கலவையாக உருவான புதுச்சேரியின் சமூகக் கட்டமைப்பு இன்றளவும் அவ்வாறே இயங்கி வருகிறது என்பது வரலாறு.

3.2: சுற்றுச்சூழலும் சுகாதாரமும்

ஐரோப்பா முழுவதுமே குளிர்ப்பகுதியாகும். எனவே, அந்நாடுகளி லிருந்து இந்தியாவிற்கு வந்த அந்நியர்களுக்கு, இந்நாட்டின் தட்ப வெட்பத்திற்குப் பழகிக் கொள்வது மிகவும் கடினமாயிருந்தது. சில்லென்ற தூய்மையான காற்றும், வருடத்தின் பெரும்பாலான நாட்களில் உடலை ஊடுருவும் குளிரும் மாசில்லாத சுற்றுப்புறமும் அவர்களைத் திடகாத்திரமானவர்களாக வளரச் செய்தன. இந்தியாவில், குறிப்பாகப் புதுச்சேரியின் தட்ப வெப்பம் அவர்களுக்கு ஒத்துவரவில்லை. எனவே, தொடர்ந்து கடற்காற்று வீசும் கிழக்குப் பகுதியைத் தங்கள் வாழிடமாகத் தெரிவு செய்தனர். பகல் முழுவதும் வெப்பச் சூட்டில் வாடியபின், மாலையில் கடற்கரையில் உலாச் செல்லும்போது அனுபவிக்கும் சுகம் பெரும் ஆறுதலளித்தது. வீடுகளில் விசாலமான மொட்டை மாடிகள் இருந்ததால், இரவு நேரங்களில் காற்று வாங்க வசதியாக இருந்தது (லெ மூாந்த்தி 1779: 634).

வெம்மையைத் தணிக்கும் முயற்சிகள்

ஃபிரஞ்சியர் வந்த புதிதில், புதுச்சேரி பகுதி முழுவதும் நீர் தளும்பும் குளங்களும் தென்னந்தோப்புகளும் மரங்களும் நெல்வயல்களுமாக இருந்தன. தனியாருக்குச் சொந்தமாக ஏராளமான தோப்புகளும், தோட்டங்களும் இருந்தன. லூயி கோட்டைக்குத் தெற்கில், கும்பினியின் தோட்டமும் ஒரு வீட்டுத் தோட்டமும் அதற்கடுத்து ஏசு சபை, கப்புசியன்கள் தோட்டங்களும் இருந்தன. பதினெட்டாம் நூற்றாண்டின் தொடக்கத்தில் ஆரம்பிக்கப்பட்ட நோயாளிக் கிடங்கு (மருத்துவமனை), நோயாளிகள் உடல் தேற்றும் ஓய்விடம் ஆகியனவும் தோட்டங்களால் சூழப்பட்டிருந்தன. சான்றாக, ஆனந்தரங்கப் பிள்ளைக்கு ஊருக்கு உள்ளேயும் வெளியேயும் குண்டுக் கிராமம், வழுதாவூர் கெவுனி, சாரம், கொசப்பாளையம், காட்டுமேடு, கோட்டைக்குப்பம், கிளிஞ்சிக்குப்பம், பிள்ளைச் சாவடி போன்ற பல இடங்களில் தோட்டங்கள் இருந்தன. எனவே தமிழகத்தின் உட்பகுதிகளைப் போல வெம்மையின் தாக்கம் கடுமையாக இருக்கவில்லை. இருந்தாலும், மார்ச் மாதம் முதல், ஜூலை மாதம் தென்மேற்குப் பருவக்காற்று தொடங்கும் வரை, புறச்சூழல் சாதகமாயிருக்கவில்லை. எனவே, அவர்கள் வீதிகளை நேர் நேராக்கி நகர ஒழுங்கைச் செம்மையாக்குவதில் காட்டிய அதே அக்கறையோடு, நிழல் தரும் மரங்கள் வளர்த்துப் பராமரிக்கவும் வேண்டுமென்று அரசு ஆணையிட்டது (ஆலாலசுந்தரம் 1999).

அரசினர் மாளிகைக்கு எதிரே இருந்த பரந்த திடலில் துய்ப்ளேக்சு அமைத்த செடி, கொடி போர்த்தியத் தோரணப் பந்தலும் வெப்பத்தைக் குறைக்கும் முயற்சியே. மரம் செறிந்த தோப்புகளுக்குள் வீடுகள் கட்டிக்கொண்டதன் விளைவாகச் சூடான சூரியக் கதிர்களின் தாக்கம் குறைந்தது. வீட்டு மனைகள் சிறிதாக இருப்பினும், வீடுகளின் முன்புறத்தில் தோட்டங்களை அமைத்தனர். வீட்டின் உட்பகுதிகளுக்குள்ளும் இலகுவாகக் காற்றுப் புகுந்து வரும் வண்ணம் உயரமான தளங்களும், பெரிய பெரிய சன்னல்களும் அமைத்தனர் (புர்தா 1995: 32–33).

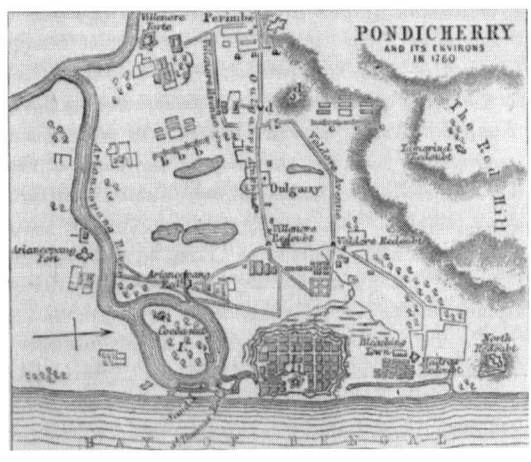

பழங்காலப் புதுவை

வயல்கள், குளங்கள்

கால்வாய்கள் ஆறு

ஏரிகள் – இயற்கை வளமிக்க பூமி

பங்க்கா என்னும் திரைவிசிறி

அரசு அதிகாரிகளும் செல்வந்தர்களும் அறையில் துணி விரிப்புகளைப் பரப்பினர். முரட்டுத் துணியாலோ, பிரம்புகளாலோ வேயப்பட்ட, பறவைகளின் இறக்கை விரித்தது போன்ற விசிறிகளை (பங்க்கா) விட்டத்தில் பொருத்தி, அவற்றை உள்ளேயோ, சன்னலுக்கு வெளியிலிருந்தோ அசைக்க ஆட்களையும் அமர்த்திக் கொண்டனர்.

திரை இறக்கை விசிறி வீட்டுக்குள்

வெளியில் விசிறி இழுப்பவர் அசதி போலும்!

இந்திய வணிகர்களும் செல்வந்தரும் இதே ஏற்பாட்டைத் தங்களின் வீடுகளில் பொருத்திக் கொண்டனர். ஆனந்தரங்கரின் வரவேற்பறையில் ஒரு இறக்கை விசிறி இருந்ததாகவும், விருந்தினர் வருகையின்போது வியர்க்காமலும் புழுங்காமலும் அது காப்பாற்றியதாகவும் அவர் எழுதியிருக்கிறார். கோடையின் தாக்கம் கடுமையானபோது, வீட்டின் பின்புறம் இருந்த தோட்டத்தை ஒட்டிய பெரிய வராந்தாவில் காற்றோட்டமாகப் படுப்பது அவரது வழக்கம். பாக்குக் கிடங்கில் தங்க நேர்ந்தால், கீழ்ப்புறச் சாலையில், காற்று வாங்கியவாறு மெத்தை போட்டுப் படுத்து ஓய்வெடுப்பதும் உண்டு (ஆலாலசுந்தரம் 1999).

இயற்கைச் சூழலை நாடி

நகரையொட்டி வில்லியனூர் வாயிலுக்கு அருகில் (தற்போதைய தாவிரவியல் பூங்கா) ஒரு பெரிய புளியந்தோப்பு இருந்தது. துய்மா, லெனுவா ஆகியோர் அங்குச் சென்று ஓய்வெடுத்தனர். ஒழுகரை சற்று மேடான பகுதி; நல்ல சுவையான நீராதாரமும் கொண்டிருந்தது. ஒழுகரை ஏரியின் மீது தவழ்ந்து, பச்சைப் பசேலென்ற வயல்களினூடே புகுந்து வரும் காற்று குளிர்ச்சியாக, இதமாக இருந்தது. இதனால், அடிக்கடி அப்பகுதிக்குச் சென்று தங்கினர். ஒழுகரையில் இராணுவத் தளபதி பராதிக்கும் ஒரு தோட்டமிருந்தது. ஆளுநர் துய்ப்ளேக்சுவும் அவரது மனைவியும், குடும்பத்தினரோடு அங்குச் சென்று விடுமுறையைக் கழிப்பது வழக்கமாயிருந்தது. சில சமயங்களில் இரண்டு மாதங்கள் கூட நீடித்துத் தங்கினர். குறிப்பாக உடல் நலம் குன்றியபோது, ஒழுகரையின் மேம்பட்ட இயற்கைச் சூழலைக் கருதியே, துய்ப்ளேக்சு உடலைத் தேற்றிக்கொள்ள ஒழுகரையில் தங்கினார் (ஆலாலசுந்தரம் 1999: 356).

தூய்மையான குடிநீருக்கு ஒழுகரை

புதுச்சேரியில் ஆளுநராயிருந்த துய்ப்ளேக்சுவிற்கு *(1735–1752)* ஒரு முறை உடல் நலம் குன்றியது. அவரைப் பரிசோதித்த மருத்துவர்கள் நோயாளிக் கிடங்கிற்குப் (மருத்துவமனை) போகச் சொன்னார்கள். ஆனால் அவர் மருத்துவமனைக்குச் செல்லாமல், ஒழுகரைக்குச் சென்று குணமானார். "துரையரவர்கள் ஒழுகரைக்குப் போனது எதனால் என்றால், இவ்விடத்தில் சரீரம் சொஸ்தம் இல்லை என்கிறதால், ஒரு மாசத்துக் காரியம் ஒழுகரையில் போயிருந்தால் அவ்விடத்திலே தண்ணீர் சவுகரியமாயிருக்கிறது என்று போனார்கள்" என்று ஆனந்தரங்கப் பிள்ளை குறிப்பிடுகிறார் (ஆரபி: ஜூன் 12, 1744). ஒழுகரை தண்ணீரின் தரம் பற்றி லெ மூாந்த்தியும் பாராட்டுகிறார். நகரின் மேற்கே, குன்றுக்கு முன்பாகச் சுவையான நீர் கிடைக்கிறது. இடையில் உள்ள தாழ்வான பகுதி நீர் அவ்வளவாக நன்றாக இல்லை. ஒழுகரை நீர் எனப்படும் இந்தத் தண்ணீர் ஒரு பெரிய தாடாகத்திலிருந்து வருகிறது. அதன் கரையில் ஒரு பெரிய கிணறு வெட்டி, அந்தத் தண்ணீர் ஐரோப்பியர்களின் வீடுகளுக்கு வழங்கப்படுகிறது (லெ மூாந்த்தி 1779: 528).

1760இல் புதுச்சேரி நிர்மூலமாக்கப்பட்டபின், அதன் மறுசீரமைப்புக்குத் திட்டமிட்ட ஆளுநர் லா தெ லொரிஸ்தானும் தலைமைப் பொறியாளர் புர்சேவும் தூய்மையான சூழல் கொண்ட ஒழுகரையில்தான் தங்கிக்கொண்டனர் (ஜெயசீல ஸ்டீஃபன் 1996: 46).

துய்ப்ளேக்சுவின் கட்டளை

ஃபிரஞ்சியரின் மனதுக்கு உகந்த மற்றோர் இடம் மொரட்டாண்டி. கடற்கரை மட்டத்திலிருந்து உயர்ந்திருந்த குன்றுப் பகுதியான மொரட்டாண்டி (கோரிமேடு) ஒரு மலை வாசத்தலத்தின் சுகத்தை ஃபிராஞ்சியருக்குக் கொடுத்தது. ஆகவே, அங்கு ஒரு தண்ணீர்ப் பந்தலை நிறுவியதோடு, துய்ப்ளேக்சு தனக்கென ஒரு நிரந்தர மாளிகையையும் கட்டிக்கொண்டார். மாரிக்காலத்தில், அக்டோபர், நவம்பர், டிசம்பர் மாதங்களில் அங்குச் சென்று தங்குவதை வழக்கமாகக் கொண்டார். தான் பெற்ற இன்பம்தன் சகதோழர்களும் பெற வேண்டுமென்று, கும்பினி வணிகர், அதிகாரிகள், செல்வந்தர்கள் அனைவரும் அங்குக் குடியேறவேண்டு மென்று அறிவித்தார். புதுச்சேரியைக் கைப்பற்ற முற்றுகையிட்ட தளபதி மன்றோவின் ஆங்கிலப்படை, தன் படைவீடு அமைக்க உகந்த இடமாக மொரட்டாண்டி பகுதியைத்தான் தேர்ந்தெடுத்தது. சென்னைப் பகுதியில் ஆங்கிலேயர் பரங்கிமலையை விடுமுறைத் தலமாக பயன்படுத்தியதைப் போல, மொரட்டாண்டி ஃபிரஞ்சியருக்கானது எனலாம் (ஆரபி: நவம்பர் 10 1743; டிசம்பர் 21, 1743).

மொரட்டாண்டி பகுதி பற்றி, லே மூாந்தியும் பதிந்திருக்கிறார்: நல்ல தண்ணீர் கிடைக்கும் ஒழுகரை தாண்டி, சிறு குன்றின் மேல் ஒரு பசுமையான பகுதி (மொரட்டாண்டி) ஒன்று உள்ளது. அதில் மரங்களால் அடர்ந்த தோப்பு ஒன்றும் உள்ளது. 270 அடி நீளமும் சற்றொப்ப அதே அகலமும் கொண்ட பெரிய தோப்பு அது. அதில் இருக்கும் ஒரே ஒரு மரம் மட்டும்

(ஆலமரம்) இந்தத் தோப்பையே அடைக்கும் அளவிற்குப் பரந்திருக்கிறது. அதன் நிழலும் அங்கு வீசும் தென்றலும் சேர்ந்து, காற்றின் சூட்டைத் தணித்துவிடுகின்றன. இந்தத் தோப்பைச் சுற்றிலும் பச்சை பசேலென்ற நெல் வயல்கள் சூழ்ந்திருப்பது மிகவும் ரம்மியமான காட்சி. இந்தச் சூழலில்தான், துய்ப்ளேக்சு ஆறேழு வாரங்கள் விரும்பி வந்து ஓய்வெடுப்பார் என்றார்கள். அதில் எனக்கு வியப்பேயில்லை. இந்தத் தோப்பும் அதைச் சுற்றியிருக்கும் பசுமைப் பரப்பும் உலகிலேயே மிகவும் வசீகரமான, மனதுக்கு உகந்த இடம் என்பதில் எனக்கு ஐயமேயில்லை (லெ மூாந்த்தி 1779: 533–534).

சாதகமான சூழலை நாடி

புதுச்சேரியின் தட்ப வெப்பம் தனக்கு ஒத்துவரவில்லை என்றும், எனவே தன்னைச் சந்திரநாகூருக்கு மாற்றி, அதையே ஃபிரஞ்சிந்தியாவின் தலைநகராக அமைத்துக்கொள்ளலாம் என்று துய்ப்ளேக்சு பாரிசுக்குப் பரிந்துரை செய்ததாகப் பிள்ளையின் (ஆரபி: ஜூலை 12, 1746) குறிப்பிலிருந்து தெரிகிறது. 1721–23, 1726–35ஆம் ஆண்டுகளில் புதுவைச் சூழலில் நெடுங்காலம் வாழ்ந்து பழக்கப்பட்ட ஆளுநர் லெனுவா கூடத் தன்னைப் பாரீசுக்குத் திரும்ப அழைத்துக்கொள்ளுமாறு பலமுறை கடிதம் மூலம் கும்பினி மேலிடத்தாரைக் கேட்டுக்கொண்டார்.

ஆனந்தரங்கப் பிள்ளையின் 1739 பிப்ரவரி 9ஆம் நாள் குறிப்பில், "முசியே லெனுவா அவர்களும் சீமைக்குப் போன பிற்பாடு, அவ்விடத்திலே ஆரோக்கியத்துடனே சரீரம் பூரிச்சு, நல்ல அழகிட்டு, இவ்விடத்திலே இருந்து போன பேருக்கு அவர் அடையாளம் தெரியாமே ஆகி இருக்கிறார் என்ற சேதியும்ராசஸ்ரீதுரையவர்கள்சொல்லக்கேள்விப்பட்டோம்"என்றுபதிந்திருப்பது ஓர் ஒப்புதல் வாக்குமூலம் என்றே கருதலாம் (ஆரபி: பிப்ரவரி 9, 1739).

மற்றோர் ஆளுநர் துய்மாவும், அதே கருத்தைக் கொண்டிருந்ததாகத் தெரிய வருகிறது. இந்திய வெப்பம் தனக்கு ஒத்துவரவில்லை என்றும், தாயகம் திரும்ப வேண்டும் என்றும் மூன்று நான்கு முறை ஃபிரஞ்சு அரசுக்கு துய்மா எழுதியதை, அவ்வரசின் அமைச்சரான ஓரி (Orry) என்பார் துய்மாவிற்கு எழுதிய கடிதத்தில் குறிப்பிட்டிருக்கிறார் (ஆரபி: ஜூலை 24, 1740).

திடமில்லாத ஐரோப்பியர்கள்

ஃபிரஞ்சியரின் கவலை நியாயமானதே; தட்ப வெப்பம் மட்டுமல்லாமல், உணவு முறைகளும் பொருந்தி வராததால் ஐரோப்பிய இளைஞர்கள் கூட நோஞ்சான்களாகவும் நோயாளிகளாகவும் காணப்பட்டனர். சூழ்நிலை ஒத்துக்கொள்ளாததால் வந்தவர்களில் பாதிப்பேர், காய்ச்சல் கண்டு இறந்துபோனார்கள். சாதாரணக் குடிமக்கள் மட்டுமல்லாது, இராணுவ வீரர்களும் திடகாத்திரமில்லாமல் இருந்தனர். "கும்பினிப் பணியாளர்களை அடையாளம் காண்பது சுலபம். ஒல்லியாய், வெளிறிய நிலையில், ஒடுக்கமாய் இருந்தவர்களின் கையில் வாள் மட்டும் இல்லாமலிருந்தால் அவர்களைக் குருமார்கள் என்று எண்ணியிருப்பேன். ஒரு காற்றடித்தால் போதும், விழுந்துவிடும் அளவிற்குப் பலவீனமாயிருந்தார்கள்", என்கிறார் ரொபேர் சால்

(Robert Challes 1690–1691). துய்ப்ளேக்சும் மற்ற ஆளுநர்களும், உள்ளூர் இளைஞர்களை இராணுவ சிப்பாய்களாகத் தெரிவு செய்ய அதுவும் ஒரு காரணமானது. *(மெலாங்கின் 2015: 34)*.

துய்ப்ளேக்சின் மனைவி மதாம் மூான், புதுச்சேரியில் பிறந்து, இந்தியச் சூழலில் வளர்ந்தவர்; தன் வாழ்நாளின் கடைசி சில வருடங்கள் வரை, இந்தியச் சூழலில் வாழ்ந்தவர். எனவே, மற்ற ஐரோப்பியர் போல, வெம்மையான தட்ப வெப்பநிலையில் வசிப்பது அவருக்குச் சிரமமாயில்லை. ஆனால், பாரிசுக்குப் போன பிறகு, குளிர்ச்சூழல் தாங்கமுடியாமல், கடுமையான நோய்வாய்ப்பட்டு, இரண்டே ஆண்டுகளில் இறந்துபோனது ஒரு நகைமுரண்தானே!

தூய்மையான சுற்றுப்புறம்

புதுச்சேரியின் வெம்மைச் சூழலால், வெப்பமண்டல நோய்களான காலரா, பிளேக், அம்மை போன்றவை தாக்காமலிருக்க சுற்றுப்புறத் தூய்மையிலும் ஃபிரஞ்சியர் கருத்தூன்றிச் செயல்பட்டனர். ஆளுநர் துய்மா அதை அரசாணையாகவே வெளியிட்டு நடைமுறைப்படுத்தினார்.

1739 ஜூன் 11ஆம் நாளிட்ட ஆணைப்படி, "கடற்கரையோரம் முதலில் சம்பாக் கோவிலுக்குத் தெற்காகப் போகின்ற உப்புக்கழியோரம் வரையும், பட்டணத்திற்குள் வீதிகளிலேயும் ஆராகிலும் மல உபாதை களுக்குப் போகிறதென்றால் ஆறு பணம் அபராதம் வாங்குகிறது. அந்த ஆறு பணத்தில் இரண்டு மல உபாதைக்குப் போகிறவனைப் பிடித்துக் கொடுப்பவனுக்கும் மற்ற நாலு பணம் சாவடிக்கும் போகும்" என்றானது. மாசுபடுத்துவோருக்குத் தண்டம் விதித்ததோடு, அவரைக் காட்டிக் கொடுப்போருக்கும் ஊக்கத்தொகை வழங்கியதையும் கவனத்திற்கொண்டால், தங்களின் சுகாதாரம் பற்றி ஃபிரஞ்சியர் எத்துணைத் தீவிரமாயிருந்தனர் என்பது புலப்படும் *(ஆரபி: ஜூன் 11, 1739)*.

சுவை உணவைவிட சுற்றுச்சூழலே முக்கியம்

பன்றிக்கறி வெள்ளையருக்கு விருப்ப உணவாயினும், பன்றிகள் வாழிடங்களில் திரிந்துகொண்டு அசுத்தம் செய்வதை அவர்கள் விரும்பவில்லை. ஆளுநர் லெரி, இதுபற்றிப் பிள்ளையிடம் பேசுகையில், "வாசல்படியின் (கெவுனி) இரு பக்கங்களிலும் மேடாக்கி நீர்மட்டம் போட்டிருக்கின்றோமே அதிலாவது, அல்லது குண்டு சாலையிலாவது பன்றிகள் மேயக்கண்டால் அவற்றைக் கொன்று எடுத்துக்கொள்வோம். அல்லாமல், பன்றி வளாப்போருக்கு அபராதம் விதித்து, தண்டனையும் கொடுப்போம் என்று தமுக்குப் போடச் சொல்லியிருக்கிறேன்" என்று குறிப்பிட்டதிலிருந்து இது புரிய வருகிறது *(ஆரபி: ஜூலை 12, 1756)*. இந்த ஆணையைக் கண்டிப்புடன் செயல்படுத்தும் அதிகார அமைப்பாக 'சுகாதார ஆணையம்' ஒன்றும் அமைக்கப்பட்டது. கடல் வணிகம் மூலம் மக்கள் தொடர்பு அதிகமானதால், சுத்தமான பழக்க வழக்கங்களைப் பற்றிய விழிப்புணர்வு பரப்புவதும் புறத் தூய்மையைப் பராமரிப்பதும் அதன் முக்கியப் பணிகளாயின *(ஆரபி: ஆகஸ்டு 13, 1756)*.

காடுகளின் மீது அக்கறை

நகரைச் சுற்றிலும் குறுங்காடுகளும் இருந்தன. அவற்றில் வாழும் மான்கள், பன்றிகள், நரிகள் போன்ற வனவிலங்குகளை வேட்டையாடுவது ஐரோப்பியருக்கு விருப்பமான பொழுதுபோக்கு. ரங்கப்ப திருவேங்கடம் பிள்ளை நாட்குறிப்பில், பிராமணன் ஒருவன் மலைப்பாம்பிடமிருந்து தப்பி வந்த செய்தி உள்ளது. அதே போல், ஒரு நடன நிகழ்ச்சியில் தாசி ஒருத்தி, மலைப்பாம்பைக் கழுத்தில் சுற்றியவாறு நடனமாடியிருக்கிறார். பிறிதோரிடத்தில், பிள்ளை – லெரி இடையிலான உரையாடலின்போது, "வெள்ளவாரியை அடைக்க வேண்டுமாம், காட்டையெல்லாம் வெட்டிப்போட்டிருக்கிறார்களாம். அப்படி வெட்டாதவாறு ஒழுங்கு பண்ணச்சொல்" என்று கூறுகிறார். இதன் மூலம் புதுச்சேரியின் புறநகர்ப் பகுதிகள் இயற்கை வளம் சூழ்ந்த காடாயிருந்ததும், அதை அழிக்க விடாமல் அரசு கருத்தூன்றியதும் புலனாகிறது (ஆலாலசுந்தரம் 1999).

தொன்றுதொட்டே வனப்பரப்பு

அத்துடன், காலாப்பட்டு முழுதும் வனப் பகுதியாயிருந்ததால், அங்கிருந்த மரங்களை வெட்டி நகர நிர்மாணத்திற்குப் பயன்படுத்தி னார்கள் என்று பதிவுகள் காட்டுகின்றன. தற்போது காலாப்பட்டு வட்டாரத்திலுள்ள புத்துப்பட்டு ஐயனார் கோயில், ஒரு பழங்கால வனப்பகுதிக்குள் அமைந்திருப்பதே, அப்பகுதி தொன்றுதொட்டு வனப்பரப்பாயிருந்தமைக்குச் சான்றாகும். புதுச்சேரியின் இயற்கைச் சூழல் பற்றிய தனியான இலக்கியச் சான்றுகள் இல்லையெனினும், நல்லூர் நத்தத்தனார் இயற்றிய 'சிறுபாணாற்றுப்படை' இக்கடலோரப் பகுதியைப் பற்றி விரிவாக வர்ணிக்கிறது. அதில் கூறப்பட்டுள்ள ஐவகை நிலங்களில் முல்லை, மருதம், நெய்தல் நிலங்களின் விளக்கங்கள் புதுச்சேரிப் பகுதிக்கும் பொருந்தும் என்று கொள்ளலாம்; புதுச்சேரியில் இயங்கி வரும் ஃபிரஞ்சு ஆராய்ச்சி நிறுவனம், பழைய தரவுகளை ஆராய்ந்து தயாரித்த வரைபடத்தில், 17ஆம் நூற்றாண்டு வாக்கில் சோழ மண்டலக் கரையோரம் முழுதும் வெப்ப மண்டலக் குறுங்காடுகள் பரவியிருந்ததாகக் காட்டப்பட்டுள்ளமை நோக்கற்குரியது. குறிஞ்சியும், பாலை மட்டுமே இன்றைய புதுச்சேரிக்குள் இல்லை. செஞ்சிப் பகுதியில் குறிஞ்சியும், திண்டிவனம் பகுதியில் பாலையும் பரவியிருந்ததைக் கணக்கிட்டால், பண்டைய ஃபிரஞ்சிந்தியப் பகுதி ஐவகை நிலங்களின் தொகுப்பே எனலாம் (கடம்பன் 1996).

மர்த்தேன் காலம் தொடங்கி, ஃபிரஞ்சியர் புதுச்சேரியை விட்டு நீங்கும் வரை, ஆங்கிலேயர்களால் இடிக்கப்பட்ட நகரை, அவர்கள் இரண்டு முறை மீட்டெடுக்க வேண்டியதாயிற்று; அமைதி திரும்பிய போதெல்லாம் வளர்ச்சியில் கருத்தூன்றியதோடு, சுற்றுப்புறத் தூய்மையையும் இயற்கை வளம் பேணலையும் சூழல் மேம்பாட்டையும் மையமாகக் கொண்டே செயல்பட்டனர் (ஜெயசீல ஸ்டீஃபன் 2018).

3.3: பதினெட்டாம் நூற்றாண்டின் வாழ்க்கைத் தரம்

மர்த்தேன் காலத்தில், நகரத்தில் வெள்ளையர் – இந்தியர் என்ற பாகுபாடின்றி சேர்ந்தே வாழ்ந்தனர். பெரிய வாய்க்காலும் இல்லை. எனவே, வடமேற்குப்

பகுதியிலும் வட கிழக்குப் பகுதியிலும் அவர்கள் கலந்தே வாழ்ந்தனர். ஈசுவரன் கோயிலை ஒட்டி, ஆனால் தனித்தெருக்களில், பிராமணர்களும், நெசவாளர்களும் குடியிருந்தனர். ஐரோப்பியர்களுக்காகப் புதிய வீடுகள் கட்டும்போது, அவை கடற்கரையை ஒட்டி, ஃபிரான்சு வீதி என்ற புதிய பகுதியில் (தற்போதைய துய்மா வீதி) அமைக்கப்பட்டன. இதுவே வெள்ளையர் நகரம் உருவாவதற்கு முன்னோடியாகும். அப்பகுதியை ஒட்டி முஸ்லிம்களின் வீடுகளும் இருந்தன. இந்தியர் வீடுகள் அப்புறப்படுத்தப் பட்டு, குறுக்குச்சுவர் ஒன்றை எழுப்பி, பெரிய வாய்க்காலை வடக்கில் நீட்டித்து வெள்ளையர் – கறுப்பர் நகரம் என்ற பிரிவினை நிரந்தரமானது பிந்தைய நிகழ்வே.

தோப்புகள், வயல்கள், குளங்களுடன் புறநகர்ப்பகுதிகளின் தோற்றம் சற்றே மாறுபட்டிருந்தது. உழவர், சாணார், செக்கு ஆட்டுவோர், கூலித்தொழிலாளர்கள் ஆங்காங்கே வசித்தனர். கிராமப்புறங்களில், பரந்த குறுங்காடுகளுக்கிடையே பச்சைப் பசேல் என்ற வயல் சூழ்ந்த வெளிகளுடன் இயற்கைச் சூழல் நிலவியது. ஏரிகளும் குளங்களும் பாசன நீர்த்தேவையைப் பூர்த்தி செய்தன. மீனவர்களின் குடியிருப்புகள் நகரின் தெற்கு, வடக்குக் கடற்கரையோரங்களில் சிறு தொகுதிகளாக இருந்தன.

17ஆம் நூற்றாண்டின் இறுதியில் சுமார் 200 ஃபிரஞ்சியர் இங்கு இருந்தனர். அவர்களுள் முக்கால் பங்கிற்குமேல் ஐரோப்பாவிற்குத் திரும்பிச் செல்ல மனமில்லாதவர்கள் என்று கப்ரியேல் துய்வால் கூறுகின்றார். மேல்மட்டப் பிரபுக்களும் அதிகாரிகளும் தண்மைச் சூழலுக்கு ஏங்கியபோதும், சாதாரண ஐரோப்பியக் குடிமகனின் புதுச்சேரி வாழ்க்கை சுகமாகவே விளங்கியது என்பதே அதன் உள்ளுறையாகும் (மொரே 2004; மெலாங்கின் 2015).

தொழில் வளம்

தொழில் முறையில், நகரப்பகுதியில் நெசவுத்தொழிலே முக்கியமா யிருந்தது. புதுச்சேரி துறைமுகமாக விளங்கியதால், எப்போதும் பரபரப்பாகவே இயங்கியது. முரட்டுத் துணி, நீலத் துணி, அச்சடித்த துணி, சன்னத் துணி, வங்காளப் பட்டு, செம்மரம், தேக்கு, மிளகு, ஏலக்காய், இலவங்கம், அரிசி, உப்புக்கட்டி, கலைநயமிக்க பீங்கான் பாத்திரங்கள், சிறு கிளிஞ்சல்கள் போன்றவை ஏற்றுமதியாயின. வெள்ளி, இரும்பு, ஈயம், பவளம், மது வகைகள், கண்ணாடி, வெடி மருந்து, துப்பாக்கிகள், பீரங்கிகள் போன்றவை இறக்குமதியாயின. போர்க்காலத் தேவைகளுக்காக யானைகள், குதிரைகளும் பெருமளவில் வரவழைக்கப்பட்டன (ஆலாலசுந்தரம் 1999: 292–293).

கிராமங்களில் வேளாண்மையே முக்கியத் தொழில்; நெல், கரும்பு, உளுந்து, பாசிப்பயறு, துவரை, எள், பருத்தி, ஆமணக்குடன், அன்னாசி, எலுமிச்சை, மா, பலா, வாழை போன்ற பழ வகைகளும், கத்தரி, பூசணி, பாகல், சுரை, வெண்டை, புடல், பரங்கிக்காய், வெள்ளரி போன்ற காய்கறிகளும் பயிரிடப்பட்டன. நகரைச் சுற்றிலும், ஊரகப் பகுதிகளிலும் தென்னை, பாக்குத் தோப்புகளும் வெற்றிலைத் தோட்டங்களும் வணிக முக்கியம் பெற்றிருந்தன. புதுச்சேரி பகுதியே, கிராமியச் சாயலில் திகழ்ந்ததால் பனை மரங்கள் பரவலாக இருந்தன (ஜெயசீல ஸ்டீஃபன் 2018; மொரே 2020).

கிராமப்புறக் காட்சிகள்:
மரம் செறிந்த மண் பாதை

கிராமவாசிகள் – இயல்பான தோற்றம்

ஓலைக் குடிசை

வெட்ட வெளியில் சமையல்

இயல்பான தோற்றத்தில் உழைப்பாளிகள்

பெண்களும் குழந்தைகளும்

ஒடுக்கப்பட்ட குடிசைவாசிகள்

குயவர்கள்

எம்.பி. இராமன்

ஏழைக் குடியானவன்

மூலிகை வைத்தியர்

சாது

ஊருக்கு வெளியில் கூடாரத்தில் குறவர்கள்

தெருவோரத் தின்பண்டக் கடை

கடைத்தெருக்கள் (அங்காடிகள்) (ஜெயசீல ஸ்டீஃபன் 2018: 230–234)

ஐரோப்பியர் வருகைக்கு முன்னர், நெசவாளர் கிராமமாக இருந்த போதே இங்கு கடலோரப்பகுதியில் தென்கிழக்கில் ஒரு கடைத்தெரு இருந்திருக்கிறது. 1693இல் டச்சுக்காரர்கள் நுழைந்தபோதே, இராணுவ முகாமுக்கு அருகில் ஓர் அங்காடி அமைக்கவேண்டும் என்று செஞ்சி நிர்வாகி நிபந்தனை விதித்திருந்தார். அவர்கள் திட்டமிட்ட நகர வரைபடத்திலும், இரண்டு அங்காடிகளுக்கு இடம் ஒதுக்கியிருந்தனர். ஃபிரஞ்சியர் திரும்ப வந்தபின், 1714 வாக்கில் கிழக்கில் ஐரோப்பியர் அதிகம் வாழ்ந்த பகுதியில், லூயி கோட்டைக்கு வடக்கிலும் தெற்கிலுமாக இரண்டு கடைத்தெருக்கள் இயங்கின. மசூதி அருகிலும் ஒரு பழைய கடைப்பகுதி இருந்தது. இந்தியர் அதிகம் வாழ்ந்த தென்மேற்குப் பகுதியில் அரசே ஓர் அங்காடியை அமைத்து, கடைகளைக் கட்டி வாடகைக்கு விட்டிருந்தது. 1769இல் சாவடிக்கு மேற்கில் 43 கடைகளுடன் பெரிய கடை தொடங்கப்பட்டது; 1773இல் கூடுதலாக 42 கடைகளுடன் அது விரிவாக்கப்பட்டது. பெரிய அங்காடியில், கண்ணாடிப் பொருட்கள், பார்வைக் கண்ணாடிகள், கடிகாரங்கள் போன்ற இறக்குமதிப் பொருட்களே பெரும்பாலும் விற்கப்பட்டன.

வெள்ளையர் பகுதிக்கு அருகில் அமைக்கப்பட்ட சின்னக் கடை 1773 முதல் இயங்கியது; இதில் அரசு கட்டிய கடைகளுடன், அது ஒதுக்கிய மனைகளில் வணிகர்களும் கடைகள் கட்டிக்கொண்டனர். ஐரோப்பியர்களுக்கான பொருட்களை மட்டுமே சில கடைகள் விற்பனை செய்தன. மர வகைகள், இரும்பு மரச் சாமான்கள், தங்க, வெள்ளி நகைகள், துணி வகைகள், தோல் பொருட்கள், நூல் கண்டுகள், பட்டு, காகிதம், வாசனைப் பொருட்களான புனுகு, ஜவ்வாது போன்றவற்றின் தேவைகளை சின்னக்கடை பூர்த்திசெய்தது.

வெள்ளையர் குடியிருப்புக்குள், பள்ளிவாசல் அருகில் ஒரு கடைத்தெரு பின்னாளில் வந்தது. அது மொத்த, சில்லறை வணிகத்திலும், இந்தியப் பொருட்களோடு, இறக்குமதிப் பொருட்களின் விற்பனைக்கும் பிரபலமானது. அரிசி, மது வகைகள், உலோகங்கள், ஒப்பனைப் பொருட்கள், அலங்காரப் பொருட்கள், பீங்கான் கண்ணாடிப் பாத்திரங்கள், போதைப்பொருளான அபின், தேயிலை, பன்னீர் போன்றவை விற்பனையாயின; போர்க் காலங்களில், குதிரைகளும் விற்கப்பட்டன.

இவையன்றி, ஆண்டுதோறும் பத்து நாட்கள் நடைபெறும் ஈசுவரன் கோயில் தேர்த் திருவிழா, மாசி மகம், கம்மாளரின் ஆறு நாள் கிண்ணித் தேர் விழா, மார்கழியில் பெருமாள் கோயில் உற்சவம் போன்ற நாட்களில், மகாநாட்டார் ஆதரவுடன் தெருவோரக் கடைகளும் களைகட்டின. விற்பனையை மேற்பார்வையிட ஒரு கணக்காளரும் இருப்புகளைச் சோதனையிட ஒரு மணியக்காரரும் பாதுகாப்பிற்காக கொத்தவால் (Kotwal) ஒருவரும் அரசின் சார்பில் அங்காடிகளை நிர்வகித்தனர் (ஜெயசீல ஸ்டீஃபன் 2018).

காலை முதல் மாலை வரை (பிஷார் 1988)

வானியல் அறிஞர் லெ ழாந்த்தியின் நூல் மூலமும் (லெ ழாந்த்தி 1779: 635) கிறித்தவப் பிரச்சாரகர் ஃபௌஷேவின் (Fr. Fauchet) படங்களின்

தொகுப்பிலிருந்தும் நாட்குறிப்புகளிலிருந்தும் நகரின் அன்றாட வாழ்க்கையை ஒருவாறு யூகிக்க முடிகிறது. காலை முதல் மாலை வரை கூலித் தொழிலாளர்களும் இசைக் கலைஞர்களும் களியாட்டக் கலைஞர்களும் நடமாடிக் கொண்டேயிருந்தனர். தொடக்கத்தில் ஒரே ஒரு கடைத்தெரு என்பதால் எப்போதும் சந்தடி மிகுந்தேயிருந்தது. ஒரு சில தெருக்களே இருந்தன. தெருவின் ஒரு முனையிலிருந்து மறுமுனைக்குப் போவதற்கு வேலைக்காரர்கள், முன்னால் சென்று கூட்டத்தை விலக்கிவிட்டால்தான் முடியும். நெசவாளர் தெருவில், தறிகள் வீதிகளை அடைத்துக் கொண்டிருந்தன. செவ்வாய்க்கிழமைகளில் கூடிய வாரச் சந்தை, சுமார் முப்பதாயிரம்பேர் கூடுமளவிற்குப் பிரபலமாயிருந்தது. சரக்கை ஏற்றிவரும் மாட்டு வண்டிகளின் போக்குவரத்தால் துறைமுகப்பகுதி எப்போதும் பரபரப்பாக இயங்கியது.

தின்பண்டக் கடைப் பெண்கள், முடிதிருத்தும் நாவிதர், மூலிகைப் பையுடன் வைத்தியர், பூம் பூம் மாட்டுக்காரர்கள், பாம்பாட்டிகள், கூடை விற்கும் குறவர் ஆகியோர் பல்வேறு இடங்களில், நிலையாகவோ, இடம் மாறிக்கொண்டோ பிழைப்பைக் கவனிப்பர். மீனவப் பெண்கள்

தேவதாசியர்

தாசியரின் பொழுதுபோக்கு நிகழ்ச்சி

கூடைகளில் மீன்வகைகளைக் கொண்டுவந்து விற்றுவிட்டுப் போவர். பயேதர் (Bayedere) எனப்பட்ட தாசியர் வீதிகளில் நடனமாடிக்கொண் டிருப்பர். இரவில் ஆங்காங்கே தீப்பந்தங்கள் ஒளிவீசிய போதும், விழாக் காலங்கள் தவிர்த்து, ஏனைய நாட்களில் நடமாட்டம் குறைந்தே காணப்படும்.

கிராமங்களில் தென்பட்டவை பெரும்பாலும் கூரைவீடுகளே. நகரிலும், சற்றே வசதியானவர்களும் ஐரோப்பியரும் மட்டுமே கல் வீடுகளைக் கட்டிக்கொண்டனர். கோயில், குடும்ப விழாக்காலங்களில் ஆட்டம், பாட்டம் கொண்டாட்டம் என்று ஊரே களைகட்டியிருக்கும். திருவிழாக்களின் போது தீவட்டிகளின் வெளிச்சத்தில், வாண வேடிக்கைகள் முழங்க, தாசியர்

நகரத் தெரு

நடனத்துடன் உற்சவ மூர்த்திகளின் பல்லக்குப் பவனியும் தேர் வலமும் நடக்கும்; மக்கள் கூட்டம் அலை மோதும் (பிஷார் 1988).

வானியல் அறிஞர் லெ ழாந்தி (1779) பதிவுகள்

உழைப்பும் திறமையும்

கல்லில் செதுக்கப்பட்ட சங்கிலி

"இந்தியர்கள் உழைப்புக்கு அஞ்சாதவர்கள்; உண்பது சிறிதளவே எனினும், நாள் முழுதும் வேலை வாங்கப்படுகிறார்கள்; அவர்களது திறமை அசரவைக்கிறது; ஒரு சுத்தியையும் சம்மட்டியையும் உளியையும் வைத்துக்கொண்டே பெரிய பெரிய பாராங்கல்லைக் கூட பிசிறில்லாமல் அழகாக உடைத்துவிடுகிறார்கள்; அடிப்பக்கத்தில் ஆறடி சுற்றளவுடன், 24 அடி உயரமான தூண்களை, அசாத்தியப் பொறுமையுடன் கலை நயத்தோடு செய்துவிடுகிறார்கள். கல்லால் செதுக்கப்பட்ட சங்கிலி சிதம்பரம் கோயிலில் உள்ளது. கருங்கல்லில் நீண்ட சங்கிலியைச் செய்வதைப் பற்றி அயல் நாட்டவர் கூறும்போது, அவர்கள் ஏதோ மாயம் செய்து, கல்லைக் கூழாக்கி, வளையமாக்கிச் செருகி, பின் உறையவைப்பதாகக் கூறுகிறார்கள். எகிப்து பிரமிடுகளையும் ஐரோப்பியச் சிற்பக் கலையையும் பற்றி சிலாகிப்போர், இந்தியர்களின் கலை நேர்த்தியைக் கண்டால் தங்கள் கருத்தை மாற்றிக் கொள்வார்கள். பொற்கொல்லரும் கொத்தனாரும் கல்தச்சரும் பரம்பரையாகப் பெற்ற கொடை அது" என்கிறார். வேளாண்மை பற்றி, "இந்தியர்கள், வயல்களில் நீர்பாய்ச்சி, அது ஊறியதும், எருதுகளையும் எருமை மாடுகளையும் நடக்கவிட்டு, அதைத் தங்கள் கால்களால் மிதித்துச் சேறாக்கி (சேடை), நாற்று நடுகிறார்கள்" என்று குறிப்பிடுகிறார் (லெ ழாந்தி 1779: 44). சுழன்றும் ஏர்ப் பின்னது உலகம்" என்று வள்ளுவர் ஈராயிரம் ஆண்டுகளுக்கு முன்பே கூறியிருப்பதால், ஏர்-கலப்பை பற்றி ஏன் குறிப்பிடவில்லை என்று தெரியவில்லை.

பாம்பை வசப்படுத்தும் பாமரன்

பாம்பாட்டிகளின் திறமை ஐரோப்பியர்களை மிகவும் வியப்பிலாழ்த்தியிருக்கிறது. 'நச்சுப் பாம்புகளைக் கூட அச்சமில்லாமல் கையாள்கிறார்கள்; அவன் ஊதும் மகுடிக்கு ஏற்ப அது ஆடுகிறது; சமயத்தில் அதன் தலையில் ஒரு தட்டுத் தட்டினால், நாக்கை நீட்டிக் கொத்துவதுபோல் சீறுகிறது; ஆனால், கடிப்பதில்லை; பாம்புக் கடியால் பலர் உயிரிழந்திருப்பது உண்மைதான். ஆகவே, அவன் மந்திரம், தந்திரம் செய்கிறான் என்பதை நான் நம்பமாட்டேன். தைரியத்தை வரவழைத்துக்கொண்டு, நான் கூட ஒரு பாம்பைத் தொட்டுப்பார்த்தேன்; தலையைத் தூக்கிப் படத்தை விரித்த பாம்பு, தனது நாக்கை நீட்டியது; அது என் மேல் பட்டது; ஏதும் ஆகவில்லை' என்கிறார் லெ ழாந்தி (1779: 115).

நடை, உடை, பாவனை

ஆடை அணிமணிகளில் கிராம, நகர்ப்புற வேறுபாடு நன்றாகவே தெரிந்தது. கும்பினி வணிகர்களுக்குச் சீருடைபோல் தனி அங்கி உண்டு. உடலை மறைக்கும் மேலாடையுடனும் கால்களைச் சுற்றிக்

கட்டிய வேட்டியுடனும் தலைப்பாகையுடனும் இடுப்பில் ஒரு அரைக் கட்டுமாக, சற்று வித்தியாச மாகவே உலவினர். துபாசிகளுக்குத் தனி ஆடை வடிவமே உண்டு. நீண்ட வெள்ளை அங்கி, வெள்ளைத் தலைப்பாகை, காதில் வளையம், தோளில் துண்டு, இடையில் கச்சை, சங்கிலியில் இணைத்துச் செருகப்பட்ட குறுவாள், தங்கப் பூண் போட்டக் கைத்தடி என்பது அவர்களது சீருடை. அதுவன்றி தகுதிக்கேற்ப விரல்களில் வைர மோதிரங்களும் பளபளக்கும். அதேபோல், தமிழர் தலைவராக நியமிக்கப்படுபவருக்கும், அப்பதவிக் கான அடையாளங்களான அரிகை, கைத்தடி, சிரோப்பாக்கள் அளிக்கப்பட்டன. கிராமவாசிகள், ஆடம்பரமில்லாமல் எளிமையாக ஒரு வேட்டி, ஒரு துண்டு மட்டுமே அணிந்து காணப்பட்டனர். கிராம நகரத் தமிழ்ப் பெண்கள் எல்லோரும் சேலை அணிந்தனர். ஆனால், நடுத்தர வர்க்கத்தவர், மேட்டுக் குடியினர் மட்டுமே ரவிக்கை அணிந்தனர் (ஆலாலசுந்தரம் 1999).

துபாசி சீருடையில் திருவேங்கடப் பிள்ளை

அந்தக் காலத்திலேயே ஆயத்த ஆடைகள் ஏற்றுமதி

ஒரு முறை, ஆனந்தரங்கப் பிள்ளையிடம் மதாம் துய்ப்ளேக்சு பேசிக்கொண்டிருக்கும்போது, ஆயிரம் கமிசு சலவை, ஒன்பதரை நெடு முழத்தில் தைக்க வேண்டும் என்று ஏற்பாடு செய்யச் சொல்கிறார். அவரே தொடர்ந்து, 500 கமிசும் சேர்த்துப்போடு என்கிறார். அதை மதாம் வெளிநாடுகளுக்கு ஏற்றுமதி செய்ததாகவும் பிள்ளை குறிப்பிடுவதிலிருந்து, துணியை வெட்டித் தைத்து 'கமிசு' வாக மாற்றி விற்பனை செய்தது தெரிய வருகிறது. பிறிதோரிடத்தில், துய்ப்பினாம் என்ற வியாபாரி, 1000 வராகனுக்குக் காங்குப் புடவை (துணி) நெய்து, அதைக் கமிசாகத் தைக்க வேண்டும் என்றும், கமிசை மசுக்கரைக்கு (மொரிசியஸ்) அனுப்பினால் நல்ல விலை கிடைக்கும் என்றும் கூறுகிறார். ஆக, புதுச்சேரியில் ஆயத்த ஆடை தயாரித்து, விற்பனை செய்யும் வழக்கம் அன்றே நிலவியதை உணரலாம்.

ஐரோப்பியர்கள், மேற்கத்தியப் பாணியில் சட்டையும் அதை உள்ளிட்ட முழுக்கால்சட்டையும் அணிந்தனர். தலையில் தொப்பியும் இருந்தது. பெண்கள் கவுன் என்ற நீண்ட மேலாடை அணிவது வழக்க மாயிற்று. கிரேயோல்களான கலப்பினத்தவர், சட்டைக்காரர்கள், தொப்பிக்காரர்கள் என்ற அடைமொழிகளுக்கேற்ப, நடை, உடை, பாவனைகளில் ஐரோப்பியர்கள் போலவே நடமாடினர். மாலை நேரங்களில், கடற்கரைத் திடலில், "அந்தி இசை நேரம்" என்ற பெயரில் கலைநிகழ்ச்சிகளைத் துய்ப்ளேக்சு நடத்தினார்.

நாளடைவில், நகரம் வளர்ந்து, விரிவடைந்தபோது, மக்கள் நடமாட்டம் மிகுந்து, ஆரவாரமும் நெரிசலும் அதிகரித்தது. உரசும் தோள்களும் துருவும் பார்வைகளும் நெருங்கிவரும் முகங்களுமாக முழு நகரமும் உயிர்ப்புடன் இயங்கியது (பிஷார் 1988).

பயணங்கள் (ஆலாலசுந்தரம் 1999: 288,323; ஜெயசீல ஸ்டீஃபன் 2018: 238–240)

பொது மக்கள் குறைந்ததூரப் பயணங்களைக் கால்நடையாகவே மேற்கொண்டார்கள். தொலைதூரப் பயணங்களுக்கு மாட்டு வண்டி பயன்பட்டது. மூடி போட்ட பெட்டி வண்டிப் பயணம் செல்வந்தர்களுக்கே உரித்தாயிற்று. வண்டிகளிலும் மாடுகள், உள்ளூர்க் குதிரைகள் மீதும் பொதிகள் ஏற்றிச் செல்லப்பட்டன. விழுப்புரம், செஞ்சி வழியாக ஆர்க்காடுக்கும், அங்கிருந்து சோளிங்கர் வழியாகத் திருப்பதிக்கும் புவனகிரி வழியாக சிதம்பரத்திற்கும் அங்கிருந்து சீர்காழி, தரங்கம்பாடி வழியாகக் காரைக்காலுக்கும் வில்லியனூர் வழியாக வாலிகண்டபுரத்திற்கும், அரியாங்குப்பம், கிருமாம்பாக்கம், செல்லஞ்சேரி, தூக்கணாம்பாக்கம், குருவிநத்தம் வழியாகக் கூடலூருக்கும் மொரட்டாண்டி, திருக்கழுகுக் குன்றம், கோவளம், மயிலாப்பூர் வழியாக மதராஸ் பட்டணத்திற்கும் தரைவழிப் பயணம் மேற்கொண்டனர். சென்னைப் பயணம் பல நாட்கள் பிடித்ததால், பயணத்தைச் சீர்படுத்தவும் வழியில் பாதுகாப்புக்காகவும் 31 இடங்களில், காவல் நிலையங்கள் நிறுவப்பட்டன. ஒவ்வொன்றிலும் பத்துப் பேர் வீதம் 310 சிப்பாய்களும் சேவகர்களும் நியமிக்கப்பட்டனர்.

தரை வழியில் பல ஆட்சிப் பகுதிகள் குறுக்கிட்டதால் நீர் வழிப்பயணமே வசதியாகவும் பாதுகாப்பாகவும் இருந்தது. கடல் வழியாக, கடலூர், மரக்காணம், பரங்கிப்பேட்டை போன்ற அண்மைப் பகுதிகளுக்குக் கட்டுமரம், படகு, சலங்கிலும் காரைக்கால், சென்னை, சூரத், சந்திரநாகூர் ஆகிய ஊர்களுக்கும் அயல் நாடுகளுக்கும் கப்பலிலும் பயணம் செய்தனர். கால்நடைப் பயணத்தின்போது பெண்ணையாறு, புதுச்சேரியாறு (செஞ்சியாறு) குறுக்கிட்டால், படகுகள் மூலம் கடப்பது வழக்கம். மாகிக்குத் தரை வழியாக 12 நாட்களும் கடல் மூலம் 23 நாட்களும் பிடித்தன. சென்னையிலிருந்து ஒன்றரை நாளில் கப்பல் வந்து சேர்ந்தது. அதுவே, கோவாவிற்குச் செல்ல 27 நாட்களானது (ஜெயசீல ஸ்டீஃபன் 2018).

நகரத்தில், மர்த்தேன் சூரத்திலிருந்து கொண்டுவந்த ஆறு உயர்ரகக் காளை மாடுகள் பூட்டிய வண்டியில் வலம்வருவதில் பெருமகிழ்ச்சி கொண்டார். செல்வாக்கானவர்களும் உயர் அதிகாரிகளும் மட்டுமே அரசு அனுமதி பெற்றுப் பல்லக்குச் சவாரி செய்ய முடிந்தது. தூளிகளையும் தூக்கு நாற்காலிகளையும் ஆளுநர் துய்ப்ளேக்சு அடிக்கடி பயன்படுத்தினார். அதிகாரிகள், குதிரை அல்லது ஒட்டகம் ஏறிப்போனார்கள். உள்ளூர்க் குதிரைகள் பொதி சுமக்க மட்டுமே பயன்பட்டதால், பயணங்களுக்காக அரேபியக் குதிரைகள் மத்தியக் கிழக்கிலிருந்து இறக்குமதி செய்யப்பட்டன. அந்நாளில், அதிவேக வாகனம் அரேபியக் குதிரைதான் (ஆலாலசுந்தரம் 1999).

பல்லக்கு பற்றிக் குறிப்பிடும் லெ ழாந்த்தி இது ஒரு மெத்தென்ற இருக்கை (சோஃபா) போன்றதே; பகல் நேரப் படுக்கை என்றும் சொல்லலாம். ஐந்து, ஆறு அங்குல விட்டமுள்ள இரண்டு மூங்கில் கழிகளில் இதைக் கட்டி, இருக்கைக்கு மேலே ஒரு கவிகை போன்ற மூடியும், பக்கங்களில் திரைச் சீலைகளும் தொங்கவிட்டால் பல்லக்குத் தயார் என்கிறார். இது சாமானியர்களின் தயாரிப்பு; செல்வந்தர்களும், உயர் அதிகாரிகளும் பளபளக்கும் திரைச் சீலைகளும் வெள்ளி மணிகளும்

பல்லக்கு

கூண்டு வண்டி

கட்டுமரம்

யானை சவாரி

சலங்கு

தொலைப் பயணத்துக்குக் கப்பல்

கொண்ட ஆடம்பரமான பல்லக்குகளை வடிவமைத்துக் கொண்டார்கள் (லெ மூாந்த்தி 1779: 538).

யானைப் பயணம் பெருமையின் சின்னமானது. துய்ப்ளேக்சுவிடம் 12 யானைகள் இருந்தன. ஒரு யானையை அதன் கம்பீரமான தோற்றத்திற் காகவே 20,000 ரூபாய் கொடுத்து வாங்கி, அதற்கு வெள்ளியாலான முகப்படாம் மாட்டி அழகு பார்த்தார். செல்வாக்கான மனிதர்கள் ஒரு யானையையாவது வைத்திருப்பதைக் கவுரவமாகக் கருதினர். அவை உலாவுவதற்காக வீடுகளில் தனியிடம் ஒதுக்கிப் பாகன்களை நியமித்துப் பராமரித்தனர். அலங்கரிக்கப்பட்ட யானைகள் ஊர்வலங்களின் முன் செல்லும்; திருவிழாக்களில், பார்வையாளர்களுக்குக் களிப்பூட்டும்.

அயல் நாட்டுப் பயணம்

அயல் நாடுகளுக்குப் பாய்மரக் கப்பல்கள் மூலம் மட்டுமே பயணம் செல்லமுடிந்தது. பாரிசிலிருந்து பயணக் காலம், காற்றின் திசை, வேகம், புயல், மழையைப் பொறுத்து, எட்டு முதல் பதின்மூன்று மாதங்கள் பிடித்தது. சான்றாக, தளபதி லல்லி தொலாந்தலின் வருகை இயற்கைப் பேரிடர்களால் ஒரு வருடம் தாமதமாயிற்று (இராமசாமி 1992).

தகவல் பரிமாற்றம்

எழுத்து வடிவிலான தகவல்கள் ஆட்கள் மூலம் நடையாகவோ, குதிரை, ஒட்டகம் மூலமோ அனுப்பப்பட்டன. இவற்றை எடுத்துச் செல்லும் நபர்கள், காசிதுகள் அல்லது அரக்காரர்கள் எனப்பட்டனர். கமுக்கமான அரசியல் செய்திகளுக்குப் பட்டமார்கள் என்றழைக்கப்பட்ட பிராமணர்களை மிகவும் நம்பினர். அவர்களுடன் பாதுகாவலர்களும் சென்றனர். அயல் நாட்டுச் செய்திகள் கப்பல்கள் மூலம்தான் கிடைத்தன. 1789 ஜூலை ஃபிரஞ்சுப் புரட்சி வெற்றி பெற்ற செய்தி, 1790ஆம் ஆண்டு பிப்ரவரி மாதம்தான் கப்பல் மாலுமிகள் மூலம் தெரியவந்தது. இதனால் நிகழ்வுகள் முடிந்த பின் வந்து, முக்கியத்துவம் இழந்த செய்திகள் பல.

அரசின் அறிவிப்புகள்

உள்ளூர் மக்களுக்கான அரசின் முக்கிய அறிவிப்புகள் வாய் மொழியாகவே அறிவிக்கப்பட்டன. ஒரு தமுக்கடிப்போன் தெரு முனையில் நின்று, தமுக்கடித்து ஒலி எழுப்பினால், ஏதோ அறிவிப்பு வரப்போகிறது என்று மக்கள் கூடுவர். ஓர் இந்திய உதவியாளர் வந்து நிற்பார். தொடர்ந்து ஃபிரஞ்சு அதிகாரி ஒருவர் குதிரை மேல் வருவார். வந்தவர் கீழே இறங்காமல், ஓர் அறிக்கையைப் படிப்பார். அந்த உதவியாளர் அதைத் தமிழிலோ, தெலுங்கிலோ மொழிபெயர்த்து உரக்கச் சொல்வார். இதே செய்தி மற்ற இடங்களிலும் தமுக்கடித்துச் சொல்லப்படும். சில நேரங்களில், அவை தமிழ், ஃபிரஞ்சு, பெர்சியன் மொழிகளில் கையால் எழுதப்பட்ட அறிக்கைகளாகக் கோட்டை வாயிலிலும் கடைத்தெருவிலும் ஒட்டப்படும் (ஆலாலசுந்தரம் 1999).

கல்வி வளர்ச்சி

முறையான கல்விமுறையும் கல்விக்கூடங்களும் இல்லாத நிலையில், ‘திண்ணைப் பள்ளிக்கூடங்கள்’ வழியே சிறுவர்கள் கல்வி

பயின்றார்கள். மிகவும் செலவில்லாத ஆரம்பக் கல்விமுறை என்று இதைப் பாராட்டிய ஆங்கிலேயர், தமது நாட்டிலும் இந்த இந்திய முறையைப் புகுத்தியதால், ஏனைய ஐரோப்பிய நாடுகளைவிட விரைந்த கல்வியறிவைப் புகட்ட முடிந்தது. ஐரோப்பிய மாணவர்களுக்கு மட்டும் லத்தீனும் தத்துவமும் கற்றுத் தரப்பட்டன. *(தாவிதன்னுசாமி 2019)*

திண்ணைப் பள்ளிக்கூடம்

தமிழறிந்த சான்றோர்கள், பண்டிதர்கள் ஆகியோர் தங்களின் வீட்டுத் திண்ணைகளிலேயே மாணவர்களுக்குத் தமிழ் இலக்கணம், இலக்கியம் ஆகியவற்றில் புலமை பெறும் வகையில் கற்பித்தனர். இத்தகையக் கல்வி முறை ஃபிரஞ்சியர் வருவதற்கு முன்பிருந்தே இயங்கியது. அவர்களது நிர்வாகமும் இதை அங்கீகரித்து, ஆசிரியருக்கு மதிப்பூதியம் நிர்ணயித்து, நிதிக்கொடையும் வழங்கியது.

பத்தொன்பதாம் நூற்றாண்டில், அரசு சார்பில் முறையான பள்ளிக் கல்வி தொடங்கும் வரையில், திண்ணைப் பள்ளிக்கூடம்தான் தலையாய கல்விக்கூடமாக இருந்தது. ஓர் ஆசிரியர் தனது வீட்டுத் திண்ணையிலோ, மரத்தடியிலோ, கோயில் மண்டபத்திலோ மாணவர்களை அமரவைத்துக் கற்பிக்கும் முறை, ஏறக்குறைய பண்டைய குருகுல முறை போன்றதே. ஒரே ஆசிரியர் பல வயது மாணவர்களுக்கு எண்ணறிவும், எழுத்தறிவும் கற்பித்தார். ஒரு சில மாணவர்கள் சில காலம் கற்றுக்கொண்டபின், அவர்கள் புதிய மாணவர்களுக்குச் சொல்லிக்கொடுப்பார்கள். அவர்கள் சொல்வதை, மற்றவர்கள் திருப்பிச் சொல்வார்கள். இதனால், தான் கற்ற கல்வியை நினைவுபடுத்திக்கொள்ளும் வாய்ப்புக் கிடைக்கிறது; புதியவர்கள் படிக்கவும் முடிகிறது; ஆசிரியரது வீட்டில் பாடம் படிக்கையில், உயர் சாதி மாணவர்கள் மேலேயும் மற்றவர்கள் தரையிலும் அமர்ந்துகொள்வார்கள். பின்னாளில், மகாபாரதம், இராமாயணம், பகவத் கீதை, பஞ்ச தந்திரக் கதைகள் போன்றவை கற்பிக்கப்பட்டன. முதலில் மணலில் எழுதி எழுத்துக்களைக் கற்றுக்கொண்டபின், ஓலைச்சுவடியில் எழுத்தாணி கொண்டு எழுதத் துவங்குவார்கள். பின்னர்தான் காகிதப் பயன்பாடு வழக்கத்திற்கு வந்தது *(உ.வே. சாமிநாதய்யர் 1950; என் சரித்திரம்: 75).*

லெ ழாந்த்தி கண்ட திண்ணைப் பள்ளிக்கூடம்

‘குறைந்த அளவு இந்தியர்களே கல்வி கற்றிருந்தார்கள். தெருவில் நடந்து போகும்போதே ஆங்காங்கே, மரங்களின் நிழலில், சிறுவர்கள் வரிசையாக அமர்ந்துகொண்டு, கயிறால் இணைக்கப்பட்டப் பனை ஓலைக் கத்தைகளைக் கையில் வைத்துக்கொண்டு, ஓர் எழுத்தாணியால் அதில் எழுதிக்கொண்டிருப்பதைக் காணலாம். அவர்கள் முதலில் முணுமுணுத்துவிட்டு, பின்னர் உரக்கப் பாடம் சொல்வார்கள். கையில் பிரம்புடன், ஒரு பிராமணர் அவர்களுக்குக் கற்பிப்பதோடு, தேவைப்படும்போது திருத்துவார். பெண்கள் இங்கு வருவதில்லை. அவர்களுக்கு மதம் சம்பந்தமான சங்கதிகளை மட்டும் வீட்டுக்குள் சொல்லிக் கொடுப்பதோடு சரி’ *(லெ ழாந்த்தி 1779: 109).*

ஃபிரஞ்சிந்தியாவில் நடந்த திண்ணைப் பள்ளிக்கூடம் பற்றிய காட்சிகள் பாரிசில் 1827இல் பதிப்பிக்கப்பட்ட ஓவியத் தொகுப்பு ஒன்றிலும்,

1887இல் ஆளுநர் எதுவார் மானே (Édouard Manès, 1886–1888) எடுத்த ஒளிப்படத் தொகுப்பிலும் காணப்படுகின்றன (இராமதாசு 2017).

பண்பாட்டுக் கூறுகள்

பண்பாடு என்பது நிலம் சார்ந்தது. நிலம் என்றால் வெறும் மண் அன்று. நிலப்பகுதியில் வாழும் மக்கள், அவர்கள் பேசும் மொழி, அவர்களுடைய உற்பத்திப் பொருட்கள், அவர்களின் பல்வேறு வகையான கருவிகள், புழங்குப் பொருட்கள், இசை – கலை – இலக்கிய வெளிப்பாடுகள், வாய்மொழி மரபுகள் எல்லாம் சேர்ந்ததற்குப் பெயர்தான் பண்பாடு (தொ. பரமசிவன் 2020). பண்பாட்டுக் கூறுகள், தனி மனிதன், குடும்பம், சமூகம் சார்ந்தவை என்று வேறுபடுவன. பழக்கம் என்பது தனி மனிதனின் ஒழுக்கம்; வழக்கம் என்பது சமூக ஒழுக்கம்; அதுவே மரபு சார்ந்து, வாழையடி வாழையாய், தலைமுறைகளைத் தாண்டி வரும்போது, சடங்காக நிலைபெற்றுவிடுகிறது. இவை அனைத்துக்கும் அடிநாதமாக இருப்பது நம்பிக்கை. வழக்கங்களும் வழக்காறுகளும் ஒவ்வொரு நாட்டிற்கும் மதத்திற்கும் இனத்திற்கும் தனித்துவமானவை.

ஆனந்தரங்கப்பிள்ளையின் நாட்குறிப்பில், தந்தைக்கும் மகனுக்கும் இடையேயான உறவு, பெரியவர்களை மதிக்கும் பண்பு, பெரியவர்களுக்கு வணக்கம் செய்தல், கோவில் திருவிழாக்கள், பழக்கவழக்கங்கள், சடங்குகள் பற்றிப் பதிந்துள்ளார். பழமையில் ஊறிப்போயிருந்த பதினெட்டாம் நூற்றாண்டின் இந்தியச் சமுதாயம், சமூகப் பண்பாட்டுக் கூறுகளைத் தவறாமலும் ஈடுபாட்டுடனும் கடைபிடித்தது. எலுமிச்சை, பூச்செண்டு, பழங்கள் தந்து வாழ்த்துக் கூறுவது, பிறந்த குழந்தையை வாழ்த்துவது, பதினாறாம் நாளன்று பெயர் சூட்டுவது, பிறந்த நாளைப் பேர் நாள் என்று கொண்டாடுவது, அழைப்பிதழ்களில் மஞ்சள் தடவுதல், பெண் குழந்தைகள் பூப்பெய்தல் (ருது சாந்தி கலியாணம்), திருமணத்திற்கு முன் பெண், மாப்பிள்ளை பார்ப்பது, பந்தக்கால் நடுவது, மாப்பிள்ளை, பெண் ஊர்வலம், தாலி கட்டுதல், வளைகாப்பு (சீமந்தக் கலியாணம்), பாக்கு வெற்றிலை கொடுத்து மரியாதை செய்வது போன்றவை அன்றும் வழக்கமாயிருந்தன (ஜெயசீல ஸ்டீஃபன் 2018: 495–496).

திருமணங்கள்

திருமணங்கள் சூரியன் மறைந்தபின் முன்னிரவிலோ, உதயத்திற்கு முன்பு அதிகாலையிலோ நடந்தன. மண வீட்டாரின் தகுதியைப் பொறுத்து, ஐந்து நாள் முதல் இரண்டு வாரம் வரை திருமணச் சடங்குகள் நீடித்தன.

சுங்கு சேஷாசல செட்டியாரின் பெண்கள் இருவருக்கு நடைபெற்ற திருமண ஊர்வலத்தையும் திருமணம் நடைபெற்ற முறையையும் ஆளுநர் அத்திருமணத்துக்கு வந்திருந்ததையும் ஆனந்தரங்கப் பிள்ளையின் நாட்குறிப்பு மூலமாக அறிய முடிகிறது. "இந்தக் கலியாணத்திற்கு இற்றை நாள் (9–6–1746) வியாழக்கிழமை சாயங்காலம் ஆறு மணிக்குத் துரையவர்கள் முசே துய்ப்ளேக்சு, அவர்கள் பெண்சாதியும், மதாம் தெப்ரமேனி, இவர்களெல்லாம் வந்து அரை நாழிகை (12 நிமிடம்) உட்கார்ந்து, பிறகு எழுந்திருந்து வீட்டுக்குள்ளே முதல் கட்டிலே போய், மாப்பிள்ளையையும் பெண்ணையும் பார்த்துவிட்டு, மறுபடியும் பந்தலிலே

வந்து உட்கார்ந்து, மேசையிலே உட்கார்ந்து தித்திப்புச் சாப்பிட்டு அரை நாழிகை இருந்து, பிற்பாடு புறப்பட்டு வளவு போய்விட்டார்கள். வருகையிலே 21, உட்காரச்சே 21, சாப்பிடச்சே 21, எழுந்திருக்கச்சே 21 குண்டு சுட்டார்கள் (பீரங்கி முழக்கம்). துரையவர்கள் வந்தபடியினாலே வெகுமானப் பணம் துரையவர்களுக்கு ஆயிரம், மதாமுக்கு நூறு அந்தரங்கத்திலே கொடுத்துவிட்டுப் பந்தலிலே பாக்கு வெத்திலை, பன்னீர், புஷ்பம் மாத்திரம் கொடுத்தார்கள்.” என்று விவரிக்கிறார். திருமணத்திற்கு வரும் மதிப்பு மிக்கவர்களுக்கு, வெகுமானம் தருவது, மரியாதை செய்வது முதலியன அன்றைய நடைமுறையாக இருந்தது.

இறுதிச் சடங்குகள்

இறந்தவர்களைப் புதைத்தல் அல்லது எரியூட்டுதல், மறுநாள் பால் தெளித்தல், தீட்டு நாட்கள், கருமகாரியம் செய்தல் எல்லாம் இன்று நடப்பதைவிடவும் அக்கறையோடு செய்யப்பட்டன. ஐரோப்பியர்கள் ‘டோலி’ எனப்படும் தூளியில் பிணங்களைக் கல்லறைக்கு எடுத்துச் சென்று, அடக்கம் செய்தனர். இந்துக்களின் சடலங்கள் மயானத்திற்குப் பல்லக்கில் எடுத்துச்செல்லப்பட்டன. ஒருவர் இறக்கும் தருவாயில், ஜீவப்பிராயச்சித்தம் என்ற சடங்கு செய்யப்பட்டது. இப்போது இது பற்றி விவரம் ஏதும் தெரியவில்லை (ஆலாலசுந்தரம் 1999: 335).

தமிழர்–ஐரோப்பியர் உறவு

ஐரோப்பியரின் மதம் வேறு, கலாசாரம் வேறு என்பதால் அவர்களை மனமார ஏற்றுக்கொள்ள இந்திய மனம் மறுத்தது. பறங்கியர் என்றால் மது அருந்துவர்; கறியும் மீனும் விரும்பி உண்பர்; எவ்விதக் கிலேசமும் இல்லாமல் வைப்பாட்டிகளை வைத்துக்கொள்வர்; எல்லோர் முன்னிலையிலும் மனைவியைத் திட்டுவர்; எல்லாவிதமான தீய பழக்கங்களும் கொண்டு தரங்கெட்டு நடப்பவர் என்ற எதிர்மறை பிம்பம் ஆழப் பதிந்திருந்தது. ஆகவே, ஐரோப்பியர்களைத் தவிர்த்ததோடு அவர்களையும் தீண்டத்தகாதவர்களாகவே பாவித்தனர்; பழகுவதையும் வெறுத்தனர். ஐரோப்பியர் யாரேனும் வீட்டுக்கு வந்து போனால், தீட்டாகக் கருதி பரிகாரம் செய்தனர் (மொரே 1998).

உணவுப்பழக்கம்

இந்துக்கள், குறிப்பாக, சைவப் பிள்ளைமார், வெள்ளாளர்கள் தீவிரமான சிவபக்தர்கள்; சைவர்கள். தமிழர்களுக்கு அரிசியே முக்கிய உணவாயிற்று. பழைய சோறும், ஊறுகாயும்தான் காலை உணவு. ஏகாதசி போன்ற சிறப்பான நாட்களில் செல்வாக்கானவர் வீடுகளில் இட்லி, தோசை செய்யப்படும். மாமிசம் ஒறுத்து, மரக்கறி உணவு மட்டுமே உண்பதும் மது அருந்தாமையும் கண்ணெனப் போற்றிய வாழ்வியல் நெறிகள். தீண்டத்தகாதவர் என்ற பிரிவினரை இந்துக்கள் வெறுப்பதற்கு இதுவும் ஒரு காரணமானது.

துய்ப்ளேக்சுவின் ஆதங்கம்

ஆனந்தரங்கப்பிள்ளையிடம் உணவுப் பழக்கங்களைப் பற்றி பேசும்போது, துய்ப்ளேக்சுவிற்கு மாமிச உணவின் மீதான ஆழமான

வேட்கையும் வெளிவந்தது. "தமிழர் உணவு சாப்பிடக்கூடியாதா? மிருகங்கள்தாம் அதைச் சாப்பிடும். வெறும் காய்கறிச் சாப்பாட்டை மனிதன் தின்பானா? முகமதியரின் புலவாவது தேவலாம். ஆனாலும், எங்கள் உணவைப்போல் உலகத்திலேயே இல்லை. அதை ஒரு மேசையின்மேல் அடுக்கிவைத்து, மனைவி, மக்களோடு ஆயாசமாகச் சாப்பிடுவதுதான் உண்மையான இன்பம். நெடுநாள் பழகிய பின்பும், மாமிசம் உண்பதையும் மேசை மேல் சாப்பிடுவதையும் தங்கள் வழக்கத்திற்கு எதிரானது என்றுதானே தமிழர்கள் நினைக்கிறார்கள். எங்கள் வழக்கத்தை நிந்தித்துப் பறையரோடல்லவா எங்களைச் சமன் என்கிறார்கள்" என்று ஆதங்கப்பட்டார் (ஆரபி: ஏப்ரல் 4, 1753).

குடும்ப அமைப்பு

இந்தியர்கள் கூட்டுக் குடும்பமாக வாழ்ந்தனர். குடும்பத்தில் யாரேனும் மதம் மாறினால் அவரைப் பெற்றோரும் உறவினரும் மொத்தச் சாதியினரும் புறக்கணித்தனர். சாதிக்குள் மட்டுமே திருமணம் நடந்ததால் கலப்பினத்தவர்களுக்குக் குடும்பம் அமைவது கடினமாயிற்று. மதம் மாறிய பிறகு உணவுப் பழக்கமும் மாறியது; தீவிர சைவர்களா யிருந்தவர்கள், கறியும் மீனும் உண்ணத் தொடங்கினர். இதைக் குறிப்பிட்டு, 'ஒரு துண்டு கறிக்கும் ஒரு குவளை ஒயினுக்கும் மதம் மாறிவிட்டார்கள்' என்று கேலி செய்யப்பட்டனர் (மினி தாமஸ் 2015).

இந்தியர்கள் சமமல்ல

மர்த்தேன் காலத்திலேயே துளிர்விட்ட இந்த வெறுப்பு, ஐம்பதாண்டுகளுக்குப் பிறகும் மாறவில்லை; இதில் ஐரோப்பியரும் குற்றவாளிகளே. இந்தியர்களைத் தங்களுக்கு ஈடானவர்கள் என்று அவர்கள் எப்போதும் கருதியதில்லை. ஆனந்தரங்கர், தானப்பர், கனகராயர், திருவேங்கடம் போன்றோரை அவர்கள் அணுக்கமாய் வைத்துக்கொண்டது கூட, அரசியல், பொருளாதார ஆதாயம் கருதியே; சமத்துவம் பேணியல்ல. வந்த நாள் முதலே தங்களைத் தனிமைப்படுத்திக்கொண்டதாலும், தொடர்ந்து இந்தியர்களைப் பாகுபாடாக நடத்தியதாலும் அவர்களது ஆதிக்க நோக்கம் தெளிவாகத் தெரிந்தது (மெலாங்கின் 2015: 107–108).

வீடுகளை அகற்றியும் அகழி வெட்டியும் வாய்க்காலை நீட்டியும் குடியிருப்புகளைக் கறுப்பர், வெள்ளையர் பகுதிகள் என்று திட்டமிட்டுப் பிரித்துப்போட்டபோது, இரு சாராருக்கும் ஏற்கனவே மனத்தளவில் இருந்த கீறல், வீறலாகி, விரிசலாகிப்போனது.

3.4: நம்பிக்கைகளும் நாட்டு நடப்பும்

வரலாற்றுப் பதிவுகளிலிருந்து, பண்டைய ஃபிரஞ்சிந்தியத் தமிழ்ச் சமுதாயம், ஒரு கட்டுப்பாடான, கடவுள் நம்பிக்கை மிகுந்த, இந்து தர்மத்தைப் பின்பற்றும் குழுவாகவே இயங்கி வந்ததைக் காணலாம். விஜய தசமியன்று, வணிகர்கள் தங்களது கணக்குப் புத்தகங்கள், எழுது பொருட்கள் ஆகியவற்றைப் பூசை செய்தனர். சைவர்கள் நெற்றியில் திருநீறு அணிந்தனர்; வைணவர்கள், பெரியவர், சிறியவர் அனைவரும், திருமண் எனப்படும் நாமம் இட்டுக் கொண்டனர்; அவர்கள் தங்களது கணக்கு, கடிதம் ஆகியவற்றை 'ஶ்ரீராம ஜெயம்' என்று எழுதியே தொடங்கினர்.

வைணவர் – நாமம்

சைவர் – திருநீறு

இந்துக்களுக்குச் சோதிடம், சகுனம், நேரம், நாள் ஆகியவற்றில் அபார நம்பிக்கை இருந்தது. பாக்கு, வெற்றிலைக்குப் பெரிய முக்கியத்துவம் தரப்பட்டது; அது கவுரவச் சின்னமாகக் கருதப்பட்டது. வீட்டுக்கு வரும் விருந்தினர்களுக்கு வரவேற்பு, குடும்ப நிகழ்ச்சிகளுக்கு அழைப்பு, பரிசளிப்பு, சீர்வரிசை என்று, அவை இல்லாமல் எதுவும் இல்லை என்றாயிற்று. ஐரோப்பாவில் நெய்யப்பட்ட, வண்ண வண்ணக் கம்பளிச் சால்வைகள் (*Ecarlate*) வரவழைக்கப்பட்டு, முக்கிய பிரமுகர்கள் சார்ந்த எல்லா நிகழ்ச்சிகளிலும், 'சகலாத்து' என்ற பெயரில் வழங்கப்பட்டன (ஆலாலசுந்தரம் 1999).

ஒரு பஞ்சமி உத்திராட நட்சத்திரத்தன்று ஆனந்தரங்கப் பிள்ளையின் தம்பி திருவேங்கடம், அவரது மனைவி காளத்தி அம்மாள், மகன் அப்பாவு, அவரது பிள்ளைகள் அனைவரும், திருவேங்கடபுரம் சாவடிக்குச் சென்று ஆச்சாரியாரிடம் தீட்சை பெற்றுக்கொண்டார்கள் என்கிறார் பிள்ளை. இதிலிருந்து, ஆண், பெண் அனைவரும் தீட்சை பெற்றுக்கொள்ளும் வழக்கம் இருந்தது புலனாகிறது (ஆரபி: மே 27, 1743).

அம்மை நோயும் அம்மன் அ(ம)ருளும்
(ஆலாலசுந்தரம் 2001: 153–154)

ஆழ்ந்த இறை நம்பிக்கையைத் தாண்டிய, அதீத தெய்வ பக்தியினால் எழுந்த மூடநம்பிக்கைகளும், அவர்களை ஆட்டிப் படைத்தது. 1756 டிசம்பர் மாத வாக்கில் தமிழகப் பகுதிகளில் கடும் பஞ்சமும் வைசூரி என்னும் பெரியம்மை, பிளேக், கடும் காய்ச்சல் ஆகிய நோய்களும் கடுமையாகத் தாக்கின. போதுமான ஊட்டமின்றிப் பலவீனமாயிருந்த மக்கள், கொள்ளை நோய்களுக்கு இரையாகிக் கொத்துக் கொத்தாகச் செத்து வீழ்ந்தனர். ஆர்க்காடு, வேலூர், லால்பேட்டை வட்டாரங்களில் மட்டுமே 10–15 ஆயிரம் பேர் பலியாயினர். ஆர்க்காட்டில் முகாமிட்டிருந்த ஆங்கிலேயரில் பாதிப்பேரும் நவாபு குடும்பத்தைச் சேர்ந்த அப்துல் வகாப் கான், நவாபு முகமது அலியின் தாயார், அவருடைய இரண்டு மகன்கள், இரண்டு மகள்களும் மரணமடைந்தனர் (ஆரபி: டிசம்பர் 26, 1756).

அம்மனின் கோபமா?

கொள்ளை நோய்களின் காரணம் புரியாத அந்நாளில், பாமர மக்கள் இது தெய்வக் குற்றம் என்று நம்பினர். அதனால் மாரியம்மனின்

சாபத்தால்தான் அம்மை நோயின் தாக்கம் வீரியமாயிருந்தது என்ற கருத்து ஆழமாக ஊறி ஊரெங்கும் பரவியது. அது பல்வேறு வதந்திகளாகவும் உருவெடுத்து மக்களை மருட்டியது.

விநோதமான கற்பனைகள் (ஆரபி: டிசம்பர் 16, 26, 29, 1756)

ஆர்க்காட்டில் ஒரு நிகழ்ச்சி

ஆர்க்காட்டில், ஒருவரின் கனவில் கடம்பை அம்மன் தோன்றி, நான் அனைவரையும் கொன்றுபோடவே வந்திருக்கிறேன். நான் போக வேண்டுமானால், ஒரு யானை, 10 குதிரை, 100 ஆட்டுக்கிடா, 50 எருமைக்கிடா பலி கொடுக்க வேண்டும். அத்துடன் மது, மாமிசம், 100 பானை சோற்றுப் படையல் காணிக்கையும் வேண்டும் என்று கூறியதாகச் செய்தி வந்தது.

ஓர் அம்மன், குதிரை, யானைகளுடன், தீ வட்டி ஏந்திய ஆட்கள் புடை சூழ, மேளதாளத்துடன் மைசூரிலிருந்து புறப்பட்டு, கடலில் குளியல் போடுவதற்காக வந்து கொண்டிருப்பதாகவும், அது வரும் வழியில் திருவண்ணாமலையில் தங்கியிருப்பதாகவும் செய்தி பரவியது. முதல் வதந்தியை விட இன்னொரு வதந்தி சற்றுக் கொடூரமாயிருந்தது. பகல் நேரத்தில் அம்மன், மரக்கிளைகளில் வெளவால் போல் தொங்கிக்கொண்டு, மனிதர்களைக் கொன்று போடுவதாகவும் இரவில் வெட்டவெளிகளில் திரிவதாகவும் அப்போது உள்ளூர்த் தேவதைகள், நாங்கள் இங்குக் காவலிருக்கும்போது நீ எப்படி இங்கு வரலாம் என்று சண்டை போடுவதாகவும் விடிந்து பார்த்தால், எங்கு பார்த்தாலும் ரத்தமாய் சிந்திக் கிடக்கிறது, புளிய மரத்தில் யானை, குதிரைகளின் தலைகள் தொங்குகின்றன என்ற புரளி, நோயை விட வேகமாகப் பரவியது.

புதுச்சேரியிலும் ஒரு நிகழ்வு

நாலா திசைகளிலிருந்தும் வதந்திகள் கிளம்பிக்கொண்டிருந்த சூழ்நிலையில், புதுச்சேரியிலும் ஒன்று கிளம்பியது. வில்லியனூரில் இருந்து ஆனந்தரங்கப் பிள்ளையின் நண்பர் அய்யப்பிள்ளை ஒரு நிகழ்வைக் கடிதம் மூலம் அவருக்கு விவரித்திருந்தார்.

"ஒரு நாள் மதியத்தில், தெற்கிலுள்ள சுந்தர விநாயகர் கோயிலில் அம்மனே நேரில் வந்திருப்பதாகக் கேள்விப்பட்டு நாங்கள் போய் வணங்கினோம். அப்போது, சாமியாடிய ஒருத்தி, "நாங்கள் மொத்தம் ஐந்து பேர். அதில் நான்கு பேர் தெற்கில் போயிருக்கிறார்கள். நான் இங்கே வந்திருக்கிறேன். இன்னும் ஒரு நாழிகைக்குள் பட்டுப்புடவை, வளையல், கொலுசு, பொட்டு, ஒரு கூடை மாவும் வரவேண்டும். இல்லையேல் இந்தக் கிராமம் என்னவாகும் என்று பார்த்துக்கொள்ளுங்கள்" என்று அருள்வாக்குக் கூறியது. ஒரு நாழிகைக்குள் எப்படி நகை செய்ய முடியும், அதற்கு மூன்று நாளாகுமே! வேண்டுமானால் பணமாகக் தருகிறோம் என்று பக்தர்கள் தங்களது சங்கடத்தை விளக்கினர். அப்படியானால், மூன்று நாள் தங்கி வாங்கிக் கொள்கிறேன் என்று தங்கிவிட்டது. அதுமட்டுமல்லாமல், நான் தான் ஏம்பலம் ரெட்டி மகன் வெங்கடாசலபதி, அம்மனாக வந்திருக்கிறேன் என்று கூறிக்கொண்டு வந்திருக்கிறாள். நாங்கள் என்ன செய்வது, என்று பிள்ளையிடம் யோசனை கேட்டார்.

பிள்ளையின் எதிர்வினை

பிள்ளையும் ஒரு அதீத பக்திமான் என்றாலும், இந்த நடப்பு சற்றே விநோதமாகப் பட்டது. அவர் தனது பதிலாக, "இதுவரை அம்மன் கனவில் வந்ததாகத்தான் கேள்விப்பட்டேன். இப்போது நிசத்தில் வந்திருப்பதாகக் கூறுவதால், நீங்கள் புண்ணியம் செய்தவர்கள்; தேவர்கள் ஆகிவிட்டீர்கள். ஆனால், அம்மனுக்கு மூன்று தனங்களும், இரண்டு பிறப்பு உறுப்புகளும் இருக்கும் என்று கேள்விப்பட்டேன். நீங்கள் அதுபோல் இருக்கிறதா என்று சோதித்துப் பார்த்துக்கொள்ளுங்கள்" எனக் கிண்டலாகப் பதிலனுப்பினார்.

சாதாரணமாக, ஐரோப்பியர்கள் இத்தகைய நிகழ்ச்சிகளை நம்புவதில்லை. அதனால், ஒரு வெள்ளைக்காரர் ஓர் 'அம்மனை' அழைத்து மிரட்டி விசாரித்தார். நான் ரெட்டி வீட்டு வேலைக்காரி; என் மீது அம்மன் அருள் வந்து இறங்கியதால்தான் வந்திருக்கிறேன் என்றாள். உடனே, அவளை அடித்துப்போட்டு, ஒரு சேவகனை அழைத்து அவளை ஆற்றுக்கு அப்பால் விரட்டி விட்டார். கூட வந்த ரெட்டியும் ஓடிப்போய் விட்டார். அப்பாவி மக்களின் அச்ச உணர்வைக் காசாக்கும் யுக்தியே இது.

மயிலத்திலிருந்து ஒரு புரளி

அடுத்த வதந்தி மயிலத்திலிருந்து வந்தது. ஒரு நாள் மாலையில் பக்தர்கள் முருகப்பெருமானை வணங்கிக் கொண்டிருக்கும்போது, நான்கு ரெட்டிகள் மேல் அம்மன் வந்து இறங்கிவிட்டாள். 'படைத்த நெய்வேத்தியத்தை விநியோகிக்க வேண்டாம். அப்படியே வையுங்கள். எல்லோரும் கையில் உள்ள பணத்தைக் கேளிக்கைக்குக் காணிக்கையாகக் கொடுங்கள் என்று அம்மன் கூறியது. இரவு முழுவதும் கேளிக்கைகள் நடந்தன. விடிந்ததும், என்னைப் புதுச்சேரியில் அடித்து விட்டார்கள். ஆகவே நான் அங்குப் போகமாட்டேன். அவர்களைப் பழிவாங்க இரும்பால் செய்த இரண்டு தேரையும், இரண்டாயிரம் அரக்கர்களையும் அனுப்பப் போகிறேன். இன்னும் ஒன்பது வருடம் நாடாள வந்திருக்கிறேன். இந்த நாடே என்னுடையது' என்று கூறியதோடு, யானை, குதிரை களுடன் ஊர்வலம் வருவதுபோல் பாசாங்கு செய்தது. மேலும், 'எல்லோரும் அறுவடை மகசூலில் பாதியை மட்டும் எடுத்துக்கொள்ளுங்கள்; மீதியை எனக்குக் காணிக்கையாகக் களத்திலேயே விட்டுவையுங்கள்; என்னை நம்பாமல் வீம்பு பேசினாலோ, நடக்க மறுத்தாலோ ரத்த வாந்தி எடுத்துச் சாவீர்கள்' என்று எச்சரித்தது. கூட்டத்தில் நின்றிருந்த பிரம்மச்சாரி ஒருவனை அழைத்து, திருமணம் செய்துகொள் என்று பணமும் கொடுத்தது.

செத்த மாடு பிழைத்தது

மக்கள் மிரண்டுபோன நிலையில், ஒரு ரெட்டியின் வீட்டுக் கொட்டிலில் கட்டிய மாடுகள், கட்டியபடியே செத்துக் கிடந்தன. உடனே, அவர் அம்மனிடம் வேண்டிக் கொண்டபோது, மஞ்சளும் சுண்ணாம்பும் கலந்து மாட்டின் மேல் தெளிக்கச் சொன்னது. அவ்வாறு செய்ததும் மாடுகள் பிழைத்து எழுந்துவிட்டன. இவ்வாறு அம்மனின் லீலைகள் ஒரு புறம் பரவியபோது, நோய்களின் தீவிரம் இன்னும் அதிகமாயிற்று.

வெள்ளையர்களுக்கும் தொற்றிய அச்சம்

நாளுக்கு நாள் பிணங்கள் விழுந்து கொண்டேயிருந்தன. ஆர்க்காட்டுப் பகுதியில் சாவு எண்ணிக்கை பதினைந்தாயிரத்துக்கும் மேல் எகிறிக்கொண்டிருந்தது. அச்சத்தில் உறைந்துபோன மக்கள், ஊரை விட்டே வெளியேறத் தொடங்கினார்கள். முதலில் இந்துக்களின் 'தெய்வக் குற்றம்' என்ற கருதுகோளை நம்ப மறுத்த வெள்ளையரையும் முஸ்லிம்களையும் கூட அச்சம் கவ்விக்கொண்டது. மதக் கோட்பாடுகளைக் காற்றில் பறக்க விட்டு, அம்மனின் கோபத்தைத் தணிக்க தங்களின் வீடுகளில் வேப்பிலை செருகினார்கள். வீதிகளில் கூட வேப்பிலைத் தோரணம் கட்டப்பட்டது.

வந்த செய்திகள் வதந்திகளானாலும், செத்து விழும் பிணங்கள் அவை உண்மையோ என்ற ஐயத்தைக் கிளறிவிட்டன. ஆளுநர் லெரியும், அவரது ஆலோசனைக்குழு உறுப்பினர்கள் அனைவரும் பீதியில் உறைந்துபோனார்கள். வீடுகளிலும் வீதிகளிலும் வேப்பிலைத் தோரணம் கட்டட்டும் என்றும் ஆளுநரே சொன்னார். கிறித்தவர், முஸ்லிம், இந்துக்கள் என்ற வேறுபாடின்றி, எல்லா வீடுகளிலும் வேப்பிலைத் தோரணங்கள் தொங்கவிடப்பட்டன. கிறித்தவர்களும் முஸ்லிம்களும் தலைப்பாகை களில் வேப்பிலைக் கொத்தைச் செருகிக்கொண்டார்கள். உயிர் மீது பயம் என்று வந்தபின் சாதி, மதம், இனம் என்றா வேறுபாடு காட்டும்!

பணம் சுருட்ட ஒரு குறுக்கு வழி

மக்களின் பேதமையைப் பணமாக்கும் முயற்சியும் இடையில் நடந்தது. வந்தவாசி அய்யண்ண சாஸ்திரி அரசுக்கு வரிப்பணம் கட்டவேண்டியிருந்தது. ஆகவே, ஆட்களை அழைத்து, பணத்தைக் கொடுத்துச் சிப்பம் கட்டச்சொன்னார். ஆட்களில் ஒருவன் திடீரென்று எழுந்து நின்று, "நான் மாரியம்மன் வந்திருக்கிறேன். இந்தப் பணத்தைக் கோட்டைக்கு அனுப்ப வேண்டாம். எனக்குக் காணிக்கையாகத் தந்தால் போதும்" என்று உரத்துக் கூறி ஆடினான். வெலவெலத்துப்போன சாஸ்திரி, அதையே தெய்வவாக்காக எடுத்துக்கொண்டு பண முடிப்பை அனுப்பாமல் வைத்துக்கொண்டார் *(ஆரபி: பிப்ரவரி 2, 1757)*.

அரசுக்குக் கப்பம் வரவில்லை என்பதால், அதை வாங்கி வர ஒரு சேவகன் சென்றான். அவன் பணமூட்டையில் கைவைத்தவுடன் மூக்கிலும் வாயிலும் ரத்தம் கக்கினான் என்று ஒரு செய்தி பரப்பப்பட்டது. அரசு அதிகாரி சவரிராயரின் தம்பி இந்தச் செய்தியை நம்பவில்லை. ஏதோ சூது நடக்கிறது என்று கண்டுகொண்டு, மூட நம்பிக்கையை நிந்தித்தார்; அம்மனையும் வைதார். ஆகவே, வேறொரு காவல்காரனை அனுப்பி எடுத்துக்கொள்ளலாம் என்று திட்டமிட்டார். அந்த எண்ணம் தோன்றிய அந்தக் கணமே அவருக்குக் கழிசல் கண்டு உயிர் பிழைப்பதே கடினம் என்றானது. தம்பியின் மேல் பாசமிக்க சவரிராயர் பயந்து போனார். கிறித்தவர் என்றாலும், பாதிரியார்களுக்குத் தெரியாமல், 'ஆயிரம் ரூபாயை அம்மனுக்கு உண்டியல் போடுகிறேன், என் தம்பி பிழைத்தால் போதும்' என்று வேண்டிக்கொண்டார்; அவரது தம்பியும் குணமானார் *(ஆரபி: பிப்ரவரி 16, 1757)*.

பாதிரிமார்களின் ஆத்திரமும் அதிரடியும்

கிறித்தவர்களும் முஸ்லிம்களும் இந்துக்களின் சடங்குகளையும் சம்பிரதாயங்களையும் நம்பத் தொடங்கிவிட்டதால், கிறித்தவப் பாதிரிமார்கள் சஞ்சலமடைந்தார்கள். ஆளுநரும் அதிகாரிகளுமே அந்த வதந்திகளின் வலையில் வீழ்ந்துவிட்டதால், கிறித்தவத்தின் அடிவாரமே ஆட்டம் கண்டுவிடுமே என்று அஞ்சினார்கள். அவர்கள் அனைவரும் ஒன்றாகக் கூடி, ஃபிரஞ்சு அரசு அதிகாரிகளைச் சந்தித்துத் தங்களின் ஆட்சேபனைகளைத் தெரிவித்தார்கள். மேலும் மேலும் அழுத்தம் கொடுத்து, மாரியம்மன் பக்தர்கள் என்ற பெயரில் ஆட்டம் போட்டவர்களைப் பிடித்துச் சிறையில் அடைக்கச் செய்தார்கள். ஒருவழியாகக் கொள்ளை நோயின் தாக்கம் குறைந்ததால், இந்த விவகாரமும் அமுங்கிப்போனது.

ஊர்வலம் வருவதும் வழக்கமல்ல

தெய்வச் சிலையை வெளியே ஊர்வலமாக எடுத்துச் செல்வதை ஃபிரஞ்சியர் விரும்பவில்லை. வில்லியனூர் மாதா சிலையை வலம் எடுத்துச் சென்ற தமிழர்களை, உயர் ஆலோசனை சபை உறுப்பினர் லசேலின் ஆட்கள் அடித்தனர். அரியாங்குப்பம் மாதா கோயிலில், ஆண்டு தோறும் நடக்கும் பத்து நாள் திருவிழாவின்போதும், அங்கிருந்து மேரி மாதா சிலை நகருக்கு ஊர்வலமாக வருவதைப் பாதிரிமார்கள் அங்கீகரிக்க வில்லை. அதற்கு மதாம் துய்ப்ளேக்சுவின் ஆதரவு இருந்ததால், தடுத்து நிறுத்த முடியவில்லை.

சகுனங்களில் நம்பிக்கை

கெட்ட சகுனம் – தும்மல்

சகுனங்களில் இந்தியர்கள் கொண்டிருந்த நம்பிக்கை மிகவும் அழுத்த மானது. சூரிய சந்திர கிரகணத்தின்போது விரதமிருந்து, கடலில் குளித்தனர். முக்கிய நிகழ்வுகளுக்கு, நல்ல நாள் பார்த்து, நேரம், காலம் கருதிச் செய்தனர். சதுர்த்தி அமங்கல நாளாகவும், பஞ்சமி சுப தினமாகவும் கருதப்பட்டது. ஏகாதசி, சஷ்டி விரதங்கள் கடைபிடிக்கப்பட்டன. முக்கியச் சடங்குகளின்போது குரான், விவிலியம், தீபம் ஆகியவற்றின் மீது சத்தியம் வாங்கப்பட்டது. வால் நட்சத்திரம் தோன்றுதல், பல்லி சத்தம், தும்முதல், கொடி அறுந்து விழுதல், பயணத்தின் போது சகுனத் தடை தென்பட்டால் திரும்பி விடுதல், குடை தீப்பிடித்தல் ஆகியவை கெட்ட சகுனங்களாகக் கருதப்பட்டன.

வெளியே கிளம்பும் போது காகிதப் பூக்கள் தீப்பிடித்து எரிந்தது, திருமண நாள் முழுவதும் இடைவிடாமல் கடும் மழை பெய்தது, வில்லியனூர் தேர்க்கலசம் நிலை தவறி விழுந்தது, துய்ப்ளேக்சு போன வண்டியின் குதிரை கால் இடறிக் கீழே விழுந்து கால் முறிந்தது போன்றவை சுபச் சகுனங்களல்ல என்று பிள்ளை கருதினார். விநாயகம் பிள்ளை வீட்டுத்

திருமணத்திற்கு, வாழ்த்த வந்த ஆளுநருக்குப் பரிசுகள் வழங்கும்போது, எவரோ தும்மியதால் கும்பினிக்கு நாசம் வரும் என்றனர்; அடுத்து குடை தீப்பிடித்துக்கொண்டது; திருமண நாட்கள் முழுதும் அடை மழை பெய்து கொண்டாட்டத்தைக் குலைத்தது. எனவே, விநாயகம் பிள்ளைக்குக் கேடு காலம் என்றனர் (ஆலாலசுந்தரம் 1999: 332).

தூம கேது (வால் நட்சத்திரம்)

எரி நட்சத்திரம்

வானில் தூமகேது (*Halley's Comet*) என்ற வால் நட்சத்திரம் தென்பட்டபோது, என்ன கேடு வந்துருமோவென பிள்ளை அஞ்சினார். முக்கிய ஒப்பந்தங்கள் செய்யப்படும்போது மஞ்சள் நீரின் மீது சத்தியம் செய்தனர். பொய் சத்தியம் செய்தால் தண்டனை கிடைக்கும் என்று உள்ளூர அஞ்சினர் (செபஸ்தியன் 1991: 204).

தமிழரைப் போலவே, வெள்ளையரிடத்திலும் பலவித நம்பிக்கைகள் நிலவின. பிள்ளையும் சென் ழூாக் என்பவரும், முத்தியாப் பிள்ளையின் தோட்டத்தில் பேசிக்கொண்டிருக்கும் போது, கிழக்கு மூலையில் ஓர் எரி நட்சத்திரம் பனைமரம் அளவிற்கு எரிந்து விழுந்தது. உடனே, இதனால் கலகம் நடக்கும், வெகுசனம் சாவார்கள் என்று சென் ழூாக் கூறினார் (ஆரபி: டிசம்பர் 19, 1743).

பாரதியும் நம்பினாரா ?

சகுனங்களைப் பற்றிய நம்பிக்கை இந்துக்களின் வாழ்வில் ஆழப் பதிந்த பண்பாகும். பாரதியின் காலத்தில் 'சாதாரண' ஆண்டில் 'தூமகேது' தோன்றியபோது அதைப் பற்றி ஒரு பாட்டே எழுதியிருக்கிறார்.

"தினையின் மீது பனை நின்றாங்கு மணிச்சிறு மீன்மிசை வளர்வால் ஒளிதரக் கீழ்த்திசை வெள்ளியைக் கேண்மைகொண்டு இலகுந் தூமகேதுச் சுடரே வாராய்" என்று வரவேற்கிறார்.

"வாயுவால் புனைந்த நின் நெடுவால்" என்று கூறியதன் மூலம் அதன் அறிவியல் பின்னணியை அறிந்திருந்தும், அதனால் "தீமைகள் விளையும் என்பது பொய்யோ மெய்யோ" என்கிறார் பாரதி. இருப்பினும், மக்களின்பால், குறிப்பாக வறியோரிடம் பரிவு கொண்டு, "ஏழையர்க் கேதும் இடர்செயா தேநீ போதி" என்கிறார் (பாரதியார் கவிதைகள் – இயற்கை).

பதினெட்டாம் நூற்றாண்டில் ஆனந்தரங்கப் பிள்ளையைக் கவ்விய அச்சம், இருபதாம் நூற்றாண்டிலும் இருக்கத்தானே செய்தது!

சோதிடத்தின் சாதகமும் பாதகமும்

தமிழர்க்குச் சோதிடத்தில் அபார நம்பிக்கையிருந்தது. பிள்ளைக்கு முப்பத்தி எட்டரை வயதிற்குமேல் செல்வச்சரிவு என்று பனையூர்

சோதிடர் கூறியவாறே இழப்பு ஏற்பட்டது; சித்திரை 10இல் மரணத்தை ஒத்த விபத்து நேருமென்று வைப்பூர் சோதிடர் கூறியபடியே, அவரது மனைவி மங்காத்தா மரணமடைந்தார். “சாத்திரம் சொல்வது உண்மையே! அதிலும், பிராமண சோதிடர் சொன்னால் நிச்சயம் நடக்கும்” என்று பிள்ளை நம்பினார். கனகராய முதலி மகன் வெல்வேந்திரனுக்கு 21 வயது, ஒரு மாதம், 9 நாளில் ஒரு கண்டம் உள்ளது என்று பனையூர் நாராயணன் குறித்தபடி, அவர் இளம் வயதில் மரணமடைந்தபோது, ‘சோதிடம் மெய்ப்பித்துவிட்டது’ என்றார் (ஆரபி: ஆகஸ்டு 22, 1739).

சோதிடர்

சகுனம் பார்த்தாரா துய்ப்ளேக்சு!

ஆர்க்காட்டு யுத்தத்தின் போது, மராட்டியர் நாசர் ஜங்கை சரிக்கட்டிவிட்டார்கள் என்றும், நிசாமையும் சரிக்கட்ட முயற்சிக்கிறார்கள் என்றும் துய்ப்ளேக்சுவிற்குச் சேதி வருகிறது. இதனால் ஆர்க்காட்டில் வசித்த மக்கள், பாதுகாப்பிற்காகக் கோட்டைக்குள் புகும்போது, நெரிசலில் சிக்கி இருபது - முப்பது பேர் காயம்பட்டார்கள் என்றும், ஆற்காடு நகரமே காலியாகிவிட்டது என்றும் அந்தச் செய்தி கூறுகிறது.

இதைப் படித்த துய்ப்ளேக்சு “இனிமேல் என்ன நடக்குமென்று தெரியாது; பட்டப் பகலிலே நட்சத்திரம் விழுந்ததும், இரண்டு ஏற்றக்கோல் அளவிற்கு நீண்டு, பிரம்மாண்டமாய், தூபம் போல் வால் நட்சத்திரம் வருவதும், விபரீத காலங்களுக்கான அறிகுறிகள் என்று முன்னாளிலே பெரியவர்கள் சொல்வார்கள். அதற்கு முன்னோடியாய் காண்கிறது போலிருக்கிறது” என்றார் (ஆரபி: டிசம்பர் 19, 1743).

சங்கடங்கள் நெருக்கினால் சகுனத்திலும் நம்பிக்கை வருமோ!

வைப்பூர் சீத்தாராம சோதிடரும் அவரது அண்ணன் மகன் சுப்பா சோதிடரும் கணித்தபடி, இந்தியாவில் ஃபிரஞ்சியர் எழுச்சி காண்பர் என்றும், ஆங்கிலேயர் வீழ்ச்சியடைவர் என்றும் பிள்ளை மனமார நம்பினார். முதலில் விரிவடைந்தது போலத் தோன்றிய ஃபிரஞ்சியரின் செல்வாக்கு, விரைவிலேயே ஆங்கிலேயரால் ஒடுக்கப்பட்டபோதும் பிள்ளைக்கு நம்பிக்கை போகவில்லை; ‘கணிப்புத் தவறியிருக்கலாம்; சோதிடம் பொய்யாகாது’ என்றே கருதினார். அவருக்கு 36 வயதிற்கு மேல், செல்வமும் செல்வாக்கும் பெருகி, அவரது கீர்த்தி எல்லை கடந்து பரவும் என்ற ஆரூடம் மெய்யானது. ஆனாலும், 99 வருடங்களுக்குச் சிரஞ்சீவியாகப் பிள்ளை வாழ்வார் என்ற ஆரூடம் பொய்த்தது. அவர் 52 வயதிலேயே மரணமடைந்தபோது, சோதிடம் பற்றிக் கருத்துரைக்கப் பிள்ளை உயிருடன் இல்லை.

தமிழர்களைப் போன்றே கிறித்தவர்களிடமும் தனித்துவமான பழக்கவழக்கங்கள் இருந்தன. காலையில் பூசைக்குப் பின்பே காரியம் தொடங்குதல், விருந்தினர் வீட்டுக்குப் பரிசுகளுடன் செல்வது, விருந்து, நடனம், கேளிக்கைகளில் நாட்டம், மாலையில் நடையுலா, முகமன் கூறும்போது கட்டித் தழுவுதல் போன்றவை அவற்றில் சில.

3.5: இந்துக்களின் ஆன்மீகத் தலங்கள்

ஆனந்தரங்கப்பிள்ளை தனது நாட்குறிப்பில் இரண்டு மடங்களின் நிகழ்வுகளைப் பற்றி குறிப்பிட்டிருக்கிறார். ஒன்று பொம்மையாப்பாளையம் மடம், மற்றொன்று அம்பலத்தாடுமய்யன் மடம்.

பொம்மையாப்பாளையம் மடம்

புதுச்சேரிக்கு வடக்கே பிள்ளைச்சாவடிக்கு அப்பால் பொம்மையாப்பாளையம் மடம் உள்ளது. மயிலம் பொம்மபுர ஆதீனத்திற்குச் சொந்தமான இம்மடத்தின் தலைவர்களை ஸ்ரீலஸ்ரீ பாலைய சுவாமிகள் என்று அழைத்தல் மரபாகும்.

மயிலம் ஆதீனத்தின் பொம்மையார் பாளையம் மடம்

துய்ப்ளேக்சு ஆசி பெற்றார்

1744 டிசம்பர் மாதம் 14ஆம் நாளில், மொரட்டாண்டியில் தங்கியிருந்த துய்ப்ளேக்சு, அன்று காலை தன் மனைவி ழேன் பேகமுடன் புறப்பட்டு, திருவேங்கடபுரம் வந்து தங்கி, மாலை நான்கு மணியளவில் பாலைய சுவாமிகளைச் சந்தித்து, அவருக்கு இரண்டு மீட்டர் சகலாத்தும் (கம்பளித் துணி), இரண்டு புட்டிகள் பன்னீரும் வழங்கி வணங்கினார்; ஆசிபெற்றார்.

புதிய தம்பிரான் நியமனம்

1722ஆம் ஆண்டில் பட்டத்திற்கு வந்த பாலைய சுவாமிகள் 24 ஆண்டுகள் மடத்தை நிர்வகித்தார். அவர் பசுவைப் போன்ற மென்மையான இயல்பினராயிருந்ததால், அவரது சீடர்கள் ஆளாளுக்குத் தலைவர் போலவே அதிகாரம் செலுத்தினர். அதனால், நிர்வாகம் சீர்கெட்டுப் போயிருந்தது. இந்நிலையில், 1746ஆம் ஆண்டு மே மாதம் 21ஆம் நாளில் அவர் கைலாயத்திற்கு எழுந்தருளினார். எனவே, முக்தியடைந்த அவருக்குப் பதிலாகப் புதிய தலைவரை அமர்த்த வேண்டியதாயிற்று.

துறையூர் பச்சை கந்தப்பய்யர் ஆலோசனைப்படி, பழனியில் துறவியாயிருந்த ஒருவரை, அக்டோபர் 27இல் தம்பிரானாகப் பட்டம் சூட்டினர். புதியவரின் நடத்தை, விவேகம், யோகம், திறமை எல்லாம் இனிமேல்தான் தெரியும் என்று பிள்ளை குறிப்பிட்டிருக்கிறார். மேலும் இந்நிகழ்ச்சிக்குப் பிள்ளை போக முடியாததால், அவரது தூதரான

ஆறுமுகப் பண்டாரம் மூலம் இரண்டு கெசம் சகலாத்து அனுப்பி மரியாதை செய்தார். புதுச்சேரிக்கு வரவிரும்பிய பச்சை கந்தப்பய்யருக்கு நுழைவுச்சீட்டையும் பிள்ளை வாங்கியளித்தார். கம்பாலய்யர் என்பவரின் வீட்டில் தங்கியிருந்த அவரை, பிள்ளையும் மரியாதை நிமித்தம் சந்தித்து, காலில் விழுந்து வணங்கி பரிசளித்து உரையாடினார். அப்போது கந்தப்பய்யர் சமஸ்கிருதமும் கிரந்தமும் தமிழும் கற்றறிந்த மேதை என்பதைப் பிள்ளை உணர்ந்து மகிழ்ச்சி அடைந்தார். அவருடன் அரை மணிக்கும் மேல் பேசிக்கொண்டிருந்தபின் விடைபெற்றுத் திரும்பினார்.

துய்ப்ளேக்சுவின் கரிசனம்

புதிய தம்பிரான், துய்ப்ளேக்சுவிற்குப் பழங்கள், கற்கண்டு, சர்க்கரையைப் பரிசாகப் பண்டாரங்கள் மூலம் அனுப்பியதோடு, ஒரு வேண்டுகோளையும் விட்டிருந்தார். அதன்படி, மகமையில் தங்கவைக்கபட்டிருந்த மடத்தின் பொருட்களை விடுவிக்குமாறு துய்ப்ளேக்சு ஆணையிட்டார் *(ஆரபி: நவம்பர் 3, 1746)*. மீண்டும், ஓராண்டுக்குப்பின் மடத்தின் சொத்து ஒன்றை ஏதோ ஒரு வகையில் கையகப்படுத்த வேண்டியிருந்தது. அவ்வமயம், தம்பிரான் மகன் காஞ்சிபுரத்திலிருந்து வந்து பிள்ளையைச் சந்தித்தார். அவரைப் பிள்ளை வரவேற்று, பகல் விருந்தளித்து, சகலாத்துப் பரிசளித்ததோடு, அரசு நிர்வாகத்திடம் பேசிச் சொத்தை மீட்பதற்கான ஏற்பாடுகளும் செய்தார் *(ஆரபி: பிப்ரவரி 28, 1748)*.

பிள்ளையின் குறிப்புகளின்படி, தமிழர்தம் சமய நடவடிக்கைகள் பெரும்பாலும் எவ்வித இடையூறும் இல்லாமலும், சில நேரங்களில் அரசின் ஆதரவுடனும் நடந்து வந்ததை அறியலாம்.

புதுச்சேரி அம்பலத்தாடும் அய்யன் மடம்

1746ஆம் ஆண்டுக்கான குறிப்புகளில், அம்பலத்தாடும் அய்யன் மடம் தொடர்பான நிகழ்ச்சிகளையும் பிள்ளை விவரிக்கிறார். நகருக்குள்ளேயிருந்த அம்பலத்தாடும் அய்யன் மடத்தின் தலைவராயிருந்தவர் விக்கிரவாண்டி செட்டிகளுக்குக் குருவானவர்.

அம்பலத்தாடும் அய்யன் மடம்

ஓலைச்சுவடி

மரணத்தை உணர்ந்த மகான்

ஆகஸ்டு மாதம் 7ஆம் நாள், மடத்துப் பண்டாரங்களை எல்லாம் அழைத்துக் கூட்டிய தம்பிரான், அவரது அணுக்கச் சீடராயிருந்த

கனகசபை என்பவரைப் புதிய தம்பிரானாக நியமித்ததை அறிவித்தார். தான் அணிந்திருந்த ஐந்து கொத்து ருத்திராட்ச மாலையையும் அவருக்கு அணிவித்து, அவரது காலில் விழுந்து வணங்கினார். மற்ற சீடர்களும் அவ்வாறே வணங்கி மரியாதை செய்தனர். அவர், நாம் நாளை கைலாயம் போகப் போகிறோம், இவருக்கு நீங்கள் முழு ஒத்துழைப்புத் தரவேண்டும் என்று அறிவித்து அவ்வாறே மறுநாள் முக்தியடைந்தார். அவரைச் சைவ முறைப்படி அமர்ந்த கோலத்தில், மடத்திற்குள்ளேயே நல்லடக்கம் செய்தனர்.

தகுதியான தம்பிரான்

புதிய தம்பிரான் நல்ல முகக்களையோடு, தம்பிரானாகத் தகுதியுடையராகப் பிள்ளைக்குத் தென்பட்டது. 1756 டிசம்பர் 21ஆம் நாள் தீப்பந்தங்கள், வண்ண விளக்குகள், இசைக்கருவிகள், கொடிகள், குடைகள் முன்னால் அணிவகுக்க, புதிய தம்பிரான் ஒரு பல்லக்கில் ஏறி வீதியுலாவாகப் 'பட்டணப் பிரவேசம்' செய்தார்.

புதுச்சேயில் திருவாசம் ஓலைச்சுவடி

திருத்தில்லை எனப்படும் சிதம்பரம் நகரில் எழுந்தருளியிருப்பவர் அம்பலத்து ஆடிய அய்யனான நடராசப் பெருமான். அதனை நிர்வகிக்கும் நிறுவனம் அம்பலத்து ஆடும் அய்யன் மடம் என்று சிதம்பரத்தில் இருந்தது.

திருவாசகத்துக்கு ஆபத்து

முகலாயத் தளபதி மாலிக் கஃபூர் தென்னிந்தியாவின் மீது படையெடுத்துவந்து, அதன் புகழ்மிக்க ஆலயங்களைக் கொள்ளையடித்துச் சிதைத்த வண்ணம் சிதம்பரம் நோக்கி வந்துகொண்டிருந்தார். சைவ நாயன்மார்களில் ஒருவரான மாணிக்கவாசகர் எழுதிய திருவாசகம் ஓலைச்சுவடியின் படி ஒன்று தில்லை நடராசர் கோயிலில் பாதுகாக்கப்பட்டு வந்தது.

மடத்தின் 10வது தலைவரான ஸ்ரீலஸ்ரீ நாகலிங்க சுவாமித் தம்பிரான், தமிழின் பக்தி இலக்கியக் களஞ்சியமான திருவாசகத்தையும் முகலாயர்கள் அழித்துவிடுவர் என அஞ்சினார். ஓலைச் சுவடிகளை ஒரு பட்டுத்துணியில் சுருட்டி, அதனுடன் மாணிக்கவாசகர் சிலையையும் பூசைப் பொருட்களும் வைத்துப் பொதியாக்கி, ஒரு சவத்தைப்போலப் பல்லக்கில் அடுக்கினார். அலங்கரிக்கப்பட்ட பல்லக்கைத் தனது சீடர்களுடன் ஒரு சவ ஊர்வலம் போலச் சிதம்பரத்திலிருந்து புதுச்சேரிக்குக் கொண்டு வந்தார். இங்கேயே தங்கி, அம்பலத்தாடும் அய்யன் மடம் ஒன்றை நிறுவி, இறைப்பணி செய்து வந்தார். சக்திவாய்ந்த சித்தரான அவரால், பார்வை பெற்றவர்களும் பேசும் திறன் வந்தவர்களும் நோயிலிருந்து விடுபட்டவர்களும் ஏராளம்.

ஒரே நேரத்தில் இரண்டு இடங்களில்

ஒருநாள் தியானத்திலிருந்து விழித்த தம்பிரான், தான் இன்னும் மூன்று நாட்களில் சித்தியடையப் போவதாகச் சீடர்களிடம் தெரிவித்தார். மடத்துச் சீடர்களில் ஒருவரைப் 11வது தம்பிரானாகவும் மடத்தின் வாரிசாகவும் நியமித்துப் பொறுப்புகளை ஒப்படைத்தார். தான் கூறியவாறே, மூன்றாம் நாள் (ஆனி மாதம் 7ஆம் நாள்) சமாதியடைந்தார்.

அவர் கொசக்கடைத் தெரு என்றழைக்கப்பட்ட வீதியில், மடத்தின் வளாகத்திலேயே நல்லடக்கம் செய்யப்பட்டார். தற்போது அவ்வீதி அம்பலத்தாடர் மடம் தெரு என்றே அழைக்கப்படுகிறது (எழில்மாறன் 2015).

புதுச்சேரியில் சித்தியடைந்த தம்பிரான், அன்றே, அதே நேரத்தில், தில்லையிலிருந்த மடத்திலும் தன் பூதவுடலோடு காட்சியளித்துச் சமாதியான அதிசயமும் அப்போது நிகழ்ந்ததாகத் தெரிகிறது. பிள்ளையின் குறிப்புகளிலிருந்து, தன் மரணத்தை முன்பே உணர்ந்து அறிவித்த தம்பிரான்கள் முக்காலமும் உணர்ந்த ஞானிகள் – சித்தர்கள் என்பதையும், புதிய தம்பிரானாகப் பட்டம் சூட்டிக் கொண்டவர்கள், ‘பட்டணப் பிரவேசம்’ செய்வது வழக்கம் என்றும் அறியலாம்.

ஆன்மிகத்தில் அதிக நாட்டங்கொண்ட ஆனந்தரங்கப் பிள்ளை, ஆலயத் திருவிழாக்கள் பற்றித் தவறாமல் பதிவிட்டிருக்கிறார். ஆனால், இரண்டு தமிழ் மடங்களைப் பற்றி மட்டுமே குறிப்பிட்டுள்ளார். வேறு மடங்கள் பற்றிக் குறிப்பிடவில்லை. அவரது காலத்தில் அவை இல்லாமலிருந்திருக்கலாம்.

பழம்பெரும் கோயில்கள்

ஆனால், ஆனந்தரங்கப் பிள்ளையின் வாழ்நாளில் புதுச்சேரி வட்டாரத்திலிருந்த பழம்பெரும் கோயில்களைப் பற்றிக் குறிப்பிடாதது வியப்பளிக்கிறது. மர்த்தேன் வரும்போது, பெரிய கோயில் எனப்படும் ஈசுவரன் கோயில், பெருமாள் கோயில், பிள்ளையார் கோயில் என்ற இந்து ஆலயங்கள் இருந்திருக்கின்றன.

புதிய இடத்தில் கோயில்கள்

இடங்கையினருக்கும் வலங்கையினருக்கும் ஈசுவரன் கோயிலில் முறை செய்வது பற்றித் தகராறு வந்து கொண்டேயிருந்ததால், ஆளுநர் துய்லிவியே, நீங்கள் வேறு கோயில் கட்டிக் கொள்ளுங்கள் என்று கூறிவிட்டார். அதன்படி, செட்டிகளின் முன்னெடுப்பில், நெசவாளர் தெரு முடிவில், தென்னந்தோப்பில், ஆளுநர் எபேர் காலத்தில், 1715இல் காளத்தீசுவரன் வரதராசப் பெருமாள் கோயில் கட்டிமுடிக்கப்பட்டது. சைவ, வைணவர் ஒற்றுமையைப் பிரதிபலிக்கும் வகையில் ஈசுவரன், பெருமாள் இருவருக்கும் இதில் சன்னதிகள் உள்ளன. செட்டிகள் நிர்வகித்ததால், இது செட்டிக் கோயில் என்றே பொதுமக்களால் அழைக்கப்படுகிறது. துய்ப்ளேக்சு காலத்தில் இடிக்கப்பட்ட ஈசுவரன் கோயில், திவான் கந்தப்ப முதலியார் முயற்சியால், 1777இல் ஆரம்பித்து, 1780இல் தற்போதைய மனையில் கட்டி முடிக்கப்பட்டது.

செந்நிற கோபுரத்துடன் காணப்படும் காமாட்சி அம்மன் கோயிலும் ஒரு பழைய ஆலயமே! ஜடாயுவின் சகோதரனான கருட அரசன் சம்புலி, இராவணனோடு சண்டையிட்ட இடத்தில் வெற்றிச் சின்னமாக அவருக்கு சம்புலீசுவரர் ஆலயம் எழுப்பப்பட்டது. ஆனால், டச்சு, ஃபிரஞ்சுக் காலத்தில் இது சேதப்படுத்தப்பட்டது. ஈசுவரன் கோயில் இடிப்பில் தப்பித்த காமாட்சி அம்மன் சிலையை நிறுவுவதற்காக, சிதைந்த சம்புலீசுவரர் கோயிலைப் புதிதாகக் கட்டி அதில் அம்மனையும் சம்புலியையும் நிறுவியுள்ளனர். இங்குள்ள ஸ்ரீசக்கர மகாமேரு விளக்கு

பெருமாள் கோயில்

வேதபுரீசுவரர் கோயில்

கிண்ணித் தேர்

காமாட்சி அம்மன் கோயில்

செட்டிக் கோயில் – அன்றும் இன்றும்

மிகவும் பிரசித்திபெற்றது. கம்மாளர்களின் பராமரிப்பில் இருந்துவரும் இக்கோயிலில் ஆனந்தரங்கரின் நாட்குறிப்பில் உள்ளதுபோல், கிண்ணித்தேர் உற்சவம் இன்றுவரை நடந்துவருவது குறிப்பிடத்தக்கது.

மற்றக் கோயில்கள்

இன்னொரு பழைய கோயிலான பெருமாள் கோயில், ஒரு இலுப்பைத் தோப்பினுள் அமைந்திருந்தது. அதன் மூலவர் ஸ்ரீ நரசிங்கப்பெருமாள். எனவே, ஆனந்தரங்கப் பிள்ளை காலத்தில், அது ஸ்ரீரங்கம் கோயில் என்று அழைக்கப்பட்டு, பெருமாள் கோயில் வீதிக்கு ஸ்ரீரங்கம் தெரு என்று பெயரிடப்பட்டிருந்தது. அது 11ஆம் நூற்றாண்டில் சோழர் காலத்தில் கட்டப்பட்டதாகக் கருதப்படுகிறது. பின்னர், திருவகீந்தபுரம் தேவநாதசுவாமி ஆலயத்திலிருந்து பெருமாள் படிமம் கொண்டுவந்து நிறுவப்பட்டது. அதன்பின், அதன் பெயர் ஸ்ரீ வரதராஜப் பெருமாள் கோயில் என்ற பெயரில் 1788இல் மீண்டும் விரிவுபடுத்தப்பட்டது. இக்கோயிலில் உள்ள சுரங்க அறையில்தான், முகமதியர் படையெடுப்பின்போது, அண்டைப் பகுதிகளிலிருந்த சுவாமிகளின் சிலைகள் பாதுகாப்பாக வைக்கப்பட்டன என்பது செவிவழிச் செய்தி.

ஊரின் எல்லையைக் குறிக்கும் விதமாக அமைந்தது எல்லை அம்மன் கோயில். இவற்றைப் பற்றிய விவரங்கள் இல்லையாயினும், ஆலயங்கள் இருந்தது பற்றிய குறிப்புகள் உள்ளன. தெற்கில் (திருவாண்டார் கோயிலின் கிழக்கில்) உள்ள சுந்தர விநாயகர் கோயிலில் அம்மன் மருள் வந்தது பற்றி ஒரு நண்பர் கடிதம் எழுதியதாக ஓரிடத்தில் பிள்ளை குறிப்பிட்டுள்ளார். வில்லியனூர் திருக்காமீசுவரர் கோயிலின் தேர்த் திருவிழாவைப்

வில்லியனூர் திருக்காமீசுவரர் கோயில், தேர், குளம் (பழைய காட்சி)

வில்லியனூர் திருக்காமீசுவரர் கோயில் – முகப்பு

வில்லியனூர் தேரோட்டம் – இன்று

தேரோட்டம் – அன்று

பற்றிச் சிறப்பாகக் குறிப்பிடுகிறார். தேர்த் திருவிழாவன்று, ஆள் அரவமின்றி ஊரே காலியாகிவிட்டது என்று கூறுவதால் அது அன்றே மிகவும் பிரபலமாக இருந்ததை அறியலாம்.

இவ்வாறு, பல ஆலயங்களைப் பற்றிக் குறிப்பிடும் பிள்ளை, பழம் பெருமை வாய்ந்த பல கோயில்கள் புதுவை வட்டாரத்தில் இருந்தும் அவை பற்றிய செய்திகள் ஏதும் பதிவிடவில்லை. திருக்காஞ்சி கங்கா வராக நதீசுவரர் கோயிலில், மாஃபூஸ்கான் முகாமிட்டுக் கொள்ளையடித்ததைப் பற்றி எழுதும்போதும், இந்தக் கோயில் 'காசிக்கு வீசம் அதிகம்' என்ற அதன் சிறப்புப் பற்றி ஏதும் கூறவில்லை.

குறிப்பில் இல்லாத கோயில்கள்

திருவாண்டார் கோயிலில் உள்ள பஞ்சநதீசுவரர் ஆலயம் ஆயிரத்து இரு நூறு ஆண்டுகளுக்கு முந்தையது; திருஞானசம்பந்தரால் பாடப்பெற்றது. கோபுரமே இல்லாத பாகூர் திருமூலநாதர் ஆலயமும் மதகடிப்பட்டுக் குண்டாங்குழி மகாதேவர் கோயிலும் திருபுவனை வீரநாராயண விண்ணகரத்தாழ்வார் வரதராசப் பெருமாள் கோயிலும் எழுநூறு ஆண்டுகளுக்கு முன்பு கட்டப்பட்ட சோழர் காலக் கோயில்கள். அதிலும், இராஜராஜ சோழனால் கட்டப்பட்ட குண்டாங்குழி மகாதேவர் கோயில், தஞ்சாவூர் பெரிய கோயிலைவிடப் பழமையானது. ஆதித்திய சோழனால் கட்டப்பட்ட திருவக்கரை சந்திரமவுலீசுவரர் ஆலயம், மும்முகலிங்கம், வக்கிர காளி அம்மன் சந்நிதிகளுடன், குண்டலினி சித்தரின் ஜீவ சமாதிக்காகவும் சிறப்புடையது. மூன்றாம் குலோத்துங்க சோழனால் எழுப்பப்பட்ட இரும்பை மகா காளீசுவரர் ஆலயம், கடுவெளி சித்தர் சமாதி, முப்பிளவாகிப் பின் இணைந்த லிங்கம் ஆகியவற்றிற்காக மிகவும் பிரபலமானது. அவற்றைப் பற்றிய செய்திகள் ஆனந்தரங்கப் பிள்ளையின் குறிப்புகளில் இல்லாதது புதிராக உள்ளது. பிள்ளைத்தோட்டத்தில், அவரே கட்டிய கண்ணன் கோயில் பற்றிக் கூட முழுமையான விவரங்கள் அவரது குறிப்புகளில் இல்லை. அத்தகைய குறிப்புகள் அடங்கிய அவரது பதிவுகள் காணாமல் போயினவா என்றும் தெரியவில்லை (இராஜா – ரீட்டா *2005: 5–10, 21–22, 24–28*).

லெ ழாந்த்தி குறிப்பிடும் கோயில்கள்

ஆனந்தரங்கப் பிள்ளைக்குப் பின் வந்த லெ ழாந்த்தி, சில கோயில்கள் பற்றிக் குறிப்பிட்டிருக்கிறார். 'வீரப்பட்டினம் கட்டடச் சிதைவுகளுக்கும்

திருவாண்டார் சிவன்கோவில்

பாகூர் திருமூலநாதர் கோயில்

திருபுவனை வீர நாராயணப்
பெருமாள் கோயில்

திருவக்கரை வக்கிர காளி அம்மன்
ஆலயம்

திருக்காஞ்சி கங்காதீசுவரர்

ஸ்ரீ நரசிம்மர் கோயில் –
அபிழ்சேகப்பாக்கம்

இரும்பை மாகாளீசுவரர் ஆலயம்

மதகடிப்பட்டு மகாதேவர் கற்றளிக் கோயில்

சாமிச் சோலை

மனித முகத்துடன் மும்முக லிங்கம்

வக்கிர காளி அம்மன்

ஸ்ரீ நரசிம்மர்

அரியாங்குப்பத்திற்கும் இடையே ஒரு பழமையான தெய்வீகமான சிலை ஒன்று காணப்படுகிறது; அதை பவுத் என்கிறார்கள்' என்று பதிவிட்டிருக்கும் லெ ழாந்த்தி, வீராம்பட்டினம், அபிஷேகப்பாக்கம், சிங்கிரி கோயில் பற்றியும் எழுதியிருக்கிறார். 'வீரப்பட்டினம் பழைய கோட்டைக்கு அப்பால், கடற்கரையோரத்தில் ஒரு மீனவர் குடியிருப்பு (வீராம்பட்டினம்) இருக்கிறது. அங்குச் சில குடிசைகளும் ஒரு கோயிலும் உள்ளன. கோயில் சிறியதானாலும், அது மிகவும் பிரசித்தி பெற்றது. ஒவ்வொரு வெள்ளிக்கிழமையும், அதிகாலையிலேயே புதுச்சேரியிலிருந்து கூட, பெண்கள் பயபக்தியுடன், பூசைப் பொருட்களோடு சாரி சாரியாகப் போகிறார்கள். தென்மேற்கில் உள்ள வயல்கள் நிறைந்த சமவெளியில், இரண்டு முக்கியக் கோயில்கள் உள்ளன; ஒன்று புதுச்சேரியின் எல்லைக்குட்பட்ட அர்சிபாக்கம் (அபிஷேகப்பாக்கம்); தோப்புக்குள் இருக்கும் இந்தக் கோயிலின் கோபுரம் சிறியதுதான். மற்றொன்று நவாபுவின் ஆளுகைக்குட்பட்ட சிங்கி(ரி) கோயில்; இதன் கோபுரம் 70 அடி உயரமானது. இதனுள் ஆய்வுக்காகச் சென்றபோது தன்னுடைய தலித் உதவியாளர்களை, பிராமணப் பூசாரிகள் அனுமதிக்கவில்லை' என்று கூறுகிறார் (லெ ழாந்த்தி 1779: 146, 579–581).

மேலும், புதுச்சேரியின் பல பகுதிகளுக்கும் சென்று வந்தபோது, கோயில்கள் இல்லாத ஊரே காணமுடியவில்லை என்கிறார். "சிறியதோ, பெரியதோ, கூரைக் கொட்டகை வடிவில்கூட ஒரு கோயில் இருக்கும்; அதனுள் ஒன்றோ, பலவோ சாமிச் சிலைகள் இருக்கும்; வயல்வெளிகளின் நடுவில், சிறு சிறு தோப்புகளிலும் ஐயனார், அம்மன் கோயில்கள் இருந்தன. அவரவர் விருப்பப்படி, சாதாரணமான, வெவ்வேறு (கிராமியத்) தெய்வங்களைத் தெரிவு செய்து ஊரார் வழிபட்டனர்".

"பிராமணர்கள் ஆதிக்கம் வந்தபின், கோயில் கட்ட ஓர் இடத்தைத் தேர்வு செய்யும் முறை மாறிவிட்டது. கோயிலுக்கு உத்தேசித்திருக்கும் பகுதியில், ஒரு பசுவை இரவு முழுதும் தங்க விடுவார்கள். மறுநாள் காலையில், அது எந்த இடத்தில் சாணம் கழித்துள்ளதோ, அதுவே கடவுள் குறி காட்டியுள்ள கருவறைக்கான இடம் என்று அந்தணர் ஒருவர் தரையில்

புற்று மேல் அம்மன்

வெட்டவெளியில், வனச் சூழலில்
தரையில் அய்யனார்

கன்னி கோயில் அய்யனார் சிலை
முன் ஃபிரஞ்சியர்

வனத்தினுள் அய்யனார் கோயில்

கருவறையில் அம்மன் சிலை

தெனனமபாககம அழகா

குறியிடுவார். ஊரார் அதை ஏற்றுக்கொண்டு, அவ்விடத்தை மையமாக வைத்துக் கோயில் கட்டுவார்கள்" (லெ மூாந்த்தி 1779: 158).

"புதுச்சேரியில் திருமணங்கள், ஊர்வலங்கள் போன்ற எந்தவிதமான விழாக்களோ, குடும்ப நிகழ்வுகளோ, பயேதர் எனப்பட்ட தேவதாசியருடைய ஆடல், பாடல் இல்லாமல் நடைபெறுவதில்லை; சமூகத்தில் அவர்கள்

மிகவும் மரியாதையுடன் நடத்தப்பட்டனர்", என்பதெல்லாம் அவரது பதிவுகளே! (லெ ழூாந்த்தி 1779: 170).

3.6: திருவிழா போல் திருமணங்கள்

ஃபிரஞ்சியர் காலத்து நான்கு நாட்குறிப்புகளிலும், திருமணங்கள் பற்றிய விரிவான குறிப்புகள் காணப்படுவது ஆனந்தரங்கப் பிள்ளையின் பதிவுகளில்தான். அவர் தனது குறிப்புகளில் பல திருமணங்களைப் பற்றிக் குறிப்பிட்டிருந்தாலும், மூன்று திருமணங்கள் முக்கியமானவை. அவற்றில் ஓர் இந்து, ஒரு கிறித்தவர், ஒரு முகமதியர் நிகழ்ச்சிகளாக இருப்பதால் அந்தக்காலத் திருமணங்கள் நடந்த விதம் பற்றியும், அவற்றின் கலாசாரப் பன்முகம் பற்றியும் அறிந்துகொள்ள முடிகிறது.

இரண்டு திருமணங்கள் தனித்துவத்தோடு விவரிக்கப்பட்டுள்ளன. ஒன்று ஆர்க்காட்டு நவாபு சந்தா சாகிப்பின் மகள் திருமணம்; மற்றது ஆளுநர் துய்ப்ளேக்சுவின் இரண்டு மகள்களின் திருமணம்; இரண்டுமே புதுச்சேரியில்தான் நடந்தேறின.

துய்ப்ளேக்சு மகள்களின் திருமணம்

பிள்ளை விவரிக்கும் முதல் திருமணம் துய்ப்ளேக்சுவின் மகள்களின் திருமணமாகும். மதாம் துய்ப்ளேக்சுவின் முதல் கணவர் ழேக் வேன்சன் மூலம் பிறந்த பத்துப்பேரில், ஆன் கிறிஸ்தின் (Anne Christine), சூசன் உர்சுய்ல் (Suzane Ursule) ஆகிய இருவரின் திருமணம் 1743ஆம் ஆண்டு ஜூலை மாதம் 29ஆம் நாள் புதுச்சேரியில் நடந்தேறியது.

ஆளுநர் வீட்டுத் திருமணம் என்பதற்கேற்ப நகரமே விழாக் கோலம் பூண்டது. அலங்காரங்கள் அற்புதமாகச் செய்யப்பட்டன. அவரது மாளிகையிலிருந்து கோட்டை வரையில், தமிழர் வழக்கப்படி தட்டைப் பந்தல் போடப்பட்டது. கோட்டை மதில்களிலும் உட்புறச் சுவர்களிலும் வீட்டு மதில்களிலும் அலங்கார விளக்குகள் பொருத்தப்பட்டன. கம்பங்கள் நட்டு, அதில் வாணங்களைக் கட்டி, கம்பவாணம் என்னும் வாணவேடிக்கை நடத்தப்பட்டது.

வரிசையாய் வந்த பரிசுகள்

ஒரு வாரத்திற்கு முன்பிருந்தே சீர்வரிசைகள் வரத் தொடங்கின. வெகுமானமாகப் பணம், பட்டுச்சுருள், சர்க்கரை, பழவகைகள் போன்றவை அவரவர் தகுதிக்கேற்ப தட்டுகளில் வைத்து எடுத்துவரப்பட்டன. பரிசுகள் கொண்டுவருவோர் மேளவாத்தியம், தீப்பந்தங்கள், வாணவேடிக்கைகள், தாசியர் நடனம் தொடர ஊர்வலமாக வந்தனர். முதல் நாள் துபாசி கனகராயர், அதைத் தொடர்ந்து ஆனந்தரங்கப் பிள்ளை, சேஷாசலம் செட்டி, வெங்கடாசலம் செட்டி, குண்டூர் ராவணப்ப செட்டியார், தறுவாடி டங்கா மேஸ்திரி, மேலுகிரி பண்டிதர், முத்தியாப் பிள்ளை ஆகியோர் தனித்தனியாகவும், கும்பினி வணிகர்கள், மளிகைக்காரச் செட்டியார்கள், புடவைக்காரர்கள் கூட்டாகவும் ஒவ்வொரு நாளாக முறை வைத்துப் பரிசுகள் அளித்தனர். சவுளிக்காரர்களுக்கு மட்டும் மூன்று நாட்கள் தேவைப்பட்டன.

முஸ்லிம் சிற்றரசு வகையினரான, டக்கி சாயபு, பதே சாயபு, சப்பித்தருசேன் கான் சாயபு, சந்தா சாகிபின் மகன், திருச்சி நவாபு ஆகியோரிடமிருந்தும் பரிசுகள் வந்தன.

போட்டிப் போட்டுக்கொண்டு சீர்வரிசைகள்

துபாசி கனகராய முதலியாரும் ஆனந்தரங்கப் பிள்ளையும் முத்தியாப்பிள்ளையும் போட்டிப் போட்டுக்கொண்டு வரிசைகளை அடுக்கினார்கள். பணமாக வெகுமானமும் பட்டுச் சுருள்களும், மற்றப் பொருட்களின் அத்தனை வகைகளும் பழவகைகளும் சேகரிக்கப்பட்டன. உலுப்பை சர்க்கரை, கற்கண்டு, திராட்சை, பாதாம் பருப்பு, சாதிக்காய், சாதிப்பருப்பு, இலவங்கம் ஆகியவை அவற்றில் அடங்கும். பிள்ளையின் வரிசை, 60–70 பேர் தூக்கிச் செல்லுமளவிற்கு பிரம்மாண்டமாக இருந்தது. வெங்கடாசல செட்டி அரிசி, பருப்புடன், ஆடுகள், கோழிகளையும் எடுத்துச்சென்றார். ஒவ்வொரு வரிசை வரும்போதும் பீரங்கிகள் முழங்கிக் கட்டியம் கூறின. ஃபிரஞ்சிந்திய ஆளுநர் வீட்டுத்திருமணம் அல்லவா!

தேவாலயத்தில் திருமணம்

திருமண நாளன்று காலை 7.30 மணியளவில், ஆவணப்பதிவு அதிகாரி முன்பு, முறைப்படி பதிவுத் திருமணம் நடைபெற்றது. எட்டு மணியளவில், மணமகள்கள் இருவரும் தனித்தனிப் பல்லக்கில், மாளிகையிலிருந்து புறப்பட்டு, கோட்டைக்குள்ளிருந்த சென் லூயி ஆலயத்திற்கு வந்து சேர்ந்தனர். வழக்கமாக இருபத்தோரு முறை முழங்கும் பீரங்கிகள் அன்று முழங்கிக்கொண்டேயிருந்தன. துய்ப்ளேக்சுவும் விருந்தினரும் ஊர்வலத்துடன் நடந்தே சென்று, ஆலயத்தை அடைந்தார்கள். அங்கு பாதிரியார் ஆசிர்வாதத்துடன், மணமக்கள் ஐரோப்பிய முறைப்படி மோதிரம் மாற்றிக் கொண்டனர்; பூசை தொடர்ந்தது. திருமணம் முடிந்ததும் தடபுடலான விருந்து நடந்தது.

மாலையில் வரவேற்பு

மாலையில் வரவேற்பு நிகழ்ச்சிக்கான கொண்டாட்டங்கள் வாணவேடிக்கைகளுடன் தொடங்கின. ஆறரை மணிக்குத் தொடங்கி எட்டு மணிக்குத்தான் அது முடிவுற்றது. விருந்தினர்கள், தங்களின் ஐரோப்பிய முறைப்படி, தொட்டுப்பிடித்து நடனமாடிக் களித்துப் பின் விருந்துண்டு கலைந்தனர்.

மறுநாளும் களியாட்டம் தொடர்ந்தது. பகலில் விருந்தும், இரவில் வாணவேடிக்கைகளும் நடந்தன. இரண்டு நாட்களிலும் விருந்தினர்கள் வரிசை வரிசையாக நின்று, பரிசுகள் அளித்து மணமக்களை வாழ்த்தினர். மூன்றாவது நாளும் விருந்தினர் வருகையும் விருந்தும் நடந்தது. ஐரோப்பிய முறையில் மாமிச உணவு வகைகளுடன், இந்திய முறையிலும் உணவு வகைகள் பரிமாறப்பட்டன. பல ஐரோப்பியரும் அவற்றை வெகுவாகச் சுவைத்துச் சாப்பிட்டுப் பாராட்டினர். அன்றாடம் இசைக் கச்சேரிகளும் தாசியர் நடனமும் களைகட்டின. வாழ்த்த வந்தோர் அனைவருக்கும், திருமண ஏற்பாடுகள் செய்த ஊழியர்களுக்கும் துய்ப்ளேக்சுவும் மதாமும் பரிசுகள் வழங்கி நன்றி தெரிவித்தனர்.

சந்தா சாகிப் மகள் திருமணம்

1747 டிசம்பர் மாதம் சந்தா சாகிப் மகளுக்கும் ரசாத் கான் மகனுக்கும் திருமணம் செய்ய முடிவாகியிருந்தது. அப்போது சந்தா சாகிப் குடும்பத்தினர் புதுச்சேரியில் தஞ்சமடைந்திருந்ததால், ஆளுநர் துய்ப்ளேக்சு ஆதரவுடன் இங்கேயே திருமண ஏற்பாடுகள் நடந்தன. இதில் அரசியல் கணக்கும் அடங்கியிருந்தது. தென்னக அரசியலில், பல பிரிவுகளாகக் கிடக்கும் உள்ளூர் அரசுகளில் சிலவற்றை ஆதரிப்பதன் மூலம், ஃபிரஞ்சிந்தியப் பேரரசை முன்னெடுக்கலாம் என்பது அவரது திட்டம். அதை அவரே பிள்ளையுடன் பேசும்போது தெரிவித்திருந்தார். அந்தக் காரணத்திற்காகவே திருமண ஏற்பாடுகளில் துய்ப்ளேக்சு அதீத அக்கறை காட்டினார். ஒவ்வொரு கட்டத்திலும் அலங்காரமும் ஆடம்பரமும் பளிச்சிட்டன.

மணமகள் வரவேற்பு

திருமணத்திற்காக, அலி நக்கி சாயபுவுடன், மணமகனான ரசாத் கான் மகன் புதுவைக்கு வந்தார். அவருடன், ஒரு யானை, மூன்று ஒட்டகங்கள், இருபது எருதுகள், பசுக்களுடன், பத்துக் குதிரை வீரர்கள், 70–80 பணியாட்கள் கொண்ட பெரிய பரிவாரமும் வந்தது. அவருக்கு வழுதாவூர் வாயிலில் வரவேற்பு கொடுக்கப்பட்டது. அப்போது கனத்த மழை கொட்டிக் கொண்டிருந்தது. இருந்தபோதிலும், துய்ப்ளேக்சுவே நேரில் வரவேற்க கிளம்பினார். மழை கனமாயிருப்பதால் வேண்டாமென்று பிள்ளைதான் வற்புறுத்தி நிறுத்தினார். துய்ப்ளேக்சுவின் உத்தரவின் பேரில், துபாசி கனகராய முதலியும் உயர் ஆலோசனைக் குழு உறுப்பினர்கள், பராதி, தொத்தேய், ஆகியோருடன் அதிகாரிகளும் தெற்கு வாயிலுக்குப் போய் எதிர்கொண்டு வரவேற்றார்கள்.

மணமகன் வந்து ஊருக்குள் நுழைந்ததும், 15 பீரங்கிகள் போடப்பட்டன. ஊர்வலத்தில், மூன்று யானைகள், 200 குதிரைகள், ஆறு பல்லக்குகள், எட்டு வண்டியில் பெண்கள், ஆயிரம் வீரர்களும் மேளதாளத்துடன் வந்தனர். திருமணத்திற்காக 200 எருதுகள், காளைகள் மீது பலசரக்கு, மளிகை சாமான்களும் எடுத்து வரப்பட்டன.

துபாசி கனகராய முதலியார் வீட்டில் மணமகன் தங்க வசதி செய்யப்பட்டிருந்தது. அங்கு வந்து இறங்கியபோதும், 15 பீரங்கிகள் போடப்பட்டன. மற்ற, மணமகன் வீட்டார் தங்குவதற்காக சாந்து முதலியார் வீடு, தொம்மை வீடு, முத்தியப்பிள்ளை வீடுகளும், அவர்களது உடமைகளை வைப்பதற்காக, தரகு நல்லதம்பி முதலியார் புடவைக் கிடங்கும் கொல்லத்துக்காரர் வெளிவீடும் ஏற்பாடு செய்யப்பட்டிருந்தன.

பெண் வீட்டார் சார்பில்

பெண் வீட்டுக்குப் பலத்த காவல் போடப்பட்டது. இருபது ஐரோப்பிய வீரர்கள், 50 மாகி சிப்பாய்கள் வீட்டைச் சுற்றி நின்றனர். பத்துக் குதிரை வீரர்கள் உருவிய வாளுடன் பாதுகாப்பளித்தனர். ஓர் அதிகாரி கூடாரம் அடித்துத் தங்கி இவர்களை மேற்பார்வையிட்டார். அந்தத் தெருவில் 21 பீரங்கி வண்டிகள் வேண்டியபோதெல்லாம் குண்டுபோடத் தயாராய் நின்றன. இதற்குப் பீரங்கி மேஸ்திரியைப் பொறுப்பாக்கியதோடு,

அவர் மூலமே வாணவேடிக்கைகளும் செய்யப்பட்டன. பலவகைத் தித்திப்புகளும் செய்ய ஏற்பாடாயிற்று.

மணமக்களின் ஊர்வலத்திற்கென ஆறு குதிரைகள் பூட்டிய வண்டிகள் அனுப்பப்பட்டன. முக்கிய விருந்தினர்கள் வரும்போதும், போகும்போதும் மேளதாளங்கள் முழங்க இராணுவ வீரர்களும் சிப்பாய்களும் அணிவகுத்து மரியாதை செலுத்தினர். இந்த ஏற்பாடுகள் சரியாக உள்ளனவாவென்று, துய்ப்ளேக்சுவே நேரடியாக மாப்பிள்ளைத் தெருவழியாக வந்து பார்த்துப்போனார்.

மணநாளுக்கு முன்பு

சம்மந்தி வரிசைகளோடு திருமண நிகழ்வுகள் ஆரம்பமாயின. முதல் நாள் ரசாத் கான் முறை. 150 தட்டுகளில், பாக்கு – வெற்றிலை, கற்கண்டு, துணிகள், புடவைகள் அடுக்கப்பட்டு, மேளதாளத்துடன் வரிசைகள் வந்தன. மாகி சிப்பாய்களும் யானை, குதிரை வீரர்களும் ஊர்வலத்தில் அணிவகுத்தனர். மறுநாள் சந்தா சாயபுவின் முறை. அதேபோல், மணமகன் வீட்டிற்கு மஞ்சள், பாக்கு – வெற்றிலை, மிட்டாய், சர்க்கரை, கற்கண்டு போன்றவற்றை 150 தட்டுகளில் அடுக்கி அவற்றை நான்கு மூலைகளில் வெள்ளிக் கம்பங்களால் கட்டப்பட்ட பலகையில் ஒன்றன் மேல் ஒன்றாக அடுக்கி வைத்து, நான்கு பேர் பிடித்து வந்தார்கள். மாலை நேரமானதால், 10 தீவட்டிகள் ஒளியூட்ட வீரர்கள் அணிவகுப்புடன், திரம்பத்து, கிண்ணாரம், டங்கா, நவபத்து, மேளதாளத்துடன் வரிசை போனது. மணமக்கள் வீட்டார் இருவரும், ஒரு நாள் அழைப்பு, அடுத்தநாள் நலங்கு என்று மேற்சொன்ன வரிசைகள் உடன் வர, மாறி மாறி வந்து போனதால், நகரமே அல்லோகலப்பட்டது.

திருமண நாளன்று

திருமண நாளன்று, மாப்பிள்ளை வீடு தொடங்கி, பெண் வீடு வரையில் 200 வீரர்களும் 200 மாகி சிப்பாய்களும் பத்தடிக்கு ஒருவராகக் காலை முதலே நிறுத்தப்பட்டனர். தெரு முழுதும் பந்தல் போடப்பட்டிருந்தது. வழுதாவூர் வாயிலில் இருந்து, பின்னிரவு இரண்டு மணிக்கு மாப்பிள்ளை ஊர்வலம் புறப்பட்டது. 500 தீவட்டிகள், 10 ஏழுமுகத் தீவட்டிகள், 10 ஐந்து முகத் தீவட்டிகள், நூறு காகிதக் கூண்டு விளக்குகள், இராணுவ வீரர்கள் அணிவகுப்புடன் ஊர்வலம் கிளம்பியது. குதிரைமேல், குடையின் கீழ் மாப்பிள்ளை அமர்ந்திருந்தார். அவருக்கு முன்பாக யானைமேல் நாதசுரக் கச்சேரி போனது. வழிநெடுகிலும், 20 அடிக்கு ஒன்றாகக் கம்பம் நட்டு மத்தாப்புகள் எரியவிடப்பட்டன. வழியெல்லாம் வாணவேடிக்கையும் நடந்தது. மூன்றரை மணிக்கு, பெண் வீட்டிற்கு மாப்பிள்ளை வந்து சேர்ந்தார். திருமணம் அங்குதான் நடந்தது. அதன்பின், அதிகாலை ஐந்து மணியளவில், மணப்பெண்ணையும் அழைத்துக் கொண்டு மாப்பிள்ளை தன் விடுதிக்குச் சென்றார். நடுநிசி என்றும் பாராமல் மதாம் துய்ளேக்சுவும் திருமணத்திற்கு வந்து வாழ்த்திப்போனார்.

துய்ப்ளேக்சு நேரில் வந்து வாழ்த்து

திருமண நாளன்று, முன்னிரவிலேயே துய்ப்ளேக்சு வந்து மணமக்களைத் தனித்தனியே வாழ்த்திப் பரிசுகள் வழங்கிப்போனார். அரசு

மாளிகையிலிருந்து மேளதாளங்கள் முன் செல்ல 200 மாகி சிப்பாய்களும் 100 குதிரை வீரர்களும் அடுத்துவர, முழுப் பாரிவாரங்களுடன், உயர் ஆலோசனைக் குழுவினர், பராதியுடன் வந்த அவருக்கு, சம்பிரதாயப்படி பன்னீர் தெளித்து, பாக்கு – வெற்றிலை கொடுத்து வரவேற்பு அளிக்கப் பட்டது. சந்தா சாகிப் சார்பில் அவருக்கு ஒரு குதிரையும் ஐந்து வகை தங்க நகைளும் பரிசாக வழங்கப்பட்டன. சந்தா சாகிபு வீட்டிலிருந்து, பெண் வீட்டார் உடன் வர, துய்ப்ளேக்சுவும் நடந்தே மாப்பிள்ளை விடுதிக்குப் போய், பரிசளித்தபின், மீண்டும் சந்தா சாயபு வீட்டிற்கு வந்துதான் கோட்டைக்குத் திரும்பிப்போனார்.

சம்பந்திகள் வரிசைகள் போலவே, துய்ப்ளேக்சுவும் ஆடம்பரமாகப் பரிசுகளை அள்ளி வழங்கினார். சர்க்கரை, பாக்கு – வெற்றிலை, கற்கண்டு, வாழைப்பழம், கொய்யா, துணிகள், கரும்புக் கட்டுகள் என்று 150 தட்டுகளில் வழங்கி மாப்பிள்ளையை வாழ்த்தினார். மணமகள் முன்பே அறிமுகமானவரல்லவா! எனவே, வெள்ளிப் பாத்திரங்களில் இனிப்புகள், பத்து சிப்பங்களில் துணிமணிகள், சீலை (புடவை), சகலாத்து, மூன்று கண்ணாடிகள், மெழுகுவர்த்தி, விளக்குத் தாங்கி ஆகியவற்றைப் பரிசளித்து வாழ்த்தினார்.

வாத்தியங்களின் இசையொலியும் பரபரப்பான விருந்தினர் வருகையும் வாணவேடிக்கைகளும், பீரங்கி முழக்கங்களும் இராணுவ மரியாதையுமாக ஊரே களை கட்டியிருந்தது. ஆனால், மாப்பிள்ளை வீட்டார் அனைவரும், சீருடையாகச் சிவப்பு அங்கியும் பாகையும் இடுப்புப் பட்டையும் அணிந்திருந்தனர். ஆனால், அது பிள்ளையைப் பெரிதாகக் கவரவில்லை. இவ்வளவு ஆடம்பரத்திற்கும் துரையின் கரிசனம்தான் காரணம் என்று பிள்ளை கருதினார்.

ஆளுநர் அளித்த வரவேற்பு

திருமணத்திற்கு மறுநாள் ஒரு வேடிக்கை நிகழ்ந்தது. துய்ப்ளேக்சுவின் மாளிகையில் காலையிலிருந்தே வீடும் தோட்டமும் தடபுடலாக அலங்கரிக்கப்பட்டன. காகித அட்டையால் செய்யப்பட்ட மூங்கில் பட்டைக் கூண்டு விளக்குகளும் ரோமானிய மெழுகுவர்த்திகளும் ஆங்காங்கே பொருத்தப்பட்டன. தோட்டம் முழுவதும், மதிலோரமாகச் சரவெடிகள் கட்டப்பட்டன. வாணவேடிக்கைளும் விருந்தும் பெரிய அளவில் ஏற்பாடானது. கும்மட்டங்கள் கட்டி அதில் வாணங்கள் கட்டப்பட்டன. அதிகாரிகளுக்கும் மற்றவர்களுக்கும் ஏதும் புரியவில்லை; ஆளுநரும் அதைப்பற்றி ஏதும் கூறவில்லை. காலையில் பிள்ளையை வரவழைத்து, நீங்கள் போய் மணமக்களையும் மற்றவர்களையும் நான் அழைத்ததாகக் கூறி வரச்சொல்லுங்கள் என்றார்.

சந்தா சாகிப்பின் தயக்கம்

துய்ப்ளேக்சுவின் அழைப்பு தெரிவிக்கப்பட்டதும், சந்தா சாகிப் குடும்பத்தினர் உடனே வர இசையவில்லை. மணமக்களுக்குக் கங்கணம் கட்டியிருப்பதாகவும், அன்று வீட்டைவிட்டு வெளியே வரக்கூடாது என்பதால், மறுநாள் வருவதாகச் சொல்லிவிட்டனர். இந்தத் தகவலைக் கேட்டதும் துய்ப்ளேக்சுவின் முகம் சிவந்தது. மிகவும் கோபத்துடன், ‘நான்

அழைத்தாலும் வரமாட்டார்களாமா? என்று கேட்டுவிட்டு, 'இவ்வளவு ஏற்பாடுகளும் வீணாகிப்போகுமே' என்று கடுகடுத்தார்.

பிள்ளை மீண்டும் சந்தா சாகிப்பிடம் சென்று, வெகுமுயற்சிக்குப்பின் அவர்களைச் சம்மதிக்க வைத்தார். முடிவாக, துய்ப்ளேக்சுவின் கோபம் பற்றிக் கூறியதும், அவரது கோபத்தைத் தங்களால் எதிர்கொள்ள முடியாதென்பதால் கிளம்பி வந்துவிட்டனர்.

மன்னிப்புக் கோரிய மணமக்கள் தரப்பு

தொலைவிலிருந்து பார்த்தபோதே, தோட்டம் முழுவதும் அலங்கார விளக்குகளால் ஒளிர்ந்தது. மாளிகைக்கு வந்ததும், அங்கு செய்யப் பட்டிருந்த அலங்காரங்களையும் மற்ற ஏற்பாடுகளின் நேர்த்தியையும் பார்த்து வியந்து போயினர். வரவேற்பு பற்றித் தங்களுக்குத் தெரியாததால்தான் முதலில் மறுத்ததாகவும், அதற்காகத் தங்களை மன்னிக்க வேண்டும் என்றும், மீண்டும் மீண்டும் கேட்டுக்கொண்டனர்; துய்ப்ளேக்சு ஒருவாறு அமைதியானார். கொண்டாட்டங்கள் தொடங்கின. மணமக்கள் ஒரு சரவெடியை ஒரு முனையில் கொளுத்தியதும், அது தொடர்ந்து எரிந்துகொண்டும் சர சரவென்று வெடித்துக்கொண்டும் போனது. முக்கால் மணி நேரத்திற்கு வாணவேடிக்கைகளால் நகரமே அதிர்ந்தது. எட்டு மணிக்கு, வரவேற்பின் முடிவில் துய்ப்ளேக்சுவும் அவரது மனைவி ழேன் பேகமும் மணமக்களுக்குப் பரிசளித்தனர்.

ஃபிரஞ்சிந்தியாவின் ஆளுநரே தங்களுக்கு அளித்த கௌரவத்தைப் பற்றிச் சந்தா சாகிபுக்கும் ரசாத் கானுக்கும் பெருமை பிடிபடவில்லை. பலமுறை நன்றி கூறி, விடை பெற்றனர். மறுநாள் கங்கணம் களையும் நிகழ்ச்சிக்கும் துய்ப்ளேக்சு தன் மனைவியுடன் பரிவாரங்கள் சூழப் போய்க் கலந்துகொண்டார்.

தங்களிடம் அடைக்கலம் புகுந்த குடும்பத்தின் திருமணத்தை மிகப் பிரமாண்டமாகத் தன் வீட்டுத் திருமணத்தைவிடச் சிறப்பாகத் துய்ப்ளேக்சு நடத்திக்காட்டினார். அதனால் வியப்பு மேலிட்டப் பலரும், பல்வேறு யூகங்களைப் பரவவிட்டார்கள். ஆனால், அகண்ட ஃபிரஞ்சிந்தியக் கனவினை முகமதிய சிற்றரசர்களைக் கருவியாக்கிச் சாதிக்கும் வியூகத்தின் வெளிப்பாடே என்பது பிள்ளையின் மதிப்பீடு. அது உண்மையென்பதைப் பிற்கால நிகழ்வுகள் நிரூபித்தன.

ஆனந்தரங்கப்பிள்ளை வீட்டுத் திருமணம்

ஆனந்தரங்கப்பிள்ளையின் நாட்குறிப்பில் இந்தியத் திருமணங்கள் பற்றி விரிவாகக் கூறப்படவில்லை அவர் சற்று விவரிக்கும் இரண்டு திருமணங்களும் குறைத் திருமணங்களாகவே முடிந்தன. மணமகளான பிள்ளையின் பெண் பாப்பாத்தி, திருமண நிகழ்ச்சிகள் நடந்த நாட்களிலேயே இறந்துபோனாள். சென்னை பெரு வணிகரான சங்குதாஸ் என்ற வடஇந்தியரின் மகன் திருமணமும் பாதியிலேயே நின்று போனது.

திருமணச் சடங்குகள்

ஆங்காங்கே கிடைக்கும் தகவல்களிலிருந்து, திருமண அழைப்பிதழின் மேல் மஞ்சள் தடவுதல், பாக்கு வெற்றிலை வைத்து அழைத்தல், பந்தல்

கால் நடுதல், வீட்டின்முன் பந்தல் வேய்ந்து வாழைமரம் கட்டுதல், மாப்பிள்ளை, பெண்ணுக்கு நலங்கு வைத்தல், மணமகன் ஊர்வலம், வாணவேடிக்கைகள், தாசியர் நடனம் என்று தொடர்வதைக் காணலாம். தற்போதைய வழக்கம்போல் அல்லாது, மாலையிலும் முன்னிரவிலும் வைகறையிலும் திருமணங்கள் நடத்தப்பெற்றன.

பிள்ளை துபாசி மட்டுமல்ல; பெருவணிகர் என்பதோடு பல கிராமங்களின் குத்தகைக்காரர்; ஆட்சிக்கும் ஆளுநருக்கும் அணுக்கமானவர். எனவே, திருமணத்தில் திக்கெல்லாம் பிரம்மாண்டம் தென்பட்டதில் வியப்பேதுமில்லை. ஆனால், அவர் அதை நேரடியாக விரிவாகப் பதியவில்லை. தன்னடக்கம் காரணமாக இருக்கலாம். எனினும் துய்ப்ளேக்சுவுடன் அவரது உரையாடல்களில் அதுபற்றிய விவரங்கள் பொதிந்து கிடக்கின்றன.

இரண்டு வாரம் நடந்த திருமணம்

தெருவெல்லாம் பந்தல்போட்டு, தீவட்டிகளுடன், மேளதாளம், தம்பூர் இசைக் கச்சேரியுடன், மணமகன் ஊர்வலம் நடக்கிறது. துய்ப்ளேக்சுவின் வீரப்பிரதாபங்கள் – சென்னை முற்றுகை, மாபூஸ்கானைத் தோற்கடித்தது, மயிலையிலிருந்து மாபூஸ்கான் பின்வாங்கி ஓடியது, தேவனாம்பட்டினம் சண்டை, ஆப்பிரிக்கக் காப்பிரிகள் கடலூர் டேவிட் கோட்டை, கொத்தளங்களை இடித்தது, நாசிர் ஜங் துய்ப்ளேக்சுவிற்கு வெகுமானம் தந்தது போன்றவை – ஓவியங்களாக வரையப்பட்ட பதாகைகள் பந்தலைச் சுற்றிலும் வைக்கப்பட்டிருந்தன (ஆரபி: ஜூன் 28, 1747).

ஊர்ப் பெரிய மனிதர்கள், சடையப்ப முதலி, பரசுராமப்பிள்ளை முதலியோர், திருமணத்திற்கு முன்பு ஒவ்வொரு நாளும் விருந்தோம்பு கின்றனர். சரியாக மாலை எட்டு மணிக்கு, ஊரிலுள்ள அதிகாரிகள் எல்லாம் தவறாமல் வந்துவிடுகின்றனர். ஒவ்வொருவருக்கும், மாலை அணிவித்து, சந்தனப்பொட்டிட்டு, அத்தர், பன்னீர் தெளித்து, கையில் சந்தனம் பூசி, பாக்கு – வெற்றிலை கொடுத்து வரவேற்பு தரப்படுகிறது. பத்தாயிரம் பேருக்கும் மேற்பட்ட விருந்தினர் வந்து, வரிசை வைத்து, விருந்துண்கிறார்கள். தென்கோடியில் நாகப்பட்டினத்திலிருந்து, வடக்கே சென்னைப்பட்டினம் வரையிலிருக்கும் பெரிய மனிதர்கள் – தங்கள் ஊரைவிட்டுப் பெரும்பாலும் வெளியூருக்குச் செல்லாதவர்கள் கூட – திருமணத்திற்கு வந்திருக்கிறார்கள்.

கீர்த்தி பெற்ற விருந்தினர்களின் பட்டியலைக் கண்டு வியந்துபோன துய்ப்ளேக்சு, அவர்களைச் சந்திக்க விரும்புகிறார். அவர் தன் மனைவியுடன், புஸ்சி, பொனோ புடைசூழப் பரிவாரங்களுடன் வந்து, வாழை இலைபோட்டுப் பரிமாறப்பட்ட தமிழர் விருந்து சாப்பிட்டுப் போகிறார்; மணமக்களுக்குத் தானும் விருந்து வைக்க விழைகிறார். அதற்குள் மணமகள் சுகவீனப்பட்டது தெரிந்ததும், பின்னாளில் மகாவேடிக்கையுடன் விருந்து வைத்துக்கொள்ளலாம் என்று கூறுகிறார். ஆனால், எதிர்பாராவிதமாக, அடுத்த ஆறாம் நாளே, 1747 ஜூலை 9இல், மணமகள் இறந்து விடுவதால், ஊரே சோகமயமாகிவிடுகிறது.

துய்ப்ளேக்சுவின் பாராட்டு

அந்தக் காலத்திலேயே பதாகைக் கலாச்சாரம் இருந்தது வியப்பளிக்கிறது. அது பற்றி துய்ப்ளேக்சு கூறும்போது, 'இதுவரை இல்லாத புதுமைகள்' என்கிறார்; 'ஊரில் அரிசிக்குத் தட்டுப்பாடு நிலவும்போது, பத்தாயிரம் பேருக்குமேல் விருந்து வைத்தால் கரிப்பு ஏற்படாதா' என்று நகைச்சுவையாகக் கிண்டலடிக்கிறார். ஒரு வேட்டுச் சத்தம் கேட்டபோது, 'அது உன் மகள் கல்யாணத்திற்குப் போட்ட பீரங்கிச் சத்தமாயிருக்கும்' என்று பெருமைப்படுத்துகிறார்; 'ஒரு ராசா வீட்டுத் திருமணம் போல் நடத்தியிருக்கிறாய், இது பாரீஸ் அரசிதழில் வரும்' என்று பெருமிதம் கொள்கிறார். இதிலிருந்தே பிள்ளை மகள் மணவிழாவின் மாண்பை நாம் யூகித்துக் கொள்ளலாம்.

பூப்பந்தல் அலங்காரங்கள், மத்தாப்பு, வாண வேடிக்கைகள், இசைக் கச்சேரி வகைகள், தேவதாசியரின் நாட்டியம் போன்றவை அந்நாளில் தமிழரின் மங்கல நிகழ்ச்சிகளில் அங்கமாகியுள்ளன. அவை பற்றிய விவரங்கள் குறிப்பிடப்படவில்லையென்றாலும், துய்ப்ளேக்சுவின் கருத்துக்களிலிருந்து அவற்றை யூகிப்பது கடினமல்ல.

சிறார் திருமணம்

இந்தியச் சமூகத்தின், இந்து மதத்தின் சாபக் கேடுகளில், சிறார் திருமணம், அதாவது பால்ய விவாகமும் ஒன்று. முற்காலத்தில், நடந்த திருமணங்கள் பெரும்பாலும் சிறு வயதுத் திருமணங்களே! புதுச்சேரி நாட்குறிப்புகளில் இது பற்றியத் தகவல்கள் நிறைய இருக்கின்றன. ஆனந்தரங்கப்பிள்ளையின் பெண்ணுக்கே திருமணத்தின்போது வயது பதினான்குதான்.

துய்ப்ளேக்சுவும் செய்தார் பால்ய விவாகம்

ஆனால், மதக் கோட்பாட்டின்படி, நெருங்கிய உறவுத் திருமணங்களையும் பால்ய விவாகங்களையும் கிறித்தவம் தடை செய்திருந்தது. தேவாலயங்களில் இவற்றை அனுமதிக்கக் கூடாதென்று போப்பாண்டவர் அறிவுறுத்தியிருந்தார். ஆயினும், குடியேற்ற நாடுகளில் இதைக் கடைப்பிடிக்க முடியவில்லை. ஆண்கள் மட்டுமே அயல் நாடுகளில் குடியேறியதால், அவர்களுக்கு இணையான ஐரோப்பிய மணமகள் கிடைப்பது அரிதாயிற்று. எனவே, இங்கிருந்த ஐரோப்பியப் பெண்களுக்கும் கிரெயோல் பெண்களுக்கும் கடும் போட்டி நிலவியது. ஆகவே, வயது பற்றிப் பொருட்படுத்தாமல் கிறித்தவத் திருமணங்கள் நடத்தப்பட்டன. பாதிரியார்களும் அவற்றை எதிர்ப்புக் காட்டாமல் நடத்திவைத்தனர்.

இதில் வேடிக்கை என்னவென்றால், துய்ப்ளேக்சு மனைவி ழான் அல்பேருக்கு, ழேக் வேன்சானுடனான முதல் திருமணம் நடந்தபோது, அவருக்கு 13 வயதுதான். சமூகத்தின் மேல்தட்டிலிருந்த துய்ப்ளேக்சுவும் இதற்கு விதிவிலக்கல்ல என்பதுதான் வேடிக்கை! திருமணம் நடந்த போது, துய்ப்ளேக்சுவின் முதல் மகள் ஆன் கிரிஸ்டின் வயது பதினாறு; அடுத்த மகள் சூசன் உர்சுயல் வயது பதினான்கு மட்டுமே! (ஆரபி: ஜூலை 29,1743).

வீரா நாயக்கர் குறிப்பிலும் திருமணச் சடங்குகள் பற்றிய குறிப்புகள் உள்ளன. விஜய திருவேங்கடம் பிள்ளையின் மகனுக்கும் அண்ணா பிள்ளையின் மகளுக்கும் திருமணம் நடந்தது; மாப்பிள்ளை வயது பதினான்கு; பெண்ணுக்கு வயது பத்து; அது ஐந்து நாள் விழா. முதல் நாள் திருமண

நாள்; பிற்பகல் இரண்டு மணிக்கு ஒரு யானை மேல் அம்பாரி, இன்னொரு யானை மேல் மேளதாளம், மூன்றாவது யானை மேல் கருடக் கொடி முன் செல்ல வெண்சாமரமும், வண்ணக் கொடிகளும் ஏந்திய ஏவலர்களும், சிப்பாய்களின் தம்பூர் இசைக்குழுவும், புல்லாங்குழல் முதலான இசைக் கருவிகளும் பின் தொடர, கடைசியாக மாப்பிள்ளை புறப்பட்டுப் பச்சைப் பல்லக்கில் ஏறி ஊர்வலமாக வீடு வந்து சேர்ந்தார்; ஐந்தரை மணிக்குத் திருமணம் நடந்தது. இரண்டாம் நாள் கெந்தப்பொடி ஊர்வலம். முதல் நாள் போலவே, அனைத்து ஆடம்பரங்களுடன் மாப்பிள்ளை கிளம்பி, யானை மேல் ஊர்வலமாக நகரத் தெருக்களில் வலம் வந்தார். மூன்றாம் நாள் ஊர்வலம் பெரியதாயிருந்தது. மாலையில், மாப்பிள்ளை, மணப்பெண் இருவரும் பல்லக்கில் ஏறி, அரசு மாளிகை வழியாக வந்தபோது ஆளுநர் தெப்ரேன் தன் மனைவியுடன் மாடத்திலிருந்து பார்த்து ஆசீர்வதித்தார். கடற்கரைத் திடலுக்கு ஊர்வலம் சென்றடைந்ததும் வாணவேடிக்கைகள் நடந்தன. அங்கிருந்து மீண்டும் ஊர்வலமாக மற்ற தெருக்களைச் சுற்றி வந்து, இரவு பன்னிரண்டு மணியளவில் வீடு போய்ச் சேர்ந்தனர். நான்காம் நாள் மஞ்சள் நீர் வசந்தம். மாலை ஆறரை மணிக்கு மாப்பிள்ளை குதிரை மேல் கட்டிய வெள்ளைப் பல்லக்கில் ஏறிப் பெண் வீட்டுக்கு ஊர்வலமாக வந்துசேர்ந்தார். அங்குப் பாலும் பழமும் சாப்பிட்டபின், வீடு திரும்பினார்.

ஐந்தாம் நாள் பெரிய விருந்து நடந்தது. தெருவெல்லாம் பந்தல் போட்டு, ரத்தினக் கம்பளம் விரிக்கப்பட்டது. நடுவில், ஆளுநர் மாளிகையிலிருந்து கொண்டு வரப்பட்ட பெரிய மேசை போடப்பட்டது. அதைச் சுற்றிலும் நூறு நாற்காலிகள் போடப்பட்டன. மேசை மீது பல வகை இனிப்புகள், பண்டங்கள், பழங்கள், மது வகைகள் அடுக்கிவைக்கப்பட்டன. ஏழு மணியளவில், ஐரோப்பியர்களும், அதிகாரிகளும் வந்து நடனமாடத் தொடங்கினார்கள். பதினோரு மணிக்குச் சாப்பிடத் தொடங்கினார்கள். ஒரு மணி நேரம் கழித்து, மீண்டும் மூன்று மணிவரை நடனமாடியபின் கலைந்து போனார்கள். விருந்தின்போது, வயலினுடன் மேலை நாட்டு இசை நிகழ்ச்சி செவிக்கு விருந்தளித்தது. தலைமை விருந்தினரான ஆளுநர் மனைவி வரும்போதும் போகும்போதும் இருபத்தோரு அதிர் வெட்டுகள் போடப்பட்டு, அமர்க்களமாகக் கொண்டாடப்பட்டது என்று விவரிக்கிறார் (இ.வி.நா.: ஜூலை 8–13, 1791).

3.7: சமயச் சார்பும் கலாச்சாரக் கலப்பும்

புதுச்சேரியில், பல நாட்டவரும், பல இனத்தவரும் சேர்ந்து வாழ்ந்ததால், அது ஒரு கலாச்சாரக் கலப்புக் களமாக விளங்கியது. அத்தகைய சூழலில், பண்பாட்டுக் கூறுகளின் கலப்புக்கான வாய்ப்புகள் நிறையவே இருக்கும். ஆனால், அதில் சம்பந்தப்பட்ட இனத்தவர் அதை எவ்வாறு எதிர்கொள்கின்றனர் என்பதே, சமூக உறவுகளின் தன்மையைத் தீர்மானித்தது.

கிறித்தவர்களுக்குள் வேறுபாடு

தமிழர்களுடன் உறவாடுவதில், தொடர்புகொள்வதில் மொழி ஒரு தடையாக இருந்ததால், ஐரோப்பியர் பலரும் தமிழைக் கற்றுக்கொண்டனர். தமிழர்களின் சாதி, மத பேதங்களைப் பொருட்படுத்தவில்லை. இதில்

கப்புசியன் – ஏசு சபையினர் இடையே எந்தவித முரண்பாடும் ஏற்படவில்லை. ஆனால், தமிழர்களின் சாதிப் பிரிவினைகளைத் கிறித்தவத்தில் அங்கீகரிப்பதிலும், அவர்களது வழிபாட்டு முறைகளை உள்வாங்கிக் கொள்வதிலும், கருத்து வேறுபாடுகள் ஆழமாயின. தமிழ்க் கலாச்சாரத்தின் சாயல், கிறித்தவத்தின் மீது படியத் தேவையில்லை என்பதில் கிறித்தவச் சபையினர் உறுதியாயிருந்தனர்.

1693 முதல் 1699 வரையிலான திருத்தமுறைக் கிறித்தவர்களான டச்சுக்காரர்களின் நிர்வாகத்தின் கீழ் புதுச்சேரி இயங்கவேண்டிய நிலையில், கப்புசியன் – ஏசு சபையினர் இருவருமே, சற்று அடக்கியே வாசித்தனர். பின்னர் ஆட்சி மாறியதும், அவரவர் குணம் வழக்கம்போலவே வெளிப்பட்டது.

கட்டுப்பாடுகளை ஏற்க மறுக்கும் இந்துக்கள்

பெண்கள் பூசைக்குச் செல்லும்போது, நிறைய தங்க நகைகள் அணிவதும் சருகு போன்ற புடவையைக் கட்டிக்கொண்டு, வாசனைத் திரவியம் பூசிக்கொண்டு வருவதும் நீண்ட கூந்தல், சடையுடன் வருவதும் பாதிரியார்களுக்குப் பிடிக்கவில்லை. அதைத் தவிர்க்கவேண்டுமென்று வலியுறுத்தினர். தமிழ்க் கலாச்சாரத்தில் ஊறி வளர்ந்தவர்களுக்கு, பாதிரியார்களின் கண்டிப்பு ஆத்திரத்தைக் கிளப்பியது. எனவே, கொண்டை போடக்கூடாது, சடை பின்னி முடியக்கூடாது என்பன போன்ற கட்டுப்பாடுகளை அவர்கள் ஏற்கத் தயாரில்லை.

மர்த்தேன் காலத்திலேயே

இந்து – ஐரோப்பியக் கலாச்சாரக் கலப்புப் பிரச்சனை, ஃபிரான்சுவா மர்த்தேன் காலத்திலேயே தொடங்கிவிட்டது. மயிலாப்பூர் மறைமாவட்ட கர்தினால் இதுபற்றி 1704 ஜூன் 23ஆம் நாள் ஓர் ஆணை பிறப்பித்தார். தமிழ்க் கிறித்தவர்கள் தாலி அணியலாம்; ஆனால் அதில் இந்துக் கடவுள் படம் கூடாது; மேரியின் உருவமோ, சிலுவையோ சேர்க்கலாம். மாதவிடாய்க் காலத்திலும் பெண்கள் பிரார்த்தனைக்கு வரலாம். பாதிரிமார்கள், தாழ்த்தப்பட்டோர் வீடுகளுக்கும் பிரார்த்தனை செய்யப் போகவேண்டும் என்று அவ்வாணை கூறியது. ஆனால், நடைமுறையில் எல்லாம் மாறாகவே நடந்தன.

இஸ்லாமியருடன் இணக்கம்

கிறித்தவர்கள் வருவதற்கு முன்னரே இங்கு இஸ்லாம் வேரூன்றியிருந்தது. உள்ளூர் சிற்றரசர்களுக்கும் அண்டையிலிருந்த முகமதிய ஆட்சியாளர்களுக்கும் அடிக்கடி சண்டை மூண்டதால், பாதுகாப்பினை நாடி அமைதிப் பூங்காவாக இருந்த புதுச்சேரி, காரைக்கால் பகுதிகளுக்கு இஸ்லாமியர்கள் குடியேறியிருந்தனர். மராட்டியர் படையெடுப்பின் மூர்க்கம் தாங்காமல், தஞ்சை, திருச்சி, ஆற்காடு பகுதிகளிலிருந்து முஸ்லிம்கள் வெளியேறிப் புதுவை பகுதிகளில் குடியேறினர். ஃபிரஞ்சிந்திய ஆளுநர்கள், 'இந்தியாவில் ஃபிரான்சின் ஆட்சி' என்ற குறிக்கோளைச் செயல்படுத்த வகுத்த வியூகத்தின் ஓர் அங்கமாக இஸ்லாமியர் மீது அனுசரணையும் அரவணைப்பும் காட்டினர். மர்த்தேன், இதை செர்கான் லோடிக்காகத் தொடங்கி வைத்தார்.

சந்தா சாகிபுக்கும் அவரது உறவினர்களுக்கும் அடைக்கலம் தந்ததன் மூலம் அந்த நெருக்கத்தை துய்மா அடுத்த கட்டத்திற்குத் நகர்த்தினார். அவர்கள் தயக்கத்துடன் நடந்துகொண்டபோது, "தங்களுடைய வீடு இருக்கிறது; தங்களுக்குட்பட நானிருக்கிறேன்; தங்கள் வீட்டில் தங்குவதற்குச் சங்கை என்ன இருக்கிறது" என்றார் துய்மா. அதுமட்டுமல்ல, அவர்கள் அகதிகளாக நகருக்குள் நுழைந்தபோது, அரச குடும்பத்தினர் போல மேளதாளம், இசைக் கச்சேரி, பீரங்கிக் குண்டுகள் முழங்கத் தடபுடலாகவே வரவேற்றார் (ஆரபி: ஜூலை 17, 1740).

வாரிசுப் போரில், ஃபிரஞ்சியர் மீது இஸ்லாமியர் சார்ந்திருக்க வேண்டிய கட்டாயத்தைச் சாதுர்யமாகப் பயன்படுத்திக்கொண்டு, ஃபிரஞ்சிந்தியாவைக் கட்டமைக்கும் உத்திக்கு வழிகோலியவர் துய்மா. அதைச் சரியாகப் பயன்படுத்திக்கொண்டு அடுத்தடுத்தக் கட்டங்களுக்கு நகர்த்தி, சாதித்துக் காட்டியவர் துய்ப்ளே. எனவே, இஸ்லாமியரின் வரவும், வாழ்வும் எளிதானதால், புதுச்சேரியில் அவர்களது குடியேற்றம் தங்கு தடையின்றி வளர்ந்தது.

18ஆம் நூற்றாண்டின் தொடக்கத்தில் வளர்ந்து வரும் புதுச்சேரியில் இரண்டு பள்ளிவாசல்கள் இருந்தன. ஆனால், அவர்கள் கிறித்தவத்தின் சாயலும் ஆதிக்கமும் தங்கள் மீது படராமல் பார்த்துக்கொண்டார்கள் (முருகேசன் 1991).

மசூதியில் கை வைத்தால்

1748இல் வேதபுரீசுவரர் ஆலயம் இடிக்கப்பட்டபோதே, சம்பாக் கோயிலின் தெற்கில் ஐரோப்பியர் பகுதியில் இருந்த மசூதியையும் துய்ப்ளேக்சு இடிக்கச் சொன்னார். அதன் மதிலை இடிக்கத் தொடங்கியதும் அங்கிருந்த சோனகர்கள், அப்துல்லா இமானிடம் முறையிட்டனர். அவர் விரைந்து சென்று துய்ப்ளேக்சுவைச் சந்தித்து, "எங்கள் மசூதியை இடித்தால் ஒரு சிப்பாயும் இராணுவத்தில் இருக்கப் போவதில்லை. இடிக்கிறவர்கள் மேல் விழுந்து, அவர்களும் செத்து மடிவார்கள்" என்று உறுதிபடக் கூறினார். எனவே, ஃபிரஞ்சு அரசுக்குத் தெற்கத்திய சுல்தான்களின் ஆதரவு தேவைப்பட்ட நேரத்தில், அந்தச் சமூகத்தின் வெறுப்பை முழுவதுமாகச் சம்பாதித்துக்கொள்ள துய்ப்ளேக்சு விரும்பவில்லை. உடனடியாக மசூதி இடிப்பை நிறுத்தி வைத்தார் (ஆரபி: செப்டம்பர் 8, 1748).

வேதபுரீசுவரர் கோயில் இடித்ததிலும் அப்துல்லா இமானுக்கு உடன்பாடில்லை. சேதியைக் கேள்விப்பட்டதும், பிள்ளையின் பாக்குக் கிடங்குக்கு வந்து, "சத்துரு வந்து நம் பட்டணத்தை வாங்குவேனென்று இறங்கியிருக்கும் வேளையில், சகல சனங்களையும் சந்தோஷமாய் வைத்து, முதுகைத் தட்டிக் கொடுத்துக் காரியம் கொள்ளுகிறதை விட்டுப் போட்டு, பொண்டாட்டி பேச்சைக் கேட்டுக்கொண்டு அவரவர் மனதை முறித்துப் போடுகிறார். இங்கிலீஷ்காரனே செயிச்சால் கூட நல்லது என சனங்கள் நினைக்குபடி பண்ணுகிறார். தமிழர் கோயிலை இடித்து, இப்படிப் பட்டணம் நடுங்கப் பண்றது துரைக்கு அழகா?" என்று அவர் வருந்திக் கூறினார் (ஆரபி: செப்டம்பர் 8, 1748).

அரணாய் நின்ற அப்துல் ரகுமான்

இராணுவத்தில் தமிழர்கள் மட்டுமே இருந்தால் தங்களுக்கு முழு விசுவாசமாக இருக்கமாட்டார்கள் என்று எண்ணித்தான், மலபார் முஸ்லிம்களை ஃபிரஞ்சியர் பெருமளவில் இராணுவத்தில் சேர்த்திருந்தனர். மலபார் பிரிவுக்கு அப்துல் ரகுமான் தலைவர், சமேதார். அவர் மத வேறுபாடுகளைக் கடந்தும் சமரசம் காட்டியுள்ளார். 1748 பங்குனி மாதத்தில், புதுவையிலிருந்த மராட்டியர் காமன் பண்டிகையைக் கொண்டாடினர். இதற்குப் பிள்ளைதான் அனுமதி பெற்றுத் தந்தார் என்று காரைக்கால் பாதிரியார் குர்தோ கடிந்துகொண்டார். கடந்த 25 ஆண்டுகளாக, துபாசி கனகராயர் காலந்தொட்டே காமன் பண்டிகை நடந்து வருவதாகவும், அந்த வருடப் பண்டிகைக்குத் துய்ப்ளேக்சுவிடம் பேசி இசைவு வாங்கியது சமேதார் அப்துல் ரகுமான் என்றும் பிள்ளையின் குறிப்புக் கூறுகிறது.

1748இல் ஆங்கிலேயர் முற்றுகையின் போது, முஸ்லிம் சிப்பாய்கள் காட்டிய வீரம் துய்ப்ளேக்சுவிடம் பெருமதிப்பை ஏற்படுத்தியிருந்தது. 1748 அக்டோபர் 21ஆம் நாள், துய்ப்ளேக்சு எழுதிய ஒரு கடிதத்தில், "ஆங்கிலேயருக்கு எதிரான சண்டையில் அப்துல் ரகுமானும் அவரது சகோதரர் ஷேக் அசமும் காட்டிய துணிச்சலுக்கு ஃபிரஞ்சு தேசமே நன்றிக்கடன் பட்டிருக்கிறது. அவர்களைத் தக்க வைத்துக்கொள்ள வேண்டும்" என்று எழுதியிருந்தலிருந்தே துய்ப்ளேக்சு இசுலாமியருக்குக் கொடுத்த முக்கியத்துவத்தை உணரலாம். மேலதிகமாக, அப்துல் ரகுமானுக்கு 'ஆர்க்காட்டு நவாபு' என்ற பட்டத்தையும் அவர் வழங்கினார். ஃபிரஞ்சு அரசும் சிறப்புச் செய்ததோடு, மதாம் துய்ப்ளேக்சு அவர்களுக்குத் தனிப்பட்ட முறையிலும் வெகுமதிகள் அளித்தார்.

சென்னை முற்றுகையின் போது, 'பர்த்தலெமி மசூதியை இடிப்பதற்குக் திட்டமிடுகிறார். அது கூடாது' என்று கடிதம் எழுதுமாறு துய்ப்ளேக்சுவிடமே அப்துல் ரகுமான் நேருக்கு நேர் வாதிட்டார். லல்லியின் நிர்வாகத்தில், நிதிச் சிக்கல் கடுமையாகி மக்களைத் துன்புறுத்தி வரி வசூல் செய்தது ஒரு துயர நிகழ்வு. அதன் ஒரு பகுதியாக மீர் குலாம் உசேனின் வீட்டில் பூட்டை உடைத்து, பத்துப் பானை நெல்லை வருவாய் அதிகாரி லசேலின் ஆட்கள் கைப்பற்றிப் போயினர். இதை அறிந்த அப்துல் ரகுமான், "நான் இருக்கும்போது துலுக்கச் சாதிக்கு மரியாதை தாழ்வு வரவிடுவேனா? நாங்கள் 1500 சிப்பாய்கள் இருக்கிறோம், செத்து மடிவோம்" என்று வெகுண்டார். இத்தகைய முரட்டுத்தனமான மதப்பிடிமானமும்கூட ஃபிரஞ்சியரின் மென்மையான அணுகுமுறைக்குக் காரணமாயிருக்கலாம் (ஆரபி: ஆகஸ்டு 24, 1748).

3.8: விழாக்காலப் புதுவை

பதினெட்டாம் நூற்றாண்டில், புதுச்சேரி ஒரு வளர்ந்து வரும் வணிகக் கிராமம். அது பலமொழி பேசும், பல்வேறு இனமக்கள் கூடிய ஒரு சமூக அமைப்பு. மக்கள் அனைவருக்கும் தத்தம் மதத்திலும் கலாச்சாரத்திலும்

இறுக்கமான பிடிப்பு நிலவியது. எனவே, ஆண்டு முழுவதும் கொண்டாட்டங்களும் திருவிழாக்களுமாக ஊரே அமர்க்களப்பட்டுக் கொண்டிருந்தது. தொடக்க காலத்தில், வெள்ளையர் தமிழர் பகுதிகளில் கலந்தே வசித்ததால், கொண்டாட்டங்களும் பொதுவாகவே நடைபெற்றன. வெள்ளையர் பிரிவு தனித்து வளரத் தொடங்கியவுடன், கிறித்தவப் பண்டிகைகள் மிசியோன் வீதிக்குக் கிழக்கிலேயே அடங்கிவிட்டன. புதுச்சேரியில் குடியேறித் தங்கிவிட்ட மராட்டியர், பங்குனி மாதத்தில் காமன் பண்டிகையையும் இஸ்லாமியர் பிறை கணக்கீடு வைத்து ரம்ஜான், பக்ரீத் பண்டிகைகளையும் கொண்டாடினர் (செபஸ்தியன் 1991; ஆலாலசுந்தரம் 1999; ஜெயசீல ஸ்டீஃபன் 2018: 500).

இந்துக்களின் திருவிழாக்கள்

சித்திரையில் தமிழ் வருடப்பிறப்பு, வைகாசியில் வசந்தோத்சவம் (இளவேனில் திருவிழா), வில்லியனூர் திருக்காமீசுவரர் தேர்த்திருவிழா, ஆடி அஷ்டமியில் கிருஷ்ண ஜெயந்தி, பதினெட்டில் ஆடிப் பெருக்கு, புரட்டாசியில் பாரிவேட்டை, விநாயக சதுர்த்தி, ஆயுத பூசை, ஐப்பசியில் தீபாவளி, கார்த்திகையில் தீபம், மார்கழியில் ஈசுவரன் தேர் உலா, பெருமாள் கோயில் திருவிழா, வைகுண்ட ஏகாதசி, தையில் பொங்கல், நாகபஞ்சமி, தைப்பூசம், மாசியில் சிவராத்திரி, மகம், பங்குனியில் உத்திரம், தீமிதி விழா என்று அடுத்தடுத்துத் திருவிழாக்கள் தொடர்ந்து நடந்து கொண்டேயிருந்தன (செபஸ்தியன் 1991: 140–159).

ஜனவரியில் இரண்டு விழாக்கள் கொண்டாடப்பட்டன. முதல் நாளன்று, மார்கழி மாதம் திருவாதிரைத் திருவிழாவைத்தான் ஜனவரிப் பண்டிகை என்கிறார் ஆனந்தரங்கப் பிள்ளை. இன்னொன்று வீரபத்திரசாமித் திருவிழா. மணக்குள விநாயகர் கோயிலில், சிவபெருமானுக்குப் புலித்தோல் போர்த்தி, ரத்தம் சொட்டுவதுபோல் ஒப்பனை செய்து ஊர்வலம் வந்தனர். சித்திரை மாதப் பௌர்ணமியின் போது, கடைகளை அடைத்துவிட்டு, ஊரெல்லாம் கூடிப் பெரிய விழாவாகக் கொண்டாடினர். 1753 மே 23ஆம் நாளன்று, வசந்தோத்சவம் இளவேனில் திருவிழாவாகக் கொண்டாடப்பட்டது. அன்று, ஊரார் கூட்டங்கூட்டமாகக் கூடி, வீடு வீடாகச் சென்று, பாட்டுப்பாடி, ஆட்டமாடி உற்சாகமாகக் கொண்டாடினர். வேண்டுதலின் பேரில், முருகனுக்கு நேர்ந்து கொண்டு, கலசங்கள் வைத்துச் சஷ்டி விரதம் இருப்பதுமுண்டு. அரசின் அனுமதி பெற்று, விதிகளுக்கு உட்பட்டே கோயில் விழாக்கள் கொண்டாடப்படவேண்டும். விதிகளை மீறினால் விழாக் குழுவினருக்குத் தண்டனை வழங்கப்படும். ஒரு முறை கிண்ணித்தேர் வலம் வந்தபோது அனுமதிக்கப்பட்ட உயரத்திற்கு மேல் நீண்டதால் விழாக்குழுவினர் சிறையில் அடைக்கப்பட்டனர்.

வீட்டு மங்கல நிகழ்ச்சிகள் என்றாலும் கோயில் விழாக்கள் என்றாலும், வாழை மரம் கட்டி, பாக்கு, பனை தென்னங்குலைகள் அடுக்கி, தென்னை ஓலை நட்டு, மாவிலைத் தோரணம் தொங்கவிட்டு அமர்க்களப் படுத்துவது வழக்கமானது (ஜெயசீல ஸ்டீஃபன் 2018: 496; வேல்முருகன் 2011).

மிரள வைத்த நேர்த்திக் கடன்கள்

இந்துக் கோயில்களின் திருவிழாக்கள் விமரிசையாகக் கொண்டாடப் பட்டன. ஒரு பங்குனியில், பிள்ளையின் சாவடியான திருவேங்கடபுரத்துத் தர்மராஜர் ஆலயத்தில் தீ மிதி விழா நடந்தது. இந்துக்களெல்லாம், 1749-50இல் அழிசிப்பாக்கம் அருகில் உள்ள நரசிங்கசுவாமி ஆலயத்தில், ஊரார் நன்கொடையளித்து விரிவான திருப்பணிகள் செய்தனர். காலாப்பட்டு மாரியம்மன் கோயில் திருவிழா, வேதபுரீசுவரர் ஜனவரிப் பண்டிகை, காளத்தீசுவரர் கோயில் உற்சவம், காமாட்சி அம்மன் (கன்னார்) கோயில் கிண்ணித் தேர்விழா, வீராம்பட்டினம் ஆடித் தேர்விழா ஆகிய பிற விழாக்களும் கொண்டாடப்பட்டன.

நேர்த்திக் கடன் செலுத்துவதற்காக, செடல் திருவிழாவின் போது, ஆண்களும் பெண்களும் உடல் முழுதும் ஊசி குத்திக்கொள்வதும் இளைஞர்கள் முதுகில் அலகுகுத்தி, அந்தரத்தில் தூலத்தில் தொங்குவதும் விறகு எரித்து, நெருப்புப் பரப்பித் தீ மிதிக்கும் அக்கினித் திருவிழாவும் வெள்ளையரை மிரளச்செய்தன. 1702ஆம் ஆண்டு ஒரு கோயில் விழாவில், மருள் வந்த பூசாரி, உடம்பு சிலிர்க்க ஆடிக்கொண்டே குறி கூறுவதைப் பார்த்த தஷார் பாதிரி, "தன்னைப் பேயாக உருவகித்துக்கொண்டு, பலத்த அலறலுடன் புரியாத சொற்களைக் கொட்டுகிறான்; அவன் உடலோ பயங்கரமாக ஆடிக்கொண்டிருக்கிறது" என்று ஒரு கடிதத்தில் எழுதியிருக்கிறார் (ஆலாலசுந்தரம் 1999; மொரே 2020: 106).

கோயில் தேரோட்டம்

முத்தியால்பேட்டை கத்தித் திருவிழா

நோன்புச்செடல்

தீமிதித் திருவிழா - பூசாரியுடன் கரகம் தொடரப் பக்தர்களும்

வில்லியனூர் தேர்த் திருவிழாவில் ஆளுநர் லெனுவா கலந்து கொண்டபோது, கோயிலுக்குப் போகும் வழியில் பலரும் விசித்திரமான நேர்த்திக் கடன்களைச் செய்வதைக் கண்டார். சிலர் ஒரு கையையோ, ஒரு காலையோ மேலே உயர்த்தியவாறு நாள் முழுதும் நின்றுகொண்டிருந்தனர்; சிலர் முகம் முழுதும் வித விதமான வண்ணக் கலவைகளைப் பூசிக்கொண்டிருந்தனர்; இன்னும் சிலர் தரையில் படுத்தவாறு உருண்டுகொண்டே வந்தனர். கொடுமையிலும் கொடுமையாக, ஒரு சிலர் ஓடிவரும் தேர்க்காலில் தங்கள் தலையை வைத்துத் தங்களைத் தாங்களே மாய்த்துக் கொண்டனர் (மொரே 2020: 106).

பாரிவேட்டை

இந்துக்களின் விழாக்களில், 'பாரிவேட்டை' ஒரு முறை விவாதப் பொருளாகியது. இதை, வீட்டுக்கு வீடு விளக்கேற்றி, ஊரெல்லாம் கண்விழித்துக் கொண்டாடிய இரவுத் திருவிழா எனலாம். பார்வதியும் பரமேசுவரனும் தனித்தனியே குதிரை வாகனத்தில் ஏறிப்போய், மகிஷாசுரனை வதம் செய்த நிகழ்வு அந்நாளில் அரங்கேற்றப்படுகிறது. வேட்டைக்கான ஆயுதங்களோடு புறப்பட்டுப்போய், வாழை மரவடிவில், வன்னி மரக்கிளையில் கட்டப்பட்டிருக்கும் அசுரனை, அன்னை பார்வதி வதம் செய்து, வெற்றியுடன் திரும்புவதைக் கொண்டாடும் விழா பாரிவேட்டை. மகாபாரதத்தில், பாண்டவர்கள் வன்னி மரத்தில் ஆயுதங்களை மறைத்து வைத்ததன் அடையாளமாக இங்கும் வன்னிமரம் பயன்படுத்தப்படுகிறது.

மலையகங்களில், பழங்குடியினரால் ஒரு திருவிழா, முயலில் தொடங்கி, மற்ற காட்டு விலங்குகளை வேட்டையாடிவரும் விழாவாகப் 'பாரிவேட்டை' என்ற பெயரில் கொண்டாடப்பட்டது. இவ்விழா 'குதிரை மேலேறி வேட்டையாடுதல்' என்ற பொருளில் 'பரிவேட்டை' விழாவாக, ஆனந்தரங்கர் காலத்தில் கொண்டாடப் பட்டது. மாட்டுப் பொங்கலன்று (தை மாதம்) காளத்தீசுவரன், வரதராசப்பெருமாள், வேதபுரீசுவரர் ஆகியோரின் உற்சவச் சிலைகள் வேட்டைக்காரன் அலங்காரத்தில், குதிரை வாகனத்தில் ஊர்வலமாகக் கொண்டுசெல்லப்பட்டன. இன்றும் இவ்விழா விஜயதசமியன்று காளத்தீசுவரன் கோயிலில் கொண்டாடப்படுகிறது.

மாசி மகம்

மாசி மாதத்தில், ஊரகத் தெய்வங்களின் உற்சவர்கள் தங்களின் ஆலயங்களிலிருந்து பல்லக்கில் புறப்பட்டு, அலங்காரப் பவனியாக அருகிலுள்ள ஆறு, கடலுக்குச் சென்று நீராடித் திரும்புவது சிறப்பான வைபவம். 'தீர்த்தவாரி' எனப்படும் இவ்விழாவில் சுற்று வட்டார மக்கள் கூடிக் கொண்டாடுவது வழக்கம். மகம் திருநாளன்று வில்லியனூர் ஆலயத் திருமூர்த்தியைத் திருக்காஞ்சி, வராக நதிக்கு எடுத்துச் செல்வதுண்டு. 1757ஆம் ஆண்டு முதல் அங்கு விநாயகம் பிள்ளை கட்டியிருந்த மண்டபத்தில், தீர்த்தவாரிக்குப் பின் உற்சவரை வைத்து வழிபட்டனர். ஒருமுறை, பிள்ளையின் தம்பி திருவேங்கடம், தன் நண்பர்களுடன் கும்பகோணம் சென்று மகம் தரிசனம் செய்துவந்தார் (ஆலாலசுந்தரம் 1999).

பிரம்மோற்சவம்

தமிழரின் பகுதியில், ஈசுவரன், பெருமாள் கோயில்களில் பிரம்மோற்சவம் பத்து நாட்கள் கொண்டாடப்பட்டது. அதுபோலவே, அரியாங்குப்பம் ஆரோக்கியமாதா ஆலயத்திலும் (அதிகாரிகள் கோயில்) பத்து நாள் விழா எடுக்கப்பட்டது. பிள்ளை, இதைப் பரங்கியர் திருவிழா என்கிறார். இதற்காக, மதாம் துய்ப்ளேக்சு, பத்து நாள் அரியாங்குப் பத்திலேயே தங்குவது வழக்கம். ஆனால், லல்லி தொலாந்தல், இது ஐரோப்பிய வழக்கமல்ல என்று எதிர்ப்புத் தெரிவித்தார். அது தமிழர் வழக்கம் என்று பாதிரிகள் வற்புறுத்தியதால் அரைமனதோடு சம்மதித்தார். அருகிலிருந்த திருப்பாப்புலியூர் திருவிழாவிற்கு கடல் வழியே படகிலும், தரை வழியே கரையோரமாக நடந்தும் மக்கள் சென்று வந்தனர். திருவந்திபுரம் வைகாசி மாதக் கருட சேவை மிகவும் விமரிசையானது. 1748ஆம் ஆண்டில், திருப்பதியிலிருந்து ஒரு பெரிய சந்நியாசி வந்து அவ்விழாவை நடத்திவைத்தார். புதுவை மக்களைப் பெரிதும் கவர்ந்த அயலூர்த் திருவிழா அது என்று ஆனந்தரங்கப் பிள்ளை பதிவிட்டிருக்கிறார்.

வில்லியனூர் தேர்த் திருவிழா

வில்லியனூரில் அமைந்துள்ள ஸ்ரீ கோகிலாம்பிகை உடனுறை திருக்காமீசுவரர் ஆலயம், புதுச்சேரி பகுதியிலுள்ள மிகப்பழமையான கோயில்களுள் ஒன்று; அந்த ஊரும் சோழர் காலத்திற்கு முன்பிருந்த ஊர். வில்லவர் என்ற வேட்டை சமூகத்தவர் வாழ்ந்ததால் அவ்வூர் வில்லவர் நல்லூர் என்றானது.

கல்வெட்டுகளில் வில்லியனூர் கோயில்

விஜயநகர வேந்தர் அச்சுதத் தேவராயர் காலத்தில், வில்லவர் நல்லூர் என்ற பெயர் வில்லியநல்லூர் என்றாகிப் பின் வில்லியனூர் என்று மாறியுள்ளது. இவ்வூரைப் பற்றிய மிகப் பழைய கல்வெட்டு கி.பி. 11ஆம் நூற்றாண்டுக்குரியது என்பதால், அப்போதே இக்கோயிலும் இருந்ததாகக் கொள்ளலாம். ஆயினும், மூன்றாம் குலோத்துங்க சோழன் (1178–1218) காலத்துப் பொறிப்பில்தான் திருக்காமீசுவரமுடையார் என்று பெயர் குறிப்பிடப்படுகிறது. இதைத் தர்மபாலன் என்ற சோழ மன்னர் நிறுவியதாக வில்லைப் புராணம் கூறுகின்றது. இதுபற்றிய இன்னொரு குறிப்பில், கி.பி. 1248இல் பழுதடைந்திருந்த கோயிலைக் கோப்பெருஞ்சிங்கன் கற்றளியாகப் புதுப்பிக்கப்பட்ட தகவல் உள்ளது (வேங்கடேசன் 1979).

மூலவராகப் புற்று வடிவத்தில், மூன்றடி உயரத்தில் திருக்காமீசுவரர் எழுந்தருளியிருக்கும் ஆலயத்தில், 44 கல்வெட்டுப் பதிவுகள் உள்ளன. இக்கோயிலைப் பற்றிய செய்திகள் கோயில் வளாகத்திலும் திருவாமாத்தூர், மோசுகுளத்தூர் ஆகிய ஊர்களில் உள்ள 12 மன்னர்களின் தொடர்புடைய 18 கல்வெட்டுகளிலும் காணப்படும் அளவிற்குத் தொன்மையும் சிறப்பும் வாய்ந்தது (குப்புசாமி 1974; வேங்கடேசன் 1979; செல்வ சக்திவேல் 1998).

திருக்காமீசுவரர் தேர்

ஆனந்தரங்கப்பிள்ளை குறிப்பிடும் வில்லியனூர் தேர்த்திருவிழா, பண்டைய நாள் முதல் இற்றை நாள் வரை பெரும் புகழ்பெற்ற ஒரு

விழாவாகும். தென்னிந்தியாவில் உள்ள மிக உயரமான தேர்களில் ஒன்றான இத்தேரின் ஊர்வலத்தை, ஃபிரஞ்சியர் காலத்தில் ஆளுநரே வந்து வடம் பிடித்துத் தொடங்கி வைத்த மரபு, இன்று வரை தொடர்வது பெருமைக்குரியதாகும். அதன் மர அச்சு பழுதானபோது, ஃபிரஞ்சு அரசே அதை இரும்பு அச்சாக மாற்ற ஏற்பாடு செய்தது என்பதும் மதச் சார்பின்மையைப் போற்றும் சிறப்பான செய்தியே! (மொரே 2020).

ஆண்டு முழுதும் திருவிழாக்கள்

சித்திரையில் தமிழ் ஆண்டுப் பிறப்பு, வைகாசியில் முதல் எட்டு நாட்களுக்கு பிடாரியம்மன் விழா, ஆடிப்பூரம், ஆடி வளையல் விழா, ஆவணியில் பிட்டுக்கு மண் சுமந்த விழா, ஐப்பசியில் சூர சம்மாரம், ஐப்பசி மாதக் கடைசி நாளில் உணவு வழிபாட்டு விழா, கார்த்திகையில் தீபத்திருவிழா, பங்குனியில் சூரிய விழா என்று ஆண்டு முழுவதும் இக்கோயிலில் கோலாகலக் கொண்டாட்டங்கள் நடைபெறும்.

சுயம்பு லிங்கத்தின் மேல் விழும் சூரிய ஒளி

ஒவ்வொரு பங்குனி மாதத்திலும் 9,10,11 ஆம் நாட்களில் மட்டும், சூரியனின் கதிர்கள் நேரடியாகச் சுயம்புலிங்கத்தின் மீது விழும் அற்புதத்தைக் காண அண்டைப்பகுதி மக்கள் திரளாகக் கூடுவர். ஆனந்தரங்கப்பிள்ளை குறிப்பிடும் தேர்த்திருவிழா ஆண்டுதோறும் வைகாசி மாதத்தில், 'பிரம்மோத்சவம்' எனப்படும் பெருவிழாவின் ஒரு பகுதியாகும். முதல் நாள் பந்தக்கால் நட்டதும், மறுநாள் கொடியேற்றத்துடன் உற்சவம் தொடங்கிப் பத்து நாட்களுக்கு நடைபெறும். இவ்விழாவின் ஒவ்வொரு நாள் உற்சவத்தையும், சுற்றியுள்ள ஊர் மக்கள் முறை வைத்து நடத்தி வந்ததைப் பராக்கிரம பாண்டியனின் கல்வெட்டு தெரிவிக்கிறது. சிதைந்துபோன அக்கல்வெட்டின் சிதையாத பகுதிகளி லிருந்து, கொடியேற்ற விழாவைப் பிரம்பைப் பெருமக்களும், இரண்டாம் நாள் விழாவை ஒழுகரை ஊராரும், நான்காம் நாள் திருவேட்டை விழாவைப் பாக்குமுடையான்பட்டு மக்களும், ஏழாம் நாள் திருவேட்டை விழாவைப் பள்ளற்றூர் மக்களும், எட்டாம் நாள் விழாவை உள்ளூர் மக்களும் பொறுப்பேற்று நடத்தியதாகக் கல்வெட்டுகள் தெரிவிக்கின்றன (குப்புசாமி 1974; வெங்கடேசன் 1979; செல்வ சக்திவேல் 1998).

ஒன்பதாம் நாளன்று, நூறடி உயரமான தேரில், கோகிலாம்பிகை உடன் வர திருக்காமீசுவரர் ஊர்வலம் வருவது கண்கொள்ளாக் காட்சியாகும். அந்தத் தேரில் பொருத்துவதற்காக முத்துக்கள் பதித்த குதிரைகளை, முதலாம் குலோத்துங்க சோழன் பத்தாம் ஆட்சியாண்டில் வழங்கியதைக் குறிக்கும் நேரிசை வெண்பா ஒன்று கல்வெட்டில் காணப்படுகிறது. இதிலிருந்து இத்தேரினையும் கோயிலையும் பற்றிய நெடிய பாரம்பரியத்தை உணரலாம் (குப்புசாமி 1974; வெங்கடேசன் 1979).

இத்தகு பழம்பெருமையும் கொடைமடமும் கொண்டாட்டச் சிறப்பும் கொண்ட தேர்த்தெருவிழாவினைக் காண, 60,000 பேர் வாழ்ந்த புதுவையிலிருந்து, "எல்லோரும் போய்விட்டார்கள்; ஊரே வெறிச்சோடிக் கிடக்கிறது." என்று ஆனந்தரங்கர் பெருமிதப்படுவதில் வியப்புக்கிடமேது!

எல்லை அம்மன் கோயில்

ஆகம விதிமுறைப்படி, ஊரின் எல்லையில் அமைவதுதான் எல்லைக் கோயில். இன்று நகரின் நடுவே காணப்பட்டாலும், 18ஆம் நூற்றாண்டின் தொடக்கத்தில் அது ஒரு எல்லைக் கோயிலே. 1704ஆம் ஆண்டு வரைபடத்தில், உப்பனாறு புதுச்சேரி நகருக்குள் நுழைந்து, தற்போதைய பெரிய வாய்க்கால் இருக்கும் இடத்தில் தெற்கில் திரும்பிச் செல்கிறது. உப்பனாற்றின் வடக்கு மற்றும் கிழக்குப் பகுதியில் மட்டும் அப்போது நகரம் வளர்ந்திருந்தது. எனவே, பக்தி நெறியில் ஊறிய அன்றைய தமிழர்கள், ஊர்க் காவல் தெய்வமாக இக்கோயிலை ஊருக்கு அப்பால் எழுப்பியிருக்க வேண்டும். நாட்குறிப்புகளில் இது குறிப்பிடப்பட்டாலும், பெருமாள், வேதபுரீசுவரர், காளத்தீசுவரன், மணக்குள விநாயகர் கோயில்கள் போல், சர்ச்சைகள் எதிலும் சிக்கவில்லை. லா தெ லொரிஸ்தான் காலத்தில், முட்டை வடிவத்தில் நகரம் தெற்கில் விரிவாக்கப்பட்டபோது, இது ஊருக்கு நடுவில் வந்துவிட்டது.

கூரம் செப்பேடு கூறும் செய்தி

மகாபாரதத்தை, குறிப்பாக அதில் பதினெட்டு நாள் நடந்த குருட்சேத்திரப் போர், பல்லவர் காலத்தில், தெருக்கூத்தாக நடத்தப்பட்டது. பரமேசுவர பல்லவன் காலத்தில், தென்னார்க்காடு மாவட்டக் கிராமங்களில் திரௌபதி அம்மன் கோயில்கள் பரவலாக நிறுவப்பட்டன. அக்கோயில்களின் திருவிழாக்களில், பாகவதக் கூத்தின் மூலம் கிராமப்புற இளைஞர்களுக்குப் போர் உணர்வைத் தூண்டிப் படையில் சேர்த்துக்கொள்வதற்கான கலை வடிவமே இது என்றும் கருதப்படுகிறது. வரலாற்றுச் சான்றாக ஆராயும் போது, பாரதக் கதைகள் சொல்வதற்கான நிவந்தம் வழங்கப்பட்ட செய்தி கூரம் செப்பேட்டில் சொல்லப்பட்டிருக்கிறது. காஞ்சிபுரம் மாவட்டத்தில் உள்ள ஊர் கூரம். கி.பி. 7ஆம் நூற்றாண்டுக் காலத்தில் ஆட்சி செய்த பல்லவ மன்னன் முதலாம் பரமேசுவரவர்மன் ஆட்சிக் காலத்தில், கூரம் நகரில், ஊருக்கு நடுவில் ஒரு கோயில் எழுப்பி, மகாபாரதம் வாசிக்கும் மண்டபம் ஒன்று கட்டப்பட்டது என்ற தகவல் அதில் உள்ளது. ஆக, மகாபாரதக் கதையைக் கோயிலில் சொல்லும் வழக்கம் ஏழாம் நூற்றாண்டு வாக்கில் பல்லவர் காலம் தொடங்கி நடைபெற்றுவருவதை உணரலாம்.

(முனைவர். க. சுபாஷிணி – மானுடமும் மாற்றுப்பாலினமும்! மின்னம்பலம் – இணைய இதழ், நவம்பர் 8, 2020)

கலைநிகழ்ச்சிகள்

தொம்பரைக் கூத்தாடிகள் பற்றி ஆனந்தரங்கப்பிள்ளை, ரங்கப்ப திருவேங்கடம் பிள்ளை ஆகிய இருவரும் குறிப்பிடுகின்றனர். தொம்பர் என்றால் கழைக் கூத்தாடி என்று பொருள். இது ஊர் ஊராகப் போய் கழிமேல் வித்தை காட்டும் கலைஞர்களால் நடத்தப்பட்ட ஒரு கலை வடிவமாகும். ஏரிக்கட்டாஞ்சேரியில் பாகவதக் கூத்து என்ற கலைநிகழ்ச்சி நடந்ததாக ரங்கப்ப திருவேங்கடம் பிள்ளை எழுதி யிருக்கிறார். வடமொழியில் உள்ள பதினெண் புராணங்களில் பாகவதமும் ஒன்றாகும். அதைத் தமிழில், செய்யுள் வடிவத்தில், செவ்வைச் சூடுவார் மொழிபெயர்த்துள்ளார். அனதாரியப்ப முதலி என்பவரும் இன்னொரு பாகவதப் புராணத்தை மொழிபெயர்த்திருக்கிறார். இந்த நூல்களின்

கதையைக் கலை வடிவமாக நடத்திய இரவுக் கூத்து நிகழ்ச்சி இதுவாகும் என்று கூறுகிறார் (ஜெயசீல ஸ்டீஃபன் 1991, செபஸ்தியன் 1991).

நீத்தார் நினைவேந்தல்

மத்தளம் கொட்ட, வரிசங்கம் நின்றூத, மொத்த ஊரும் கூடி நின்று குதூகலிக்கக் கொண்டாடிய விழாக்களோடு, நெஞ்சம் கனக்க, உணர்ச்சிக் கொந்தளிப்போடு நடந்த சில நிகழ்வுகளும் உண்டு. இறந்தவர்களுக்குக் கருமகாரியம் செய்தலும், புரட்டாசியில், மகாளய அமாவாசை அன்று, முன்னோர்களுக்குப் பாவநிவர்த்தி செய்தலும் வழக்கமாயிற்று. வெள்ளையர், நவம்பரில் 'கல்லறைத் திருவிழா' நாளில், கல்லறைக்குச் சென்று, மலரஞ்சலி செலுத்தி நீத்தோரை நினைவு கூர்ந்தனர்.

கிறித்தவர் பண்டிகைகள்

ஐரோப்பாவில் கொண்டாடப்படும் கிறித்தவப் பண்டிகைகள் அனைத்தும் புதுச்சேரியிலும் கொண்டாடப்பட்டன. ஜனவரி முதல் நாள் புத்தாண்டு தொடங்கி, மூவிராசா பண்டிகை, சம்சுவான் பண்டிகை, ஈஸ்டர், புனித ஜோசஃப் பண்டிகை, புனித ஜான் பண்டிகை, ராசாப் பண்டிகை என்று வரிசையாகத் தொடர்ந்த கொண்டாட்டங்கள், ஆண்டின் இறுதியில் கிறித்துமஸ் பெருநாள் பண்டிகையோடு நிறைவடைந்தன. ஒவ்வொரு விழாவின் போதும், மெழுகுவர்த்திகள், தீப்பந்தங்கள், கூண்டு விளக்குகள் ஏற்றுவதும் பீரங்கிக் குண்டுகள் போடுவதும் மகிழ்ச்சியின் வெளிப்பாடாக இருந்தது. விழா நாட்களில், தேவாலயத்தில் சிறப்புத் திருப்பலியும், திடலில் ஐரோப்பிய நடனமும் தவறாது நடைபெறும். கிறித்தவப் பிரச்சாரம் தொடங்கியபோது, இந்துக்களின் சடங்குகள், கொண்டாட்ட முறைகளைக் கண்டித்த குருமார்கள், இந்தியப் பண்பாட்டுக் கூறுகளைத் தங்களுடன் இணைத்துக் கொள்ள அனுமதிப்பதன் மூலம், கிறித்தவ வெறுப்புணர்ச்சியை மட்டுப்படுத்தமுடியும் என்று நாளடைவில் புரிந்துகொண்டார்கள். அவர்களும் இந்துக்களின் விழாக்களில் கலந்துகொண்டார்கள். கிறித்தவப் பண்டிகைகளின்போது இசையுடன் உருவச்சிலை ஊர்வலங்கள் நடத்தினார்கள்; இந்துக் கோயில்களைப் போலவே ஆண்டுதோறும் விழாக்களை அறிமுகப்படுத்தினார்கள். தைப்பொங்கல் திருநாளில் ஏர், கலப்பைக்குப் பூசை செய்வதுபோல், தமிழ்க் கிறித்தவர்கள் சிலுவைக்கு பூமாலை சூட்டிப் பொங்கல் வைத்து வணங்கினார்கள் (ஜெயசீல ஸ்டீஃபன் 2018).

வருடப் பிறப்பு (New Year Day)

புத்தாண்டுத் தொடங்கும் ஜனவரி முதல் நாளன்று முன்னிரவே, கிறித்தவர்கள் சிறப்புப் பூசையோடு புத்தாண்டைத் தொடங்கினர். இந்தியர் – ஐரோப்பியர் என்ற பாகுபாடின்றி வாழ்த்துக்களைப் பரிமாறிக் கொண்டனர். ஆளுநர், ஆலோசனை அவை உறுப்பினர்கள் போன்ற பெரிய மனிதர்களைப் பலரும் நேரில் சந்தித்து, எலுமிச்சம்பழம் கொடுத்து வாழ்த்துச் சொல்வது வழக்கம். இதை ஜனவரிப் பண்டிகை என்று பிள்ளை குறிப்பிடுகின்றார்.

மூவிராசாப் பண்டிகை (Epiphany)

தேவமைந்தன் ஏசு பிரான் டிசம்பர் 25இல் அவதரித்துவிட்டார் என்ற அறிகுறி தென்பட்டதும், மேத்யூ, மார்க், லூக் மூவரும் உடனே புறப்பட்டு, பன்னிரண்டு நாட்கள் நடைப்பயணத்திற்குப் பின், தங்கம், நறுமணச் சாந்து, பரிசுகளுடன் பெத்லஃகேமிற்கு வந்து, குழந்தை ஏசுவைக் கண்ட காட்சி திருக்காட்சி எனவும், அந்நாள் திருத்தோற்றத் திருநாள் *(Epiphany)* என்றும் வழங்கப்படுகிறது. கீழைநாடுகளில், இந்நாள் புனிதர் ஜான், ஜோர்டான் ஆற்றங்கரையில் குழந்தை ஏசுவிற்குத் திருமுழுக்கு செய்வித்த நாளாகக் கருதப்படுகிறது.

தற்போது கிறித்துமஸ் நாளையொட்டி, குழந்தை ஏசுவிற்குக் குடில் அமைத்தும், கிறித்துமஸ் மரத்தை அலங்கரித்தும் கொண்டாடி வருகின்றனர். அன்று முதல் பன்னிரண்டு நாட்கள் கணக்கிட்டு, ஜனவரி 6ஆம் நாளைச் சிறப்புப் பூசையுடன் கொண்டாடிய பின், அலங்காரங்கள் பிரிக்கப்பட்டு, கொண்டாட்டங்களை முடிவிற்குக் கொண்டு வரும் நாளாக மூவிராசாப் பண்டிகை கடைபிடிக்கப்படுகிறது. அதற்குப் பிறகு அலங்காரங்களைத் தொடர்ந்து நீட்டிப்பது தீமை பயக்கும் என்பது கிறித்தவர்களின் நம்பிக்கை.

1747 ஜனவரி மாதம் 6ஆம் நாள் மூவிராசாப் பண்டிகை கொண்டாடப்பட்டது. மூன்று அரசர்களை வரவேற்கும் விதமாக, வீட்டு வாசற்படியிலே வரிசை வைத்து, தம்பூர் அடித்து ஊரார் கொண்டாடியிருக்கிறார்கள். அப்பண்டிகையின்போது, மெழுகுவர்த்திகளால் சோடிக்கப்பட்ட ஒரு பிரபையைத் தேவாலயத்திற்குத் துய்ப்ளேக்சு அளித்தார். இன்றும் இது திருக்காட்சித் திருநாளாகக் கொண்டாடப்படுகிறது.

சென் ழொசேஃப் திருவிழா (St. Joseph Festival)

புனிதர் ழொசேஃ;ப், ஏசுவின் தந்தை; கன்னி மரியாளின் கணவர். அவர் பிறந்த நாளான மார்ச் 19ஆம் நாள் ‘புனிதர் ழொசேஃப் விருந்து’ என்ற விழாவாகக் கொண்டாடப்படுகிறது. அன்றைய நாளில், பக்தர்கள் சிவப்பு அங்கி அணிந்து, ஊர்வலமாகச் சென்று, பூசையிட்டு மரக்கறி விருந்துண்பது வழக்கம்.

ஒரு நல்வாய்ப்பாக, புதுச்சேரி ஆளுநராகப் பதவி வகித்த துய்ப்ளேக்சுவின் (1742–1754) பிறந்த நாளும் அதுவே. அவரது முழுப்பெயர் ழொசேஃப் ஃபிரான்சுவா துய்ப்ளேக்சு *(Joseph Francois Dupliex)* என்பதால், அவரது பெயரான ழொசேஃப் என்றே கொள்ளப்பட்டு, புனித ழொசேஃப் விழாவாகக் கொண்டாடினர். அதைப் பேர் நாள் கொண்டாட்டம் என்று பிள்ளை எழுதுகிறார்.

கிறித்தவத் திருநாளோடு, ஆளுநரின் பிறந்த நாளும் ஒத்துப் போனதால், இரட்டிப்புக் குதூகலத்துடன் கொண்டாடப்பட்டது. காலையிலேயே இராணுவ அணிவகுப்புகள் நடந்தன; பீரங்கிகள் முழங்கிக்கொண்டேயிருந்தன. சிறப்புத் திருப்பலியில் துய்ப்ளேக்சு கலந்து கொண்டார். பூசைக்குப் புறப்பட்ட போதும், திரும்பி வந்தபோதும்

பீரங்கிகள் முழங்கின. சமுதாயத்தின் அத்தனைப் பிரிவினரும் அவரைச் சந்தித்துப் பரிசுகள் வழங்கி வாழ்த்துக் கூறினர். துய்ப்ளேக்சு புதுச்சேரியில் இருந்தவரையில் இது ஒரு சம்பிரதாயமாகவே நடந்தது.

ராசாப் பண்டிகை (St. Louis Festival)

மார்ச்சு மாதம் 19ஆம் நாளன்று, கோட்டையினுள்ளேயிருந்த சென் லூயி தேவாலயத்தில் ஆளுநர் துய்ப்ளேக்சு பரிவாரங்களுடன் வந்து பூசையில் பங்கேற்றார். பின்னர் ஆளுநர் மாளிகையின் மாடியில் கூடத்திலும் (பெரிய சால்) கிழக்குப் பக்கமிருந்த அறையிலும் வெள்ளைக்காரர்களும் ஊர்ப் பிரமுகர்களும் அவருக்கு வாழ்த்துகள் கூறிப் பூங்கொத்துகள் அளித்து வாழ்த்துகள் கூறினர். பகல் 12 மணியளவில், வந்திருந்தோர் அனைவரும் விருந்துக்குத் தயாரானவுடன், ஆளுநர் மதுக்கிண்ணத்தைக் கையிலேந்தி, 'மாமன்னர் வாழ்க' என்று கூறினார்; கூடியிருந்தவர்களையும் முழக்கம் எழுப்புமாறு கேட்டுக்கொண்டார்.

இராசாப் பண்டிகை கொண்டாட்டம் – இராணுவ அணிவகுப்பு

எது ராசாப் பண்டிகை?

இந்த ராசாப் பண்டிகையைப் பற்றி விவரிக்கும் செபஸ்தியன் (1991: 51–54), இது பிள்ளையின் காலத்தில் ஃபிரான்சை ஆண்ட 15ஆம் லூயி மன்னரின் பண்டிகையல்ல; புனிதர் பட்டம் பெற்ற 9ஆம் லூயி மன்னரின் (1214–1270) பண்டிகை என்று கருதுகிறார்.

மன்னர் ஒன்பதாம் லூயி பண்பாளர்; நீதிமான்; மக்களன்பர்; மனிதநேயம் போற்றியவர்; சிறந்த பக்திமான். அவர் இறந்தபின், 1297இல் அவருக்குப் புனிதர் பட்டம் வழங்கப்பட்டு, சென் லூயி (Saint Louis) என்று அழைக்கப்பட்டார். அவரைப் போற்றும் வகையில், ஆண்டுதோறும் ஆகஸ்டு மாதம் 25ஆம் நாளில், புனித லூயி நினைவாக ராசாப் பண்டிகையாகக் கொண்டாடி வருகின்றனர். அவரைப் பெருமைப் படுத்தும் வகையில், சிறந்த சேவை புரிந்த ஃபிரஞ்சியருக்குச் 'சென் லூயி' பதக்கம் வழங்கி ஃபிரஞ்சு அரசு பெருமைப்படுத்தியது. துய்ப்ளேக்சும் அப்பதக்கத்தைப் பெற்றிருந்தார்.

ஆகவே பிள்ளை குறிப்பிடும் பண்டிகை, சென் லூயிப் பண்டிகை யாகத் தான் இருக்க முடியும். அந்தக் கொண்டாட்ட நாளில், துய்ப்ளேக்சு சென் லூயி பதக்கத்தையும் அணிந்திருந்தார் என்பதும் இக்கூற்றிற்கு

வலு சேர்க்கிறது. ஆனால், அது வழக்கமாக சென் ஜொசேஃப் விழா கொண்டாடப்படும் நாளுக்கான, மார்ச் மாதப் பதிவில் இருப்பதுதான் புதிராகவுள்ளது.

தேசிய விழாவும் அன்றுதான்

ராசாப் பண்டிகை என்ற பெயரில் தற்போதும் கொண்டாடப்படும் ஒரு விழா பற்றியும் இங்குக் குறிப்பிட்டாக வேண்டும். 1789ஆம் ஆண்டு ஜூலை 14ஆம் நாளன்று, பாரீசில் வெகுமக்கள் புரட்சி வெடித்தது. நீண்ட போராட்டத்தின் முடிவில், வீதிகளில் திரண்ட மக்கள், பஸ்தீய் *(Basteille)* சிறையைத் தகர்த்துப் புரட்சியாளர்களை விடுவித்தனர்; கொடுங்கோல் மன்னன் 16ஆம் லூயியையும், அவரது மனைவியையும் சிறையிலடைத்துக் கில்லட்டினில் சிரச்சேதம் செய்தனர். இவ்வாறாக மன்னராட்சியை ஒழித்து, முதலாவது மக்களாட்சிக்கு வழிவகுத்த நாளே ஜூலை 14.

ஃபிரான்சில் ஆகஸ்டு 25ஆம் நாள் கொண்டாடப்பட்ட ராசாப் பண்டிகையை, அதே பெயரில், புதுச்சேரியில் ஜூலை 14இல், அன்று கொண்டாடினர்; இன்றும் கொண்டாடி வருகின்றனர். புதுவை வாழ் ஃபிரஞ்சுக் குடிமக்கள் அனைவரும், தேவாலயத்தில் பூசை செய்து, பழங்கால வழக்கப்படி, வண்ணக் கூண்டு விளக்குகளுடனும் மஸ்கராத் என்னும் மாறுவேடங்களுடனும், இசை முழக்கத்துடன் ஊர்வலமாக வருவது கண்கொள்ளாக் காட்சியாகும் (செபஸ்தியன் 1991).

ஈஸ்டர் (Easter) பண்டிகை

சிலுவையில் அறையப்பட்ட ஏசு கிறிஸ்து, அடுத்த மூன்றாம் நாள் உயிர்த்தெழுந்த நிகழ்வை ஈஸ்டர் பண்டிகையாகக் (உயிர்ப்புப் பெருவிழா) கிறித்தவர்கள் கொண்டாடுகின்றனர். அதற்கு முந்தைய நாற்பது நாட்களைத் தவக்காலமாகக் கடைபிடிக்கின்றனர்.

முந்தைய ஆண்டின் குருத்தோலை ஞாயிறன்று பயன்படுத்திய ஓலைகளை, இவ்வாண்டுப் புதன்கிழமையன்று எரித்துச் சாம்பலாக்கி, தேவாலய பூசைக்குப்பின் நெற்றியில் பூசிக்கொள்வதோடு 40 நாள் தவக்காலம் தொடங்குகிறது. இது 'சாம்பல் புதன்' *(Ash Wednesday)* எனப்படும். ஒவ்வொரு நாளும், காலை உணவையும், மாமிசத்தையும் தவிர்த்து விட்டு, 'சிலுவைப் பாதை' நிகழ்வுகளில் பங்கேற்றுப் பூசை செய்வர். 40ஆம் நாளான குருத்தோலை ஞாயிறன்று, தவக்காலத்தின் உச்ச கட்டமான புனித வார நிகழ்வுகள் தொடங்குகின்றன. பெரிய வியாழன் அன்று பாதம் கழுவுதல், பெரிய வெள்ளியன்று சிலுவைப் பாதைக்குபின், ஏழாம் நாள் ஞாயிறன்று ஈஸ்டர் பெருவிழாவில் சிறப்புத் திருப்பலியுடன் தவக்காலம் முடிவிற்கு வரும்.

இப்பண்டிகை பற்றிய விவரங்களை ஆனந்தரங்கப்பிள்ளை தரவில்லையாயினும், அது கொண்டாடப்பட்டதைப் பதிவு செய்திருக்கிறார்.

சக்ரமேந்து பண்டிகை (Saint Sacrement)

1746 ஜூன் 16ஆம் நாள் சக்ரமேந்து பண்டிகை கொண்டாடினர். ஃபிரஞ்சு மொழியில், புனிதச்சடங்கு என்ற பொருளில் 'சென் சேக்ரமன்'

என்று கூறுவர். அதையே ஆனந்தரங்கப் பிள்ளை ‘சக்ரமேந்து’ என்று பேச்சு வழக்கில் குறிப்பிட்டுள்ளார். இதை ‘தேவநற்கருணை’ என்று கிறித்தவர்கள் கூறுகின்றனர். இது ஏசு பிரான் தன் சீடர்களுக்கு வகுத்துத் தந்த ஏழு நெறிகளுள் ஒன்றாகும்.

சிலுவையில் அறையப்படுவதற்கு முன்பாக, ஏசு பிரான் தனது சீடர்களுடன் கடைசி உணவருந்தியபோது, அவர்களுக்குத் திராட்சைச் சாறையும், ரொட்டியையும் வழங்கி, “இந்த ரொட்டியே எனது உடல், இந்த ரசமே எனது குருதி, இவ்விரண்டிலும் நானே இருக்கிறேன்” என்று அறிவுரை அருளியதன் அடிப்டையில் தேவநற்கருணை விழா அனுசரிக்கப்படுகிறது. உடம்பில் கலந்து உயிரில் உறையும் இறைவன் கருணை, நம்மிலும் நிலவும் என்ற நம்பிக்கையில் அன்று திருப்பலி நிகழும்.

பிள்ளை குறிப்பிடும் பாவமன்னிப்பு கோரும் சக்ரமேந்து கொண்டாட்டத்தின் போது, வியாழன், வெள்ளி, சனி மூன்று நாளும் மணி அடிக்கவில்லை; கொடி போடவில்லை. ஆனால், ஏழைகளுக்குத் தர்மம் செய்தார்கள்; பிச்சைகாரர்களுக்கு அன்னதானம் செய்தார்கள். அவ்வாறு செய்தால், எதிரிகள் பலவீனமடைவார்கள், மண்ணைப் பிடித்தாலும் பொன்னாகும் என்று ஜேன் பேகம் நம்பினார். அன்று பக்தர்கள் தேவநற்கருணை ஆசீர்வாதம் பெற்றுக்கொண்டனர். கோட்டையில் 21 பீரங்கிக் குண்டு போடப்பட்டது. ஆளுநர் துய்ப்ளேக்சும் அவரது மனைவியும் பூசையில் கலந்து கொண்டனர். பின்னர் ஜேன் பேகம் மட்டும், பிச்சைக்காரர் விடுதிக்குச் சென்று விசாரித்து வந்தார் என்று குறிப்பிட்டிருந்தாலும், அவர் விடுதியில் இருந்த ஆதரவற்றோருக்குத் தானங்கள் செய்திருப்பார் என்று யூகிக்கலாம் (ஆரபி: ஏப்ரல் 20, 1753).

சென் ஜான் திருவிழா – சம்சுவாம் பண்டிகை

அரிய நேர்ச்சியாக, துய்ப்ளேக்சுவிற்குக் கிடைத்த யோகம் அவரது மனைவிக்கும் கிடைத்தது. அவரது பெயர் ழான் அல்பேர் (Jeanne Albert). ஆண் குழந்தையை ஜான் என்றும் பெண் குழந்தையை ஜென்னி என்றும் அழைப்பது வழக்கம். அதனால், கிறித்தவத் திருநாளான சென் ஜான் திருவிழாவான ஜூன் 24ஆம் நாளை, துய்ப்ளேக்சு மனைவியின் பிறந்த நாளையும் சேர்த்து, இரட்டை விழாவாகப் புதுச்சேரியில் கொண்டாடினர். அதையே பேச்சு வழக்காகச் சம்சுவாம் பண்டிகை என்று பிள்ளை பதிவு செய்திருக்கிறார் (செபஸ்தியன் 1991).

மதாம் துய்ப்ளேக்சு கொண்டாட்டம்

1746 ஜூன் 24ஆம் நாளுக்கான பிள்ளையின் குறிப்பில் “மதாம் பண்டிகையானபடியினாலே, இருட்டோடு ஏழரை மணிக்குப் போய்ச் சந்தித்தேன். அப்பால் சின்ன முதலி, தம்பியவர்களெல்லோரும் போய்ச் சந்தித்தார்கள். பத்தரை மணிக்கு வர்த்தகர்கள் போய்ச் சந்தித்தார்கள். அப்பால் தங்கச் சாலையார் மற்றுமுள்ள பேரும் இன்றைக்குள்ளோ நாளைக்குள்ளோ சந்திப்பார்கள்” என்று காணப்படுகிறது.

‘அதற்கு முந்தைய நாள் இரவில், கப்ஸ் கோயிலுக்குத் தெற்கே கடற்கரை ஓரத்தில் வெட்டவெளியில் சொக்கப்பனை கட்டியிருந்தார்கள்.

24 குண்டுகள் போடப்பட்டன. முதலில் ஆளுநரும் பின்னர் பாதிரிமார்களும் விறகுகளை அடுக்கி, நெருப்புவைத்துக் கொளுத்தித் திரும்பினர்'. இரண்டு நாள்கள் கொண்டாடப்பட்ட இதை 'விறகுப்பெருவிழா' என்கிறார் ஆனந்தரங்கப் பிள்ளை.

மேலும், "விடியற்காலை முதல், மூன்று தரம் பீரங்கியால் சுட ஆரம்பித்தனர். பூசை சொல்லும்போது, துப்பாக்கியாலும் பீரங்கியாலும் மூணு தரம் சுட்டனர். கடலில் நின்ற கப்பலிலும் இதே மரியாதை செய்யப்பட்டது" என்றும், ஆளுநரின் மீதே ஆதிக்கம் செலுத்திய அதிகார மையமாக விளங்கிய மதாம் துய்ப்ளேக்சு பிறந்த நாள் நிகழ்வுகளைப் பிள்ளை வியப்போடு விவரிக்கிறார். அன்று காணப்பட்ட ஆடம்பரமும் ஆர்ப்பாட்டமும் மதாமின் செல்வாக்கிற்கு ஓர் எடுத்துக்காட்டாகும்.

ஐரோப்பாவில் கொண்டாட்டம்

ஐரோப்பாவில் புனித ஜான் திருவிழா வெகுவிமரிசையாகக் கொண்டாடப்படும். குழந்தை ஏசுவிற்குத் திருமுழுக்கு செய்வித்த புனிதர் ஜான் (*John the Baptist*) பிறந்த நாளான ஜூன் 24ஆம் நாளன்று, இவ்விழா அமைகிறது. அது கோடைக்காலத்தின் தொடக்கமானதால், பக்தர்கள் கடற்கரையில் கூடிச் சொக்கப்பனை (*Bon fire*) கட்டிக் கொளுத்துவது சிறப்பான நிகழ்வாகும். எரிகின்ற தீயில் தீய சக்திகளும் எரிந்து போகும் என்பது அவர்களது நம்பிக்கை.

சென் மிக்கேல் திருவிழா

தேவதூதர்களில் ஒருவரான மிக்கேல், வணிகர்கள், கடற்பயணிகள், காவலர்கள், இராணுவ வீரர்கள் ஆகியோரின் காவல் தெய்வம் போன்றவர். டிராகன் மேல் அமர்ந்து, பதாகையின் பின்னணியில் தராசுடனும் ஒளிரும் வாளுடனும் அவர் நிற்கும் கோலத்தை மனதில் இருத்தி வேண்டிக்கொண்டால், தீய சக்திகளையும், சாத்தானின் கண்ணி வலைகளையும் வென்று, வாழ்வின் புனிதப்பயணம் தொடர்வதற்கான வலிமையும் துணிவும் வந்து சேரும் என்பது கிறித்தவர்களின் நம்பிக்கை.

1591 செப்டம்பர் 29இல் பிறந்த மிக்கேல் தனது 33ஆவது வயதில் ஏப்ரல் 10ஆம் நாள் ஏசுபிரானோடு கலந்தார். 1774ஆம் ஆண்டு மே இரண்டாம் நாள் போப்பாண்டவர் ஆறாம் பியஸ் (*Pius VI*) அவருக்குப் புனிதர் பட்டம் வழங்கினார்.

எனவே, அவரது பேர் நாளான செப்டம்பர் 29 அன்று, தேவதூதர் சென் மிஷேல் திருவிழா கொண்டாடப்படுகிறது. அதே செப்டம்பர் 29ஆம் நாளன்று, ஆளுநர் பெனுவா துய்மாவிற்கு, அவரது சேவைகளைப் பாராட்டி, ஃபிரஞ்சு அரசு 'சென் மிக்கேல் விருது' வழங்கியதால் அவர், அவ்விழாவைச் சிறப்புப் பூசைகளுடனும் வாணவேடிக்கைகளுடனும் இரட்டிப்பு மகிழ்வுடன் கொண்டாடினார்.

கல்லறைத் திருவிழா (All Souls Day)

நவம்பர் ஒன்றாம் நாள் புனித ஆன்மாக்களின் தினமாகவும் (*All Saints Day*), இரண்டாம் நாள், நீத்தார் நினைவு நாளாகவும்

கடைபிடிக்கப்பட்டன. முதல் நாள் தேவாலயத்தில் சிறப்புத் திருப்பலியின் போது, புனிதர்களுக்கு நன்றிக் கடன் செலுத்துவர். மறுநாள், தத்தம் உறவினர்களின் கல்லறைக்குச் சென்று மலர்க்கொத்துக்கள் வைத்து வணங்குவர். மறைந்த ஆன்மாக்கள் அன்றைய தினம் மீண்டும் வந்து செல்கிறார்கள் என்ற நம்பிக்கையுடன், அவர்களுக்கு அஞ்சலி செலுத்துவது உலகம் முழுதும் கடைபிடிக்கப்படுகிறது. அதைக் கல்லறைத் திருவிழா என்றும் கூறுவர்.

கல்லறைத் திருவிழா

கிறித்தவத் திருநாள் விழாக்களில், புனிதர் பட்டம் சூட்டப் பெற்றுச் சிறப்பிக்கப்பட்டவருள், ஏசுபிரானின் பெற்றோர்களான கன்னி மரியாள், ஜோஃசப் ஆகியோருடன், அவருக்குத் திருமுழுக்கு செய்வித்த ஜான் ஆகிய மூவருக்கும் அவரவர் பிறந்த நாளில் விழா கொண்டாடப்படுகிறது. அந்த நாட்களில் மட்டும் சிலுவையைப் பூக்களால் அலங்கரித்து, 21 குண்டுகள், மூன்று சுற்று போட்டு ஊர்வலம் தொடங்கி வலம் வரும்; இரவு முழுதும் விருந்தும் கேளிக்கைகளும் அமர்க்களப்படும். ஏசு பிரான் பிறந்த நாளான டிசம்பர் 25ஆம் நாள், கிறித்துமஸ் திருநாளாக, அனைத்துப் பண்டிகைகளையும்விட மிகச் சிறப்பாகக் கொண்டாடப்படும்.

அன்றாட நிகழ்வுகளில் ஆரவாரம்

குடும்ப, சமய விழாக்களைத் தவிர, பிற அரசியல் நிகழ்வுகளையும் ஃபிரஞ்சியர்ஆடம்பரமாகவே நடத்தினர். ஆளுநர் வருகை, போர் வெற்றிகள், விருதுகள் பெறுதல் போன்ற தனிப்பட்டவரின் பெருமிதங் களையும் ஊரே சேர்ந்து கொண்டாடியது. துய்ப்ளேக்சு வரவேற்பும் லல்லியின் கடலூர் வெற்றி விழாவும் நாணயம் அச்சடிக்க நவாபுவின் அரசாணை பெற்றதும், துய்மா சென் மிஷேல் விருது பெற்ற விழாவும் செஞ்சி வெற்றியும் ஊரே வியக்கக் கொண்டாடப்பட்டன. 1681இல் பொங்கல் விழாக் கொண்டாட்டங்களில் செஞ்சி அரசரே வந்து கொண்டாட்டங்களில் கலந்து கொண்டார். 1746இல் ஆங்கிலேயர் முற்றுகை முடிந்து, அக்டோபர் 17ஆம் நாள் போஸ்காவன் வெளியேறியபோது, கப்பலில் 21 குண்டுகள் முழங்கின; தேவாலயத்தில் சிறப்புப் பூசை

செய்யப்பட்டது; மகிழ்ச்சியை வெளிப்படுத்தும் வகையில் கோயில் மணி தொடர்ந்து அடித்துக்கொண்டேயிருந்தது. அதேபோல், ஆர்க்காட்டு நவாபுவை, ஆங்கிலேயரிடமிருந்து பிரிக்கும் முயற்சியின் ஒரு பகுதியாக மாஃபுஸ் கான், 1747 பிப்ரவரி 25ஆம் நாளன்று புதுச்சேரிக்கு வந்தபோதும் நகரம் விழாக்கோலம் பூண்டது; தெருக்கள் சுத்தம் செய்யப்பட்டன; மூலை முடுக்கெல்லாம் கொடிகள் பறக்கவிடப்பட்டன; சாலையின் இரு மருங்கிலும் தென்னங்கீற்றுகள் நடப்பட்டன; தீப்பந்தங்கள் கட்டப்பட்டன; வாண வேடிக்கை விண்ணை வண்ணமயமாக்கியது; ஐரோப்பியரோடு இந்தியரையும் கூட்டிப் பொதுவிருந்து வைத்து வரவேற்றார் ஆளுநர் துய்ப்ளேக்சு.

சொக்கப்பனையுடன் ஒரு கொண்டாட்டம்

1747 ஆண்டு பிப்ரவரி மாதம் 27ஆம் நாளுக்கான குறிப்பில் பிள்ளை ஒரு கொண்டாட்டத்தை வர்ணிக்கிறார். "கடந்த மாசி மாதம், 17ஆம் நாள் திங்கட்கிழமை. அன்றைய தினம், வீதிகளில் தண்ணீர் தெளித்து, வாயிலில் வாழை மரம் கட்டி, தென்னங்கீற்றுத் தோரணங்கள் தொங்க விட்டனர். வீட்டிலும் தெருவிலும் இரவைப் பகலாக்கும் வகையில் விளக்குகள் ஏற்றிச் சொக்கப்பனை கொளுத்தப்பட்டது. திருவிளக்கு ஏற்றப்பட்டு, இரவில் ஏழு மணி முதல் எட்டு மணி வரை வாண வேடிக்கைகள் நடந்தன. இதுபற்றி, அதற்கு மூன்று நாட்களுக்கு முன்பே தமுக்கடிக்கப்பட்டு அறிவிக்கப்பட்டது" என்று விவரித்துள்ளார் (அறவாணன் 1997).

கிறித்தவர்களின் சொக்கப்பனை

கிறித்தவத் திருவிழாக்களில் கொண்டாட்ட நிகழ்வுகளில் சொக்கப்பனை கொளுத்துவது சென் ஜான் (சம்சுவாம்) பண்டிகையின் போதுதான். அது ஜூன் 24இல் தான் நிகழும். இது நவாபு அன்வருதீன் கானுடன் ஏற்பட்ட ஒப்பந்தத்தைக் கொண்டாடும் வெற்றி விழாக் கொண்டாட்டங்களின் ஒரு பகுதியே!

கிறித்தவ வரலாற்றில், 1100 ஆண்டுகளுக்கு முன், ஃபிரான்சு நாட்டு இளம் பெண்ணான கன்னி ஹோனோரின் (Saint Honorine), கிறித்தவ மதத்தைத் தழுவியதற்காகக் கொலை செய்யப்பட்டாள்; அவளது உடல் செய்ன் (Seine) நதியில் வீசப்பட்டது. அது, பின்னர் கிராவிய் (Graville) பகுதியில் புதைக்கப்பட்டது. 876ஆம் ஆண்டில், அவளது உடல் தோண்டியெடுக்கப்பட்டு, பாரிசுக்கு அருகிலிருந்த கொன்ஃப்லான்ஸ் (Conflans) நகருக்கு மாற்றப்பட்டது. 1080 முதல், பிப்ரவரி மாதம் 27ஆம் நாள், அவரது தியாகத் திருநாளாக ஊர்வலம், கொண்டாட்டம் என்று அனுசரிக்கப்படுகிறது. புனிதர் ஹோனோரின் (Saint Honorine Feast) விழாவும் பிப்ரவரி 27இல் தான் கொண்டாடப்பட்டது.

கார்த்திகையில் சொக்கப்பனை

இந்துக்களின் பண்டிகைகளிலும் சொக்கப்பனை திருவிழா நடக்கிறது; கார்த்திகை தீபத் திருவிழாவின்போது, கார்த்திகை நட்சத்திரத்தன்று, சிவாலயங்களில் சொக்கப்பனை கொளுத்துவது வழக்கம்.

தாரகாட்சன், கமலாட்சன், வித்யுமான்மாலி ஆகிய அசுர சகோதரர் மூவரை, சிவபெருமான் தீயால் எரித்து அழித்தார். அதைக் கொண்டாடும் விதமாகவே சொக்கப்பனை ஏற்றப்படுகிறது என்பது ஐதீகம்.

சிவனுக்கு சொக்கன் என்ற பெயர் உண்டு; எனவே, சொக்கன்பனை என்பதே சொக்கப்பனை என்று மருவிவிட்டது. விழா நாளன்று, ஒரு நீண்ட பனைமரத்தையோ, மூங்கிலையோ வெட்டிவந்து, ஆலயத்தின் முன் நட்டு, அதைச் சுற்றிப் பனை மட்டைகளைக் கோபுரம் போல் கட்டுவர். மாலையில், அலங்கரிக்கப்பட்ட சிவன் பார்வதி முன்னிலையில், தீப ஆராதனை முடிந்ததும், எரியும் கற்பூரத்தால் சொக்கப்பனை கொளுத்தப்படும். கொழுந்து விட்டு எரியும் நெருப்பை ‘சிவஜோதி’ என்று வணங்கி, தங்கள் பாவங்களும் அதில் எரிந்து போகட்டும் என்று பக்தர்கள் வேண்டிக்கொள்வர். அதன் அடையாளமாகக் கருஞ்சாம்பலைக் காப்பாகப் பூசிக்கொள்வர்; அதை வயல்களில் தெளித்தால் நோய்த் தாக்குதல் தவிர்த்து, விளைச்சல் பெருகும் என்பது நம்பிக்கை.

சிவதத்துவம் கூறுவது போல, மனிதனிடம் உள்ள ஆணவம், அகங்காரம், அஞ்ஞானம் போன்ற மலங்கள், சொக்கப்பனை எரிவது போல எரிந்து நம் மனம் சுத்தம் அடையவேண்டும் என்று அந்த சொக்கனைப் பிரார்த்தனை செய்து, ஆணவம், கன்மம், மாயை என்னும் மூன்று தீய சக்திகளை எரித்து, பாவங்களைப் போக்கிக் கொள்ளும் நிகழ்வாகவே இது கருதப்படுகிறது. சிவத்தலங்களோடு, முருகன், திருமால் ஆலயங்களிலும் சொக்கப்பனை விழா நடத்தப்படுகிறது. எங்கு நடந்தாலும், நோக்கம் ஒன்றுதானே!

இவ்வாறு, வரலாறு காட்டும் பதினெட்டாம் நூற்றாண்டுப் புதுச்சேரி, அமைதிக் காலங்களில், சர்வ சமய, சமூகக் கொண்டாட்டங் களால், அலங்காரம், கேளிக்கை, விருந்துகளோடு ஆண்டு முழுதும் களை கட்டியிருந்தது. விழாக்களின்போது நடை, உடை, பாவனைகளில் ஐரோப்பியத் தாக்கம் கலந்திருந்தாலும், ஏற்பாடுகளிலும், நடைமுறை களிலும் உள்ளூர் கலாச்காரத் தாக்கமே ஓங்கியிருந்தது (ஜெயசீல ஸ்டீஃபன் 2018).

❍❍❍

பதினெட்டாம் நூற்றாண்டில் சமூக அமைப்பும் சாதியமும்

4.1: சமூகப் பிரிவுகள்

மதங்களின் நிலை

பதினெட்டாம் நூற்றாண்டுப் புதுச்சேரியில், இந்து மதம் என்ற பெயர் வழங்கவில்லையாயினும், வர்ணாசிரம தர்மம் குறிப்பிடும் பிரிவுகளே மக்கள் தொகையில் பெரும்பான்மையாக இருந்தனர்; கிறித்தவர்கள் பத்து விழுக்காடும், முஸ்லிம்கள் ஐந்து விழுக்காடும் இருந்தனர். போர்த்துக்கீசியர்களும், ஃபிரஞ்சியர் அனைவரும் கத்தோலிக்கக் கிறித்தவர்கள்; பிற ஐரோப்பியர்களான ஆங்கிலேயரும், டச்சுக்காரர்களும் திருத்தமுறைக் கிறித்தவர்கள்; ஆனால், அவர்கள் வெகு சிலரே. இந்தியக் கிறித்தவர்களில் பெரும்பாலோர் தாழ்த்தப்பட்டவர்களாயினும், குறைந்த அளவில் பிராமணர்களும், முதலியார்களும் மற்றவர்களும் மதம் மாறியிருந்தனர். முஸ்லிம்கள் சிறுபான்மையினராக இருந்தாலும், அவர்களிலும் பிரிவுகள் இருந்தன. தமிழ் பேசும் முஸ்லிம்கள் லப்பை அல்லது சோனகர் என்றும், உருது பேசிய வணிகர்கள் மரக்காயர் என்றும், வெற்றிலை விவசாயிகள் ராவுத்தர் என்றும் அழைக்கப்பட்டனர். ஆனந்தரங்கர், இஸ்லாமியர்களைப் பொதுவாகத் துலுக்கர்கள் என்றே பொதுவாக அழைக்கிறார் (ஆலாலசுந்தரம் 1999: 326; தாவிதன்னுசாமி 2019: 75–76). இந்துக்களுக்குக் கிறித்தவர்களுடன் அவ்வப்போது சமயம், சாத்திர சம்பிரதாயங்கள் பற்றிய உரசல்கள் ஏற்பட்டாலும், இஸ்லாமியர்களுடன் அவர்கள் இணக்கமாகவே இயங்கினர்.

ஐரோப்பியர்கள்

ஃபிரஞ்சியருக்கு முன்பே போர்த்துக்கீசியரும், அர்மீனியர்களும், டச்சுக்காரர்களும் புதுச்சேரிக்கு வந்துவிட்டனர். முதலில் ஆண்கள் மட்டுமே தனியாக வந்ததால் அவர்களுக்குக் குடும்பங்கள் இல்லை. என்றாலும்,

சமூக நியதிப்படி, திருமணம் செய்துகொள்ளவேண்டிய தேவை ஏற்பட்டபோது, கோவாவிலிருந்து போர்த்துக்கீசியப் பெண்களையும், இந்தோ – போர்த்துக்கீசியக் கலப்பினப் பெண்களையும் தருவித்து மணந்துகொண்டனர். ஐரோப்பாவைத் தாண்டி அயல்நாட்டில் பிறந்த ஐரோப்பியர், பொதுவாகக் கிரெயோல் *(Creyols)* எனப்பட்டனர். இந்தியர்கள் இவர்களைச் சட்டைக்காரர்கள் என்றனர். 1700வாக்கில் இவர்களே இரண்டாம் தலைமுறை ஐரோப்பியர்கள். பிற்காலத்தில் வந்த ஃபிரஞ்சியர், குறிப்பாக உயர்பதவி வகித்தோர் மட்டும் தங்கள் குடும்பங்களோடு வந்து சேர்ந்தனர் (தாவிதன்னுசாமி 2019: 71–72).

கலப்பினப் பிரிவினர்

போதுமான மணப்பெண்கள் கிடைக்காத நிலையில், தங்கள் வீடுகளில் பணிபுரிந்த கீழ்ச் சாதியினரையே முறையாக மணந்தோ, வைப்பாட்டிகளாக வைத்துக்கொண்டோ குடும்பம் நடத்தவேண்டிய கட்டாயம் ஐரோப்பியர்களுக்கு ஏற்பட்டது. பாதி வெள்ளை, பாதி கறுப்பு என்றான இவர்களின் வாரிசுகளை மெத்திஸ் *(Metis)* என்ற பொதுப்பெயரால் வரலாறு குறிப்பிடுகின்றது. அவர்கள் நடை, உடை, பாவனையில் தங்களை ஐரோப்பியர்களாகவே கருதி நடந்துகொண்டனர். தங்களின் அடையாளத்தை வெளிக்காட்டிக் கொள்வதற்காகவே, எப்போதும் தொப்பி அணிந்துகொண்டதால் இவர்கள் தொப்பிக்காரர்கள் *(Topas)* என்று அழைக்கப்பட்டனர். இவர்களது தந்தைமார்கள், தங்களது அடையாளத்தைக் காட்டிக்கொள்ள விரும்பாததால், பெரும்பாலும் தாயின் அரவணைப்பிலேதான் வளர்ந்தார்கள். இவர்களை இந்தியச் சமூகம் அங்கீகரிக்கவில்லை; அதை அவர்களும் விரும்பவில்லை. ஆனால், இவர்களின் தாய்வழிக் குடும்பத்தாரும் இவர்களை எளிதாக ஏற்றுக்கொள்ளாததால், சமூகத்தில் இவர்கள் சங்கடமான நிலையிலேயே இயங்கினர்.

எதிர் வந்த நாட்களில், கிரெயோல்களும் அடுத்தடுத்து இந்தியப் பெண்களை மணந்துகொள்வது வழக்கமாகிப்போன நிலையில், மங்கிய வெண்மை நிறம் மட்டுமே அவர்களை வேறுபடுத்திக்காட்டியது.

இந்தியர்கள்

இந்தியச் சமுதாயம் வேதியச் சமுதாயத்தின் தொடர்ச்சி என்றே பல வரலாற்றாசிரியர்கள் கருதுகின்றனர். சமூகம் என்பது சாதிகளின் அடிப்படையிலானது. பிறப்பு ஒன்றே சாதியைத் தீர்மானித்தது. எனவே, பல்வேறு சாதிகளும் இனங்களும் அடங்கிய பன்முகச் சமுதாயம்தான் இந்தியாவில் இயங்கியது. (வெபர் 1996; மெலாங்கின் 2015: 75–77).

உயர்நிலையில் பிராமணர்கள்

வர்ணாசிரம தர்மத்தின் நான்கு பிரிவுகளில், பிராமணர் பிரிவு மட்டுமே ஃபிரஞ்சியர் ஆட்சியில் உயர்ந்த தனிப்பிரிவாக இயங்கியது. மற்றப் பிரிவினரைவிட, பிராமணர்கள் அறிவாளிகள் என்று பரவலாக நம்பப்பட்டது. ஆகவே, மராட்டியர், இஸ்லாமியர், ஃபிரஞ்சியர், ஆங்கிலேயர் ஆகியோரின் ஆலோசகர்கள், மொழிபெயர்ப்பாளர்கள்,

அரசு அதிகாரிகள், ஆலய ஓதுவார்கள், அர்ச்சகர்கள் ஆகிய பதவிகளை வகித்தோரில் பெரும்பாலோர் பிராமணர்களே. ஆட்சியிலும் சமூகத்திலும் அவர்களுக்கு உயர்ந்த மரியாதையும், சிறப்புச் சலுகைகளும் தரப்பட்டன. விஜயநகரப் பேரரசு நலிந்த பிறகு, கோயில்கள் கட்டுவது குறைந்துபோனதால், அர்ச்சகர்களின் தேவை அரிதானது. கோயில் மானியங்களும் குறைந்துபோயின. எனவே, சோதிடம் பார்த்தல், சடங்குகள் செய்தல் போன்ற பணிகளில் ஈடுபட்டு, பணமும் அரிசியும் ஊதியமாகப் பெற்றுக் கொண்டனர். ஐரோப்பிய, இஸ்லாமிய ஆட்சியாளர்கள் தங்களின் மாந்தகத் தகவல் தொடர்புகளுக்கு பிராமணர்களையே நம்பினர். பட்டமார் எனப்பட்ட அஞ்சல் தூதர்களாகவும் உளவாளிகளாகவும் அவர்களைப் பயன்படுத்தினர். "வேதம் ஓதல் அந்தணர் மரபு" என்பதையும் மீறி, அவர்களும் வணிகம் செய்தனர். குற்றங்கள் இழைத்தாலும் அவர்களுக்குத் தண்டனை அரிதே (ஆலாலசுந்தரம் 1999; தாவிதன்னுசாமி 2010, 2019).

பிராமணர்களுக்கு விலக்கு

பிராமணர்களுக்குப் பாதுகாப்பு அளிப்பதும், அவர்களைக் கடின உடல் உழைப்பிலிருந்து தவிர்ப்பதும் அரசநியதி என்று கருதப்பட்டது. ஒருமுறை சுற்று மதிலை வலுப்படுத்தும் வேலையிலிருந்து, பெரிய வணிகர்களோடு அத்தனை பிராமணர்களுக்கும் மட்டும் விலக்களிக்கப்பட்டது. 1746இல் ஆங்கிலேய முற்றுகையின்போது, ஆளுநர் துய்ப்ளேக்சு அனைத்து சாதிப் பெண்களை மட்டும் பாதுகாப்பாக வெளியேற அனுமதித்தார். அவர்களோடு ஆண் பெண் வேறுபாடில்லாமல், எல்லா பிராமணர்களும் அனுமதிக்கப்பட்டனர் (ஆலாலசுந்தரம் 1999; மெலாங்கின் 2015).

"ஆவும் ஆனியற் பார்ப்பன மாக்களும் பெண்டிரும் பிணியுடையீரும் புறநகர் போந்தனர்" (செட்டிமையார்–புறநானூறு 9: 1–2) என்ற சங்க கால மரபின்படி, போர்களின்போது, பசுக்கள், பெண்டிர், சிறார், நோயுற்றோர், இயலாதோருடன் அந்தணர்களையும் வெளியேற்றும் வழக்கத்தை ஐரோப்பியரும் கடைபிடித்தனர் போலும்!

பிராமணர் அல்லாதோர்

இந்தியர்களைப் பொதுவாக மலபாரிகள் (*Malabaris*) என்றே ஐரோப்பியர் அழைத்தனர். பிராமணர்கள், அரிசனங்களைத் தவிர்த்த மற்ற அனைவரையும் தமிழர் என்றே ஆனந்தரங்கப் பிள்ளை குறிப்பிடுகிறார்; பிராமணர்கள், அவர்களைச் சூத்திரர் என்றார்கள். குறிப்பாகக் கூறவேண்டுமானால், சாதி இந்துக்களே தமிழர் எனப்பட்டனர். அரிசன மக்களைக் 'கீழ்ச் சாதியினர், பறையர்' என்று அவர் எப்போதும் குறிப்பிடுவதிலிருந்து, அவர்கள் ஒடுக்கப்பட்டிருந்த கொடுமையை உணரலாம்.

ஆனந்தரங்கர் காலத்தில், புதுச்சேரி சமூகம் சாதியைக் கொண்டாடும் சமூகமாகவே இருந்தது; பிராமணர் அல்லாமல், 18 சாதியினர் பெயர்கள் ஆனந்தரங்கரின் குறிப்புகளில் காணப்படுகின்றன. வெபர் (1996) 28 சாதிகளைப் பட்டியலிட்டுள்ளார். பெருவணிகர்களில்

பெரும்பாலோர் தெலுங்கு பேசிய கோமுட்டி, வாணியச் செட்டிகளே. பிராமணர்களுக்கு அடுத்து செல்வாக்கானவர்கள் அவர்களே. ஒரு கட்டத்தில், துய்ப்ளேக்சு அமைத்த 20–உறுப்பினர் மகாநாட்டார் குழுவில் பதினொரு பேர் செட்டிகளே. சாதிக்கேற்ப நெல் அளத்தல், சாதிக்கேற்ப விசாரணை, சாதிக்கேற்ப நீதி, ஆசாரங்கள் என்று சமூக இயக்கத்தின் ஒவ்வொரு அம்சத்திலும் சாதிக் குழுக்களின் தாக்கம் இருந்தது. சாதி விட்டு சாதியில் திருமணம் செய்வது தவறெனக் கருதப் பட்டது. ஓர் இனத்தவர் அடுத்த இனத்தவர் வீட்டு உணவை உண்பதுகூடப் பாவமெனப்பட்டது. அதனால்தான், ஆந்திரேயர் ஆலயத் திறப்பு விழாவை சர்வ சமய நிகழ்ச்சியாக நடத்தியபோது, கிறித்தவர், பிராமணர், சாதி இந்துக்கள் ஆகியோருக்குத் தனித்தனி இடங்களில் அவரவர் வழக்கப்படி விருந்து வைக்கப்பட்டது (ஜெயசீல ஸ்டீஃபன் 2018; மொரே 2020).

இடங்கை வலங்கை பிரிவு

சாணார், ஒட்டர், நாவிதர், வண்ணார், தோட்டிகள், கருமார், தச்சர், கம்மியர், கொத்தனார், வேட்டைக்காரர், பட்டனவர் எனப்பட்ட மீனவர், ஆகிய தொழில்சார்ந்த, ஆனால் சற்றே ஒடுக்கப்பட்ட பிரிவினரும் இருந்தனர். இவர்கள் யாரும் மனுதர்மம் குறிப்பிடும் சூத்திரர்களாகவோ, சத்திரியர்களாகவோ அடையாளம் காட்டிக் கொள்ளவில்லை. மாறாக, சாதிப் பெயர்களை ஒட்டாக வைத்துக் கொண்டாலும், தங்களின் சாதி அடையாளங்களை முன்னிறுத்துவதைவிட, முற்காலச் சமூகத்தின் எச்சங்களான வலங்கை, இடங்கைப் பிரிவுகளில் கணக்கிடப்படுவதையே விரும்பி, அவற்றில் ஏதோ ஒன்றில் இணைந்து இயங்கினர். பறையர் எனப்பட்ட தலித்துகள் சமூகத்தின் அடித்தட்டில் வைக்கப்பட்டிருந்தனர். அவர்களுக்கெனத் தனிக்குடியிருப்புகள், கட்டுப்பாடுகள் என்ற இழிநிலை காணப்பட்டது. அவர்கள் எப்போதும் செல்வாக்கான வலங்கையினரோடு மட்டுமே இணக்கமாயிருந்தனர் (ஆலாலசுந்தரம் 1999: 329–330, 332; ஜெயசீல ஸ்டீஃபன் 2018: 466–467).

விஜயநகரப் பேரரசு ஆட்சியில், படைகளில் பணியாற்றிய அதிகாரிகளில் பெரும்பாலோர் ரெட்டிகளே. அவர்களது சேவைக்குப் பரிசாக மன்னர்கள் வழங்கிய மானிய நிலங்களுக்குப் பின்னாளில் அவர்களே உரிமையாளர்களாகிவிட்டனர். அதனால், கிராமப்பகுதிகளில் ரெட்டிகளே செல்வாக்கான நிலச்சுவான்தார்களாக விளங்கினர்.

போர்க்கைதிகளும் பிழைப்புக்கு வழியில்லாததால் விலைக்கு விற்கப்பட்ட ஏழைச் சிறுவர்களும் ஏறக்குறைய அடிமைகள் போலவே, ஐரோப்பியர், பணக்காரர்களிடம் வீட்டோடு கொத்தடிமைகளாகத் தங்கி வேலை செய்தனர். தாசியர் மரபும் புழக்கத்திலிருந்தது. தேவதாசிகள், கோயில்களின் அங்கமாயிருந்ததோடு, ஆடல் மகளிராகவும் சமூக நிகழ்வுகள் அனைத்திலும் பங்கேற்றனர் (தாவிதன்னுசாமி 2019: 75).

கிறித்தவர்கள் என்ற புதுப்பிரிவு உதயமானதைத்தவிர, ஃபிரஞ்சியர் வருகை இந்திய சமூகக் கட்டமைப்பில் எந்தவிதத் தாக்கத்தையும்

ஏற்படுத்தவில்லை. பத்தொன்பதாம் நூற்றாண்டின் மையம் வரையில் இதே நிலைதான் நீடித்தது (மெலாங்கின் 2015; தாவிதன்னுசாமி 2019: 73).

சாதித் தலைவர்கள் ஒவ்வொரு சாதியினருக்கும் நாட்டார்கள் என்ற பெயரில் சாதித்தலைவர்களும், ஒரே சாதியின் இரண்டு மூன்று தலைவர்களுக்கு ஒரு மகாநாட்டாரும் நியமிக்கப்பட்டனர். அரசு சம்பந்தப்பட்ட எல்லாச் செயல்களும் இவர்கள் மூலமே நடந்தன. அவர்கள் அரசுக்கு ஆலோசனை மட்டுமே கூறமுடியும், முடிவெடுப்பதில் பங்கு கிடையாது. சோழர் காலத்தில் நாட்டை மண்டலம், நாடு, ஊர் என்று வகுத்திருந்தனர். பிராமணர்களின் செல்வாக்கு இல்லாத ஊர்களுக்கு நாட்டார்களையும், பல ஊர்களை மாநாடு என்றிணைத்து மகாநாட்டார்களையும் நியமித்து நிர்வகித்தார்கள். ஃபிரஞ்சியர் காலத்திலும் அதன் மருவிய வடிவம் தொடர்ந்தது எனலாம் (ஆலாலசுந்தரம் 1999: 331).

பெண்களின் நிலை

இந்தியச் சமூகம் ஓர் ஆணாதிக்கச் சமூகமாகவே விளங்கியது. குடும்பத் தலைவனுக்கு அடங்கிய படைப்பாகவே பெண் கருதப்பட்டாள். இருதார மணம் அங்கீகரிக்கப்படவில்லை. ஆயினும், முதல் மனைவி மலடானால், அவள் சம்மதம் தந்தால் மட்டுமே மறுமணம் செய்ய முடியும்; அவளுக்கு வாழ்வுரிமைத் தொகை (ஜீவனாம்சம்) வழங்க வேண்டும்; தவறினால், கடும் தண்டனை உண்டு. கள்ளத்தொடர்பு தீயொழுக்கம் என்று தண்டிக்கப்பட்டது. வைப்பாட்டிகள் வைத்திருப்பதும் குற்றமே. அதே சமயம், மனைவி கணவனை விட்டு ஓடிவிட்டால், பிறந்த குழந்தை பாட்டியிடம் விடப்பட்டது. பெண்களை அவமதிப்பதும் கடுமையான குற்றங்களில் ஒன்று. சான்றாக, 1788 அக்டோபர் 12இல், ஓர் அடிமையை மானபங்கம் செய்த ஒருவனுக்கு, பொது வீதியில் ஐம்பது கசையடிகள் தண்டனையாகத் தரப்பட்டன. பரத்தையருக்கு அனுமதியில்லை; எனினும், தனியாளான ஐரோப்பியர் கலவிச் சுகத்துக்கு அலைந்ததும், வறுமைக்காலங்களில் தாசிகள் தெருமுனைகளில் நின்றுகொண்டு குறைந்த விலைக்கே தயாராயிருந்ததும் பதிவுகளில் உள்ளன. இவ்வளவு சட்டப் பூர்வமான பாதுகாப்புகள் புனையப்பட்டாலும், பெண்களை ஒரு போகப்பொருளாகவே நடத்துவதும், கற்பழிப்புகளும் மலிந்தன. பெண்ணினம் ஓர் ஒடுக்கப்பட்ட இனமாகவே நடத்தப்பட்டது (ஜெயசீல ஸ்டீஃபன் 2018: 498–500).

பொது நிர்வாக அமைப்பு

1773வரை, இராணுவத் தளபதி, வணிகக் குழுமத் தலைவர், தலைமை நீதிபதி ஆகிய மூன்று பொறுப்புகளையும் ஆளுநரே வகித்தார். அவருக்கு ஆலோசனை சபை ஒன்று நிர்வாகத்தில் உதவி செய்தது. ஏனைய நிலப்பகுதிகளை வட்டார நிர்வாகிகள் மூலம் ஆளுநரே நேரடியாகக் கையாண்டார்.

1773க்குப்பின், ஆளுநர், இராணுவம், அரசியல் விவகாரம் மட்டும் கவனித்தால்போதும், அரசர் பிரதிநிதி ஒருவர், நிதி, நீதி, பொது நிர்வாகம் ஆகியவற்றைக் கையாள்வார் என இரட்டைத் தலைமை

புகுத்தப்பட்டது. ஆலோசனை சபையின் உறுப்பினர்கள், வழக்குகளை விசாரித்து, நீதி வழங்கும்போது மேலாண்மைச் சபையாகவும், நிர்வாகத்தை நடத்தும்போது உயர்அதிகாரச் சபையாகவும் செயல்பட்டார்கள். ஆலோசனை சபையில் மொத்தம் ஏழு உறுப்பினர்கள் இருந்தனர்; ஆளுநர் அதன் தலைவர்; அவர் பெரிய துரை; அவருக்கு அடுத்த அதிகாரம் படைத்த, முதலாவது உறுப்பினரை சின்ன துரை என்று ஊரார் அழைத்தனர் (ஆரபி: ஜூலை 11, 12 1748, ஆகஸ்டு 10, 1750; ஜெயசீல ஸ்டீஃபன் 2018: 421).

தொழில் – நிதி – வருவாய் (ஜெயசீல ஸ்டீஃபன் 2018: 185–199)

தொழில் முறையில், புதுச்சேரி துறைமுகமாக இருந்ததால், ஏற்றுமதி, இறக்குமதி எப்போதும் மும்முரமாகவே நடந்தது. நகரப்பகுதியில் நெசவுத்தொழிலே முக்கியமாயிருந்தது. கிராமங்களில் வேளாண்மையும், அதைச் சார்ந்த தொழில்களும் முக்கியமானவை யாகும். நிலக்குத்தகை, சுங்க வரி, அடிமை வரி, சாராயம் விற்பனை, புகையிலை மொத்த வணிகம் மூலமே அரசுக்குப் பெருமளவு வருவாய் வந்தது. வீடு, நிலங்களுக்குச் சொத்து வரியும் விதிக்கப்பட்டது.

வெள்ளாளர் இனத்தவர் பெரும்பாலோர் நில உரிமையாளர்களான தால், வேளாண்மையும் செய்தனர்; அதனால் அவர்கள் காணியாளர்கள் என்றும் அழைக்கப்பட்டாலும், சமூகத்தில் முதலியார் என்ற பட்டம் அவர்களையே குறிப்பிட்டது. சில வலங்கை முதலியார்கள் இணைந்து "சங்கராபரணி" என்ற கப்பலை வாங்கி மயிலாப்பூர், புதுச்சேரியிலிருந்து, மனிலாவிற்குத் துணிப் பொதிகளை ஏற்றுமதி செய்யுமளவிற்குச் செல்வந்தர்களாகவும், செல்வாக்கானவர்களாகவும் விளங்கினர். லூயி பிரகாசம் மாலுமியாக இயக்கிய அந்தக் கப்பலில், ஜெகனிவாச முதலியார் பண்டகப் பொறுப்பாளராகப் போய்வந்தார். நெசவாளர்களான தேவாங்கர்களும், துணி வணிகர்களான கோமுட்டிகளும், தெலுங்கு பேசும் செட்டி இனத்தவர். நிலக்குத்தகை, வெற்றிலைத் தோட்டம் போன்றவற்றிலும், நாணய மாற்றுத் தொழிலிலும் பல செட்டிகள் நாட்டங்கொண்டிருந்தனர். தமிழ் பேசிய வாணியச் செட்டிகள் முதலில் எண்ணெய் எடுத்து விற்பனை செய்வதில் முன்னணியிலிருந்தனர்; பின்னர் மளிகை வர்த்தகத்திலும் அழுந்தக் காலூன்றினர். பள்ளிகளும், வன்னியரும், விவசாயத்திலும், நெசவிலும், பிற பணிகளிலும் ஈடுபட்டனர். பின்னாட்களில் துணியுடன் மற்ற பொருட்களும் ஏற்றுமதிப் பட்டியலில் சேர்ந்துகொண்டபோது, சாதி மத பேதமில்லாமல் அனைவரும் அயல்நாட்டு வணிகத்தில் இறங்கிவிட்டனர்.

குஜராத்திகளும், சௌகார்களும் நாணய மாற்று, அடகு வியாபாரம், கொடுக்கல் வாங்கல் (*Saraf*) வியாபாரம் செய்தனர். டச்சுக்காரர்கள் காலத்தில் முதன் முதலாக வங்கி வழக்கத்திற்கு உரிமம் வழங்கப்பட்டது (ஆலாலசுந்தரம் 1999; ஜெயசீல ஸ்டீஃபன் 2018: 172).

வணிக முறையும் வணிகர் நிலையும்

தொடக்கத்தில் ஃபிரஞ்சியர் கவனம் செலுத்தியது துணி வணிகத்தில்தான். கும்பினியிடம் போதுமான நிதிவசதி இல்லாததால், தனியாரும், அரசின் அனுமதி பெற்று ஏற்றுமதி இறக்குமதியில்

அனுமதிக்கப்பட்டனர். அரசு அதிகாரிகளும், ஆளுநர்களும்கூட வணிகம் செய்து செல்வம் சேர்த்தனர். மொழிச் சிக்கல் காரணமாக, உள்ளூர் வணிகர்களுக்கும், ஐரோப்பியருக்குமிடையே பாலமாகச் செயல்பட்டு, கும்பினிக்குச் சாதகமாக விலை நிர்ணயம் செய்வதற்காக பல மொழிகள் தெரிந்தவர்களைத் துபாசிகளாக நியமித்துக்கொண்டனர்.

பொதுவாக, கிராமப்புறங்களில் முரட்டு கினியாத் துணியும். நகரப்புறங்களில் சன்னமான வகைகளும் நெய்யப்பட்டன. 19, 23, 26, 33, 36, 50 புஞ்சங்கள் கொண்ட நீலச்சாயம் தோய்க்கப்பட்ட கினியா வகை பெருமளவில் தேவைப்பட்டது. அதிலும், கும்பினியே நேரடியாகக் கொள்முதல் செய்யாமல் தரகர்கள், முகவர்கள் மூலமே சரக்குகளைப் பெற்றது. புதுச்சேரிக்கு அப்பாலும், ஆர்க்காடு, லால்பேட்டை, ஆரணி, காஞ்சிபுரம், பாளையூர், பட்டாம்பாக்கம், உடையார் பாளையம், சேலம், சென்னப்ப நாயக்கன் பாளையம் போன்ற பல்வேறு இடங்களில் நெசவுத் தொழில் நடந்துவந்ததால், மொத்த வணிகர்கள், விநியோகிப்போர் என்று பல அடுக்குகள் உருவாயின. இதனால், உற்பத்தி மையங்களில் நேரடியாகக் கொள்முதல் செய்யும் மொத்த வணிகர்கள் தங்கிக்கொண்டனர். அவர்களிடமிருந்து புதுச்சேரிக்குள் சரக்கினைக் கொண்டுவருவதற்காகத் தரகர்களும், முகவர்களும் நியமிக்கப் பட்டனர். அவர்கள் தங்களுக்கு நம்பிக்கைக்குரிய உறவினர்களையே உதவியாளர்களாக நியமித்துக் கொண்டனர்; இதனால், அத்தொழில் பரம்பரையாகத் தொடர முடிந்தது. தானப்பா முதலி குடும்பமும், திருவேங்கடம் பிள்ளை வாரிசுகளும் இதற்குச் சிறந்த எடுத்துக் காட்டுகள். நாட்டுப்புறம், நகர்ப்புறம் என்று இரண்டு வகைகளில் தரகர்கள் இயங்கினர். அவர்கள் சொந்தமாகவும், மற்றவரின் பிரதிநிதி களாகவும் கொள்முதல் செய்தனர். ஆனந்தரங்கப்பிள்ளைக்கு பாலாஜி பண்டிதரும், ராயல் ஐயனும், மாகி தெ லபூர்தொனேவிற்கு குடைக்கார நயினியப்பா முதலியாரும், வில்லேபாகிற்கு வெங்கல குமாரனும் அவ்வாறு இருவிதமாகச் செயல்பட்டிருக்கிறார்கள்.

தரகர்களும், முகவர்களும், பிரதிநிதிகளும் ஒரு குறிப்பிட்ட சதவீதத் தொகையைத் தரகுப்பணமாகப் பெற்றுக்கொண்டு விற்றனர். அவர்கள் நெசவாளர்களுக்கும், சாயம் தோய்ப்போருக்கும் முன்பணம் கொடுத்துவிட்டு, துணியாகப் பெற்றுக்கொள்ளும் வழக்கமும் இருந்தது. பெருவணிகர்கள், ஐரோப்பியருடன் சற்றே வேறுவிதமாகச் செயல்பட்டார்கள். சரக்குகள் வாங்குவதற்குப் பண உதவி செய்து, கப்பலில் போன சரக்கு விற்பனையாகித் திரும்பி வரும்போது வட்டியுடன் வசூலித்துக்கொண்டனர். அதற்குக் கப்பல் வணிகப் பிணைக்கடன் என்று பெயர். கப்பல் கொள்ளையடிக்கப்பட்டாலோ, புயல், மழையால் சரக்குகள் சேதமடைந்தாலோ பணத்தை விட்டுக்கொடுக்குமளவிற்கு அதிலும் அவர்கள் நேர்மையுடன் நடந்துகொண்டனர். ஆனால், தவணை தவறினால் வட்டிக்கு வட்டி போட்டு, வழக்குப் போட்டேனும் வசூல் செய்து கொண்டனர்.

சரக்குகளைத் தேக்கிவைத்துச் சாதகமான வணிகச் சூழலில் விற்று ஆதாயம் பெறும் உத்தியை அந்நாளிலேயே ஆனந்தரங்கப் பிள்ளை

கையாண்டிருக்கிறார். 1730–33இல் கர்நாடகப் போரின் விளைவாகப் பயிர் நிலங்கள் அழைக்கப்பட்டன; இதனால், பருத்தி உற்பத்தி வெகுவாகப் பாதிக்கப்பட்டது. 1748இல், சந்தையில் பருத்தி கிடைக்காத நிலையில், பிள்ளை தனது கிடங்கில் வைத்திருந்த பஞ்சினை நல்ல ஆதாயத்துடன் விற்றார் (ஜெயசீல ஸ்டீஃபன் 2018: 193–194).

புதுச்சேரி ஒரு பாதுகாப்பான துறைமுகமாக விளங்கியதால், பரங்கிப்பேட்டை மரக்காயர்களும் துணி வணிகம் செய்ய விழைந்தனர். அப்போது, அவர்கள் போர்த்துக்கீசியருடனோ, ஆங்கிலேயருடனோ வணிகத் தொடர்பு கொள்ளக்கூடாது என்ற நிபந்தனையுடன் அனுமதிக்கப்பட்டனர். சில சமயங்களில், அவர்களது கப்பல்களில், ஃபிரஞ்சுப் பணியாளர்களுடனும், கொடியுடனும் பயணிக்கவும் அனுமதித்தனர். அதன்படி, நல்லபுக்கு மரக்காயர், மீரான் மரக்காயர், பீர் மரக்காயர், சீதக்காதி மரக்காயர் ஆகிய கப்பல் உரிமையாளர்கள் புதுச்சேரியிலிருந்து தென்கிழக்கு ஆசிய நாடுகளுக்குச் சிறப்பாகத் தொழில் செய்தனர். ஒரே குடும்பத்தைச் சேர்ந்த சின்னத்தம்பி மரக்காயரும், காதர் சாகிபும், பக்கிர் சாகிபும் கிடங்குகள் கட்டிக்கொண்டு புதுச்சேரியிலேயே குடியேறிவிட்டனர் (ஜெயசீல ஸ்டீஃபன் 2018: 194).

நீதி நிர்வாகம்

(ஆலாலசுந்தரம் 1999: 311-320; ஜெயசீல ஸ்டீபஃன் 2018: 436–460)

சாவடியே, சுங்கம் (மகமை), கீழ்நிலை நீதிமன்றம், சிறைச்சாலை என்று பல்நோக்கில் செயல்பட்டது. அங்கு வேதிய நியதிகளின்படியே இந்துக்களின் வழக்குளில் தீர்ப்பளிக்கப்பட்டன. கடைத் தெருவில் ஒரு முத்திரைச் சாவடி விற்பனைப் பொருட்களின் தரத்தை நிர்ணயித்து அத்தாட்சி இட்டது. காவல் நிலையங்கள் மூலம் மக்களின் பாதுகாப்பு உறுதிசெய்யப்பட்டது. அங்கு ஃபிரஞ்சியர் ஒருவர் தலைவர், இன்னொருவர் துணைத் தலைவர் என நியமிக்கப்பட்டனர். அவர்களுக்குக் கீழ் நயினார், தளவாய், சேவகர், தலையாரி ஆகியோர் செயலாற்றினர். இவர்கள் மூவரும் இந்தியர்கள். கொத்தவால் என்பவர் நகரின் தலைமைப் பாதுகாப்பு அதிகாரியாகச் செயல்பட்டார் (ஆலாலசுந்தரம் 1999; திருமுருகன் 2006).

தொடக்க காலங்களில், ஐரோப்பியர்களுக்குத் தனி நீதி மன்றம் இருந்தது; இந்தியர்களுக்குச் சாவடியில் வழக்குகள் விசாரிக்கப்பட்டன. ஒரு குறிப்பிட்ட நாளில் சின்ன துரை சாவடிக்கு வந்து வழக்குகளை விசாரித்துத் தீர்ப்பளித்தார். அவருக்கு இரண்டு ஆலோசனை சபை உறுப்பினர்களும், உள்ளூர் மொழி அறிந்த தலைமைத் துபாசிகளும், உதவினர். 1702இல் உயர் ஆலோசனை உறுப்பினர் ஒருவர் சான்றாளர் என்று அறிவிக்கப்பட்டார்; 1703 முதல், ஆலோசனை சபையின் இரண்டு மூத்த உறுப்பினர்கள் வழக்குகளை விசாரித்தனர்; முக்கியமான வழக்குகளை மட்டும் ஆளுநர் கையாண்டார். 1728இல் சாவடி நீதி மன்றம் அமைக்கப்பட்டு, முதலில் ஐரோப்பியர், பின்னர் இந்தியர் அனைவருக்குமான வழக்குகளும் விசாரிக்கப்பட்டன. அதில், நடுவர்களாக நியமிக்கப்பட்ட சாதி, மதத் தலைவர்கள் (நியாயதாரர்) எட்டுப் பேர்

ஐரோப்பியர்களுக்கு உதவினர். தமிழ், தெலுங்கு, மலையாளம் தெரிந்த மொழிபெயர்ப்பாளர்களும் நியமிக்கப்பட்டனர். குடும்பப் பாரம்பரியம் மிக்க ஒருவர் பதிவாளர் (Tabelion) பதவியில் நியமிக்கப்பட்டார். இது, 1701இல் அமைக்கப்பட்ட ஆட்சிக் குழுவின் கட்டுப்பாட்டில் இயங்கியது (ஜெயசீல ஸ்டீஃபன் 2018: 436–437).

1776 பிப்ரவரி 3இல் மேலும் சில சீர்திருத்தங்கள் புகுத்தப்பட்டன. நீதி வழங்குவோர் 27 வயது நிறைந்தவராகவும், சட்டப் படிப்புடன், நான்காண்டுகளாவது வழக்கறிஞராகப் பணிபுரிந்த அனுபவமும் வேண்டும் என்று அரசாணை பிறப்பிக்கப்பட்டது. ஆனால், விரைவிலேயே நடைமுறைச் சிக்கல்களால் அது தளர்த்தப்பட்டுப் பழைய முறையே தொடர்ந்தது. 1778இல் ஒரு சாவடியில், ஓர் உரிமையியல் நடுவர், ஒரு தலைவர், இரண்டு மதிப்பீட்டாளர்கள், இரண்டு பதிவாளர்கள் (ஒரு இந்தியர், ஒரு ஐரோப்பியர்) நியமிக்கப்பட்டனர். அவர்களுக்கு உதவுவதே நயினாரின் பணி. 1769 முதல் காவல் துறைத் தலைவரே, நயினார் உதவியுடன் சிறு சிறு குற்றங்களை விசாரிக்க அனுமதிக்கப்பட்டார். இந்தியர்களின் சடங்குகள், சம்பிரதாயங்கள் பற்றிய வழக்குகளில், சாதிகளுக்குள் சிக்கல் ஏற்பட்டால், மகாநாட்டார் குழுவின் ஆலோசனையுடன் தீர்ப்புகள் வழங்கப்பட்டன. பல சாதிகள் பற்றிய வழக்காயின், பல மதங்கள், பல சாதிகளைச் சேர்ந்த, அறிவும், நாணயமும் கொண்ட எட்டு உறுப்பினர் ஆலோசனைக் குழுவின் கருத்துக்கள் பெறப்பட்டன (தாவிதன்னுசாமி 2019: 101–104; மெலாங்கின் 2015).

வீதிதான் ஒழுங்கு நீதி அல்ல

அமைப்புகள் மாற்றங்கள் கண்டாலும், தீர்ப்புகள் மதம், சாதி, செல்வம், செல்வாக்கைப் பொறுத்தே வழங்கப்பட்டன. ஐரோப்பியர்களானாலும், இந்தியர்களானாலும், திருட்டுக்கும், கொலைக்கும் தூக்குத் தண்டனை விதிக்கப்பட்டது. பிராமணர்களுக்குத் தண்டனை அரிதாகவே வழங்கப்பட்டது; அதுவும் தயக்கமின்றித் தளர்த்தப்பட்டது. 1729 ஆம் ஆண்டில் விநாயகம் என்பவர் கள்ளப்பண வணிகத்தில் ஈடுபட்டதால் தூக்குத் தண்டனை விதிக்கப்பட்டது. ஆனால், அவர் பிராமணர் என்பதால், நாட்டார்கள் குறுக்கிட்டு, அவரைச் சாதியிலிருந்து விலக்கி, ஊரைவிட்டு வெளியேற்றிக் காப்பாற்றிவிட்டனர்.

லல்லி தொலாந்தல் நிர்வாகத்தில், ஒரு பிராமணனைத் தூக்கிலிடுமாறு அவர் ஆணையிட்டார். அப்போது குறுக்கிட்ட ஆனந்தரங்கப் பிள்ளை, "கடந்த அறுபது ஆண்டுகளில் எந்த ஒரு பிராமணனும் தூக்கிலிடப்படவில்லை. அப்படிப்பட்ட சூழ்நிலையில், ஒரு பிராமணனைத் தூக்கிலிட்டால் அது பெரிய பாவம். எனவே, அப்படிச் செய்யலாகாது. அப்படி நிகழ்ந்தால் நகரம் நாசமாகிப் போய்விடும்" என்று வாதிட்டார். மற்ற சாதியினரின் வழக்குகளிலும், வழக்காறுகளிலும், இறுதி முடிவு எடுக்குமுன், வேத விற்பன்னர்களான பிராமணர்களைக் கலந்து ஆலோசிப்பது வழக்கமாயிருந்தது. நீதிமன்றத் தீர்ப்புகளும் வேதநூல்களின்படியே வழங்குமளவிற்குப் பிராமணீயத்தின் பிடி இறுகியிருந்தது (மெலாங்கின் 2015).

1733இல், வீட்டைக் கொள்ளையடித்த ஒரு வெள்ளாளருக்கு விதிக்கப்பட்ட மரண தண்டனையை அவர் உயர்சாதியர் என்பதால் உயர் ஆலோசனை விடுவித்துவிட்டது. 1740இல் முகமது அப்துல் ஷேக் என்ற இஸ்லாமியரின் தூக்குத் தண்டனையை துய்மா ஆயள் தண்டனை யாகக் குறைத்ததற்கு அவரது மதமே காரணம்.

தண்டனையில் பாகுபாடு

ஆனால், பள்ளிகளுக்கும், பறையருக்கும் விதிக்கப்பட்ட தண்டனைகள் கடுமையானவை மட்டுமல்ல, நிறைவேற்றப்பட்ட முறையும் கொடுமையானது. சவுக்கடி, தடியடி, காதுகள் அறுப்பு, கை, கால் உடைப்பு, சாரத்தில் கட்டித் தலை கீழாகத் தொங்கவிடுதல், சிறுநீர் உறுப்பை அகற்றுதல் போன்றவை ஈவு, இரக்கமின்றி நிறைவேற்றப்பட்டன. பெத்ரோ கனகராய முதலியின் சால்வையையும், தலைப்பாகையையும் திருடியதற்காக, பொன்னன் என்பவர் புர்போன் தீவுக்கு அடிமையாக அனுப்பப்பட்டார். தூக்குத் தண்டனை விதிக்கப்பட்ட முத்து செட்டி என்ற இடங்கையரை மன்னிப்புத் தரமறுத்துத் தூக்கிலிட்டனர். முதலாளியைக் கொன்ற ஓர் அடிமையை, கை கால்களைக் கட்டி, தலை குப்புறத் தரையில் படுக்கவைத்து, தெருக்களில் தர தரவென்று இழுத்துவந்து, பெரிய கடைத்தெருவில், பொதுமக்கள் முன்னிலையில் சாகும்வரை கம்பத்தில் கட்டித் தலைகீழாகத் தொங்கவிட்டனர் (ஜெயசீல ஸ்டீஃபன் 2018; மொரே 2020).

சிறைச்சாலையிலும் பாரபட்சம்

1728இல்தான் சிறைச்சாலை கட்டப்பட்டது; அதுவரையில் கைதிகள் நயினார் வீட்டிலோ, சாவடியிலோ அடைத்து வைக்கப் பட்டனர். அப்போதும், ஒரே ஒரு சிறைச்சாலைதான் இருந்தது. ஐரோப்பியரும், இந்தியரும் ஒரே வளாகத்தில், ஆனால், தனித்தனியே அடைக்கப்பட்டனர். சாதரணக் குற்றங்களுக்குத் தண்டனைகளும் வேறு வேறானவையே. சிறைக்கூடம் மட்டுமின்றி, உணவு வகைகளும் வெவ்வேறானவையே. தமிழருக்குத் தினமும் கூழ்தான்; இரண்டு நாட்கள் மட்டுமே அரிசி சாதம் வழங்கப்பட்டது. வெள்ளையரின் உணவுப் பட்டியலில் நான்கு நாட்களுக்கு, வெண்ணெயுடன், ரொட்டியும், மாமிசமும் மற்ற மூன்று நாட்களுக்குக் காய்கறி உணவும் தரப்பட்டன. அவர்கள் படுப்பதற்கு, கட்டிலுடன் ஒரு போர்வையும் தலையணையும் தரப்பட்டன. கறுப்பர்களுக்கோ தரையில் விரிக்க ஒரு பாயும், ஒரு தலையணை மட்டுமே (ஆலாலசுந்தரம் 1999).

1867 மார்ச் மாதத்தில் இருவருக்கும் தனித்தனிச் சிறைகள் கட்டப்பட்டு விட்டன. இத்தகைய பாரபட்சமான நடவடிக்கைகள் தங்களின் மதமாற்ற முயற்சிகளுக்கு இடையூறாக இருக்குமென்று பாதிரியார்களுக்குத் தோன்றியது. எனவே, ‘பறங்கியர் என்பதற்கான அடையாளங்களைத் தமிழர்களிடம் காட்டாமல் மறைத்துவிட வேண்டும். இது பற்றிச் சிறு சந்தேகம் வந்ததாலும், நம் மதத்தைப் பரப்புவதில் சமாளிக்கமுடியாத

சங்கடங்கள் வந்து சேரும்' என்று ஃபுஷே அடிகளார் எச்சரித்தார். இத்தகைய பாகுபாடான அணுகுமுறைகளால், ஃபிரஞ்சு அரசில் "வீதி ஒழுங்கே தவிர நீதி ஒழுங்கில்லை" என்ற சொலவடை நிலைத்துவிட்டது (மொரே 1998, 2020).

நீதி வழங்கும் பஞ்சாயத்து

கிராமங்களில் பஞ்சாயத்தே முதல்நிலை நீதி மன்றமாகச் செயல்பட்டது. அங்கேயும், ஊருக்கும், சேரிக்கும் தனித்தனி அமைப்புகள் இருந்தன. ஆயினும், சேரிப் பஞ்சாயத்து ஊர்ப் பஞ்சாயத்திற்குக் கட்டுப் பட்டதுதான். ஊர்ச்சான்றோர் உடனிருக்க நாட்டாண்மைக்காரரே நீதிபதியாக அமர்ந்து, விசாரித்துத் தீர்ப்பளித்தார். அதற்கு 'ஊர்க் கூட்டம்' என்று பெயர். அந்தத் தீர்ப்பு ஏற்கப்படாத நிலையில்தான், அரசு நீதி மன்றங்களை நாடினர்.

அரும்பு வச்சி தண்டனிட்டேன்
கொலைகாரன் வாசலிலே
என்னப் பெத்தப் பாவிங்களா
குத்தம் செமத்தினிங்கோ – எனக்கு
கூட்டம் வச்சிப் பேசினிங்கோ — (சத்தியசீலன் 1988: 303.37–40).

என்று ஒரு கிராமப்புறப் பெண் புலம்புவது இந்த நடைமுறைக்குச் சான்றளிக்கிறது.

> **பாண்டிச்சேரியில் ஒரு பாதாளச் சிறை!**
>
> சில ஆண்டுகளுக்கு முன், துய்மா வீதியில், பழைய பான்சியோனாத் ஃபிரஞ்சுப் பள்ளி வளாகத்தில் (பழைய நீதிமன்றக் கட்டடம் அருகில்) ஒரு பாதாள அறை கண்டுபிடிக்கப்பட்டது. தரைக்குக் கீழ், ஆறடிப் பள்ளத்தில் ஓர் அறை இருந்தது; உள்ளே ஏறி இறங்குவதற்கான வாயில் எளிதில் எட்டாத உயரத்தில் இருந்தது; காற்று வசதிக்காக, உயரத்தில் இரண்டு சிறிய சன்னல்களும், தண்ணீர், சாப்பாடு வைப்பதற்காக உள்ளே ஒரு சிறு மேடையும் இருந்தன. வெளிச்சம் போக முடியாமல், வெளியுலகிலிருந்து துண்டிக்கப்பட்ட இது, ஓர் இருட்டுக் கொட்டடி.
>
> கொடுமையான குற்றம் புரிந்தவர்களும், மதாம் துய்ப்ளேக்சுவின் பேச்சைக்கேட்டு மதம் மாற மறுத்தவர்களும், லல்லியின் போர் முயற்சிகளுக்கு வரி தராதவர்களும், பாதாளச் சிறையில் அடைக்கப்பட்டார்கள் என்று நாட்குறிப்புகளில் காணப்படுகிறது. இந்த இருட்டறையே ஃபிரஞ்சு அரசாங்கத்தின் பாதாளச் சிறையாக இருந்திருக்கலாம்.

4.2: திரைகடல் ஓடித் தேடிய நீதி

புதுச்சேரி வரலாற்றில் தவிர்க்க முடியாத பெயர்களின் பட்டியலில், நயினியப்பப் பிள்ளை பெயரும் ஒன்று. ஃபிரஞ்சியர் ஆட்சியில் துபாசியாகவும், தலைமைத் தரகராகவும் நியமிக்கப்பட்ட முதல் இந்து அவர்தான். ஆள்வோரின் அதிகார வீச்சுக்கும், பொருளீட்டும் பேராசைக்கும் அடிபணிய மறுப்பவரின் கதி என்னவாகும் என்பதற்கு அவரது வாழ்க்கையே ஒரு வரலாற்றுச் சான்றாகும் (ஞானு தியாகு 1948; 1976; ஸ்ரீநிவாசாச்சாரி 1991).

நயினியப்பா விவகாரம் பற்றி நான்கு விதமான பதிவுகள் உள்ளன. எல்லாவற்றிலும் நான்கு பாத்திரங்கள் பொதுவாகக் காணப்படுகின்றன. 1. மன்னரின் ஆதரவிருந்ததால், அதிகாரத்தைப் பயன்படுத்தி யாவது புதுச்சேரியைக் கத்தோலிக்க நகரமாக்கிட வேண்டுமென்று முனைப்பாயிருந்த ஏசு சபையினர்; 2. ஆட்சியும், அதிகாரமும் செல்வம் சேர்ப்பதற்கே என்று செயல்பட்டு, ஆளுநர், குடியேற்றப் பகுதிகளின் தலைவர் ஆகிய இரண்டு பதவிகள் வகித்தபோது இருவேறு மாறுபட்ட நிலை எடுத்த எபேர்; 3. வணிகத்தளத்தின் கள வளமே, வளர்ச்சியை நிர்ணயிக்கும் என்று நம்பிய கும்பினி நிர்வாகம்; 4. எதார்த்தமான நிலைப்பாடு எடுத்து, நீதியின்பால் உறுதியாய் நின்ற புதுச்சேரி, பாரிஸ் வணிகர்கள் (டேனா அக்மோன் 2011: 95).

பேராசை பிடித்த ஆளுநர்

கியம் ஆந்த்ரே எபேர் (Guillaeum Andre Hebert), இரண்டு முறை ஃபிரஞ்சிந்தியாவின் ஆளுநராகப் பதவி வகித்தார். அவர் அரசர் 14ஆம் லூயியின் ஆலோசகர்களுள் ஒருவர்; கிழக்கிந்தியக் குழுமத்தின் ஐந்து நெறியாளர்களுள் ஒருவர்; அஷேன் (Achen) நகரத்து அரசியின் சகோதரர். ஆகவே, அரண்மனையில் அவரது செல்வாக்கு கொடிகட்டிப் பறந்தது.

1708–1712 அவரது முதலாவது பதவிக் காலம். அப்போது குழுமத்தின் வணிகத்திற்குப் பாதிப்பில்லாமல், அதிகாரிகளும் தனியே வணிகம் செய்து கொள்ளலாம் என்று ஃபிரான்சு அரசு அனுமதித்திருந்தது. எனவே, ஆளுநராக வந்த எபேர், “ஒரே முழுக்கில் ஒரு கூடை மண் வாரவேண்டும்” என்று செயலில் இறங்கினார் (ஞானு தியாகு 1948: தொகுதி 1. நூன்முகம்). ஆனால், 1708இல் தரகராயிருந்த தானப்ப முத்தியப்ப முதலியார் அவருக்குச் சாதகமாயில்லை. ஒரு பவழ விற்பனை பேரத்தில், எபேரின் பிடிவாதத்திற்கிணங்கி, வணிகர்களை வற்புறுத்தியதால், அவர்கள் ஆளுநர் மீது அதிருப்தி யடைந்தனர். இதனால் சங்கடப்பட்ட எபேர், சாதுரியமாகச் செயல்படவில்லை என்று கருதி, அவரை நீக்கிவிட்டுத் தமிழரான நயினியப்பப் பிள்ளையைத் துபாசியாகவும், தரகராகவும் 1708 டிசம்பர் 18இல் நியமித்தார் (மொரே 2020: 75).

கிறித்தவரின் எதிர்ப்பும் எபேரின் மறுப்பும்

கிறித்தவ மன்னர், கிறித்தவக் கும்பனி, கிறித்தவ நிர்வாகம் என்றிருக்கும் நிலையில், செல்வாக்குள்ள அப்பதவி வகித்தக் கிறித்தவரான தானப்ப முதலியை நீக்கிவிட்டு, ஓர் இந்துவை நியமித்ததை உள்ளூர் ஏசு சபைக் குருமார்கள் அறவே ஏற்கவில்லை. உடனடியாக அதை விழலாக்கி, ஒரு கிறித்தவரைத்தான் நியமிக்கவேண்டும் என்றனர். வணிக நலன் என்ற கோணத்தில் சிந்தித்த எபேர் அதற்கு இணங்கவில்லை. மாறாக, 1709இல் நகரில் பிள்ளையார் கோயில் இருந்த இடத்தை ஏசு சபையினர் அடைத்தபோது, அக்கோயிலை வேறிடத்தில் கட்டிக் கொள்ள எபேர் உதவினார். வலங்கை – இடங்கையினர் சண்டையில் இடங்கையினருக்குத் தனியாக காளத்தீசுவரன் கோயிலைக் கட்டிக்

கொள்ளவும், மதராஸ் பட்டினத் தெருவில் வரதராசப் பெருமாள் கோயிலில் கட்டுமானத்திற்கும் அனுமதி தந்தார். ஏசு சபையினரின் எதிர்ப்பையும் மீறி, கோயில்களில் தேவதாசிகள் மரபு தொடரவும் அனுமதித்தார் (மொரே 2020: 76–77).

மதக் குருமார்களுக்கு மறுப்பு

மதக் குருமார்களின் கோரிக்கைகளுக்குச் செவி சாய்க்காததோடு நில்லாமல், "அரசைக் குறை கூறியும் இந்துக்களை எதிர்த்தும், இதுவரை 25 முறை ஏசு சபையினர் புகார்கள் அளித்துள்ளீர்கள்; விசாரணையில் எதுவும் உண்மையில்லை என்று தெரிந்துள்ளது; ஆகவே, இனிமேல் அரசு நடவடிக்கைகளில் தலையிட வேண்டாம்" என்று தலைமைப் பாதிரியார் குய் தஷாருக்குக் (Guy Tachard) கடிதம் எழுதினார்.

1712இல், தஷார் பாதிரியார் இறந்தபின், அவரது மடத்தில் தங்கியிருந்த இளைஞர்கள், அருகிலிருந்த ஆலயத்தைச் சேதப்படுத்தினர். நாட்டார்கள் இதை எபேரின் கவனத்திற்குக் கொண்டு சென்றபோது, அவர் அதைக் கண்டித்தார். எபேரின் இதுபோன்ற மதச் சார்பற்ற நடவடிக்கைகளைக் கிறித்தவ சபையினர் ஏற்கவில்லை. ஏற்கெனவே இந்துக் கோயில்களை மூடிவிடவேண்டுமென்று அவர்கள் முயன்று கொண்டிருந்தனர். இப்போது, துபாசியை மாற்றவேண்டுமென்றுத் தொடர்ந்து அழுத்தம் கொடுத்தனர். ஆனால், இந்துக்களின் மத விவகாரங்களில் தலையிடக்கூடாது என்று நவாபு தாவுத் கான் குறிப்பிட்டுக் கூறியிருந்ததால், தொடக்கத்திலிருந்தே எபேர் மதச் சார்பில்லாமல் நடந்துகொண்டார் (மொரே 2020: 75).

நயினியப்பப் பிள்ளையால் நன்மையே!

நயினியப்பப் பிள்ளையின் நியமனத்திற்கு வேறு காரணங்களும் உண்டு. அவர் ஆர்க்காட்டு நவாபுடன் நெருக்கமான தொடர்பில் இருந்தார். அந்த அணுக்கத்தைப் பயன்படுத்தி, 1708ஆம் ஆண்டில் அரியாங்குப்பம், முருங்கைப்பாக்கம் ஆகிய ஊர்களை நிரந்தரமாகப் பெறுவதில் எபேருக்குப் பேருதவியாயிருந்தார். தனக்கிருந்த செல்வாக்கால், இந்துக்களுக்கும் அரசுக்கும் இடையே ஒரு நல்லுறவுப் பாலமாகப் பிள்ளை திகழ்ந்தார். அவரை விலக்கினால், நவாபு தாக்குதல் நடத்தலாம் என்று எபேர் அஞ்சினார்.

எபேரால் அலட்சியப்படுத்தப்பட்ட சபையினர், அரசருக்குப் புகார் செய்தனர். துபாசி நியமனத் தகவல் ஃபிரான்சில் கிடைத்தபோது, அரசும், கும்பினியும் வியப்படைந்தன; மிக முக்கியமான முடிவை, பாரீசைக் கலக்காமல் எடுத்ததால் எபேர் மீது அரசரும் ஆத்திரமடைந்தார். ஆனாலும், அவரது செல்வாக்கினால் உடனடியாக நடவடிக்கை எடுக்கவில்லை (மொரே 2020: 76–77).

பாரீஸ் அரசவையின் ஆணை

1711, பிப்ரவரி 11ஆம் நாள் அரசரின் ஆலோசனை சபை கூடி விவாதித்தது. துபாசிப் பதவிகளில் கிறித்தவர்களையே நியமிக்கவேண்டும்;

நயினியப்பப் பிள்ளைக்கு ஆறு மாதகால அவகாசம் கொடுத்து, அவர் மதம் மாறவில்லையானால் துபாசிப் பதவியைப் பறிக்கவேண்டும்; ஈசுவரன் கோயில், மதராஸ் பட்டினத் தெருவில், பெரிய கடைக்கு அருகில் உள்ள பெருமாள் கோயில் தவிர, மற்றக் கோயில்கள் மூடப்பட வேண்டும்; இந்துக்களின் மத ஊர்வலங்களைத் தடை செய்யவேண்டும்; விபச்சாரிகளான தேவதாசிகளை ஊரைவிட்டு வெளியேற்றவேண்டும்; அரசுப்பணிகளிலும், வேளாண்மை வாய்ப்புகளிலும் கிறித்தவர்களுக்கே முன்னுரிமை தரப்பட வேண்டும்; கிறித்தவ வணிகர்களை இந்து வணிகர்களுக்கு நிகராக நடத்தவேண்டும்; கிறித்தவ வணிகர்கள், கிறித்தவர்களையே தங்களின் பணியாளர்களாக நியமிக்குமாறு அறிவுறுத்தவேண்டும்; மதமாற்றத்தை எதிர்ப்போரைத் தடிக்கவேண்டும்; அரியாங்குப்பத்தில் புதிய தேவாலயம் கட்ட அனுமதிக்கவேண்டும்; கிறித்தவ அடிமைகளை மற்றவர்க்கு, குறிப்பாக முஸ்லிம்களுக்கும், இந்துக்களுக்கும் விற்காமல் தடுக்கவேண்டும்; தாழ்த்தப்பட்டவர்கள் எவரும், மதம் மாறியிருந்தாலும் கூட, ஐரோப்பியப் பாணியில் உடை அணியக்கூடாது, அது ஃபிரஞ்சுக் கலாச்சாரத்தையும், கிறித்துவத்தையும் அவமதிப்பதாகும் என்று தீர்மானித்தது (மொரே 2020).

எபேருக்கு அரசர் இரண்டு அறிக்கைகளை அனுப்பியிருந்தார். ஒன்றில், வேதபுரீசுவர் கோயிலை அகற்றுவதில் இந்துக்களின் பகைமையைத் தூண்டாத அளவிற்குச் சாதுர்யமாகச் செயல்படவேண்டும், நயினியப்பப் பிள்ளையை எவ்வாறேனும் கிறித்தவராக மதமாற்றம் செய்ய வேண்டும் என்று அறிவுறுத்தியிருந்தார் (ஸ்ரீநிவாசாச்சாரி 1991).

எபேருக்குப் பதிலாக துய்லிவியே

ஆனால், புதிய தேவாலயம் கட்டப் பாதிரிமார்கள் அணுகியபோது உடனடியாக அனுமதியளித்த எபேர், நயினியப்பப் பிள்ளை விவகாரத்தில், கும்பினியின் நலன் கருதி அரசாணையை நிறைவேற்றவில்ல. எனவே, ஏசு சபையினரின் அழுத்தத்தால், எபேர் பதவி நீக்கம் செய்யப் பட்டார். அவருக்குப் பதிலாக ஆளுநராக நியமிக்கப்பட்ட பியேர் துய்லிவியே (Pierre Dulivier), 1713 ஆகஸ்டு 16இல் புதுவைக்கு வந்து நிலைமையை ஆராய்ந்தார். அவருக்கு இது இரண்டாவது நியமனம். நயினியப்பப் பிள்ளையின் பதவி நீடிப்பால், ஃபிரஞ்சு அரசுக்குத்தான் சாதகங்கள் மிகும் என்பதைப் புரிந்து கொண்டார். கோயில்களை அகற்றும் பிரச்சினையில் ஒரு செல்வாக்கான இந்துவின் பங்கு முக்கியம் என்று அவர் கருதினார். அதே சமயம், ஒரு கிறித்தவரைத்தான் நியமிக்க வேண்டும் என்று அரசரின் ஆணையையும் நிறைவேற்றவேண்டிய சங்கடத்தில் இருந்தார். எனவே, 1714 மார்ச் 9இல் உயர் ஆலோசனைக் குழுவைக் கூட்டி ஒரு நீண்ட தீர்மானத்தை நிறைவேற்றி ஃபிரான்சுக்கு அனுப்பினார்.

உயர் ஆலோசனை சபையின் தீர்மானம் (ஞானுதியாகு 1948: 5–13)

“நயினியப்பப்பிள்ளை தரகராய் நியமிக்கப்பட்ட காலமுதல் ஃபிரஞ்சுக்காரருடைய தரணி என்கிற மேரையில், மொகலாயரிடத் திலும், இந்தியா மற்றப் பிரஜைகளிடத்திலும் செல்வாக்குப் பெற்று

விட்டார். இந்த உண்மையை அநேக சந்தர்ப்பங்களிலும், சில நாட்களுக்கு முன் நடந்த சம்பவத்தாலும் அறிந்து கொண்டோம். கர்நாடக நபாபு புதுச்சேரி மேலதிகாரிக்கு எழுதிய கடிதத்தில், பிரஞ்சுக்காரருக்குச் சுதேச மன்னர்களால் இந்தியாவில் கொடுக்கப்பட்ட சகல இடங்களையும், கிராமங்களையும் திருப்பிக்கொடுத்துவிடவேண்டுமென்றும், அவற்றின் வரும்படிக்காக 8000 ஷக்கார் கொடுக்கவேண்டுமென்றும் தாக்கீது அனுப்பினார். கிராமங்களை வசப்படுத்திக்கொள்ளவும் பணத்தை வசூலிக்கவும் குதிரை வீரர்களை அனுப்பி வைத்தார். சமாதானம் செய்யும்படி அனுப்பப்பட்ட நயினியப்பப் பிள்ளை, ஒரு காசு கூட செலவில்லாமல் குதிரை வீரர்களைத் திரும்பிப் போகும்படி செய்தார். அவர் தரகராய் அமர்ந்தது முதல், மொகாலியர்களால் ஏற்பட்ட சகல சங்கடங்களிலிருந்து, புதுச்சேரியை நிவர்த்தி செய்திருக்கிறார்".

"பிரஞ்சு சங்கத்தின், உள் விஷயங்களையும் நன்கறிந்தவரான படியால், அவர் வேலையைப் பிடுங்கிவிட்டால், உடனே மொகாலியர் ஆளும் பிராந்தியத்தில் குடியேறித் தலைமறைவாய், உள்ளுக்குள் பழிவாங்கும் சிந்தனையுடன், மொகாலியர்களைத் தூண்டி விட்டு, புதுச்சேரியின் நாசத்தைத் தேடிவிடுவார்".

"இதுவுமன்னியில் கிராமங்களின் குத்தகைகாரர்களுக்கும் புகையிலை வெற்றிலை காசுக்கடை குத்தகைக்காரர்களுக்கும், அவரே புணையானபடியால், மொகாலியார் செய்யப்போகும் முதல் அசைவுக்கே, குத்தகைக்காரர்களும் பெரிய சுதேசி வியாபாரிகளும் ஓடிவிடுவார்கள். கூட்டுறவுச் சங்கத்திற்குப் பெருத்த நஷ்டம் உண்டாகும். சோழமண்டலக்கரையில், அவரை ஒத்த சாமார்த்தியசாலி வேறு ஒருவருமில்லையென்கிற கியாதியையும் பெற்றிருக்கிறார்".

"ஐரோப்பிய ஜனங்களுக்குச் சுதேச மன்னர்களால் கொடுக்கப் பட்டிருக்கும் சகல இடங்களையும், கிராமங்களையும் பிடுங்கிவிட வேண்டும் என்கிற கெட்ட எண்ணத்தைக் கொண்டிருக்கும் மொகாலியர்களிடத்தில் சமாதானஞ் செய்ய கிறிஸ்துவர்களில் தற்சமயம் ஒருவருமில்லை. சவரிமுதலியார் ஒருவரே, கிறிஸ்துவர்களுக்குள், ஐரோப்பியரிடத்தில் உண்மையான விசுவாசி, அன்புள்ளவர். அவருடைய நேர்மையில் தடையின்றி நாம் நம்பிக்கை வைக்கலாம். நயினியப்பப் பிள்ளையோடு அவர் வேலை செய்தால் கொஞ்சத்துக்குள், சகல விஷயங்களையும் அறிந்து கொண்டு, பிரஜைகளின் நம்பிக்கைக்குப் பாத்திரவானாகலாம். அப்போது தனியாய் தரகு வேலையைத் திறமையாய்ச் செய்வார். கிருஸ்துவர்களுக்கு ஆதரவு அளித்து அவர்களை வியாபாரத் துறைய்ல் ஈடுபடுத்துவார்".

"ஆனதை முன்னிட்டு, நயினியப்பப் பிள்ளையையும் சவரி முதலியாரையும் சங்கத் தரகர்களாக நியமிக்கிறோம். தங்களுக்குள், முதல்வர், இரண்டாமவர் என்கிற வித்தியாசமில்லாமல், அன்னியோன்னியமாய் சகல சுதந்திரத்துடனும் அதிகாரத்துடனும் அவர்கள் தரகு வேலையைக் கவனிக்க வேண்டியது" என்று அந்தத் தீர்மானம் விவரித்தது (ஞானு தியாகு 1948: 13).

மர்த்தேன் மறைவிற்குப் பிறகு, 1706 டிசம்பர் 30 முதல், 1708 ஜூலை 12 வரை, ஏற்கெனவே ஒன்றரை ஆண்டுக்காலம் புதுச்சேரியின் ஆளுநராக துய்லிவியே பணியாற்றிச் சென்றிருந்ததால், அவருக்கு உள்ளூர் நிலவரமும், நெளிவும், சுளிவும் நன்கு தெரியும். எனவேதான், இந்துக்களின் அதிருப்தியையும் தவிர்த்து, கிறித்தவர்களின் எதிர்ப்பையும் முறியடிக்கும் விதமாக ஒரு சமரச முடிவை எடுத்தார்.

தடையும் தளர்வும்

தஷாரின் மறைவிற்குப்பின் ஏசு சபையின் தலைமைக் குருவான ழான் வெர்னான் புஷேவும் (Jean Vernant Bouchet), இந்துவான பிள்ளை, துபாசியாகவும், தரகராகவும் நீடிப்பதற்கு துய்லிவியரே காரணம் என்று, 1714 ஜூலை 18ஆம் நாளிட்டக் கடிதம் மூலம், ஃபிரான்சு அரசரிடம் குற்றம் சாட்டியதோடு நிற்காமல், தொடர்ந்து தனது எதிர்ப்பினைத் தெரிவித்துக்கொண்டிருந்தார்.

ஏசு சபையினரின் வலியுறுத்தலின்பேரில், இந்துக்களைக் கட்டுப்படுத்தும் விதமாக, எந்தவிதத் திருவிழாக்களானாலும், சவ ஊர்வலமானாலும் மேளதாளம் கூடாது; கத்தோலிக்கப் பண்டிகை நாட்களில் எந்தத் திருவிழாவும் நடத்தக்கூடாது என்று ஆளுநர் துய்லிவியே ஒரு தடையாணை போட்டார்.

1715 பிப்ரவரி 3ஆம் நாள் அமாவாசை ஊர்வலம் நடத்த அனுமதி மறுக்கப்பட்டதால் மக்கள் வெகுண்டெழுந்தார்கள்; கலவரம் வெடித்தது. அடுத்த நாளே, இந்துக்கள் எவ்விதச் சலனமுமில்லாமல், மொத்தமாக ஊரைவிட்டு வெளியேறினார்கள். அப்போது கடலில் இரண்டு கப்பல்கள் சரக்குகளை ஏற்றிப் போவதற்காகக் காத்துக் கொண்டிருந்தன. அந்தச் சூழ்நிலையில், வெளியேறிய வியாபாரிகள், ஊருக்குள் சரக்குகள் வராமல் தடுத்துவிட்டார்கள். அறுபதாயிரம் பேர் வெளியேறிவிட்டதால், ஊரே வெறிச்சோடிக்கிடந்தது. இதே நிலை நீடித்தால், கும்பினிக்குப் பெருத்த வருவாய் இழப்பு ஏற்படும் என்ற நிலையில், வேறு வழியில்லாமல், அரசு அதிர்ந்து போய் பின்வாங்கியது. ஆளுநர் துய்லிவியே வணிகர்கள், அதிகாரிகள், ஆலோசனை சபை உறுப்பினர்கள், மத குருமார்கள் கொண்ட கூட்டத்தைக் கூட்டினார். அனைவரும் முன் போலவே கொண்டாட்டங்களை அனுமதிப்பதை ஆதரித்தனர். அதில் கலந்துகொண்ட கப்புசியன் பாதிரிகள், எஸ்பிரித்தும், (Fr. Espirit) நிகோலஸ் சிமாவும் (Fr. Nicholas Cima) அரசுக்கு ஆதரவாக இருந்தபோது, ஏசு சபைத் தலைமைப் பாதிரியார் கூட்டத்தைப் புறக்கணித்துவிட்டு, ஒரு பிரச்சாரகரை ஒப்புக்கு அனுப்பியிருந்தார். கும்பினியின் துய்லிவியேயின் தலையீட்டால் 1715 பிப்ரவரி 6ஆம் நாள் கூடிய உயர் ஆலோசனை சபை, சிக்கல் எழுந்த மூன்றாம் நாளே, வணிக நலனைக் கருத்தில் கொண்டு, அனுமதி வழங்கி நிலைமையைச் சமாளித்தது. அரசின் முடிவை ஏசு சபையினர் ஏற்கவில்லை. இந்தச் சிக்கல் பெரிதானதற்குப் பிள்ளையே காரணம் என்றும், ஈசுவரன் கோயிலை இடித்துப் போட்டால், போனவர்கள் தானாக வருவார்கள் என்றும் சென் பால் பாதிரிகள் முரண்டு பிடித்தனர் (டேனா அக்மோன் 2011: 81).

நன்கொடை வழங்கியதும் குற்றம்

ஒரு முறை, நயினியப்பப் பிள்ளை, நூற்றுக்கணக்கான ஏழைக் கிறித்தவர்களுக்கு, வீட்டில் விருந்தளித்து, உணவு, உடை, செபமாலை கொடுத்தார். ஃபிரஞ்சு வழக்காறின்படி, துணியைப் பெற்றவர்கள், கொடுத்தவர்களுக்குக் கடமைப்பட்டவர்களாவார்கள். அந்தக் கோணத்தில், கிறித்தவர்களுக்கு யாசகம் தந்து, இந்துக்களாக மீட்கப் பார்க்கிறார் என்று குற்றம் சாட்டினர். அத்துடன், செப மாலை என்பது புனிதத்தின் அடையாளம்; அதை ஓர் இந்து கொடுப்பதற்கு அதிகாரமில்லை; அப்படிச் செய்ததால் கிறித்தவர்களை நாய்கள் போல் நடத்தியிருக்கிறார்; மற்ற இந்துக்களின் முன், ஒரு காட்சிப் பொருளாக்கி அவமானப்படுத்தி யுள்ளார் என்றும் பாதிரியார் ழான் வெனான் புஷே *(Jean Venant Bouchet)* குற்றம் சாட்டி, 1715 பிப்ரவரி 20ஆம் நாள், ஆளுநர் துய்லிவியேவிடம் புகார் செய்தார் (டேனா அக்மோன் 2011: 115–117).

எபேரின் கோபமும் எதிர்வினையும்

இதற்கிடையில், ஆளுநர் பதவி பறிக்கப்பட்டு ஃபிரான்சுக்குச் சென்ற எபேர் வாளாயிருக்கவில்லை. தன் அரச குடும்பத்துச் அணுக்கத்தைப் பயன்படுத்தி, அரசரின் பிரதிநிதி, மக்களின் தளபதி என்ற புதுப்பதவியை உருவாக்கிப் பெற்றுக்கொண்டு மீண்டும் புதுச்சேரிக்கு வந்தார்; அதில் ஏசு சபை முக்கியப் பங்காற்றியது. நயினியப்பப் பிள்ளையைப் பதவி நீக்கி, ஒரு கிறித்தவரை நியமிக்கவேண்டும் என்ற நிபந்தனையுடன் அவரை அரசருக்குப் பரிந்துரை செய்தது. எப்படியாவது புதுச்சேரிக்குப் பழைய செல்வாக்கோடு திரும்பவேண்டுமென்று கங்கணம் கட்டிக் கொண்டிருந்த எபேர், வேறுவழியின்றி அதற்கு உடன்பட்டார். ஆளுநர் பதவி கிடைக்காத ஏமாற்றத்தை ஈடுகட்டும் விதமாக, அவரது மகனும் உயர் ஆலோசனைக் குழுவின் உறுப்பினராக நியமிக்கப்பட்டார். இருவரும் 1716 ஜனவரி 16ஆம் நாள் மீண்டும் புதுவைக்கு வந்து சேர்ந்தனர். தனக்கு அரசில், அரசியலில் மறுவாழ்வு பெற உதவியதால், தனது இரண்டாவது பதவிக்காலத்தில், எபேர் ஏசு சபையினரின் தாளத்துக்கு ஆட்டம் போட்டார்.

தந்தை வழியில் தனயன்

தந்தைக்குத் தனயன் தவறாமல் செயல்பட்டார். புதுச்சேரிக்கு வந்த சில மாதங்களிலேயே அவர் நயினியப்பப் பிள்ளையை அழைத்து, என் தந்தையால் கொடுக்கப்பட்ட தரகர் பதவியால், இதுவரை 40,000 வராகன் சம்பாதித்து விட்டீர்; அதில் எங்களுக்குப் 10,000 பங்காக வேண்டும் என்றார்; பிள்ளை அதை ஏற்க மறுத்தார். 5000, 3000 என்று குறைத்துப் பார்த்தும் அவர் இசையாததால், பிள்ளை மீது காழ்ப்பு உண்டானது. இந்துக்கள் எதிர்ப்பு என்ற வகையில் பாதிரியார்களும், சுயநலம், சொந்தப் பகை காரணமாக எபேரும் கூட்டுச் சேர்ந்துகொண்டனர் (ஜெயசீல ஸ்டீஃபன் 1999; மொரே 2020).

பகைவர்களின் தந்திரம்

இந்துக்களிலேயே நயினியப்பப் பிள்ளைக்குத் தொழில் முறைப் போட்டியாளர்கள் பலர் இருந்தனர். குறிப்பாக, தரகர் பதவிக்குப் போட்டியாளரான பெத்ரோ கனகராய முதலியாரும், அவரது குடும்பத்தினரும் நயினியப்பப் பிள்ளைக்கு ஒல்லும் வகையெல்லாம் பகைமைக் காட்டி வந்தனர். இந்தப் பிளவை நயினியப்பப் பிள்ளையின் எதிரிகள் சரியாகப் பயன்படுத்திக் கொண்டனர். அவர் மீது, 1. கர்த்தன் *(Carten)* என்ற கும்பினி விற்பனையாளரைக் கொலை செய்தார். 2. எடை குறைவான கற்களைப் பயன்படுத்தி வணிக மோசடி செய்தார் 3. வரி வசூல் செய்த பணத்தில், கையூட்டு வாங்கி நிதி மோசடிகள் செய்தார் என்று மூன்று குற்றச்சாட்டுகள் சுமத்தப்பட்டன.

கைதும் விசாரணையும்

இதையே முகாந்திரமாகக் கொண்டு, 1716 பிப்ரவரி 13ஆம் நாள், நயினியப்பப் பிள்ளையை எபேர் தன்னிச்சையாகக் கைது செய்தார்; உயர் ஆலோசனைக் குழுவைக்கூட கலந்து ஆலோசிக்கவில்லை. கடைத்தெருவில் நிற்கவைத்து, ஐம்பது சவுக்கடிகள் கொடுக்க வைத்து வேடிக்கையும் பார்த்தார். எந்தவித விசாரணையுமின்றி, கை கால்களில் விலங்கு பூட்டி, லூயி கோட்டைச் சிறையிலடைத்தார். அது நச்சுப் பூச்சிகள் நடமாடிய, நகரக் கழிவுநீர் கசிந்துகொண்டிருந்த ஓர் இருட்டறை; படுக்க ஓர் பலகை மட்டுமே இருந்தது; நோயாளியான அவருக்கு மருத்துவ வசதி மறுக்கப்பட்டது; எவருடனும் பேசவும் அனுமதியில்லை; மாற்றுத் துணியும் தரப்படவில்லை. அவருடைய கூட்டாளிகள் என்று பழிசுமத்தி, ஆனந்தரங்கப் பிள்ளையின் தந்தையார் திருவேங்கடம் பிள்ளையும், இராமநாதனும் கைது செய்யப்பட்டனர்.

வாய்மைத் தோற்றது பொய்ம்மை வென்றது

குற்றச்சாட்டுகள் அனைத்தையும் பிள்ளை அடியோடு மறுத்தார். காவலர்களால் கைது செய்யப்பட கர்த்தன், சிறையில் துன்புறுத்தப்பட்டதால் மரணமடைந்தார், அதில் தனக்குத் தொடர்பில்லை என்றும், மற்ற குற்றச்சாட்டுகள் பொய்யானவை என்றும் கூறினார். கிறித்தவ மத மாற்றங்களுக்கு இடையூறு செய்தார், மதக் கலவரங்களைத் தூண்டிவிட்டார், இதன் மூலம் இராஜத் துரோகம் செய்துள்ளார் என்று ஏசு சபையினர் ஆளுநருக்கு அழுத்தம் கொடுத்தனர். அவரது பகைவரான பெத்ரோ கனகராய முதலியார், எப்படியேனும் பிள்ளைக்குத் தண்டனை பெற்றுத்தரவேண்டுமென்று, பொய் சாட்சியங்களை ஏற்பாடு செய்திருந்தார். அதற்கு உடன்பட மறுத்த சில தமிழ்க் கிறித்தவர்கள் ஊரை விட்டு வெளியேற்றப்பட்டார்கள். தானப்ப செட்டி மட்டும் முன்வந்து, பிள்ளைதான் மகாநாட்டார்களிடம் கையொப்பம் வாங்கி, மக்களை வெளியேறச் செய்தார் என்று சாட்சியம் கூறினார். 1716ஆம் ஆண்டு பிப்ரவரி 29 முதல் நீதிமன்றத்தில் விசாரணை நடைபெற்று, மே 6ஆம் நாளன்று, நீதிபதி தெலா பிரெவோஸ்தியே *(De la Prevostier)* தீர்ப்பு வழங்கினார்.

கொடூரமான தண்டனை

நயினியப்பப் பிள்ளை, வரி வசூலின்போது மக்களைக் கொடுமைப் படுத்தியதாலும், அரசுக்கு எதிராக மக்களைத் தூண்டியதற்காகவும் அவர் குற்றவாளியே என்றது தீர்ப்பு. ஐம்பது சவுக்கடிகள், மூன்று ஆண்டுகள் சிறைவாசம், குழுமத்திற்கு இழப்பீடாக 8888 வராகன்கள், நிதி மோசடிக் குற்றத்திற்குத் தண்டமாக 4000 வராகன்கள் என்று கடுமையான தண்டனைகள் விதிக்கப்பட்டன. தண்டத் தொகைகளைச் செலுத்தத் தவறினால், மொரீசியஸ் தீவிற்கு அடிமையாக அனுப்பப்பட வேண்டும் என்றும் தீர்ப்பளிக்கப்பட்டது.

தீர்ப்பை எதிர்த்து பிள்ளை மேல்முறையீடு செய்தார். தனது தரப்பு நியாயத்தை விளக்கி, விடுதலை கோரினார்; அது நிராகரிக்கப் பட்டது; பலனில்லை. மாறாக, இந்தத் தண்டனை போதாதென்றும், கிறித்தவத்திற்கு எதிராகச் செயல்பட்டதற்காகத் தூக்குத் தண்டனை அளிக்கவேண்டும் என்றும் ஏசு சபையினர் கோரினார். மறு விசாரணை கேட்டு மீண்டும் மனுசெய்தார்; பிள்ளைக்கு ஆதரவாக வியாபாரிகள் திரண்டதால், வழக்கு மீண்டும் விசாரணைக்கு எடுத்துக்கொள்ளப்பட்டது.

மறைமுகக் குற்றவாளியான எபேரே விசாரணை செய்தார். ஆனால், நீதி மன்ற நடை முறையைக் காட்டி, ஃபிரஞ்சு மொழி பெயர்ப்பாளராக மனுயேல் ஜெகன் (*Manuel Jegan*) என்பவரை அரசு சார்பாக நியமித்தார். அவரோ பிள்ளையின் எதிர் முகாமைச் சேர்ந்தவர். எனவே, தான் ஃபிரஞ்சு பயிலாத தமிழ்ப் பாமரன் என்றும், தனக்கும் எபேருக்கும் போர்த்துக்கீசு மொழி தெரியுமாதலால், அந்த மொழியிலேயே விசாரணையை நடத்தவேண்டும் என்று பிள்ளை கோரினார். அதுவும் மறுக்கப்பட்டது. எபேர் ஃபிரஞ்சில் கேள்விகள் கேட்டார்; பிள்ளை தமிழில் விளக்கம் கொடுத்தார்; அதை மனுயேல் ஜெகன் ஃபிரஞ்சில் பதிவு செய்து, பிள்ளையிடம் கட்டாயப்படுத்திக் கையொப்பம் வாங்கினார் (டேனா அக்மோன் 2011: 209).

எடுபடாத பிள்ளையின் வாதம்

அவர் சார்பில் வழக்காட வழக்கறிஞர் அமர்த்திக் கொள்ளவும் அனுமதி மறுக்கப்பட்டது. அவரே சாட்சிகளைக் குறுக்கு விசாரணை செய்யவும் அனுமதிக்கப்படவில்லை. வேறு வழியின்றி, தன் சார்பு நியாயத்தைத் தானே முன்வைத்தார். எபேருக்குச் சொந்தமான கப்பல் ஒன்று கவிழ்ந்ததால் ஏற்பட்ட இழப்பைச் சமாளிக்கத்தான் கடன் கொடுத்ததாகவும், அதைத் திருப்பிக் கேட்டதற்காகவே தன்னை வஞ்சம் தீர்க்கும் நடவடிக்கையே இந்த வழக்கு என்றும், அவருக்கு மீண்டும் பதவி பெற்றுத் தந்த ஏசு சபைக்கு நன்றிக் கடனாகவே தன்மீது பழி சுமத்தப்பட்டது என்றும், எடுத்துரைத்தார். எபேரின் முந்தைய பதவிக் காலத்தில் நாணயமானவனான நான் இப்போது திடீர் திருடனாகி விட்டேனா என்று மடக்கினார். எந்த வாதமும் எடுபடவில்லை. வழக்கு நடக்கும்போதே, எபேரின் மகன் 2000 வராகன் கொடுத்தால் விடுதலைக்கு ஏற்பாடு செய்வதாகப் பேரம் பேசினார்; பிள்ளை அதற்கு உடன்படவில்லை. 1716 டிசம்பர் 20ஆம் நாள் வழங்கப்பட்ட தீர்ப்பில்,

முந்தைய தண்டனை உறுதிசெய்யப்பட்டது; கூடுதலாக 4000 வராகன் தண்டம் விதிக்கப்பட்டது.

தேவாலயத்தில் கிறித்தவர்களை அவமதித்ததாகவும், எபேரின் மகனுக்குத் தந்த 1022 பகோடாக்களைத் திருப்பிக் கேட்டதாகவும் குற்றம் சுமத்தி, திருவேங்கடம் பிள்ளையும் குற்றவாளியே என்று தீர்ப்பளிக்கப்பட்டது. பெரிய கடைப் பகுதியில் ஐம்பது சவுக்கடிகள், 1000 பகோடா தண்டம், கும்பினியின் குத்தகை நிலங்களிலிருந்து வெளியேற்றம் என்று தண்டனை விதிக்கப்பட்டது; ஆனால், அது நிறைவேற்றப்படவில்லை. அவருக்கு உடந்தையாயிருந்ததாகக் கூறி, சில வணிகர்களும் தண்டிக்கப்பட்டனர்; அவர்களது சொத்துக்கள் பறிமுதல் செயப்பட்டதோடு, அவர்களும் ஊரைவிட்டு வெளியேற்றப்பட்டனர் (டேனா அக்மோன் 2011: 232–238).

ஏசு சபையினரின் விருப்பப்படி, பிள்ளைக்குப் பதிலாக தானப்ப முத்தியப்ப முதலியாரின் புதல்வர் பெத்ரோ கனகராய முதலியார் தரகராக நியமிக்கப்பட்டார் (ஜெயசீல ஸ்டீஃபன் 1999, 2018; மொரே 2020).

மானம் வரித்ததால் மரணம்

ஊரே மெச்சிய ஒரு பெருமகனை, பெரிய கடைப் பகுதியில், வெட்டவெளியில், நிறுத்தி, வெற்றுடம்பில் முதுகில் ஐம்பது சவுக்கடிகள் தரப்பட்டன; அவரது சொத்துக்கள் ஏலம் விடப்பட்டன. செய்யாத குற்றங்களுக்காகத் தண்டனை பெற்றதால் பிள்ளை மனம் குமுறினார்; சிறையில் சித்ரவதை செய்யப்பட்டார். காயங்களிலிருந்து குருதி கொட்டியபோதும் சிகிச்சை தரப்படவில்லை. மனமுடைந்து, வருந்தி, வருந்தி அவரது உடல் நலம் குன்றி, மோசமானது. 1717ஆம் ஆண்டு ஆகஸ்டு மாதம் 8ஆம் நாள் சிறையிலேயே மரணமடைந்தார். “சான்றோர், உயிர் நீப்பர் மானம் வரின்” என்பது உண்மைதானே!

பிள்ளையின் மரணம் அனைவரையும் அதிர்ச்சிக்குள்ளாக்கியது. அவரது மூன்று மகன்களும், தந்தைக்கு இறுதிக் கடன்களைச் செய்துவிட்டு, மூன்றாம் நாளே ஊரை விட்டு வெளியேறிவிட்டனர்; அவரது மைத்துனரான திருவேங்கடம் பிள்ளை, மகன் ஆனந்தரங்கப் பிள்ளையையும் அழைத்துக்கொண்டு சென்னைக்குப் போய்விட்டார்.

நியாயத்தின் பக்கத்தில் நேர்மையாளர்கள்

பிள்ளையால் பலனடைந்த வணிகர்கள் அதிர்ச்சியடைந்து, அவருக்கு ஆதரவாகத் திரண்டனர். கிறித்தவர்களுக்குள்ளும் நியாயவாதிகள் இருந்தனர். கப்புசியன் பாதிரிகளும், ஆலோசனை சபை உறுப்பினர்களும் தீர்ப்பினை ஆதரிக்கவில்லை. மதாம் ழேன் துய்ப்ளேக்சுவின் முதல் கணவரான ழேக் வேன்சன் (*Jaques Vincent*) அவர்களுள் ஒருவர். அவர் கிழக்கிந்தியக் குழுமத்தின் கணக்காளர். பிள்ளையின் வழக்கை அணுக்கத்திலிருந்து கவனித்தவர். பெத்ரோ கனகராய முதலிதான் இதனைப் பின்னணியில் இருந்து வஞ்சித்தவர் என்பதால், அநீதியான இந்தத் தீர்ப்பினை எதிர்த்து அரசிடம் முறையிடுமாறு பிள்ளைக்கு ஆலோசனை கூறி, விண்ணப்பம் தயாரித்து அனுப்பவும் உதவி

செய்தார். முன்பு புதுச்சேரியில் பொறியாளராகப் பணியாற்றியிருந்த டெனிஸ் தெ நியான், ஃபிரான்சிற்குத் திரும்பிப் போயிருந்தார். அவரும் ஆனந்த ரங்கப் பிள்ளையின் தந்தையான திருவேங்கடம் பிள்ளையைத் தொடர்புகொண்டு அறிவுரை கூறினார். அதன்படி சாகும் முன்பாகவே பிள்ளையின் முறையீடு ஃபிரான்சுக்கு அனுப்பப்பட்டது. பிள்ளையால் பலனடைந்த கும்பினி வணிகர்களும் அவருக்கு ஆதரவு காட்டினார்கள். விவரத்தைப் புரிந்துகொண்ட கடல்சார் வணிக அமைச்சர், நயினியப்பப் பிள்ளையைக் குற்றங்களிலிருந்து விடுவிக்கவும், அவரையே தரகராக நியமித்து, அவருக்கு உதவியாக ஒரு கிறித்தவரை நியமிக்கக்கூறியும் 1717 செப்டம்பர் 25ஆம் நாளன்று கும்பினிக்கு அறிக்கை அளித்தார் (ஸ்ரீநிவாசாச்சாரி 1991).

வணிகர்களின் வாக்குமூலம்

பிள்ளையின் நண்பர்களான வணிகர்கள், எபேரின் முறைகேடு களைக் கும்பினிக்குத் தெரியப்படுத்தினர். சரக்குகப்பல் ஒன்று விபத்தில் சிக்கிச் சேதமடைந்ததால், எபேருக்குப் பெருத்த இழப்பு ஏற்பட்டது. தனது சொந்த இழப்பை ஈடுகட்ட, வரியை நான்கு விழுக்காடு உயர்த்திவிட்டார். இதனால் வணிகர்கள் துணியின் விலையைக் கூட்டவேண்டியதாயிற்று; அல்லது, தரம் குறைந்த துணிகளைப் பழைய விலைக்குத் தள்ளிவிட்டார்கள். இதன் விளைவாக சென் மலோ கும்பினியின் வணிகம் சுணங்கியது. நாணயம் அச்சடிக்கும் விவகாரத்திலும், தரங்குறைந்த வெள்ளிக் காசுகளை, ‘பட்டுக்கோட்டை’ என்ற புதுப் பெயரில் வெளியிட்டு, அவற்றைத்தான் பயன்படுத்த வேண்டுமென்று வணிகர்களைக் கட்டாயப்படுத்தினார். இதனால் எங்களுக்குப் பேரிழப்பு ஏற்பட்டது. இந்த உண்மைகளை நயினியப்பப் பிள்ளை எங்களுக்குத் தெரிவித்து விட்டார். அந்தப் பகையை உள்ளூற மனதில் கொண்டுதான், அவர் மீது காழ்ப்புக் கொண்டு எபேர் பழிவங்கியுள்ளார். எபேரின் நடவடிக்கைகளால் வெறுப்படைந்த பல தமிழர்கள் ஊரைவிட்டே போய்விட்டனர். இனியும் அவர் இங்கு தொடர்ந்தால் தாங்கள் கப்பல்களை அனுப்பமாட்டோம் என்றும் விரிவாக விளக்கியிருந்தனர். அதைப் பரிசீலித்த சென் மலோ கும்பினியின் இயக்குனர்கள் குழு, 1717 அக்டோபர் மாதத்தில் கிழக்கிந்தியக் கும்பினிக்கு ஓர் அறிக்கை அளித்தது. (ஜெயசீல ஸ்டீஃபன் 1999, 2018; மொரே 2020).

நீதி கேட்டு நெடும் பயணம்

நயினியப்பப் பிள்ளையின் மரணம் அவரது மகன்களைப் பெரிதும் வாட்டியது. தந்தை குற்றமற்றவர் என்று மூத்தமகன் குருவப்பா உறுதியாக நம்பினார். வீண்பழி சுமத்திச் சாகடித்தச் சதிகாரர்களைத் தோலுரித்துக்காட்டி, தன் தந்தை நிரபராதி என்பதை ஊருக்கும், உலகுக்கும் நிரூபித்தால்தான் அவரது ஆன்மா அமைதியுறும் என்று உறுதிகொண்டார். நயினியப்பப் பிள்ளைக்கு மேல்முறையீடு செய்ய உதவியாயிருந்த ழேக் வேன்சன், குருவப்பாவைத் தொடர்பு கொண்டார். ஃபிரான்சு அரசரும், பாரிசின் அரசு ஆலோசனை சபையும் முறையாகத்

தீர்ப்பளித்தால்தான் முழுமையான நீதி கிடைக்கும் என்பதை உணர்த்தினார். அதன்படி, பொய்க் குற்றச்சாட்டுகள், போலியான சாட்சியங்கள், புனைந்துரைத்த வாதங்கள் அனைத்தும் ஆட்சியாளர்களின் அதிகார பலத்தாலும், அச்சுறுத்தலாலும் நடத்தப்பட்ட நாடகமே என்று விளக்கி, ஃபிரான்சு அரசரிடம் முறையிட குருவப்பா முடிவு செய்தார். கப்புசியன்களும், வணிகர்களும், ஆளுநர் துய்லியேவும் அவருக்கு ஆதரவாயிருந்தனர்.

வழக்கினை முறையாக நடத்துவதற்காக, அவர் 1718 பிப்ரவரியில் சென்னை –லண்டன் வழியாகப் பாரீசுக்கே நேரடியாகச் சென்றார். பாரீசில் இருந்த கும்பினியின் வணிகர்களும், பொறியாளர் டெனிஸ் தெ நியானும் அவருடன் முழுமையாக ஒத்துழைத்தனர் (ஜெயசீல ஸ்டீஃபன் 2020: 145).

மறு விசாரணைக்கு ஏற்பாடு

ஃபிரான்சில் நிகழ்ந்த அரசாங்க மாற்றங்களும் பிள்ளைக்குச் சாதமாகத் திரும்பியிருந்தன. மாமன்னர் 14ஆம் லூயி இறந்து விட்டதால், ஆறு வயது இளவரசர், ‘15ஆம் லூயி’ என்று பட்டம் சூட்டி, அரசராக அரியணையில் அமர்த்தப்பட்டார். அறியா இளங்கன்று அரசோச்சுவது இயலாதது என்பதால், அவரது ஒன்றுவிட்ட அண்ணார் ஓர்லெயான் பிரபு (*Duke of Orleanes*) புதிய மன்னரின் சார்பாக நிர்வாகத்தை மேற்கொண்டார். அவர் நீதி, நேர்மை, சத்தியம் காப்பவராதலால், மேல் முறையீட்டின் பின்னணியைப் புரிந்துகொண்டார். கும்பினியும் ஆதார பூர்வமாகப் புகார் செய்ததால், 1718 பிப்ரவரி 8ஆம் நாள் மறுவிசாரணைக்கு ஆணையிட்டார்.

எபேருக்குத் தண்டனை

அக்டோபர் மாதத்தில் எபேரையும், அவரது மகனையும் பதவி நீக்கம் செய்து, கைது செய்து, ஃபிரான்சுக்குத் அழைத்துக்கொள்ள அரசு முடிவு செய்தது. 1718 டிசம்பர் 15இல் அதற்கான ஆணை புதுச்சேரிக்கு வந்துசேர்ந்தது. அரசின் முடிவு தெரிந்ததும், உடனடியாகச் செயலில் இறங்கிய எபேர், சொத்துக்களையும், சேமிப்பையும் சென்னைக்கு அனுப்பிவிட்டார்; தன்னைக் காட்டிக் கொடுக்கும் பதிவுகளையும் அழித்துப்போட்டார். 1719 பிப்ரவரி 8ஆம் நாள் எபேரும், அவரது மகனும் கைது செய்யப்பட்டு, பாரிசுக்குக் கப்பலேற்றி அனுப்பப்பட்டனர். இவ்வாறு தவறு செய்வதும் தண்டனை பெறுவதும், தகப்பனுக்கும் மகனுக்கும் இது இரண்டாவது முறை.

நயினியப்பப் பிள்ளையுடன் திருவேங்கடம் பிள்ளை மீதும் பொய்க் குற்றம் சாட்டி, தண்டனை வழங்கச் செய்தார், எபேர். ஊரில் மிக முக்கிய வணிகரான அவரது கைதும், தண்டனையும் அதிர்வலைகளை ஏற்படுத்தியது. அதை எதிர்த்து, 50,000 ரூபாய் செலவு செய்து, பாரிசுக்கு மேல்முறையீடு செய்து அவரை நிரபராதி என்று நிரூபிக்க வேண்டிய தாயிற்று. அந்த வஞ்சம் நெஞ்சை அடைக்க, “அதிகாரத்தைத் தவறாகப் பயன்படுத்திய எபேரும், அவரது மகனும் கைவிலங்கோடு கப்பலேறிப் போனார்கள்” என்று ஆனந்தரங்கப் பிள்ளை பெருமிதத்தோடு எழுதுகிறார்.

புதுவையில் மறுவிசாரணை

புதுச்சேரியில், 1718 ஆகஸ்டு 18ஆம் நாள், எபேருக்குப் பதில் தெலா பிரிவோஸ்தியே, ஆளுநராகப் பதவியேற்றார். அரசின் குறிப்பாணைப்படி மறுவிசாரணைக்கு ஆணையிட்டார். தலைமை ஆணையரான லாசு தலைமையில் விசாரணைக்குழு அமைக்கப்பட்டது. சிறப்பு விசாரணை அதிகாரிகள் பதிவேடுகளை மீள்பார்வையிட்டு, பழைய வாக்கு மூலங்களைப் பரிசீலித்து, சாட்சிகளை மீண்டும் தீர விசாரித்தனர். முன்பு சாட்சியமளித்த தானப்ப செட்டி, கனகராய முதலியின் வற்புறுத்தலால்தான் தான் பொய் சாட்சியம் கூறியதாக வாக்குமூலம் அளித்தார். காளிநாதன் என்பவர், தன்னை சிறைக்குள் தள்ளுவேன் என்று மிரட்டியதாலேயே நயினியப்பப் பிள்ளைக்கு எதிராகச் சாட்சியம் அளித்ததாக ஒப்புக் கொண்டார். ஆகவே, நயினியப்பப் பிள்ளை குற்றமற்றவர் என்றும், அவர்மீது விதிக்கப்பட்ட தண்டனைகள் அனைத்தும் விழலாக்கப்படலாம் என்றும், 1719 ஜனவரி 20இல் விசாரணைக் குழு பரிந்துரை வழங்கியது. அதனை ஏற்ற அரசரின் ஆலோசனை சபை, முந்தைய தீர்ப்பினை ரத்துசெய்து, 1720 செப்டம்பர் 10ஆம் நாள் அரசாணையாகவும் வெளியிட்டது (ஞானு தியாகு 1948; டேனா அக்மோன் 2011; மொரே 2020).

அரசின் இழப்பீடுகள்

நயினியப்பப் பிள்ளையின் சொத்துக்கள், அவர்மீது விதிக்கப்பட்ட தண்டத்திற்கு ஈடாக ஏலம் விடப்பட்டதன் மூலம் 10,000 வராகன்கள் அரசாங்கக் கருவூலகத்தில் சேர்க்கப்பட்டிருந்தன. அதனை ஆண்டுக்குப் பத்து சதவீதம் வட்டியுடன் 13,953 வராகன்களாகப் பிள்ளையின் குடும்பத்திற்கு அரசு திரும்பத் தருவதோடு, மானக்கேடு இழப்பீடாகக் குழுமமும் 10,000 பகோடாக்களை வழங்கவேண்டுமென்றும், எபேரும், அவரது பங்காக நயினியப்பப் பிள்ளையின் மகன்களுக்கு 20,000 பவுண்டுகளும், திருவேங்கடம் பிள்ளைக்குப் 10,000 பவுண்டுகளும் வழங்கவேண்டும் என்றும் தீர்ப்பு விவரித்தது; நீதி வென்று விட்டது.

மனம் மாறி மதம் மாற்றம்

பாரீஸ் வாழ்க்கையின்போது, டெனிஸ் தெ நியான் ஆலோசனைப்படி, குருவப்பா மதம் மாறிக் கிறித்தவரானார். அரசர் பொறுப்பிலிருந்த ஓர்லெயான் பிரபுவும், அவரது மனைவியும் ஞானத்தந்தை, தாயாராக நின்று 1720 அக்டோபர் 20ஆம் நாள் குருவப்பாவிற்கு திருமுழுக்கு (ஞானஸ்னானம்) செய்வித்தார்கள். அன்று முதல் இந்து குருவப்பாவிற்கு, சார்ல் ஃபிலிப் குருவப்பா என்று பெயர் சூட்டப்பட்டது.

குருவப்பாவின் விடாமுயற்சியைப் பாராட்டி அவருக்கு செவாலியே பட்டம் வழங்கப்பட்டது; இதன் மூலம் இப்பட்டம் பெற்ற முதல் இந்தியர் என்ற பெருமைக்குரியவரானார். 1721 பிப்ரவரி 28இல் தூய மிஷேல் குதிரை வீரர் (Knight of Saint Michael) விருதும் வழங்கப் பட்டது. கிழக்கிந்தியக் கும்பினி அவரைத் தலைமைத் தரகராகவும், தமிழர் தலைவராகவும் (மகாநாட்டார்) நியமித்து ஆணை பிறப்பித்தது (ஜெயசீல ஸ்டீஃபன் 2018).

வீடு திரும்பும் வெற்றி வீரர்

திரைகடல் ஓடித் திரவியம் தேடுவதற்குப் பதில், அந்நிய மண்ணில் நீதிக்குப் போராடி வென்ற வெற்றி வீரராக 1722 அக்டோபர் 16ஆம் நாள், புதுச்சேரி ஆலோசனைக் குழு உறுப்பினராக நியமிக்கப்பட்ட துய்ப்ளேக்சு வந்த அதே கப்பலில், குருவப்பாவும் புதுச்சேரிக்குத் திரும்பினார். தந்தையின் மானம் காத்த தனயனாகத் திரும்பி வந்த இரண்டாம் நாள், 18ஆம் நாளே துபாசியாகப் பதவி ஏற்றுக்கொண்டார். விரைவில், 14 வயதான அவரது மனைவியும் கிறித்தவ மதத்தைத் தழுவினார். 1723 ஜனவரி 18ஆம் நாள் அவர்கள் இருவருக்கும், சம்மனசுகள் ஆலயத்தில் கிறித்தவ முறைப்படி மறுமணம் செய்விக்கப்பட்டது. அப்போது, ஆலோசனை சபை உறுப்பினர்களாயிருந்த, துய்ப்ளேக்சு, துய்மா, லெனுவா ஆகியோர் ஆசீர்வதித்து, சாட்சிகளாகக் கையொப்பமிட்டனர் (மொரே 2020: 86–87).

ஓர்லெயான் பிரபு (Duc d'Orleans)

ஃபிரான்சின் மாமன்னர் 14ஆம் லூயி 1715ஆம் ஆண்டு செப்டம்பர் முதல் நாள் மரணமடைந்தார். அவரது கொடுங்கோல் ஆட்சியில் தொழில்கள் நசிந்தன; வருவாய் குறைந்தது; பொருளாதாரம் நசிந்து போய், கடன்களும், அடமானங்களும் 241,20,00,000 கோடியாகச் சேர்ந்து ஃபிரான்சு நாடே திவாலாகும் நிலைக்கு வந்துவிட்டது.

புதிய மன்னராக 15ஆம் லூயி என்ற பெயரில் மகுடம் சூட்டிக்கொண்ட இளவரசருக்கோ ஆறே வயது; அதனால், 14ஆம் லூயியின் சகோதரர் மகனான ஓர்லெயான் பிரபு நிழல் அரசராக நிர்வாகத்தை நடத்தினார்.

ழான் லா (*Jean Law*) என்ற ஸ்காட்லாந்து நாட்டுப் பொருளாதார நிபுணரின் உதவியுடன், பொருளாதாரச் சரிவிலிருந்து நாட்டை மீட்கத் தொடங்கினார். உடனடியாக (1716, மே, 2) ஒரு பொது வங்கி தொடங்கப்பட்டது; 5000 ஃபிரான் மதிப்புள்ள பங்குகள் விற்கப்பட்டு, முதலீடு திரட்டப்பட்டது. அதையும், நான்கு தவணைகளில் செலுத்தலாம் என்ற சலுகையால், 60 லட்சம் ஃபிரானுக்கும் மேலாகச் சேர்ந்ததால், 150 லட்சம் மதிப்பிற்குப் புதிய பணத்தாள் அடிக்கப்பட்டது; வங்கி விரைவாக வளரந்தது; தொழிற்சாலைகளுக்குத் தாராளமாகக் கடன் தந்து, தொழில் முனைவோர் ஊக்குவிக்கப்பட்டனர். 1717இல் ஆலந்து, இங்கிலாந்து நாடுகளில் உள்ளது போல் ஃபிரான்சிலும் ஒவ்வொன்றும் 500 ஃபிரான் மதிப்புள்ள இரண்டு லட்சம் பங்குகளுடன் மிகப் பிரமாண்டமான அரசு நிறுவனம் தொடங்கப்பட்டது. வீழ்ந்து கிடந்த பொருளாதாரத்தை லாவின் துணையுடன் மீட்டெடுத்து நிமிரச் செய்தார் ஓர்லெயன் பிரபு (ஞானு தியாகு 1948; ஸ்ரீநிவாசாச்சாரி 1991).

நாட்டிற்கு அவர் செய்த நற்பணியைப் பாராட்டியும், நயினியப்பப் பிள்ளை என்ற சாமானியக் குடிமகனுக்கு நீதி பெறத் துணைநின்ற நேர்மையை மெச்சியும், புதுச்சேரியின் ஒரு பகுதிக்கு ஓர்லெயன்பேட்டை என்று பெயரிடப்பட்டது. அதுவே காலப்போக்கில் மருவி, உருளையன்பேட்டையாக மாறிவிட்டது.

ஆனால், உல்லாச வாழ்க்கைக்குப் பெயர் பெற்ற பாரீசின் இராஜபோகமும், விருந்தோம்பல் காலத்தில் அவர் கற்றுக்கொண்ட

குடிப்பழக்கமும், அவரைச் செல்லரித்து வீழ்த்தியது. 1724 ஆகஸ்டு 22ஆம் நாள் மரணமடைந்தார் (டேனா அக்மோன் 2011; மொரே 2020).

ஒரு சாதாரண குடிமகனுக்கு, அதுவும் அந்நிய குடியேற்றப் பகுதியிலிருந்து வந்தவருக்கு, ஃபிரான்சின் மிக உயரிய விருதுகள் வழங்கப்பட்ட செயல் பலரது புருவங்களையும் உயர்த்தியது. குருவப்பா, பெரும்பான்மை சமூகத்தின் செல்வாக்கான குடும்பத்து வாரிசு; அவர் மதம் மாறுவதற்கு வீசப்பட்டத் தூண்டிலாகவே இது கருதப்பட்டது. பின்னாளில், 1752இல் துய்ப்ளேக்சுக்கு இவ்விருதுகள் அறிவிக்கப்பட்டபோது, ஒரு சாதாரண இந்தியன் வாங்கிய விருதை தான் வாங்குவதா என்று அவர் தயங்கியதாகவும் தெரிகிறது (ஆலாலசுந்தரம் 1999).

குருவப்பாவின் செல்வாக்கு அவரோடு நின்று விடவில்லை. பின்னாளில் திருவேங்கடம் பிள்ளை இறந்தபோது, ஆனந்தரங்கப் பிள்ளை பதினேழே வயதான இளைஞனானபோதிலும், ஆளுநர் லெனுவா அவரைப் பெரிதும் ஆதரித்தார் (ஞானு தியாகு 1948; ஸ்ரீநிவாசாச்சாரி 1991).

எவ்வாறெனினும், தந்தையின் மானம் காத்த தனயனின் முயற்சி பாராட்டுக்குரியதே!

4.3: மணல் குள விநாயகர்

ஃபிரான்சுவா மர்த்தேன் காலத்துப் புதுச்சேரியில், நகரப்பகுதியில் இரண்டு குளங்கள் இருந்தன. பெத்தி செமினேர் பள்ளி எதிரில் குளத்துமேட்டுப் பகுதியில் ஒரு குளம்; கடற்கரையோரத்து மணற்பரப்பில் (தற்போதைய பிள்ளையார் கோயிலுக்குப் பின்புறம்) ஒரு குளம். தாமரை பூத்த அத்தடாகத்தின் கிழக்குக் கரையில் வீற்றிருந்த பிள்ளையார் கோயில் பற்றியும், அவருக்கு நெசவாளர்கள் நடத்திய வழிபாடுகள், விழாக்கள் பற்றியும் ஆனந்தரங்கப் பிள்ளை பலமுறை குறிப்பிட்டுள்ளார்.

பிள்ளையாரைத் தரிசிக்கவரும் பக்தர்கள், குளத்தில் குளித்துக் கரையேறி, அவரை வணங்கிய பிறகே அன்றாடத் தொழில் தொடங்குவது வழக்கமென்பதால், அவரை மணல் குள விநாயகர் என்றழைத்தது பொருத்தமே!

அகற்றும் முயற்சிகள்

நெசவாளர்கள் அதிகமிருந்த பகுதியில் பிள்ளையார் கோயில் இருந்ததால், அது நெசவாளர் தெரு எனப்பட்டது. அருகிலேயே வெள்ளையரின் புதிய குடியிருப்புகளும், பர்லோன் கோட்டையும் அமைக்கப்பட்டதால், விரைவிலேயே இந்துக்களின் புழக்கத்தைவிட வெள்ளையரின் நடமாட்டம் அதிகமானது. அக்கோயிலின் ஓசை மிகுந்த பூசைகளும், ஆரவாரமான திருவிழாக்களும், சந்தடியான சுவாமி வீதி உலாக்களும் வெள்ளையரை உறுத்தியதால், அதை அப்புறப்படுத்துவதில் குறியாயிருந்தனர்.

1700இல், மர்த்தேன் நிர்வாகத்தில், வழிபாடுகளுக்கான கட்டுப்பாடுகளை விதித்ததோடு, அக்கோயிலை அப்புறப்படுத்திக் கொள்ளுமாறும்

இந்துக்களை வலியுறுத்தினார். கொண்டாட்டங்களுக்கான தடையை ஏற்கமறுத்த மக்கள் ஊரைவிட்டு, மொரட்டாண்டிக்குப் போய்விட்டனர். மக்கள் அனைவரும் சாதி பேதமில்லாமல் ஒன்று கூடி, எதிர்த்துத் தடுத்து நிறுத்தினார்கள். கட்டுப்பாடுகளுக்கு இந்துக்கள் இணங்க மறுத்ததால், கிறித்தவப் பாதிரியார்கள் விநாயகர் கோயிலைச் சேதப்படுத்தினர். ஆயினும், தன்னை வெறுத்த வெள்ளையரையே தனது அன்பர்களாக்கிக் கொண்டவர் இந்தப் பிள்ளையார் *(ஆலாலசுந்தரம் 1999).*

கடலிலும் கரையாத கணேசப் பெருமான்

இது பற்றிய நாட்டுப்புறக் கதை மிகவும் பிரபலமானது. அதன்படி, பிள்ளையார் கோயிலை அகற்றும் முயற்சியாக, ஃபிரஞ்சியர் கமுக்கமாகத் திட்டமிட்டு, மூலவர் சிலையைப் பெயர்த்து, இரவோடிரவாகக் கடலில் வீசினார்கள். ஆனால், மறுநாள் காலையில் கடலடியில் தரை தட்டி மூழ்கிக் கிடப்பார் என்று எதிர்பார்த்த நிலையில், முன்பிருந்த இடத்திலேயே வந்து கம்பீரமாக அமர்ந்து கொண்டார்; வியப்பில் ஆழ்ந்தனர் வெள்ளையர். எனினும், விடாப்பிடியாக மூன்றுமுறை அவரைக் கடலில் வீசி மூழ்கடிக்கச் செய்த முயற்சிகளை முறியடித்து, தன் இருப்பிடத்திற்கே வந்து அமர்ந்து கொண்டதால், அவர்களின் வியப்பு அச்சமாக மாறியது. அதற்குப் பிறகு, பிள்ளையார் கோயில் விவகாரங்களில் தலையிடாமல் ஒதுங்கிக் கொண்டனர் (வேலாயுதனார் 1978).

மூலவர் (வெள்ளிக் கவசத்தில்)

நின்ற கோலத்தில் விநாயகர்

வெள்ளைப் பிள்ளையார்

விநாயகரின் மகிமையை அவர்களும் உணர்ந்து, வணங்க ஆரம்பித்தனர். வெள்ளையரையும் ஆட்கொண்டதால், அவரை 'வெள்ளைப் பிள்ளையார்' என்றும் அழைத்தனர். அதுவே பேச்சு வழக்கில் மருவி, வெள்ளிக் கவசம் அணிவிக்கப்பட்டு, 'வெள்ளிப் பிள்ளையார்' என்று இப்போது வழங்கப்படுகிறார் (இராஜா – ரீட்டா 2005: 3–5).

ஆனால், 1748இல், துய்ப்ளேக்சு காலத்தில், இந்துக் கோயில்கள் விவகாரத்தில், அவரது மனைவி மதாம் ழான், மிகக் கடுமையாக நடந்துகொண்டார். அவரது பின்புலத்தால், வேதபுரீசுவரர் கோயிலை நாசப்படுத்திய ஐரோப்பியர்கள், பிள்ளையார் கோயிலுக்குள்ளும் புகுந்து, அதன் மணியையும் சேதப்படுத்தி, விளக்குகளையும் உடைத்துப் போட்டனர். ஆயினும், ஈசுவரன் கோயிலை முற்றிலுமாக இடித்துப் போட்டவர்கள், பிள்ளையார் கோயிலை நாசப்படுத்தியதோடு விட்டு விட்டதைக் கவனிக்க வேண்டும் (ஆலாலசுந்தரம் 1999).

தொள்ளைக்காது சித்தர்

ஸ்ரீ தொள்ளைக்காது சித்தர்
முரட்டாண்டி

இக்கோயிலினுள் தொள்ளைக்காது சித்தர் ஜீவசமாதியாக அமர்ந்துள்ளார். மொரட்டாண்டி என்பவரும் அவரே என்றும் கூறப்படுகிறது. தென்தமிழ் நாட்டவரான தொள்ளைக்காது சித்தருக்கு, அவரது இளம் வயதில் திருமண ஏற்பாடுகள் நடந்தன. திருமணத்திற்கு முதல் நாள், மணப்பெண் தன் முந்தைய காதலை வெளிப்படுத்தியதால் விரக்தியடைந்த அவர், அவளுக்கு விலக்குக் கொடுத்துவிட்டு, ஊரிலிருந்து வெளியேறினார். வடக்கு நோக்கி நடையாகவே வந்தபோது, மொரட்டாண்டிப் பகுதியில் முத்துமாரியம்மன் கோயிலில் அம்மனின் அசரீரி அழைத்தது; அதனால் அங்கேயே தங்கிக்கொண்டார்.

சாதுக்கள் சாந்தமாக இருப்பதற்கு மாறாக, அவர் முரட்டுத் தனமான ஆண்டியாக விளங்கியதால், அவரை ‘முரட்டு ஆண்டி’ என்று அழைக்கலாயினர்; அந்தப் பகுதியும் மொ(மு)ரட்டாண்டியானது. வலுவான காதணிகள் அணிந்ததால் அவரது காதுத்துளைகள் பெரிதாகித் தொள்ளைக் காதானது. அதனால் அவருக்குத் ‘தொள்ளைக்காது சித்தர்’ என்றும் பெயர் வந்தது (முருகேசன் 2013).

காலையில் அம்மனை வணங்கிவிட்டு, மொரட்டாண்டியிலிருந்து கிளம்பி, கால் நடையாகவே மணக்குள விநாயகர் கோயிலுக்கு வந்து, குளத்தில் குளித்துவிட்டு, பிள்ளையாருக்குப் பூசை செய்தபின், பிருந்தாவனம் பகுதியில் இருந்த ஆனந்தரங்கப் பிள்ளையின் தோட்டத்தில் தங்கிச் சென்றார். ஆகவே, அந்தப் பகுதி ‘சித்தன் குடி’ ஆயிற்று. அங்கிருந்தபோது, மக்களின் பல குறைகளைத் தன் சக்தியால் போக்கினார். இறுதியில் ஒருநாள் சொக்கப்பனைப்போல் எரிந்த தீயினுள் அமர்ந்து சித்தியடைந்த தால். மணற் குளத்து மூலையில் அவருக்கு ஒரு சமாதி எழுப்பப்பட்டது (வேலாயுதனார் 1978).

மொரட்டாண்டி என்ற பெயர் 18ஆம் நூற்றாண்டிலேயே வழங்கியமை ஆனந்தரங்கர் குறிப்பிலிருந்து தெரியவருகிறது. அவ்வாறாயின், தொள்ளைக்காது சித்தர் வாழ்ந்ததும், அவர் தினம் வணங்கிய மணக்குள விநாயகர் கோயிலும், அதற்கும் முன்பே ஓரளவிற்குக் கட்டுமானங்களுடன் இருந்திருக்க வேண்டுமல்லவா!

அன்னையின் கனவில் பிள்ளையார்

அரவிந்தர் ஆசிரமத்து அன்னைக்கு, அவர் நெஞ்சுக்குகந்த நேசரானதை இராஜா (2005) விவரிக்கிறார்.

அன்னை அல்ஃபாசாவிற்குச் (Alfaza) சிலை வழிபாட்டில் ஈடுபாடு இல்லாத நிலையிலும், அவரது மேசை மேல் ஒரு சிறு பிள்ளையார் சிலை எப்போதும் இருந்தது. அதைப்பற்றி ஒரு பக்தர் வினவியபோது, "அவர் நமது நண்பர்" என்றார் அன்னை. அதுபற்றி விவரிக்கும்போது, "1930இல் ஒரு நாள் நாங்கள் பிரார்த்தனை அரங்கில் தியானத்தில் ஆழ்ந்திருந்தபோது, கணேசர் எனது உள்மனதில் தோன்றிக் காட்சியளித்தார். தங்கச்சிலை வடிவில், பொன்னிற ஒளி வட்டத்தில் அவர் ஒளிர்ந்தார். உருவ வடிவில் அவரை நான் காண்பது அதுவே முதல் முறை. திடீரென அவர் என் முன் தோன்றியதால் நான் திக்குமுக்காடிப் போனேன். இதை அவரிடம் கூறியபோது, நானும் உயிரோடிருப்பவனே! எனக்கும் உருவமும், வடிவமும் உண்டு! அதற்கு நிரூபணமாக, இனி உனக்குத் தேவைப்படும் பணம் முழுவதையும் நானே அனுப்புகிறேன் என்று கூறிவிட்டு அவர் மறைந்து விட்டார். அதுமுதல் பணம் கொட்டிக் கொண்டேயிருக்கிறது. அவரது வாக்கைக் காப்பாற்றி வருகிறார்", என்றார் அன்னை.

கோயிலுக்குக் கொடை

1960ஆம் ஆண்டு மதன்லால் இம்மத் சிங்கா என்ற பக்தர் கோயிலை ஒட்டியிருந்த நிலத்தை வாங்கிக் கோயில் விரிவாக்கத்திற்கு நன்கொடையாக

சுதைப் படிமங்கள்

பழைய முகப்புத் தோற்றம்

தற்போதைய முகப்பு

அளித்தார். கோயிலின் சுற்றுப்பாதை (பிரகாரம்) கட்டுவதற்காக 1968ஆம் ஆண்டில், 10,160 சதுர அடி நிலத்தையும் அன்னை வாங்கித் தந்தார். அந்தத் துண்டு நிலம் வேண்டுமென்று பிள்ளையாரே கேட்டதாகவும், ஆசிரமத்திற்கு நிதி கொட்டச் செய்த அவருக்கு, நாமும் சிறிது நிலம் அளித்தோம் என்றும், அன்னை கூறினார். இது பற்றிய கல்வெட்டு தென்மேற்கு மூலையில் பதிக்கப்பட்டது.

தெரிந்த பிள்ளையார் தெரியவேண்டிய விவரங்கள்!

நின்ற கோலத்தில் விநாயகர்

- ஃபிரஞ்சியர் காலத்து விநாயகரின் சிலை வித்தியாசமானது; தொப்பையில்லாமல், மெலிந்த உடலுடன், சப்பணம் போட்டு அமர்ந்த கோலத்தில் கருவறையில் உள்ளவர் 'ஆதி விநாயகர்'.
- யானை தலையும், பானை வயிறும் கொண்ட விநாயகர் உருவம் மக்கள் மனதில் பதிந்துவிட்டதால், ஆதி விநாயகர் அருகிலேயே மற்றொரு சிலை நிறுவப்பட்டது. அவரே மூல விநாயகர்.
- விநாயகரின் வலப்பக்கத்தில் நெசவாளர்களால் அரசமரத்தடியில் வணங்கப்பட்ட பழமைவாய்ந்த நாகபந்த சிலை உள்ளது.
- அரிதான காட்சியாக, நின்ற கோலத்தில் விநாயகர் உள்ள ஆலயம் இதுவே.
- ஃபிரஞ்சியர் காலத்து மணல் குளம் சுருங்கி, ஒரு கிணறு போல் ஆகிவிட்டது; அதன் மீதுதான் மூலவர் சிலை அமைந்துள்ளது.
- கருவறையின் தென்கிழக்கு மூலையில் சிறியகுழி தகட்டால் மூடப்பட்டு உள்ளது. அதனுள் கைவிட்டால் மணல் பரல்கள் விரல்களில் விளையாடும்; அதன் ஆழம் தெரியவில்லை; அதில் நீரும் வற்றுவதில்லை. காலையில் கருவறையைத் திறக்கும் போது, அதில் தேங்கி நிற்கும் தண்ணீர் புனிதத் தீர்த்தமாகக் கருதப்படுகிறது.
- விநாயகர் கோயில்களில் பள்ளியறை உள்ள கோயில் இது ஒன்றுதான். அங்கு அவரது தாயார் பார்வதி இருக்கிறார். இரவில் விநாயகரின் பாதம் மட்டுமே இருக்கும் உற்சவர் அதனுள் வைக்கப்படுகிறார்.
- அரச மரத்தடிப் பிள்ளையார் பற்றிய குறிப்புகள் 15ஆம் நூற்றாண்டு வரலாற்றுப் பதிவுகளில் உள்ளன. 17, 18ஆம் நூற்றாண்டுகளில் பலரும் அதற்குத் திருப்பணி செய்துள்ளனர்.
- மன்னராட்சிக்காலத்தில் தோன்றிவிட்டபோதும், மன்னர்கள் யாரும் திருப்பணி செய்ததாக வரலாறு இல்லை. பொது மக்கள் மட்டுமே திருப்பணி ஆற்றியுள்ளனர்.
- பாரதியாருக்கு மிகவும் உகந்தவர் மணக்குள விநாயகர். அவரைப் போற்றி 'நான்மணிமாலை' என்ற பெயரில் நாற்பது பாடல்களைப் பாரதியார் பாடியுள்ளார்.

(நன்றி: தினமலர் - வலைத்தளம்)

இந்தச் சம்பவத்தை 1962 நவம்பர் 8ஆம் நாளிட்டு ஆசிரம பக்தர் மதன்லால் இம்மத் சிங்காவிற்கு எழுதிய கடிதத்தில் அன்னை எழுதியிருக்கிறார். அன்னை விவரித்த இந்நிகழ்ச்சி, ஆசிரமம் வெளியிட்டுள்ள 'அன்னையின் நினைவுகள்' நூலிலும் உள்ளது (புர்தா 1995).

ஆண்டுதோறும் ஆவணி மாதம் நடைபெறும் பிரம்மோற்சவத்தின் போது, செங்குந்தர், வைசியர், வேளாளர், வன்னியர், யாதவர், கவரா, விஸ்வகர்மா, சாணார் குல மரபினர், முறை வைத்து விழாவெடுப்பதன் மூலம் சமூக நல்லிணக்கம் போற்றப்படுகிறது.

4.4: ஃபிரஞ்சுப் புரட்சியின் தாக்கமும் மக்களின் எதிர்பார்ப்பும்

ஐரோப்பியரின் வருகையும், அதைத் தொடர்ந்த ஃபிரஞ்சியரின் ஆதிக்க அரசியலும், 18ஆம் நூற்றாண்டு முடியப்போகும்வரை, புதுச்சேரியின் சமூக அமைப்பிலோ, அதிகாரப் பரவலிலோ, எந்தவிதமான மாற்றங்களையும் ஏற்படுத்தவில்லை. நடந்தது முடியாட்சி என்பதால், அதுபற்றிய எண்ணமே எழவில்லை என்றுதான் தோன்றுகிறது. ஒரு நூற்றாண்டு ஆட்சிக்குப் பின்தான் அரசியல் உரிமைகளுக்கான விழிப்புணர்வு வந்தது. தொடக்கக் காலத்தில் அதற்கான புதுச்சேரிவாசிகளின் போராட்ட முறைகளும் சற்றே வித்தியாசமானவையே! நாட்டார்கள் மூலம் அரசை அணுகுவது, மனு கொடுப்பது, ஊரைவிட்டு வெளியேறுவது போன்ற அகிம்சை முறைகள்தாம் அவர்களது போராட்ட முறைகளாக இருந்துள்ளன. வீதிக்கு வந்து, முழக்கமிட்டு, மறியல் செய்து, ஆயுதம் ஏந்திக் கலவரம் செய்வது அவர்களுக்கு வழக்கமல்ல. ஃபிரஞ்சுப் புரட்சிக்குப் பிறகே இத்தகைய தீவிரமான போராட்டங்களும் புதுச்சேரியில் நடந்துள்ளன என்பதை வீரா நாயக்கர் நாட்குறிப்பில் காணலாம்.

ஆளுநரும் ஆலோசனை சபையும்

1704ஆம் ஆண்டு ஃபிரஞ்சிந்தியாவின் நிர்வாகியாக ஆளுநர் ஒருவர் நியமிக்கப்பட்டு, அவரே ஃபிரஞ்சுக் கிழக்கிந்தியக் குழுமத்தின் இந்திய நிர்வாகியாகவும், ஃபிரஞ்சு அரசரின் பிரதிநிதியாகவும் செயல்பட்டார். அவருக்கு ஆலோசனை கூற, ஐந்து உறுப்பினர் கொண்ட ஒரு தலைமை ஆலோசனை சபையும் நியமிக்கப்பட்டது. ஓர் இராணுவத் தளபதியும் அரசரால் நியமிக்கப்பட்டார். ஆளுநர் பொது நிர்வாகத்தையும், தளபதியானவர் இராணுவ நடவடிக்கைகளையும் நிர்வகித்தனர்.

1725ஆம் ஆண்டின் ஆணைப்படி, ஆலோசனைச் சபைக்கு ஆளுநரே தலைவர். நிர்வாக வசதிக்காக, ஆலோசனை சபையின் ஐந்து உறுப்பினர்களுக்கும் துறைகள் ஒதுக்கப்பட்டன. முதல் உறுப்பினர் நீதிபதி, இரண்டாவது உறுப்பினர் இராணுவத் தலைமை, மூன்றாவது உறுப்பினர் கிடங்குப் பொறுப்பு, நான்காவது உறுப்பினர் ஆயுதக்கிடங்கு நிர்வாகம், ஐந்தாவது உறுப்பினர் அரசுத் தரப்பு வழக்குகள் என்று பணிகள் பிரிக்கப்பட்டிருந்தன. (தாவிதன்னுசாமி 2019). ஆளுநரையும், சபையின்

மூத்த உறுப்பினரையும் இந்தியர்கள் முறையே பெரிய துரை, சின்ன துரை என்று அழைத்தார்கள். ஆனால், விரைவிலேயே ஆளுநருக்கும், தளபதிக்குமிடையே அதிகாரப் போட்டி துளிர்த்து, நிர்வாகம் சுணங்கியதால், ஆளுநரே முழு அதிகாரம் கொண்டவரென்று அறிவிக்கப்பட்டது.

1770இல் கும்பினியின் அங்கீகாரமும், உரிமைகளும் ரத்து செய்யப் பட்டன. 1776 முதல் அரசரே நேரடியாக காலனிப் பகுதிகளின் நிர்வாகத்தை ஏற்றார். புதிய கிழக்கிந்தியக் கும்பினியின் நிர்வாகமும் அரசின் கட்டுப்பாட்டின் கீழ் வந்தது. நிர்வாக வசதிக்காக, ஒவ்வொரு காலனிக்கும் ஓர் ஆளுநரும், ஒரு இரண்டாம் நிலை அதிகாரியும் (*Interdant*) நியமிக்கப்பட்டனர். அரசியல், வெளியுறவு விவகாரங்கள் மட்டுமே ஆளுநரின் பொறுப்பில் வந்தன. நீதி, நிதி, உள்ளாட்சி நிர்வாகத்தை அரசரின் பிரதிநிதியாக, இரண்டாம் நிலை உறுப்பினர் ஆட்சிக் குழு வழியாக நிர்வகித்தார்.

இந்த நடைமுறை அமலுக்கு வந்த சில ஆண்டுகளிலேயே, ஃபிரான்சில் பெரும் அரசியல் மாற்றங்கள் நிகழ்ந்துவிட்டன. 1789 ஜூலை 14இல் ஃபிரான்சில் மக்கள் புரட்சி வெடித்தது; ஜனநாயகம் மலர வழிபிறந்தது.

ஃபிரஞ்சுப் புரட்சியின் தாக்கம்

புரட்சி பற்றிய செய்தி, மிகத் தாமதமாக, அடுத்த ஆண்டு, 1790 பிப்ரவரி 22ஆம் நாள்தான் புதுச்சேரிக்குக் கிடைத்தது. 'பியன் வெனு' (*Bien Venue*) என்ற கப்பல் மாலுமிதான், அந்த நற்செய்தியைத் தெரிவித்தார். ஃபிரஞ்சு மொழியில், பியன் வெனு என்றால், தமிழில் நல்வருகை என்று பொருள். அந்தப் பெயர், எதிர் காலத்தில் புதுவை மக்களுக்குப் புதிய திருப்பங்களுக்குக் கட்டியம் கூறுவது போல் இருந்தது பொருத்தமானதே!

செய்தியைக் கேட்டதும், நகரம் வாழ் ஃபிரஞ்சியர்கள் அனைவரும் கடற்கரைத் திடலில் கூடி, கட்டித் தழுவி வாழ்த்துகளைப் பரிமாறிக்கொண்டனர்; கேளிக்கையும் விருந்தும் அமர்க்களப்பட்டன. அதன் நினைவாகப் புதுச்சேரி ஆளுநர் மாளிகைக்கு எதிரே ஒரு மரத்தையும் நட்டு, 'விடுதலை மரம்' என்ற பெயரிட்டு மகிழ்ந்தனர் (புர்தா 1995: 144).

'சுதந்திரம்–சமத்துவம்–சகோதரத்துவம்' என்ற தத்துவமே புரட்சிக்கு அடிநாதமாக விளங்கியதால், ஃபிரான்சைப் போலவே, புதுச்சேரியிலும் வசதியான வாழ்க்கை மலரும் என்று ஃபிரஞ்சியரும், ஜனநாயகத் தென்றல் தமக்கும் வீசும் என்று இந்தியர்களும் வண்ணக்கனவுகளோடு காத்திருந்தனர்.

அதிர்ச்சியில் ஃபிரஞ்சியர்

விரைவிலேயே அவர்களுக்கு அதிர்ச்சி காத்திருந்தது. சொந்த நாட்டில் சுதந்திரத்தின் பலனை அனுபவிக்கத் தயாரான ஃபிரஞ்சியர், தங்களின் காலனிய மக்களுக்கு அவற்றைப் பகிர்ந்தளிக்கத் தயாராக இல்லை. அதன் முன்னோட்டமாக, 1790 பிப்ரவரி 22ஆம் நாளன்று, புதுச்சேரி யிலிருந்த 260 வீரர்களையும், 30 குதிரைப் படையினரையும் இராணுவத்

தளவாடங்களையும் மொரிசியசுக்குத் திருப்பி அனுப்பவேண்டுமென்ற கட்டளையுடன், ஏற்றிச் செல்ல ஒரு கப்பலும் வந்தது. சுற்றிலும் ஆங்கிலேயர்களால் சூழப்பட்ட நிலையில், தங்களின் பாதுகாப்புக்குப் பங்கம் வருமென்று உள்ளூர் ஃபிரஞ்சியர் அஞ்சினர். மறு நாளே (பிப்ரவரி 23), இராணுவ வீரர்கள் அனைவரும் ஆளுநர் மாளிகை முன் கூடி, தங்களது எதிர்ப்பினைக் காட்டும் வகையில், இராணுவத் தளவாடங்களைக் கப்பலில் ஏற்றமாட்டோம் என்று ஆர்ப்பாட்டம் செய்தனர். அதுபற்றி ஃபிரஞ்சு அரசுக்கு ஒரு கோரிக்கை மனுவையும் ஆளுநர் தெஃப்ரேனிடம் (Chevalier de Fresne 1789 –1792), அளித்து முறையிட்டனர்; அவரும் சாதகமான பதில் கூறி அனுப்பிவைத்தார் (அனிருத்தா ரே 2004: 435).

ஆளுநரிடம் கோரிக்கை

அடுத்து, 28ஆம் நாள், தொப்பிக்காரர்கள், மெத்திசுகள், ஃபிரஞ்சியரெல்லாம் கூடி, ஃபிரான்சைப் போலவே தங்களுக்குப் பாதுகாப்புச் சூழ்நிலை வேண்டும், தாய்நாட்டு மக்கள் போலவே வாழ்க்கைத் தரம் வேண்டும், குடியாட்சி நிர்வாகத்தில் பங்கேற்க வேண்டும் என்றும் விவாதித்தனர்; அவற்றை மனுக்களாகவும் தயாரித்து ஆளுநரிடம் அளித்தனர். மார்ச் மாதம் முதல் நாள், ஃபிரஞ்சுக் கிறித்தவர்களும் (மெதிஸ்,தோபாஸ்), இந்தியக் கிறித்தவர்களும் தனித் தனியாகக் கூடி, ஃபிரான்சு நாட்டவருக்கு இணையாகத் தங்களையும் நடத்தவேண்டும் என்று ஆளுநரிடம் முறையிட்டனர். அதேபோல், இந்தியப் பிரதிநிதிகளும் ஃபிரஞ்சியருடன் சமத்துவம் கோரி, மார்ச் மாதம் 8ஆம் நாள் ஆளுநரை நேரில் சந்தித்துக் கோரிக்கை விடுத்தனர்.

நிர்வாகத்தில் பங்கு வேண்டும்

ஆளுநரின் ஆலோசனையின்பேரில், தங்களையும் ஃபிரஞ்சுக் குடிமக்களாக அங்கீகரிக்கவேண்டும், ஐந்து பிராந்தியங்களுக்கும் பொதுவாகப் புதுச்சேரியைத் தலைநகராகக் கொண்டு, ஒரு பொது நிர்வாக அமைப்பு வேண்டும் போன்ற கோரிக்கைகள் உள்ளடங்கிய ஒரு மனுவைத் தமிழிலும், அதன் ஃபிரஞ்சு மொழிபெயர்ப்போடும், இந்தியப் பிரதிநிதிகள் பதினொரு பேர் கையொப்பமிட்டு ஆளுநர் மூலம் பாரிஸ் தேசிய சபைக்கு அனுப்பிவைத்தனர். புதுச்சேரிவாசிகளின் கோரிக்கைகளை வலியுறுத்த, மூன்று பிரதிநிதிகள் (பேசுவாய்) பாரிசுக்குச் சென்றபோது, ஒரு தமிழரும் உடன் சென்றார். இதில் இந்தியர்களும், தமிழ்க் கிறித்தவர்களும் சேர்ந்தே செயல்பட்டனர். அவர்களை ஃபிரான்சின் தேசிய சபை வரவேற்று, அவர்களது கோரிக்கைகளைப் பரிவுடன் கேட்டது. ஃபிரான்சில் அறிமுகமாகும் சீர்திருத்தங்கள் இயல்பாகக் காலனிகளிலும் அமலாகும் என்று உறுதியளித்தது (தாவிதன்னுசாமி 2010, 2019)

பாகுபாடான அணுகுமுறை

1790 செப்டம்பர் 6ஆம் நாள், மொரசின் தலைமையில் ஒரு பொதுச்சபை அமைக்கப்பட்டது; அரசுத் திடலில் மக்கள் முன்னிலையில் உறுப்பினர்கள் பதவியேற்றுக்கொண்டனர். அக்டோபர் மாதத்தில், பொதுச்சபை தனது அதிகாரத்தைப் பயன்படுத்தி, மக்களின் குறைகளை

ஆராய்வதற்காக 65 பேர் கொண்ட ஒரு குடிமக்கள் குழுவை அமைப்பதற்கான அறிவிப்பை வெளியிட்டது. அதில் என்ன விந்தை என்றால், இரண்டிலும் ஃபிரஞ்சியர் மட்டுமே உறுப்பினர்களாக ஆளுநரால் நியமிக்கப்பட்டிருந்தனர்; இந்தியர்கள் அறவே கிடையாது. ஏன், கிறித்தவர்களான தொப்பிக்காரர்கள் கூடக் கிடையாது.

வீதிக்கு வரும் இந்தியர்

அரசின் இந்தப் பாரபட்சமான நடவடிக்கையால் மக்கள் கொதிப்படைந்தனர். மக்களாட்சிக்கு வழிவகுக்கும் வகையில், இந்தியர்கள் பங்கேற்கும் நகராட்சி அமைப்பு வேண்டுமென்று மாதாகோவிலில் சுவரொட்டிகள் ஒட்டப்பட்டன. 1791 பிப்ரவரி 21ஆம் நாள் ஒட்டப்பட்ட ஒரு சுவரொட்டி, அரசு மாளிகை முன் அனைவரும் கூடவேண்டும் என்று அறைகூவல் விடுத்தது. அதன்படியே, மார்ச் 6ஆம் நாள் தமிழர்களும், தமிழ்க் கிறித்தவர்களும் வில்லியனூர் வாயில் அருகிலிருந்த திடலில் ஒன்றுகூடி ஆர்ப்பாட்டம் செய்தனர். மறுநாள், தமிழ்க் கிறித்தவரான வெல்வேந்திரன் (பெலவேந்திரன்) முன்னெடுப்பில், ஆளுநரிடமும் இக்கோரிக்கை நேரடியாக வலியுறுத்தப்பட்டது. இந்தப் புரட்சி மற்றப் பிரதேசங்களுக்கும் பரவியது. ஒவ்வொரு வட்டாரமும் தாங்கள் ஃபிரான்சின் நேரடி நிர்வாகத்தின் கீழ்தான் இயங்கவேண்டும் என்று கோரின.

மக்களின் எழுச்சியை அதிகார வர்க்கம் விரும்பவில்லை. இதை ஆட்சிக்கும், அரசுக்கும் எதிரான போராட்டமாகக் கருதி இராணுவச் சட்டத்தை அமல்படுத்தவேண்டுமென்று பொதுச் சபை உறுப்பினர்கள் ஆலோசனைக் கூறினர். ஆனால், ஆளுநர் தெஃப்ரேன் அதை ஏற்கவில்லை. இதுநாள் வரையில், பிரச்சினைகள் எழுந்தபோதெல்லாம், ஊரைவிட்டு வெளியேறுவதை மட்டுமே தங்களது போராட்ட முறையாகக் காட்டிவந்த இந்தியர்கள், முதன் முறை நேரடியாகக் களத்தில் குதித்தது ஒரு புரட்சிகரமான மாற்றமாகும். ஒரு நெடியப் போராட்டத்திற்கான வித்து அன்று ஊன்றப்பட்டது.

ஃபிரஞ்சு அரசின் எதிர்வினை

இதன் எதிரொலி விரைவில் கேட்டது. ஃபிரஞ்சிந்தியாவில் வாழும் அனைவரும் ஃபிரான்சின் குடிமக்களே என்றும், ஃபிரான்சில் கிடைக்கும் அனைத்து உரிமைகளும், சலுகைகளும் இங்கும் கிடைக்கும் என்றும் 1791 மார்ச் 7இல் தேசிய சபை தீர்மானம் நிறைவேற்றியது. அதன் தாக்கமாக, ஓர் உலோகப் பட்டயம், 1792 ஆம் ஆண்டு ஏப்ரல் 14ஆம் நாள், புதுச்சேரி சுயிர்குஃப் வீதியில் இருந்த ஃபிரஞ்சுப் பள்ளிக்கூடம் ஒன்றில் பதிக்கப்பட்டது.

அனைத்துப் பகுதிகளும் தனித்தனியாக இயங்க அனுமதித்தால், ஒழுங்கான நிர்வாகம் நடத்த இயலாது என்றும், அது சட்டத்திற்கு முரணானது என்றும், இதனால், ஒவ்வொரு பகுதியும் வலுவிழக்கும் என்றும், புதுச்சேரியைத் தலைமையகமாகக் கொண்டே ஃபிரஞ்சிந்தியா இயங்க வேண்டும் என்றும் அறிவித்தது. அதன்படி, 1791 ஜூலை 5ஆம்

நாள், ஃபிரஞ்சிந்தியாவின் ஐந்து பகுதிகளையும் ஒரே நிர்வாகத்தின் கீழ்க் கொண்டுவரும் விதமாக, இதுவரை இயங்கிவந்த பொதுச்சபை, 21 உறுப்பினர் கொண்ட காலனியச் சபையாக மாற்றப்பட்டது. அதில் ஃபிரஞ்சிந்தியாவின் ஐந்து பிராந்தியங்களிலும் வாழும் ஃபிரஞ்சியரின் எண்ணிக்கைக்கேற்ப, புதுவைக்கு 15, சந்திரநாகூருக்கு 3, காரைக்கால், மாகி, ஏனாம் ஆகியவற்றிற்கு ஒவ்வொன்று எனப் பிரதிநிதித்துவம் தரப்பட்டு, அதிகாரமிக்க அமைப்பாக மாற்றப்பட்டது; ஆனால், மாகி உறுப்பினரை அனுப்பவில்லை; சந்திரநாகூர் மட்டும் புதுச்சேரியின் மேலாதிக்கத்தை ஏற்கத் திட்டவட்டமாக மறுத்துவிட்டது.

குடியுரிமைக்கான தகுதிகள்

பல்வேறு தரப்பினரிடமிருந்து ஆறு கோரிக்கை மனுக்களைப் பெற்ற ஃபிரான்சு, ஃபிரஞ்சிந்தியப் பிரச்சினைகளை ஆராய லாஸ் கலியே (Las Gallier) என்பவரை 1792ஆம் ஆண்டில் சிறப்புப் பிரதிநிதியாக அனுப்பியது. அவரது பரிந்துரையின் பேரில் குடியுரிமைப் பெறுவதற்கான தகுதிகள் வகுக்கப்பட்டன. இருபத்தைந்து வயது நிரம்பிய எவரும், 500 ரூபாய் சொத்துடையவராகவும், புதுவையில் சொந்த வீடானால் ஓராண்டும், வாடகை வீடானால் இரண்டு ரூபாய் வாடகையில் இரண்டு ஆண்டுகளாவது குடியிருப்பவராகவும் இருப்பின், அவர் ஃபிரஞ்சுக் குடியுரிமை பெறத் தகுதியுடையவரானார். சீர்திருத்தத்தின் ஓர் அங்கமாகத் தொப்பிக்காரர்களின் கோரிக்கை ஏற்கப்பட்டு, அவர்களும் வாக்காளர் பட்டியலில் சேர்க்கப்பட்டு, தேர்தலில் போட்டியிடவும் அனுமதிக்கப்பட்டார்கள் (தாவிதன்னுசாமி 2010, 2019; மெலாங்கின் 2015).

ஆலோசகர்களாக இந்தியர்

1792 நவம்பர் 2இல் முதன் முதலாக வாக்காளர் பட்டியல் வெளியிடப்பட்டது; தொப்பிக்காரர்களின் வேண்டுகோள் ஏற்கப்பட்டு, ஃபிரஞ்சு மொழியில் எழுதப் படிக்கத் தெரிந்திருந்தவர்கள் மட்டும் அதில் சேர்த்துக் கொள்ளப்பட்டனர். ஆனால், இந்தியர்களுக்கு இப்போதும் வாக்குரிமை மறுக்கப்பட்டது. காலனிய சபையில் இந்தியர்களின் விவகாரங்கள் விவாதிக்கப்படும்போது, அவர்கள் சார்பில் நான்கு உறுப்பினர்கள் கலந்து கொண்டு, ஆலோசனை கூறலாம், ஆனால், இறுதி முடிவை மட்டும் ஐரோப்பியர்கள்தான் எடுப்பார்கள் என்று ஒரு சலுகை வழங்கப்பட்டது. இந்த அறிவிப்பால், ஆட்சி, அதிகாரம் கொண்ட 21 பேர் அடங்கிய அவைக்குள், முதன்முறையாக நான்கு இந்தியர்கள் நுழைந்தார்கள் என்பது குறிப்பிடத்தக்கது (தாவிதன்னுசாமி 2019)

1793இல், ஆளுநர் தெஃப்ரென் (De Fresne) ஃபிரான்சுக்குப் போனதும், லாஸ் கலியே (Las Gallier) ஆளுநர் ஆனார். முதல் காரியமாக அவர் இராணுவத்தைப் பலப்படுத்தினார். காலனிய சபையின் அதிகாரத்தைப் பயன்படுத்தி, அடிமை வணிகத்தைத் தடைசெய்தார்.

புதிய நம்பிக்கை ஒளி

1793 மார்ச் 30ஆம் நாள், ஃபிரான்சில் மன்னராட்சி அகற்றப்பட்டு, குடியாட்சி பிரகடனப்படுத்தப்பட்ட செய்தி, இந்தியர்களிடையே

புதிய நம்பிக்கையை ஊன்றியது. மக்கள் ஒருவரை ஒருவர் கட்டித் தழுவிக்கொண்டனர். 1761இல் ஆங்கிலேயர் முற்றுகையில் தப்பிய இரண்டு கட்டடங்கள், அரசாங்கச் சிறைச் சாலைகளாகப் பயன்பட்டுவந்தன. ஃபிரஞ்சுப் புரட்சியின் உச்சகட்டமாக, பஸ்திய் சிறைச்சாலை தகர்க்கப்பட்டதைப் போன்றே, இந்தச் சிறைக் கட்டடங்களையும் இடித்துத் தங்களின் உணர்ச்சிப் பெருக்கிற்கு வடிகால் கண்டனர். ஒரு சிலர், தங்கள் குழந்தைகளுக்குப் ‘பொந்திசெரி’ என்று பெயர் சூட்டித் தங்கள் மகிழ்ச்சியைக் கொண்டாடினர். உயர் அதிகாரிகளை மிகவும் மரியாதையுடனும், பணிவுடனும் அழைத்ததை மாற்றி, மக்களின் ஆளுநர், மக்களின் நீதிபதி என்று அழைத்தனர். அதற்கேற்ப, ‘பிரஞ்சிந்தியாவில் பிறந்த அனைவரும் ஃபிரஞ்சுக் குடிமக்களே; அடிமை முறை ஒழிக்கப்படும்; தகுதிக்கு உட்பட்டு மற்றவர்களும் குடியுரிமை பெறலாம்; வாக்காளர் பட்டியலில் இந்தியர்களும் இடம் பெறுவார்கள்; இனிமேல், அரசு அதிகாரிகளும், நீதிபதிகளும் வாக்கெடுப்பின் வழியாக, மக்களால் தேர்ந்தெடுக்கப்படுவர்’ என்று அடுக்கடுக்காக ஜனநாயகம் பேணும் நடவடிக்கைகளை லாஸ் கலியே அறிவித்தார் (தாவிதன்னுசாமி 2010, 2019; மெலாங்கின் 2015).

விழலான முன்னெடுப்புகள்

ஆனால், ஜனநாயகத்தின் பலன்களை மக்கள் சுவைக்கும் முன்பே, அவர் மாற்றலாகிப் போனார்; 1793 ஜூலை 12ஆம் ஆங்கிலேயர் நாளன்று முற்றுகையைத் தொடங்கியதன் விளைவாக, ஆகஸ்டு 24இல் புதுச்சேரி சரணடைய வேண்டியதாயிற்று. போர் நடவடிக்கைகளால் அச்சமுற்ற மக்கள், ஊரை விட்டு வெளியேறினர் இந்நூற்றாண்டின் தொடக்கத்தில் 50–60 ஆயிரம் பேர் உலவிய நகரத்தில், 1899இல் வெறும் 2,000 பேர்களே இருந்தனர்; அவர்களில் 800 பேர் ஐரோப்பியர்கள்.

ஃபிரஞ்சிந்தியப் பகுதிகள் ஒரே நிர்வாகத்தின் கீழ் இயங்க வேண்டும், இந்தியர்களுக்கு ஆட்சி, அதிகாரத்தில் உரிய சமபங்கு வேண்டும் என்ற இந்தியக் கனவுகள் நனவாகாமலேயே, 18ஆம் நூற்றாண்டு முடிவுக்கு வந்தது (தாவிதன்னுசாமி 2019).

4.5: புதுவையில் போராட்டங்கள்

பண்டைய புதுச்சேரியில் பல்வேறு காரணங்களுக்காகப் பல்வேறு வடிவங்களில் போராட்டங்கள் நடந்துள்ளன. ஆழ்ந்த மத உணர்வும், சக மனிதரின் கௌரவம் காப்பதும், பணிச்சூழல் பாதுகாப்பும், வாழ்வுரிமை நிலை நிறுத்துவதும் அவற்றின் அடிநாதமாக இருந்துள்ளன. இதுபற்றிய விவரங்கள் வீரா நாயக்கர் நாட்குறிப்புகளில் (1778–1792) உள்ளன.

இந்து நியமனத்திற்கு எதிர்ப்பு

1791ஆம் ஆண்டு பிப்ரவரி ஆறாம் நாள், தமிழர் தலைவரான (*Chef des Malabaris*) திருவேங்கடம் பிள்ளை மரணமடைந்ததால், அவரிடத்திற்கு அவரது மகன் முத்து விஜய திருவேங்கடத்தை ஆளுநர் தெஃப்ரேன் நியமனம் செய்தார். அவருக்கு அப்பதவிக்கான

அடையாளங்களான அரிகை, கைத்தடி, சிரோப்பாக்களை அளிப்பதற் கான நிகழ்ச்சி ஆளுநர் மாளிகையில் நடத்தப்பட்டது. பிள்ளை ஓர் இந்து என்பதால் அவரை அப்பதவியை ஏற்கவிடாமல் தடுப்பதற்காக, வெல்வேந்திரன் என்பவர் பதவியேற்பையே நிறுத்த முயன்றார். அது முடியாதபோது, தமிழர்களைத் திரட்டிக்கொண்டு, ஆர்ப்பாட்டம் செய்து, ஆளுநர் முன் போராடினார். ஆனால், ஆளுநர் தனது உறுதியான அணுகுமுறையால் அதை ஏற்கமறுத்துவிட்டார்.

முத்து விஜய திருவேங்கடம் ஒரு தமிழர்; வெல்வேந்திரனும் ஒரு தமிழர்தான், ஆனால், கிறித்தவர். ஃபிரஞ்சியரின் ஆட்சியில் ஒரு கிறித்தவருக்கு அந்தப் பதவியை அளிக்காமல், ஓர் இந்துவுக்கு அளித்ததே அவரது மனக்குறை (இவீநா 1778–1792).

மதச் சிக்கலுக்கு மக்கள் சாயம்

இந்தக் குழப்பத்தின் மையம் புதிதல்ல. நயினியப்பப் பிள்ளை, ஆனந்தரங்கப் பிள்ளை, ஆகிய இந்துக்கள் துபாசிகளாக நியமிக்கப் பட்டதே கடும் எதிர்ப்புகளுக்கிடையேதான். ஆனால், அப்போது பாதிரியார்கள், அதிகாரிகள் என்று உயர் மட்டத்தோடு எதிர்ப்பு நின்றுவிட்டது. முதல் முறையாக மதம் சார்ந்த ஒரு தகராறை, பொதுவான மக்கள் பிரச்சினையாகத் திசைத் திருப்பி, அவர்களை வீதிக்குக் கொண்டுவந்து, ஆளுநர் முன் பேசவைத்தது வெல்வேந்திரன்தான். அதில் தமிழர்களையும் அவர்களுக்குத் தெரியாமலேயே ஈடுபடவைத்தது அவரது சாமர்த்தியத்திற்குச் சான்று. இறுதியில், வெல்வேந்திரன் ஒரு குதர்க்கவாதி என்றும், குழப்பம் விளைவிப்பதே அவரது வழக்கம் என்றும் ஆளுநர் புரிந்துகொள்கிறார். அந்த வகையில், ஃபிரஞ்சிந்தியப் போராட்டங்களின் வரலாற்றில், முதன் முறையாக வெகுமக்களை வீதிக்குக் கொண்டுவந்த வகையில், நிச்சயமாக இது ஒரு திருப்புமுனையே.

வெல்வேந்திரன் தூண்டிய தமிழர் போராட்டம்

1791 மார்ச் 6: மதியம் 11 மணிக்கு வில்லியனூர் வாயிலருகில், தமிழர்களும், கிறித்தவர்களும் மற்றவர்களும் கூடியிருந்தனர். நகரின் கடைகள் அனைத்தும் அடைக்கப்பட்டிருந்தன. நேரம் ஆக ஆகக் கூட்டம் வலுத்துக்கொண்டிருந்தது. இதைக் கேள்விப்பட்ட இராணுவத் தளபதி, முக்கியப் பிரமுகர்களான முத்து விஜய திருவேங்கடம் பிள்ளை, நயினாத்தை முதலியார், இராசப்பையர் ஆகியோரை அழைத்துக் கேட்டபோது அவர்களுக்கும் விவரம் தெரியவில்லை. அதனால், நயினாத்தை முதலியார், மரியதாசுப்பிள்ளை ஆகியோரை அனுப்பி விவரம் அறிய முற்பட்டார்; அதற்கும் பலனில்லை. அரசு அதிகாரிகளான குப்பியும், துய்ப்லெசியும் பலமுறை பேச்சுவார்த்தை நடத்திய பின்னும், யாரும் முழு விவரம் கூற முன்வரவில்லை.

ஊருக்குள் பதற்றம்

மாலை மணி ஐந்தாயிற்று. கோட்டையின் நான்கு வாயில்களும் சாத்தப்பட்டன. இராணுவ வீரர்கள் ஆயுதங்களை எடுத்துக்கொண்டு

தயாரானார்கள். ஆளுநர் மாளிகை, அலுவலகங்கள், கிடங்குகளுக்குப் பாதுகாப்புப் போடப்பட்டது. ஆளுநர் தெஃப்ரேன், மேயர் குலோன், அதிகாரிகள் உடன்வர, வீரர்களுடன் நடந்தே வில்லியனூர் வாயிலுக்குப் போனார். அங்கே தேவரா செட்டி, நரசிம்மா செட்டி, முத்துசாமி முதலியார் ஆகியோரும் கும்பலில் இருந்தனர். அவர்களை அழைத்துக் காரணம் கேட்டபோது, இற்றை நாளில், சகலத்தமிழரும் இங்குக் கூடவேண்டுமென்றும் அவ்வாறு வரத்தவறினால், அவர்களது வீடுகள் கொள்ளையடிக்கப்படும் என்றும் ஊர் முழுதும் காகிதம் ஒட்டப்பட்டிருந்தது. அதனால்தான் வந்தோம், என்று தமிழர்கள் சார்பில் கூறினார்கள். கூட்டத்திலிருந்த கிறித்தவர்கள் ஏதும் கூறாமல் மௌனமாயிருந்துவிட்டனர்.

ஆளுநரின் எச்சரிக்கை

எதற்காகக் கூடுகிறோம் என்பது தெரியாமல், அரசின் அனுமதி யில்லாமல் கூட்டம் கூடுவது பெரும் குற்றம், ஏதேனும் விவகாரம் இருந்தால் விண்ணப்பம் எழுதித் தரவேண்டும், இது முதல்முறை என்பதால் விட்டுவிட்டேன், இனிமேல் இப்படிப்பட்ட அலங்கோலம் நடக்குமேயானால், கொன்று போட்டுவிடுவேன், இப்போது தமுக்குப் போடப்படும், ஒருவரும் இங்கிருக்கக் கூடாது, நாளைக்கு சாதிக்கு இரண்டு பேராக வந்து என்னைச் சந்தியுங்கள் என்று ஆளுநர் கடுமையாக எச்சரித்தார். அவர் கூறியவாறு தமுக்குப் போடப்பட்டதும் கும்பல் கலைந்தது; கடைகள் திறக்கப்பட்டன; திடீரென வாயில் சாத்தப்பட்டதால் வெளியே மாட்டிக்கொண்ட பெண்கள் வீடுகளுக்குத் திரும்பினார்கள்.

யாருக்கு யார் வக்காலத்து

மறுநாள், ஆளுநர் கூறியபடி, சாதிப் பிரதிநிதிகள், அரசு மாளிகைக்குச் சென்றார்கள். வெல்வேந்திரன் மட்டும்தான் அனைவர் சார்பாகவும் பேசினார். ஃபிரஞ்சியருக்கு ஒரு நகரசபை ஏற்படுத்தியதைப்போல, தங்களுடைய விவகாரங்களைப் பேச ஒரு நகரசபை வேண்டுமென்று தமிழர்கள் கேட்கிறார்கள் என்று வேகமாக வாதிட்டார். பதிலேதும் சொல்லாமல், ஆளுநர் அவர்களை அனுப்பிவிட்டார்.

பின்னணி வேறு

இந்த நிகழ்ச்சியின் பின்புலம் சூட்சுமமானது. ஏற்கெனவே, மலபார் தலைவராக முத்து விஜய திருவேங்கடம் பிள்ளையை நியமித்ததில், தமிழ் நாட்டார்களுக்கே தெரியாமல் நடந்ததென்று கூறி, அவர்களைக் கூட்டம் கூட்டி அழைத்து வந்து முறையிட்டார் வெல்வேந்திரன், ஆடு நனைகிறதே என்று ஓநாய் அழுததைப்போல! உண்மையில், அது கிறித்தவர் ஒருவரை நியமிக்கவில்லை என்பதற்கான ஆட்சேபனைதான். நடப்பது கிறித்தவர்களின் ஆட்சி, ஆனால் பலன்கள் இந்துக்களுக்கா என்ற பொறாமையால், மரியதாஸ் பிள்ளை, அபிராமி முதலி ஆகியோரைச் சேர்த்துக்கொண்டு, வெல்வேந்திரன் ஆடிய ஆடு புலி ஆட்டம் இது. ஆகவேதான், முக்கியப் பிரமுகர்களான முத்து விஜய திருவேங்கடம்

பிள்ளை, நயினாத்தை முதலியார், இராசப்பையர் ஆகியோருக்குத் தெரியாமலேயே அறிக்கை ஒட்டி கூட்டத்தைக் கூட்டிவிட்டார். அதிருப்தித் தமிழரான கொண்டி செட்டியையும் தந்திரமாகக் கூட்டு சேர்த்துக்கொண்டார். முதல் நாள் தயாரித்த மனுவில், இருபது வரிகள் மட்டுமே இருந்ததாகவும், பின்னால் ஒன்றரைப் பக்கம் சேர்க்கப்பட்டது தங்களுக்குத் தெரியாது என்றும் தமிழர் தலைவர்கள் கூறினார். தமிழரைப் பிளவுபடுத்தி, இடங்கையரைத் தங்களுடன் சேர்த்துக்கொண்டு அரசியல் ஆதாயம் அடைவதே அவரது உத்தி.

இது யாருக்குப் புரிந்ததோ இல்லையோ, ஆளுநர் தெஃப்ரேனுக்கு நன்றாகவே புரிந்தது. சூத்திரதாரி வெல்வேந்திரனுக்குத் தகுந்த சமயத்தில் பாடம் புகட்டத் திட்டமிட்டார்.

சிப்பாய் கலகம்

1791 ஏப்ரல் 25: காலையிலேயே வில்லி செட்டிச் சாவடி பரபரப்பாகக் காணப்பட்டது. சுமார் 300 சிப்பாய்கள் ஆயுதங்களைக் கோட்டைக் கிடங்கில் போட்டுவிட்டு, சாவடியின் அருகில் கும்பலாகக் குழுமியிருந்தினர். செய்தியைக் கேள்விப்பட்ட ஆளுநர் தெஃப்ரேன், தனது பாதுகாவலர் குப்பி, கேப்டன் கஸ்தான், நயினாத்த முதலியார், இராசப்பையர் ஆகியோருடன் அங்குப் போனார்.

உரிமைப் போராளியா வெல்வேந்திரன் ?

தமிழர்கள் முன்னிலையில் அவர்களுக்கு ஒரு நகர சபை வேண்டும் என்று கேட்டதை வைத்து அவர் ஒரு புரட்சியாளர் என்றும், இந்திய ஜனநாயகத்தின் முதல் மக்கள் உரிமைப்போராளி என்றும் ஒரு கருத்து நிலவுகிறது (தாவிதன்னுசாமி 2010, 2019). 1791ஆம் ஆண்டில் மூன்று போராட்டங்கள் நடந்துள்ளன. மார்ச் 6இல் நடந்தது உண்மையில் மதப் பின்னணியில் நடந்த ஒன்று. அதில் தமிழர்கள் தங்களுக்குத் தெரியாமலே ஈடுபடுத்தப்பட்டார்கள் என்பதும், அதை வெல்வேந்திரன் தந்திரமாகச் சாதித்துக்கொண்டார் என்பது மறுநாள் நிகழ்வுகளில் தெளிவாகிவிட்டது.

மார்ச் 6ஆம் நாள் நடந்த கிளர்ச்சியிலும், எவரோ விட்ட அறைகூவலுக்கு இணங்கித்தான் தமிழர்கள் கும்பல் கூடியிருக்கிறார்கள். அதைச் சாதகமாக்கி, பொதுநலப் போராளியாக முகமூடியணிந்து, தன்னை முன்னிறுத்தி யிருக்கிறார் வெல்வேந்திரன். ஆக, இச்சம்பவங்களின் உண்மையான பின்னணியை ஆழ்ந்து நோக்கினால், பொது நலனைவிட, அரசை அச்சுறுத்தியோ, ஆதரவாளர் போன்ற தோற்றம் உருவாக்கியோ, தன் சமூகத் தகுதியை உயர்த்திக்கொள்ள முயன்றவராகவே வெல்வேந்திரன் தோற்றமளிக்கிறார். ஏனெனில், அடுத்த மூன்றே மாதங்களில், ஜூலை மாதத்தில் காரைக்கால் குத்தகைப் பிரச்சனையில், இராணுவம் வருமளவிற்கு விவசாயிகளுக்கு எதிராகச் செயல்பட்ட ஒருவர், எப்படிப் பொதுநலவாதியாக இருக்கமுடியும் என்ற கேள்வியும் நியாயமானதே!

ஆளுநர் விசாரணையும் சிப்பாய்களின் முறையீடும்

அவர் நடத்திய விசாரணையில், தங்களது படை அணித்தலைவரான துய்ப்லெசி (*Duplessis*) என்பவர் தங்களை மிகவும் துன்புறுத்துவ தாகவும், அற்பக் காரணங்களுக்கெல்லாம் கட்டிவைத்து அடிப்பதாகவும்,

எப்போதும் தவறாகவே நடத்துவதாகவும் குற்றஞ்சாட்டினார்கள். நங்கள் அரசுக்கு விசுவாசமாக இருக்க கடமைப்பட்டவர்கள், ஆனால், மனம் போன போக்கில் ஆணையிடும் ஒருவரின் கட்டளைகளை ஏற்க வேண்டிய அவசியமில்லை, நாங்கள் ஒன்றும் அடிமை ஒப்பந்தம் எழுதிக் கொடுக்கவில்லை என்றும் முறையிட்டார்கள்.

மேலும், இனிமேல் இராணுவத்தில் பணிபுரியப் போவதில்லை, அப்படித் தொடர்ந்து சேவை செய்யவேண்டுமென்றால், அவரைப் பணியிலிருந்து நீக்கி, வேறொருவரை நியமித்தால் மட்டுமே திரும்ப வருவோம் என்று ஒருமித்தக் குரலில் உறுதியாகக் கூறினார்கள்.

ஆளுநர் எச்சரிக்கை

நீங்கள் ஒழுங்கீனமாக நடந்துள்ளீர்கள். சீமை ஒப்புதலில்லாமல் அவரைப் பணியிலிருந்து நீக்க முடியாது. நீங்கள் ஆயுதங்களைப் போட்டுவிட்டு, கோட்டைக்கு வெளியே வந்தது பெரிய குற்றம். இருந்தாலும், உங்களது கோரிக்கைகளை ஒரு மனுவாக எழுதிக் கொடுத்தால், இனிமேல் ஒழுங்கோடு நடக்கவேண்டும் என்ற எச்சரிக்கையோடு, உங்களுக்குப் பாதகமில்லாமல் பார்த்துக்கொள்கிறேன் என்று தலைமைத் தளபதி கூறினார். அவரது அறிவுரையைச் சிப்பாய்கள் கேட்கமறுத்துப் பிடிவாதமாயிருந்ததால், உங்களது மனக்குறைகளை எழுதிக்கொடுங்கள், மேல்நடவடிக்கைக்கு ஏற்பாடு செய்கிறோம் என்று சொல்லிவிட்டு அனைவரும் சென்று விட்டார்கள்.

மறுநாள் மதியம், தெஃப்ரேன், வீரர்களை அழைத்துக்கொண்டு, துஃப்ரவிய் *(Touffreville)*, துய்ப்லெசி ஆகிய அதிகாரிகளுடன் சிப்பாய்கள் இருந்த இடத்துக்குப் போனார். அதிகாரிகள் அவர்களிடம் பலமுறை பேசிப்பார்த்தும், அவர்கள் சமாதானம் அடையவில்லை. இறுதியாக, ஆளுநரே அவர்களிடையே அச்சம் தெளியும் வகையில் தன்மையாய்ப் பேசி, அவர்களுக்கு எந்த விதமானப் பொல்லாங்கும் வராது என்று உறுதியளித்தார்.

இறங்கி வந்தார் துய்ப்லெசி

ஒருவாறாக, அவர்களது இறுக்கம் தளர்ந்தது. அனைவரும் புறப்பட்டு, தம்பூறு அடித்துக்கொண்டு கோட்டைக்கு வெளியே திடலில் குழுமினார்கள். ஆளுநர், துய்ப்லெசியுடன் வந்து நின்று, சிப்பாய்களுக்கு வேண்டிய அறிவுரைகளை மீண்டும் வலியுறுத்திக் கூறி, அவர்கள் மீது ஒழுங்கு நடவடிக்கை எதுவும் எடுக்கப்படமாட்டாது என்று உறுதிய ச் சொன்னார். பின், வாளை உருவி உயர்த்திப் பிடித்துக்கொண்டு, உங்களுக்குச் சம்மதந்தானா என்று கேட்டார். சம்மதம்தான் என்று சிப்பாய்கள் அனைவரும் உரத்த குரலில் ஒருமித்துக் கூவினார்கள்.

அடுத்து, துய்ப்லெசியின் முறை. அரசின் நலனுக்காகத்தான் நான் உங்களிடம் கடுமையாக நடந்துகொண்டேன்; வஞ்சம் தீர்ப்பதற்காக அல்ல. உங்களை என் நண்பர்களாகவும், சகோதரர்களாகவும்தான் கருதுகிறேன். நீங்களும் அப்படியே நடந்துகொள்ளலாம். இனிமேல் நான்

அப்படி நடந்துகொள்வேன் என்பதற்கு அடையாளமாக என் வாளின் மீது ஆணையிட்டு உறுதியளிக்கிறேன். அப்போது நம்புவீர்களா என்று வாளைக் காட்டிக் கேட்டார். முழு சம்மதம் என்று எல்லோரும் உரத்துக் கூறினார்கள். அதையே உருது மொழியிலும் சொல்லுங்கள் என்றார். சிப்பாய்கள் அனைவரும், கையை உயர்த்தி, சம்மதம் என்று கூறினார்கள். விவகாரம் சுமுகமாக முடிந்த மகிழ்ச்சியில், அனைவரும் 'அரசர் வாழ்க' என்று மூன்று முறை முழக்கமிட்டனர்.

நிகழ்ச்சியின் நிறைவாக, துய்ப்லெசி, ஆளுநர் தெஃப்ரேனுக்கு மிடுக்குடன் இராணுவ வணக்கம் செலுத்தினார். புரட்சியாக வெடிக்கவேண்டிய விவகாரம் தெஃப்ரேனின் சாதுர்யத்தால் சுமுகமாக முடிவுக்குவந்தது.

தனிமனித கௌரவம் காக்கப் போராட்டம்

1791 ஆகஸ்டு 09: இது இந்த ஆண்டில் கிளம்பிய மூன்றாவது எழுச்சி. அதற்குக் காரணம், இருவருக்கிடையேயான ஒரு கொடுக்கல் வாங்கல் தகராறை, மக்கள் தங்கள் விவகாரமாகக் கருதிப் போராடிய நிகழ்ச்சி. ஒருவர் அரும்பாத்தை சோணாச்சலம்; மற்றொருவர் நல்லதம்பி. அரும்பாத்தை விநாயகப் பிள்ளை என்பவர் நல்லதம்பியிடம் 1778ஆம் ஆண்டில் 23,000 ரூபாய் கடன் வாங்கியிருந்தார். அவர் அந்தக் கடனைத் திருப்பித் தராததால், அவருக்குப் பிணையான அரும்பாத்தை சோணாச்சலத்திடமிருந்து 23,000 ரூபாயை வட்டியுடன் வசூலித்து நல்லதம்பிக்குத் தரவேண்டுமென்று உயர் ஆலோசனை சபை, பிப்ரவரி மாதம் 14ஆம் நாளன்று தீர்ப்பளித்திருந்தது. ஃபிரான்சின் தேசிய சபை இயற்றிய சட்டப்படி, பணத்திற்காகச் சொத்துக்களை ஏலம் விடுமாறு உயர் ஆலோசனை சபை ஜூலை 19இல் நல்லதம்பிக்குச் சாதகமாக ஓர் அரசாணையும் வெளியிட்டது.

வசூல் செய்ய சொத்துக்கள் ஏலம்

கடன் கொடுத்து பத்தாண்டுகளுக்கு மேலாகிவிட்டதாலும், வழக்கிலும் இரண்டு வருடம் ஓடிவிட்டதாலும் கவலைப்பட்ட நல்லதம்பி, சலிஞி (Saligny) என்ற ஒரு ஃபிரஞ்சு அதிகாரியை நாடி, பணத்தை வசூலித்துத் தந்தால் அதில் தரகு கொடுப்பதாகக் கூறினார். சலிஞியின் முயற்சியால், தீர்ப்பை அமல்படுத்தும் விதமாக, சோணாச்சலத்தின் சொத்துக்களை ஏலத்தில் விட அறிவிப்பு வெளியிடப்பட்டது.

மறுக்கப்பட்ட வேண்டுகோள்

கடன் வாங்கிய விநாயகம் பிள்ளைக்குக் கும்பினியிடமிருந்து எட்டு லட்சம் வரை வரவேண்டியிருப்பதால், அதில் சரி செய்துகொள்ளலாம் என்றும், அதுவரை ஏலத்தைத் தள்ளிவைக்க வேண்டுமென்றும், அவர் சார்பாகப் பொன்னையப் பிள்ளை என்பவர் அரசுக்கு விண்ணப்பித்தார். அதற்கு நல்லதம்பி சம்மதிக்காததால், இரண்டு ஏலங்கள் நடத்தி முடிக்கப்பட்டுவிட்டன.

அடுத்து, அரும்பாத்தை சோணாச்சலம் பிள்ளையின் சொத்துக்களின் ஏலமுறை வந்தது. ஆனால், அவர் அதற்குள் இறந்துவிட்டார். ஊரில் பெரிய மனிதராதலால், அவருக்கு அவப்பெயர் வருவதைத் தவிர்க்கவேண்டுமென்று ஊரார் விரும்பினர். இவருக்கும் 2.46 லட்சம் கும்பினிப் பணம் நிலுவையில் இருந்ததால், மூன்றாவது ஏலத்தைக் கட்டாயம் நிறுத்திவைக்க வேண்டுமென்றும் நாட்டார்கள் மகாநாடு கூட்டி முடிவெடுத்து, அதிகாரிகள், ஆலோசனை சபை, காலனிய சபை ஆகிய பல்வேறு மட்டங்களில் வேண்டுகோள் வைத்தார்கள். அரசு எதற்கும் அசைந்து கொடுக்காமல், அடுத்த ஏலத்தை நடத்துவதில் மும்முரமாயிருந்தது.

பொது மக்கள் ஆட்சேபம்

அரும்பாத்தைப் பிள்ளையின் வீடும் மற்ற சொத்துக்களும் ஆகஸ்டு மாதம் 22ஆம் நாளன்று பிற்பகலில் ஏலம் விடப்படுமென்று தமுக்கடித்து அறிவிப்பு செய்யப்பட்டது. ஒட்டு மொத்தத் தமிழர்களின் வேண்டுகோள் புறந்தள்ளப்பட்டதால் ஆத்திரமடைந்த இந்தியர்கள், கடைகளை அடைத்துவிட்டு, மூன்று மணியளவில் ஏலம் நடக்குமிடத்தில் கூடி, ஏலம் நடத்தவிடாமல் கூச்சல் போட்டுத் தடுத்தனர். ஏல அதிகாரி வாளை உருவிக்கொண்டு, கூட்டத்தின்மேல் பாய்ந்தார். ஃபிரஞ்சுக்கார சலிஞி ஒரு சிப்பாயியின் துப்பாக்கியைப் பறித்துக்கொண்டார். இருவருமாகக் கூட்டத்தாரை அடித்து விரட்டினர். கூட்டத்தினர் மூர்க்கமாகி, திருப்பித் தாக்கியதும், சலிஞி செட்டிக் கோயிலில் ஒளிந்துகொண்டு தப்பித்தார். அதிகாரிகளைக் கூட்டத்தினர் கல்லால் அடித்து விரட்டியவாறு, அவர்களது வீடுவரையில் துரத்திச் சென்றனர்; ஏலம் பாதியில் நின்றுபோனது.

மக்கள் மீது ஏவப்பட்ட இராணுவம்

ஆளுநர் தெஃப்ரென் இச்சம்பவத்தைப் பற்றிக் கேள்விப்பட்டதும் மிகவும் சினமுற்றார்; கோட்டை மூடப்பட்டது; நகரின் நான்கு வாயில்களும் மூடப்பட்டன. தம்பூரடித்து இராணுவ வீரர்களைக் கூட்டினார். துருப்புக்களை ஆயுதங்களையும், கைப்பீரங்கிகளையும் எடுக்கச் சொல்லி, அணித்தலைவர் துய்ப்லெசியுடன் சம்பவ இடத்திற்குச் சென்றார். போகும் வழியில், கும்பலால் தாக்கப்பட்ட ஒரு ஃபிரஞ்சியர் தலையில் அடிபட்டு, ரத்தம் ஒழுக ஓடிவந்தான். அதைப் பார்த்ததும் ஆளுநரின் ஆத்திரம் மேலும் அதிகமாயிற்று; சாவடியை அடைந்தபோது கூட்டம் அதிகமாகியிருந்தது; எனவே, வெற்றுத் தோட்டாக்களால் சுட்டு, கூட்டத்தைக் கலைக்குமாறு கட்டளையிட்டார். ஆனால், இராணுவ வீரர்கள் அங்குக் கூடியிருந்த மக்களைத் துப்பாக்கியால் சுட்டும், வாளால் வெட்டியும் தாக்கத் தொடங்கினர்.

இடைப்பட்ட வேளையில், அரசுக்கு ஆதரவாக ஃபிரஞ்சியர் கூடி , கைகளில் கத்தி, கம்பு, தடி, துப்பாக்கிகளை எடுத்துக்கொண்டு இந்தியர்களை கண்டபடித் தாக்கினர். அவர்களை வீடுவரை விரட்டிக்கொண்டே சென்றனர்; வீடுகளெல்லாம் தாக்கப்பட்டன;

கதவு, சன்னல்களெல்லாம் உடைத்துப் போடப்பட்டன; அவர்களிடம் மாட்டிய ஓர் இந்தியனை அடித்தே கொன்றுபோட்டனர். அடக்குமுறைக்கு அஞ்சிய மக்கள் வீடுகளுக்குள் ஓடி ஒளிந்துகொண்டனர். அவர்களை வெளியே விடாமல் காவல் போடப்பட்டது. இரவு முழுதும் இராணுவம் வலம் வந்து, அகப்பட்டவர்களையெல்லாம் கைதுசெய்து சிறையில் அடைத்தது.

அரசுக்குக் கௌரவப் பிரச்சினை

ஒரு சாதாரண ஏலப் பிரச்சினை, அரசின் கௌரவப் பிரச்சனையாக மாறிவிட்டது. மறுநாள் (ஆகஸ்டு 23) கோட்டைக் கதவுகள் திறக்கப் பட்டன. இந்தியர்களை மிரட்டிக் கடைகளைத் திறக்கவைத்தனர். முத்திரைச் சாவடி எதிரே ஐம்பது சிப்பாய்கள் சூழ, ஆளுநரே நேரடியாக அதிகாரிகளுடன் வந்து பாதுகாப்பாக அமர்ந்துகொண்டார். அவர்கள் முன்னிலையில், அரும்பாத்தையின் வீடும், கடைகளில் ஒரு பகுதியும் ஏலம் விடப்பட்டன.

விவகாரம் அத்தோடு முடிந்தபாடில்லை. 25ஆம் நாளன்று ஒரு விசாரணை நடத்தி, கும்பல் கூடக் காரணமானவர் என்று எவரை யெல்லாம் சந்தேகித்தார்களோ, அவர்களைத் தேடித் தேடிக் கைது செய்து, சிறையில் போட்டுவிட்டு, நான்காவது ஏலத்தையும் நடத்தி முடித்தார்கள். மீண்டும் கலவரம் மூளக்கூடாது என்று முன்னெச்சரிக்கையாக ஜூலை 31 வரை நகரப் பாதுகாப்பு இராணுவம் வசம் விடப்பட்டது.

விரைவிலேயே அரசு தனது தவறை உணர்ந்துவிட்டது. கும்பினியின் முக்கிய நிதி ஆதாரமாக விளங்கிய ஒருவரை அவமானப்படுத்தியதால் வணிக நலன் பாதிக்கப்படும் என்பதால், காலனிய சபை கூடி, இறந்துபோன அரும்பாத்தை சோணாசலம் பிள்ளையின் குடும்பத்திற்குத் தேவையான உதவிகளைச் செய்யத் தீர்மானித்தது; அரும்பாத்தைப் பிள்ளையின் வாரிசுகள், பிற இந்தியர்கள் மீதான கலவரக் குற்றச்சாட்டுகளை உயர் ஆலோசனை சபை ரத்து செய்தது.

4.6: விவசாயிகளின் போராட்டம்

சமூகக் காரணிகள் தவிர்த்து, தொழில் முறையில், தங்களின் வாழ்வாதாரம் அச்சுறுத்தப்பட்டபோது, வெகுண்டெழுந்து, போராட்டம் செய்து, அரசைப் பணியவைத்த பெருமை விவசாயிகளையே சாரும். இது புதுச்சேரியிலும் காரைக்காலிலும் நடந்ததையும் வீரா நாயக்கர் (1778–1792) விவரித்துள்ளார்.

நிலவரி எதிர்ப்புப் போராட்டம்

1777ஆம் ஆண்டு: ஆளுநர் பெல்கோம் (Guillaume de Bellacombe 1777–1782) பிறப்பித்த ஒரு சட்டத்தின்படி, இடுபொருட்களை அரசாங்கமே வழங்கிவிடும். அதனால், ஒவ்வொரு விவசாயியும், விளைச்சலில் பாதியை அரசுக்கு குத்தகையாகக் கொடுத்துவிடவேண்டும்.

1781இல் காரைக்காலில் நிலவரி வசூல் செய்யும் பொறுப்பை ஏற்றிருந்த சவரிமுத்துப் பிள்ளை, பயிர்ச்செலவுகளை மிச்சம் பிடித்து

விட்டதால், விளைச்சல் குறைந்தது. விவசாயத்தை மட்டுமே நம்பி வாழ்ந்த உழவர்கள் பெருந்துன்பத்துக்கு ஆளாகி, வறுமையில் தள்ளப்பட்டனர். பெரும்பாலோர் பிழைப்புக்காகக் காரைக்காலையும் அதைச் சுற்றியிருந்த கிராமங்களையும் விட்டு வெளியேறிவிட்டனர். இதனால், பெரும் பொருளாதாரச் சிக்கல் வரும்போலிருந்தது. எனவே, அப்போதைய ஆளுநரான கோம்த் தெகொன்வா *(Compte De Conway)*, சிக்கலைத் தீர்ப்பதற்காகத் தன் சார்பில் தளபதி தெஃபிரெனை *(De Fresne)* அனுப்பி வைத்தார்.

பிரச்சினையை ஆராய்ந்த தெஃபிரென், 1788ஆம் ஆண்டு முதல் தஞ்சாவூர்ப் பகுதியில் வசூலிக்கப்படும் முறையே காரைக்காலிலும் பின்பற்றப்படவேண்டும் என்று பரிந்துரை செய்தார். மகசூலின் மதிப்பில், பதினைந்து விழுக்காடு கூலிக்குப்போக, மீதி எண்பத்தைந்தில் அரசுக்கும், பயிரிடும் விவசாயிக்கும் சரிபாதி பங்கு என்றும், புன்செய் நிலமானால், ஒரு ஏக்கருக்குப் பத்து நெற்கட்டுகள் இரண்டு தவணைகளில் அரசுக்குத் தரவேண்டும் என்றும் நிர்ணயிக்கப்பட்டு, ஃபிரஞ்சிந்திய அரசுக்கும், காரைக்கால் விவசாயிகளுக்குமிடையே நிலவரி ஒப்பந்தம் ஒன்று கையெழுத்தானது. நீண்டகாலப் போராட்டத்திக்குப் பின் பெற்ற இந்த வெற்றி விவசாயிகளுக்கு பெருத்த நிம்மதியைத் தந்தது (கிருஷ்ணமூர்த்தி 1991).

1791இல், தெஃப்ரேன் ஆளுநராகப் பொறுப்பேற்றிருந்தார். அவரது நிர்வாகத்தில், ஒரே ஆண்டில், இருமுறை விவசாயிகள் போராட்டம் நடந்ததை வீரா நாயக்கர் (1778–1792) விவரித்திருக்கிறார்.

1. புதுவையில் போராட்டம்

ஃபிரஞ்சிந்தியாவின் தொடக்கக் காலத்தில், விவசாயநிலங்கள் அனைத்தும் அரசுக்கே உரிமையாக இருந்ததால், அவற்றை நேரடியாக நிர்வகிக்க முடியாத நிலையிருந்தது. எனவே, அவற்றைக் குத்தகைக்கு விட்டு, குத்தகைக்காரர்கள் மூலம் ‘வாரம்’ என்னும் குத்தகைப்பணம் வசூலிக்கப்பட்டது. குத்தகைக்காரர்கள், தங்களுக்கு உதவியாக உள்ளூர் ஆட்கள் சிலரை, வரியோ, குத்தகையோ வசூலிக்க நியமித்திருந்தனர். ஒரு உயர்அதிகாரி மேற்பார்வையில் வரிகள் வசூலிக்கப்பட்டன.

1791 ஜனவரி 12ஆம் நாள் புதுச்சேரியில் ஒரு போராட்டம் நடந்தது. அன்று பகலில், விவசாயிகள் சற்றொப்ப 500 பேர் கூடி, தாரை தப்பட்டையுடன் ஊர்வலமாக வந்தனர். அன்றைக்கு ஆளுநர் மாளிகையில் இல்லை; அரியாங்குப்பத்தில் முகாமிட்டிருந்ததை அறிந்து, அங்குப் போய் அவரிடம் ஒரு புகார் மனு அளித்தனர்.

குத்தகைக்காரரின் அடாவடி

புதுச்சேரியில் ஒரு குத்தகையாளரான அப்ரகாம் முதலி, லெழி *(Legie)* என்ற வருவாய் அதிகாரியையும், குண்டு கிராமத்து நாட்டார் விரிசையப்பா முதலியையும் கைக்குள் போட்டுக்கொண்டு, குடியானவர்களுக்கு எதிராக நடந்துகொள்வதாகவும், வாரம் என்ற பெயரில் நிர்ணயித்த அளவை மிஞ்சி, மகசூலில் பாதிக்கு மேல்

அடாவடியாகப் பிடுங்கிக்கொள்வதாகவும், இதனால் தங்களுக்குப் பெரும் இழப்பு ஏற்படுவதாகவும் குற்றம் சாட்டினர். அதனால், அவரது குத்தகையை ரத்து செய்யவேண்டும் என்றும், இதற்குப் பிறகு தாங்களே நிலத்தைக் குத்தகைக்கு எடுத்துக் கொள்வதாகவும், வரியையும் நேரடியாகச் செலுத்திவிடுவதாகவும் கோரிக்கை வைத்தனர். அத்துடன் நிற்காமல், அப்ரகாம் முதலி, அடியாட்களை வைத்து, அநியாயமாகப் பயிர்களை அறுவடை செய்துகொண்டதால், இனிமேல் அவரை அகற்ற வில்லை என்றால், விளைந்த பயிர்களை அறுவடை செய்யமாட்டோம், அவரை அடித்துப் போட்டுவிட்டு, ஊரை விட்டே வெளியேறி விடுவோம் என்றும் எச்சரிக்கை விடுத்தனர்.

ஆளுநரின் விசாரணை

வழக்கத்திற்கு மாறாக, தன் முகாம் இருக்குமிடம் தேடித் திரளாக வந்ததோடல்லாமல், கடுமையான தொனியில் ஆளுநரான தன்னிடமே முறையிட்டது தெஃப்ரெனுக்கு வியப்பளித்தது. அவர்கள் தரப்பில் நியாயம் இருந்தால் மட்டுமே அவ்வாறு கடுமை காட்டியிருப்பார்கள் என்று அவருக்குப் புரிந்தது. அப்போது வருவாய் அதிகாரி லெழியும் முகாமிலிருந்தார். ஆளுநர் அவரை விசாரித்தபோது, விவசாயிகளின் தகுதியை மீறிக் குத்தகை எதுவும் பெறப்படவில்லை என்றும், பொறாமை யினால் இப்படிக் கும்பல் கூட்டி வந்திருக்கிறார்கள் என்றும், குத்தகைக்காரருக்குச் சாதகமாகவே பேசினார். விவசாயிகளின் பக்கமே நியாயம் இருப்பது தெஃப்ரேனுக்குத் தெரிந்தது. விவசாயப் பிரதிநிதி களிடம், அப்ரகாம் முதலியை நீக்கிவிட்டதாகவும், கும்பினிக்கு ஆதாயம் குறையாமல் பார்த்துக்கொள்ளுங்கள் என்று கூறி விவகாரத்தைத் தீர்த்துவைத்தார்.

ஓடி ஒளிந்த அப்ரகாம் முதலி

அதிகாரியே எதிர்த்து விளக்கம் கொடுத்த பிறகும், தங்களின் தரப்பு நியாயம் வென்றதால், விவசாயிகள் மகிழ்ச்சியில் திளைத்தனர். ஆரவாரத்துடன் திரும்பிக் கொண்டிருந்தனர். விவசாயிகள் தன்னைப் பற்றிப் புகார் கொடுக்கப் போனதை அறிந்த அப்ரகாம் முதலி, ஒரு பல்லக்கிலேறி அரியாங்குப்பம் நோக்கி வந்துகொண்டிருந்தார். வழியில் அவரைக் கண்டவுடன், பல விவசாயிகள் அவரைச் சூழ்ந்துகொண்டார்கள்; ஆத்திரத்தில் அவரைக் கடுமையாகத் திட்டியதோடு, மண்ணை வாரித் தூற்றினார்கள்; அடித்துப் போடாத குறைதான்; தப்பித்தோம், பிழைத்தோம் என்று ஓடிப்போனார் அப்ரகாம் முதலி. வாழ்வுரிமைக்காக வீதிக்கு வந்த விவசாயிகளின் போராட்டம் வெற்றிகரமாக முடிவுக்கு வந்தது.

2. காரைக்காலில் ஒரு தீவிரப் போராட்டம்

1791 ஜூலை 21 அன்று, காரைக்காலில் மீண்டும் ஒரு போராட்டம் நடந்தது. அதுவும் அடாவடிக் குத்தகை பற்றித்தான். ஆனால், பங்கேற்றப் பாத்திரங்கள் வேறு. புதுச்சேரியைச் சேர்ந்த வெல்வேந்திரன் (பெலவேந்திரன்) காரைக்காலில் நிலக்குத்தகை எடுத்திருந்தார்.

வெல்வேந்திரனும், வரிவசூலிப்பவரான மகசேன் சவரி முத்துவும் கூட்டுச் சதிசெய்து, வேண்டுமென்றே அதிகக் குத்தகைக்கு எடுத்திருந்தனர். அவர்கள் விவசாயிகளுக்குத் தொடர்ந்து தொல்லைகள் தந்து வந்தனர். அவர்கள் வாரம் வசூலிக்க வந்திருந்தபோது, விவசாயிகளுடன் தகராறு ஏற்பட்டது. வெல்வேந்திரனுக்கு ஆதரவாக உள்ளூர் மக்களில் ஒரு சாரார் சேர்ந்துகொண்டனர். விவசாயிகளுடன், சிப்பாய்களும், சுங்கச் சாவடி ஊழியர்களும், பெரும்பாலான மக்களும் சேர்ந்து கொண்டனர். இருதரப்பினரும் கண்மூடித்தனமாகத் தாக்கிக் கொண்டனர். இந்தக் களேபரத்தில், விவசாயிகள், வெல்வேந்திரனுடைய பல்லக்கை உடைத்துப் போட்டுவிட்டனர். நிலைமை ஒரே கொந்தளிப்பாக இருந்தது. இந்தத் தகவலை, ஆளுநர் தெஃப்ரெனுக்கு காரைக்கால் நிர்வாகி தெ துஃப்ரவிய் *(De TouffreVille)* விரிவான ஓர் அறிக்கை மூலம் தெரிவித்தார்.

தயார்நிலையில் ராணுவம்

ஆளுநருக்கு ஆத்திரம் தலைக்கேறியது. ஏற்கெனவே ஆறு மாதங் களுக்கு முன் புதுச்சேரியில் நடந்த விவசாயிகள் போராட்டம் அவரது நெஞ்சில் நிழலாடியது. மூன்று ஆண்டுகளுக்கு முன்பு, காரைக்காலில் இதுபோன்ற போராட்டம் நடந்தபோது அவர்தான் தீர்வு கண்டிருந்தார். எனவே, விவசாயிகளின் போராட்டம் தொடர்ந்தால் ஆட்சிக்குப் பெரும் சிக்கலாகிவிடும், அரசின் பொருளாதாரம் பாதிக்கப்படும் என்று கருதி, கலவரத்தை இரும்புக்கரம் கொண்டு ஒடுக்கத் தீர்மானித்தார். உடனே நூறு இராணுவ வீரர்களையும், நான்கு கைப்பீரங்கிகளையும், வெடிகுண்டுகளையும் தயார் செய்ய கட்டளையிட்டார். கப்பலில் ஏற்றவும் ஏற்பாடுகள் செய்ய சொன்னார். பிறகு, என்ன நினைத்தாரோ, மாலை ஏழு மணியளவில், அவற்றை அனுப்ப வேண்டாமென்று நிறுத்திவைத்தார்.

நயினாத்தை முதலியின் தூது

மறுநாள், தரகர் நயினாத்தை முதலியை அழைத்து, காரைக்காலுக்குச் சென்று விவசாயிகளிடம் சமாதானம் பேசுமாறு அனுப்பிவைத்தார். முதலியுடன் பேசிய விவசாயிகள், சவரிமுத்து தாறுமாறாகக் குத்தகையை உயர்த்திக் கேட்கிறார், மிகவும் தொந்தரவு செய்கிறார், எங்களுக்குப் புதுச்சேரியைப் போலவே நேரடி குடிக்குத்தகைக்குத் தரவேண்டும், இதுபற்றி நிர்வாகி துஃப்ரவியிடம் புகார் செய்தும் பலனில்லை, அதற்கு மாறாக, வெல்வேந்திரனுக்கு ஆதரவாகத் தமிழ்க் கிறித்தவர்களும் கூட்டு சேர்ந்துகொண்டு எங்களை எதிர்க்கிறார்கள் என்று கூறினார்கள். ஆனால், நயினாத்தை முதலி, அவர்களது வாதத்தை ஏற்கவில்லை. அரசாங்கத்திற்கு ஆதாயம் வரும் வகையில், குத்தகையை உயர்த்திக் கேட்பவர்களுக்குத்தான் கொடுக்கப்படும் என்று கறாராகக் கூறினார்.

தீவிரமாகும் போராட்டம்

பேச்சு வார்த்தை நடந்துகொண்டிருக்கும்போதே, கும்பல் அதிகமாகிவிட்டது. எங்களுக்குப் புதுச்சேரியைப் போலவே நிலவரியை

நிர்ணயிக்கவேண்டும், இப்படியே நடக்குமானால், நாங்களும் எங்களுக்கு விரோதமாகச் செயல்படும் கிறித்தவர்களை ஊரைவிட்டு விரட்டுவோம், வீடுகளை இடித்துப்போடுவோம் என்று எச்சரித்தனர். சுமார் பத்தாயிரம் பேர் ஆயுதங்களைக் கையில் எடுத்துக்கொண்டு, தெருக்களில் மறியல் செய்தார்கள். ஊருக்குள் வரும் வழிகளை அடைத்துப்போட்டு அரிசி, விறகு, மளிகை போன்ற அவசியப் பண்டங்கள் வராமல் செய்துவிட்டார்கள்; போராட்டம் தீவிரமானது.

தரைவழிகள் அடைக்கப்பட்டதால், உணவுப் பற்றாக்குறை ஏற்பட்டது. நிர்வாகிக்கே உணவில்லாத நிலையில், தரை வழியைத் தவிர்த்து, நாகப்பட்டினத்திலிருந்து படகுகள் மூலம் பண்டங்களை வரவழைக்க ஏற்பாடு செய்தார். அதை அறிந்த போராட்டக்காரர்கள், கடல்வழி வந்த படகுகளை மறித்து, உணவுப் பொருட்களைக் கொள்ளையடித்துப் போனார்கள். எந்தவிதமான பொருட்களையும் அனுப்பக்கூடாதென்று பொதுமக்கள் சார்பாகக் கடிதமெழுதித் தடுத்துவிட்டார்கள்.

நிலைமை கட்டுமீறிப்போவதை அறிந்த ஆளுநர், முன்பே தயாரா யிருந்த இராணுவத்தைக் கப்பல் மூலம் அனுப்பிப் போராட்டத்தைக் கட்டுக்குள் கொண்டுவர வேண்டியதாயிற்று. இருந்தபோதிலும், 1792ஆம் ஆண்டு ஏப்ரல் மாதத்தில்தான், விவசாயிகளும், சிப்பாய்களும், சுங்கச்சாவடி ஊழியர்களும் வேலைக்குத் திரும்ப ஒத்துக்கொண்டார்கள் (கிருஷ்ணமூர்த்தி 1991: 32–33).

பிரச்சனையின் மறுபக்கம்

புதுச்சேரிப் பிரச்சனை வெறும் விவசாயிகளின் போராட்டமாக முடிந்தது. ஆனால், காரைக்காலில் வெல்வேந்திரனுக்கு ஆதரவாகத் தமிழ்க் கிறித்தவர்களும் களத்தில் குதித்ததால், இது மதக் கலவரமாகும் சூழ்நிலை எழுந்தது. போராட்டம் தீவிரமாக இதுவும் ஒரு காரணம் என்று கருதப்பட்டது. இது அரசைக் கவலையில் ஆழ்த்தியது. ஆகவே இதைச் சாதுர்யமாகக் கையாள வேண்டுமென்று முடிவு செய்து அதில் வெற்றியும் பெற்றது. ஆனால் இறுதி வெற்றி என்னவோ மக்கள் சக்திக்குத்தான்!

“வரலாற்றாசிரியர்கள் பலரும், “ஃபிரஞ்சிந்திய மக்கள் அந்நிய ஆட்சிச் சுமையை உணரவேயில்லை; அவர்களிடையே ஒற்றுமையாகப் போராடும் குணம் இல்லை; உலகின் பிற பகுதிகளில் நடந்த உரிமைப் போர்கள், அவர்களது உள்ளத்தில் கிளர்ச்சியையும் எழுச்சியையும் ஊட்டவேயில்லை; இந்திய விடுதலைப் போரைப் பார்த்த பின்பே அவர்களுக்குத் தாங்களும் அடிமைத் தளையிலிருந்து விடுபடவேண்டும் என்ற உள்ளுணர்வே வந்தது என்றே எண்ணி வந்திருக்கிறார்கள். ஆனால், அதிகார வர்க்கத்தின் அடக்குமுறை, பொருளாதாரத் தற்சார்பு, நிர்வாகத்தில் பங்கு, தனிமனித உரிமைப் பாதுகாப்பு போன்ற பிரச்சினை களை மையமாக வைத்து துணிந்து நடத்திய போராட்டங்களிலிருந்து, அது எந்த அளவிற்கு உண்மைக்குப் புறம்பானது என்பது தெளிவாகும்” (கிருஷ்ணமூர்த்தி 1991: 32).

இந்தியாவின் முதல் சுதந்திரப்போர்

புதுச்சேரி வரலாற்றில், நிலவரிப் போராட்டம்தான், மக்கள் ஆயுதமேந்தித் தெருவுக்கு வந்து போராடிய முதல் கிளர்ச்சி; மக்களின் எழுச்சியை அடக்க இராணுவத்தை அரசு களமிறக்கியதும் இதுவே முதல் முறை. இது வெறும் கிளர்ச்சி அல்ல. சமுதாயத்தின் பெருந்தனக்காரர்களுக்கும், நிலப்பிரபுக்களுக்கும் ஆதரவாகவும், உழைக்கும் வர்க்கத்துக்கு எதிராகவும் இருந்த காலனியப் பொருளாதரத்தை எதிர்த்து, காலனியாதிக்கத்தின் அச்சினை அசைத்துப் பார்த்த ஆவேசப் புரட்சி. வெகுமக்கள் திரண்டு, அரசை எதிர்த்துத் தெருவில் வந்து கிளர்ச்சி செய்யுமளவிற்கு நெஞ்சுரம் தந்தது ஃபிரஞ்சுப் புரட்சியே.

வரலாற்றுப் பதிவுகளின்படி, 1857இல் வட இந்தியாவில் நடந்த சிப்பாய் கலகம்தான் இந்தியாவின் முதல் சுதந்திரப் போராகக் கருதப்படுகிறது. ஆனால், அதற்கு ஐம்பது ஆண்டுகளுக்கு முன்பே, 1806இல் வேலூரில் அதைவிடத் தீவிரமாக நடந்த சிப்பாய் கலகம் சரித்திரத்தில் மறைக்கப்பட்டுவிட்டது. எது எப்படியாயினும், அவற்றிற்கு முன்பே, பதினெட்டாம் நூற்றாண்டில், 1781, 1792ஆம் ஆண்டுகளில், புதுச்சேரி, காரைக்கால் விவசாயிகள் ஆட்சியாளர்களை எதிர்த்து நடத்திய போராட்டங்களே, இந்தியாவின் சிப்பாய் கலகங்களுக்கும் முந்தைய உரிமைப் போர்கள் என்றால் அது மிகையாகாது (கிருஷ்ணமூர்த்தி 1991: 4:31–32).

இதே துணிச்சல்தான், எதிர் காலத்தில், அடிமைத் தளையிலிருந்து விடுபடும் போராட்டங்களுக்கு உந்துசக்தியாகவும் இருந்தது என்றால் அது மிகையாகாது.

ooo

5

புதுவையில் கிறித்தவம் – சந்தித்ததும் சாதித்ததும்

5.1: கிறித்தவம் வருகை

கிழக்கிந்தியக் கும்பினி தொடங்கப்பட்டபோது அதன் நோக்கங்களுள் ஒன்று, கிறித்தவ மதத்தை, குறிப்பாகக் கத்தோலிக்கப் பிரிவைப் பரப்பிட வேண்டும் என்பதாகும். எனவேதான், ஃபிரஞ்சு அரசின் வழிகாட்டுதலின்படியும், கட்டுப்பாட்டிலும் இயங்கிய அனைத்து நிறுவனங்களும், கிறித்தவ மடங்களையும் போதகர்களையம் ஒரு கடமையாகக் கருதி ஆதரித்தன.

கத்தோலிக்கரும் திருத்தமுறையாளரும்

ஜெர்மனியில் ஐந்தாம் சார்லஸ் மன்னரின் ஆட்சிக் காலத்தில், கிறித்தவச் சிந்தனைகளில் மாற்றம் ஏற்பட்டது. 1517இல், மார்ட்டின் லூதர் *(Martin Luther)* என்ற பாதிரியார், சீர்திருத்தக் குரல் எழுப்பினார். போப்பாண்டவரும் மதகுருமார்களும், பிரபுக்களைப்போல், சுகவாசிகளாகவும் அதிகாரவர்க்கமாகவும் மாறிவிட்டதாலும், திருச்சபையில் ஒழுங்கீனங்கள் புகுந்துவிட்டதாலும், மதச் சீர்த்திருத்தம் வேண்டும் என்று கோரிக்கை எழுப்பினார். இவருக்கு ஆதரவாக, ஃபிரான்சு நாட்டில் ழான் கல்வென் *(John Calvein)* என்பவரும், முதலாம் ஃபிரான்சுவா மன்னர் காலத்தில் புரட்சிக்கொடி தூக்கினார். இவர்களுக்கு ஆதரவு பெருகியது. கிறித்துவத்தில் பழமையை ஏற்க மறுத்து, திருத்தங்கள் கோரியதால் இவர்களை மறுப்பாளர்கள், திருத்தவாதிகள் என்றும், பழமைவாதிகளை, மாற்றங்களை எதிர்த்தவர்களைக் கத்தோலிக்கர்கள் என்றும் அழைத்தனர்.

இரு பிரிவுகளால் போர்

காலப்போக்கில் இப்பிளவு பல நாடுகளுகளிலும் பரவி, பகையாக உருவெடுத்தது. ஸ்பெயின், போர்ச்சுகல், ஃபிரான்சு தேசத்தவர் கத்தோலிக்கர்களாகவும், கிறித்துவச் சீர்திருத்த இயக்கம் பரவிய இங்கிலாந்து, ஆலந்து, ஜெர்மனி நாட்டவர் திருத்தவாதிகளாகவும் மாறியிருந்தனர். இந்தச் சூழ்நிலையில்,

திருத்தமுறை ஆதரவாளரான ஃபிரான்சு இளவரசர் ஹென்றிக்கும் (*Henry IV*), கத்தோலிக்க இளவரசி மார்கரிட்டுக்கும் (*Margaritte*) 1572, ஆகஸ்டு மாதம் 18இல் பாரிசில் திருமணம் நடந்தது. இதைக்காண ஃபிரான்சு முழுவதிலுமிருந்து பல்லாயிரக்கணக்கில் திருத்தவாதிகள் பாரிஸ் நகரத்தில் குவிந்தனர். போப்பாண்டவரும், கத்தோலிக்கரும் இந்தத் திருமணத்தை ஏற்கவில்லை. 1572, ஆகஸ்டு மாதம் 24ஆம் நாள் புனித பர்த்தலோமித் திருநாள் இரவில், அவர்களுக்கும், உள்ளூரில் பெரும்பான்மையான கத்தோலிக்கர்களுக்கும் மோதல் ஏற்பட்டது; அந்தக் கலவரம் நாடு முழுதும் பரவி, சுமார் 25,000 பேர் வரை கொல்லப்பட்டனர். தன் நாட்டுக் குடிமக்கள் கொத்துக் கொத்தாகக் கொல்லப்பட்டதை அறிந்த ஃபிரான்சு மன்னர் ஒன்பதாம் சார்ல், "எவ்வளவு ரத்தம் எவ்வளவு ரத்தம்" என்று பிதற்றியவாறு மனம் வருந்தி வருந்தி, நோயுற்று உயிர்விட்டார். இதைத்தொடர்ந்து கத்தோலிக்கர் – திருத்தவாதிகள் இடையான பகை கடுமையானதோடு, பல நாடுகளுக்கும் பரவியது.

ஒருவாறாக, ஹென்றி ஃபிரான்சு மன்னரானதும், (*Henry IV*) காலத்தில், 1598 ஏப்ரல் 13இல், இரு பிரிவினரிடையே சமரசம் ஏற்பட்டது. ஒரு சமாதானப் பிரகடனம் (*Edict of Nantes*) மூலம், மறுப்பாளர்களையும் அங்கீகரித்து அவர்களுக்குப் பல சலுகைகளும் வழிபாட்டு உரிமைகளும் வழங்கப்பட்டன.

மீண்டும் அடக்குமுறை

ஆயினும் மறுப்பாளர்களைக் கிறித்தவ மதத்தின் ஓர் அங்கமாக அங்கீகரித்ததைக் கத்தோலிக்கர்கள் ஏற்கவில்லை. ஃபிரான்சில், 14ஆம் லூயி மன்னரின் காலத்தில் (1661–1715) பகை பரவி, உச்சத்தை எட்டியது. அதன் விளைவாக, அக்டோபர் 1685இல் நாந்த்தே பிரகடனம் (*Nantes Edict*) ரத்து செய்யப்பட்டது. மறுப்பாளர்கள் அனைவரும் கத்தோலிக்கப் பாதிரியார்களிடம் இனாம் என்ற வரி செலுத்தவேண்டும், அவர்களது பிள்ளைகள் கத்தோலிக்க முறையில் வளர்க்கப்படவேண்டும் என்று அரசாணை வெளியிடப்பட்டது. அது எல்லா தேவாலயங்களிலும் படிக்கப்பட்டு, கட்டாயமாக்கப்பட்டது. மறுப்பாளரின் ஆலயங்கள் தகர்க்கப்பட்டன; அவர்களது பள்ளிகளும் மூடப்பட்டன; அவர்கள் அனைவரும் கத்தோலிக்க முறைமைக்கு மாறவேண்டும் என்று கட்டாயப்படுத்தப்பட்டனர்.

எதிர்த்தவர்களை, ஆயுதம் தாங்கிய வீரர்கள், வீடுகளுக்குள் புகுந்துத் தாக்கினர். வழிபாட்டுத் தலங்களில் நுழையவிடாமல் அவர்கள் தடுக்கப்பட்டனர். மீறினால், எவ்வித விசாரணையுமின்றி தண்டிக்கப்பட்டனர். பொதுமக்கள் முன்னிலையில் சாட்டையால் அடிக்கப்பட்டு, பஸ்திய் (*Bastille*) சிறையில் தள்ளப்பட்டனர்.

நாட்டைவிட்டே வெளியேற்றம்

அடக்குமுறையின் கொடூரம் தாங்க முடியாமல், ஆயிரக்கணக்கான மறுப்பாளர்கள், தங்களின் சொத்து, சொந்தங்களைத் துறந்து, ஃபிரான்சை விட்டு வெளியேறி, அயல்நாடுகளில் தஞ்சம் புகுந்தனர். இதற்கு

எதிர்வினையாக இங்கிலாந்து, அயர்லாந்து நாடுகளில் கத்தோலிக்கர்களுக்கு எதிராக வன்முறை கட்டவிழ்த்து விடப்பட்டது. எனவே அவர்களும் அவ்வாறே வெளியேற வேண்டியதாயிற்று. 1787இல் தான் இறுதியான சமாதானம் ஏற்பட்டது. வாழிடங்கள் மாறினாலும், இருதரப்பாருக்கும் வஞ்சமும் பகைமையும் நீங்காத நெருப்பாய் நெஞ்சில் கனன்று கொண்டேயிருந்தது.

போகுமிடமெல்லாம் தொடரும் போட்டி

பதினாறாம் நூற்றாண்டின் தொடக்கத்திலேயே போர்த்துக்கீசியர் இந்தியாவில் நுழைந்து விட்டனர். அதைத் தொடர்ந்து ஸ்பெயின், டென்மார்க், டச்சு, இங்கிலாந்து ஆகிய நாடுகளும் வந்து வணிகம் தொடங்கினர். வணிக வளர்ச்சியே அவர்களது முதன்மை நோக்கமென்றபோதிலும், கத்தோலிக்கர் – திருத்தமுறையாளர் பகையால், அவரவர் மதப்பிரிவே பரந்தது, சிறந்தது என்று நிரூபிக்கவேண்டுமென்ற அரசுகளின் உறுதி, அவர்களின் அனைத்து நடவடிக்கைகளிலும் எதிரொலித்தது. அதுவே, டச்சு, இங்கிலாந்து, ஆலந்து நாடுகளை மறுப்பாளர் அணியிலும், ஸ்பெயின், போர்ச்சுகல், ஃபிரான்சு நாடுகளை ரோமன் கத்தோலிக்கர் அணியிலும் பிரித்துப் போட்டது. கிழக்காசிய நாடுகளில் வணிகம் தொடங்க வரும்போது மதப்பிரச்சாரர்களையும் உடன் அனுப்பிவைத்தது இந்தப் பின்னணியில்தான்.

தொடக்கத்தில் கடல் வணிகத்தில் ஆர்வம் காட்டிய ஸ்பெயின், விரைவில் இப்போட்டியிலிருந்து விலகிக் கொண்டதால், கடல் கடந்த நாடுகளில் கத்தோலிக்கத்தைப் பரப்பும் பெரும் பொறுப்பு, ஃபிரான்சின் மீது விழுந்தது அதை அரசின் கொள்கையாகவே 14ஆம் லூயி மன்னர், 1733 பிப்ரவரி 11ஆம் நாளன்று பிரகடனமாகவே வெளியிட்டார் (அனிமேஷ் ராய் 2008: 80; மெலாங்கின் 2015: 9–10).

16ஆம் நூற்றாண்டிலேயே நுழைந்துவிட்டதா?

1534இல், கிறித்தவத்தைப் பரப்புவதற்காகப் புனிதர் இக்னேசியஸ் லயோலாவால் (*Ignasius Loyola*) ஏசு சபை (*Society of Jesuits*) ஆரம்பிக்கப்பட்டது. அதை 1549இல் போப்பாண்டவர் மூன்றாம் பால் அங்கீகரித்தார்; பதினான்காம் லூயி மன்னரும் இவர்களை ஆதரித்தார். ஆண்களை மட்டுமே குருக்களாகவும், அருட்சகோதரர்களாகவும் கொண்ட அந்தத் துறவற சபையினர், மதக் கோட்பாடுகளில் மிகக் கடுமையானவர்கள். அவர்கள், மார்த்தேன் காலத்தில் புதுச்சேரிக்கு வந்தனர் என்பது வரலாறு.

மாறாக, ஏசு சபையினர் கூனிமேடு முதல் கடலூர் வரை, இறைப்பணியில் ஈடுபட்டிருந்தனர் என்று 1598 நவம்பர் 22ஆம் நாளிட்டக் கடிதத்தில் சிமோன் லீ (*Simon Lea*) என்ற போதகர் குறிப்பிட்டிருக்கிறார். இதை மூவோ துய்ப்ரேய் (1953) தனது பதிவில் சுட்டிக் காட்டியிருக்கிறார்.

இதன்மூலம், இடைப்பட்ட புதுச்சேரியிலும் அவர்கள் மதப்பிரச்சாரம் செய்திருக்கலாம். ஆகவே 1673இல், ஃபிரஞ்சியருடன் கப்புசியன்கள் வருவதற்கு முன்பே ஏசு சபையினர் மூலம் கிறித்தவம் புகுந்துவிட்டது என்கிறார் மொரே (2014).

கும்பினிக்கும் பொறுப்பு

*1664*இல் நிதியமைச்சர் ஃபிரான்சிஸ் கொல்பேர் முயற்சியால் *1664* ஆகஸ்டில் கிழக்கிந்தியக் குழுமம் தொடங்கியபோது, அரசு விதித்த நிபந்தனைகளில் *30*ஆவது நிபந்தனையாகக் கிறித்தவத்தைப் பரப்புவதும் குழுமத்தின் பணிகளுள் ஒன்றாகச் சேர்க்கப்பட்டது. ரோமன் கத்தோலிக்க மடங்கள், ஆலயங்கள் அமைவதற்கான அனைத்து ஏற்பாடுகளையும் செய்ய வேண்டுமென்றும் அறிவுறுத்தப்பட்டது. அதற்காகவே, மொரிஷியஸ், மோக்கா ஆகிய தீவுகளும் அக்குழுமத்திற்கு இலவசமாகக் கொடுக்கப்பட்டன. புதுவைக்கு வந்த ஃபிரஞ்சியரும் அதே நிபந்தனைகளுடன்தான் வந்திறங்கினர் என்பது தெரிந்ததே. (மெலாங்கின் *2015: 10*; அனிமேஷ் ராய் *2008: 81*).

முதலில் வந்த கிறித்தவர்

*1673*இல் பெலான்ழே தெ லெஸ்பினே புதுச்சேரிக்கு வந்தபோது, தரங்கம்பாடிக்கு அருகில் கவிழ்ந்துபோன ஃபிரஞ்சுக் கப்பல் மாலுமிகளுக்கு அடைக்கலம் கொடுத்தார். அவர்களுக்குச் சேவை செய்வதற்காகச் சென்னையிலிருந்து மூன்று கப்புசியன்களை அவர்தான் அழைத்து வந்தார். அவருடன் சென்னை வணிகர் தானப்ப முதலியாரும் வந்தார். துர்நேயிலிருந்து எஃப்ரேம் (*Ephreim*), செனோன் (*Zenon*) ஆகிய கப்புசியன்களும் வந்து சேர்ந்துகொண்டனர்.

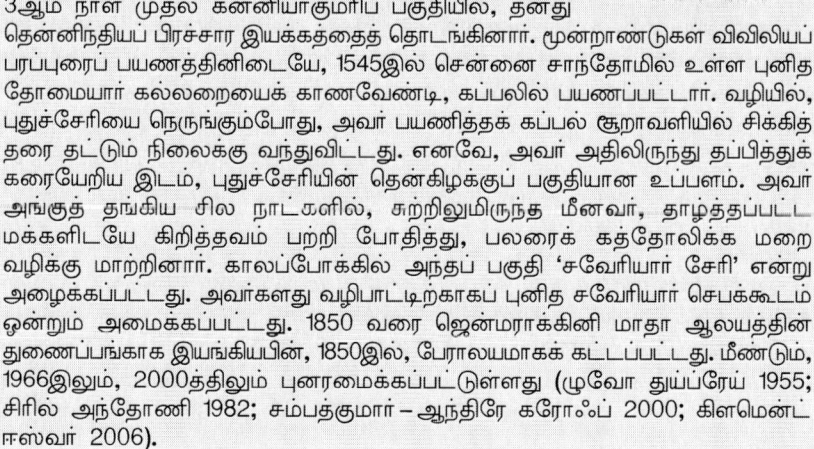

புதுச்சேரியில் புனிதர் ஃபிரான்சிஸ் சேவியர்

ஃபிரான்சிஸ் சேவியர் (***Francis Xavier***) ஸ்பெயின் நாட்டைச் சேர்ந்தவர்; 1534இல் இக்னேசியஸ் லயோலாவுடன் சேர்ந்து, ஏசு சபையைத் தொடங்கியவர்; ரோமன் கத்தோலிக்க மதப் பிரச்சாரச் சபைத் தலைவர்களுள் ஒருவர்; உலகெங்கும் கிறித்தவ மதத்தைப் பரப்புவதற்காகப் புறப்பட்ட எழுவரில், ஆசிய நாடுகளில் அப்பணியை மேற்கொள்வதற்காக இந்தியாவிற்கு வந்தவர்.

1542 மே மாதம் 6ஆம் நாள் கோவாவிற்கு வந்துசேர்ந்த அவர், அங்கிருந்து புறப்பட்டு, அக்டோபர் மாதம் 3ஆம் நாள் முதல் கன்னியாகுமரிப் பகுதியில், தனது தென்னிந்தியப் பிரச்சார இயக்கத்தைத் தொடங்கினார். மூன்றாண்டுகள் விவிலியப் பரப்புரைப் பயணத்தினிடையே, 1545இல் சென்னை சாந்தோமில் உள்ள புனித தோமையார் கல்லறையைக் காணவேண்டி, கப்பலில் பயணப்பட்டார். வழியில், புதுச்சேரியை நெருங்கும்போது, அவர் பயணித்தக் கப்பல் சூறாவளியில் சிக்கித் தரை தட்டும் நிலைக்கு வந்துவிட்டது. எனவே, அவர் அதிலிருந்து தப்பித்துக் கரையேறிய இடம், புதுச்சேரியின் தென்கிழக்குப் பகுதியான உப்பளம். அவர் அங்குத் தங்கிய சில நாட்களில், சுற்றிலுமிருந்த மீனவர், தாழ்த்தப்பட்ட மக்களிடையே கிறித்தவம் பற்றி போதித்து, பலரைக் கத்தோலிக்க மறை வழிக்கு மாற்றினார். காலப்போக்கில் அந்தப் பகுதி 'சவேரியார் சேரி' என்று அழைக்கப்பட்டது. அவர்களது வழிபாட்டிற்காகப் புனித சவேரியார் செபக்கூடம் ஒன்றும் அமைக்கப்பட்டது. 1850 வரை ஜென்மராக்கினி மாதா ஆலயத்தின் துணைப்பங்காக இயங்கியபின், 1850இல், பேராலயமாகக் கட்டப்பட்டது. மீண்டும், 1966இலும், 2000த்திலும் புனரமைக்கப்பட்டுள்ளது (மூவோ துய்ப்ரேய் 1955; சிரில் அந்தோணி 1982; சம்பத்குமார் – ஆந்திரே கரோஃப் 2000; கிளமெண்ட் ஈஸ்வர் 2006).

புதுச்சேரிக்கு வந்தாரா புனிதர் சேவியர்?
(மொரே 2014: 67–68)

சவேரியார் வருகையும் விளைவும் செவிவழிச் செய்திகளாகவே கருதப்படு கின்றன. இதுபற்றி அணுக்கமாக ஆராய்ந்த மொரே (2014), பல ஐயங்களை எழுப்புகிறார். கோவாவின் போம் ஏசு பசிலிக்காவில் (*Basilica of Bom Jesus*) சவேரியாரது திருவுடல் வைக்கப்பட்டுள்ள வெள்ளிப் பேழையைச் சுற்றிலும், அவரது வாழ்க்கையின் 32 முக்கிய நிகழ்வுகள் பதிக்கப்பட்டுள்ளன. அவற்றில், அவரது புதுச்சேரிக் கடல் விபத்து பற்றிய காட்சிகள் ஏதும் இல்லை. மேலும், 1545இல் ஏப்ரல் 7ஆம் நாள், அவர் நாகப்பட்டினத்தில் இருந்துள்ளார். அந்தத் தேதியிட்ட கடிதம் ஒன்றை அங்கிருந்து அவர் எழுதியிருப்பதிலிருந்து இது தெரியவருகிறது. அடுத்து, மே 8ஆம் நாள் இன்னொரு கடிதத்தை மயிலாப்பூரிலிருந்து எழுதியுள்ளார். எனவே, இடைப்பட்ட ஒரு மாதத்தில்தான் அவர் கடல் வழியாகப் புதுச்சேரியைக் கடந்திருக்கவேண்டும். கடலில் புயல் அடித்ததும், அவர் தற்காலிகமாகப் புதுச்சேரியில் தங்கியதும் அப்போதுதான் நிகழ்ந்திருக்கவேண்டும். அவ்வாறெனில், நவம்பர் மாதம் 10ஆம் நாள் எழுதிய கடிதத்தில், தனது கடற்பயணம் பற்றிக் குறிப்பிடும் அவர், புதுச்சேரி சம்பவம் பற்றி ஏதும் குறிப்பிட வில்லை. அதாவது, பின்னால் வந்த எழுத்தாளர்கள் மூவோ துய்ப்ரேயின் கூற்றை அப்படியே வழிமொழிந்துவிட்டனர் என்பது அவரது எதிர்வாதம்.

இருப்பினும், 1740இலேயே, தற்போதைய இருதய ஆண்டவர் ஆலயம் இருந்த இடத்தில் அமைந்திருந்த ஒரு மருத்துவமனைக்கு அப்பால், உப்பாறைத் தாண்டி 'சவேரியார் சேரி' என்று குறிப்பிட்டு ஒரு வரைபடம் உள்ளது (*Labernadie* 1936). 1816இல் அங்கு, சவேரியார் பெயரில் ஒரு செபக்கூடம் (*Chapel*) ஒன்று இயங்கியதாக ஆயர் ஹெர்பெர்ட் (*Herbert*), 1816 டிசம்பர் 6இல் எழுதிய கடிதம் ஒன்றில் பதிந்துள்ளார். அவர் குறிப்பிடும் அரைப்பள்ளி, கடலோரத்தில் இருந்ததையும் கருத்தில் கொண்டால் சவேரியார் வருகையை ஒட்டுமொத்தமாகப் புறந்தள்ள முடியவில்லை.

இவர்களுக்கு முன்பே, 1632இல் புதுச்சேரிக்கு வந்த வணிகர்களுடன் சில கப்புசியன்களும் வந்து, விரைவிலேயே திரும்பிவிட்டதாகத் தெரிகிறது. 1671இல் கப்புசியப் பாதிரியார் கொஸ்மா தெ கியேன் (Cosmas de Gien), புதுச்சேரிக்கு வந்து, நிலைமை சீராக இல்லாததால் மதராசுக்கே திரும்பிவிட்டார். 1674 ஜனவரி 17 இல், ஃபிரான்சுவா மர்த்தேன் சென்னையிலிருந்து புதுச்சேரிக்கு வரும்போதே, அவருடன் லூயி கெர் (Louis Guerre) என்ற கப்புசியன் பாதிரியாரும் வந்தார். புதுச்சேரிக்குக் கத்தோலிக்க ஞானகுருவாக நியமிக்கப்பட்ட பாதிரியார் கொஸ்மா தெ கியேன், 1674 முதல் 1677 வரை தங்கி, முறையான சமயப் பரப்புரைக்கு வித்திட்டார். இங்கு முதல் தேவாலயத்தைக் கட்டியவரும் அவரே (மூான் தெலோஷ் 2004).

ஃபிரஞ்சியரின் மதமாற்ற நோக்கம் பற்றி இந்தியர்களுக்கு முதலில் தெரிந்தபாடில்லை. "நாங்கள் செனங்களைச் சுகப்படுத்த வந்ததே அல்லாமல், பொல்லாப்புப் பண்ண வரவில்லை. நாங்கள் சத்துருவை நிக்கிரகம் பண்ண வந்தோமே அல்லாமல், குடிகள், வர்த்தகர்களுக்கு சுகங்கொடுக்கவே வந்தோம்" என்று தமுக்கடித்துத் தெரிவித்திருந்தனர் (முருகேசன் 1991, 2008).

கப்புசியன்கள்

மார்த்தேனுக்கு முன்பே, 1632இலேயே வணிகா களுடன் வந்து, 1634இல் அவர்களுடனேயே திரும்பிப்போனவர்கள் கப்புசியன்கள் (*Capuchins*). 987இல் உய்க் கப்பே பிரபுவை (*Duke of Uyk Cape*) பாதிரியார்கள் ஆதரவு தந்து அரசராக்கினார்கள். அவரது வம்சத்தவா் கப்புசியன்கள் எனப்பட்டனா். 1525இல் புனிதா் ஃபிரான்சிசின் சீடா்களால் கப்புசின் சபை தொடங்கப்பட்டது. எனவே இவா்கள் ஃபிரான்சிஸ்கன்ஸ் (*Fransiscans*) எனவும் அழைக்கப்பட்டனா். வெள்ளை அங்கியும், கழுத்தில் சிலுவையும் அணிவது கிறித்தவா்களின் வழக்கம். ஆனால், நீண்ட பழுப்புநிற அங்கியும், “கெடுவான் கேடு நினைப்பான்” (*Evil be to Him who evil thinks*) என்ற வாசகத்தையும் அங்கியின் தோள்பட்டையில் பொறித்திருந்தால் அவா்களே கப்புசியன்கள்.

மா்த்தேனுடன் வந்த மதப் பிரச்சாரகா்

ஃபிரான்சுவா மர்த்தேன் சென்னையிலிருந்து புதுச்சேரிக்கு வரும்போதே, அவருடன்) கப்புசியன் (Capuchins) பாதிரியார் கெர் (Guerre) வந்தார் என்பது தெரிந்ததே. ஃபிரான்சிஸ்கன் சபையின் ஒரு கிளையான கப்புசியன்கள், மயிலாப்பூர் பேராயரின் கட்டுப்பாட்டின்கீழ் இயங்கி, 1674 முதல் புதுச்சேரிப் பகுதிகளில் மதப்பிரச்சாரத்தில் ஈடுபட்டு வந்தனர். இரண்டாவதாக 1689இல் ஏசு சபையினர் (Jesuits), தழ்சார் பாதிரி (Fr. Tachard) தலைமையில் வந்து சேர்ந்தனர். இங்கு வருவதற்கு முன்பு, அவர்கள் சயாமில் (தாய்லாந்து) பணியாற்றி வந்தபோது, 1687இல் ஏற்பட்ட உள்நாட்டுக் கலவரத்தின் விளைவாக, அங்கிருந்து வெளியேற்றப் பட்டனர். 1689இல் மர்த்தேன் அவர்களுக்குப் புதுச்சேரியில் அடைக்கலமும், ஆதரவும் கொடுத்தார். விரைவில், மன்னர் 14ஆம் லூயியின் அங்கீகாரமும் கிடைத்ததால், 1695முதல் கர்நாடக சபை (Karnatic Mission) என்ற பெயரில், அதிகார வர்க்கப் பின்புலத்தோடு அவர்கள் செயல்படத் தொடங்கினார்கள்.

கப்புசியன் பிரச்சாரகா்

ஏசு சபைப் பாதிரியாா்

கன்னிமாா்

நோக்கம் ஒன்று சபைகள் பல

1738 நவம்பர் 8இல், ஆளுநர் துய்மாவின் அழைப்பின் பேரில் ஃபிரான்சிலிருந்து வந்த உர்சுலின் சகோதரிகள் (Ursuline Sisters), அவர் அளித்த மனையில், ஒரு விடுதியையும் பள்ளியையும் அமைத்துப்

பணியைத் தொடங்கினர். ஆனால், மயிலாப்பூர் பேராயருடன் ஏற்பட்ட கருத்து வேறுபாட்டால், துய்ப்ளேக்சுவின் முயற்சிகளையும் மீறி, அவர்கள் 1744ஆம் ஆண்டே ஃபிரான்சுக்குத் திருப்பி அழைக்கப்பட்டனர். தழ்சார் பாதிரியார் தலைமையில் 1689 முதல் இயங்கிய ஏசு சபையினருடன், மிசியோனர் (Missions) எனப்பட்ட அயல்நாட்டுப் பிரச்சாரகர்களும் 1773இல் அவர்களோடு சேர்ந்துகொண்டனர். 1777இல் ஃபிரான்சில் ஏசு சபையினர் ஒடுக்கப்பட்டபோது அவர்கள் முழுமையாக அயல்நாட்டுப் பிரச்சாரகர் சபையுடன் இணைந்துகொண்டனர். 1748இல் பாதிரியார் குர்தூ (Coeurdeaux) மூலம் கர்மேல் மடத்தவரும் (Carmel Monastry) சமயப் பரப்புரைக்காக வந்து சேர்ந்தனர்.

1748இல் குர்தூ பாதிரியார் கடற்பயணமாகப் புதுவைக்கு வந்து கொண்டிருக்கும்போது, அவர் பயணம் செய்த கப்பல் பெரும்புயலில் சிக்கித் தவித்தது. தாம் பாதுகாப்பாகக் கரை சேர்ந்தால், அந்த இடத்தில் ஒரு மடத்தையும் ஓர் ஆதரவற்றோர் காப்பகத்தையும் நிறுவுவதாக வேண்டிக்கொண்டார். தனது சபதப்படியே ஒரு சிறுமியையும் இரண்டு விதவைகளையும் மதம் மாறவைத்து, இம்மாகுலேட் அருகில் ஒரு சிறு இடத்தை வாங்கி தனது பெண் சீடர்களுடன் தங்கினார். ஆனால், உள்ளூர் மக்களின் எதிர்ப்புக் காரணமாக, அவர்களை அரியாங்குப்பத்தில் தங்கவைத்துப் பயிற்சி அளித்தார். பின்னர், ஒருவாறாக சம்பா கோயில் அருகிலேயே ஓர் இடம் பெற்று, சுய்ர்குஃப் (Surcouf) அடைக்கல விடுதியை நடத்திவந்தார். ஆனால், ஒரு பள்ளிக்கூடம் நிறுவவேண்டும் என்ற எண்ணம் மட்டும் நிறைவேறவில்லை. இந்தப் பட்டியலில், 1827இல் புனித சூசையப்பர் குளூனி சகோதரிகளும் (Sisters of Saint Joseph of Cluny) வந்து சேர்ந்தனர் (சம்பத்குமார் – ஆந்திரே கரோஃப் 2000).

5.2: உள்ளுக்குள்ளேயே உரசல்கள்

கப்புசியன்கள் மயிலாப்பூர் பேராயரின் கட்டுப்பாட்டில் இயங்கியபோது, ஏசு சபையினர் மன்னரின் ஆதரவில் செயல்பட்டனர். எனவே, ஒரே மதத்தினைச் சேர்ந்தவர்களாயினும், கப்புசியன்களுக்கும் ஏசு சபையினருக்குமிடையே தொடக்கத்திலிருந்தே இணக்கமில்லை. மதப்பிரச்சாரத்தில் வேகம் காட்டுவதிலும் அரசின் ஆதரவைப் பெறுவதிலும் இந்துக்களின் பழக்க வழக்கங்களைச் சகித்துக்கொள்வதிலும் இருவருக்குமிடையே அவ்வப்போது உரசல்கள் தோன்றின.

ஆரம்பக்கால தேவாலயங்கள்

முதலில் மூன்று கப்பூசியன் பாதிரிகள், எஸ்பிரித் தெத்தூர் (Esprite de Tours) தலைமையில் இயங்கினர். லூயி பாதிரியார் முயற்சியால் பர்லோன் கோட்டைக்குள்ளேயே சென் பியர் (St. Pierre) செபக்கூடம் கட்டப்பட்டது. இதை ஐரோப்பியர்களும் மற்றவர்களும் பயன்படுத்தி வந்தார்கள். பத்தாண்டுகளுக்கும் மேலான மதப்பிரச்சாரத்தின் பலனாக பல இந்துக்கள் மதம் மாறினார்கள். அவர்களின் வழிபாட்டுக்கு வேறொரு தேவாலயம் தேவை என்றபோது, தானப்ப முதலியார் (லசாரோ தெ மோத்தோ – Lazaro de Mota) மூலம் பர்லோன் கோட்டைக்குத் தென்புறம், கடற்கரை ஓரமாக ஓர் ஆலயத்தை 1686இல் எழுப்பினார்கள். இது முதலில் சென் பீட்டர்

என்ற பெயரிலும், பின்னர் சென் லசார் பெயரிலும் அழைக்கப்பட்டது. இந்தியரால் தானமாகத் தரப்பட்ட நிலத்தில் கட்டப்பட்ட ஆலயத்தில், தமிழ்க் கிறித்தவர்கள் வழிபட்டதால், அது ‘மலபார் கோயில்’ எனப்பட்டது.

கோட்டைக்குள்ளிருந்த செபக்கூடம் மண் சுவரால் கட்டப்பட்டிருந்தது. டெனிஸ் தெ நியோன் வரைபடப்படி, சென் லூயி *(Saint Louis Chapel)* என்ற பெயரில் கல் கட்டடமாக மாற்றிக் கட்டப்பட்டது. இதற்காக, அர்மீனிய வணிகர் கோஜா சஃபர் *(Koja Saffar)*, 1722 ஜனவரியில் 1000 பகோடாக்களை முதல் தவணையாகக் கொடுத்தார்; அதற்குத் தேவையான செங்கற்களையும் அவரே உற்பத்தி செய்து கொடுத்துப் பணியாட்களையும் ஏற்பாடு செய்தார். இதன் கட்டுமானம் மார்ச் 22இல் தொடங்கி கப்புசியன் பாதிரியார் லூயி மேற்பார்வையில் விரைவிலேயே கட்டி முடிக்கப்பட்டது. அதற்கான மொத்தச் செலவு 4000 பகோடாக்களையும் கோஜா சஃபரே கொடுத்தார். (மொரே 2004, 2020; ஜெயசீல ஸ்டீஃபன் 2018).

கப்புசியன்களுக்கு கோட்டைக்கு உள்ளே சென் லூயி கோயிலும் வெளியில் சென் பீட்டர் ஆலயமும் என இரண்டு வழிபாட்டுத் தலங்கள் இருந்தபோது, ஏசு சபையினருக்குத் தனிக்கோயில் இல்லை. எனவே, தமிழரால் கட்டப்பட்ட சென் பீட்டர் (சென் லசாரஸ்) ஆலயத்தை ஏசு சபையினர் உரிமை கொண்டாடியபோது, ஐரோப்பியக் கிறித்தவர்கள் ஒன்று கூடி, அதைத் தடுத்து நிறுத்தி விட்டனர்.

மார்த்தேனுடன் முரண்பாடு

கடற்கரைப் பகுதி முழுதும் தோட்டமாக இருந்தது. இதற்கு அருகிலேயே வடக்கில் ஓரிடத்தை வாங்கிய தூர் பாதிரியார் 1686இல் ஒரு பெரிய, உயரமான ஆலயமும், கட்டடமும் கட்டத் துவங்கினார். கடற்கரை ஓரத்தில் பெரிய கட்டடங்கள் வருவதைப் பாதுகாப்புக் கருதி மார்த்தேன் விரும்பவில்லை. அவரது அறிவுரையைக் கப்புசியன்கள் ஏற்காமல், கட்டட வேலைகளைத் தொடர்ந்தனர். அது மிகவும் உயரமாக இருந்ததால், சுற்றியிருந்த வீடுகளின் உட்புறம் வரை எளிதில் பார்க்க முடிந்தது. எனவே சுற்றிலும் வசித்தவர்கள் அதை ஆட்சேபித்தனர். இதையே காரணமாகக் காட்டி, கட்டுமானங்களை நிறுத்துமாறு மார்த்தேன் கட்டளையிட்டார். எனவே இரு தரப்பாருக்குமிடையே கசப்புணர்வு மிகுந்தது. ஆனால், தொடர்ந்து 1693இல் டச்சுக்காரர்கள் கைக்கு ஆட்சி மாறியபோது அவர்கள் அந்தக் கத்தோலிக்க ஆலயத்தை அழித்துவிட்டனர்.

அதேவேகத்தில், ஏசு சபையினர், அப்போதைய ஈசுவரர் ஆலயத்தை ஒட்டிய தோட்டப்பகுதியில், மிசியோன் வீதியும் சென் தெரேஸ் மடத்து வீதியும் சந்திக்கும் முனையில், 1691–92இல், ஒரு செபக்கூடத்தை நிறுவினர். பின்னர், வேத புரீசுவரர் கோயிலுக்கு அருகில், 1699இல் ஜென்மராக்கினி மாதாக் கோயிலை எளிமையாகக் கட்டினர். 1725–1736இல் அதை, செபக் கூடத்தின் வடக்கில், தற்போதைய இடத்தில் ஜென்மராக்கினி மாதா ஆலயம் *(Our Lady of Immaculate Conception)* என்ற பெயரில் விரிவாகக் கட்டினர். பதிவுகளில் அந்தப் பெயர் இருந்தாலும், சென் பால் கோயில் *(Saint Paul Church)* என்றே அது அழைக்கப்படுகிறது. அதுவே

மருவி சம்பா கோயில் ஆனது. டச்சு ஆக்கிரமிப்பிற்குப்பின், மீண்டும் ஃபிரஞ்சியர் ஆட்சி வந்தவுடன், இந்தியர் வாழ்ந்த பகுதியில், அன்னை மேரிக்கு (*Notre Dame De la Conception*) ஓர் ஆலயத்தை 1720இல் எழுப்பி ஆறுதலடைந்தனர். இதற்கிடையில், அரியாங்குப்பத்தில் அர்மினியப் பாதிரியார் தத்தா சிமோன் (*D'Adda Simon*) 1715 ஏப்ரல் 25இல் பேராயராகிப் போனபோது, 1690இல் தான் கட்டியிருந்த தேவாலயத்தை, புதிதாகக் கட்டுமாறு கூறி, அதற்காக 400 பகோடாக்களையும் ஏசு சபைப் பாதிரியார் ழேன் வெனான் புர்சேவிடம் (*Jean Venant Bourcet*) கொடுத்துப் போனார். (சம்பத்குமார் + ஆந்திரே கரோஃப் 2000; மொரே 2004).

திருப்பலி செய்யும் உரிமை

இந்தக் கோயில்களில் பூசைகள் நடத்தும் உரிமை பற்றி கப்புசியன்களுக்கும், ஏசு சபையினருக்கும், தகராறு கிளம்பி பெரும் பிரச்சினை ஆனது. அது ரோம் வரை நீண்டது. அங்கிருந்த போப்பாண்டவர் ஆணையின்படி மயிலாப்பூர் மறைமாவட்ட கர்தினால் பாதிரியார் தாந்தியோஷ் வந்து,இருதரப்பினரையும்விசாரித்தபின்,கோட்டைக்கோயிலில் அரசு உயர் அதிகாரிகளும் அவர்களின் குடும்பத்தாரும், கோட்டைக்கு வெளியில் இருந்த கப்ஸ் கோயிலில் ஐரோப்பியர்களும் தொப்பிக்காரர்களுக்கும் கப்புசியன்கள் பூசை செய்யலாம் எனவும், மலபார் கிறித்தவர்கள் எனப்பட்ட தமிழ்க் கிறித்தவர்களுக்கு ஏசு சபையினர் திருப்பலி செய்யலாம் என்றும் 1691இல் பாதிரியார் ஜான் பிரிட்டோ பிரித்தளித்தார்.

இது தற்காலிகத் தீர்வாகவே அமைந்தது. எந்த வகையிலேனும் கப்புசியன்களை விஞ்சவேண்டுமென்று ஏசு சபையினர் முயன்று கொண்டேயிருந்தனர். விரைவில், கப்புசியன்களுக்கு ஆதரவாயிருந்த கிரேயோல்களைத் தங்கள் பக்கம் இழுத்துக் கொண்டதால், கப்புசியன்களின் எண்ணிக்கை வெகுவாகக் குறைந்துபோனது. இதனால். இரு சபையினருக்கும் இடையே உரசல் தீவிரமாயிற்று (ஆரபி: நவம்பர் 11, 1737).

ஏசு சபையினரின் பிடிவாதம்

புனித பீட்டர் (சென் லசாரஸ்) என்ற பெயரில் இயங்கிய தேவாலயம் இருந்த இடத்திலேயே, கப்புசியன்கள் 1709இல் கட்டிய ஓர் அழகிய கன்னி மரியாள் தேவாலயத்தையும் (*Notre Dame des Agnes*), அதைச் சுற்றிய தோட்டத்தையும் எப்படியாவது கைப்பற்றவேண்டுமென்று ஏசு சபையினர் திட்டமிட்டனர். அங்கு ஒன்பது நாட்கள் தொடர் பிரார்த்தனை செய்யவிருப்பதால், கோயிலின் சாவி வேண்டுமெனப் பாதிரியார் ஃபெலிக்ஸ் கேட்டார். முதலில் தர மறுத்த கப்புசியன்கள், திருவிழா ஏற்பாடுகள் என்பதால் சாவியைத் தந்தனர்; திருவிழாவும் நடந்தேறியது. ஆனால் விழா முடிந்ததும், சாவியையும் பூசைப் பொருட்களையும் திருப்பித்தர ஏசு சபையினர் மறுத்தனர். இதுபற்றி ஆளுநரிடம் புகார் செய்யப்பட்டது. ஆயினும், ஏசு சபையினர் விசாரணைக்கு ஒத்துழைக்காமல் காலிசெய்ய மறுத்தனர். கப்புசியன்களுக்கு ஆதரவாக இராணுவ வீரர்கள் திரண்டதால், கலவரச் சூழல் ஏற்பட்டது. நிலைமையின் தீவிரத்தை உணர்ந்த ஏசுசபையினர். வேறுவழியின்றிச் சாவியைத் திருப்பித் தந்தனர்.

அதி புனித அன்னை ஆயலம்

குழந்தையப்பா, மர்த்தேனிடம் தரகராகப் பணியாற்றியவர். அவர் இறந்தவுடன், 1691இல் அவரது மனைவி மரியா தியஸ் (*Maria Diaz*), நகரத்தின் வடமேற்கில் கிணற்றுடன் கூடிய ஒரு தோட்டத்தை (குழந்தையப்பா தோட்டம் = ஃபிரஞ்சுத் தோட்டம்) மிசியோனருக்குத் தானமாகக் கொடுத்தார். அவரே அதன் அருகிலேயே 1700ஆம் ஆண்டு ஒரு செமினரி கட்டவும் இடமளித்தார். இதன் அருகிலேயே, குழந்தையப்பாவின் தாயாரும் நிலக்கொடை அளித்திருந்தார். அவ்விடத்தில் செமினரி சார்பில் நூறு கடைகள் கட்டப்பட்டன. இவ்விடத்தில்தான் பிந்தையநாளில் பெரிய கடை உருவானது. 1720இல் பூச்சியம்மாள் என்பவர் கடைப் பகுதியின் தெற்கில் ஒரு தேவாலயம் கட்டுவதற்கான நிலக்கொடையும் அளித்தார் (மொரே 1999). பிள்ளையின் வீட்டிற்கெதிரில் இருந்த இவ்விடத்தில்தான், கோஜா சஃபர் (*Koja Saffr*) நிதியுதவியால் 1723இல் அதிபுனித அன்னை ஆலயம் (*Au Tres Sainte – Vierge Presente an Temple*) ஓர் அரைப்பள்ளியாகக் கட்டப்பட்டது. இது அர்மீனியர் கோயில் எனவும், கடைத் தெருவுக்கு அருகில் இருந்ததால் கடைக்கோயில் எனவும் அழைக்கப்பட்டது. இருப்பினும், பெரும்பாலும் பாதிரிமார்கள் வேதாகமம் பயிலவும் பிரார்த்தனை செய்யவும் பயன்பட்டதால் பாதிரிமார் கோயில் என்றே பெயர் பெற்றது (சம்பத்குமார் – ஆந்திரே கரோஃப் 2000; மொரே 2020: 41–44).

விரைவில், புதுச்சேரியில் நான்கு தேவாலயங்கள் வந்துவிட்டன: கோட்டைக்குள் சென் லூயி செபக்கூடம், கடற்கரை ஓரத்தில், கோட்டைக்கு வெளியே கப்ஸ் கோயில் எனப்பட்ட சம்மனசுகள் ராக்கினி ஆலயம், சற்று உள்தள்ளி சம்பா கோயில் எனப்பட்ட ஜென்மராக்கினி மாதா ஆலயம், நகரின் நடுவில், ஆனந்தரங்கப்பிள்ளையின் வீட்டுக்கு எதிரில் மிசியோனார் அல்லது பாதிரிமார்கள் கோயில் (சம்பத்குமார் – ஆந்திரே கரோஃப் 2000).

5.3: பழம்பெரும் தேவாலயங்கள்

புனித சம்மனசுகள் ராக்கினி மாதா ஆலயம் (Notre Dame Des Agnes Church)

கப்ஸ் கோயில் (Capucin's Church)

1674இல் வந்த கப்புசியன்கள், 1707இல் லூயி கோட்டைக்குத் தெற்கில் ஒரு சிறிய புனித சம்மனசுகள் ராக்கினி மாதா ஆலயத்தைக் கட்டினர். இதுவே முதல் முழுமையான தேவாலயம் ஆகும். காலப்போக்கில் அது சேதமடைந்ததால், துய்மா காலத்தில் 1758இல் கப்புசியன் தெருவில் (துய்மா வீதி) இன்னோர் ஆலயத்தைக் கட்டினர். அதுவும், 1760–61 ஆங்கிலேயர் ஆக்கிரமிப்பின் போது இடிக்கப்பட்டதால், 1777இல் மூன்றாவது முறையாகக் கட்டப்பட்டபோதும் ஆங்கிலேயரால் இடிபட்டது. தற்போது அவ்விடத்தில் ஓர் ஆதரவற்றோர் இல்லம் உள்ளது.

தற்போது இருக்கும் புனித சம்மனசுகள் ராக்கினி மாதா ஆலயம் (*Notre Dame Des Agnes Church*) – கப்ஸ் கோயில் (*Our Lady of Angel's Church*) –

நானகாவது முறையாக, பழைய ஆலயத்தின் வடக்கில், ரோமன் ரோலண்டு வீதியில், அதே பெயரில், பழைய வடிவமைப்பிலேயே கட்டப்பட்டது. பொறியாளர் பாதிரியார் லூயி கெர் *(Louis Guerre)*, இதை ரோமானிய பாணியில் வடிவமைத்தார். அதில், பழைய சதுர வடிவ கிரேக்க இரட்டைக் கோபுரங்களை அப்படியே வைத்துக்கொண்டு, தற்போதைய வடிவம் தரப்பட்டது. ஆளுநர் லலாந்த் தெகலான் *(Lalande de Calan)*, 1852இல் கட்டத்திட்டமிட்டுத் தொடங்கியதை, அவருக்குப் பின் வந்த வெர்னியன் செமௌர் *(Vernian S'Maur)* 1855இல் கட்டி முடித்தார். கட்டும்போதே கலானும் அவரது மகளும் இறந்து போனதால், அவர்கள் ஆலய வளாகத்திலேயே அடக்கம் செய்யப்பட்டனர். அந்த இரண்டு கல்லறைகளும் இன்றும் அங்கு உள்ளன. 1785இல் மரணமடைந்த புஸ்சியும் இறுதியாக அங்குதான் அடக்கம் செய்யப்பட்டார்.

கப்ஸ் கோயில் – மிகப் பழைய தோற்றம்

நிறுவனக் கல்வெட்டு

கிரேக்கச் சிலுவை போன்ற வடிவமைப்பில் கட்டப்பட்ட தேவாலயத்திற்குள் நுழைய இரண்டு புறமும் பன்னிரண்டு படிக்கட்டுகள், ஏசுவின் பன்னிரண்டு சீடர்களை நினைவுறுத்திக் கொண்டிருக்கின்றன; இரு வாயில்களிலும் பதிக்கப்பட்டுள்ள கல்வெட்டுகளில், ஒன்றில் 'ஆண்டவர் இல்லம்' என்றும், இன்னொன்றில், 'மிகச் சிறந்த,மகிமை வாய்ந்த இறைவனுக்கு' என்றும் பொறிக்கப்பட்டிருந்தது. அத்துடன், பிராக் *(Prague)* நகரிலிருந்து வரவழைக்கப்பட்ட ஏசுவின் பன்னிரண்டு சீடர்களின் சிலைகளும் பூவணிக் கலசமும், கோபுரத்தின் உச்சியில், மாடங்களில் மாறி மாறி அமைக்கப்பட்டுள்ளன. அவற்றின்மேல் மணிக்கூண்டுகள் இருந்தன. சமீபகாலம் வரை, அங்கிருந்த மணிகள் இரண்டு மணிக்கு ஒருமுறை ஒலித்து, "ஆவே மரியா" என்று இசைக்கும். மணியின் ஓசை சுற்றிலுமிருந்த கட்டடங்களில் அதிர்வுகளை ஏற்படுத்தின. தற்போது அவை நாளொன்றுக்கு நான்கு முறை மட்டுமே ஒலிக்கின்றன. ஒவ்வொரு ஞாயிறன்றும், தமிழ், ஆங்கிலம், ஃபிரஞ்சு ஆகிய மூன்று மொழிகளிலும் பிரார்த்தனை நடக்கும் ஒரே ஆலயம் இதுவே.

ஃபிரஞ்சு மாமன்னர் மூன்றாம் நப்போலியன் 1863 ஆகஸ்டு 15இல் வழங்கிய மேரி அன்னையின் *(Our Lady of Assumption)* வண்ண ஓவியம்,

அண்மைக்காலம் வரை ஆலயத்தை அலங்கரித்தது. காலப்போக்கில் அது சிதைந்துபோனது. இளஞ்சிவப்பு வண்ணத்தில். இரட்டைக் கோபுரங் களுடன், கம்பீரமாகக் கடலோரத்தில் நிற்கும் கப்ஸ் கோயிலின் தனித்துவமான புறத்தோற்றமே அதன் சிறப்பு! (புர்தா 1995).

ஜென்மராக்கினி ஆலயம் (Our Lady of Conception) சம்பா கோயில் (St. Paul Church)

1689இல் வந்த ஏசு சபையினரால், மிசியோன் வீதியில் உள்ள ஜென்மராக்கினி ஆலயம் (Our Lady of Conception) முதன்முதலில், 1692இல், மன்னர் பதினான்காம் லூயி உதவியுடன் கட்டப்பட்டது. அடுத்த ஆண்டே, டச்சுக்காரர்கள் புதுவையைக் கைப்பற்றியபோது அது இடிக்கப் பட்டதால், 1699இல் இரண்டாம் முறையாகக் கட்டப்பட்டது. அதுவும் நிலைக்கவில்லை. 1728 முதல் 1736 வரை தற்போதையக் கோவில் இருக்கும் இடத்தில் ஓர் ஆலயம் கட்டப்பட்டது. ஐரோப்பாவில் நடந்த ஏழாண்டுப் போரின் எதிரொலியாக, 1760–61இல் ஆங்கிலேயர் முற்றுகையின் முடிவில் அதுவும் இடிக்கப்பட்டதால், 1765இல் நான்காவது முறையாக, தற்போது மிசியோன் அச்சகம் இருக்கும் இடத்தில், ஒரு தற்காலிகக் கொட்டகையில் இயங்கியது. 1770வாக்கில், புதிய ஆலயத்தைப் பாரிசில் "வால் தெ க்ரேஸ்" (Val De Grace) ஆலய வடிவத்தில் கட்டத் திட்டமிடப் பட்டது. இரண்டு புறங்களிலும் கிரேக்க டொரிக் பாணி (Dorik Art) தூபிகள் கொண்ட முகப்புத் தோற்றத்துடன், பழைய அடித்தளத்தின் மீதே கட்டுமானம் ஆரம்பிக்கப்பட்டது. 1791 ஜூன் 20ஆம் நாள் ஆலய வேலைகள் முடிந்து ஆயர் சாம் பெனூவாவால் இவ்வாலயம் அருட்பொழிவு செய்யப்பட்டது. ஆலய மணிக்கோபுரம் பின்னாளில் கட்டப்பட்டது. 1905ஆம் ஆண்டு இடப்பக்கம் விரிவாக்கப்பட்டது; இசைக்குழு அமைக்கப் பட்டது. 1970ஆம் ஆண்டு ஆலயத்தின் மையபீடம் சீரமைக்கப்பட்டது. 1987ஆம் ஆண்டு ஆலய முகப்புப்பகுதி சீரமைக்கப்பட்டு இறுதி வடிவம் பெற்றது.

பதிவுகளில் ஜென்மராக்கினி மாதா ஆலயம் (Immaculate Conception Cathderal) என்றிருந்தாலும் மக்களால் சம்பா கோயில் என்றே வழங்கப்பட்டது. இக்கோயிலில், ஆண்டுதோறும் டிசம்பர் எட்டாம் நாள் நடைபெறும் அமலோற்பவ அன்னையின் திருவிழா மிகப் பிரபலம். 1978, 1979, 1980 – 1995 ஆகிய ஆண்டுகளில், நான்கு முறை புதுவைக்கு வந்த அன்னை தெரேசாவின் காலடி பட்ட பெருமையும் இதற்குண்டு.

சம்பா கோயில் – பெயர்க்காரணம்

கோவாவில், சந்தா ஃபே கல்லூரி (Santa Fe College) என்ற பெயரில் ஏசு சபையினர் ஒரு கிறித்தவ மதப்பயிற்சி கல்லூரியை நிறுவினர். பாதிரியார் பாலுக்குப் புனிதர் பட்டம் வழங்கிய நாளில் அது நிறுவப்பட்டதால், அது சென் பால் கல்லூரி (St. Paul College = புனிதர் பால் கல்லூரி) என்றும், அதில் பயிற்சி பெற்றவர்கள் சென் பால் பாதிரிகள் அல்லது பால்வழியினர் (Saint Paulists) என்று அழைக்கப்பட்டனர். ஜென்மராக்கினி ஆலயம் சென்பால் வழியினரால் கட்டப்பட்டு, அவர்களே மறைப்பணியும் புரிந்து வந்ததால் 'சென்பால் கோயில்' என்று கூறலாயினர். அதுவே பேச்சு வழக்கில் மருவி 'சம்பா கோயில்' ஆனது.

இன்னொரு பெயர்க்காரணமும் கூறப்படுகிறது. ஃபிரஞ்சியர் புதுச்சேரிக்கு வந்தவுடனே, பெரிய அங்காடிப் பகுதியில், ஓர் அரைப்பள்ளி (செபக்கூடம்) அமைந்திருந்ததாகவும், அது "சென் பால்" பெயரால் சம்பா கோவில் என்று அழைக்கப்பட்டதாகவும் தெரிகிறது. அதேயிடத்தில் தற்போதைய பாரதி வீதியை ஒட்டி, "மிகப் புனிதக் கன்னி ஆலயத்தில் எழுந்தருளிய அதி புனித மேரி" *(Au Tres Sainte – Vierge Presente an Temple)* என்ற பெயரில், ஒரு தேவாலயத்தை 1728இல் மிசியோனர் கட்டி வழிபட்டனர். அதுவும் 1760 – 61 ஆங்கிலேய முற்றுகையின்போது தகர்க்கப்பட்டது; மீண்டும் கட்டப்படவில்லை (செபஸ்தியன் 1991: 36–48).

பழைய சம்பா கோயில்

ஆலய மணியின் ஓசையிலே

துய்மா வீதியில் சம்மனசுகள் ராக்கினி மாதா தேவாலயம் இரண்டு பக்கங்களிலும், ஓர் உயரமான மணிக்கூண்டு இருந்தது. அண்மைக்காலம் வரையில், அதில் இரண்டு மணிகளைக் கட்டிய கயிறுக்கான துளைகள் மட்டுமே இருந்தன. கயிறுகளும் இல்லை; மணிகளும் காணவில்லை எங்கே போயின?

துய்ப்ளேக்சுவின் மனைவி ஜேன் ஜோகன் பேகம், ஏசு சபையினருக்கு ஆதரவாகவே செயல்படுகிறார் என்று கப்புசியன்கள் குறைபட்டுக்கொண்டனர். அவர்களைத் திருப்திப்படுத்துவதற்காக ஓர் ஆலயமணியை அவர் தேவாலயத்திற்குக் கொடையளித்தார். ஆனால், 1761 ஆங்கிலேயரின் முற்றுகையின் போது, தேவாலயமும் இடிக்கப்பட்டதால், அதன் இடிபாடுகளில் சிக்கி மணியும் புதைந்துவிட்டது; அத்துடன் அதை மறந்துவிட்டனர்.

1827ஆம் ஆண்டு, கலங்கரை விளக்கம் கட்டுவதற்காக அந்த இடிபாடுகளிலிருந்து மண் வாரப்பட்டபோது, அந்த மணி கண்டுபிடிக்கப்பட்டு, அந்நிய மதபோதக சபையான மிசியோனரிடம் தரப்பட்டது. பல்லாண்டுகள் மண்ணில் புதைந்து கிடந்ததால் அரித்துப் போயிருந்த அந்த மணியை அப்படியே பயன்படுத்த முடியாத நிலையில், புதிய மணியைச் செய்து நிறுவினர்.

ஒவ்வொரு முறை அந்த மணி அடிக்கும்போதும், அதன் கொடையாளி மதாம் துய்ப்ளேக்சின் பெயர், பக்தர்கள் நெஞ்சில் நிழலாடியிருக்குமோ! (புர்தா 1995: 143).

லூர்து மேரி மாதா ஆலயம் – வில்லியனூர்
(Our Lady of Lourdes Shrine)

ஃபிரஞ்சுப் பசிலிக்கா பாணியில் கட்டப்பட்ட வில்லியனூர் லூர்து மேரி மாதா ஆலயம், உலகத்திலேயே ஃபிரான்சின் லூர்து மேரி மாதா ஆலயம் தவிர்த்து, வெளிநாட்டில் லூர்து மேரி மாதாவுக்காக எழுப்பப்பட்ட முதல் ஆலயமாகும்.

1876ஆம் ஆண்டில் வழிபாட்டுக்கு வந்த பின்னர், அடுத்த ஆண்டு (1877) ஏப்ரல் நான்காம் நாள், ஃபிரான்சு அரசால் அளிக்கப்பட்ட ஆறடி உயர அன்னை மேரியின் பளிங்குச் சிலையும் இதில் நிறுவப்பட்டது. அந்தச் சிலை இருந்த பெட்டி, வரும் வழியில் மூன்று முறை பயங்கரமாக விழுந்தபோதும், எவ்வித சேதமும் இல்லாமல் வந்து சேர்ந்தது அதிசயமாகும்.

ஆசியாவிலேயே, குளத்துடன் இருக்கும் தேவாலயம் இது ஒன்றுதான். இந்தக் குளத்தில் ஒவ்வொரு ஆகஸ்டு மாதம் முதல் சனிக்கிழமையன்று, ஃபிரான்சின் லூர்து ஆலயத்திலிருந்து கொண்டுவரப்பட்ட புனிதத் தீர்த்தம் விடப்படுவதால் இதற்கு மகிமை அதிகம். ஜூன் மாதம் நடைபெறும் மடோன்னா திருவிழாவில் (Madonna Festival) கலந்துகொள்ளும் பக்தர்கள், இதில் நீராடினால் தங்களின் பாவங்களும் குறைகளும் தீரும் என்று நம்புகிறார்கள். 1977இல் புதுச்சேரியைப் பெரும்புயல் தாக்கியபோது, புதுவையைக் காப்பாற்றுமாறு பக்தர்கள் வேண்டிக்கொண்டனர்; புதுவையில் ஏதும் சேதமில்லை. அதற்கு நன்றி தெரிவிக்கும் விதமாகப் புதுச்சேரியிலிருந்து, அக்டோபர் 12ஆம் நாள், பாதயாத்திரையாக வந்து, கிறித்தவர்கள் நன்றிக்கடன் செலுத்தினார்கள்; அந்த வழக்கம் இன்றும் தொடர்கிறது.

வில்லியனூர் லூர்து அன்னை ஆலயம் (பழைய படம்)

கும்பகோணத்தைச் சேர்ந்த தம்புசாமி முதலியார், அன்னையின் பார்வை பட்டதால் தனது நாள்பட்ட நோய் குணமானதாகக் கூறியதிலிருந்து ஏராளமான பக்தர் கூட்டம் வரத் தொடங்கியது. 1885இல் மறைமாவட்டப் பேராயர், அன்னையின் அற்புதங்களை வாடிகன் போப்பாண்டவர் பதின்மூன்றாம் லியோவுக்குத் தெரிவித்தார். இதனால் திருப்தியடைந்த அவர், 1886 பிப்ரவரி 21இல் லூர்து ஆலயமாக அங்கீகரித்து, அதன் அடையாளமாக ஒரு கிரீடத்தையும் அனுப்பிவைத்தார். அதன்படி, மே மாதம் எட்டாம் நாளன்று, நாற்பதாயிரம் மக்கள் கூடி குதூகலிக்க, பேராயர் அக்கிரீடத்தைச் சூட்டினார்.

பின்னர், குளத்தின் மையத்தில் ஒரு மண்டபம் கட்டப்பட்டு, அதிலும் லூர்திலிருந்து கொண்டுவரப்பட்ட மேரி மாதா சிலை நிறுவப்பட்டுள்ளது. அக்குளத்து நீரை வீடுகளில் தெளித்தால் புண்ணியம் கிடைக்கும், மாதாவின் அருள்வேண்டிப் பிரார்த்தனை செய்தால், மனநோய்களும்

குறைகளும் தீரும் என்பது பக்தர்களின் நம்பிக்கை. இக்குளத்தில் தெப்பத்திருவிழா நடத்தவும், புதுச்சேரியிலிருந்து குருத்தோலை ஊர்வலம் நடத்தவும் போப்பாண்டவர் ஆணையிட்டார்.

கோயிலுடன் குளம் வெட்டுவதும், மைய மண்டபத்தில் சிலைவைப்பதும், தெப்பத்திருவிழா நடத்துவதும் இந்துக்களின் பண்பாட்டுக் கூறுகள். புதுவைக் கிறித்தவர்களின் இச்செயல்களை வாடிகன் அங்கீகரித்திருப்பது குறிப்பிடத்தக்கது.

தூய இருதய ஆண்டவர் பெருங்கோயில் (பசிலிக்கா)
(Basilica of the Sacred Heart of Jesus)

1895ஆம் ஆண்டு, புதுவை–கடலூர் உயர் மறைமாவட்டத்தின் அப்போதைய பேராயர், அருட்திரு காந்தி, புதுச்சேரி மறைமாவட்டத்தை இருதய ஆண்டவருக்கு அர்ப்பணித்தார். அதன் நினைவாக, இக்கோவில் இரயில் நிலையம் அருகில், 1902ஆம் ஆண்டு துவங்கப்பட்டு, 1907இல் கட்டி முடிக்கப்பட்டது. பேராயர் காந்தி இவ்வாலயத்தை 1907 டிசம்பர் 17 இல் அருட்பொழிவு செய்து, முதல் திருப்பலியைத் தொடங்கி வைத்தார். இக்கோவிலைத் தலைமையாகக் கொண்டு ஜனவரி 2, 1908இல் புதிய பங்கு நிறுவப்பட்டது.

இதற்கான கட்டுமான வரைபடத்தை நவகோதிக் பாணியில் *(Neo–Gothic Style)* பேராயர் தெலஸ்போர் வெல்தர் தயார்செய்தார். ஐம்பது மீட்டர் நீளம், 48 மீட்டர் அகலம், 21 மீட்டர் உயரம், 24 தூண்கள் தாங்கி நிற்கும் இவ்வாலயம், பருந்துப் பார்வையில், இலத்தீன் சிலுவை வடிவில் இருப்பது சிறப்பாகும். சில்லென்ற வெண்மையும் பளீரென்றக் குருதிச் சிவப்பும் மாறி மாறி வந்து, கண்ணைக் கவரும் இவ்வாலயத்தில், கத்தோலிக்க மறையின் 28 புனிதர்களின் உருவங்கள், கண்ணாடியில் ஓவியங்களாகக் காணப்படுவது தனிச்சிறப்பு.

விவிலிய நற்செய்திப் போதகர் நால்வருடைய சிலைகளும் அவர்களின் சிறப்பினை விவரிக்கும் கல்வெட்டுகளும் வெளியே, விளக்குத் தூண்களில் நிறுவப்பட்டுள்ளன. நுழைவாயிலில், கலை நயமிக்க மலைக்கோயிலின் மேல், ஏசுபிரான் நின்ற கோலத்தில், தனது பன்னிரண்டு திருத்தூதர் களுடன், அருட்கரங்களை விரித்தவாறு பக்தர்களை வரவேற்கிறார்.

பசிலிக்கா என்னும் பெருங்கோயில்

பசிலிக்கா என்பது சதுர வடிவில், கோபுர முகப்புகளுடன் ஆயிரம் பேர் கூடி பிரார்த்தனை செய்யக்கூடிய தனித்துவமான ஒரு பெருங்கோயில். வாடிகனில் நான்கு பசிலிக்காக்கள் உள்ளன. இவை மட்டுமே பெரிய பசிலிக்காக்கள் என்று அங்கீகரிக்கப்பட்டுள்ளன. உலகின் மற்ற தேவலாயங்களும் இதே அமைப்புடன் கட்டப்பட்டால், அதை வாடிகன் பரிசீலித்து குறும்பசிலிக்காவாக அங்கீகரிக்கும்.

2008–09இல் இதன் நூற்றாண்டு விழா கொண்டாடப்பட்டது. இந்திய அரசு சிறப்பு அஞ்சல் வில்லையும் உறையும் வெளியிட்டுச் சிறப்புச் செய்தது. இதையொட்டி, தூய இருதய ஆண்டவர் ஆலயத்தையும்

பசிலிக்காவாகத் தகுதி உயர்த்த வேண்டுமென்று வேண்டுகோள் விடப்பட்டது. அதை போப்பாண்டவரும் ஏற்று, 2011 ஜூன் 24இல் அதற்கான பிரகடனம் வெளியிட்டார். 2011 செப்டம்பர் இரண்டாம் நாளன்று, இந்திய திருப்பீடத் தூதுவர், பேராயர் சால்வதோர் பெனோகியோ அவர்கள் இக்கோவிலுக்கு வந்து, திருத்தந்தையின் சார்பாக இதனை பசிலிக்காவாக உயர்த்தினார். இவ்வாலயத்தை பசிலிக்காவாக உயர்த்தி திருத்தந்தையின் பெயரால் அனுப்பப்பட்ட அறிக்கை, ஆலயத்தின் மைய வாயிலின் புனிதநீர் தொட்டிக்குமேல் பொதிக்கப்பட்டுள்ளது.

இந்தியா முழுவதிலும் 26 பசிலிக்காக்களே உள்ள நிலையில், புதுச்சேரியில் ஒன்றிருப்பது பெருமைக்குரியது.

ஆரோக்கிய மாதா அன்னை ஆலயம் – அரியாங்குப்பம்
(Church of Our Lady of Good Health)

புதுச்சேரியில் கத்தோலிக்கர்களால் முதலில் கட்டப்பட்ட தேவாலயங்களில் ஒன்று அரியாங்குப்பம் அமல உற்பவி ஆலயம் (*Church of Our Lady of Good Health*). ஆனந்தரங்கப்பிள்ளை வீட்டுக்கருகில், சென்பால் செபக்கூடம் கட்டியிருந்த அர்மீனியர் வணிகர், தெத்தா சிமோன், ஒரு பெரிய தேவாலயம் கட்டவிரும்பி, 1690இல் கட்டியதே இவ்வாலயம். அதிகாரிகள் கோயில் எனப்பட்ட இக்கோயிலின் பத்துநாள் வருடாந்திர உற்சவம் பிரபலமானது. விழா நாளில், மேரி மாதா சிலை, தேர்ப் பவனியாகப் புதுவைக்கு வந்துபோனது. இதில் துய்ப்ளேக்சும் அவரது மனைவியும் உற்சாகமாகக் கலந்துகொண்டனர் என்று ஆனந்தரங்கப்பிள்ளை குறிப்பிட்டிருக்கிறார்.

1690இல் வழிபாடு தொடங்கி நடந்துவந்த நிலையில், இதைக் கர்நாடக மிசியோனரிடம் 1700இல் பராமரிப்புக்காக ஒப்படைத்துவிட்டு, தெத்தா சிமோன் அந்த வளாகத்திலேயே தங்கிக்கொண்டார். பின்னர், 1714இல் ஏசு சபையினர் பொறுப்பேற்று 1827இல் ஆரோக்கிய மாதா அன்னை ஆலயமாகப் புதிதாகக் கட்டி முடித்தனர். அதன் மிகவும் நேர்த்தியான, வித்தியாசமான வெளித்தோற்றத்துடனும் வட்ட வடிவிலான உட்கூரை வளைவுகளும் மையத்தில் கவிகை விமானமும் இதன் சிறப்புகள். பலி பீடத்தின் மேல் ஒரு பெரிய சிலுவையும், திருப்பலிக் கூடத்தைச் சுற்றிலும், ஏசு பிரான் வாழ்க்கை பற்றிய மரச்சிற்பங்களும் மேலும் மெருகூட்டுகின்றன. இங்குதான் புனிதர் சேவியர், ஏசுவின் பன்னிரண்டு சீடர்கள் ஆகியோரின் கவின்மிகு மரச்சிற்பங்கள் உள்ளன. புதுவையில் உள்ள தேவாலயங்களில் மிகவும் கலைநயம் மிக்கது இவ்வாலயமே! (சம்பத்குமார் – ஆந்திரே கரோஃப் 2000).

தூய ஆந்திரேயர் ஆலயம் – ரெட்டியார் பாளையம்
(St. Andrew's Church)

ஒரு சோகக் கதையைச் சுமந்து கொண்டிருக்கும் தூய ஆந்திரேயர் ஆலயம் ரெட்டியார் பாளையத்தில் உள்ளது. ஃபிரஞ்சு கிழக்கிந்தியக் கும்பினியில் 21 ஆண்டுக்காலம் தலைமைத் தரகர் பதவி வகித்தப் பெருமை கொண்டவர் பெத்ரோ கனகராய முதலியார் (1696–1746). புதுவையின்

முதல் தமிழ்க் கிறித்தவரான தானப்ப முதலியாரின் பெயரன். அவரது ஒரே மகன் ஆந்திரே பெலவேந்திரன், *1739* அக்டோபர் *22*இல், *21* வயதில் அகால மரணம் அடைந்தார். ஒரு குருவிற்கு விசுவாசமான சீடன் போல் நடந்துகொண்ட அவரது மரணம், பெருஞ்செல்வரான கனகராய முதலியாருக்குப் பேரிடியாய் விழுந்தது. பெருந்துயரத்திலாழ்ந்த அவர், தனது மகனின் கல்லறையை அமைத்தவிடத்தில், அவரது நினைவைப் போற்றும் வகையில் ஒரு தேவாலயத்தை, *7000* வராகன் செலவில் கட்டினார். மகனின் நினைவாக அது தூய ஆந்திரேயர் ஆலயம் என்றே பெயரிடப் பட்டது (ஆலாலசுந்தரம் *1999: 38*; ஆரபி: நவம்பர் *30*, *1745*).

பூரி ஜெகநாதர் ஆலயத்தில் புதுச்சேரி ஆலயமணி

ஒடிசா மாநிலத்தில் உள்ள பூரி ஜெகநாதர் திருக்கோயில் உலகப் புகழ்பெற்றது. அவ்வாலயத்தில் உள்ள மணி, புதுச்சேரிக்குச் சொந்தமானது என்றால் நம்பமுடிகிறதா ?

1724ஆம் ஆண்டு முதல், 21 ஆண்டுகள் புதுச்சேரியின் தலைமைத் தரகராகவும் துபாசியாகவும் இருந்தவர் பெத்ரோ கனகராய முதலியார். அவரது ஒரே மகனான ஆந்திரே பெலவேந்திரன், 1739ஆம் ஆண்டு அகால மரணமடைந்தார், அவரது நினைவாக 1745ஆம் ஆண்டு ரெட்டிப்பாளையத்தில் புனித ஆந்திரேயர் ஆலயத்தைக் கட்டினார். அதில் பெரியதோர் ஆலயமணியையும் நிறுவினார்.

தன் மகனின் நினைவு என்றும் நிற்கும் வகையில், அந்த மணியில் “என் பெயர் பியேர் ஆந்த்ரே: என் எடை 900 பவுண்டு” என்றும் பொறிக்கச் செய்தார்.

1949இல் அந்த மணி பூரி கோயிலில் இருப்பது தெரியவந்துள்ளது. அது எப்படி அங்குப் போனதென்று தெரியவில்லை. கோயில் சிலைகளை மீட்டெடுத்து, மீண்டும் நிறுவுவதுபோல், ஆந்த்ரே மணியும் திரும்ப வருமா ? (புர்தா 1995: 143).

கோதிக் பாணியில் வடிவமைக்கப் பட்ட இது *1745*இல், நவம்பர் *30* அன்று திறந்து வைக்கப்பட்டது. இதன் விழாவை ஒரு சர்வ சமய விழாவாகவே கனகராய முதலியார் நடத்தினார். துய்ப்ளேக்சு தன் மனைவியுடன் வந்திருந்தார். ஐரோப்பியருக்கும் கிறித்தவருக்கும் ஒழுகரையிலும், பிராமணர்களுக்கு சத்திரங்களிலும், மற்றவர்க்கு அகமுடையார், வெள்ளாளர் வீடுகளிலும், தோப்புக்களிலும், அந்தந்தச் சாதியினருக்கேற்றவாறு தனித்தனியாக உணவு சமைக்கப்பட்டு, விருந்து நடைபெற்றது. ஆண்டுதோறும் பத்து நாள் திருவிழாவும் நடத்த ஏற்பாடு செய்தார். முதல் நாள், புதுச்சேரி சம்பாக் கோயிலிலிருந்து உபகார மாதா சிலை சகடையின் மீது அலங்கரிக்கப்பட்டு, முதலியார் வீட்டு வழியாக ஊர்வலமாக

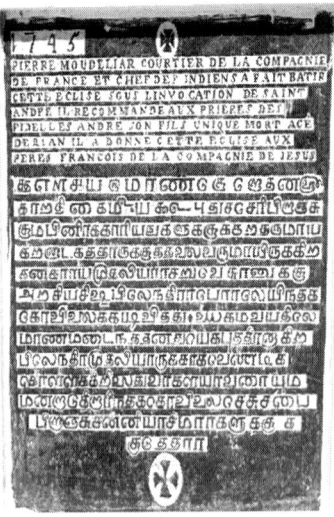

நிறுவனக் கல்வெட்டு – ஆந்திரேயர் ஆலயம்

எடுத்துச் சென்று ஆந்திரேயர் ஆலயத்தில் வைக்கப்பட்டது. பத்து நாள் விழா முடிந்ததும், வாணவேடிக்கை, தீவட்டிகள், மேள தாளங்களுடன் திரும்பவும் சம்பாக் கோயிலுக்குக் கொண்டுவரப்பட்டது. இதைப்பற்றி ஆனந்தரங்கப்பிள்ளை மிகவும் சிலாகித்து எழுதியுள்ளார்.

தேவாலயம் கட்டப்பட்டது பற்றிய கல்வெட்டு தமிழிலும் ஃபிரஞ்சிலும் உள்ளே பதிக்கப்பட்டுள்ளது. பெலவேந்திரனின் பூத உடல், அவர் அணிந்திருந்த சரிகை போட்ட அங்கி, சகலாத்து, முத்துக் கடுக்கன், வைர மோதிரம் ஆகியவற்றோடு அடக்கம் செய்யப்பட்டது. 500 வராகன் செலவில், அதன்மீது ஒரு நினைவுச்சின்னமும் எழுப்பப்பட்டது. ஆலய வளாகத்தில், கனகராய முதலியார் சமாதியும், அதன் மேல் அவரது மார்பளவுச் சிலையும் உள்ளன. வாயிலில் உள்ள மலைக்குகையின் மேல், தூய ஆந்திரேயரின் சிலையும் உள்ளது (ஆலாலசுந்தரம் 1999: 38–39).

ஆரம்பத்தில் ஏசு சபையினரின், பராமரிப்பில் இருந்து, பின் பெத்தி செமினேர் நிர்வாகத்தின் கீழ் வந்தது. தமிழ்க் கிறித்தவர் ஒருவரால் சொந்தச் செலவில் கட்டப்பட்ட முதல் ஆலயம் என்ற பெருமை இதற்குண்டு. 1761இல் ஆங்கிலேயரால் இதுவும் இடிக்கப்பட்டு, 1830இல் மீண்டும் கட்டப்பட்டது.

5.4: மதம் மாற்ற அணுகுமுறை

பழமையில் தோய்ந்த ஓர் அந்நிய சமூகத்தில், ஒரு புதிய மறைமுறையை ஏற்கச் செய்வது பெரும்பாடாயிருந்தது. வாழ்க்கை முறை மாறாவிட்டாலும், அடியோடு புரட்டிப்போட்ட வணங்கும் முறைக்கு, தீவிர மனமாற்றம் செய்ய வேண்டியிருந்தது. இதைச் செய்து முடிக்கும் முறையில், அன்புடன் பழகுவது, சலுகைகள் தந்து ஈர்ப்பது, துயரக் காலங்களில் தோள் கொடுத்து அரவணைப்பது, நெருக்கடி கொடுத்து இந்துச் சமயநெறிகளை நீர்த்துப்போகச் செய்வது, கட்டாயப்படுத்தியேனும் மாற்றம் செய்வது போன்ற அனைத்து உத்திகளையும் கிறித்தவச் சபையினர் கையாண்டனர். சமுதாயத்தின் சாதிப் பிரிவுகளுக்கேற்ப இந்த உத்திகளைச் சாதுர்யமாகப் பயன்படுத்தினர். தேவைக்கேற்ப, அரசு எந்திரத்தைப் பயன்படுத்தவும் அவர்கள் தயங்கவில்லை.

உயர் சாதியைக் கவர்ந்த உத்திகள்

அரசின் உயர் பதவிகளையும், குறிப்பாக 'துபாசி' பதவிகளையும், வணிகத்திற்கு அரசின் சலுகைகளையும் பெற வேண்டுமானால், கிறித்தவராக மாற வேண்டும் என்று மதபோதகர்கள் நிர்பந்தித்தனர். அதற்கு அரசு எந்திரத்தையும் பகடைக்காயாகப் பயன்படுத்திக் கொண்டனர்.

புதுச்சேரியினுள் நுழையும்போதே கிறித்தவராக மதம் மாறியிருந்த தானப்ப முதலியார்தான் முதல் தலைமுறைத் தமிழ்க் கிறித்தவராவார். கப்புசியன்களின் முயற்சியால், அவரது தந்தையும் முன்பே சென்னையிலேயே மதம் மாறி விட்டிருந்தார். சென்னையில், பூவிருந்தவல்லியில் குடியிருந்த இவர், பாதிரியார் லூயி கெர் மூலம் மார்த்தேனுக்கு அறிமுகப்படுத்தப்பட்டு, அவருடனேயே கப்பலில் 1674 ஜனவரி 17இல் குடும்பத்தோடு குடிபெயர்ந்தார். கிறித்தவரான

தானப்பாவுக்குத் துபாசிப் பதவி தரப்பட்டது. அவர் தன்னுடைய பெயரை லசாரஸ் தெ மோத்தா (*Lazarus de Mota*) என்று மாற்றிக்கொண்டார். ஃபிரஞ்சியரிடம் காட்டிய சலுகைகளால் பலனடைந்ததால், அவரது வாரிசுகளான முத்தியப்பா, கனகராயர், வெல்வேந்திரன் ஆகியோரும் கிறித்தவர்களாக இயங்கியதில் வியப்பேதுமில்லை. மர்த்தேனின் நிர்வாகத்தில் தரகர்களாக நியமிக்கப்பட்ட குழந்தையப்பா, முத்தியப்பா, அந்துவான் கத்தேல் ஆகியோரும் கிறித்தவர்களே. தானப்ப முதலியார் என்ற லசாரஸ் தெ மோத்தா தொடங்கி, தமிழ்க் கிறித்தவர்கள் அனைவரையும் 'மலபார் கிறித்தவர்கள்' என்றே பதிவு செய்தனர்.

தூண்டில்களான வணிக வாய்ப்புகள்

மதம் மாறிய சிலர், தங்கள் பெயரையும் ஐரோப்பிய முறைக்கு மாற்றிக்கொண்டனர். தானப்ப முதலியார், லாசரே தெ மோத்தா (முத்து) எனவும், முத்தியப்ப முதலியார், ஆந்திரே லசாரோ முத்தியப்பா எனவும் பெயர் சூட்டப்பட்டனர். அது தங்களது வணிக நலனுக்கும் பெரிதும் உதவும் என்ற எதிர்பார்ப்பினால் இருக்கலாம். அந்த நம்பிக்கை வீணாகவில்லை. தானப்ப முதலியார் முதல் துபாசியாகவும், அதற்கடுத்து அவரது மகன் முத்தியப்ப முதலியாரும், பின்னர் பெயரன் கனகராய முதலியாரும் துபாசிகளாக நியமிக்கப்பட்டனர். கிறித்தவர்களானதால்தான் அந்தப் பதவிகள் அவர்களுக்குத் தூண்டில் இரை போல் வழங்கப் பட்டன. அவர்கள் தந்த ஊக்கத்தினால், முத்தியால்பேட்டையிலிருந்த ஏராளமான வெள்ளாளர் குடும்பத்தினர் கிறித்தவத்தைத் தழுவினார்கள்.

அதுவன்றியும், இந்துக்களான நயினியப்ப பிள்ளையும், ஆனந்தரங்கப் பிள்ளையும் துபாசிகள், தலைமைத் தரகர்களாக நியமிக்கப்பட்டபோது, அதை எதிர்த்து ஓர் இயக்கமே நடத்தப்பட்டது. ஒரு செல்வாக்கான இந்துக் குடும்பத்தை வளைத்துப்போட, எந்த அளவிற்கும் போகத் தயாராயிருந்தனர். நயினியப்பப் பிள்ளை விவகாரத்தில், அவர் மீதான வழக்கு விழலாக்கப்பட்டதற்கும், அவரது மகன் குருவப்பா கிறித்தவராக மதம் மாறியதற்கும் தொடர்பில்லை என்று கூறமுடியாது. அரச குடும்பமே முன்னின்று திருமுழுக்கு நடத்தியதிலிருந்து இதை யூகிக்கலாம். ஒரு சாதாரண குடிமகனுக்கு 'செவாலியே' பட்டமும், மிக உயரிய 'சென் மிக்கேல்' விருதும் வழங்கியது அதை உறுதிப்படுத்துகிறது.

எளிய இலக்கான உயர் சாதியினர்

ஃபிரஞ்சியர் புதுச்சேரிக்கு வந்து சேர்ந்தவுடன், வணிகத் தளத்தை வலுவாக்குவதும் விரிவாக்குவதுமே அவர்களது தலையாய பணியானது. எனவே பருத்திப் பஞ்சு கொள்முதல், நூல் நூற்றல், துணி நெய்தல் போன்ற தொழிலில் ஈடுபட்டிருந்த உயர் சாதியினருடன் நெருங்கிப் பழகவேண்டியதாயிற்று. குழுமத்தின் பணிகளுக்கான பணியாளர்களைத் தேடியபோது, உயர் சாதித் தமிழர்களே உகந்தவர்களானார்கள். அவர்களை 'மூன்று காசுக்கு ஓடிப்போனவர்கள்' என்று ஏனையோர் ஏளனம் செய்தாலும், "ஒரு கையில் பணியாணை,

மறுகையில் விவிலியம்” என்ற அணுகுமுறை வெகுவாகவே ஈர்த்தது (மொரே 1998; மெலாங்கின் 2015; மொரே 2020).

ஒழுகரையில் ரெட்டிகள் மிகுதியாகக் குடியிருந்தனர்; அவர்கள் பெருநிலக்கிழார்கள். எனவே, அங்கு தங்கியிருந்த ஏசு சபையினர் அவர்களுக்குப் பயிர்ச் செலவுக்காகத் தாராளமாகப் பண உதவி செய்ததாலும், ரெட்டிகளுக்குக் கிறித்தவத்தின்பால் ஈர்ப்பு உண்டாயிற்று.

சலுகைகளால் கிட்டிய கைம்மாறு

‘சலுகை காட்டிச் சம்மதிக்கச் செய்வது’ என்ற அணுகுமுறை மிகுந்த பலன்களைக் கொடுத்தது. புதிதாய்ப் பிறந்த இளங்கன்று வெகுவாகத் துள்ளிக் குதிப்பதுபோல், அவர்கள் தங்களின் விசுவாசத்தையும் ஆர்வத்தையும் பல வழிகளில் வெளிப்படுத்தினர். தானப்ப முதலியார், புதுச்சேரியின் முதல் தமிழ் கிறித்துவத் தேவாலயம் கட்டுவதற்கு நிலம் அளித்ததோடு, 1680 முதலே கப்புசியன்களுக்கு நிலமும் வீடுகளும் தானமாகக் கொடுத்தார். 1686இல் கட்டி முடிக்கப்பெற்ற அவ்வாலயம், தூய பீட்டர் ஆலயம் எனவும், பின்னர் தூய ராயப்பர்/லாசரஸ் ஆலயம் எனவும் அழைக்கப்பெற்றது. அரியாங்குப்பத்தில் ஒரு தேவாலயம் கட்டவும் அவரே நிலம் கொடுத்தார்.

பெத்ரோ கனகராய முதலியாரின் மகன் பெலவேந்திரன் இளம் வயதிலேயே இறந்துபோனபோது, அவரது நினைவாக ரெட்டிப்பாளையத்தில் 1745இல் ஒரு பெரிய ஆலயத்தை, புனித ஆந்திரேயர் ஆலயம் என்ற பெயரில் 7000 வராகன் செலவில் கட்டுவித்தார். அதனால், அச்சடிக்கும் நாணயங்களில் ஒரு பகுதி இவருக்கும் இவரது வாரிசுகளுக்கும் ஆயுள் முழுவதும் தரகுப் பணமாகத் தரப்பட்டது.

மர்த்தேனிடம் தரகராகப் (துபாசி) பணியாற்றிய குழந்தையப்பாவும், அவரது தாயாரும் மனைவியும் ஒரு தோட்டத்தையும், அதையொட்டிய நிலத்தையும் அயல்நாட்டுப் பிரச்சார சபைக்கு அளித்தனர். அங்கு ஒரு மதப்பயிற்சிப்பள்ளி கட்டப்பட்டது. பூச்சியம்மாள் என்பவர் 1720இல் பெரிய கடைப் பகுதியில் ஒரு தேவாலயம் கட்டுவதற்கான நிலக்கொடையும் அளித்தார் (மொரே 1999).

ஆளுநர்களின் அணுகுமுறை – துய்மாவின் கண்டிப்பு

புதுச்சேரியைக் கிறித்தவ மயமாக்குவதற்கு அதிகார வர்க்கம் துணை நிற்கவேண்டும் என்பது எழுதப்படாத விதி. பெரும்பாலோர் அவ்வாறே நடந்துகொண்டாலும், சமூக அமைதி, வணிக நலன் கருதி, ஒரு சிலர் மதக் குருமார்களிடம் கடுமை காட்டியதும் உண்டு. ஆளுநர்கள் பெனுவா துய்மா (1734–41), பியேர் லெனுவா (1721–23) போன்றோரின் அணுகுமுறை சற்றே மாறுபட்டிருந்தது. அவர்கள் நாத்திகர்கள் அல்ல; தூய கிறித்தவர்தாம். ஆயினும், அன்றாட நடவடிக்கைகளில் மதப்பிரச்சாரகர்கள் தலையிடுவதால், ஃபிரெஞ்சியரின் முக்கியக் குறிக்கோளான வணிக வளர்ச்சி பாதிக்கப்படும் என்பதை அவர்கள் தெளிவாக உணர்ந்திருந்தனர். எனவே, இயன்றவரையில் அவர்களை ஒடுக்கியே வைத்திருந்தனர்.

மதகுருவிற்குத் தண்டனை

1736 ஏப்ரலில் நடந்த நிகழ்வு அதற்கு ஒரு சான்று. அப்போலான் (Appllon) என்ற கப்பல் மாலுமி தெலா பௌக்சியேர் (Dela Bauxiere) தலைமையில் புதுச்சேரிக்கு வந்துகொண்டிருந்தது. அதில் பயணம் செய்த மதகுரு தமாஸ் (Damasse), தலைமை மாலுமியுடன் ஏற்பட்ட பூசலால், பௌக்சியேரை மதத்திலிருந்து நீக்கியதோடு, பூசை செய்யவும் மறுத்துவிட்டார்

நான்கு மாதம் கழித்து, (ஆகஸ்டு) புதுச்சேரிக்கு வந்து சேர்ந்தவுடன், இந்த விவகாரத்தை உயர் ஆட்சிக் குழுவிடம் பௌக்சியேர் முறையிட்டார். அதற்கு ஆதாரமாகப் பிற மாலுமிகள், இரண்டு கப்புசின் பாதிரிகள், பயணிகள் ஆகியோரின் வாக்குமூலத்தையும் அளித்திருந்தார்.

பெனுவா துய்மா தலைமையில் ஆலோசனை சபை கூடி விசாரித்தது. மதகுருவால் மதத்திலிருந்து விலக்கப்பட்டுவிட்டதால், அந்த மாலுமியின் ஆணையை ஏற்கமாட்டோம் என்று மற்ற மாலுமிகள் மறுத்திருந்தால், கப்பலின் கதி என்னவாயிருக்கும் என்று வாதிட்டார் துய்மா. அவரது தர்க்க ரீதியான வாதத்தை சபை ஏற்றுக்கொண்டது. தமாஸ் பாதிரியார் உடனடியாக ஃபிரான்சுக்குத் திருப்பி அனுப்பப்பட்டார்; அவர் பூசை செய்ய மறுத்த நாட்களுக்கு ஊதியம் வெட்டப்பட்டது; புதுச்சேரியில் அவர் பணிசெய்யவும் தடைவிதிக்கப்பட்டது. அரசின் கடுமையான இந்த அணுகுமுறை ஏனைய மதகுருமார்களுக்கு ஓர் எச்சரிக்கையாக அமைந்தது.

5.5: தொற்றித் தொடரும் சாதிப்பிளவு

இந்துக்கள், நெடுங்காலமாகத் தலித்துகளைத் தாழ்த்தப்பட்டவர்கள் என்று ஒதுக்கியே வைத்திருந்தனர். ஆனந்தரங்கப் பிள்ளை, அவர்களைக் ‘கீழ்ச் சாதியினர், பறையர்’ என்றே எப்போதும் குறிப்பிடுவதிலிருந்து சனாதன (அ)தர்மம் எந்த அளவிற்குக் கடுமை காட்டியது என்பதை உணரமுடியும். ஊருக்கு வெளியே குடியிருப்பு, காலணி அணிய அனுமதி மறுப்பு, ஆலயத்திற்குள் நுழையத் தடை போன்ற தீண்டாமைக் கொடுமைகள் இல்லாதவொரு சமூகத்தை, சமத்துவத்தை அவர்கள் எதிர்பார்த்தனர். உயர் சாதியினர் அதை முற்றிலும் மறுத்தபோது, அதற்காகவே தலித்துகள் பெருமளவில் கிறித்தவத்தைத் தழுவினர் என்றாலும் விவகாரம் வேறுவடிவில் வெடித்தது.

“பிறப்பொக்கும் எல்லா உயிர்க்கும்” என்று கிறித்தவம் போதித்தாலும், இந்து சாதியப் பிளவுகள், விடாப்பிடியாக அங்கும் எட்டிப்பார்த்தன. மதம் மாறிய பலரும், தங்களின் உயர் சாதி அடையாளங்களைத் தக்க வைத்துக் கொள்வதற்காகவே பழைய தமிழ்ப்பெயரையும் சாதிப்பிரிவையும் தக்க வைத்துக்கொண்டனர். கிறித்தவர் என்பதைப் பெயரின் முன்னொட்டு மட்டுமே காட்டியது, பெத்ரோ கனகராயர், லூயி பிரகாசம் சவராயலு நாயகர், ஆப்ரகாம் முதலியார் போன்றவை எடுத்துக்காட்டுகளாகும்.

உயர் சாதியினரின் எதிர்ப்பு

நடுத்தர வர்க்கத்தினரும் தலித்துகளும் பெரும்பாலும் படிப்பறிவற்றவர்கள் என்றாலும், அரசு அலுவலகங்களில் கீழ்நிலைப் பணிகளிலும், இராணுவத்திலும் தாராளமாகச் சேர்த்துக் கொள்ளப்பட்டனர். இதனால் ஈர்க்கப்பட்ட தலித்துகள் மதம் மாறியபோது, ஏற்கனவே மதம் மாறிய உயர் சாதியினர் அவர்களோடு சரிசமமாக அமர்ந்து பிரார்த்தனை செய்ய மறுத்துக் கிளர்ச்சிகள் செய்தனர்.

ஆளுநர் அந்துவான் பொயேல்லோ (Antoine Boyellau 1766–1767) நிர்வாகத்தில் அரியாங்குப்பம், புதுச்சேரி தேவாலயங்களில் உயர் சாதியினர் தகராறு செய்வதாக 1766 ஏப்ரல் 28ஆம் நாள் புகார் செய்யப்பட்டது. இதை விசாரித்த ஆளுநர், பதினொரு முதலியார்களை அழைத்துக் கண்டித்ததோடு, சமத்துவம் கடைபிடிக்குமாறு அறிவுறுத்தினார்; ஆனால் அவர்கள் ஏற்க மறுத்தனர். இதனால் ஆத்திரமுற்ற ஆளுநர், அவர்களைக் கைது செய்து சிறையிலடைத்து அபராதமும் விதித்தார். அதன்பிறகும் அவர்கள் பிடிவாதம் தளரவில்லை; நிலைமை மோசமானால், உயர் சாதியினரின் வெறுப்பு அதிகமாகும் என்பதால், திவான் கந்தப்ப முதலி குறுக்கிட்டு, அவர்களிடம் பிராமணப் பத்திரம் வாங்கிக் கொடுத்து விடுவிக்க வேண்டியதாயிற்று (ஜெயசீல ஸ்டீஃபன் 2018: 532).

சாதிகளுக்குள் உரசல்கள்

தமிழ்க் கிறித்தவர்கள் வழிபட்ட சம்பா கோயில் பாதிரிகள், உயர் சாதியினருக்கு மட்டுமே மதக்கல்வியும் போதனைகளும் அளித்துத் தங்களைப் புறக்கணிப்பதாகத் தலித்துகள் பொருமினர். உயர் சாதிக் கிறித்தவர்களுக்கு, தலித் கிறித்தவர்களைச் சமமாக நடத்துவதில் உடன்பாடில்லை. எனவே, இரு பிரிவினருக்குமிடையே பூசல்கள் நீறுபூத்த நெருப்பாகக் கனிந்து கொண்டிருந்தன. அதைப் பாதிரியார்களும் கண்டும் காணாமலிருந்தனர்.

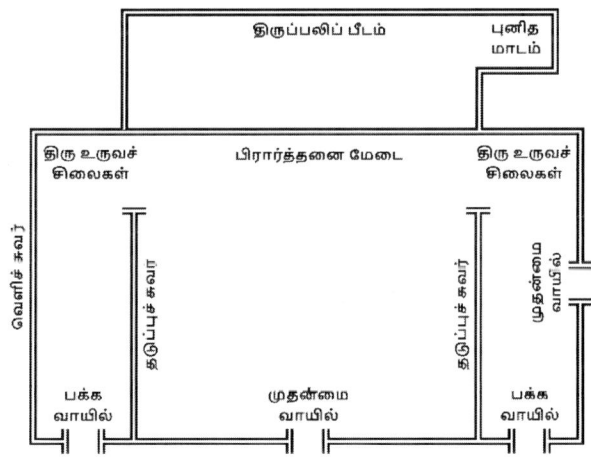

தலித்துகளைப் பிரித்துவைத்த புதுச்சேரி தேவாலய அமைப்பு (1777)

மதம் மாறியும் மனம் மாறவில்லை

இன்னும் விடியவில்லை

கிராமவாசிகள், தலித்துகளிடையே பிரச்சாரம் சேவைகள்

*1745*ஆம் ஆண்டு அக்டோபர் 16ஆம் நாள், பூசல் பூதாகரமாக வெடித்தது. புதுச்சேரி மிசியோனர் கோயிலுக்குள் நுழைந்த காரைக்கால் பாதிரியார் குர்தூ (*Couerdeux*), பிரார்த்தனைக் கூடத்தின் நடுவே ஒரு தடுப்புச்சுவர் அதை இரண்டாகப் பிரிப்பதைக் கண்டார். ஒரு புறத்தில் உயர் சாதியினரும், அடுத்த பாதியில் தலித்துகளும் அமர்ந்து பூசை கேட்டனர். இந்துச் சனாதன தர்மத்தின் கசடுகள் கிறித்தவத்தினுள்ளும் ஊடுருவிக்கொண்டிருப்பதை அவர் புரிந்துகொண்டார். உடனே, பண்ணிச்சேரி, பெரிய சேரி, சுடுகாட்டுச் சேரி, உழந்தை பறைச்சேரி பகுதிகளில் வாழ்ந்த தோட்டிகள், தலித்துகளையெல்லாம் ஒன்று கூட்டி, எதிர்க்குரல் எழுப்பச் சொன்னார். அவரது ஆலோசனைப்படி, தலித்துகள் பெரிய பாதிரியாரைச் சந்தித்தனர். "நாங்கள் எல்லோரும் உங்கள் பக்தர்கள். தாங்கள் எல்லோரையும் ஒரே மாதிரியாகப் பாவிக்க வேண்டும். ஆனால், தமிழ்க் கிறித்தவர்கள் எங்களை ஒருபுறமாகத் தள்ளி வைப்பதும், தாங்கள் அதற்கு உத்தரவு கொடுப்பதும் உயர்வு தாழ்வு ஆகாதா? இதன் காரணம் என்ன?" என்று முறையிட்டனர். பெரிய பாதிரியாருக்கு அவர்களது கோரிக்கையின் நியாயம் புரிந்தது. எனவே, ஐரோப்பியரும் தமிழரும் தலித்துகளும் ஒன்றாகப் பூசை செய்யும் வகையில் கட்டையை இடித்துத் தள்ளினார் (ஆரபி: அக்டோபர் 16, 1745).

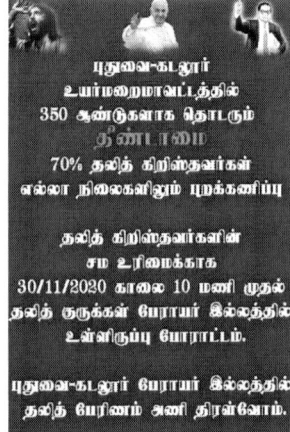

உயர் சாதியினர் இதை ஏற்க மறுத்து வெளியேறி, துபாசி கனகராய முதலியாரிடம் முறையிட்டனர். விவகாரம் துய்ப்ளேக்சுவிடம் சென்றது. கனகராய முதலியார் தன் சார்பு நியாயத்தை விளக்கினார். முடிவில், குறுக்குச் சுவருக்குப் பதிலாக நாற்காலிகளைத் தடுப்புகளாகப் போட்டு வைத்தே வழிபாடு தொடர்ந்தது.

சமத்துவம் பேணாத சமரசத் தீர்வு

*1761*இல் ஜென்ம ராக்கினி மாதாக்கோயில் ஆங்கிலேயரால் இடித்துப்போடப்பட்டது. ஏசு சபையினர் அதைத் திரும்பவும் கட்டத் திட்டமிட்டபோது, குறுக்குச்சுவர் இல்லாமலே கட்ட முயன்றனர். பிரிவினைச்சுவர் கைவிடப்படுவதைத் தமிழ்க் கிறித்தவர்கள் கடுமையாக எதிர்த்ததோடு, தாங்கள் தேவாலயத்தையே புறக்கணிப்போம் என்று கூறிவிட்டனர். இறுதியில், 1777இல் ஒரு சமரசத்திட்டம் வகுக்கப்பட்டது. தமிழ்க் கிறித்தவர்களுக்கு மையமண்டபமும், அவர்களுக்கு இருபுறமும், தடுப்புச் சுவர்களுக்கு அப்பால், தலித்துகள் அமர்வதற்காகத்

தனிக்கூடங்களும் ஒதுக்கப்பட்டன. இருபிரிவினரும் ஒருவருக்கொருவர் தொடர்பில்லாமல் உள்ளே நுழைவதற்குத் தனித்தனி வாயில்களும் அமைக்கப்பட்டன. ஆனால், பலிபீடம் வரை வந்து பாதிரியாரிடம் அருளாசி பெரும்போது இருவரும் ஒரே வழியாகவே வந்து போக வழிசெய்யப்பட்டது.

இந்துக் கோயில்களில் உள்ளே நுழையவே முடியாதபோது, தேவாலயத்தினுள் பக்கவாட்டிலாவது உரிமையோடு நுழைகிறோமே என்று தலித்துகளும், காலங்காலமாகத் தள்ளிவைத்திருந்த தலித்துகளை ஓரமாக ஒதுக்கிவிட்டோமே என்று உயர் சாதியினரும் திருப்திப்பட்டுக் கொண்டனர் (மொரே 1998: 116–118).

ரோமாபுரி வரை சென்ற பிரச்சனை

மர்த்தேனின் நண்பரான மயிலாப்பூர் பாதிரியார் ஜான் பிரிட்டோ எடுத்த (*John Britto*) முயற்சியால், இந்தியக் கிறித்தவ நிர்வாகம் இந்தப் பிரச்சினையை ரோம் நகரத்திலிருக்கும் மேலிடத்திற்கு வழிகாட்டுதல் கோரி அனுப்பியது. 1706 ஜூலையில் பாதிரியார் புழ்சேவும் (*Bouchet*), நவம்பரில் ஃபிரான்சிஸ்கோ லோனேசும் (*Francisco Loynez*) நேரடியாக ரோமுக்கே போய் விளக்கிக்கூறினர். இதை விசாரித்த தப்ரகா பேராயர் (*Bishop of Tabraca*) தனது அறிக்கையில், "அவதூறுகளைத் தவிர்ப்பதற்காக ஒரு பொதுவான சங்கமத்தையே நாங்கள் விரும்புகிறோம். இதன் சாதக பாதகங்களை அலசி ஆராய்ந்தபோது, பெருத்த சங்கடமாகிவிட்டது. சூத்திரர்களையும் பறையர்களையும் ஒன்றாக்குவதால் புதுச்சேரியின் உயர்சாதியினரின் வெறுப்புக்காளாகி, அதனால் சமாளிக்க முடியாத இடர்ப்பாடுகள் வரும் என்று மிசியோனர்கள் கூறுகின்றார்கள். ஒரு சாதாரண மாற்றம் செய்தால் கூட அவர்கள் கலவரம் செய்கிறார்கள். இதில் எங்களுக்குப் பல வருத்தம் தரும் அனுபவங்கள் உண்டு. ஒரு சேர அமரவைத்தால் பெரும்பான்மையான கிறித்தவர்களை இழக்க நேரிடும்" என்றார் (மொரே 1998: 118).

போப்பாண்டவர் பதினைந்தாம் கிரிகோரி (*Pope Gregory XV*) இதைக் கண்டித்தாரெனினும், தற்போதைக்குத் தலித்துகளைப் பிரித்து வைப்பதைப் பொறுத்துக்கொள்ளுமாறு ஆலோசனை கூறப்பட்டது. கர்தினால் அந்தோநெல்லி (*Cadinal Antonelli*), சாதிப்பிளவைச் சகித்துக் கொள்ளும் உரிமையைப் பாதிரியார்களுக்கு வழங்கினார். வாடிகனே வழிமொழிந்து விட்டதால், தங்கள் பொறுப்பும் பழியும் கழிந்ததாகப் புதுச்சேரிப் பாதிரியார்கள் நிம்மதிப் பெருமூச்சுவிட்டனர். தங்களின் வாதம் எடுபட்ட நிலையில், வெற்றிக் களிப்பிலாழ்ந்த உயர் சாதியினர், தனியே அமர விரும்பாத தலித்துகள், தனித் தேவாலயம் கட்டிக கொள்ளட்டும், தனிக் கல்லறை வைத்துக்கொள்ளட்டும் என்று கொக்கரித்தனர். இது பற்றிய முறையீடுகள் தொடர்ந்து வருவதும், அதற்கு வாடிகன் அறிவுரை கூறுவதும் வழக்கமாயிற்று. போப்பாண்டவர் பன்னிரண்டாம் கிளமென்ட் (*Clement XII*) 1734இலும், போப்பாண்டவர் பதினான்காம் பெனெடிக்ட் 1744இலும் பழைய நடைமுறையே தொடர அனுமதித்தார்கள் (மொரே 1998: 118; ஜெயசீல ஸ்டீஃபன் 2018).

மதம் மாறியும் மனம் மாறவில்லையே என்று நொந்துகொள்வதைத் தவிர தலித்துகளுக்கு வேறு வழியில்லாமல் போனது.

5.6: அவசர கால உதவியும் அரவணைப்பும்

ஏழ்மையிலும் வறுமையிலும் இயலாமையிலும் உழன்று கொண்டிருப்போர்க்கு நீளும் உதவிக்கரம், சக்திவாய்ந்த மதமாற்றக் கருவி என்பதை ஏசு சபையினர் புரிந்துகொண்டனர். பஞ்சமும் நோயும் கடுமையாகத் தாக்கியபோது ஏசு சபையினர் அதைச் சாதகமாக்கிக் கொண்டனர். இதற்கான நிதி அயல்நாடுகளிலிருந்து தடையின்றி வந்தது. துய்ப்ளேக்சு ஆட்சிக் காலத்தில், பேரிடர் கால உதவிகளுக்காக, அவரும், அவரது மனைவியும் தாராளமாக உதவி செய்தனர். 1751ஆம் ஆண்டில், பேகம் ஜேன் என்று அழைக்கப்பட்ட மதாம் துய்ப்ளேக்சு, மரக்காணம், செய்யூர் ஆகிய ஊர்களை ஏசு சபைக்கும், கடப்பாக்கத்தை கப்புசியன் களுக்கும் தானமாகக் கொடுத்திருந்தார். எனவே தாராளமாகப் பணம் புரண்டதால், மதமாற்றம் துரிதமாக நடந்தது.

1723, 1730, 1747, 1831–32, 1876–78ஆம் ஆண்டுகளில் புதுச்சேரியில் கடும் பஞ்சம் தலைவிரித்தாடியது. பணமிருந்தாலும் அரிசி கிடைக்கவில்லை என்று பணக்காரர்களே பரிதவித்தனர். ஏழைகள், தலித்துகளின் நிலை மிகவும் பரிதாபகரமானது. அவர்தம் கையறு நிலையைச் சாதமாக்கிகொண்ட பிரச்சாரகர்கள், குடிசைகள், காலனிகளுக்கு ஓடோடிச் சென்று, உதவிகள் செய்தனர். ஒடுங்கிக் கிடந்த வயிற்றுக்கு உணவும், உடைந்துபோன மனதிற்கு ஆறுதலும், கேளாமல் தந்த கிறித்தவர்பால் அவர்களுக்கு ஈர்ப்புப் பெருகியதில் வியப்பேதுமில்லை. 1744–46 பஞ்சத்தின்போது, வெறும் இரண்டு ரூபாய் கொடுத்து, குழந்தைகளை வாங்கிக்கொண்டு, பெற்றோர்களையும் கிறித்தவர்களாக்கினார்கள் (மொரே 1998: 106).

இதுபற்றிக் கிறித்தவத் துறவியார் பார்பியே (Barbier 1723) கூறும்போது, “நீடித்த கடும் பஞ்சம், பாதிரியார்களுக்கு அவர்களது ஆர்வத்தை வெளிக்காட்ட நல்ல வாய்ப்பினைத் தந்துள்ளது. இருநூறுக்கும் மேற்பட்டோர் திருமுழுக்கு செய்யப்பட்டுள்ளனர். அவர்கள் தங்களது பூவுலக வாழ்வைத் திடப்படுத்திக்கொண்டதோடு, அவர்களது ஆன்மாவின் முடிவிலா வாழ்விற்கும் திருமுழுக்கு மூலம் ஆசி பெற்றுள்ளார்கள்” என்று குறிப்பிட்டுள்ளார் (மொரே 2020: 107).

உந்தித் தள்ளிய வறுமை

1831–32, 1876–78 காலகட்டத்தில் விளைச்சல் பொய்த்துப்போய், பஞ்சம் கடுமையானது. ஒரு பிடிச் சோறு, ஒரு துண்டுக் கறி, ஒரு சில துணிமணிகளுக்காகக்கூட மக்கள் மதம் மாறத் தயாராயிருந்தனர். 1866–70ஆன நான்கே ஆண்டுகளில், அரிசியும் பணமும் கொடுத்தே, 1500 பஞ்சைப் பராரிகளைப் பாதிரியார் அருள் மதம் மாற்றியிருந்தார். இதனால், 1876–78இல் பஞ்சம் வருமுன் 14,200 பேராக இருந்த கிறித்தவர் எண்ணிக்கை, 1886இல் 20,300 ஆகச் சடுதியில் உயர்ந்தது. 1898ஆம் ஆண்டில் மட்டும், ஒரே வருடத்தில், புதுச்சேரியின் வடக்குக் காலனிவாசிகள் பஞ்சம் தீர்த்தப் பண உதவியால் கிறித்தவர்களானார்கள் (லௌனே 1898; வெபர் 1988).

மிதிவண்டியில் பயணம்

எளிய இலக்கான வறியோர்

சிறியோர்க்குக் கல்வி

நோயாளிகளுக்கு மருத்துவச் சேவை

பெண்களுக்குத் தொழிற்பயிற்சி

ஆதரவற்றோருக்கு அபயக்கரம்

இறக்கும் தருவாயிலும் மதமாற்றம்

கிராமத்தில் ஒரு தேவாலயம்

ஃபிரஞ்சியர் காலப் புதுச்சேரி: மண்ணும் மக்களும் (1674–1815) ← 315 →

வறியோர்க்குப் பொருளுதவி

அனாதைக் குழந்தைகள் காப்பகம்

“மனிதன் தப்பிப் பிழைக்க நினைக்கும் கொடூரமான நிகழ்வுகளில், பஞ்சம்தான் அதிபயங்கரமானது. தேவனுக்கு இந்தியர்களைப் பற்றித் தெரியும். அவனுடைய அழகிய சொர்க்கலோகத்திற்குள் அவர்களைக் கொண்டு வருவதற்கு, பட்டினியே சிறந்த வழி என்று அவருக்குத் தெரியும். அதனால்தான் உயர்சாதிக்காரர்கள் மாறவில்லை; ஒடுக்கப்பட்டவர்கள் மட்டுமே மாறினார்கள்” என்ற ஃபிரஞ்சுத் துறவி ஃபுர்கத் (Fourcade) கூற்று அதைத்தானே மெய்ப்பிக்கிறது (மொரே 1998: 106).

பெருந்தொற்றால் கிடைத்த பெருவாய்ப்பு

பேரிடர்களால் நேரும் துன்பங்களும் துயரங்களும் அவதிப்படுபவர்களை, ஆறுதலுக்காகத் தோள் கொடுப்போர் மீதே சாய்த்துவிடுகின்றன. பஞ்சத்தைத் போலவே, காலரா, பிளேக், பெரியம்மை போன்ற கொள்ளை நோய்களின் தாக்குதல்கள் அதற்கு இன்னுமோர் எடுத்துக்காட்டு.

1755ஆம் ஆண்டு காரைக்காலில் காலரா நோய் பரவிக் கொள்ளை கொண்டது. கொத்து கொத்தாக மக்கள் செத்து வீழ்ந்தார்கள். பிரச்சாரகர்களின், மருத்துவ உதவிகளும் மனம் தேற்றும் வார்த்தைகளும் நோயில் நலிந்தோரை அரவணைத்தன. “காரைக்காலில் மட்டும் 4000 இந்துக்களுக்குமேல் இறந்துபோனார்கள். அவர்களில் சிலர் சாகும் தருவாயில் மதம் மாறினார்கள். ஆனாலும், இந்து சமயத்திலிருந்து மீட்டு வைத்திருந்த பல சிறுவர்களையும் 300 தமிழ்க் கிறித்தவர்களையும் இழந்து விட்டோம். அதையும் மீறி, இந்த ஆண்டில் (1755), 150க்கும் மேலானவர்களை மதம் மாற்றியிருக்கிறோம்” என்று காரைக்கால் பாதிரியார், தெசேந்தெஸ்தவான் (de Saint – Eastevan) புதுச்சேரிக்கு

அறிக்கை அனுப்பியிருந்தார். 1829இல் மற்றுமொரு முறை கொள்ளை நோய் பரவியபோதும், மத மாற்றத்திற்கான நல்வாய்ப்பாக அமைந்தது (மொரே 1998: 104–105).

ஒரு முறை, மாகியில் பெரியம்மையின் தாக்குதல் கொடூரமானது. கடுமையாகப் பாதிக்கப்பட்டு, பிழைக்கமாட்டார்கள் என்று கைவிடப்பட்ட நோயாளிகளைக் காட்டுப்பகுதிக்குள் போட்டுவிடுவது வழக்கம். அந்தச் சூழ்நிலையில், சபைகள் மூலம், வெளிநாட்டிலிருந்தும் மருத்துவர்கள் வரவழைக்கப்பட்டனர். ஆங்கில மருத்துவத்தில், அம்மை நோய்க்கு மருந்தில்லாததால், பாரம்பரிய நாட்டு வைத்தியப்படி, வேம்பு, செந்தாமரை, மஞ்சளைப் பயன்படுத்தியே சிகிச்சையளித்தார்கள். பதினெட்டு மாதங்கள் நோய்த்தொற்றைப்பற்றிக் கவலைப்படாமல், உயிரைத் துச்சமெனத் தள்ளிப் போராடிய அவர்களது தன்னலமற்ற சேவை மக்களை நெகிழச் செய்தது. தாங்களாகவே மனமுவந்து, பெரிய அளவில் மாறினார்கள். இது 'மந்தை மனமாற்றம்' (*Conversion in Crowds*) என்று பெருமிதம் கொண்டார் ஆயர் இக்னேசியஸ் (*Fr. Ignatius*) (மொரே 2020: 108).

5.7: இந்தியப் பண்பாட்டின்மீது வெறுப்பு

இந்துச் சமய நெறிகளையும் பண்பாட்டுக் கூறுகளையும் முற்றுமாகக் கைவிடச்செய்து, ஐரோப்பிய முறைக்கு மாற்றுவதென்ற அணுகுமுறை எதிர்பார்த்தப் பலன்களைத் தரவில்லை.

பக்தர்களின் தோற்றமும் பூசை முறைகளும் மேற்கத்திய பாணியிலேயே இருக்க வேண்டும் என்று ஏசு சபையினர் வலியுறுத்தினர். இந்துக் கோயில்களின் மூலவர் விக்கிரகங்கள் வெளிப்பார்வைக்குத் தெரியாமல் மதிலை உயர்த்திக் கட்ட வேண்டும், ஞாயிற்றுக்கிழமைகளில் கிறித்தவப் பூசை தவிர வேறு திருவிழாக்கள் நடத்தக்கூடாது என்று உயர் ஆலோசனை சபையை வற்புறுத்தினர். அது ஓர் அரசாணையாக வெளியிடப்பட வேண்டும் என்றும் பிடிவாதம் பிடித்தனர்.

இந்திய வழக்கப்படி கிறித்தவத் திருமணம்

இத்தாலியப் பயணி நிகொலாவ் மன்னுசி (*Nicalao Mannucci*) 1701ஆம் ஆண்டு ஆகஸ்டு மாதத்தில் புதுச்சேரிக்கு வருகை தந்தபோது அரியாங்குப்பத்தில் நடந்த ஒரு திருமண நிகழ்ச்சியைக் கண்டார். மணமகன், மணப்பெண் இருவருமே மதம் மாறிய கிறித்தவர்கள். ஆனால், திருமண நிகழ்ச்சிகள் சந்தடியில்லாமல் வைதீக முறைப்படியே நடந்தன. வீட்டு முற்றத்தில் ஆல மரக்கிளை நட்டு, அவர்களிருவரும் சுற்றிவந்து வணங்கினர். ஏழு நாட்களுக்குப் பிறகு, தேவாலயத்தில் கிறித்தவ முறைப்படி மணவிழா நடந்தது. போதகர் ஒருவர் தாலியைப் பாதிரியாரிடமும் பெற்றோரிடமும் காட்டி ஆசிர்வதிக்கச் செய்தார். பின்னர் அவர் அதை மணமகனிடம் எடுத்துக் கொடுக்க, மேள தாளம் முழங்க கொண்டாட்டச் சூழலில் தாலி கட்டப்பட்டது. புதுத் தம்பதிகள் பலிபீடத்தை வலம் வந்து வந்திருந்தோரை வணங்கி வாழ்த்துப்பெற்றனர். இவ்வாறு இரண்டு கலாச்சாரக் கலப்புத் திருமணத்தை ஏசு சபையினர் அனுமதித்தது விநோதமாயிருந்தது. ஆனால், மயிலாப்பூர் மறை மாவட்டப் பேராயரே

மேரி அல்லது சிலுவையுடன் கூடிய தாலியை அணியலாம் என்று எழுத்து வடிவில் அனுமதித்திருந்ததுதான் வேடிக்கை என்று அவரது குறிப்பில் பதிவிட்டுள்ளார் (ஜெயசீல ஸ்டீஃபன் 2018: 533; மொரே 2020: 48–50).

பதினாறு கட்டளைகள்

1704ஆம் ஆண்டு ஆகஸ்டு 23ஆம் நாள் கர்தினால் மெய்யார் தெ துர்நோன் (Cardinal Maillard de Tournon) பதினாறு நிபந்தனைகளை விதித்து ஓர் ஆணையைப் புதுச்சேரிப் பாதிரியார் குய் தழ்சாருக்கு அனுப்பினார். குழந்தைகளுக்கு பெயர் வைக்கும் சடங்கில் வாயில் உப்பு வைக்கக் கூடாது; இந்துப் பெயர்கள் வைக்காமல் கிறித்தவப் பெயர்ப் பட்டியலிலிருந்து ஒரு பெயரைத்தான் சூட்டவேண்டும்; விவிலியத்தைத் தவறாகப் படிக்கக்கூடாது; குழந்தைத் திருமணங்கள் செய்யக்கூடாது; திருமணத்தின்போது அரசமரம் நடக்கூடாது; கண்ணைச் சுற்றி மையிடக்கூடாது; 108 திரிகள் கொண்ட மஞ்சள் தடவிய தாலி அணியக் கூடாது; பூணூல் அணியக்கூடாது; பூப்பெய்தல் சடங்குகள் கூடாது; சிலைகளுக்கு நீராட்டுதல், ஆராதனை கூடாது; தேங்காய் உடைக்கக் கூடாது; இந்து இசைக்கலைஞர்களைப் பயன்படுத்தக் கூடாது; இந்துக்கள் விழாவில் கத்தோலிக்கரும் இசை நிகழ்ச்சி நடத்தக் கூடாது; தலித்துகளைப் பிரித்து வைக்கக்கூடாது; பசு கோமியம், சாணம், திருநீறு போன்றவற்றைப் பயன்படுத்தக் கூடாது; இந்து வேத நூல்களைப் படிக்கக்கூடாது; பெண்கள் மாதவிலக்குக் காலத்தில் ஆலயத்திற்கு வருவதைத் தடுக்கக் கூடாது என்று அடுக்கடுக்காக நிபந்தனைகள் விதிக்கப்பட்டன (ஜெயசீல ஸ்டீஃபன் 2018: 535; மொரே 2020: 50).

1710ஆம் ஆண்டில் தென் தமிழ்நாட்டில், மறவர் குல மன்னர் ஒருவர் இறந்தபோது, அவரது 47 மனைவியரும் உடன்கட்டை ஏறியதைக் கண்டு அதிர்ச்சியடைந்த ஏசு சபையினர், இந்து விழாக்களுக்கும், விக்கிரக வழிபாட்டிற்கும் உடனடியாகத் தடை விதிக்குமாறு கோரினர் (மொரே 2020).

ஆத்திரம் கிளப்பிய தோற்றம்

துபாசி கனகராய முதலியார் பெரும் செல்வந்தர். ஆளுநர் துய்ப்ளேக்சுவிடமும் ஆட்சியாளர்களிடமும் செல்வாக்கு மிக்கவர். மதம் மாறிய இந்துக் கிறித்தவர்களில் மூன்றாம் தலைமுறையைச் சேர்ந்தவர். ஆசாரப்ப முதலி அவரது தம்பி. 1745, அக்டோபர் 16ஆம் நாள், ஆசாரப்ப முதலியின் மருமகள் பூசைக்குச் செல்லும்போது, நிறைய தங்க நகைகள் அணிந்துகொண்டு, சருகு போன்ற விலை உயர்ந்த புடவையைக் கட்டிக்கொண்டு, வாசம் பூசிக்கொண்டு வந்தார். இது கப்புசின் பாதிரியாருக்குப் பிடிக்கவில்லை. வாசனையை சகிக்காதவர்போல் மூக்கைப் பிடித்துக்கொண்டார். அவரைக் கோபத்துடன் வெறித்துப் பார்த்து, “நீ என்ன விலைமாதா? இல்லை, குடும்பப் பெண்தானா? மார்பு ரோமத் துவாரம் தெரியுமாறு சல்லாப் புடவை கட்டிக்கொண்டு வந்திருக்கிறாயே! உன் புருஷனுக்கு வெட்கமேயில்லையா?” என்று கடுமையான வார்த்தைகளால் கண்டித்தார். அம்மையார் அழுதுகொண்டே வெளியேறிவிட்டார்.

மறுநாள், தமிழ்க் கிறித்தவர்களைக் கூட்டி, “மெல்லிய புடவை அணியக்கூடாது; மற்ற தமிழரைப்போல் அலங்கரிக்கக்கூடாது;

வாசனைத் திரவியங்கள் பூசிக்கொண்டு வரக்கூடாது; நீண்ட கூந்தலை வைத்துக்கொள்ளக்கூடாது" என்று கண்டிப்புடன் கூறினார்.

ஏற்க மறுத்த தமிழர்கள்

தமிழ்க் கலாச்சாரத்தில் ஊறிக்கிடந்தவர்களுக்கு, அவரது அணுகுமுறை ஆத்திரத்தைக் கிளப்பியது. எனவே, கொண்டை போடக்கூடாது, சடை பின்னி முடியக்கூடாது போன்ற கட்டுப்பாடுகளை அவர்கள் ஏற்கத் தயாராயில்லை. காலங்காலமாக வரித்துக்கொண்ட நடை, உடை, பாவனைகளை மாற்றக் கூடாது என்று ஆட்சேபித்தனர். பாதிரியார் அசைந்து கொடுக்கவில்லை. மாறாக, மேலும் கோபம் தலைக்கேறியவராய், எதிர்த்துப் பேசியவரைப் பிடித்துக் கீழே தள்ளி விட்டார்; விழுந்தவரும் விடவில்லை. எழுந்து நின்று, பாதிரியாரின் அங்கியைப் பிடித்து இழுத்தார். மோதல் தீவிரமாகும் தறுவாயில், சுற்றியிருந்தவர்கள் குறுக்கிட்டு விலக்கிவிட்டனர். பாதிரியாரால் அவமதிக்கப்பட்டுவிட்டதால், "இனிமேல் தேவாலயம் வருவதில்லை" எனக் கூறிவிட்டு அனைவரும் வெளியேறிவிட்டனர்.

துபாசி கனகராயரின் குடும்பப் பெண் அவமதிக்கப்பட்டதால், அவரே நேரடியாகப் பாதிரியாரிடம் பேசினார். பழக்க வழக்கங்களைத் திடீரென்று மாற்ற முடியாத இயலாமையை எடுத்துக்கூறி, சடை, பின்னல் தடைகளை நீக்கினால்தான் தமிழர்கள் அமைதி அடைவார்கள் என்பதைப் புரியவைத்தார். அப்போதும் பாதிரியாருக்குத் திருப்தி ஏற்படவில்லை. இருந்தாலும், கனகராயரின் செல்வாக்கைத் கருதி, அவரது வேண்டுகோளைத் தயக்கத்துடன் ஏற்றுக்கொண்டார்.

ஆளுநரிடம் முறையீடு

மறுநாளே, பாதிரியார் மதாம் துய்ப்ளேக்சுவைச் சந்தித்தார். "தமிழர்கள் தன்னிச்சையாக நடந்து கொள்கிறார்கள். கும்பல் கும்பலாகக் கூடிப் பேசிக்கொண்டு, கோயிலுக்கு வர மறுக்கிறார்கள். என்னுடைய கட்டளைகளை அவமதிக்கிறார்கள். இப்படி இருந்தால் எப்படிக் கிறித்தவம் வளரும்?" என்று மதாமிடம் முறையிட்டார்.

மதப்பிடிப்பு நிறைந்த மதாம் துய்ப்ளேக்சு, பாதிரியாருக்கு ஆதரவாகத் தன் கணவரின் மனத்தை மாற்றினார். "மனைவி சொல்லே மந்திரம்" என்று ஒழுகிய துய்ப்ளேக்சு, உடனே தளவாய் கிரிமோசி பண்டிதரை அழைத்தார். தமிழர்கள் "கும்பல் கூடிப் பேசினால் அவர்களைக் காவலில் வை" என்று கட்டளையிட்டார்.

நிலைமை மேலும் மோசமாயிற்று. மறுநாள் பூசைக்குப் போன தமிழர்கள், பிரார்த்தனைக் கூடத்தின் நடுவில் நாற்காலிகளை அடுக்கி இரண்டாகப் பிரித்து, வெள்ளையர்களுடன் சேராமல் ஒரு பகுதியில் மட்டும் அமர்ந்து கொண்டனர்.

வேற்றுமையிலும் ஒற்றுமை

வந்த புதிதில், கப்பூசியன்களும் ஏசு சபையினரும் ஒரு சங்கதியில் ஒற்றுமையாகவும் பிடிவாதமாகவும் செயல்பட்டனர். இந்துக்களின்

சமய நடவடிக்கைகளைக் கட்டுப்படுத்தினால்தான் கிறித்தவம் வளரமுடியும் என்பது அவர்களது அசைக்க முடியாத நம்பிக்கை. அதற்காக அரசு முனைந்து நடவடிக்கை எடுக்கவேண்டும் என்று வலியுறுத்தினர்.

கோயில் கொண்டாட்டங்களுக்குக் கட்டுப்பாடு

1699இல் டச்சு ஆக்கிரமிப்பிற்குப் பின், இந்த அழுத்தம் தீவிரமானது. மர்த்தேனும் ஒரு தீவிரக் கிறித்தவரே. ஆனால், மத நல்லிணக்கம் கடைபிடித்தால்தான் வணிகம் செழிக்க முடியும் என்றும், இந்துக்களைச் சரிசமமாகப் பாவிப்பதே சரியான உத்தி என்றும் மர்த்தேன் தன் இயக்குநர் குழுவிற்கு அறிக்கை அளித்தார். "தொலைதூர நாடுகளை ஆக்கிரமிப்பதில், இதுவரை அண்மை நாடுகளில் கிடைத்த அனுபவத்திலிருந்தும், நாமே பொதுவாக உணர்ந்திருப்பதாலும், நாம் இன்னும் வெகுதூரம் பயணம் செய்ய வேண்டியிருப்பதாலும், வணிகத்தின் மீதே அதிகக் கவனம் செலுத்தினோம்" என்று 1664 ஆகஸ்டில் மன்னர் 14ஆம் லூயி அறிவித்திருந்தார். மதப் பிரச்சாரகர்கள் அதைப் புறந்தள்ளிவிட்டு, இந்து, இசுலாமிய வெறுப்புப் பிரச்சாரத்தை முடுக்கிவிட்டார்கள். அவர்களது மத நம்பிக்கைகளையும் சடங்குகளையும் எள்ளி நகையாடினார்கள்.

இந்துக்களின் ஈசுவரன் கோயிலும் சம்பா கோயிலும் அருகருகே இருந்தன. வழியெல்லாம் தறிகளும், ஆள் நடமாட்டமும் மிகுந்திருந்தன. அன்றாட பூசைகளும் மேளதாளங்கள் எழுப்பிய ஆரவாரமும் அவ்வப்போது நடந்த திருவிழாக்களும் அவர்களுக்கு எரிச்சலூட்டின (மொரே 1998; மெலாங்கின் 2015).

வெறுப்பை உமிழும் பிரச்சாரகர்கள்

'ஏசுநாதரே ஒரே தேவன். பிறவெல்லாம் சாத்தான்கள்' என்று அசைக்க முடியாத நம்பிக்கை கொண்ட பிரச்சாரகர்களால், ஈசுவரன், விநாயகர், பெருமாள், அம்மன் போன்று பல்வேறு வடிவங்களில் இந்துக்கள் இறைவனை வழிபட்டதைப் பொறுத்துக்கொள்ள முடியவில்லை. இந்துக் கடவுளர் அனைவரும் சாத்தானின் வடிவங்கள், அவற்றை வணங்குவோர் அனைவரையும் மதம் மாற்றியாக வேண்டும் என்றனர். இந்து மத நடவடிக்கைகள் தங்களது நடவடிக்கைகளுக்குப் பெரும் இடையூறாக இருப்பதால், அவற்றைத் தடைசெய்ய வேண்டுமென்று அரசை வலியுறுத்தினார்கள்.

சங்கடத்தில் மர்த்தேன்

ஒரு புறம் வணிக நலன், மறுபுறம் மதவளர்ச்சி என்று இருதலைக் கொள்ளி எறும்பாய்த் தவித்த மர்த்தேன், அவர்களது வற்புறுத்தலுக்கு வணங்கவேண்டியதாயிற்று.

நாணயம் அச்சடிக்கும் பிரச்சினையிலும் ஏசு சபையினர் மர்த்தேனுக்குக் குடைச்சல் கொடுத்தனர். வெகு முயற்சிக்குப்பின், புதுச்சேரியிலேயே வெள்ளி நாணயம் அச்சடிக்கும் உரிமையை, நவாபு தோஸ்த் அலி கானிடமிருந்து பெற்றார், மர்த்தேன். பழைய நாணயத்தில் இருந்தவாறே லட்சுமி, விஷ்ணு உருவங்களோடு அதை வெளியிட்டபோது,

கிறித்தவ நிர்வாகத்தில் இந்துக் கடவுள்களின் உருவம் எப்படி இடம் பெறலாம் என்று ஆட்சேபித்து, பாரிஸ் வரை பிரச்சனையைப் பெரிதாக்கினார். ஆனால், இந்துக்கள் புதிய நாணயங்களை ஒட்டு மொத்தமாகப் புறக்கணித்ததால், அண்டைப் பகுதி நாணயங்களைச் சிறிது காலம் பயன்படுத்தவேண்டியதாயிற்று (ஜெயசீல ஸ்டீஃபன் 2018; மொரே 2020).

சடங்குகளில் குறுக்கீடு

மதமாற்றத்திற்காகப் பலவிதங்களில் விட்டுக்கொடுத்துப் போனாலும் சில சடங்குகளை அவர்களால் புரிந்துகொள்ள முடியவில்லை. திருமணம், திருவிழாக்களின் போது ஆடம்பரத்தையும் ஆரவாரத்தையும் சகித்துக்கொண்டாலும், சாவின்போது பல்லக்கு அலங்கரிப்பதும், பறையடித்துக் கொம்பூதி ஊர்வலம் போவதும், அவர்களுக்கு எரிச்சலூட்டின. தானப்ப முதலி இறந்தபோது, அவர் உடலை வெள்ளைத்துணியால் போர்த்தி, கண்ணாடிகளை ஒட்டி, வெற்றிலையை அடுக்கி, வாண வேடிக்கைகளுடன் தூக்கிக் கொண்டுபோய், இந்துக்கள் போலவே அடக்கம் செய்தனர். பதின்மூன்றாம் நாளன்று கரும காரியத்தின்போது, அவர் கிறித்தவர் என்பதால் மெழுகுவர்த்தி ஏற்றி ஊர்வலம் வந்தனர். ஒருவரை இழந்து துக்கத்திலிருக்கும்போது, மௌனம் கடைபிடிக்காமல் ஓலமிடுவதும், ஒலி எழுப்புவதும் தவறு என்று அவர்கள் கருதினர்.

5.8: இந்துக்கள் மீது கட்டுப்பாடுகளும் எதிர்வினையும்

புதுச்சேரியைக் கிறித்தவ பூமியாக்க வேண்டுமென்பதில் ஏசு சபையினர் அதி தீவிரமாயிருந்தனர். 1701 முதல் 1715 வரை, நான்கு முறை இந்துக்களின் மீது அதிகாரம் திணிக்கப்பட்டதால் அவர்கள் சமூக எழுச்சியுடன் எதிர்த்துப் போராடி, மூன்று முறை அரசை வழிக்குக் கொணர்ந்தனர். அரசுக்குக் கிறித்தவம் பரப்புவது ஒரு கடமையாக இருப்பினும், நான்கு காரணங்களுக்காக இந்துக்களுக்குப் பணிய வேண்டியதாயிற்று.

1. பிரச்சனை பெரிதாகி, அரசாங்கத்தின் பலவீனம் வெளிப்பட்டு விட்டால், அண்டையிலிருக்கும் டச்சுக்காரர்களுக்கும் ஆங்கிலேயருக்கும் தவறான பிம்பத்தைத் தரக்கூடும்;
2. மக்கள் வெளியேறுவதும், கடைகள் அடைக்கப்படுவதும், தொழில் துறையில் பணியாளர் பற்றாக்குறையை ஏற்படுத்தி வணிகத்தை முடக்கிவிடும்; பொருளாதார இழப்பைச் சந்திக்க நேரிடும்;
3. மக்களே இல்லாமல் போனால மத மாற்றம் தடைபடும்;
4. அங்காடிகள் நெடுநாள் மூடப்படுமானால், பொருட்களுக்குத் தட்டுப்பாடு ஏற்பட்டு, பசி, பட்டினி பரவி, அன்றாட வாழ்க்கை சீர்குலையும்; அதில் ஐரோப்பியரும் சேர்ந்தே பாதிக்கப்படுவர்.

இதனால், விட்டுக்கொடுக்க நேர்ந்தபோதெல்லாம், அவர்கள் அதைத் தோல்வியாகக் கருதாமல், தங்களது வியூகத்தின் ஒரு பகுதியாகவே கருதினர் (டேனா அக்மோன் 2011: 46–52).

ஈசுவரன் கோயிலை அகற்ற முதல் முயற்சி (டேனா அக்மோன் 2011: 93–108)

1704 வரை படத்தில், ஜென்ம ராக்கினி மாதா ஆலயமும், வேதபுரீசுவரர் கோயிலும் அருகருகே இருப்பதைக் காணலாம். இது ஏசு சபையினரை உறுத்திக் கொண்டேயிருந்தது. எனவே அக்கோயிலை அகற்ற வேண்டுமென்பதில் அவர்கள் குறியாயிருந்தனர். அதன்மூலம், அந்தக் கோயிலின் பூசைகள் நடப்பதைத் தடுப்பதோடு, விரிவாக்கத்திற்கு நிலமும் கிடைக்கும் என்பது அவர்கள் கணிப்பு. ஆகவே அதை இடித்துப்போடுமாறு மர்த்தேனை வலியுறுத்திக் கொண்டேயிருந்தனர். அரசு ஆணையிட்டுவிட்டால். இந்துக்கள் பயந்துபோய், சாவிகளோடு வந்து நிற்பர் என்று உசுப்பேற்றினார். ஆனால், மேற்சொன்ன காரணங்களுக்காக மர்த்தேன் தயங்கினார்.

ஏசு சபையினரின் விடா முயற்சியால், 1701 ஆகஸ்டு 10இல் ஓர் அரசாணை வெளியிடப்பட்டது. ஈஸ்டர் பண்டிகைக்கு இரண்டு வாரங்களுக்கு முன்பிருந்தே, கிறித்தவம் தவிர்த்த பிற மதப் பண்டிகைகளும், அவற்றைச் சார்ந்த கொண்டாட்டங்களும் தடை செய்யப்பட்டன. அதுமட்டுமின்றி, எல்லா ஞாயிற்றுக்கிழமைகளிலும் இந்தத் தடையைக் கடைபிடிக்க வேண்டும் என்றும் அந்த ஆணை கட்டுப்படுத்தியது. ஏசு சபையினர் ஒரு படி மேலே போய், வெள்ளையர் பகுதிகளில் கோயில்களும் கடவுள் சிலைகளும் இருக்கக்கூடாது என்றும் ஆட்சேபித்தனர்.

புனித ஃபிரான்சிஸ் சேவியர் விழாவிற்காக வந்த ஏசு சபைப் பாதிரியார் பிரேயி (Father Breüille), "இந்துக் கடவுள் ஊர்வலங்களைத் தடுப்பது மட்டுமல்லாமல் எல்லாக் கோயில்களையும் இடித்துத் தள்ள வேண்டும்; இந்துத்துவமே புதுச்சேரியில் இல்லாமல் செய்ய வேண்டும்; ஃபிரான்சில், ஹெர்சியில் மாமன்னர் செய்ததை இங்கேயும் நடத்திக் காட்டுவதே ஒவ்வொரு ஃபிரஞ்சியனின் கடமை" என்று கொக்கரித்தார் (டேனா அக்மோன் 2011: 70).

ஒரு வருடம் கழிந்தது. கொண்டாட்டங்கள் தடைசெய்யப்பட்டபோதும், அதில் திருப்தியடையாத ஏசு சபையினர், ஈசுவரன் கோயிலை இடிக்கவேண்டுமென்பதில் குறியாயிருந்தனர். அவர்களின் வற்புறுத்தலில், 1702ஆம் ஆண்டு ஆகஸ்டு 15இல் திருவிழாக்களை நிறுத்திவிட்டு, கோயில் சாவிகளை ஒப்படைக்குமாறு மர்த்தேன் அரசாணை பிறப்பித்தார். தன்னைச் சந்திக்க வந்த நாட்டாரிடம், கோயிலை இடியுங்கள், அல்லது ஊரை விட்டுப் போய்விடுங்கள் என்று கடுகடுத்தார். அவரது சொற்கள், நாட்டார் நெஞ்சில் ஈட்டிகளாய்ப் பாய்ந்தன; விளைவு, வளரியின் போக்காய்த் திருப்பித் தாக்கியது (டே னா அக்மோன் 2011: 69–83).

இந்தியரின் எதிர்ப்பு நடவடிக்கைகள்

ஆன்மிக பூமியாம் புதுவையின் மக்கள் வெகுண்டார்கள். நீறுபூத்த நெருப்பாகக் கனன்று கொண்டிருந்த பொருமல் வெடித்துக் கிளம்பியது; கடைகள் அடைக்கப்பட்டன; யாரும் பணிக்குச் செல்லாமல் முடங்கினர்; மதச்சுதந்திரம் இல்லாத ஊரில் இருப்பதைவிட வெளியேறுவதே மேல் என்று முடிவு செய்தனர். கோட்டை கட்டிக் கொண்டிருந்த கூலிகள்,

நெசவாளர்கள் ஒன்று சேர்ந்து, ஆரம்ப சுமார் 15,000 தறிகளுடன் சென்னை வாயில் நோக்கி ஊர்வலமாகப் போனார்கள் (ஒலாக்ஞியர் 1932).

இந்தச் செய்தி உடனடியாக மர்த்தேனுக்குத் தெரிவிக்கப்பட்டது. ஏசு சபையினரின் யோசனை தவறு என்றும், 30000 மக்களின் எழுச்சியை 300 இராணுவ வீரர்களையும், 500 மலபாரிகளையும் வைத்துச் சமாளிக்க முடியாது என்றும் கப்புசியப் பாதிரியார் நோர்பெர் (Norbert de Bar) எச்சரித்தது உண்மையானதை உணர்ந்தார். நிலைமை கட்டுக்கடங்காமல் போனதால், உடனே மதராஸ் வாயிலை அடைக்கச் சொன்னார். தானே குதிரை மீதேறி, பரிவாரங்களுடன் நேரடியாக மதராஸ் கவுனி (சென்னை வாயில்) சென்று, மக்களிடையே பேசினார். அன்று மாலைக்குள்ளாகவே பிரச்சினைக்குச் சுமுகமான முடிவு காண்பதாகக்கூறி, நாட்டார்களை மறுநாள் தன்னைச் சந்திக்குமாறு கேட்டுக்கொண்டார்.

அரசு மாளிகைக்குத் திரும்பியதும், ஆலோசனை சபையைக் கூட்டி, உறுப்பினர்களுக்குப் பிரச்சினையின் தீவிரத்தை விளக்கினார். மாலையில், நாட்டார்கள் மர்த்தேனைச் சந்தித்தபோது, இந்துக்கள் லூயி கோட்டைக்கு அப்பால், தங்கள் சமய நிகழ்ச்சிகளை வழக்கம்போல் நடத்திக்கொள்ளலாம் என்று அறிவித்தார். எந்தக் கோயிலை இடிக்கக் கட்டளையிட்டாரோ, அதே கோயிலில் தொடங்கி, ஊர் முழுதும் வெற்றியினைக் கொண்டாடினர். ஆனால், நாட்டார்கள் கேட்டபடி, எழுத்து வடிவில் எந்த உறுதியும் தரவில்லை. பிரச்சினை அப்போதைக்குத் தீர்ந்தது. ஏசு சபையினருக்கு இதில் உடன்பாடில்லை. தங்களது எதிர்ப்பினையும் வெறுப்பினையும் வெவ்வேறு விதங்களில் வெளிப்படுத்தி வந்தார்கள்.

மணக்குள விநாயகர் கோயிலில் அட்டூழியம்

1705ஆம் ஆண்டில், பிப்ரவரி 24இல், இந்துக்களின் விழாக்களுக்குத் தடை விதித்து மீண்டும் ஓர் அரசாணை வெளியிடப்பட்டது. இந்தத் தடையை உடனடியாக விலக்கவேண்டுமென்று இந்துக்கள் கோரினர். 1701ஆம் ஆண்டு போலவே கலவரச் சூழல் உருவானது. இதற்கு ஏசு சபையினரே காரணம்; மர்த்தேன் கடுமையாக உடல் நலம் கெட்டு, மன உளைச்சலில் இருந்ததைப் பயன்படுத்தி, விழாக்களுக்குத் தடையும், ஈசுவரன் கோயிலை இடிக்க ஒப்புதலும் பெற்று ஆணை பிறப்பிக்கச் செய்தனர் என்று, அன்றைய ஆலோசனை சபை மூத்த உறுப்பினரான பிரவொஸ்தியேர் பதிவிட்டிருக்கிறார் (டேனா அக்மோன் 2011). அதற்கேற்ப, மர்த்தேன் நலமானதும், கப்புசியன் பாதிரியார்கள், எஸ்பிரித் (Espirit), சிமா (Nocholas Cima) ஆலோசனைப்படி, செப்டம்பர் 3ஆம் நாளன்று தடையை விலக்கிவிட்டார். மறுநாள், இந்துக்கள் இதைப் பெரிய அளவில் கோயிலில் கொண்டாடி மகிழ்ந்தனர் (டேனா அக்மோன் 2011: 74–81).

இதனால் வெறுப்பேறிய ஏசு சபையினர், ஒரு நாள் தலைமைப் பாதிரியார் தழ்சார் (Superior Tachard), பாதிரிகள் தோலு (Dolu), துர்பின் (Turpin) ஆகியோருடன் நெசவாளர் பகுதியில் இருந்த மணக்குள விநாயகர் கோயிலுக்குச் சென்று, கதவை உடைத்து நுழைந்து, அங்கிருந்த விளக்கு களைத் தூக்கி எறிந்தனர்; பட்டுத் துணிகளைக் கிழித்தெறிந்தனர்; சிலைகளை

நாசஞ்செய்தனர்; பூசாரியை, தலை முடியைப் பிடித்து இழுத்து, அடித்து, உதைத்துத் தங்களின் ஆத்திரத்தைத் தீர்த்துக் கொண்டனர் (டேனா அக்மோன் 2011: 82).

வேதாளம் மீண்டும் முருங்கை மரம் ஏறியது கண்ட நெசவாளர்கள் ஆத்திரமுற்றனர். அடுத்த இரண்டாம் நாளே (செப்டம்பர் 5), மறுபடியும் நெசவாளர்கள் கூடி வெளியேறத் தயாராயினர். இம்முறை நகரத்தாருடன், வண்ணார், மீனவர், கூலித்தொழிலாளர்களும் சேர்ந்து கொண்டனர். அரசு சார்பில், மூன்று அதிகாரிகள் வந்து விசாரித்து, விநாயகர் கோயிலில் கலவரம் செய்த இரண்டு கிறித்தவர்களைக் கைது செய்து சிறையில் அடைத்தனர்; அவர்களுக்குத் தண்டனை உறுதி என்று கூறி இந்துக்களைக் கலைந்து போகச் சொன்னார்கள். எடுக்கப்பட்ட நடவடிக்கையில் திருப்தி இல்லாததால், மக்கள் மறுபடியும் கூட்டம் கூட்டமாக வெளியேறத் தொடங்கினர்.

நிலைமை தீவிரமாவதை உணர்ந்த ஆளுநர் மர்த்தேன், நேரடியாகக் களத்தில் இறங்கினார். நாட்டார்களை அழைத்துப் பேச்சுவார்த்தை நடத்தப்பட்டது. நாட்டார்கள், “ஆண்டு முழுதும் கொண்டாடும் விழாக்களுக்குத் தடை ஏதும் கூடாது. டச்சுக்காரர்கள் காலத்தில் தாங்கள் அனுபவித்த மதச்சுதந்திரம் ஓர் உரிமையாக்கப்பட வேண்டும். இல்லையேல் மீண்டும் நாங்கள் வெளியேற நேரிடும்” என்றும் உறுதிபடத் தெரிவித்தனர் (ஒலாஞ்ஞியர் 1932; வெபர் 1988; டேனா அக்மோன் 2011: 84).

பிடிவாதம் தளர்கிறது

உயர்மட்ட ஆலோசனைக் குழு கூடியது. முந்தைய கலவரத்திற்குப் பின், மூன்றாண்டுகளில் சுமார் 2000 குடும்பங்கள் வெளியேறிவிட்டன. நெசவாளர்களும், தொழிலாளர்களும் மீண்டும் வெளியேறுவார்களே யானால், கும்பினி படுத்துவிடும். எனவே, இந்துக்களின் கோரிக்கையை ஏற்பதே சரி என்றும், காலம் கனியும் வரை பொறுமை காப்பதே அறிவுடைமை எனவும் அழுத்தந்திருத்தமாகக் கூறி, மர்த்தேன் சபை உறுப்பினர்களைப் பணியவைத்தார். மதச்சுதந்திரத்தை உறுதி செய்யும் வகையில், ஏசு சபையினரும், ஏனைய பிரச்சாரகர்களும் இந்துக் கோயில்களுக்குள் நுழையக்கூடாது என்றும், இதை ஃபிரான்சு மன்னரே அரசு ஆணையாக வெளியிட வேண்டும் என்றும், வெள்ளிக்கிழமை களில் வழக்கம் போலப் பூசைகள் நடத்தலாம், ஆனால் மேள தாளம், தாசிகள் நடனம் கூடாது என்றும் ஆலோசனைக் குழு பரிந்துரை செய்தது. பின்னாளில், ஃபிரஞ்சு அரசும் இதை ஏற்றுக்கொண்டது. ஆனால், அது ஆணை வடிவத்தில் வருவதற்குள் மர்த்தேன் மரணமடைந்துவிட்டார். ஏசு சபையினருக்கு இந்தத் தீர்வு ஏற்புடையதாயில்லை. இந்துக்களிடம் கண்டிப்புக் காட்டவில்லை என்று குறைபட்டுக் கொண்டனர். இது இரண்டாவது நிகழ்ச்சி. (மொரே 2020: 54).

மதம்மாற மறுத்த நயினியப்பா (டேனா அக்மோன் 2011: 95–138)

மூன்றாவது நிகழ்ச்சி நயினியப்பா விவகாரம். மர்த்தேனுக்குப் பின் வந்த ஆளுநர் துய்லிவியேவிடமும் ஏசு சபையினர் தங்களின் அடாவடியைத் தொடர்ந்தனர். 1708ஆம் ஆண்டில் ஆளுநரான எபேர், அரசியல், வணிக

நலன்களின் பொருட்டு, நயினியப்பப் பிள்ளையைத் தலைமைத் தரகராக நியமித்தார். முத்தியப்ப முதலியார் என்ற கிறித்தவரை நீக்கிவிட்டு, ஓர் இந்துவை நியமித்ததை ஏசு சபையினரால் ஏற்றுக்கொள்ள முடியவில்லை. இதுபற்றி ஃபிரான்சு அரசருக்குப் புகார் அனுப்பினர். அரசுடன் ஆலோசிக்காமல் இந்த நியமனம் நடந்ததால் ஆத்திரமடைந்த அரசர், எபேரைத் திரும்ப ஆணையிட்டு, துய்லிவியேவை ஆளுநராக அனுப்பினார்.

1711ஆம் ஆண்டில் அரசப் பிரதிநிதியான எபேரைக் கைது செய்து அனுப்பும் ஆணையுடன் துய்லிவியே புதுச்சேரிக்கு வந்தார். அது அவரது இரண்டாவது பதவிக்காலம். நயினியப்பிள்ளை ஆறு மாதத்தில் கிறித்தவராக மாறவேண்டும்; இல்லையெனில், அவரைப் பதவியிலிருந்து நீக்கி விட்டு, ஒரு கிறித்தவரைத் துபாசியாக நியமிக்கவேண்டும், ஈசுவரன் கோயில், பெருமாள் கோயில் தவிர மற்ற எல்லாக் கோயில்களையும் மூடவேண்டும் என்ற மூன்று கட்டளைகள் அரசாணையில் இருந்தன.

ஆனால், நயினியப்பப் பிள்ளையைத் தவிர வேறு எவரும், குழுமத்தின் வளர்ச்சிக்குப் பயன்படமாட்டார்கள் என்பதை நன்கு உணர்ந்த துய்லிவியே, இந்து துபாசிக்கு இணையாக ஒரு கிறித்தவரையும் நியமித்தார். "பாலுக்கும் காவல், பூனைக்கும் தோழன்" என்று தந்திரமாகச் செயல்பட்டு நிலைமையைச் சமாளித்தார் (ஞானு தியாகு 1948).

எபேரின் சுயநலம்

பாரிசுக்குப் போன எபேர், தனது செல்வாக்கைப் பயன்படுத்தித் தன் மீதான குற்றச்சாட்டுகளைச் சொல்லாமல் செய்துவிட்டு, மீண்டும் தலைமைத் தளபதி என்ற பதவியோடு புதுவைக்கு வந்தார். பாதிரிகளின் வற்புறுத்தலால், இந்துத் திருவிழாக்களையும் ஞாயிறு கொண்டாட்டங்களையும் தடை செய்தார். 1715 பிப்ரவரி 3இல் அமாவாசை ஊர்வலம் நடத்த அனுமதி மறுக்கப்பட்டபோது, மக்கள் வழக்கம்போலக் கூடி, ஊரைவிட்டு வெளியேறிப் போராடினார்கள். பெரும் கலவரம் மூண்டது. நகரமே காலியாகிப் போனதால் நான்காம் நாளே தடைகள் விலக்கப்பட்டன. இந்துக்களை வரவேற்பதாக டச்சுக்காரர்களும் ஆங்கிலேயரும் அறிவித்ததால், இந்துக்களுடன் சமரசமாகப் போகவேண்டிய கட்டாயம் ஏற்பட்டது. விழாக்காலக் கட்டுப்பாடுகள் தளர்த்தப்பட்டன. முழு சமயச் சுதந்திரம் தரப்படும் என்று உறுதியளித்து நிலைமையைச் சீராக்கினார் (டேனா அக்மோன் 2011).

பாதிரியார்களின் எதிர்ப்பு

பாதிரியார்களுக்கு இதில் உடன்பாடில்லை. இதை இந்து – கிறித்தவர் தகராறாகவே கருதி, அவர்கள் ஆளுநருக்கு எதிராகத் திரண்டனர். இந்த விவகாரத்தில் எபேரின் சுயநலமும் வெளிச்சமானது. அதிகார வர்க்கத்தின் உயர் மட்டத்திலிருந்த எபேர், துய்லிவியேவிற்குத் துணை நிற்காமல், பாதிரிகள் பக்கம் நின்றார். அவர்களைத் தூண்டியவரே நயினியப்பப் பிள்ளைதான் என்று அவர்கள் மூலம் ஃபிரான்சுக்குப் புகார்கள் அனுப்பி வைத்தார். ஏசு சபையினரின் ஆதரவுடன், ஃபௌழ்சே (Fr. Faucheaux) அடிகளார் மூலம் 1715 பிப்ரவரி 4ஆம் நாள் ஆளுநருக்கு ஒரு

கடிதத்தை எழுத வைத்தார். அதில், "இந்தக் (சிவன்) கோயிலை இப்போதே இடித்துத் தள்ள வேண்டும். அப்படிச் செய்தால்தான் மலபாரிகள் (இந்துக்கள்) பயந்து கொண்டு புதுச்சேரிக்குள் திரும்ப வருவார்கள். இந்தத் தகராறுகளுக்கெல்லாம் நயினிப்பாதான் மூல காரணம். அவரை அந்தப் பதவியில் வைத்திருக்கும்வரை, இது போன்ற சிக்கல்கள் வந்து கொண்டேயிருக்கும். கிறித்துவத்திற்குச் சாதகமாக நாம் எதையும் செய்ய முடியாது" என்று காட்டமாகத் தெரிவித்திருந்தார். இந்து வெறுப்பு அப்பட்டமாக வெளிப்பட்டது (லௌனே 1898; ஒலாஞ்ஞியேர் 1932).

துய்லிவியேவிற்கு ஊர் நிலவரம் முன்பே புரிந்திருந்ததால், நயினியப்பப் பிள்ளை விவகாரத்தில் சரியாகவே நடந்துகொண்டார். ஆனால், பாதிரிகளின் போராட்டத்தை, நயினியப்பப் பிள்ளையுடனான தனது பகைமைக்குச் சாதமாக்கி, இந்து எதிர்ப்பு நடவடிக்கைகளை எபேர் கையிலேந்திக்கொண்டார். இந்து சமூகத் தலைவர்களான மகாநாட்டார்களைப் பிரச்சினைக்குக் காரணமாகக் காட்டி, சாகப்ப முதலி, கலவை தாண்டவன் செட்டி, வெள்ளை அம்பலம் ஆகியோரை எபேர் கைது செய்து, இந்துக்கள் ஊரைவிட்டு வெளியேறிய சிக்கலைப் பெரிதாக்கினார். இந்த விவகாரத்தில் இந்து எதிர்ப்பு என்பதைவிட, நயினியப்பப் பிள்ளையைப் பழி தீர்க்கக் கருவியாக்கிக்கொண்டார் என்பதே பொருத்தமாயிருக்கும். ஏசு சபையினருடன் அவர் கூட்டாகச் செயல்பட்டதும், அவர் திருப்பி அழைக்கப்பட ஒரு காரணமானது.

துய்லிவியே ஃபிரான்சிலிருந்து வரும்போதே, கோயிலை இடிக்க வேண்டும் என்ற கட்டளையோடு வந்தார். ஆனால், நயினியப்பப் பிள்ளை விவகாரம் இந்துக்களிடம் அதிருப்தியைத் தூண்டியிருந்த சூழலில், கோயில் இடிப்பு மேலும் கொந்தளிப்பைத் தூண்டிவிடும் என்பதால், துய்லிவியே அதைத் தவிர்த்தார்; தள்ளிப்போட்டார். நயினியப்பா விவகாரம் பெரிதாகி, பாரிஸ் வரை போனதும், அதன் முடிவில் அவரது மகன் குருவப்பா, மதம் மாறிக் கிறித்தவராகத் திரும்பி வந்ததும் தனிக் கதை (மொரே 1998, 2014).

1714இல் கிறித்தவப் பள்ளி மாணவர்கள், இந்துக்களின் வீடுகளுக்குள் புகுந்து தாக்கியதோடு, பாத்திரம், பண்டங்களை எல்லாம் சேதப்படுத்தினர்; அருகிலிருந்த கோயில் மீது கல்லெறிந்துத் தாக்கினார்கள். இந்துக்களின் மீது காழ்ப்புணர்ச்சி காட்டி வந்த பிரச்சார சபையினர், தங்களவர் செய்த அட்டூழியங்களைக் கண்டுகொள்ளவில்லை; கண்டிக்கவுமில்லை (டேனா அக்மோன் 2011: 111).

ஏசு சபையின் பிடிவாதமும் அரசின் சங்கடமும்

இந்துக்களுக்கு இரண்டு கோயில்களே போதும். அதிலும் வாரத்தில் இரண்டு, மூன்று நாட்கள் மட்டும் வழிபாடு நடத்தட்டும். தேவாலயத்தை ஒட்டிய பகுதிகளில் வீடுகள் கட்டக்கூடாது. கல்லறைத் திருவிழா, கிறிஸ்துமஸ் நாட்களில் கோயிலைத் திறக்கக்கூடாது. மற்றக் கோயில்களை மூடிவிட்டு, அவை நாளடைவில் சீரழிந்து போக விட வேண்டும் என்று அரசுக்கு முன்மொழிந்தார்கள். ஒரு கிறித்தவரின் வீட்டுக்கு அருகில் இருந்த கோயிலில் மேளதாள ஒலி அமைதியைக் குலைப்பதாகப் புகார் செய்தனர்.

அதனால், ஆளுநர் துய்லிவியே, அவர்களின் வற்புறுத்தலுக்கிணங்கி, 1711 பிப்ரவரி 14ஆம் நாளிட்ட அரசரின் ஆணையில் கண்டிருந்தபடி, இந்துக்களுக்குச் சில கட்டுப்பாடுகளை 1714 செப்டம்பர் 14ஆம் நாளன்று விதித்தார். முக்கியமாகக் கோயில் விழாக்களில் மேளதாளம் வாசிக்கக் கூடாது, ஞாயிற்றுக் கிழமைகளில், சவ ஊர்வலமோ, சாமி ஊர்வலமோ எந்தவித நிகழ்வும் கூடாது என்று தடை செய்தார். நாட்டார்கள் அதை ஏற்க மறுத்து, கோயிலை இடித்தாலோ, கட்டுப்பாடுகளை விதித்தாலோ, பணிந்து போவதைவிடச் செத்து மடிவோம் என்று துணிச்சலாய்க் கூறினர். ஆனால், துய்லிவியே, இணங்க மறுத்தார்; முக்கியமான நாட்டார்களை ஊரை விட்டு வெளியேற்றினார்; அவர்களின் வீடுகள் இடிக்கப்பட்டன; கூட்டங்கள் தடை செய்யப்பட்டன. இதனால் வெறுப்படைந்த இந்துக்கள் ஒன்று கூடி, இந்து சமய நடவடிக்கைகளில் குறுக்கிட்டால், மக்கள் அனைவரும் ஒட்டு மொத்தமாக ஊரை விட்டு வெளியேறிவிடுவது என்று தீர்மானித்தனர்.

வெளியில் கண்டிப்பு காட்டினாலும், ஊர் நிலவரம் துய்லிவியேவுக்குப் புரிந்தேயிருந்தது. புதிய கொண்டாட்டங்களைத் தடை செய்யலாம்; ஆனால், பழைய விழாக்களைத் தடுப்பது உசிதமல்ல என்று ஏசு சபையினரிடம் வாதிட்டார். மேலிடத்திற்கும் அவ்வாறே பரிந்துரை செய்தார். 1714 நவம்பர் 16ஆம் நாள் நாட்டார்களை அழைத்து, அரசு முன்பு விதித்த நிபந்தனைகளை விலக்கிக் கொள்வதாக அறிவித்தார். ஆனால், விவகாரம் அத்துடன் முடியவில்லை ஐந்தே நாட்களில், தனது முடிவுகளிலிருந்து பின்வாங்கிவிட்டார். இந்துக்களின் எழுச்சிக்குத் தூண்டுகோலாயிருந்ததாகக் கூறி மூன்று நாட்டார்களைக் கைது ஊரைவிட்டு வெளியேறவேண்டுமென்று கட்டளையிட்டார். அரிசி மூட்டை எருதுகளுக்கு வரி வசூலிக்கும் செகப்ப முதலி, நெசவாளர் தரகர் கலவை தாண்டவன், வெள்ளை அம்பலம் ஆகியோர் ஊருக்குள் திரும்பிவரலாகாது, வந்தால் கடும் தண்டனை தரப்படும், வீடுகள் இடித்துப்போடப்படும் என்றும் எச்சரித்தார். கலவரம் தூண்டும் எவருக்கும் இதுவே கதி என்றும் கடுமை காட்டினார். இதனால், இந்துக்களின் வெறுப்பு மேலும் அதிகமாயிற்று.

1715 பிப்ரவரி முதல் நாள், மூன்றாம் நாளன்று வரும் அமாவாசையைக் கொண்டாட அனுமதிக்க வேண்டுமென்று நாட்டார்கள் மீண்டும் அரசை அணுகினர்; அனுமதி மறுக்கப்பட்டது. நீறு பூத்த நெருப்பாயிருந்த வெறுப்பு, மறுபடியும் கொழுந்துவிட்டு எரிந்தது. அடுத்தநாள் காலையிலேயே பாதிப்பேர் வெளியேறிவிட்டனர்; கடைகள் அடைக்கப் பட்டன; வேலைக்கு ஆட்கள் இல்லாமல் தொழில்கள் முடங்கின. அடுத்த சில நாட்களில், அறுபதாயிரம் பேர் வாழ்ந்த ஊரில், 2500 கிறித்தவர் களைத் தவிர வேறு யாருமில்லை. இந்துக்களின் இந்த அதிரடியால் அதிர்ந்துபோனது அரசு. இது நான்காவது நிகழ்ச்சி

கும்பினியின் அறிவுரை

இந்து மத நடவடிக்கைகளில் ஃபிரஞ்சு ஆளுநர்கள் குறுக்கிட்ட போதெல்லாம், அவர்களின் எதிர்வினைச் சூடு தாங்காமல் பின்வாங்கிய நிகழ்ச்சிகள் பல. அடுத்தடுத்து வந்த எதிர்ப்புகளின் விளைவாக, உள்ளூரில் இயங்கிய ஆலோசனைக் குழுக்கள் பரிகாரமாகச் சில சலுகைகளை

வழங்கினாலும் அது தற்காலிகத் தீர்வாகவே அமைந்தது. எனவே கும்பினியே இதில் தலையிட்டு 1733 பிப்ரவரி 11ஆம் நாள் ஓர் அறிக்கை மூலம் இந்து மதத்திற்கு அவசியமான விழாக்கள், வழக்காறுகளைப் பொறுத்துக் கொள்வதே புத்திசாலித்தனம் என்று அறிவுறுத்தியது (வெபர் 1988).

5.9: இந்துக் கிறித்தவரிடமிருந்தே எதிர்ப்பு

வணிக வளர்ச்சி கருதி இந்தியர்களுக்குச் சலுகை காட்டுவதும், அதை மதப்பற்று மிகுந்த கிறித்தவப் பாதிரிமார்கள் எதிர்ப்பதும் வழக்கமே. ஆனால், இம்முறை எதிர்ப்பு ஒரு மதம் மாறிய இந்துக் கிறித்தவரிடமிருந்து வரத் தொடங்கியது. இதுபற்றி வீராநாயக்கர் நாட்குறிப்புப் (1778 – 1792) பதிவில் உள்ளது.

1791 பிப்ரவரி 13ஆம் நாள். அதற்கு ஒரு வாரம் முன்பு (பிப்ரவரி 7ஆம் நாள்) துபாசி திருவேங்கடம் பிள்ளை இறந்து போனார் அவருக்குப் பதிலாக அவருடைய மகன் முத்து விஜய திருவேங்கடம் பிள்ளையை மகாநாட்டார் – தமிழர் தலைவர் பதவியில் ஆளுநர் தெஃப்ரேன் நியமித்தார். அரிகை, பிரம்பு, சீரோப்பாக்களுடன், மேளதாளங்கள் முழங்க, தேவதாசியர் நடனமாட, அவர் பதவியேற்க ஏற்பாடானது. இதை விரும்பாத வெல்வேந்திரன், சில தீவிரக் கிறித்தவர்களையும் சேர்த்துக்கொண்டு, ஒரு எதிர்ப்பு மனுவோடு விழா மண்டபத்துக்கு வந்து சேர்ந்தார். எப்படியாவது பதவி ஏற்பைத் தடுத்துவிடவேண்டுமென்பது அவரது நோக்கம். ஆனால் கொண்டாட்டமும் கூட்டமும் அதிகமாக இருந்ததால், அன்று மனுவை ஆளுநரிடம் தர முடியவில்லை.

வெல்வேந்திரனின் எதிர்ப்புக் கூட்டணி

மறுநாள் காலையிலேயே, ஆப்ரகாம் முதலியார் போன்ற கிறித்தவர்களுடன் ஆளுநரைச் சந்தித்து மனுவை அளித்தார். திருவேங்கடம் பிள்ளையின் மகனுக்கு நாட்டாண்மை பதவி தங்களைக் கலக்காமலும், ஒப்புதலில்லாமலும் தரப்பட்டுள்ளது. இது தங்களுக்கு வருத்தத்தைத் தந்துள்ளதாகவும், இதை மாற்றவேண்டுமென்றும் மனுவில் எழுதியிருந்தது. மனுவைப் படித்தவுடன் ஆளுநருக்குக் கோபம் தலைக்கேறியது.

தெஃப்ரேனின் தெளிவான அணுகுமுறை

'எந்தப் பதவியிலும் யாரையும் வைக்கவும் நீக்கவும் நீட்டிக்கவும் வெகுமதிகள், சலுகைகள் கொடுக்கவும் ஆளுநருக்குத்தான் அதிகாரம் உள்ளது. இதில் தலையிட யாருக்கும் எந்தவித முகாந்திரமும் இல்லை. இதுவரை ஆளுநர்கள் இப்படித்தான் நிர்வாகம் நடத்தி வந்திருக்கிறார்கள். இந்த அரசாங்கத்தின் எல்லா நடைமுறைகளும் ஒழுங்குமுறைகளும் உங்களுக்குத் தெரியாதா? அப்படியிருந்தும், ஆளுநராகிய என்னையே எதிர்த்துக் கேள்வி கேட்குமளவிற்குத் துணிச்சல் எப்படி வந்தது? கயவர்கள் சிலர் சேர்ந்து பொறாமையினாலும் பொச்சிறுப்பினாலும் இப்படிச் செய்திருக்கிறீர்கள். இது முதல் முறை என்பதால் பொறுத்துக்கொண்டு, உங்களை மன்னிக்கிறேன். அரசாங்கத்தின் செயல்பாடுகளில் குற்றங்குறை கண்டு, கோள் சொல்லாமல் இனிமேல் எச்சரிக்கையாய் நடந்து கொள்ளுங்கள்' என்று கொந்தளித்துப் பொரிந்து தள்ளிவிட்டார்.

அதிர்ச்சியில் வெல்வேந்திரன்

வெல்வேந்திரனும் உடன் வந்தவர்களும் ஆடிப்போனார்கள். ஆளுநரின் ஆத்திரம் பற்றிக் கவலை மிகுந்தது; அவமானம் பிடுங்கித் தின்றது. வெல்வேந்திரன் காரைக்காலில் அரசு நிலத்தைக் குத்தகைக்கு எடுத்திருந்தார். அதற்கு ஏதேனும் குந்தகம் வந்துவிடுமோ என்ற கவலையும் மிகுந்தது. அவரும் அவரது கூட்டாளிகளும் தங்களுக்குள் கலந்து ஆலோசித்து, மீண்டும் ஒரு மனுவைத் தயார் செய்து கொண்டார்கள். ஆனால் அதை எப்படி ஆளுநரிடம் அளிப்பது? அவர் அனுமதிக்கமாட்டாரே! எனவே ஒரு மாற்றுவழி கண்டுபிடித்தார்கள். நேரடியாக ஆளுநரிடம் போகாமல், தமிழர்கள் – இந்துக்கள் மூலமாகப் போகலாம் என்று முடிவு செய்தார்கள்.

கோபம் தணிக்கக் குயுக்தி

அடுத்தநாள் தமிழர் நாட்டாண்மைகளான முத்து விஜய திருவேங்கடம், நயினாத்தே முதலியார், இராசகோபால நாயக்கரிடம் தூது அனுப்பினார்கள். இனிமேல் பொது நன்மையின் பொருட்டு, நாம் இரண்டு தரப்பாரும் இணக்கமாய் நடந்துகொள்ள வேண்டும். எனவே, ஆளுநரை ஒன்றாகவே சந்தித்து இதைத் தெரிவிக்கலாம் என்று அழைப்பு விடுத்தார்கள். அதன்படியே, மறுநாள் (மார்ச் 14) ஆளுநரை சந்தித்து மனுவை அளித்தார்கள்.

தெஃப்ரேன் அதைப் படித்துப் பார்த்தார். திருவாளர் திருவேங்கடம் பிள்ளையின் குடும்பம் பாரம்பரியப் பெருமைமிகுந்த குடும்பம் என்பதால், அதன் வாரிசுக்குப் பதவி வழங்கியது தங்களுக்கு மகிழ்ச்சியளிக்கிறது. முந்தைய பெரியோர்களுடன் நாங்கள் நடந்து கொண்டபடியே, இவரிடமும் அனுசரித்து நடந்து கொள்வோம் என்றும் அந்த மனுவில் எழுதப்பட்டிருந்தது.

தந்திரம் பலிக்கவில்லை

குற்றங்கள் காண்பதும் குறைகள் சொல்வதும் கும்பல் கூட்டிச் சிக்கல்களில் உழல்வதும் வெல்வேந்திரனுக்கு வழக்கமே. தான் கொண்ட கோபத்தைத் தணிக்கவே அவர், தமிழர்களையும் அழைத்து வந்திருப்பதை ஆளுநர் அறிந்தே இருந்தார். ஆகவே மனுவைப் படித்தவுடன் கிழித்துப் போட்டார். 'என்னுடைய அதிகாரம் என்னவென்று எனக்குத் தெரியும். அதற்கு நான் யாருடைய அனுமதியும் பெறத் தேவையில்லை. அரசின் கட்டளைக்குக் கீழ்ப்படிந்து நடந்து கொள்ளுங்கள். அதுவே எனது விருப்பம்' என்று கடுமையாகச் சொல்லியனுப்பிவிட்டார்.

5.10: வேதபுரீசுவரர் கோயில் இடிப்பு

ஃபிரஞ்சிந்திய வரலாற்றில் மிகவும் விவாதத்துக்குரிய செயலாகக் கருதப்படுவது வேதபுரீசுவரர் கோயில் இடிப்பு.

மரங்கள் அடர்ந்த மதராஸ் பட்டினச் சாலையில், ஆங்காங்கே வீடுகள் இருந்தன. ஆனால், தெருமுழுதும் தறிகள். அந்தத் தெருவில் பிராமணர் தெரு சந்திப்பில் ஓர் இந்துக்கோயில்; அதில் அன்றாடம் மூன்று காலப்பூசை; மாதம் ஒரு கொண்டாட்டம்; ஓவ்வோர் ஆண்டும்

தேர்த்திருவிழா, ஊர்வலம்; அர்ச்சனையின்போது எழும் மணியொலியும் விழாக்களின்போது நடக்கும் இசைக் கச்சேரிகளும் மேளதாள ஓசையும் மந்திரங்களின் ஓங்காரமும், வேட்டி, தலைப்பாகை அணிந்த கிராமத்தவரின் ஆரவாரக் கொண்டாட்டமும் கோயிலுக்கு அடுத்த மனையிலிருந்த ஐரோப்பியப் பாதிரியார்களுக்கு அருவருப்பையும் ஆத்திரத்தையும் உண்டாக்கியதில் வியப்பேதுமில்லை. ஆலய மணியின் ஓசை தவிர வேறு ஓசையின்றிப் பூசை செய்வது கிறித்தவ முறை!.

வேதபுரீசுவரர் கோயில், ஐரோப்பியர் அடியெடுத்து வைக்கும் முன்னரே அமைந்திருந்த ஆலயம். அது பழமையானது என்பது, அதன் பழுதுபட்ட மதில் உணர்த்தும் செய்தி. அப்படியிருக்கையில், ஆறேழு நூற்றாண்டுகளுக்குப் பின்னால் வந்து, கோயிலுக்குச் சொந்தமான மண்ணில், அதன் அண்மையிலேயே ஒரு தேவாலயத்தையும் கட்டிக்கொண்ட ஐரோப்பியக் கிறித்தவர்கள், ஆழ்ந்த மதவுணர்வும் பிற மதங்களின் மீதான வெறுப்பும் அதிகார வர்க்கத்தின் ஆதரவும் இருந்ததால், அதை அப்புறப்படுத்துவதில் ஆரம்பம் முதலே குறியாயிருந்தனர்.

அப்புறப்படுத்தும் முயற்சி

ஜென்மராக்கினி மாதா ஆலயம் கட்டப்பட்டதும், 1701 ஆகஸ்டு 10ஆம் நாள், ஃபிரான்சுவா மர்த்தேன் சாதித் தலைவர்களான நாட்டார்களை அழைத்து, பாரீசிலிருந்து ஓலை வந்திருக்கிறது; உங்கள் கோயிலை வேறிடத்தில் கட்டிக்கொள்ளுங்கள். அதற்கான இடத்தையும் கட்டுமானச் செலவையும் கொடுத்துவிடுகிறோம் என்று கூறியதும், அதை ஏற்க மறுத்த மக்கள் கிளர்ந்தெழுந்ததும் அதனால் கோயிலை இடிக்கும் முயற்சி கிடப்பில் போடப்பட்டதும் கோட்டை கட்ட முடிவு செய்தபோது, அதற்கு இடையூறாக இருந்த ஒரு பாழடைந்த கோயிலை 1693ஆம் ஆண்டு ஆகஸ்டில் இடித்துப்போட்டதும் வரலாறு (மொரே 2020: 45).

ஃபிரஞ்சியர் விதித்த கட்டுப்பாடுகள்

மர்த்தேன் காலத்திலேயே, ஞாயிற்றுக்கிழமைகளில் பூசைகளை நிறுத்தியதும் விழாக்களுக்குக் கட்டுப்பாடுகள் விதித்ததும் ஐரோப்பியரின் உளக்கிடக்கையின் வெளிப்பாடாகும். தமிழர்கள் மீது உளவியல் ரீதியான தாக்குதல் என்றும் கொள்ளலாம். அடுத்து வந்த ஆளுநர்களான லெனுவா, எபேர், துய்விலியே காலத்திலும் எடுத்த முயற்சிகள் தோல்வியில் முடிந்தன. ஒவ்வொரு முயற்சிக்குப் பின்னும், அதிகார வர்க்கம் பின்வாங்கியதற்குக் காரணம், கோயிலை அப்புறப்படுத்துவதை விடவும், வணிகம் பெருக்கி அழுந்தக் காலூன்ற வேண்டும் என்ற முதன்மை நோக்கமே. துய்லிவியே ஆட்சியில், ஃபிரான்சின் மன்னரே எழுத்துப் பூர்வமாக ஆணை பிறப்பித்திருந்தபோதிலும், நயினியப்பப் பிள்ளை விவகாரம் குறுக்கிட்டதால், இந்துக்களுக்கு எதிராக அவரால் ஏதும் செய்ய முடியாத கையறு நிலையே ஏற்பட்டது.

லெனுவாவும் அவ்வாறே

லெனுவா ஆட்சியிலும், மகாநாட்டாரை அழைத்து, வேதபுரீசுவரர் ஆலயம் நடுத்தெருவில் நிற்கிறது. அங்கு நாங்கள் எங்கள் கோயிலைக் கட்டப்

போகிறோம் உங்கள் கோயிலை வேறு எங்காவது கட்டிக்கொள்ளுங்கள் என்று கூறினார். அதற்கு மகாநாட்டார் மூலவர் இணங்கவில்லை. இந்தச் செய்தி ஃபிரான்சுக்குத் தெரிவிக்கப்பட்டது.

மதாம் துய்ப்ளேக்சுவின் முயற்சி

துய்ப்ளேக்சுவைக் காட்டிலும், துடிப்பான கிறித்தவராக இயங்கியவர் அவரது மனைவி மூானும். தளபதி பராதியும், அவரைத் தூண்டிகொண்டேயிருந்தார். மனைவி சொல்லே மந்திரம் என்று நடந்துகொண்ட துய்ப்ளேக்சுவும் அதுபற்றி அக்கறை காட்டினார்.

ஒரு நாள் ஆனந்தரங்கரை அழைத்த துய்ப்ளேக்சு, "உங்களுக்கும் (இந்துக்களுக்கும்) எங்களுக்கும் (கிறித்தவர்களுக்கும்) எந்நேரமும் போராட்டமாயிருக்கிறது. இந்த ஈசுவரன் கோயிலை அப்பால் பெயர்த்துக் கட்டிக்கொள்ளுங்கள். அதற்கான இடமும் தருவோம். செலவுகளையும் தருவோம்" என்று கூறினார். மகாநாட்டாரிடம் இந்தச் செய்தியை தெரிவித்தபோது, மூலவர் ஒரு சுயம்பு லிங்கம். எனவே அவரை இடமாற்றம் செய்ய முடியாது என்று மறுத்துவிட்டனர்.

துய்ப்ளேக்சு எப்படி இணங்கினார்?

முந்தைய ஏழு ஆளுநர்களால் முடியாததை, துய்ப்ளேக்சு எப்படிச் சாதிக்க முடிந்தது என்பது சுவாரசியமான வினா?

'புதுவையிலுள்ள வேதபுரீஸ்வரர் ஆலயத்தை இடித்துவிடும் எண்ணம் ஃபிரஞ்சு அரசுக்கு நீண்ட நாட்களாக இருந்து வந்திருக்கிறது. ஃப்ரான்சு நாட்டின் மன்னர், நம் நாட்டில், நம் மண்ணில் இருந்த பழம்பெரும் இந்துக் கோயிலைத் தகர்க்க உத்தரவில் கையெழுத்திட்டு ஆணை பிறப்பித்திருந்தும், இங்கிருந்த ஆளுநர்கள் அந்தக் காரியத்தைச் செய்யத் தயங்கி வந்தனர். ஐம்பது ஆண்டுகளாக இந்தக் கோயிலை இடிக்கும் எண்ணம் இருந்தபோதும், அப்போதெல்லாம் இங்கிருந்த ஃபிரெஞ்சு அரசுப் பிரதிநிதிகள் அந்தக் காரியத்தைச் செய்யத் துணியவில்லை. அப்படி ஏதாவது செய்துவிட்டால், 'இது தமிழ் ராஜ்யம், இந்தக் கோயிலுக்கு ஏதேனும் ஈனம் வந்தால் நமக்கு அபகீர்த்தி உண்டாகும், தங்கள் வர்த்தகம் பாழாகிவிடும்' என்றெல்லாம் எண்ணி அப்படி எதையும் செய்யாமல் இருந்தனர் என்கிறார் ஆனந்தரங்கப் பிள்ளை (ஆரபி: செப்டம்பர் 8, 1748).

ஆனால், ஆளுநராவதற்கு முன் துய்ப்ளேக்சு புதுச்சேரி ஆலோசனை சபையின் உறுப்பினராகத்தான் இருந்தார். அப்போதே 'அவர் குவர்னரானால் இந்தக் கோயிலை இடித்துபபோடுவார் என்று ஐரோப்பியர்களும், சில இந்துக்களும் சொல்லியிருந்தார்கள். அதிலும் கவர்னர் துய்ப்ளேக்சுவும் அவர் மனைவியும் இதில் மிகவும் அக்கறைக் காட்டி நட வடிக்கைகளை எடுத்துவந்தனர். அவர்களுடைய இந்த முயற்சிக்குக் கிறித்தவப் பாதிரியார்கள் சிலரும் உள்ளூர்க்காரர்கள் சிலரும் ஒத்துழைப்பு நல்கி வந்தனர்' என்று ஆனந்தரங்கப் பிள்ளை பதிவிட்டிருக்கிறார். ஆக, துய்ப்ளேக்சுவின் ஆழ்மனத்தில் அந்த எண்ணம் இருந்ததென்னவோ உண்மை.

காலம் கனியக் காத்திருந்தாரா?

அகல் விளக்காயினும் சுடர் விட்டு எரிந்திடத் தூண்டுகோல் அவசியமானது போல, துய்ப்ளேக்சுவை நச்சரித்துக் கொண்டிருந்த அவரது மனைவி மதாம் டூானும், அவரைத் தொடர்ந்து தூண்டிவிட்டுக் கொண்டிருந்த பாதிரியார்களும் ஒரு காரணம். முந்தைய சம்பவங்களின் போது மக்கள் வெகுண்டெழுந்து, ஒன்று திரண்டு, ஊரைவிட்டுப் போய், வணிகத் தளத்தின் அடிமட்டத்தையே ஆட்டங்காணச் செய்யும் நிலை இருந்தது. ஆனால், புதுச்சேரியைக் கடலிலும் தரையிலும் ஆங்கிலேயர் படையினர் சூழ்ந்துகொண்டு, முற்றுகையிட்டு, முடக்கிப் போட்டதால், உள்ளம் குமுறினாலும் ஊரார் எவரும் ஓடவும் முடியாமல், ஒன்று சேரவும் முடியாத நிலை. வலுவான எதிர்ப்புகள் எழ வழியில்லாத பலவீனத்தைப் பயன்படுத்திக்கொண்டு, “காலம் கருதி இடத்தாற் செயின்” எனச் செயல்பட்ட துய்ப்ளேக்சுவின் தந்திரம் மற்றொரு காரணம். ஒற்றுமையாகச் செயல்பட்டால்தானே ஊர் கூடும், உரக்கக் குரல் ஒலிக்கும் என்பதால், தமிழ்ச் சமூகத்தைத் திட்டமிட்டுப் பிளவுபடுத்தியிருந்தனர். அதற்கேற்ப ஆனந்தரங்கப் பிள்ளை மீது இருந்த பகைக்கு வஞ்சம் தீர்க்கத் தாம் சார்ந்த சமூகத்தையே காட்டிக் கொடுத்துக் கோடரிக் காம்புகளாய் மாறிய சில தமிழ்ச் சமூகத் தலைவர்கள் மூன்றாவது காரணம்.

இறுதியாகக் கோயிலை இடிப்பதற்கு முன்பாக, இந்துக்களின் மன உறுதியைக் குலைக்கும் சில நிகழ்ச்சிகள் நடந்தன. இது நிகழ்ந்த விதத்தை ஆனந்தரங்கரின் பதிவுகளின் மூலம் காணலாம்.

நிகழ்ச்சி 1: இந்துக்களை மிரட்டும் துய்ப்ளேக்சு

துபாசியான முத்தியாப்பிள்ளை மூலம் ஒரு முயற்சி நடந்தது. 1743ஆம் ஆண்டு (ருத்ரோத்காரி வருடம், சித்திரை – வைகாசி மாதத்தில்) நாட்டார் முத்தியாப்பிள்ளையை அழைத்து, கோயிலை இடிக்க நாட்டார்களிடம் சம்மதம் பெற்று வருமாறும், அதை அவர் செய்யாவிடில், கட்டி வைத்துக் காதறுத்து, அடித்து உதைப்போம், தூக்கிலும் போடுவோம் என்று துய்ப்ளேக்சு மிரட்டினார்; திகைத்துப்போனார் முத்தியாப்பிள்ளை. இவர்களுக்கு இணங்கிப் போவதைவிட ஒதுங்கிக் கொள்வதே மேல் என்று முடிவு செய்தார். கடலூர் திருவிழாவிற்கு ஒரு பெரிய துறவி வருவதாகவும் அவர் மூலம் மகாநாட்டாருக்குப் புத்தி சொல்வதாகவும் சாக்குப்போக்குக் கூறிவிட்டு நகர்ந்தார். வீட்டுக்கு வந்தவுடன், தன் குடும்பத்தாரையும் முக்கிய பொருட்களையும் திருப்பாப்புலியூருக்கு அனுப்பிவிட்டு, அடுத்த சில நாட்களில் அவரும் வெளியேறிவிட்டார்.

ஏற்கெனவே, பல முனைகளிலும் இருந்து கிளம்பிய எதிர்ப்புகளால், சஞ்சலமடைந்த துய்ப்ளேக்சுவால் – தனது அதிகாரியே தன்னைத் தந்திரமாக ஏமாற்றியதைத் தாங்கிக்கொள்ள முடியவில்லை. அடுத்துக் கொக்கொக்கக் கூம்பும் பருவத்திற்காகக் காத்திருந்தார்.

நிகழ்ச்சி 2: கோயிலுக்குள் நரகல்

1746 ஆம் ஆண்டு மார்ச் மாதம் 16ஆம் நாள் இரவு 11 மணியளவில், யாரோ சிலர், கோயிலின் திருச்சுற்றுப் பாதையிலிருந்த சந்திரன்,

பைரவர், சூரியன், நந்திகேசுவரன் சிலைகளின் மேல் நரகல் கரைசலைக் கொட்டியதோடு, சாளரம் வழியே கருவறைக்குள்ளும் இறைத்துவிட்டு, நரகல் பாத்திரத்தையும் நந்தியின்மேல் வீசி உடைத்துவிட்டு, இடிந்த மதில் வழியே ஓடிவிட்டார்கள்.

மறுநாள் கோயில் திறக்க வந்தபோது, நம்பியானும் கோயில் ஊழியர்களும் அதிர்ச்சியடைந்து, ஊர்ப் பெரியவர்களையும் மகாநாட்டார்களையும் அழைத்துக் காண்பித்தனர். இதைக் கேள்வியுற்ற மக்கள் அனைவரும் ஒன்றுகூடி, கடைகளை அடைத்துவிட்டு, வீட்டில் சமையல் கூடச் செய்யாமல் பெருமாள் கோயில் எதிரில் ஒன்று கூடினார்கள்.

துய்ப்ளேக்சுவிற்குச் செய்தி போனதும் மிகவும் கோபமுற்று, பாளையக்கார நயினாரையும் தளவாய் கிரிமோசி பண்டிதரையும் அழைத்து, கூட்டத்தைக் கலைத்து அடித்து விரட்டுமாறு கூறினார். காவலர் என்ற அதிகார தோரணையில், கிரிமோசி பண்டிதர் ஒரு செட்டியாரைக் கன்னத்தில் அடித்துக் கலைந்து போகச் சொன்னார். பத்துப் பதினைந்து பேர் அவரைச் சூழ்ந்துகொண்டு, துரையிடம் முறையிட வந்தால் ஏன் எங்களை அடிக்கிறீர்கள் என்று வாக்குவாதம் செய்து விரட்டிவிட்டனர்.

காவலரையே விரட்டியதால், துய்ப்ளேக்சுவின் ஆத்திரம் மேலும் அதிகமாயிற்று. கூட்டத்தை அடக்குவதற்காக மாகி மலபாரிகள் 100–200 பேரை வரவழைத்தார். யாரும் ஊரைவிட்டு வெளியேறாத வண்ணம் நான்கு வாசல்களிலும் காவல் போட்டார். ஆனந்தரங்கப் பிள்ளையையும் சின்ன முதலியையும் மற்றும் சிலரையும் அழைத்து, கிரிமோசிப் பண்டிதரை அடித்ததற்காக உங்களைச் சுட்டுப்போடுவேன் என்று மிரட்டினார். பிள்ளை மூலம் பிரச்சினை தீரும் என்று சொல்லி அனுப்பி வைத்தார்.

நிகழ்ச்சி 3: இந்துக்கள் மீதே பழி

1746 டிசம்பர் *31*ஆம் நாள் இரவு ஏழு மணியளவில், பிரகாரத்திலிருந்த பிள்ளையார் சந்நிதி அருகில் சுற்றுவலம் வந்த சங்கரய்யன் முன், ஒரு நரகல் நிறைந்த மண் கூசா ஒன்று விழுந்து உடைந்தது. இந்தச் செய்தி அறிந்த மகாநாட்டார் பத்துப்பேர் ஒன்றுகூடிப் பிள்ளையிடம் இந்த அவலத்தைக் கூறினர். பிள்ளையும் இதை உடனே துய்ப்ளேக்சுவிடம் போய்க் கூறினார். ஆளுநர் என்ற முறையில், மேர், தெமரே, பராதி அடங்கிய மூவர் குழுவை உண்மை அறிந்து வர அனுப்பினார். மலக்கரைசல் கூசா சம்பாக் கோயிலிலிருந்துதான் வந்தது என்பது அவர்களுக்குப் புரிந்தது. அதைத் தெளிவுபடுத்திக்கொள்ளும் பொருட்டு, தேவாலயத்துக்கு சென்று பாதிரியார் குர்தோவிடம் விசாரித்தபோது, அவர் மறுத்து விட்டார். இந்துக்களே இதைச் செய்துவிட்டு வீண்பழி சுமத்துகிறார்கள் என்றும் அபாண்டம் கூறினார். மறுநாள் வருடப் பிறப்பு என்பதால், அன்றைய நிகழ்ச்சிகள் திட்டமிட்டுச் செய்ததுபோல் தெரிந்தது.

குட்டு வெளிப்பட்டது

மூவர் குழு திரும்பிச் சென்று, சம்பாக் கோயிலிலிருந்துதான் நரகல் வீசப்பட்டது என்று எழுத்து மூலம் துய்ப்ளேக்சுவிடம் அறிக்கை

அளித்தது. அதை ஃபிரான்சுக்கு அனுப்பிவைத்து அவர்களுடைய முடிவிற்குக் காத்திருப்போம் என்று சொல்லி பிரச்சினையைத் தள்ளிப் போட்டார். தற்போதைக்கு நிலைமையைச் சமாளித்தாலும், வணிகப் பாதிப்பு குறித்த அச்சம் அவரை உறுத்திக்கொண்டேயிருந்தது. சில நாள் கழித்து, பெரிய பாதிரியாரை அழைத்து, தமிழர் கோயிலில் நீங்கள் நரகல் போட்டதெல்லாம் தெரியும். உங்கள் செய்கையினால், பட்டினத்தை விட்டுச் சனங்களெல்லாம் போய்விடுவார்களே என்று கடிந்துகொண்டார்.

நிகழ்ச்சி 4: ஆனந்தரங்கப் பிள்ளைக்குக் குறி

அடுத்த குறி ஆனந்தரங்கப் பிள்ளை மீது வைக்கப்பட்டது. ஏசு சபையினர், முத்தியப்பா முதலியார் போல் செல்வாக்கான மனிதர்களைக் கிறித்தவர்களாக்கும் முயற்சிக்கு பிள்ளையும் இலக்கானார்.

மதாம் துய்ப்ளேக்சுவிற்கும் பிள்ளைக்கும் ஆரம்பம் முதலே உறவு சுமுகமானதாக இல்லை என்பதை அவரே பல இடங்களில் பதிவு செய்திருக்கிறார். பிள்ளை துபாசியானதிலும் மதாமிற்கு விருப்பமில்லை. அவரால் ஆதாயம் கிட்டும் என்பதால்தான் முதலில் துய்ப்ளேக்சுவிடம் அவரைப் பரிந்துரை செய்திருந்தார். ஆனால், பாதிரியார் குறுக்கிட்டு, நீங்கள் இருக்கும்போது ஒரு கிறித்தவர் அல்லாமல் இந்து ஒருவருக்குப் பதவி கிடைக்கலாமா என்று தூபம் போட்டதும் மனதை மாற்றிக்கொண்டு, பிள்ளைக்கு எதிராகச் செயல்படத் தொடங்கினார். இத்தகைய சூழ்நிலையில், ஒருமுறை பிள்ளையைச் சம்பா கோயில் பெரிய பாதிரியாரிடமே பேசவைத்தார் துய்ப்ளேக்சு. பாதிரியார் அவரை மதம் மாற்றுவதற்கு முயற்சித்தார். “நீர் கிறித்தவரானால் வேறே இடமில்லாமல் இந்தப் பட்டினமெல்லாம் கிறித்தவ மயமாகும்” என்று வலியுறுத்தினார். முடியாது என்று முகத்திலடித்தாற்போல் கூறித் திரும்பினார் பிள்ளை.

இன்னொரு முறை, மதாமே அவரை ஆறுமாதத்திற்குள் கிறித்தவராக வேண்டுமென்று தெரிவித்தார். அதற்கும் பிள்ளை மசியவில்லை. எனவே, அவரை எவ்வாறேனும் கிறித்தவராக்கிவிட்டால், கோயில் விவகாரத்தில் அவரைப் பயன்படுத்திக் கொள்ளலாம் என்று திட்டம் தீட்டினார்கள்.

இதில் கருவியாகச் செயல்பட்டவர் அன்னப்பூரணய்யன். அவரைப் பயன்படுத்திப் பார்த்தவர் பெரிய பாதிரியார் குர்தோ. 1747ஆம் ஆண்டு அக்டோபர் ஏழாம் நாள், பிள்ளையைச் சந்தித்த அன்னப்பூரணய்யன் மிகச் சாதுர்யமாகப் பேசினார். அய்யனின் பேச்சைப் பிள்ளை தட்டாமல் கேட்பதால், வேதபுரீசுவரன் கோயிலை மட்டும் இடித்துப் போடச்சொல் என்று குர்தோ அனுப்பியதாகக் கூறினார். அவரது வஞ்சக அணுகுமுறையைப் புரிந்து கொண்டதால் “கனகராய முதலியாலேயே இடிக்கப் போகாத கோயிலை ரங்கப்பிள்ளை மட்டும் எப்படி இடிக்க முடியும்?” என்று மடக்கித் திருப்பியனுப்பினார் பிள்ளை.

இறுதி நிகழ்ச்சி 5: முற்றுகையைச் சாதமாக்கிச் சாதித்தல்

1748ஆம் ஆண்டு செப்டம்பர் மாதம் ஆங்கிலப்படை புதுவையைச் சுற்றிலும் சூழ்ந்திருந்தது. போர் ஆபத்து நெருங்கியதால், மக்கள் பலரும் ஊரைவிட்டு வெளியேறிவிட்டிருந்தனர். இருந்தவர்களில் பலரையும்

பதவி ஆசைக்காட்டி, இந்து சமூகத்தின் ஒற்றுமையைக் குலைப்பதில் மதாம் துய்ப்ளேக்சு வெற்றி கண்டிருந்தார். ஆறுமுகத்தா முதலி, லச்சிகான், அன்னப்பூரணய்யன் போன்றோர் கோயிலை இடித்துக் கட்டிக்கொள்ளச் சம்மதம் தெரிவித்திருந்தனர்.

தைரியம் கொடுத்தார் பராதி

செப்டம்பர் ஏழாம் நாள், ஃபிரஞ்சியர் தரப்பில் போர் முகாம் அமைக்கும் பணி தொடங்கியது. சம்பாக் கோயில் உள்ளேயும் வெளியேயும் போருக்கு ஆயத்தம் என்ற பெயரில் கூடாரங்கள் அமைத்து, 200 வீரர்களையும், 100 சிப்பாய்களையும் கொண்டு வந்து குவித்தனர். பீரங்கிகளை நிறுவும் ஏற்பாடுகளைப் பார்வையிட துய்ப்ளேக்சு வந்தபோது, அவருடன் பராதியும் மதாம் துய்ப்ளேக்சுவும் வந்தனர். மக்கள் நடமாட்டம் குறைந்ததைப் பயன்படுத்திக் கோயிலை இடித்துவிடலாம் என்று கணக்கிட்டனர்.

மக்களின் எதிர்ப்புப் பற்றிய பேச்சு வந்தபோது, தளபதி பராதி குறுக்கிட்டார். 'நாகப்பட்டினத்தில் நகரின் நடுவிலிருந்த நாடுவார் கோயிலை டச்சுக்காரர்கள் இடித்தனர். 1744இல் காரைக்காலில் பல கோயில்களை இடித்துப் போட்டோம்; கோயில் சிலையையும் உடைத்து, அந்தக் கற்களைக் கருக்களாச்சேரியின் கோட்டை மதில் கட்டப் பயன்படுத்தினோம்; ஒரு பெரிய கோயிலைப் பாதுகாப்புக்காகக் கோட்டையாக மாற்றினோம்; வடமேற்கில், அரசலாறு அருகிலிருந்த ஒரு சிவன் கோயிலை இடித்துவிட்டு அங்கு ஒரு சிறிய கோட்டை கட்டினோம்; அப்போது யாரும் எதிர்க்கவில்லை; இங்கும் எதிர்ப்பு வராது, வந்தாலும் சமாளிக்கலாம்' என்று தைரியமூட்டினார். 'ஒரு புறம் நமது பீரங்கிகளை நிறுத்துவோம். கடலில் ஏற்கெனவே ஆங்கிலேயரின் கப்பல்கள் நிற்கின்றன. தரையிலும் வாயில் வரை அவர்களது படைகள் முன்னேறிவிட்டன. இந்த நிலையில் மக்கள் எப்படி எதிர்ப்பார்கள்? எங்கும் போக முடியாது, முன்பு போல கும்பலாகக் கூடிப் போராடும் வாய்ப்பு தற்போது இல்லை. எதுவும் செய்ய முடியாது' என்று வாதிட்டார். மதாம் துய்ப்ளேக்சுவும் இந்த வாய்ப்பை நழுவவிடக்கூடாதென்று வற்புறுத்தினார். எனவே, உடனே உயர்சபையைக் கூட்டி முடிவெடுத்துக் கோயிலை இடித்துப் போடுகிறோம் என்று பாதிரிமார்களுக்குத் துய்ப்ளேக்சு உறுதி கொடுத்தார். அன்றே கூடிய உயர் ஆலோசனை சபை அதற்கான அனுமதியை வழங்கியது. பொறியாளர் ஜெர்போல் (*Er. Gerbault*) அதற்குப் பொறுப்பாளராக நியமிக்கப்பட்டார் (ஆரபி: செப்டம்பர் 7, 1748; மொரே 1998, 2020).

போர்க்களம் போலான கோயில் வளாகம்

கோயிலை இடிப்பதற்கான அதிகாரப் பூர்வமான ஆயத்தங்கள் தொடங்கின. கடப்பாரை, மண்வெட்டி, பிரம்புக் கூடைகள் சேகரிக்கப்பட்டன. வேலையாட்கள் அனைவரும் உடனே வேலைக்கு வரவேண்டும் என்றும், அவர்களுக்குக் கூலியாக ஒரு படி நெல்லும் நிறைய ஊதியமும் தரப்படும் என்றும் ஊர் முழுக்கத் தமுக்குப் போடப்பட்டது.

பிராமணர்களும் பொதுமக்களும் கோயிலின் அருகில் வராமல் தடுப்புகள் போடப்பட்டன. ஒருபுறம் ஆங்கிலேயரின் முற்றுகை; மறுபுறம்

ஆள்வோரின் ஆயுதக்குவிப்பு. இதனால் மக்கள் பீதியடைந்தனர். குடும்பத்தாரை இரவோடு இரவாக வெளியூருக்கு அனுப்பிவிட்டு, வீட்டுக்கு ஒருவர் மட்டுமே தங்கியிருந்தனர். அதுவும், வீடு காலியானால் பறிபோய்விடுமே என்ற அச்சத்தால்தான்.

செப்டம்பர் 7, 8ஆம் நாள், இரவில் கிறித்தவப் பாதிரியார்களும் போதகர்களும் 200 ஒட்டர், கருமார், 200 கூலியாட்களுடன் சம்பாக் கோயில் செபக்கூடத்தில் கூடினர். தளபதி பராதி, 67 குதிரைவீரர்கள், 200 சிப்பாய்களுடன் கோயிலுக்கு வந்து சேர்ந்தார்.

பிள்ளையின் கையறு நிலை

முதலில் தெற்குப்புற மதிலில் தொடங்கி, மடப்பள்ளியும் அர்த்தமண்டபமும் இடித்துத் தள்ளப்பட்டன. உடனே, வெள்ளாழர், கைக்கோளர், அகமுடையார், செட்டிகள், பிள்ளைகள், கோயில் சாத்தானியர்கள் எல்லோரும் கூடி, ஊரைவிட்டும் போய்விடுவோம், இடிப்பதைத் தடுத்துச் சாகத் தயாராயிருக்கிறோம் என்று கதறினார்கள். ஊராரும், பிராமணர்களும் சேர்ந்துவந்து பிள்ளையிடம் முறையிட்டபோது, "இது ஆளுநரும், உயர் ஆலோசனை சபையும் எடுத்த முடிவு. ஆகவே, அவர்களிடமே சென்று முறையிடுவதால் ஒரு பயனும் இருக்காது. நம்மிடத்திலே ஒற்றுமையில்லை. நம்மில் சிலரே இதற்கு உடந்தையாயிருக்கிறார்கள். எனவே நமக்குள்ளே ஒருத்தருக்கொருவர் உளவாயிருப்பதால், எப்படி அடித்தாலும் கேட்பாரில்லை என்று மதாமின் போதனையை துரை நிறைவேற்றியிருக்கிறார். உங்களைப் பேருக்குக் கூடக் கேட்காமல் இடித்துப் போடுகிறார்கள். ஆகவே, போனது போகட்டும். எஞ்சியிருக்கும் வாகனங்களையும் சிலைகளையும் துணிந்து கைப்பற்றி பெருமாள் கோயிலிலும், காளத்தீசுவரன் கோயிலிலும் வைத்துப் பாதுகாக்கலாம். பூசை சாமான்களையும் எடுத்துக்கொள்ள ஆளுநரிடம் அனுமதி கோரலாம்" என்று ஆலோசனை கூறினார்.

ஊராருக்குச் சமாதானம் சொல்லி அனுப்பிவிட்டாலும், மனம் பொறுக்காமல், பிள்ளை துய்ப்ளேக்சுவைப் பார்க்கச் சென்றார். ஆனால், அவரோ பாராமுகமாகத் தன் மனைவியுடன் கூண்டு வண்டியில் ஏறிக்கொண்டு சம்பா கோயிலை நோக்கிக் கிளம்பிப்போனார். வழியில் அவரைப் பார்க்க முயன்ற மகாநாட்டார்களிடமும் முகங்கொடுத்துப் பேசவில்லை. என்ன சேதி என்று கடுகடுத்து வினவியபோது, அருகிலிருந்த பர்லான் என்ற தமிழ்க் கிறித்தவர் முன்வந்து, அவர்களது கோயில் இடிக்கப்படுவதால் அதிலுள்ள பொருட்களை எடுத்துச்செல்ல அனுமதி கேட்கிறார்கள் என்று ஃபிரஞ்சில் கூறினான். சரி என்றார் துய்ப்ளேக்சு.

மங்கிப்போனது மதச்சார்பின்மை

கோயிலில் ஒரே களேபரமாயிருந்தது. இதற்கிடையில், கோயில் இடிப்பு எதிர்ப்புகளின்றித் தொடர்ந்து கொண்டிருந்தது. பாதிரி குர்தோ, காப்பிரிகளை விட்டுக் கதவைப் பெயர்க்கச் சொல்லி, வாகனங்களை உடைத்துப் போட வைத்தார். சென் போல் பாதிரியார்களும் சிப்பாய்களும் தமிழர்களை அண்டவிடாமல் விரட்டியடித்தனர். பாதிரிகளே தடியெடுத்துப்

புடைக்கத் தொடங்கினர். காரைக்கால் பாதிரி ஒருவர், பெரிய லிங்கத்தை உதைத்துத் தள்ளி, சம்மட்டியால் உடைத்துப்போட்டார். மற்றவர்களைத் தூண்டிவிட்டு மற்ற விக்கிரகங்களையும் உடைக்கச் செய்தார். மதாமின் பணியாளனான வர்லாம் முதலியும், பர்லானும், மூலவரான லிங்கத்தைச் செருப்பால் அடித்தும் செருப்புக்காலோடு தொடர்ந்து உதைத்தும் காறி உமிழ்ந்தனர்.

இந்த அமளியில் வேதபுரீசுவரர், விநாயகர், சுப்பிரமணியர், சந்திரசேகரர், சோமஸ்கந்தர் ஆகிய உற்சவ மூர்த்திகளை மட்டுமே காப்பாற்ற முடிந்தது. காமாட்சி அம்மன் மட்டுமே மூலவர்களில் தப்பித்த ஒரே சிலை. தற்போது காமாட்சி அம்மன் கோயிலில் அதுவே மூலவராக நிறுவப்பட்டுள்ளது. செட்டிக்கோயிலில், விநாயகர், சுப்பிரமணியர், சந்திரசேகர் சிலைகளும் வேதபுரீசுவர் கோயிலில் சோமஸ்கந்தரும் உள்ளனர்.

ஆனந்தரங்கரரின் ஆதங்கம்

“ஐம்பதாண்டுகளாய்க் கோயிலை அப்புறப்படுத்தும் முயற்சி நடந்து வந்தது. ஆனால் தமிழர் வாழும் நாட்டில் கோயிலுக்கு ஈனம் வந்தால் அபகீர்த்தி; வர்த்தகர்கள் வந்து சேராமல் போவார்கள் என்று காரணம் காட்டி முந்தைய ஆளுநர்கள் தள்ளிப்போட்டு வந்தனர். ஃபிரஞ்சு அரசின் ஆணையைக்கூட அவர்கள் தள்ளி வைத்தனர். இப்போது இக்கட்டு வந்திருக்கிறது. சுவாமி என்னமாய் ரட்சிக்கிறாரோ நான் அறியேன்” என்று ஆற்றாமையால் புழுங்கினார் ஆனந்தரங்கப்பிள்ளை.

“பின்னையும் அந்தக் கோயிலிலே நடத்தின ஆபாசத்தைக் காகிதத்திலே எழுத முடியாது. வாயினாலேயும் சொல்ல முடியாது. இப்படியெல்லாம் நடப்பித்தவர்கள் என்ன பலனை அனுபவிப்பார்களோ நான் அறியேன். ஆனால் இன்றைய தினம் தமிழரெனப்பட்டவர்களுக்கு எல்லாம் லோகாஷத்தமானமாய்ப் போறாப் போலே இருந்தது. பாதிரிகளுக்கும் தமிழ்க் கிறித்தவர்களுக்கும், துரைக்கும், துரை பெண்சாதிக்கும் ஆயிசிலே காணாத மகிழ்ச்சியாய் இருந்தார்கள். இனிமேல் அனுபவிக்கப்போற துக்கத்தினை யோசனை பண்ணாமல் இருந்தார்கள். இடிப்பித்தப் பெரிய மனுஷாளுக்கு யாதொரு துன்பமும் காண்பியாமல் வெருதாவாய் ஒருக்காலும் போகாது” என்று மனதுக்குள் சாபமிட்டார் (ஆரபி: செப்டம்பர் 8, 1748).

ஏன் எதிர்க்கவில்லை?

ஆனால், இந்தத் **துயர நிகழவை** ஆனந்தரங்கப் பிள்ளை ஏன் தடுத்து நிறுத்தவில்லை என்பது புரியாத புதிராகவே உள்ளது. “ஃபிரஞ்சிந்திய வரலாற்றில் துய்ப்ளேக்சு என்பவரை மறக்க முடியாது. அவரை நினைக்கும் பொழுதெல்லாம், ஆனந்தரங்கப் பிள்ளையை மறக்க முடியாது என்பது துன்ப நினைவுதான், அவர்தம் அரசியல் சூழ்ச்சிகளையும் தந்திரங்களையும் வேறு வகையில் பயன்படுத்த முடியாமல், தமக்கும் தம்மவர்க்கும் தம் மதத்திற்கும் தீமை வருவதையும் நினையாமல், தம்முடைய மேலதிகாரி என்ற ஒரே காரணத்திற்காகத் துய்ப்ளேக்சுவுக்குத் தம்

கடமையைச் செய்துவந்த அழுகைக் கதையை என்னவென்பது" என்கிறார் தமிழறிஞர் தெ.பொ. மீனாட்சிசுந்தரனார் (1982).

முனைப்பாயிருந்த பராதி

பராதி சுவிட்சர்லாந்தைச் சேர்ந்தவர், மொரிசியஸ், ரெயூனியனில், அளவையர் (சர்வேயர்) பணியில் சேர்ந்து, மசுக்கரையில் (மொரிசியஸ்) கூலிகளுக்கு மேஸ்திரியாயிருந்தவர். மாகி தெ லபூர்தொனே இந்தியாவிற்கு வந்தபோது உடன் வந்தவர். அவருக்கு ஓழுகரையில் ஒரு தோட்டமிருந்தது.

அவர் மாகியில் இராணுவத்தில் கொம்மாந்தான் (அணித்தலைவர்); துய்மா காலத்தில் பணியிலிருந்த பொறியாளர் இறந்தபின், அப்பதவிக்கு நியமிக்கப்பட்டவர்; காரைக்காலில் ஒரு கலவரம் நடந்தபோது, அதை வெற்றிகரமாக அடக்கி மக்களை அச்சத்தில் உறைய வைத்தவர். காரைக்கால் ஆட்சியர் ஃபெப்ரியோ நிர்வாகத்தில், அங்குப் பராமரிப்பின்றி இருந்த சிவன் கோயில், 1740–50களில் ஃபிரஞ்சு இராணுவம் தங்குமிடமாகப் பயன்பட்டது. அந்தக் கோயிலைத் தஞ்சை மன்னரின் எதிர்ப்பையும் மீறி, பாதிரியார் குர்தூ (*Courdeaux*) தலைமையில் பராதி இடித்துத் தள்ளினார். அவ்விடத்தில்தான் கோட்டை கட்டப்பட்டது. அவர் எந்தப் படைக்கும் பெரிய அதிகாரியாக இல்லாததால், அவரைத் தேவனாம்பட்டினம் முற்றுகையின் போது தளபதியாக ஏற்பதற்கு தெபுய்ரியும் (*De Bury*), லத்தூரும் (*LaTour*) மறுத்து விட்டனர். எனவே, படையுடன் ஆலோசகராகப் போனார்.

1946இல் சென்னைக்கோட்டை முற்றுகையின் போது, அடையார் சண்டையில், ஆர்காட்டு நவாபுவை தோற்கடித்த படைக்குத் தலைமை அவர்தான். துணைத்தளபதியாகப் படையெடுப்பில் பங்கேற்றபின், 1746 டிசம்பரில் கொள்ளையடித்த பொருட்களைப் பாதுகாப்பாகக் கொண்டுவர, துய்ப்ளேக்சுவால் நம்பிக்கையுடன் அனுப்பப்பட்டார். பின்னர் சில நாள் சென்னையின் ஆளுநராகவும் பதவி வகித்தார்.

1748 செப்டம்பர் 8இல் புதுச்சேரிக்கு முற்றுகைக்குள்ளானபோது, புதுவைக்கு வரவழைக்கப்பட்டார். வேதபுரீசுவரர் கோயில் இடிப்பதற்கு, துய்ப்ளேக்சு சற்றுத் தயங்கியபோது, 'காரைக்காலில் நான் கோயிலை இடித்தபோது எந்தவித எதிர்ப்புமில்லை. இங்கே எதிர்ப்பு வந்தாலும் சமாளிக்கலாம்' என்று மதாம் துய்ப்ளேக்சு மூலம் ஊக்கம் கொடுத்தவர். கோயிலின் தகர்ப்பில் உற்சாகமாகப் பங்கேற்று முடித்தவர்.

சுயநலம் காரணமா?

இது பற்றிக் கூறும் வரலாற்று ஆய்வாளர் மொரே, 'பிள்ளை அளப்பரிய செல்வந்தர். அவருக்கு சாரம், கொசப்பாளையம், காட்டுமேடு, கோட்டைக்குப்பம், திருவேங்கடபுரம் ஆகிய இடங்களில் தோட்டங்கள் இருந்தன; கிளிஞ்சிகுப்பத்தில் ஒரு வாழைத்தோப்பும், கூடலூருக்கு அருகில் ஒரு பண்ணை வீடும் இருந்தன; உப்பாறுக்கு அப்பாலும், ஒரு மரங்கள் செறிந்த தோப்பு இருந்தது; விழுப்புரம், திண்டிவனம், நல்லாத்தூர், மண்டகப்பட்டு, வானமாதேவி, அன்னவல்லி, திட்டக்குடி, வீரமாப்பெருநல்லூர், புதுப்பட்டு, அச்சரப்பாக்கம், தேவனாம்பட்டினம், காரைக்கால் ஆகிய ஊர்களில் நிலபுலன்கள் நிறைய இருந்தன. சாராய உற்பத்தியும் விற்பனையும் அவரது ஏகபோக உரிமை; பரங்கிப்பேட்டை, லால்பேட்டையில் அவருக்குத் தொழிற்சாலைகள் இருந்தன; கர்நாடகத்தில் சில ஊர்கள் அவரது குத்தகையில் இருந்தன; புதுச்சேரியில் அச்சடிக்கப்பட்ட

நாணயத்தின் மதிப்பிலும் அவருக்கு ஒரு பங்கு கிடைத்தது; பல இடங்களில் கிடங்குகள் வைத்துப் புகையிலை வணிகம் செய்தார்; அதற்காகவே 'ஆனந்தப் புரவி' என்ற சிறு கப்பலும் வைத்திருந்தார்; ஏற்றுமதி இறக்குமதிப் பொருட்கள் மீதும் அவருக்குத் தரகுப்பணம் கொட்டியது; புகையிலை மண்டித் தெருவில் இருந்த அவரது வீடு அடுத்தத் தெருவரை நீண்டிருந்தது.

நின்று கொன்றதா தெய்வம்!

ஆனந்தரங்கப் பிள்ளை ஒரு பக்திமான்; தீவிர வைணவர் அல்லவா! கோயில் இடிக்கப்பட்டபோது வெளிப்படையாக எதிர்ப்பைக் காட்டவில்லை என்றாலும், கோயிலை இடித்தவர்களுக்கு ஏதேனும் நேரும் என்று உள்ளம் புழுங்கிச் சபித்திருந்தார் அவர்.

கோயில் இடிப்பின் மூலகர்த்தா ஏசுசபைப் பாதிரியார் குர்தோ; அதற்கான சாதகமான சூழ்நிலை உருவானபோது, துய்ப்ளேக்சுவை இணங்க வைத்தவர் மதாம் துய்ப்ளேக்சு; முன்னணியில் நின்று, ஆள் பலம் திரட்டி, இடித்துச் செயல்படுத்திக்காட்டியது தளபதி பராதி. அதில் கருவியாய்ச் செயல்பட்டவர் துய்ப்ளேக்சு!

கோயில் இடிக்கப்பட்ட மூன்றாம் நாளே (செப்டம்பர் 11), சூத்திரதாரியான பராதி, ஆங்கிலேயருடன் நடந்த சண்டையில் பாக்கமுடையான்பட்டில் குண்டடிபட்டு இறந்து போனார். மதாம் துய்ப்ளேக்சுவும் பாரிசின் தட்பவெப்பம் ஒத்துக்கொள்ளாததால், சிகிச்சைக்குக்கூடப் பணமில்லாமல், கடுமையான நோய்வாய்ப்பட்டு மரணமடைந்தார். அரசால் தவறாகப் புரிந்துகொள்ளப்பட்டு, குற்றம் சாட்டப்பட்ட துய்ப்ளேக்சு, பிச்சைக்காரனைப் போல் வறுமையில் உழன்று, வாடிச் சாக நேர்ந்தது. வேதபுரீசுவரர் மட்டும் வேறொரு புகலிடம் கண்டு இன்று வரை நின்று, பக்தர்களைப் பரிபாலித்துக்கொண்டிருக்கிறார்!.

வேதபுரி – வேதபுரீசுவரர் பெயர்க் குழப்பம்

1910 முதல் 1941 வரையில் புதுச்சேரியில் தங்கியிருந்து ஆய்வுகள் மேற்கொண்ட பேராசிரியர் ழுவோ துய்ப்ரேய், ஈசுவரன் கோயில் மூலவர் வேதபுரீசுவரர் என்றும் புதுச்சேரியை வேதபுரி என்றும் பெருமையாகக் குறிப்பிட்டார். ஆனால், 18ஆம் நூற்றாண்டில் வாழ்ந்த ஆனந்தரங்கப் பிள்ளையோ, 18ஆம் நூற்றாண்டில் வந்து மூன்றாண்டுகள் தங்கி ஆய்வுகள் மேற்கொண்ட லெ ழாந்த்தியோ, வேதபுரி என்ற பெயர் பற்றி ஏதும் குறிப்பிடவில்லை. சம்பாக் கோயில் படிக்கட்டுகளில், ழுவே துய்ப்ரேய் கண்டெடுத்த ஏழு கல்வெட்டுத் துண்டுகளில் ஒன்றில், வேதவனம் – அகத்தீசுவரன் என்றிருப்பதை வைத்து அவர் இதை ஊகித்திருக்கலாம். ஆனால், அக்கல்வெட்டினை அணுக்கமாக ஆராய்ந்தால் ஈசுவரன் ஆலயம் இருந்த ஊரும், அகத்தீசுவரர் ஆலயம் இருந்த ஊரும் வெவ்வேறு என்பதை உணரலாம். கல்வெட்டுச் சான்றுகளின்படி, ஒழுகரையில்தான் மிகப் பழமையான லோகநாயகி அகத்தீசுவரர் மகாதேவர் ஆலயம் இருந்தது (மொரே 2004: 45). துய்ப்ளேக்சு காலத்தில் சிதிலமடைந்திருந்த ஒழுகரை அகத்தீசுவரர் கோயிலிலிருந்த கற்கள், 1775இல் சம்பா கோயில் கட்டுமானத்தில் பயன்படுத்தப்பட்டிருக்கலாம். அப்போது வேதபுரீசுவரர் பற்றிய கல்வெட்டும் பதிக்கப்பட்டிருக்கலாம். அதைத்தான், அருகிலிருந்த புதுச்சேரி வேதபுரீசுவரர் கல்வெட்டு என்று ழுவே துய்ப்ரேய் தவறாக யூகித்துள்ளார் (2006: 134–135).

ஆகவே, 'அவரது வணிக முயற்சிகளுக்கும் வருவாய்க்கும் குந்தகம் வந்துவிடக்கூடாது என்பதாலும், அவர் எதிர்பார்த்திருந்த தலைமைத்

தரகர், துபாசி பதவிகள், இடிப்பை எதிர்ப்பதால் கிடைக்காமல் போகலாம் என்ற எண்ணத்தினாலும்தான் பிள்ளை அதிகார வர்க்கத்திற்கு, குறிப்பாக, துய்ப்ளேக்சுக்குத்துதி பாடிக்கொண்டிருந்தார்; அதனால்தான் வேதபுரீசுவரர் கோயில் இடிக்கப்பட்டபோது, அவரது எதிர்ப்பைக் காட்டவில்லை' என்கிறார் மொரே (1998, 2020).

5.11: ஈசுவரன் கோயில் இடிப்பில் துய்ப்ளேக்சுவின் பங்கு

முந்தைய ஏழு ஆளுநர்களால் முடியாததை, துய்ப்ளேக்சு எப்படிச் சாதிக்க முடிந்தது என்பது சுவாரசியமான வினா?

'புதுவையிலுள்ள வேதபுரீசுவரர் ஆலயத்தை இடித்துவிடும் எண்ணம் ஃபிரெஞ்சு அரசுக்கு நீண்ட நாட்களாக இருந்து வந்திருக்கிறது. 'ஃப்ரான்சு நாட்டின் மன்னர், நம் நாட்டில், நம் மண்ணில் இருந்த பழம்பெரும் இந்துக் கோயிலைத் தகர்க்க உத்தரவில் கையெழுத்திட்டு ஆணை பிறப்பித்திருந்தும், இங்கிருந்த ஆளுநர்கள் அந்தக் காரியத்தைச் செய்யத் தயங்கி வந்தனர். ஐம்பது ஆண்டுகளாக இந்தக் கோயிலை இடிக்கும் எண்ணம் இருந்த போதும், அப்போதெல்லாம் இங்கிருந்த ஃபிரெஞ்சு அரசுப் பிரதிநிதிகள் அந்தக் காரியத்தைச் செய்யத் துணியவில்லை. அப்படி ஏதாவது செய்துவிட்டால், தங்கள் வர்த்தகம் பாழாகிவிடும் என்றெல்லாம் எண்ணி அப்படி எதையும் செய்யாமல் இருந்தனர். ஆனால், ஆளுநராவதற்கு முன் துய்ப்ளேக்சு புதுச்சேரி ஆலோசனை சபையின் உறுப்பினராகத்தான் இருந்தார். அப்போதே, அவர் கவர்னரானால் இந்தக் கோயிலை இடித்துப்போடுவார் என்று ஐரோப்பியர்களும் சில தமிழர்களும் சொல்லியிருந்தார்கள். அதிலும், கவர்னர் துய்ப்ளேக்சுவும், அவர் மனைவியும் இதில் மிகவும் அக்கறை காட்டி நடவடிக்கைகளை எடுத்துவந்தனர். அவர்களுடைய இந்த முயற்சிக்குக் கிறித்தவப் பாதிரியார்கள் சிலரும், உள்ளூர்க்காரர்கள் சிலரும் ஒத்துழைப்பு நல்கி வந்தனர்' என்று ஆனந்தரங்கப் பிள்ளை பதிவிட்டிருக்கிறார். ஆக, துய்ப்ளேக்சுவின் ஆழ்மனத்தில் அந்த எண்ணம் இருந்ததென்னவோ உண்மை.

மத நல்லிணக்கம் பேணிய துய்ப்ளேக்சு

துய்ப்ளேக்சு தீவிர கிறித்தவர்தான்; அதற்காக மற்ற மதங்களை வெறுத்தாரில்லை. காலாப்பட்டியில் மாரியம்மன் கோயில் திருவிழாவிற்கு, ஆனந்தரங்கரின் தலையீட்டின் பேரில் அனுமதி வழங்கினார். மராட்டியர்கள் காமன் பண்டிகை கொண்டாடவும் அவர் இசைவு தந்தார். காளத்தீசுவரன், பெருமாள் கோயில்களைப் பழுது பார்த்துக்கொள்ளவும், வில்லியனூர் கோயில் மதிலைக் கட்டித்தரவும் இணங்கினார். 1752இல் திருக்காமீசுவரர் ஆலயத்தை, கோட்டைக் கொத்தளமாக்கத் தளபதிகள் பரிந்துரைத்தபோது, வணிகர்கள் எதிர்த்தனர். அவர்களது வேண்டுகோளை மதித்து, கோயிலின் ஒரு மூலையை மட்டும் பயன்படுத்திக்கொள்ள முன்வந்தார். பொம்மையார்பாளையம் ஆதினம் மகா சந்நிதானம் ஸ்ரீலஸ்ரீ பாலைய சுவாமிகளைத் தன் மனைவியுடன் சென்று வணங்கி ஆசிபெற்றார். அம்பலத்தாடும் அய்யன் மடத்துத் தலைவரின் வேண்டுகோளை ஏற்றுச் சலுகை காட்டினார். எனவேதான்,

‘துய்ப்ளேக்சுவிற்கு மற்றச் சமயங்களின்பால் விருப்போ வெறுப்போ இல்லை, அவரது மனைவியின் தாக்கமே மாற்றங்களுக்குக் காரணம்’ என்றும் ஆனந்தரங்கப் பிள்ளை மதிப்பிட்டிருந்தார் (மொரே 2020: 192).

இவ்வாறு, பல கட்டங்களில் மத நல்லிணக்கம் பேணிய துய்ப்ளேக்சு, வேதபுரீசுவரர் கோயில் இடிப்பில் காட்டிய அவசரமும் அக்கறையும் வியப்பளிக்கின்றது. ஆனால், அதை அவர் விசுவாசமான கிறித்தவனின் கடமையாகவே கருதிச் செய்து முடித்தார். ஆகவேதான், 1746 செப்டம்பர் 22ஆம் நாளன்று மகாநாட்டார்கள் அவரைச் சந்தித்து, இடிந்து போயிருக்கும் ஈசுவரன் கோயில் மதிலைத் திரும்பக் கட்ட அனுமதி கேட்டபோது மறுத்துவிட்டார். கிறித்தவர்களுக்கு முக்கியமான நாளான ஞாயிற்றுக்கிழமைகளில் யாரும் வேலை செய்யக்கூடாது என்றும், அடிமைகள் கப்பலேறும்வரை மதபோதனை செய்து மனமாற்றம் செய்யவேண்டும் என்றும் அவர்தான் அரசாணை பிறப்பித்தார்.

இடிப்பு வேலைகள் மும்முரமாக நடந்துகொண்டிருக்கும்போது, அவரே நேரில் வந்து உற்சாகமூட்டினார்; அதுபற்றிப் பேச, ஆனந்தரங்கப் பிள்ளை அவரது மாளிகைக்குப் போனபோது, அவரைக் கண்டும் காணாமல், பாராமுகங்காட்டித் தன் மனைவியுடன் வெளியே சென்று விட்டார். கோயிலை இடம் மாற்றிக்கொண்டால், இடமும் பணமும் தருவோம் என்று மகாநாட்டாரிடம் கூறிய உறுதியை அவரது பதவிக் காலத்தில் நிறைவேற்றவில்லை. ஆளுநரான பின்பும், தான் நேரடியாகவும் மறைமுகமாகவும் முயன்றும் கோயிலை அகற்ற முடியாத இயலாமை துய்ப்ளேக்சுவை உசுப்பேற்றியிருக்கவேண்டும். ஆகவே, நாலாபுறமும் ஆங்கிலப் படைகளின் நெருக்குதல் தாங்காமல் மக்கள் வெளியேறி, ஊரே காலியாகியிருந்த சூழ்நிலையைப் பயன்படுத்திக் காரியத்தில் இறங்கினார்.

துய்ப்ளேக்சு முழு மன ஈடுபாட்டுடன்தான் இடிப்பில் ஈடுபட்டார் என்பதற்கு அவரது கடிதங்களே வாக்குமூலங்கள் என்று நிறுவுகிறார் மொரே (1998, 2020).

துய்ப்ளேக்சுவின் ஒப்புதல் வாக்குமூலம் (மொரே 1998; 2020: 190–192)

1748 அக்டோபர் 21ஆம் நாள் குழுமத்தின் இயக்குநர்கள் குழுவிற்கு அவர் எழுதிய கடிதத்தில், “புதுச்சேரி முற்றுகையின் மகிழ்ச்சியான திருப்பம், நாங்கள் பல்லாண்டுகளாக அவமானச் சின்னமாகக் கருதிய கோயிலை இடித்துப்போட்டதுதான்” என்று குறிப்பிட்டார்.

ஃபிரஞ்சு ஆலோசனைக்குழுத் தலைவரான பர்த்தெலெமிக்கு (*Barthelemy*) அன்றே அவர் எழுதிய கடிதத்தில், “நேற்று கோயில் இடிக்கப்பட்டதால் அவர்கள் (ஏசு சபையினர்) பெருமிதத்தோடு இருக்கிறார்கள். மிகவும் அருகாமையில், பலநாள் தொடர்ந்து இருந்த ஒரு களங்கத்தைத் துடைத்தெறிந்துவிட்டதால் நான் மிகவும் மகிழ்ச்சியாக இருக்கிறேன். தேவனைப் பிரார்த்திப்போம்!” என்று எழுதியிருந்தார்.

நான்கு மாதங்கள் கழிந்தபின்பும் ‘இடிப்பு தந்த இன்பம்’ அவருடைய நெஞ்சை நிறைத்துக்கொண்டிருந்தது. “நிரந்தர அவக்கேடாக

நின்றிருந்த அந்தக் கோயிலை இடிக்கச் செய்ததால், நான் இப்போது ஏசு சபையினருடன் நெருக்கமாகிவிட்டேன். நான் சொர்க்கத்திற்குப் போவதற்கான கடவுச்சீட்டு இந்தக் கோயில் தகர்ப்பு" என்று அவரது சகோதரர் துய்ப்ளேக்சு தெ பக்கென்குருக்கு *(Dupleix de Bacquencourt)* *1749* ஜனவரி *26*ம் நாள் எழுதியுள்ளார்.

பாரிசில் ஏசு சபையினரின் செல்வாக்கால், தனது பதவியின் பாதுகாப்புப் பற்றிய அச்சத்தாலேயே, துய்ப்ளேக்சு இடிப்புக்கு இசைந்தார் என்கிறார் மதாம் யுவான் கெப்ளே. ஓர் ஆளுநர் என்ற முறையில் மதச்சார்பின்மையைக் கடைபிடிக்கத் தயாராயிருந்த துய்ப்ளேக்சு, கோயிலா, தேவாலயமா என்று வரும்போது, ஒரு தீவிரக் கிறித்தவராகவே நடந்துகொண்டார் என்பதே உண்மை (மொரே *1998*).

வேறிடத்தில் வேதபுரீசுவரர் ஆலயம்

1748இல் வேதபுரீசுவரர் கோயில் இடிக்கப்பட்டாலும் உடனே அது கட்டப்படவில்லை. மார்த்தேனில் தொடங்கி, துய்மா, துய்ப்ளேக்சு என்று பல ஆளுநர்கள் கொடுத்த வாக்குறுதிகள் காற்றோடு போயின. மதராஸ் பட்டினத்தெருவில் கட்டிக்கொள்ள மறுப்பில்லை என்று 1750இல், துய்ப்ளேக்சு இருக்கும்போதே மயிலாப்பூர் பேராயரும் தெரிவித்துவிட்டார். அடுத்து வந்த ஆளுநர் கோதெகுவை, மகாநாட்டார் அணுகி, நாகப்பட்டினம், மதராசில் இடிக்கப்பட்ட கோயில்களைக் கட்ட ஆங்கிலேய அரசு நிதியுதவி செய்துள்ளதுபோல், இங்கும் உதவவேண்டும் என்று வேண்டுகோள் விடுத்தனர். ஆனால், அவரும் கும்பினி நிதி தராது என்று கைவிரித்துவிட்டார். 1767இல்ஆளுநர் லாவிடம் அதே கோரிக்கையை வைத்தபோது, ஏப்ரல் 3ஆம் நாளே அனுமதி அளித்துவிட்டார்; ஆனால், போருக்குப் பிந்தைய நிர்மாணப் பணிகளின் நெருக்கடியால், இடமோ, நிதியோ தர இயலாது எனத் தெரிவித்துவிட்டார். அரசின் முப்பதாண்டுகளுக்குப் பிறகு, 1777இல், பெல்கோம் (1777–1782) ஆளுநரான பின்பே விமோசனம் பிறந்தது. செல்வந்தரான கந்தப்ப முதலியார், திவான் பதவி ஏற்றதும், ஆளுநரிடம் இந்துக்களின் மனக்குறையை எடுத்துக்கூறி வேறிடத்தில் கட்டிக்கொள்ள அனுமதி பெற்றார். அதற்கான நிலத்தையும் அவரே தானமாகக் கொடுத்தார். ஏழாண்டுப் போருக்காக வசூலித்த நிதியில் மீதமிருந்தத் தொகையை அரசின் பங்காக சார்பில் ஆளுநர் அளித்தார். பொதுமக்களும் நன்கொடை வழங்கினார்கள். 1778இல் கோயிலின் கட்டுமானம் தொடங்கி, காளத்தீசுவரன் கோயிலில் வைக்கப்பட்டிருந்த சோமஸ்கந்தர் சிலை கொண்டுவந்து வைக்கப்பட்டு, புதிய மூலவர் நிறுவப்பட்டார். 1780இல் குடமுழுக்கு செய்யப்பட்டது (மொரே 1998, 2020; முருகேசன் 2014).

5.12: கட்டாய மத மாற்ற முயற்சிகள்

மத போதகர்களும் அரசின் அதிகார வர்க்கமும் கிறித்தவம் வளர, வன்முறையும் வற்புறுத்தலும் கிஞ்சித்தேனும் வழிகோலும் என்றால், அதற்குத் தயங்கவில்லை; அடிமைகள் தெரிவு செய்யப்பட்டபோதும், இறக்குமதி செய்யப்பட்ட பின்பும் அதற்கான முயற்சிகள் தொடர்ந்தன.

மதம் மாற்றப்பட்ட அடிமைகள்

கிறித்தவத்தை வளர்ப்பதற்கு அடிமைகளையும் அதிகார வர்க்கமும் பயன்படுத்திக் கொண்டது. புதுவைவாசிகள் அனைவரும், கும்பினிப்

பணியில் இருந்தாலும் இல்லாவிட்டாலும், எந்தப் பொறுப்பில் இருந்தாலும், அவர்களிடம் உள்ள அடிமைகளுக்கு ரோமன் கத்தோலிக்கப் போதனைகள் செய்வதுடன், மூன்றே மாதங்களில் அவர்களைக் கிறித்தவர்களாக மதம் மாறச் செய்யவேண்டும். எதிர்காலத்தில் அடிமைகளை வாங்கினாலும் வாங்கிய நாளிலிருந்து மூன்றே மாதங்களில், ஞானஸ்நானம் செய்துமுடிக்கவேண்டும், அவ்வாறு செய்யத் தவறினால், அடிமைகளை அரசே எடுத்துக் கொள்வதோடு, 20 பகோடா அபராதமும் விதிக்கப்படும். இதில் எவ்வித சமரசத்திற்கும் இடமில்லை என்று முன்னர் ஆளுநர் துய்மா ஆளுகையில், துய்புவா, கோலார் ஆகியோர் ஒப்பமிட்டு வெளியிட்ட அரசாணை, 1741 ஜூன் 18இல் மீண்டும் பிறப்பிக்கப்பட்டது. ஆளுநர் துய்ப்ளேக்சு நிர்வாகத்தில் அது முறையாகச் செயலாக்கப்பட்டது. அதையும் மீறி, இந்துக்களாகச் சென்ற பலரும் கிறித்தவர்களாக மதம் மாறினார்கள் அல்லது கட்டாயமாக மாற்றப்பட்டார்கள். 1876இல் இறக்குமதியான அடிமைகள் அனைவருக்கும் மதபோதனை செய்யப்பட்டு, ஓராண்டுக்குள் கிறித்தவர்களாக்கப்படவேண்டும் என்ற அரசாணை பிறப்பிக்கப்பட்டது

மதாம் துய்ப்ளேக்சும் மதமாற்றங்களும்

புதுச்சேரி கிறித்தவ வரலாற்றில் மதாம் ழான் துய்ப்ளேக்சு ஒரு முக்கியமான பாத்திரம். கட்டாய மத மாற்ற முயற்சிகளில், அவர் தீவிரமாகவும் அர்ப்பணிப்போடும் பங்கேற்றார். அரசின் ஆதரவும், மாதம் துய்ப்ளேக்சுவின் தீவிர ஒத்துழைப்பும் இருந்தபோதும், எதிர்பார்த்த அளவிற்கு மதமாற்றம் நிகழவில்லை. இது மதாமிற்கு ஏமாற்றமாக இருந்தது. இதுபற்றி ஆனந்தரங்கரிடம் அவர் வலியுறுத்தியபோது, “சில வருடங்களாகத்தான், அதுவும் ஒரு சில கிறிஸ்தவர்கள்தான் கல்வீடு கட்டியிருக்கிறார்கள்; சில நூறு ரூபாய் பணம் வைத்துள்ளார்கள். தமிழர்கள் அப்படியில்லை. கும்பினியின் வியாபாரிகள், சுற்றுப்புறக் கிராமங்களில் வீட்டு உரிமையாளர்கள் எல்லாம் தமிழர்கள் தான். கிறிஸ்தவர்களிடம் அதுபோல் இல்லை. அப்படியிருக்கும் போது, அவர்களை என்னால் மதம் மாறச் செய்ய முடியும் என்று எப்படி நினைக்கிறீர்கள்?” என்று காரணம் கூறினார். சமூக நிலையிலோ, பொருளாதார நிலையிலோ, முன்னேற்றம் இல்லாதபோது, மத மாற்ற முயற்சிகள் பலனளிக்காது என்ற பிள்ளையின் மதிப்பீடு சரியானதே!

பிணத்தைக் கூட விடவில்லை

1751இல் மதாம் துய்ப்ளேக்சு, முசாஃபர் ஜங் அவருக்குப் பரிசாகக் கொடுத்த மரக்காணம், செய்யூர் கிராமங்களை ஏசு சபையினருக்கும் கடப்பாக்கத்தைக் கப்புசியன்களுக்கும் தானமாகக் கொடுத்தார். கடப்பாக்கத்தில் ஒரு தேவாலயம் கட்ட கப்புசியன்களுக்குப் பண உதவி செய்தார். கிராமங்களின் வருவாயை வைத்து, 24 பிரச்சாரகர்களை நியமித்து மதமாற்றம் செய்ய வேண்டும், இந்துக் குழந்தைகள் இறந்து விட்டால், அவர்களது இறுதிச் சடங்கின்போது ‘ஞானஸ்நானம்’ செய்வித்துக் கிறித்தவர்களாக்கி அடக்கம் செய்யவேண்டும் என்று நிபந்தனைகள் விதித்தார். அவரது முழு ஆதரவுடன் புதுச்சேரியைச்

சுற்றியிருந்த முத்தியால்பேட்டை, அரியாங்குப்பம், நெல்லித்தோப்பு, ஒழுகரை பகுதிகளில் மதமாற்றங்கள் முனைப்புடன் நடந்தேறின.

செத்தப் பிணமாக இருந்தாலும், அவன் கிறித்தவனாகத்தான் புதைக்கப்படவேண்டும் என்பதில் மதாம் குறியாயிருந்தார். எங்கு, யார் இறந்தாலும், அவருக்கு கிறித்தவ முறைப்படி ஞானஸ்நானம் வழங்கி, சவப் பிரார்த்தனை செய்வித்து, கிறித்தவராக்குவதற்குப் பாதிரிகளை அனுப்பி வைத்தார். ரங்கப்பிள்ளை என்பவர் சாவடி கணக்கர். அவரது தம்பியான முத்தியாப்பிள்ளை கடும் நோய்வாய்ப்பட்டு, மரணப் படுக்கையிலிருந்தார். இறப்பதற்கு முன்பே 'திருமுழுக்கு' செய்வித்து, அவரைக் கிறித்தவராக்குவதற்கு மதாம் முனைந்தார். ரங்கப்பிள்ளையும் அவரது உறவினர்களும் இதை எதிர்த்தனர். வீட்டார் இசைவில்லாமல் இதைச் செய்யப் பாதிரிமார்களும் மறுத்தனர். இதுபற்றித் துய்ப்ளேக்சுவிடம் முறையிடச் சென்ற ரங்கப்பிள்ளை, அடித்து விரட்டப்பட்டார்.

தன் முயற்சியைக் கைவிடாத மதாம், நோயாளியை ஒரு பல்லக்கில் ஏற்றி கப்ஸ் கோயில் அருகிலிருந்த பண்டாரம் அருளானந்தம் வீட்டுக்கு எடுத்துச் சென்று, சில இளைய பாதிரிகளை வரவழைத்து மதமாற்றச் சடங்கினைச் செய்து முடித்தார். ஈமச்சடங்குகளும் கிறித்தவ முறைப்படியே நடந்தேறின. மதாமின் கோபத்திலிருந்து தப்பிப்பதற்காக, ஆனந்தரங்கப் பிள்ளையின் வீட்டுக்கு எதிரில் இருந்த மாட்டு தொழுவத்தில் இரவைக் கழித்தார் ரங்கப்பிள்ளை. எதைப்பற்றியும் கவலைப்படாமல், அவரது ஆன்மா பாவத்திலிருந்து காப்பாற்றப்பட்டு விட்டதாக மதாம் ஆறுதல் கூறினார் (ஆரபி: அக்டோபர் 28–29, 1752).

தலித்துகள் மீது தனிக் கரிசனம்

மதாம் துய்ப்ளேக்சு முயற்சியால் கிறித்தவர்களாக மதம் மாறிய அரிசனங்கள் மீது அவர் மிகவும் கரிசனம் காட்டியதோடு, உயர் சாதிக்காரர்களான பிராமணர்கள், கோமுட்டிகள், வெள்ளாளர் மீது வெறுப்பும் கொண்டிருந்தார். இந்துக்கள் வசித்த வீதிகளில் தலித்துகளை வலுக்கட்டாயமாகக் குடியேற்றினார். அவர்களது வீட்டுப் பெண்கள் மானபங்கம் செய்யப்பட்டனர்; எதிர்த்தவர்கள், 'ஒற்றர்கள்' என்று குற்றம் சுமத்தி, நடு வீதியில் நிறுத்தி, சவுக்கடி, காது அறுப்பு, பாதாளச் சிறைவாசம் என்று தண்டிக்கப்பட்டனர்; சிப்பாய்களையும், இராணுவ வீரர்களையும் அனுப்பி அவர்களது வீடுகளைக் கொள்ளையடிக்க வைத்தார். மதாமின் ஆதரவோடு நடந்த இந்தக் கொடூரங்களை, துய்ப்ளேக்சு கண்டுங்காணாமல் போனார். மாறாக, 1748 அக்டோபர் 3ஆம் நாளிட்ட கடிதம் ஒன்றில், 'புதுச்சேரியில் எந்த ஒரு பெண்மணியும் செய்யாத செயலைச் செய்து, என் மனைவி ஒரு கதாநாயகி ஆகிவிட்டாள்' என்று பெருமிதப்பட்டார் (மொரே 1998, 2020: 190).

கிறித்தவ வளர்ச்சியில் மதாம் ழான் காட்டிய ஆர்வம் அலாதியானது. அவர் புதுச்சேரியில் பிறந்து வளர்ந்தவர்; தமிழ் தெரிந்தவர்; தமிழரின் கலாச்சாரம், மதப்பற்று பற்றி நன்கறிந்தவர். ஆயினும், அவரது கடுமையான அணுகுமுறைக்கு அவரது குடும்பப் பின்னணி ஒரு

காரணமாயிருக்கலாம். அவரது பாட்டி ஒரு தமிழர்; தாழ்த்தப்பட்ட தலித் இனத்தவர்; அவர் ஒரு போர்த்துக்கீசியரை மணந்துகொண்டார். அந்த வழியில் மதாம் ஒரு கிரெயோல், தொபாசின். ஆகவே, ஒடுக்கப்பட்ட சாதியினர் மீது பரிவும், உயர் சாதியினர் மீது வெறுப்பும் அவரது குருதியிலேயே இருந்தது; அதனால்தான், தேவாலயத்தில் பக்தர்களைப் பிரித்துவைப்பதைக் கண்டித்தார். ஆரம்பத்தில், ஆனந்தரங்கப் பிள்ளைக்கு ஆதரவாயிருந்த மதாம், பாதிரிகளின் இந்து எதிர்ப்புப் பிரச்சாரத்தால் மனம் மாறி, தன் முன்னோரான தலித்துகளை மதம் மாற்றி உயர் சாதியினருக்குச் சமமாக்குவதே அவரது உளக்கிடக்கை என்கிறார் மொரே *(2020: 183).*

ஆனந்தரங்கப் பிள்ளை மீது உளவியல் தாக்குதல்

கட்டாய மதமாற்ற வலை ஆனந்தரங்கப் பிள்ளைக்கும் வீசப்பட்டது. அரசு, சமூகம் எல்லாம் கிறித்தவமயமாக வேண்டுமென்று இயங்கிவந்த ஏசு சபையினருக்குத் 'துபாசி' நியமனம் விவகாரம் ஊன்றுகோலாய் வந்தது. பிள்ளையைத் தலைமைத் தரகராய் நியமிக்க வேண்டுமென்று துய்ப்ளேக்சு உள்ளூற விரும்பினார்; அவரது மனைவிக்கும் அதில் விருப்பமிருந்தது. ஆனால், பாதிரியார்கள் சந்தித்து எதிர்ப்புத் தெரிவித்ததும் மனத்தை மாற்றிக் கொண்டு, தீவிர வைணவரான பிள்ளையின் நியமனத்தைத் தடுப்பதற்கு மாற்று வழியில் யோசனை கூறினார். கிறித்தவர்களின் எதிர்ப்புகளுக்கிடையே முடிவெடுக்கத் துய்ப்ளேக்சுவும் தயங்கினார். அவர் பிள்ளையை அழைத்து, சம்பா கோயில் பெரிய பாதிரியார் (சுப்பீரியர்) குர்தூவைச் சந்தித்து, நைச்சியமாய்ப் பேசி அவரது சம்மதத்தைப் பெற்று வருமாறு கூறினார்; பிள்ளை தயங்கினார். உடனே போளூரில் தேவாலயம் கட்டுவது பற்றிய கடிதத்தை எடுத்துச்சென்று, குர்தூவிடம் பதில் வாங்கி வரச் சொன்னார். அதன்மூலம், பிள்ளையையும் குர்தோவையும் சந்திக்கவைக்கும் வாய்ப்பாக அதைத் துய்ப்ளேக்சு உருவாக்கினார்.

பிள்ளை மீது குற்றச்சாட்டு

1747 செப்டம்பர் 17 அன்று பிற்பகலில் பிள்ளை சம்பா கோவிலுக்குப் போய், பாதிரியாருக்கு முகமன் கூறி நின்றார். “இதென்ன மோட்ச வாசலா? நீரென்ன இவ்விடத்திற்கு வந்தீர்?” என்றார் பாதிரியார். “எனக்கு எல்லா மார்க்கமும் சமமே; பேதமே பார்ப்பதில்லை” என்று பிள்ளை பதிலிறுத்தார். அதற்குப் பாதிரியார், “நீர் என்ன விதமாக நடந்தாலும் கிறிஸ்தவராயிருந்தால் எங்களது மனத்துக்கு நம்பிக்கையும் விசுவாசமும் இருக்கும் இந்தக் குர்த்தியோர் உத்தியோகம் வருவதற்கு முன்பு உன் புத்தியும் விசுவாசமும் எங்கள் மதத்தின் பேரில் இருந்தது மெய்தான். இந்த உத்தியோகம் கைக்கு வந்த பிற்பாடு கொஞ்ச நாளாய் தமிழர் கோயில்களை ரொம்பவும் பிரபலம் பண்ணுகிறதும், அதற்குப் பிராமணர்களுக்கும் ரொம்ப ஆதரவு பொங்குகிறதுமாகக் கிறிஸ்துவர்களுக்குத் தெரிகிறது” என்றார். தொடர்ந்து, “நீர் கிறிஸ்துவரானால், வேறே இடமில்லாமல் சமஸ்தான பேரும் இந்தப் பட்டணத்திலே கிறிஸ்துவராவார்கள்” என்று நயமாகப் பேசினார்.

பிள்ளையின் சமாதானம்

குர்தூவிற்குப் பிள்ளை ஒரு நீண்ட விளக்கம் அளித்தார். "ஐயா! இந்தப் பட்டினத்திலே கிறித்தவர்கள் ஒரு பங்குதான். மற்றப் பதினைந்து பங்கும் தமிழராயிருக்கிறார்கள். இதல்லாமல் கிறித்தவருக்குள்ளே ஐஸ்வரியந்தராகவும் அதிகாரத்துடனேயும் இருக்கிற கனகராய முதலியார் கூட்டம் தவிர, மற்றவர்கள் எல்லோரும் பிச்சைக்காரர்கள். இப்பொழுதுதான் சிறிது நாளாக வெள்ளைக்காரத் தெருவிலே துபாசித்தனம் பண்ணிச் சிறிது பேர்கள் அன்ன வஸ்திரத்துக்கு அட்டியில்லாமலும், வீடு, வாசல், கல்லாலே கட்டிக்கொண்டும் ஆஸ்திகள் உண்டாயிருக்கிறது. மற்றப் பேரெல்லாம் கூலிவேலை செய்கிறவர்கள்தாம்".

"தமிழரிலே அப்படியில்லை, கும்பினி வர்த்தகராகவும் கடற்கரையிலே, சாவடியிலே, கோட்டையிலே, புடவைக் கிடங்கு, இரும்புக் கிடங்கு, அரிசி, கோதுமை, முதலான கிடங்குகள் எனப் பெரிய பெரிய உத்தியோகங்களில் இருக்கிறார்கள். தனித்தனியாய் 10,000க்கும், 20,000க்கும் சரக்குகள் அனுப்புகிறார்கள். கோன்சேல்காரர், மற்றுமுள்ள வெள்ளைக்காரருக்குத் தேவையான சரக்குகள் கொடுக்கிறவர்கள் எல்லாம் தமிழரே! இப்படி இருக்கச்சே நானொருவன் கிறித்தவனானால் அவர்கள் எப்படி ஆவார்கள்? கனகராய முதலியும் அவரது பாட்டனாரும் தந்தையும் கிறித்தவராகித் துபாசித்தனம் செய்ததால் எத்தனை பேர் கிறித்தவரானார்கள்" என்று பொறுமையாகத் தன் சார்பை விளக்கினார்.

பாதிரியாரின் மிரட்டல்

பாதிரியார் விடாப்பிடியாக, நீர் என்ன சொன்னாலும் சரி, நீர் கிறித்தவரானால் இந்தப் பட்டணமெல்லாம் கிறித்தவமாகும் என்றதோடு, அவரது பதவியையும் பணயப் பொருளாக்கும் வகையில், "அநேக விசை கிறித்தவர்களே வேண்டுமென்று துய்ப்ளேக்சுவுடன் பேசினோம். சீர்மைக்கு எழுதுவோம். இன்னும் வெகு பிரயத்தனம் பண்ணுவோம்" என்று மிரட்டல் தொனியில் பேசினார் (ஆரபி: செப்டம்பர் 20, 1747).

பதவி ஒரு பொருட்டல்ல

பிள்ளையின் தன்மானம் தூண்டப்பட்டுவிட்டது. இந்த உத்தியோகம் வேண்டுமென்று நானொன்றும் பிரார்த்திக்கவில்லை. துரையின் வார்த்தைகளால்தான் சம்மதமில்லாவிட்டாலும் பார்த்து வருகிறேன் என்று உறுதியாகக் கூறிவிட்டு அகன்று விட்டார்.

இந்த நிகழ்ச்சியை மறுநாள் துய்ப்ளேக்சுவிடம் விவரித்தபோது, இவர்கள் தாங்களே புதுச்சேரிக்குக் கவர்னராயிருப்பதாக எண்ணுகிறார்களா? என்று பதில் சொன்னார். அவர் உண்மையான, விசுவாசமான கிறித்தவர்தாம். காலையும் மாலையும் பிரார்த்தனை செய்பவர்தான். ஆனால், பாதிரிகளைப் போலவும், மனைவி ழான் போலவும் தீவிர மதவாதியாக இல்லாமல் சற்று நிதானமாகவே நடந்து கொண்டார், கோயில் இடிப்பைத் தவிர (ஆரபி: செப்டம்பர் 20, 1747).

> **ஆங்கிலேயர்களுக்கு ஆச்சரியம்**
>
> சென்னை முற்றுகையின்போது, ஃபிரஞ்சு இராணுவத்திற்கு அஞ்சி மக்கள் பணத்தை மட்டும் எடுத்துக்கொண்டு, பொருட்களையெல்லாம் அப்படியே போட்டுவிட்டு ஓடிவிட்டார்கள். அதுபற்றி எழுதும் போது, ஃபிரஞ்சுக்காரர் ஆங்கிலேயரைப் போல தயாள குணமில்லாதவர்கள், எல்லோரையும் கிறித்தவராக்குவார்கள், காதறுப்பார்கள், தூக்கில் போடுவார்கள் என்று சென்னைவாசிகள் வெறுப்பதாகப் பிள்ளை குறிப்பிடுகிறார்.
>
> மதத்தைப் பரப்புவதற்காக, ஃபிரஞ்சு ஆட்சியரும் அதிகாரிகளும் காட்டிய அக்கறையும் அத்து மீறலும் பாதிரிமார்களின் கடுமையான அணுகுமுறையும் சென்னையிலிருந்த ஆங்கிலேயர்களை அதிர்ச்சிக்குள்ளாக்கியது. ஆங்கில இராணுவ அதிகாரி பார்னவல் (*Barnwel*) ஆனந்தரங்கப்பிள்ளையிடம் ஒருமுறை பேசும்போது, "சென்னையைப்போல புதுவையை ஆக்கும் துய்ப்ளேக்சுவின் கனவு ஒருபோதும் பலிக்காது. காரணம் சென்னையில் ஒவ்வொரு வர்த்தகனும் கவர்னர்போல சகல வசதியுடனும் இருக்கிறான். புதுச்சேரியிலோ, தமிழர் கோயிலில் மலத்தைக் கரைத்து ஊற்றுகிறார்கள்" என்று கூறியதிலிருந்து ஆங்கிலேயரின் மனப்போக்குப் புலனாகிறது.

5.13: கப்பூசியன் – ஏசு சபையினர்: மாறுபட்ட அணுகுமுறை

தமிழ்க் கிறித்தவர்களின் வாழ்க்கை முறை மாறாவிட்டாலும், வணங்கும் முறைக்கு, தீவிர மனமாற்றம் தேவைப்பட்டது. நகர்ப்புறத்திற்கும் கிராமப்புறத்திற்கும் மாறுபட்ட அணுகுமுறைகளைக் கையாளவேண்டியிருந்தது. ஒரே மதத்தினைச் சேர்ந்தவர்களாயினும், கப்புசியன்களுக்கும் ஏசு சபையினருக்குமிடையே தொடக்கத்திலிருந்தே இணக்கமில்லை. மதப்பிரச்சாரத்தில் வேகம் காட்டுவதிலும் அரசின் ஆதரவைப் பெறுவதிலும் இருவருக்குமிடையே அவ்வப்போது உரசல்கள் தோன்றின.

ஆனால், தேவாலயங்களுக்குள் பக்தர்களின் தோற்றமும் பூசை முறைகளும் சடங்குகளும் மேற்கத்திய பாணியிலேயே இருக்க வேண்டும் என்று ஏசு சபையினர் வலியுறுத்தினர். இந்துக் கோயில்களின் வழிபாட்டு முறைகளுக்குக் கட்டுப்பாடுகள் விதிக்க வலியுறுத்தியபோதும், இந்துக்களின் மனோநிலையைப் பற்றிச் சிறிதும் கவலைப்பட்டாரில்லை. சான்றாக, 1700 ஆகஸ்டு மாதம் 15ஆம் நாள் (Assumption Day) கொண்டாட்டத்தை மிகவும் ஆடம்பரமாகவும் நள்ளிரவு வரையிலும், கொண்டாடினர். இந்துக் களைப்போல், கன்னி மேரி சிலையை ஒரு பல்லக்கில் வைத்து, ஒருவர் விசிறிக் கொண்டே வர, இந்துக் கோயிலின் இசைக் கலைஞர்களை வைத்தே இசை முழக்கத்தோடு ஊர்வலமாகப் போனார்கள். இதை இந்துக்கள் ரசிக்கவில்லை. அவர்கள் நியமித்த இந்தியப் பரப்பாளர்களான பண்டாரங்கள் புடை சூழ, தெருதெருவாகப் போய், காண்பவர்களை யெல்லாம் கண்ட இடத்திலேயே நிறுத்திப் பிரச்சாரம் செய்யத் தொடங்கினர். இது இந்துக்களை மேலும் வெறுப்பேற்றியதோடு, ஏசு சபையினரைக் கண்டாலே ஒதுங்கிப் போக வைத்தது, என்று கப்புசியன் பாதிரியார் நோர்பெர் தெ பார், மருத்துவர் நிகலியோ மன்னுசி ஆகியோர் பதிந்துள்ளனர் (டேனா அக்மோன் 2011).

கப்புசியன்களின் மனமாற்றம்

ஆனால், தொடக்கத்தில் ஏசு சபையினரைவிடக் கடுமை காட்டிய கப்புசியன்கள், சூழ்நிலைக்கேற்பத் தங்களை மாற்றிக்கொண்டனர். இந்திய வழக்கங்களையும், கலாச்சாரத்தையும் ஒரேயடியாக மாற்றத் தேவையில்லை என்பது அவர்களின் நிலைப்பாடு. இந்தியர்களைப் போலவே நடை, உடை, பாவனைகளுக்குத் தங்களை மெல்ல மெல்ல மாற்றிக்கொண்டனர். கிறித்தவ விழாக்களின்போது, சில இந்து வழக்கங்களையும் கடைபிடித்தனர். இரத்த உறவுகளுக்குள் திருமணங் களையும் தேவாலயத்திலேயே நடத்தி வைத்தனர். இந்துக்களின் மதம் சார்ந்த தகராறுகளின்போது, ஆலோசனைக் கூட்டங்களில் அவர்களுக்கு ஆதரவான நிலைபாட்டையே மேற்கொண்டனர்.

மறை மாமன்றத்தின் அறிவுரை

இந்த அணுகுமுறையை விமர்சித்து, ஏசு சபைப் பாதிரியார் லொரான் தங்குலம் (*Laurent D'Angouleme*) ரோம் வரையில் புகார் செய்தபோது, அவர்களை ஐரோப்பியர், கிரெயோல் சேவையில் மட்டுமே கருத்தூன்றுமாறு அறிவுறுத்தப்பட்டது. ஆனால் ஏசு சபையினரின் ஆதிக்கம் அளவிறந்தபோது, நெருக்கடிகளைத் தாங்கமுடியாமல், கப்புசியன்கள் விரைவிலேயே வெளியேறிவிட்டனர்.

அடைக்கலம் தந்த திருத்தமுறையாளர்கள்

கப்புசியன்களை மட்டுமல்லாமல், திருத்தமுறைக் கிறித்தவர்களையும் ஏசு சபையினர் பங்காளிப் பகையுடன் நடத்தினர். அவர்களை ஆதரிக்க மறுத்ததோடு, இங்குக் குடியேறுவதையும் ஊக்குவிக்கவில்லை. சென் போல் பாதிரியார் ஒருவர், சீர்திருத்தவாதிகளைப் புதுச்சேரி யிலிருந்து மட்டுமல்லாமல், ஆர்க்காட்டுப் பகுதியிலிருந்தும் வெளியேற்ற வேண்டுமென்று கோரிக்கை வைத்தார். அவ்வாறின்றித் திருத்தமுறை யாளர்கள், சகோதரத்துவமாகவே நடந்துகொண்டனர். 1693–99இல் புதுச்சேரியில் டச்சுக்கரார்களின் ஆதிக்கம் நிலவியபோது, கத்தோலிக்கர் களை வெளியேற்றாமல், இங்கேயே தங்கிக்கொள்ள அனுமதித்தனர்; அவர்கள் விதித்த ஒரே நிபந்தனை பிரச்சார நடவடிக்கைகளை நிறுத்திக் கொள்ளவேண்டும் என்பதே.

1760–61இல் புதுச்சேரி இடிக்கப்பட்டபோது, இங்கிருந்த கத்தோலிக்கர்கள் போர்க்கைதிகளாகப் பிடிக்கப்பட்டனர். அதிலிருந்து தப்பிக்க, அவர்கள் புதுவையை விட்டு வெளியேற வேண்டியதாயிற்று. அவர்களில் 30–40 பேர் தரங்கம்பாடிக்குச் சென்று, அங்குத் தங்கியிருந்த திருத்தமுறையாளர்களிடம் அடைக்கலம் கோரியபோது, அவர்கள் எந்தவிதத் தயக்கமும் இல்லாமல் வரவேற்று, பொறையார் பள்ளிக்கூடத்தில் தங்க வைத்தனர். அவர்கள் விருப்பத்துடன் விருந்தோம்பலைச் செய்தபோதும், திருத்தமுறைக் குருமார்களைக் கத்தோலிக்கர்கள் சந்தேகக் கண்களோடுதான் பார்த்தனர். அடுத்ததாக, எட்டு ஏசு சபைப் பாதிரியார்களும் தரங்கம்பாடிக்கு வந்து சேர்ந்துகொண்டனர். அவர்கள்

அனைவரும் தங்களின் வழிமுறைப்படியே பிரார்த்தனைகள் செய்ததோடு, மெல்ல மெல்லக் கத்தோலிக்கப் பிரச்சாரத்திலும் ஈடுபட்டனர்.

திருத்தமுறைப் பாதிரியார் கிறிஸ்தோப் சாமுவேல் ஜான் (*Christophe Samuel John*) இத்தகைய மன (மத) மாற்ற நடவடிக்கைகள், தரங்கம்பாடி திருச்சபையின் பெருமைக்கு இழுக்கானது, தீயது என்று அறிவித்தார். அதனால் சினங்கொண்ட கத்தோலிக்கப் பாதிரிமார்கள், திருத்தமுறையாளர்களைத் தீண்டத்தகாதவர்கள் போலவே கருதத் தொடங்கினர்.

இந்தியர்களைப் போலவே இயங்க முயற்சி

வந்த புதிதில் கடுமை காட்டிய ஏசு சபையினர், எதிர்பார்த்த அளவிற்கு மதமாற்றம் நிகழவில்லை என்றதும், தங்களது அணுகுமுறையைச் சற்றே தளர்த்திக்கொண்டார்கள். இந்த மெல்லிய மனப்பான்மைக்கு மாறுவதற்கு, ஏசு சபையினருக்கு வெகுகாலம் தேவைப்பட்டது. தொடர்புக்கு மொழி ஒரு தடையாக இருந்ததால், மதம் மாறிய உள்ளூர்க்காரர் களுக்குப் பயிற்சி அளித்து, ஊர் ஊராகச் சென்று, பிரச்சாரம் செய்து, ஆட்களைக் கொணர ஏற்பாடு செய்துகொண்டார்கள். பண்டாரங்கள் (*Catechists*) எனப்பட்ட இவர்களுக்கு ஊதியமும் தரப்பட்டது. அவர்களை, 1727ஆம் ஆண்டு வீரமாமுனிவர் எழுதிய ‘வேதியர் ஒழுக்கம்’ என்ற நூலில் கண்டபடி நடந்துகொள்ளுமாறு அறிவுறுத்தினர். கிறித்தவத்தின் அருமை, பெருமை, அதிசயங்களை விளக்கி மக்களை எளிதில் கவர்வதற்காக, கூத்து, நாடகம், கச்சேரிகள் முதலிய கலைவடிவங்களையும் பயன்படுத்தினர். (டேனா அக்மோன் 2011; ஜெயசீல ஸ்டீஃபன் 2018).

நகர்ப்புறங்களில் ஆதரவற்றோர் இல்லங்களைத் தொடங்கினார்கள். கிராமப் புறங்களில் மருத்துவம், கல்வி வாய்ப்புகளைப் பெருக்குவதன் மூலம், இளைய தலைமுறையை ஈர்ப்பதில் வெற்றி கண்டனர். இந்தியர்களின் மனதோடு உறவாடவேண்டுமானால், தமிழில் பேசவேண்டுமென்று உணர்ந்து தமிழ் கற்றார்கள். அவர்களது இன்பத் துன்பங்களில் பங்கேற்று அணுக்கமானார்கள். அடித்தட்டு மக்களின் வறுமைக்கு நிவாரணம் அளித்தார்கள், அவதிப்பட்டபோது ஆறுதல் அளித்தார்கள். அதே சமயம், சாதியப் பிரச்சினைகள் கிறித்தவப் பரப்புதலுக்கு இடையூறாக வந்துவிடாமல் நீக்குப்போக்காக நடந்து கொண்டார்கள்.

இந்தியர்களைப் போலவே பழக்க வழக்கங்களையும் மாற்றிக் கொண்டனர். தரையில் அமர்வது, சம்மணம் போட்டு சாப்பிடுவது, இடது கையால் எதையும் தொடாமலிருப்பது, இரதத உறவுகளுக்குள்ளான திருமணங்களையும் தேவாலயத்தில் நடத்தி வைப்பது போன்ற மாற்றங்கள் அவர்களை வெற்றியை நோக்கி நகர்த்தின. ஆலயத் திருவிழாக்களில் இந்தியர் முறைப்படி சிலைகளைப் பல்லக்கில் குடையின் கீழ் வைத்து ஊர்வலம் சென்றனர். ஆனால் வாய்ப்புக் கிடைத்தக்கால், அதிரகாரப் பலத்தையும் அதன் கொடூர வடிவங்களையும் காட்டவும் தவறவில்லை.

அவ்வப்போது சுணக்கம்

1773–79இல், டச்சுக்காரர்களிடமும், 1761–65, 1778–1783, 1793–1815 ஆகிய காலக் கட்டங்களில் ஆங்கிலேயர் வசமும் புதுச்சேரி இருந்தபோது மதமாற்ற நடவடிக்கைகள் சுணங்கின. ஐரோப்பாவிலும் ஏசு சபையினர் ஒடுக்கப்பட்டதால், புதுச்சேரியில் இயங்கிய கர்நாடக சபையினரின் இயக்கமும் முடங்கத் தொடங்கியது. கத்தோலிக்கர்களான ஃபிரஞ்சியர்களை ஆங்கிலேயர்கள் ஒற்றர்களாகப் பார்த்ததால், பெரும்பாலோர் ஃபிரான்சுக்கே திரும்பப் போக அனுமதிக்கப்பட்டார்கள். இங்கேயே தங்கிய சிலரும் முழு சுதந்திரத்தோடும் ஈடுபாட்டோடும் செயல்பட முடியவில்லை.

தமிழ்க் கலாச்சாரம் பயின்ற வீரமாமுனிவர்

புதுச்சேரியில், ஏசு சபையினர் தமிழ்ப் பண்பாட்டுக்கு எதிராகக் கடுமை காட்டிவந்த நிலையில், தமிழ்ப் பண்பாட்டுக்கு ஏற்பத் தன்னைத் தகவமைத்துக் கொள்வதே பாமர மக்களோடு தன்னைக் கொண்டு சேர்க்கும் என்பதை உணர்ந்துகொண்டவர் ஜோசப் கான்ஸ்டன்டைன் பெஸ்கி (***Joseph Constantine Besky***). இத்தாலியிலிருந்து மறை பரப்பும் பணிக்காக இந்தியாவுக்கு வந்த அவர், 1716ஆம் ஆண்டு தஞ்சாவூருக்கு அருகில் ஏலாக்குறிச்சி என்ற சிற்றூருக்கு வந்து சேர்ந்தார்.

தமிழனாக வாழவேண்டும் என்று முடிவுசெய்து, தமிழ்க் கற்று, மக்களோடு தமிழிலேயே சரளமாகப் பேசினார்; பழகினார். தன் பெயரை முதலில் தமிழில் தைரியநாதர் என்றும், பின்னர் தூய தமிழில் வீரமாமுனிவர் என்றும் மாற்றிக்கொண்டார்.

மன்னர்களின் நோய் தீர்த்ததால் மறைப்பணி செழித்தது

ஒரு தேவாலயம் அமைக்கத் திட்டமிட்டபோது, அதற்குத் தஞ்சை சரபோஜி மன்னரின் அரசு இசையவில்லை. சரபோஜி மன்னர் தீராத நோயால் அவதிப்பட்டபோது, தமது மூலிகை மருத்துவத்தால் குணப்படுத்தியதால் மகிழ்ந்த மன்னர், அவர் மறைப்பணியைத் தடையின்றி மேற்கொள்ள அரசாணை பிறப்பித்து அனுமதித்தார். அதேபோல், அரியலூர் பகுதியை ஆண்ட சிற்றரசன் அரங்கப்ப மழவராய நயினாரின் ராஜபிளவை என்னும் தீராத நோயை, அன்னையின் அருளால், வெறும் சேற்றுமண் பூசி தீர்த்துவைத்தார். நோய் தீர்த்ததற்குக் காணிக்கையாக அவர் அளித்த நிலத்தில்தான் கோனாங்குப்பத்தில் அடைக்கல அன்னையின் ஆலயம் எழுப்பப்பட்டது. இச்செய்தி, ஆலயத்துக்குள் கல்வெட்டில் பொறிக்கப்பட்டுள்ளது.

அடைக்கல அன்னையைத் தமிழ்ப்பெண் கடவுள்களைப் போலவே, பொன் நகையும் புடவையும் அணிந்து, புன்னகை பூத்த ஒரு தமிழ்ப்பெண்ணாகவே வடிவமைத்தார். அந்த வடிவத்தையே, மணிலாவில் சிலையாக வடிக்கச்செய்து, ஏலாக்குறிச்சியில் நிறுவினார். அதற்குப் பெரியநாயகி மாதா என்று தூய தமிழ்ப் பெயரையும் சூட்டினார்.

இவ்வாறு, பலமான பண்பாட்டுப் பாலம் ஒன்றை வீரமாமுனிவர் அமைத்துக் கொண்டதால், அவரால் எளிதில் பாமரமக்களின் உள்ளங்களில் இடம் பிடிக்க முடிந்தது; இறைப்பணியும் இடரில்லாமல் தொடர்ந்தது.

இதுபற்றி, 1776இல் ஒரு பிரச்சாரகர் கூறும்போது, “நமது தேவாலயங்கள் பல ஆள் அரவமின்றிக் கிடக்கின்றன. புதுச்சேரி வீழ்ச்சியும், கிறித்தவச் சபையினரின் வெளியேற்றமும் வருமானமில்லாத சூழலை உருவாக்கி,

அவற்றின் சீரழிவிற்குக் காரணமாயிருக்கின்றன. நாங்கள் பெரும் மனத் துயரத்தில் உள்ளோம்' என்று எழுதியதிலிருந்து நிலைமையை உணரலாம் (மொரே 1998).

கட்டாய மத மாற்றம் கத்தோலிக்கர்களையும் விட்டுவைக்கவில்லை. 1784இல் திப்பு சுல்தானின் தாக்குதல் தீவிரமானபோது, தமிழகத்தில் சுமார் 60,000 கத்தோலிக்கர்கள் கட்டாய முஸ்லிம்களாக்கப்பட்டனர். அதில் புதுச்சேரியும் தப்பவில்லை.

5.14: கிறித்தவம் தழைத்ததா?

ஒரு புதிய பூமியில், பல்வேறு பண்பாடுகள் சேர்ந்து இயங்கும் ஒரு சமுதாயத்தில், முற்றிலும் புதியதொரு மதத்தையும், வாழ்க்கை முறையையும் ஏற்கச் செய்வதற்கு, உள்ளூர் மக்களிடையே நல்லிணக்கம் முக்கியம் என்பது சமூகவியலின் அடிப்படை இலக்கணம். ஆனால், அது இந்தியர் – ஃபிரஞ்சியரிடையே இலங்கியதா என்பது கேள்விக்குறியே! (மொரே 1998).

இந்தியர் ஐரோப்பியர் உறவு

வந்தநாள் முதலே இந்தியர்களுடன் இணக்கமாக இருப்பதற்கான எந்த முயற்சியையும் ஐரோப்பியர்கள் எடுக்கவில்லை. தங்களை உயர்ந்தவர்களாகக் காட்டிக்கொள்வதிலேயே குறியாயிருந்தனர். இந்தப் பாகுபாடு வாழ்க்கையின் எல்லா நிலைகளிலும் காணப்பட்டதால், இந்தியர்களும், ஃபிரஞ்சியருடன் நட்புப் பாராட்டுவது பற்றி அக்கறை காட்டவில்லை.

- ஐரோப்பியர் குடியிருப்பைத் தனியாக அமைப்பதற்காகத் தமிழர்களை அவர்களின் பூர்வீகக் குடியிருப்புகளிலிருந்து கட்டாயப்படுத்தி வெளியேற்றியது; அப்பகுதிகளில் இந்தியர் நடமாட்டத்தைத் தடைசெய்தது.
- தலித்துகளை வலுக்கட்டாயமாக உயர் சாதியினரின் குடியிருப்புகளுக்குள் குடியேறச் செய்து, அவர்கள் வீட்டுப் பெண்களை மானபங்கம் செய்தது; கொள்ளையர்களை வரவழைத்து வீடுகளைக் கொள்ளையடித்தது.
- வழிபாட்டு முறைகளுக்குக் கட்டுப்பாடுகள் விதித்து, விழாக் களைத் தடை செய்தது; பல நூற்றாண்டுகள் பழமையான ஈசுவரன் கோயிலை இடித்துப் போட்டது.
- வாக்குரிமையையும், தேர்தலில் போட்டியிடும் ஜனநாயக உரிமையையும் வெகுநாளைக்கு மறுத்தது. உறுப்பினர் எண்ணிக்கையில் ஓரவஞ்சனை செய்தது. 1945 வரை பெண்களுக்கு வாக்குரிமையைத் தராமல் இழுத்தடித்தது.
- மகாநாட்டார்களிடம் எப்போதும் கடுமையாகவே நடந்து கொண்டது. மதில்வரி, போர்வரி என்று புதுப்புது வரிகளை குடிமக்களிடமிருந்து வசூல் செய்ய கொடுங்கோல் முறைகளைக் கையாண்டது.

- தமிழர்களுக்கு ஆதரவாகக் குரல்கொடுத்த ஃபிரஞ்சியரைத் தேசத் துரோகக் குற்றம்சாட்டி வெளியேற்றியது.
- பேரிடர்க் கால நிவாரணம் வழங்குவதில் வெள்ளையருக்கும் இந்தியருக்குமிடையே பாகுபாடு காட்டியது.

இவ்வாறு நீண்டுகொண்டே போன பாரபட்சமான நடவடிக்கை களால் ஆட்சியாளர் மேல் துளிர்த்த வெறுப்பு, பாதிரியார்களும், மற்ற மதப் பிரச்சாரகர்களும் ஆட்சியரைக் கைக்குள் போட்டுக்கொண்டு, அதிகார வரம்பு மீறி கலாச்சாரத் தாக்குதல் நடத்தியபோது, இயல்பாக அவர்களது மதத்தின்மீதும் படிந்தது.

பலவித இனம், மொழி, பண்பாடுகளுடன், பழமையில் தோய்ந்த ஒரு சமூகத்தால், முற்றிலும் மாறுபட்ட ஒற்றைக் கலாச்சாரத்தை மனதார அங்கீகரிக்க முடியவில்லை. அதே சமயம், மதம் மாறியவர்களை அவர்களது குடும்பத்தினர் ஏற்றுகொள்ள மறுத்ததால் அவர்களது சமூகத் தகுதியும் கேள்விக்குரியதானது.

ஆனால், கிறித்தவர்கள் இந்துக்களை மதமாற்றம் செய்ததுபோல், இந்துக்கள் எந்த மதத்தவரையும் மாற்றமுயலவில்லை என்பது அவர்களது மதச்சார்பின்மைக்கும், சகிப்புத் தன்மைக்கும் சான்றாகும். அதே சமயம், மதம் மாறினாலும், சமூகத் தகுதியும் சமத்துவமும் கிடைக்காமல் போராட்டமே வாழ்க்கையாகிப்போன தலித்துகளின் பரிதாப நிலையைக் கண்ட நடுத்தரச் சாதியினர், கிறித்தவத்தின்பால் ஈர்க்கப்படவில்லை. எல்லாவற்றிற்கும் மேலாக, இந்துச் சடங்குகள் சம்பிரதாயங்கள் மீது அவர்கள் காட்டிய வெறுப்பும் தாக்குதலும், ஃபிரஞ்சியரை மட்டுமல்லாமல், பொதுவாக ஐரோப்பியர் அனைவரையுமே பறங்கியர் என்று பட்டம் சூட்டி, ஒதுக்கி வைக்கச் செய்தது. அதனால், 'அருவருப்பான பறங்கியரின் அற்பமான மதம்' என்றே கருதி இந்துக்கள் வெறுத்தனர் என்கிறார் மிசியோனர் துய்புவா (1802) (மொரே 1998).

இந்துக்களும் வெறுத்தனர்

துறையூரில் வரிவசூல் செய்வதற்காக, ஃபிரஞ்சு அதிகாரி மரியோன் (Marion) என்பவர் ஒரு தமிழரின் வீட்டுக்குச் சென்றுள்ளார். அவர் போனதும், வீட்டைப் பெருக்கி, சாணம் கரைத்து மெழுகித் தீட்டுக் கழிக்கப்பட்டதாம். இதைக் கேள்விப்பட்ட ஆலோசனைக் குழுத் தலைமை உறுப்பினர் கில்லியார் (Guilliyard), இது ஃபிரஞ்சு கவுரவத்திற்கே இழுக்கு, இதைத் தண்டிக்காமல் விடமாட்டேன் என்று சினந்துள்ளார் என்பது ஆனந்தரங்கர் குறிப்பில் காணப்படும் செய்தி. கிரெயோல் கிறித்தவர் ஒருவர் இந்துப் பெண்ணைத் திருமணம் செய்தபோது, அவர் விருந்து வைத்தார். ஐரோப்பிய சமையல்காரர் செய்த உணவை உண்பது தீட்டு என்று கூறி, அந்த அழைப்பையே ஏற்க மறுத்துவிட்ட நிகழ்ச்சியும் உண்டு (ஆலாலசுந்தரம் 1999; மொரே 1998, 2020; ஜெயசீல ஸ்டீஃபன் 2018: 533).

சகிப்புத்தன்மை காட்டிய இந்துக்கள்

ஆரம்ப காலத்தில், மதமாற்ற முயற்சிகளுக்குப் பெரும் வரவேற்பில்லை; அதீத ஆர்வத்தின் காரணமாக, ஆன்மீக எதிர்ப்பு நடவடிக்கைகள்

திணிக்கப்பட்டபோதும், அகிம்சை, ஒத்துழையாமை புறக்கணிப்பு என்று அறவழியில் போராடினார்களே தவிர, கலகம் செய்யவில்லை; கலவரம் செய்யவில்லை. மதப் பிரச்சாரத்தை எதிர்த்துப் போராடவில்லை.

மாறாக, 1828ஆம் ஆண்டில் முத்தியால் பேட்டையில், கிறித்தவர்கள் பெரும்பான்மையாக வாழ்ந்த பகுதியில், தமிழர்கள் ஒரு விநாயகர் ஆலயம் கட்டத் தொடங்கியபோது, கிறித்தவர்கள் அதைத் தடுத்து நிறுத்தினர். அப்போதைய ஆளுநர் ரிஷ்மோன் (*Eugène Desbassayns de Richemont, 1826–1828*) தலையிட்டு, கட்டுமானம் தொடரச் செய்தார். ஆயினும், இன்றுவரை அந்தக் கோயில் பொலிவின்றித்தான் கிடக்கிறது. மாறாக, இந்துக்கள், கிறித்தவப் பிரச்சாரகர்களை வரவேற்கவில்லையே தவிர, அவர்களது பிரச்சார நடவடிக்கைகளை மிகுந்த சகிப்புத் தன்மையுடனேயே எதிர்கொண்டனர். இந்த அணுகுமுறையால்தான், புதுச்சேரியில் கிறித்தவம் துளிர்த்தது, கிளைத்தது எனலாம் (மொரே 1998).

புதிய தேவாலயங்கள்

பத்தொன்பதாம் நூற்றாண்டில் இராணுவ நடவடிக்கைகள் மட்டுப்பட்டதால், மதப்பிரச்சாரம் சற்றே வேகமெடுத்தது. ரெனோன்சான்களானால், ஃபிரஞ்சுக் குடியுரிமை கிட்டும் என்பதால், கிராமங்களிலிருந்து புதிதாகக் குடியேறிய தமிழ்க் கிறித்தவர்களுக்காக நகரைச் சுற்றி புறநகர்ப் பகுதிகளில் புதிய தேவாலயங்கள் கட்டப்பட்டன. நெல்லித்தோப்பில் குடியேறிய வன்னியர்களுக்காக 1750இல் கட்டப்பட்ட மோட்ச ராக்கினி மாதா ஆலயம், 1841–51இல் தூய விண்ணேற்பு மாதா ஆலயம் என்ற பெயரில் புதுப்பிக்கப்பட்டது. முத்தியால்பேட்டையில் 1863 முதல் இயங்கி வந்த செபக்கூடம் 1865இல் தனிப்பங்காக உயர்த்தப்பட்டதால், 1873 முதல் ஒரு முழுமையான தேவாலயம் கட்டத் திட்டமிடப்பட்டது. 1877இல், நகரில் கல்லறை இருந்த மனையில், கலவை சுப்பராய செட்டியின் நன்கொடையால், இந்தியர்களுக்கான பள்ளிக்கூடம் தொடங்கப்பட்டபோது, அங்கிருந்த சவப்பெட்டிகள் முத்தியால்பேட்டை செபக்கூட வளாகத்திற்கு இடமாற்றம் செய்யப் பட்டன. அவ்விடம், 1706இலேயே, மதகுரு ஃபௌஷே (*Fr. Faucheux*) வரைந்த நிலப்படத்தில், அது கல்லறையாகக் காட்டப்பட்டுள்ளது. அந்த வளாகத்தில், 1886இல் புனித செபமாலை அன்னை ஆலயம் (*Saint Rosary Church*) என்ற பெயரில் தேவாலயம் கட்டிமுடிக்கப்பட்டு அர்ப்பணிக்கப் பட்டது (புர்தா 1995: 163–164, 321).

உயர் சாதிக் கிறித்தவர்களுடனான தகராறுகளுக்குத் தீர்வு தோன்றாத நிலையில், பழைய தேவாலயங்களில் கூட்டம் அதிகரித்த தாலும், புறநகர்ப் பகுதிகளில் புதிய ஆலயங்கள் கட்டப்பட்டன. சில தாழ்த்தப்பட்டவர்களுக்கென்று தனியாகவும் கட்டிக்கொள்ளப்பட்டன. ஆட்டுப்பட்டியில் தூய அந்தோணியார் ஆலயம், உப்பளத்தில் புனித சவேரியார் ஆலயம், சுண்ணாம்புக் காளவாய்ப் பேட்டையில் (திருவள்ளுவர் நகர்) புனித செபஸ்தியார் ஆலயம், பாக்கமுடையான்பட்டில் புனித ஜோசஃப் ஆலயம், குருசுகுப்பத்தில் புனித ஃபிரான்சிஸ் அசிசி ஆலயம் ஆகியவை அவ்வாறு எழுந்தவையே. அத்துடன் கிறித்தவத்தின் மற்றப் பிரிவினரின் ஆலயங்களான தூய ஜான் ஆலயம், ஏழாம் நாள் ஓய்வாளர் ஆலயம்

(Seventh Day Adventist Church) ஆகியனவும் ஃபிரஞ்சியர் ஆட்சிக்காலத்தில் எழுப்பப்பட்டன

தமிழ்க் கிறித்தவர் – தலித் கிறித்தவர் எதிர்ப்பு, பக்தர்கள் மட்டத்தில் மட்டுமல்லாமல், அவர்கள் மதக் குருக்களாகப் பயிற்சி பெறுவதிலும் எதிரொலித்தது. தமிழர்களைப் பயிற்சிக்கு வரவழைப்பதில் பெருத்த சிரமம் இருந்தது. வெகு முயற்சிக்குப்பின், 1788இல், தாமஸ் என்பவர்தான் பாதிரியாரான முதல் தமிழர் ஆனார் (சம்பத்குமார் – ஆந்திரே கரோஃப் 2000).

அறுபது ஆயிரமாகி லட்சமானது

1673ஆம் ஆண்டு, பிப்ரவரி மாதம் 4ஆம் நாள், ஃபிரஞ்சியர் வந்திறங்கியபோது, கிறித்தவர்கள் எண்ணிக்கை அறுபதுதான். அவர்களும் பாதிரியார் கெர் வந்தபோது, அவருடன் மதராஸ் பட்டணத்திலிருந்து வந்தவர்களே! உடனடியாகக் களத்தில் இறங்கிக் கடுமையான பிரச்சாரம் செய்தும், எதிர்பார்த்தப் பலன் கிட்டவில்லை. ஆறேழு மாதங்களுக்குப்பின், செப்டம்பர் 21ஆம் நாள் ஐந்து இந்துக்கள் கிறித்தவத்தைத் தழுவ முன்வந்தார்கள். அவர்களுக்கு கும்பினி இயக்குநரான பெலான்ழே தெ லெஸ்பினே தானே ஞானத்தந்தையாக இருந்து ஆசீர்வதித்து புதுவையில் தமிழ்க் கிறித்தவர்களின் கணக்கைத் தொடங்கிவைத்தார். தீவிர மதமாற்ற முயற்சிகளுக்குப் பின் 1709இல் அது 1100 ஆக உயர்ந்தது. முதல் தலைமுறைக் கிறித்தவர்களான தானப்ப முதலி, முத்தியப்பா முதலி ஆகியோரின் முயற்சியால் நெசவாளர் கிராமமான முத்தியால்பேட்டையிலிருந்த வேளாளர்கள் கிறித்தவர்களானார்கள். இது முப்பதாண்டுச் சாதனை.

ஏசு சபையினரின் விடா முயற்சியால், கிறித்தவர்களின் எண்ணிக்கை 1715இல் இரண்டாயிரமாகவும், 1725இல் மூவாயிரமாகவும் உயர்ந்தது. 19ஆம் நூற்றாண்டின் முடிவில், நகரப்பகுதியில் பத்து விழுக்காடு கிறித்தவர்களாக இருந்தாலும், கிராமப்புறங்களில் அது வெறும் இரண்டு விழுக்காடாகவே இருந்தது.

1823ஆம் ஆண்டுக் கணக்கெடுப்பின்படி, புதுச்சேரியின் மக்கள் தொகையான 75,323 பேரில் 66045 (87.6%) இந்துக்களும், 7837 (10.4%) கிறித்தவர்களும், 1441 முஸ்லிம்களும் (1.9%) இருந்தனர். காரைக்காலிலும் 24742 (77.4%) இந்துக்கள்தான் பெரும்பான்மையாக இருந்தனர். ஆனால் புதுச்சேரியை விட, முஸ்லிம்கள் (5084 = 15.5%) அதிகம்; கிறித்தவர்கள் குறைவு (2129 = 6.9%), 1926ஆம் ஆண்டில் புதுச்சேரியின் மக்கள் தொகை 1.75 லட்சம். அதில் 90.3% இந்துக்கள், 8.5% கிறித்தவர்கள், முஸ்லிம்கள் 2.5%. முன்போலவே, காரைக்காலில் முஸ்லிம்கள் 10%, கிறித்தவர்கள் 13.6% ஆக கால்பங்குக்கு மேல் இருந்தனர் (மர்த்தினோ 1931; கீதா 2006: 30). 1948ஆம் ஆண்டில் அரசுக் கணக்கீட்டின்படி, புதுச்சேரியில் வாழ்ந்த 2,22,572 பேரில், 21,137 பேர் (10%) கிறித்தவர்களும், 6382 (3%) முஸ்லிம்களும் அடங்குவர் (மொரே 1998).

2011 கணக்கீட்டின்படி, இம்மாநிலத்தில் இந்து சமயத்தவரின் மக்கள் தொகை 10, 89,409 (87.60%) ஆகவும் இசுலாமிய சமய மக்கள் தொகை 75,556 (6.07%) ஆகவும், கிறித்தவ மக்கள் தொகை 78,550 (6.31%) ஆகவும், உள்ளது. எண்ணிக்கையில் சிறுபான்மையாக இருந்தாலும், இஸ்லாமியரைப் போலவே, கிறித்தவர்களும் தீர்க்கமான அரசியல் நிர்ணய சக்தியாக வளர்ந்துள்ளார்கள். வளர்ந்து வரும் கிறித்தவம் மேலும் வளரவேண்டி, 1776இல் புதுச்சேரியில் ஒரு மறையாட்சித் தளம் நிறுவப்பட்டது. 1845இல், அது அப்போஸ்தல மறை மாவட்டமாக மாற்றப்பட்டு, 1887இல் உயர் மறை மாவட்டமாக தகுதி ஏற்றத்துடன் இறைப்பணி தொடர்கிறது (ஜெயசீல ஸ்டீஃபன் 2018; மொரே 1998, 2020).

1674இல் கிழக்கிந்தியக் கும்பினி தொடங்கப்பட்டபோது, மன்னர் பதினான்காம் லூயி இந்தியர்களைக் கிறித்தவர்களாக்குவது அதன் முக்கிய நோக்கம் என்ற நிபந்தனையுடன் அனுப்பிவைத்திருந்தார். ஏறத்தாழ முந்நூற்றைம்பது ஆண்டுகளுக்குப்பின் அந்த நோக்கம் நிறைவேறி, புதுச்சேரியில் கிறித்தவம் தழைத்ததோ இல்லையோ, அழுத்தமாகக் காலூன்றியுள்ளது என்பதே உண்மை!

ooo

ஆதாரப் பதிவுகள் – தமிழ்

சொற்குறுக்கங்கள்– நாட்குறிப்புகள்: ஆரபி: ஆனந்தரங்கப் பிள்ளை; இவீநா: இரண்டாம் வீரா நாயக்கர்; முவிதி: முத்து விஜய திருவேங்கடம்; ரதிவே: ரங்கப்ப திருவேங்கடம்

நாட்குறிப்புகள்

ஆனந்தரங்கப் பிள்ளை தினப்படி நாட்குறிப்பு (1736–1761) – 12 தொகுப்புகள், புதுச்சேரி மொழியியல் பண்பாட்டு நிறுவனம், புதுச்சேரி.

ஆனந்தரங்கப் பிள்ளை தினப்படி நாட்குறிப்பு (1736–1761) – எட்டு தொகுதிகள், (ஞானு தியாகு முன்னுரையுடன், 1949), புதுச்சேரி வரலாற்றுச் சங்கம், புதுச்சேரி.

ஆனந்தரங்கப் பிள்ளை விடுபட்ட தினப்படி நாட்குறிப்பு (1736–1761) – (மூன்று தொகுதிகள்), (ஓர்சே. மா. கோபாலகிருஷ்ணன் 2005) – நற்றமிழ் பதிப்பகம், சென்னை.

இரண்டாம் வீரா நாயக்கர் நாட்குறிப்பு (1778–1792) – (ஓர்சே. மா. கோபாலகிருஷ்ணன். 1992), நற்றமிழ் பதிப்பகம், சென்னை.

முத்து விஜய திருவேங்கடம் பிள்ளை நாட்குறிப்பு (1794–1796) (ஜெயசீல ஸ்டீஃபன், 1992) – இந்திய – ஐரோப்பியவியல் ஆராய்ச்சி நிறுவனம், புதுச்சேரி.

ரங்கப்ப திருவேங்கடம் பிள்ளை நாட்குறிப்பு (1760–1768) – (இரண்டு தொகுதிகள்) (ஜெயசீல ஸ்டீஃபன், 2000) – புதுச்சேரி மொழியியல் பண்பாட்டு ஆராய்ச்சி நிறுவனம், புதுச்சேரி ப.309.

ஜெயசீல ஸ்டீஃபன், எஸ். 1999. *தமிழில் நாட்குறிப்புகள்* – இந்தோ ஐரோப்பியவியல் ஆராய்ச்சி நிறுவனம், புதுச்சேரி.

பிற நூல்கள்; தொகுப்புகள்

ஆலாலசுந்தரம் இரா. 1999. *ஆனந்தரங்கப் பிள்ளை காலத் தமிழகம்*, ஜி.ஆர்.எஸ். பதிப்பகம், புதுவை.

ஆலாலசுந்தரம் இரா. 2001. *ஆனந்தரங்கப் பிள்ளை கால அரசியலும் சமுதாயமும்*. ஜி.ஆர்.எஸ். பதிப்பகம். புதுவை.

அறவாணன் க.ப. 1997. *ஆனந்தரங்கர் காலத் தமிழ்ச் சமுதாயம் (1736 –1761)*. புதுச்சேரி பல்கலைகழகம், புதுச்சேரி.

இராசசெல்வம் நா. 2020. *பிரஞ்சியர் காலப் புதுச்சேரி – அதன் நகரமும் தெருப் பெயர்களும்*, செம்பியன் சேரன் பதிப்பகம் புதுச்சேரி.

இராமசாமி ஆ. 1992. *புதுச்சேரி வரலாறு*, பூங்குன்றன் பதிப்பகம், மதுரை.

இராமதாசு அ. 2017. *பிரஞ்சு இந்தியாவில் கல்விமுறை* – சிலம்பு பதிப்பகம், புதுச்சேரி. ப.368.

கல்லாடன் 2002. *புதுச்சேரி மரபும் மாண்பும்*, புதுச்சேரி வரலாற்று சங்கம், புதுச்சேரி.

கிருஷ்ணமூர்த்தி பா. 1991. *பிரஞ்சிந்திய விடுதலைப் போராட்டம்*, நவஜோதி வெளியீடு, புதுச்சேரி.

கிளமெண்ட் ஈஸ்வர் 2006. *புதுவையில் கிறித்துவ சமயம் (புதுவைத் தமிழ்* – தொகுப்பு: கல்லாடன்):ப. 62–68, புதுச்சேரி வரலாற்று சங்கம், புதுவை.

குப்புசாமி சு., விசயவேணுகோபால் கோ. 2006. *புதுச்சேரி மாநிலக் கல்வெட்டுக்கள்*, ஃபிரெஞ்சு நிறுவனம், புதுச்சேரி.

குப்புசாமி சு. 1974. *கல்வெட்டுகளில் புதுவைப் பகுதிகள்*, புதுச்சேரி வரலாற்று சங்கம், புதுச்சேரி. ப.172.

சத்தியசீலன் சி. 1988. *புதுச்சேரி நாட்டுப்புறப் பாடல்கள் காட்டும் சமுதாயம் – ஓர் ஆய்வு*, ஆய்வேடு, சென்னைப் பல்கலைக் கழகம், சென்னை.

சிவசுப்ரமணியன் ஆ. 2011. *கிறித்தவமும் சாதியும்* (வலைத்தளப் பதிவு)

சூரியகலா சா. 1985. *புதுவை மீனவர் தாலாட்டுப் பாடல்கள், இளமுனைவர் பட்ட ஆய்வேடு*, சென்னைப் பல்கலைக்கழகம், சென்னை.

செபஸ்தியன் ஏ. 1991. *18ஆம் நூற்றாண்டில் புதுவையின் வாழ்கை நிலை*, ஆனந்தரங்கப் பிள்ளை ஆய்வு மையம், புதுவை

செபஸ்தியன் ஏ. 1992. *போர்க் காலப் புதுச்சேரி*, ஆனந்தரங்கப் பிள்ளை ஆய்வு மையம், புதுவை

செபஸ்தியன் ஏ. 2000. *பிரான்சுவா மர்த்தேன்*, சேகர் பதிப்பகம், சென்னை.

தாவிதன்னுசாமி 2010. *புதுவை மாநிலம் அன்றும் இன்றும்*, புதுச்சேரி கூட்டுறவு புத்தகச் சங்கம்.

தில்லைவனம் சு. 2007. *புதுச்சேரி மாநிலம் வரலாறும் பண்பாடும்*, சிவசக்தி பதிப்பகம், புதுவை.

தில்லைவனம் சு. 2010. *புதுச்சேரி மாநில வரலாறு*, சிவசக்தி பதிப்பகம், புதுவை.

தேசிகம் பிள்ளை இரா. 1966. *மணற்குள விநாயகர் ஆலய வரலாறு*, குடமுழுக்குக் குழு, புதுச்சேரி.

பிள்ளை, கே.கே. 1977. *சோழர் வரலாறு*, தமிழ்நாட்டுப் பாடநூல் நிறுவனம், சென்னை.

மதனகல்யாணி ச. 1998. *புதுச்சேரி ஒரு வணிகத்தளத்தின் வரலாறு*, ஃபிரஞ்சுக் கல்லூரி, புதுச்சேரி.

மாசிலாமணி கோ. 1985. *அம்மா பாட்டு, இளம் முனைவர் பட்ட ஆய்வேடு*, சென்னைப் பல்கலைக்கழகம், சென்னை.

முருகேசன், சி.எஸ்., 1991. *புதுவை வரலாறு*, அசோகன் பதிப்பகம், சென்னை.

முருகேசன், சி.எஸ்., 2013. *புதுச்சேரி சித்தர்கள்*, சங்கர் பதிப்பகம், சென்னை

முருகேசன், சி.எஸ்., 2014. *புதுச்சேரி கோயில்கள்*, சங்கர் பதிப்பகம், சென்னை

வேங்கடேசன், நா., 1979. *வரலாற்றில் வில்லியனூர்*, சேகர் பதிப்பகம், சென்னை.

வேங்கடேசன், நா., 1991. *கல்வெட்டுகளில் புதுவை மாநில ஊர்ப்பெயர்கள்*, திருமுடி பதிப்பகம், புதுச்சேரி.

வேங்கடேசன், ந., 2011. *புதுவை மாநிலக் கல்வெட்டுகளில் அரிய செய்திகள்*, புதுச்சேரி பல்கலைக் கழகம், புதுச்சேரி.

வேல்முருகன், சு., 2019. *புதுச்சேரியில் பிரஞ்சுக்காரர் தமிழ்த் தொண்டு*, கம்பன் பதிப்பகம், புதுவை – 4 ப.96.

வேலாயுதனார், மு.த., 1978. *புதுவையும் மணற்குள விநாயகரும்*, நற்றமிழ்ப் பதிப்பகம், புதுவை.

ஜெயசீல ஸ்டீஃபன், எஸ்., 2019. *காலனியத் தொடக்க காலம் (கி.பி. 1500– 1800)– தமிழ் மக்கள் வரலாறு*, நியூசெஞ்சுரி புக் ஹவுஸ், சென்னை.

REFERENCES – ENGLISH

Ananda Ranga Pillai, 1985. *The Private Diary of Ananda Ranga Pillai*, 12 vols., reprint, New Delhi.

Aniruddha Ray 2004. *The Merchants of the State: The French in India*,VIII. Munshiram Mohanlal, New Delhi.

Animesh Rai. 2008. *The Legacy of French in India (An investigaation of a process of Creolization)*, French Institute, Pondicherry.

Aniruddha Ray 1997. *The Process of Urbanisation of Pondicherry in the first two decades of the 18th Century, In: Pondicherry Through Ages*, (Ed. A. Ramachandran), Pondicherry History Congress, pp. 95-106.

Antony, Cyril. 1982. *Gazetteer of India*, Govt. of Puducherry, Puducherry.

Asia Urbs. 2004. *Architectural Heritage of Pondicherry*, Pondicherry.

Bourdat, Pierre. 1995. *Eighteenth Century Pondicherry*, French Institute, Pondicherry.

Challes Robert 1983. *Journal d'un Voyage fait aux Indes orientales (1690-1691)*, 2 vols., 2nd ed. Paris.

Danna Agmon, 2011. *An Uneasy Alliance: Traders, Missionaries and Tamil Intermediaries in Eighteenth-Century French India*, Ph.D. Dissertation, The University of Michigan, U. S. A .

David Annousamy 2015. *The Origins of Pondicherry, In: Poduke-Banikere-Puducheri-Pondicherry* (Ed. Nallam, Kalladan and Chandramouli), The Historical Society of Pondicherry, Puduchery, pp. 12-17.

David Annousamy. 2019. *Pondicherry - A Social and Political History*, French Institute, Puducherry.

Davidson, Ian (2010). *Voltaire, A Life*, Profile Books, London.

Deloche, Jean., 2004. *Origins of the Urban Development of Pondicherry according to 17th Century Dutch Plans*, French Institute, Puducherry.

Deloche, Jean., *2010. Revue Historique de Pondicherry Vol. 24* (Special Issue), Pondicherry Historical Society, Pondicherry. P.198

Dodwell H., 1968. *Dupleix and Clive-the Beginning of an Empire*, Conneticutt, pp.103-115.

Dubois, Abbe Fr.,1928. *Hindu Manners, Customs and Ceremonies*, Oxford: Clarendon Press, London.

Ezhilmaran, V., 2015. *Sidhdhas of Pondicherry*, in (Nallam V, Kallaadan, Chandramouli N), Poduke Bandikere-Puducherry-Pondicherry-Pondicherry Historical Society, Pondicherry. Pp.118-130.

Gaebele, Yvonne Robert. 1934. *Creyole Et Grande Dame Johanna Begam Marquise Dupleix*, Bibliotheque Coloniale, Pondicherry.

Gaebele, Yvonne Robert 1960. *Histoire de Pondicherry: de l'inde an 1000 a nous jour*, Imprimiere du Gouvernement, Pondicherry.

Gautier. F., 2008. *Les Francais en Inde*, Roli Books, New Delhi.

Guyon Abbé. 1744. *Histoire des Indes Orientales Anciennes et Modernes*, 3 vol., Paris,.

Hamilton A., 1727. *A New Account of East Indies*, Edinburgh.

INTACH 1997. *Reminiscences of the French in India.* New Delhi.

INTACH 2004. *Architectural Heritage of Pondicherry, Tamil and French Precincts*, European Commission under the Asia Urbs Programme, Pondicherry.

Jeyaseela Stephen S. 1996. *Urbanism and the chequered existence of the Indo-French town of Pondicherry (1706-1793)*, Review of Pondicherry Historical Society, Pondicherry.

Jeyaseela Stephen S. 1999. *Urban growth of Pondicherry and the French: A Study of the Town Plans -1702-1798.* In: Indo French Relations (Mathew and Stephen S.J. Ed.), New Delhi.

Jeyaseela Stephen S., 2018. *Pondicherry under the French- Illuminating the Urban Landscape (1674-1793)*, Primus Books, New Delhi.

Labernadie M.V., 1936. *Le vieux Pondichéry (1753-1815)*, Histoire d'une Ville Coloniale, Pondichéry.

Lafont JM., Maansingh GM., Jain K, Pitchard. P, Raveendran KT. 1997 – *Reminiscences – The French India* – INTACH, New Delhi. P.144

Launay A., 1898.- cited from More J.B.P. 1998. *Hindu-Christian interaction in Pondicherry, 1700-1790*, In Contributions to Indian Sociology 32:97-121., SAGE Publications, New Delhi.

Launay A., 1898. *Histoire des Missions de l'Inde, Pondichéry, Maissour, Coimbatour*, vol. I, Paris,

Le Gentil 1779. *Voyage dans les Mers de l'Inde,* Volume-1, L'Académie Royale des Sciences. Imprimé par ordre de sa Majesté, Paris.

Liebeau, Heike. 2013. *Cultural Encounters in India*, Social Science Press, New Delhi-110003.

Lyall, A. C., 1907. *From the Close of the Seventeenth Century to the Present Time In: History of India*, Ed. Williams Jackson, arrchive.org

Malleson, GB., 1868. *History of the French in India*, Longmans Green & Co. London.

Malleson, GB., 1865. *The Career of Count Lally, In, History of India*, (Ed.) Michaud. A. V. W., Vol.8 Colombia.

Malleson GB., 1883. *The Decisive Battles Of India from 1746 to 1809* - Glan Publishing house, New Delhi.

Marshman, John Clark. 1867. *The History of India from the Earliest Period to the Close of Lord Dalhousie's Administration*, Longmans green, London .

Martin, Francois. 1932-34. *Memoires de Francois Martin- 1664-1694*. Ed. Martineau. Paris. Vol.II: 571-573.

Martineau, Alfred. (1917) 2004. *The Origin of Mahe of Malabar* – Pushpalatha's, Choodikota, Mahe, (Translated from French by Tayil Sadhanandan).

Martineau, Alfred. (1931) 2019. *Dupleix Et l'Inde Francaise, 1722-1749*, Wentworth Press.

Martineau, Alfred. 1929. *Les Derniere Annees des Dupleix*, Societe Geographiques, Maritimes et Coloniales, Paris.

Melangin R., 2015. *Pondicherry that was once French India*. INTACH, Pondicherry P.152.

More J.B.P., 1998. *Hindu-Christian interaction in Pondicherry - 1700-1790*, In, Contributions to Indian Sociology 32:97-121., SAGE Publications, New Delhi.

More J.B.P., 2014. *Origin and Foundations of Madras* – Saindhan Publications, Chennai.

More J.B.P., 2014. *From Arikkamedu to the Foundation of Modern Pondicherry*, Saindhavi Publications, Chennai.

More J.B.P., 2020. *Pondicherry, Tamilnadu and South India under French Rule*, Manogar Publishers, New Delhi.

Nallam V., Kallaadan, Chandramouli N. 2015. *Poduke-Bandikere-Puducherry-Pondicherry* – Pondicherry Historical Society, Pondicherry.

Nilakanta Sastri, K.A., 2000 (1975). *A History of South India*, Oxford University Press, New Delhi

Neogy, Ajit K., 1991. *Early Political Activities in two French Indian possessions*, Revue Historique de Pondichéry, Vol. XVII , p.2.

Om Prakash, 2006. *French in India* – Anmol Publications, New Delhi.

Orme R., 1763. *The History of the Military Transactions of the British Nation in Indostan*, London.

Orme R., 1805. *Historical Fragments of the Mogul Empire* (London,), pp. 397-454.

Owen, Sidney J., 1886. *François Joseph Dupleix*, The English Historical Review: Vol 1:699-733.

Pichard, Pierre. 1988. *City Planning and Architecture, In. Reminiscences* – EEFO French Institute, Pondicherry. pp. 121-139.

Raja P., 1987. *A Concise History of Pondicherry*, Alliance Books, Pondicherry.

Raja P. and Rita Nath Keshani 2005. *Glimpses of Pondicherry*, Busy Bee, Pondicherry.

Ramasamy A., 1986. *History of Pondicherry*, Sterling Publishers, Chennai.

Ravindran KT., 1990 *Colonial Urbanisam: a cross cultural perspective on Pondicherry*, (Text), FIP Pondicherry.

Srinivasachari C.S., 1991. *AnadaRanga Pillai – The Pepys of French India*, Asian Educational Services, Chennai.

Srinivasachari, C.S., 1943. *A History Of Gingee And Its Rulers*, The University, AnnamalaiNagar.

Thursten Edgar.1975. *Castes and Tribes in South India*, Cosmos Publications, New Delhi.

Weber, Henri 1904. *La Compagnie Francais des Indes 1664-1875*, Paris

Weber J., 1988. *Les Etablissements Français en Inde au XIXe siècle (1816-1914)*, 5 vols., Paris

Weber J., 1996. *Pondichéry et les Comptoirs de l'Inde après Dupleix la Démocratic au pays des castes*, Editions Denoel, Paris.

Photo credits

Alberto Salinas, Alphonse-Marie-Adolphe de Neuville, Allan Stewart, Angus Mcbride, Blum, Baskar Photography, Bonifaci Boni, Datsanamurthy, Devaiah, Emile Wattier, Eugene J., Fortune Meaulle, Gebhard Fugel, Hillpautteaux, Jayarathina, Jacques Francois Joseph Swebach , Jean Baptiste Morret, Jean Deloche, Koujalji Ajit, Lavis Luvre, Melangin R., Mohan Khokar, Narayana Sankar, Pondicherry Arun, Suresh S, Paul P. Picaballo, Raphael and Sriram MT.

Anciens de Pondichéry, Biography.com, cdn.dnaindia.com, Chabrelie Publishers (Chabrelie JJ), Paris, Christianity.com, Department of Agriculture, Govt. of Pudhucherry, Doorways Pondicherry, Gallica.bnf.fr - Bibliothèque nationale de France, Guimet Museum France, Linda Hall Library(Eduard de Manès), India Water Portal, INTACH Pudhucherry, Marabu - Heritage Trust, National Heritage Trust, Pinterest, Pudhuvai Museum, Pondicheriens De France, Podicherry Tourism, Rocky Mountain Stamp Show - India Study Circle, Colorado (2018), Trip Advisor, Unacademy, Visit Pondicherry, Wikipedia etc.

As we extracted some photographs from websites without indication of sources, we were not able to reach some of the contributors. However, we have retained their original identity as far as possible and made no conscious effort to hide their valuable contributions. We sincerely acknowledge their involuntary contributions to the project.

சொல் விளக்கம்

அமுல்தார்: ஒரு குறிப்பிட்ட கிராமங்களுக்கு (2–3) நிர்வாக அதிகாரியாக, கோட்டை நிர்வாகியான கிலேதாரின் கீழ்பணிபுரிபவர். நிலவரி வசூலிப்பதும், அரசாணைகளை அமலாக்குவதும் இவரது பணிகள்.

அரும்பாத்தை: படைகளின் எழுத்தர்; படை வீரர்களுக்கு ஊதியம் வழங்குதல், உணவுப் பொறுப்புகளைச் சேகரித்து வழங்கும் பொறுப்புடை॥ பதவி; வழக்கமாக பரம்பரையாக வரும் பதவி. பணப் பரிமாற்றம் அதிகமிருந்தால், இதைப் பெறுவதற்கான போட்டி அதிகம். (ஃபிரெஞ்சு மொழியில் அர்மே (*Arme*) என்றால் இராணுவம், பத்தே (*Bate*) என்றால் கல்தூண் (*L'armbate*) படைகளுக்குத் தூண் போன்ற ஆதாரப் பதவி).

கம்மாளர்: அஞ்சுசாதி எனவும் பெயர். தட்டார், கன்னார், சிற்பி, தச்சர், கொல்லர் ஆகிய ஐந்து சாதிகளுக்கும் பொதுப்பெயர்.

காசிது அல்லது அரக்காரர்கள் (*Hararakars*): தபால்காரர்கள், அரசு அலுவலர்கள். சிலசமயம் சமுகத்தினரும் தனிப்பட்ட முறையில் சேவகர்களைக் காசிதுகளாக வேலைவாங்கினர். தபால் கொண்டு வரும் பிராமணர்கள் 'பட்டமார்' எனப்பட்டனர்.

காப்பிரிகள் (*Kafris*): தென்கிழக்கு ஆப்ரிக்காவிலிருந்து படையில் சேர்த்துக்கொள்ளப்பட்ட கறுப்பினத்தவர்கள்.

கிரெயோல் (*Creole*): ஐரோப்பியர்களுக்கும், காலனி நாட்டவர்க்கும் பிறந்த கலப்பினத்தவர். இவர்கள் மெத்திகள் (*Metis*) என்றும் அழைக்கப்பட்டனர்.

கில்லேதார் (*Killedhar*): கில்லா என்ற மராட்டியச் சொல்லுக்குக் கோட்டை என்று பொருள். கில்லேதார் என்பவர் கோட்டையின் காவல் தலைவன், நிர்வாகி. மராட்டியர் / முகமதியர் ஆட்சிக் காலத்தில் உருவாக்கப்பட்ட பதவி.

குண்டு தாழை கிராமம்: புதுச்சேரி எல்லையிலிருந்து கூப்பிடு தொலைவில் இருந்த கிராமங்கள் எனப்பட்டன. பீரங்கிக் குண்டு வீசப்பட்டு, அது விழும் இடத்தில் இருக்கும் கிராமம். (குண்டுபாளையம், ஒழுகரை, அரியாங்குப்பம், அழிசிபாக்கம்) போர்க்காலங்களில் இங்கிருந்து ஆட்கள் தருவிக்கப்பட்டனர். 1960–இல் செஞ்சி அரசரான இராஜாராம் பணமுடையைச் சமாளிக்கத் தேவநாதன் பட்டினம், செயின்ட் டேவிட்

கோட்டைப் பகுதிகளை ஆங்கிலேயரிடம் விற்றார். அப்போது வாங்கும் இடங்களின் எல்லையை வரையறுக்கக் கப்பலில் இருந்து ஒரு வெண்கலப் பீரங்கியைக் கொண்டு, குண்டு போட்டனர். அது மஞ்சக்குப்பத்தில் விழுந்ததால், அது குண்டு கிராமம் எனப்பட்டு, கடற்கரையிலிருந்து அதுவரையில் ஆங்கிலேயருக்கு உரிமையாக்கப்பட்டது. அதே நடைமுறை புதுச்சேரியிலும் கடைபிடிக்கப்பட்டது.

கொத்தவால் *(Kotwal)*: நகரக் காவல் துறைத் தலைமை அதிகாரி. சந்தைகளை மேற்பார்வையிடுவதும், குற்றங்களைத் தடுப்பதும் இவரது பணிகள். சாவடி இவரது அலுவலகம்.

சதுர் வேத மங்கலம்: சதுர் = நான்கு; வேதம் = மறை. பிரம்மதேயம் என்பது நான்கு மறைகளையும் கற்றுத் தேர்ந்த அந்தணர்களுக்கு அனுபவ உரிமையாக அரசால் வழங்கப்பட்ட ஊர், அல்லது ஊர்களின் தொகுப்பு. அதன் வருவாய் முழுவதும் அப்பிராமணர்களுக்கே சேரும். வில்லியனூர், பாகூர் (வாகூர்), திருபுவனை ஆகியவை சான்றுகள், இவற்றுள் ஆழியூர், திருவண்டார் கோயில், திருபுவனை, திருவக்கரை ஆகிய ஊர்கள் கொண்ட திரிபுவனமாதேவி சதுர்வேதி மங்கலம் அளவில் பெரியதாகும். கிராம மூத்தோர்கள் இன்றும் அதைத் திரனமாதேவி என்று திரிபாக அழைக்கிறார்கள் (குப்புசாமி 1974).

சாவடி: மராட்டியச் சொல். வழிப்போக்கர்கள் தங்கி இளைப்பாறும் இடம். அரசு நீதிவழங்கும் இடமாகவும், வரிவசூல் செய்யும் இடமாகவும் பல் நோக்குப் பயன்பாட்டில் இருந்த இடம்; இதில் முத்திரைச் சாவடி என்பது அரசின் அங்கீகாரத்தை, சன்னது என்ற முத்திரையிட்டு வழங்குமிடம்.

சிப்பாய்கள் *(Sipoy)*: இராணுவத்தில் பணியாற்றும் இந்தியர்கள்; ஊர்க்காவலுக்கும், போருக்கும் பயன்படுத்தப்பட்ட இவர்களுக்குச் சேவகர்களை விட இரண்டு மடங்கு ஊதியம் அதிகம். கால்சட்டை, மேலங்கி (கோட்டு), பாகை இவர்களது சீருடை.

சுபா *(Subah)*: பல சீமைகளை உள்ளடக்கிய பெரிய வட்டாரம். தஞ்சை அருகில் மன்னார்குடி, கும்பகோணம், மாயவரம், பட்டுக்கோட்டை, திருவையாறு என ஐந்து சீமைகள் இருந்தன. வாலிகண்டபுரம், பிஜப்பூர் சுல்தானின் சுபாக்களில் ஒன்று.

சுபேதார் *(Subedhar)*: கோட்டைகளின் தொகுதியான சுபாவின் நிர்வாகத் தலைவர், அரசியல் அதிகாரி, இராணுவத் தலைவரும் கூட.

சேவகர்கள்: உள்ளூர்ப் பாதுகாப்பில் பணியாற்றும், சமூகக் காவல் பணியாளர்கள்.

துபாசி *(Dubash)*: அந்நிய மொழியும், இந்திய / உள்ளூர் மொழியும் தெரிந்தவர். அரசுக்கும், பொதுமக்களுக்குமிடையேயான தொடர்பின்போது மொழிபெயர்ப்பவர்; வணிக நிர்வாகத்திலும் தரகர்.

தொப்பிக்காரர்கள் *(Topas)*: கிரெயோலின் வாரிசுகள்; எப்போதும் தொப்பி அணிந்து உலவியதால், அவர்கள் தொப்பிக்காரர்கள் என்றும் அழைக்கப்பட்டனர். இவர்கள் வெள்ளை உடலும், மேற்கத்திய உடையும்,

தொப்பியும் அணிந்தால் இப்பெயர். போர்த்துக்கீசு, ஃபிரெஞ்சு, தமிழ் என்று பல்வேறு மொழிகளும் தெரிந்தவர்கள். வெள்ளையருடனே வாழ்ந்து பழகியவர்கள். பெண்களை தொபாசின்(*Topasin*) என்பர்.

நத்தம்: மக்கள் குடியிருக்க ஒதுக்கப்பட்ட மேட்டுப்பாங்கான நிலப்பகுதி; அரசுக்கு சொந்தமான பொதுப் பகுதி. கோயிலுக்குச் சொந்தமானால் கோயில் நத்தம்; ஊருக்குப் பயன்பாட்டால் ஊர் நத்தம் அல்லது நத்தம் புறம்போக்கு. (எடுத்துக்காட்டு: தேவரடியார் நத்தம்).

நயினார்: தமிழர்; சேவகர்களின் தலைவர்; அவருக்கு உதவியாளர் தளவாய் எனப்பட்டக் காவல் அதிகாரி; தங்க சாலையின் வருமானத்திலும் அவருக்குப் பங்கு உண்டு. பாளையக்காரர் என்றும் அழைக்கப்பட்டார்.

நாட்டார்: ஒவ்வொரு சாதி மக்களுக்கும் தலைவராக, அவர்களால் ஏற்றுக் கொள்ளப்பட்டவர். இவரைத் தலைமைத் துபாசி நியமிப்பார். அரசுக்கும், சாதி மக்களுக்கும் இடையே தொடர்புகளுக்கான பிரதிநிதி; சாதிக்குள்ளான பிணக்குகளைத் தீர்த்து வைப்பவர். சாதிகளின் பொதுத் தலைவர்கள் மகாநாட்டார் என்று அழைக்கப்பட்டனர். பொதுப் பிரச்சினைகளை, பல சாதியினர் அடங்கிய நாட்டார் குழு பரிசீலித்து அரசுக்கு ஆலோசனை வழங்கும்.

மலபார் (*Malabaris*): தென்னிந்தியர்களை, குறிப்பாக கிழக்குக் கடற்கரை வாசிகளைக் குறிக்கும் பொதுப்பெயர். புதுச்சேரியில் மதம் மாறிய தமிழ்க் கிறித்தவர்களின் தேவாலயம் மலபாரிக் கோயில் எனப்பட்டது.

பரங்கி (*Frangi*): அந்நியர்களான போர்த்துக்கீசியர்களைக் குறித்த சொல். பின்னாட்களில், அயல்நாட்டவர் அனைவருக்கும் பொருந்தும் சொல்லாகப் பதினொறாம் நூற்றாண்டிலிருந்து வழங்கப்படுகிறது.

பள்ளிக் கிராமம்: கோயிலுக்குச் சொந்தமான சிற்றூர் (உம்: திருமுடவன் பள்ளி).

பாளையக்காரர்: விஜய நகரப் பேரரசின் கீழ், கிராம அளவிலான நிலப்பகுதிக்குப் பாளையம் என்று பெயர். அரசுக்குத் தேவைப்படும் போது இராணுவ உதவி செய்யவேண்டும் என்ற நிபந்தனையோடு விடப்பட்ட குடியிருப்புப் பகுதி. அதை அரசின் சார்பில் நிர்வகித்த அதிபர்கள் பளையக்காரர்கள்; சிற்றரசர்கள் என்றும் கூறலாம்.

பாளையப்பட்டு: பாளைய ஊர்களின் தொகுதி. பாளையக்காரால் நிர்வகிக்கப்பட்ட நிலப்பகுதி.

பிரம்மதேயம்: பிராமணர்களுக்காக, அரசரால் கொடையாக வழங்கப்பட்ட நிலம்; அதை அவர்கள் சொந்தமாக அனுபவத்துக்கொள்ள சன்னது (அரசு முத்திரை) போட்ட ஆவணம் வழங்கப்பட்டது. அதற்கு நிலவரி ஏதும் கிடையாது.

மணியம்: அரசின் சார்பான கிராம நிர்வாகி. கோயில்கள், மடங்கள், புறம்போக்கைப் பராமரித்துப் பாதுகாப்பவர்; ஊரை நிர்வகித்து வரியை வசூலிப்பவர்; அவருக்கு உதவியாக ஒரு கணக்கரும், பாதுகாப்பிற்கு தலயாரியும் இருந்தனர்.

மனசுப்தார் *(Mansubdhar):* முகலாய இராணுவத்தில் முக்கிய பதவி; தகுதிக்கேற்ப 2500, 4500, 6000 குதிரைகள் வைத்துக்கொள்ளும் அதிபதி.

மரக்காயர்: மரக்கல ராயர் என்பதன் குறுக்கம்; இஸ்லாமியக் கடல் வாணிகர்கள்.

மிலேச்சர்கள் *(Mlechas):* மௌரியர் காலத்தில் இந்தியாவிற்கு வந்த கிரேக்கர்களை இந்தியர்கள் வெறுப்புடன் பாவித்து, தீண்டத்தகாதவர் என்ற பொருளில் மிலேச்சர்கள் என்று அழைத்தனர். அன்று தொட்டு எல்லா அந்நியரையும் குறிக்கும் இழிசொல்லாக அது பயன்படுத்தப்படுகிறது. ("தாய்த்திரு நாட்டைத் தகர்த்திடு மிலேச்சர்" என்கிறார் பாரதி).

முதலியார்: சாதிப் பெயரல்ல; நிறுவனத்தின் முகவராகவும், இந்தியர்களின் தலைவராகவும் செயல்பட்டவர்கள். பெருமை மிக்க இந்த சொல், பெயரொட்டாக மாறி முதல் மாரியாதையைப் பெற்றுத் தந்தது. எடுத்துக்காட்டு: தானப்பா முதலியார், முத்தியப்ப முதலியார், கனகராய முதலி.

லப்பை: தமிழ் பேசும் முஸ்லீம்கள்.

வீரர்கள்: சீருடையும், ஆயுதப்பயிற்சியும் பெற்ற ஐரோப்பிய இராணுவ வீரர்கள்; கிரெயோல்களும் அடங்குவர்.

ஜாகிர் *(Jahir):* ஒரு குறிப்பிட்ட பகுதியின் நிலவருவாயை, பாரம்பரியமாக அனுபவிக்கும் உரிமை. நில மானிய வகைகளுள் இதுவும் ஒன்று. அதன் பொறுப்பாளர் ஜாகிர்தார் எனப்படுவார்.

வண்ணப் படங்கள்

1. நகரம் வளர்ந்த கதை

18 ஆம் நூற்றாண்டில் புதுச்சேரியின் தோற்றம் – கடலிலிருந்து

1780இல் 'லூயி' கோட்டையின் ஓவியம்; 'துய்ப்ளேக்சு' மாளிகையின் கிழக்குத் தோற்றம், கொடிமரம், (பின்னணியில், கப்ஸ் கோயில் கோபுரமும், உச்சியில் கோட்டையின் தேவாலயக் குவி மாடமும்)

1778இல் ஆங்கிலேயர் கைப்பற்றியபோது அரணும் கோட்டையும்

சுற்று அரணுக்கு நடுவில் லூயி கோட்டை (Bellin – 1741)

புதுச்சேரியின் நிலவமைப்பு – (Nicolas de Fer 1705)

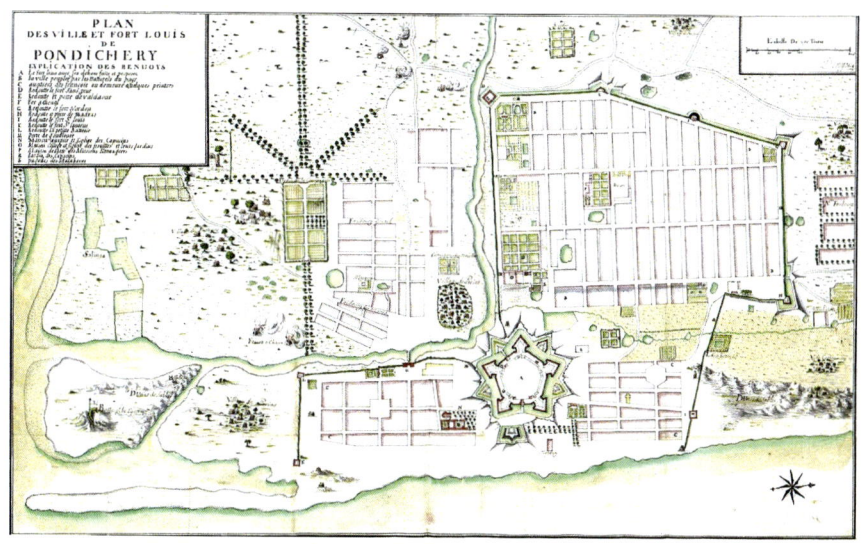

புதுச்சேரியில் ஆறு, கடல், வயல்கள் தோப்புகள் –
வெளி ஊர்களை இணைக்க நேரான சாலைகள்

அழிக்கப்படுவதற்குமுன், கடலிலிருந்து கண்ட புதுவை
(தஞ்சை சரசுவதி மகாலிலிருந்து மூவோ துய்ப்ரேய் கண்டுபிடித்த ஓவியம்)

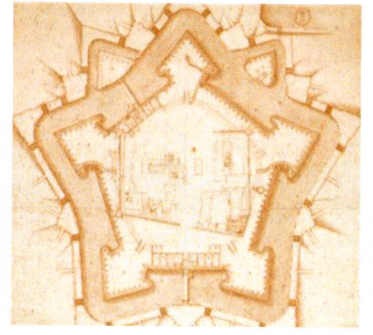

லூயி கோட்டைக்குள்
பர்லோன் கோட்டை

அரசு மாளிகைத் திடல் –
இராணுவ அணிவகுப்பு

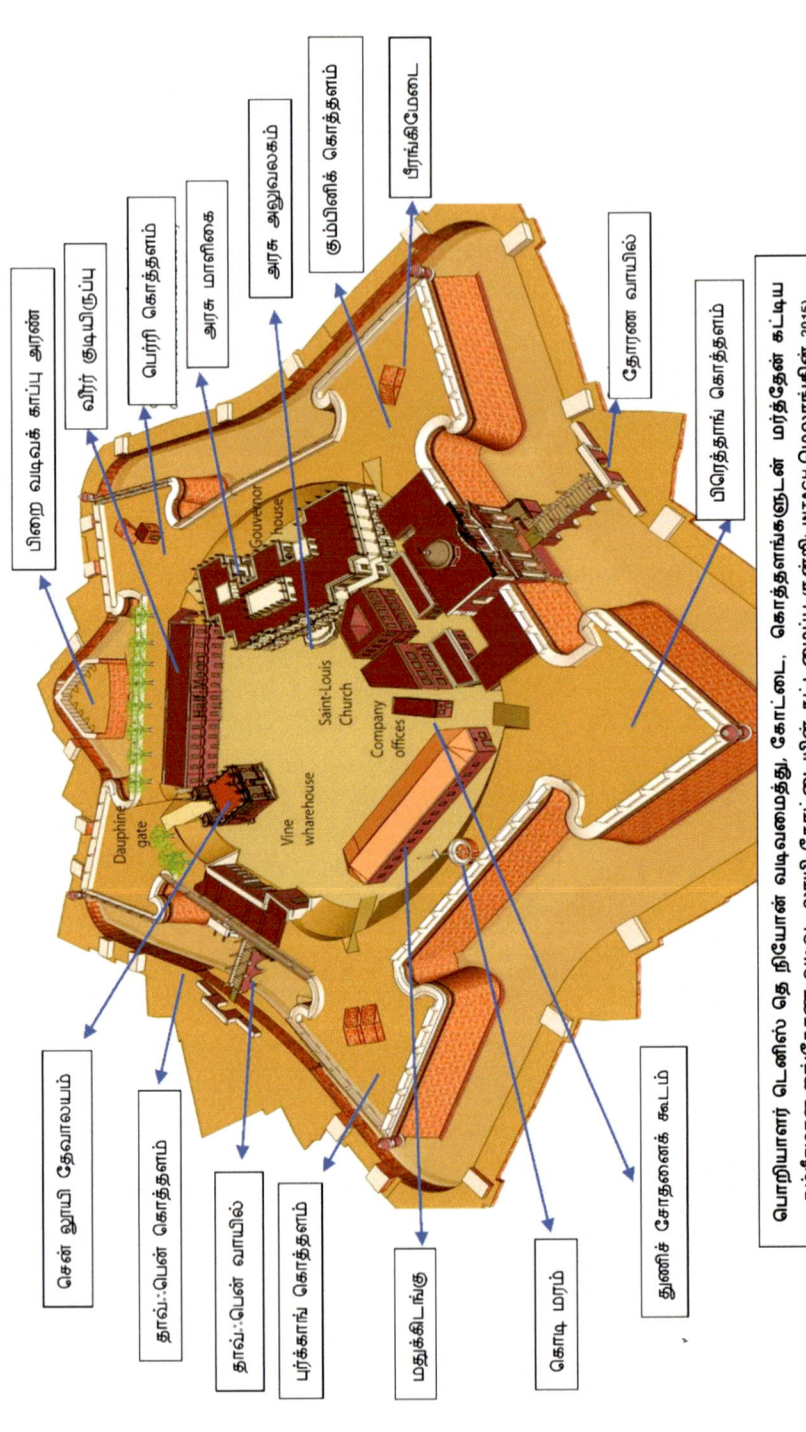

பொறியாளர் டெனிஸ் தெ நியோன் வடிவமைத்து, கோட்டை, கொத்தளங்களுடன் மர்த்தேன் கட்டிய கம்பீரமான ஐங்கோண வடிவ லூயி கோட்டையின் கட்டமைப்பு (நன்றி: INTACH-மெலாங்கின் 2015)

லூயி கோட்டை

ஃபிரஞ்சியர் காலப் புதுச்சேரி: வெள்ளயர் – தமிழர் நகரம் (1755)

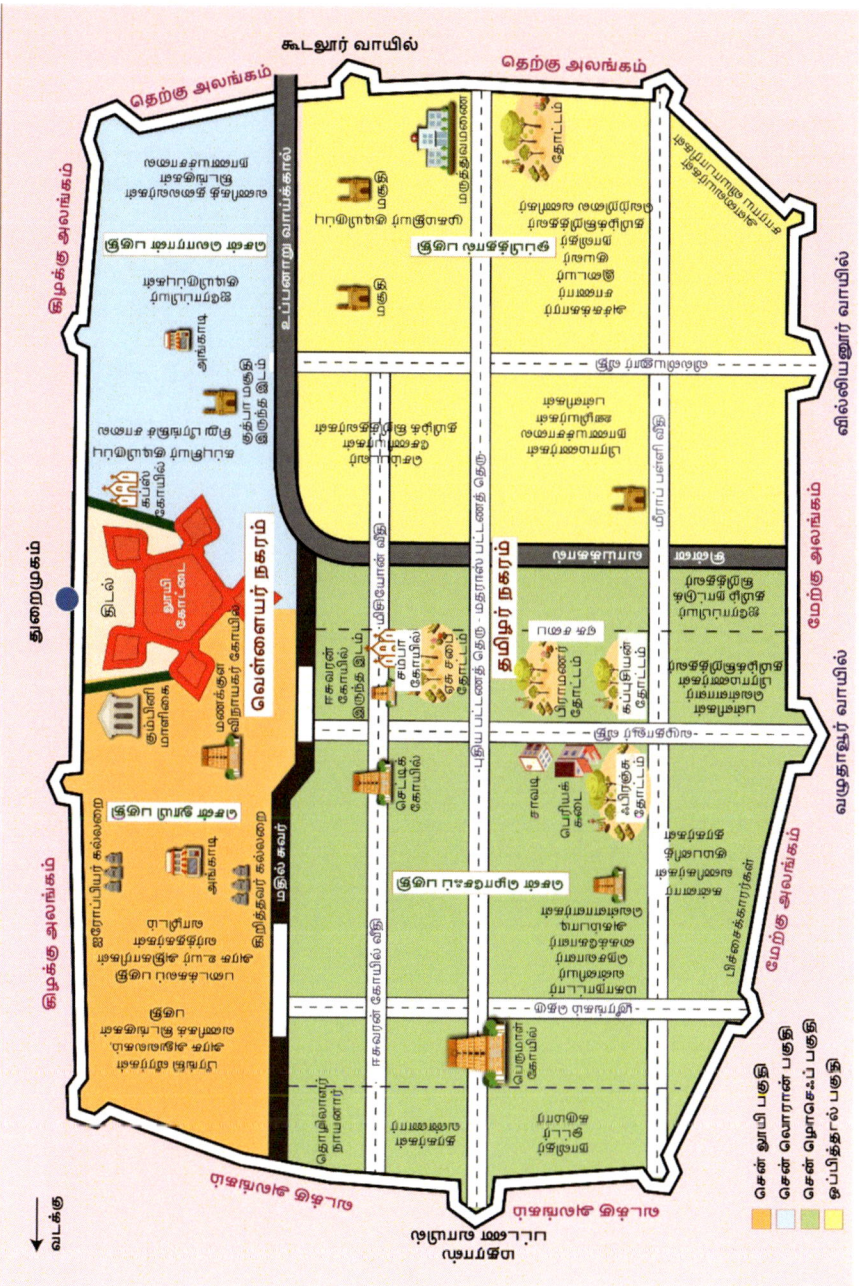

2. ஃபிரஞ்சுப் பேரரசு – எழுச்சி – தளர்ச்சி – வீழ்ச்சி

2.1: புதுச்சேரியின் மகத்துவம்

கீழ்த்திசை நாடுகளை நோக்கிக் கடல் வழியே பயணம் . . .

ஐரோப்பியர் வருகை: கொச்சி மன்னர் அரண்மனையில் வாஸ்கோடகாமா

2.3: ஃபிரஞ்சியரின் வணிக முயற்சிகள்

லா மெசியா (900 டன் கப்பல் – La Messiac
ஓவியம்: மூான் தெலோஷ், 1976
(நான் எங்குச் சென்றாலும் மலர்வேன்)

ஃபிரஞ்சு அரசர் இலச்சினை

ஃபிரான்சு நாட்டுக் கொடி

ஃபிரஞ்சியர் பயன்படுத்திய நாணயங்கள்
(புதுச்செரி என்று தமிழில் செப்புக் காசு, வெண்கலப் பணம், தங்கப் பகோடா)

பகோடா – விஷ்ணு – இலட்சுமி
ஒரு பக்கம்; பிறை மறுபக்கம்

கிழக்கிந்தியக் கும்பினி நாணயம்

2.9: துய்ப்ளேக்சுவின் சாதனைகளும் சறுக்கல்களும்

1746 – மதராஸ் முற்றுகை

ஆர்க்காடு முற்றுகை கோட்டையைத் தாக்கும் யானைப்படை

கர்நாடகப் போரில் ஆங்கிலேயரும் ஃபிரஞ்சியரும்

பரிசாகக் கிடைத்த ஆலம்பரைக் கோட்டையின் இடிபாடுகள்

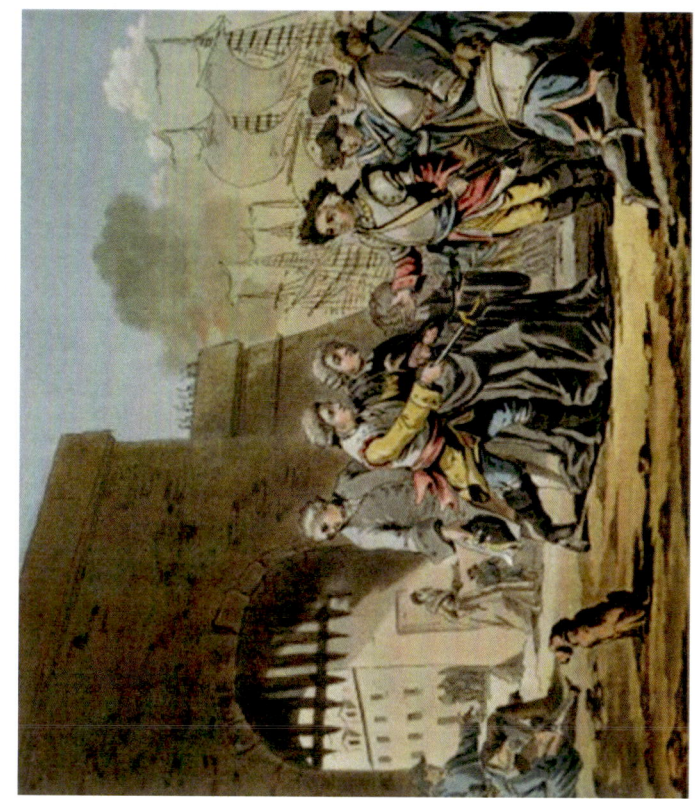

துய்ப்ளேக்சுவிற்கு நவாபு பட்டம் சூட்டும் சந்தா சாயபு

லபுர்தொனேயிடம் ஆங்கிலேயர் சரணடைதல்

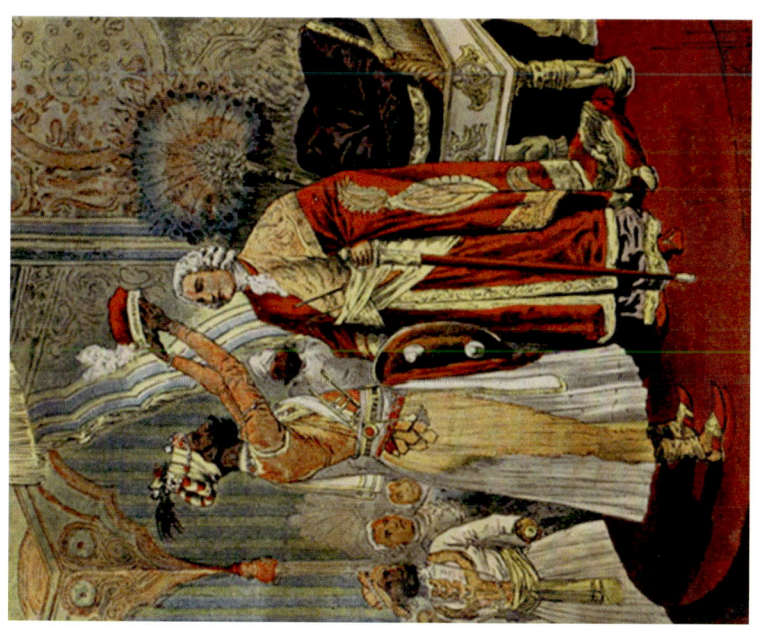

மூன்று மலைகள் மீது சுற்று மதில், அதில் மூன்று வாயில்கள், கோயில், கோட்டை கொத்தளங்களுடன் தென்னிந்தியாவின் மிகப் பலமான செஞ்சிக் கோட்டை

துய்மாவும், தோஸ்த் அலி குடும்பமும் – ஓவியம்

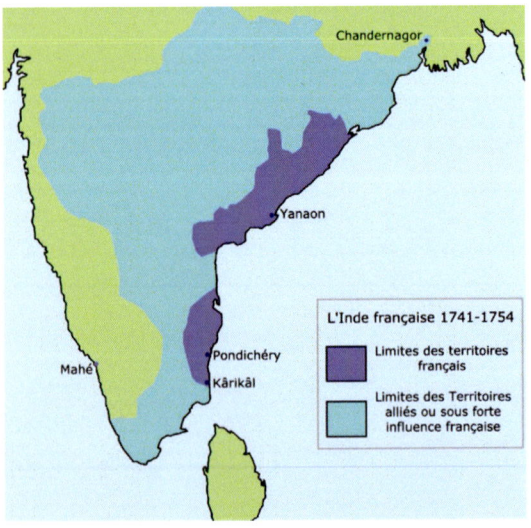

1854இல் ஃபிரான்சை விடப் பெரிதாக ஃபிரஞ்சிந்தியா

2.11: துய்ப்ளேக்சு ஒரு சகாப்தம்

1735இல் புதுவைக்கு வரும் துய்ப்ளேக்சுவிற்கு ஆடம்பர வரவேற்பு

1748இல் ஆங்கிலேயர் முற்றுகையை எதிர்கொள்ளும் துய்ப்ளேக்சு

(புதுச்சேரி கடற்கரையில் போர்வீரர் நினைவிடத்தில் பொறிக்கப்பட்டுள்ள சிற்பங்கள்)

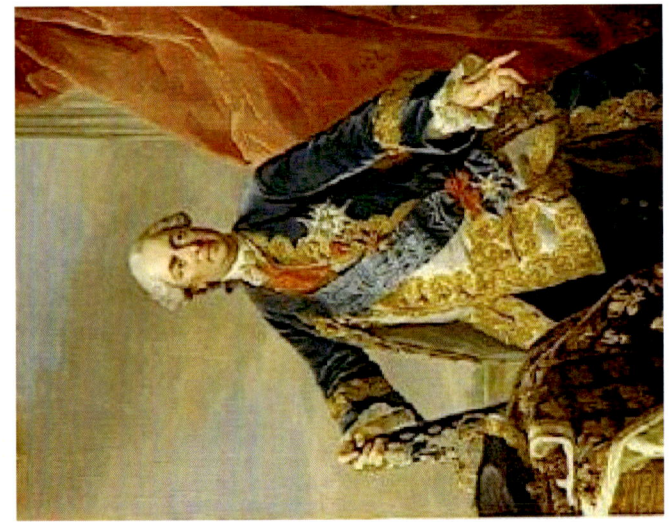

தனிக்கொடியுடன் துய்ப்ளேக்சு

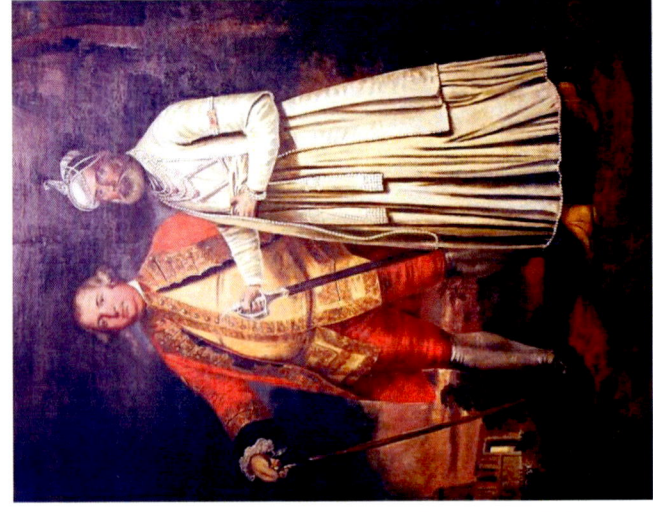

ஸ்டிரிங்கர் லாரன்சும் முகமது அலியும்

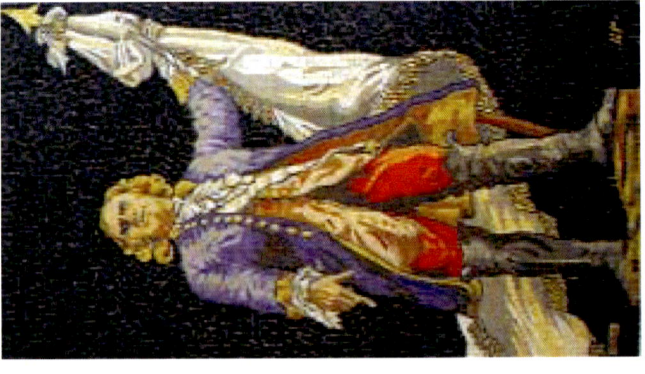

துணிச்சல் வீரர் துய்ப்ளேக்சு

2.13: வருகிறார் லல்லி தொலாந்தல்

1781இல் ஆங்கிலேயரிடம் சரணடையும் லல்லி

ஐதர் அலி – சய்ஃப்ரேன் சந்திப்பு

ஐரோப்பியரும்-இந்தியரும் எதிரெதிரே அணிவகுப்பு

ஆர்க்காடு சண்டையில் இராபர்ட் கிளைவ்

ஈட்டி வாளுடன் இந்தியரின் யானையும் குதிரையும்

2.19: சுய்ஃப்ரேனின் கடல் சாகசங்கள்

நாகப்பட்டினம் சண்டையில் அணிவகுக்கும் கப்பல்கள்

வெள்ளைக் கொடியுடன் சரணடையும் ஆங்கிலேயர்

திரிகோணமலை சண்டை

← 382 →

2.20: மூன்றாம் முறையாக ஆங்லேயர் பிடியில்

நப்போலியன் போனபார்த்

எகிப்து போர்க்களத்தில் நப்போலியன்

3. பதினெட்டாம் நூற்றாண்டில் வாழ்க்கை நிலையும் வழக்காறுகளும்

3.1: புதுச்சேரியில் குடியேற்றம்

கொள்ளைக்கார மூர்கள்

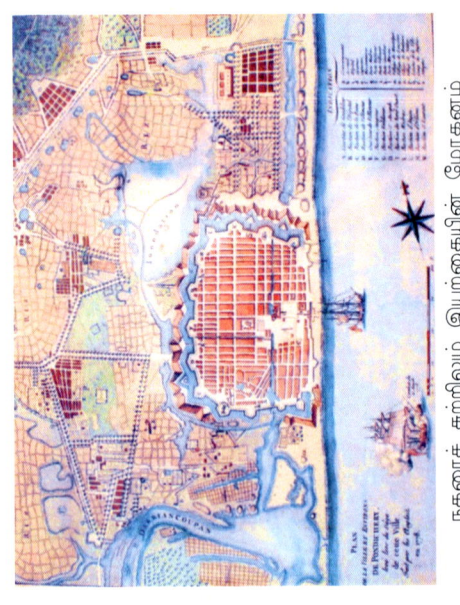

நகரைச் சுற்றிலும் இயற்கையின் மோகனம்

துய்ப்ளேக்க அமைத்த கொடிப் பந்தல்

3.3: பதினெட்டாம் நூற்றாண்டின் வாழ்க்கைத் தரம்

கூரம் செப்பேடு

திண்ணைப் பள்ளிக் கூடம்

கூடை முடைவோர்

கல் தச்சர்

தபால்காரர்

இசைக்கலைஞர்கள்

வேட்டைக்காரர்

கழைக் கூத்தாடிகள்

தெருப்பாடகர்கள்

பாம்பாட்டி வித்தை

நடமாடும் வணிகர்

நெசவாளர்

அச்சுக்காரர்

பறவை விற்பனை

3.8: விழாக்காலப் புதுவை

மூவி ராசாப் பண்டிகை - குழந்தை ஏசுவின் திருக்காட்சி

கொட்டகையில் ஏசுபிரான் அவதரிப்பு

உயிர்த்தெழுதல்

அன்னை மேரியிடம் விடைபெறும் ஏசு பிரான்

சிலுவைப் பாடு

குருத்தோலை ஊர்வலம்

வாண வேடிக்கை

கூண்டு விளக்கு ஊர்வலம்

நினைவுச்சின்னம் முன் சொல்தாக்கள் அஞ்சலி

கொடியசைத்து மகிழும் ஃபிரஞ்சியர்

புனை வேடத்தில் ஊர்வலம்

விண்ணேற்பு மாதா

தீயவினை தீர்க்கும் சென் மிக்கேல்

பாவங்களை எரிக்கும் சொக்கப்பனை

கார்த்திகையில் இந்துக்களின் சொக்கப்பனை

கல்லறைத் திருவிழா (நீத்தோர் நினைவஞ்சலி)

5. புதுவையில் கிறித்தவம் சந்தித்ததும் சாதித்ததும்

5.1: கிறித்தவம் வருகை

புனித பார்த்தெலேமி விழாக் கலவரம்:
பாரிசில் கத்தோலிக்கர் திருத்தவாதிகள் கலவரக் காட்சி – ஓவியம்:

(அதற்குக் காரணமான அட்மிரல் கொசிஞியின் உடல் வலது மாடியின் சன்னலில் தொங்குகிறது; இடது புறம், அரண்மனை வாயிலில் அரசி கேத்தரின் தெ மெர்சி பிணக்குவியலைப் பார்வையிடக் கிளம்புகிறார்)

5.3: பழம்பெரும் தேவாலயங்கள்

கப்ஸ் கோயில்

கப்புசியன் தேவாலயம் (கப்ஸ் கோயில்)

கப்ஸ் மாடத்தில் சீடர்கள்

புதிய ஜென்ம ராக்கினி மாதா கோயில்
(சம்பா கோயில்)

ஆரோக்கிய மாதா ஆலயம், அரியாங்குப்பம்

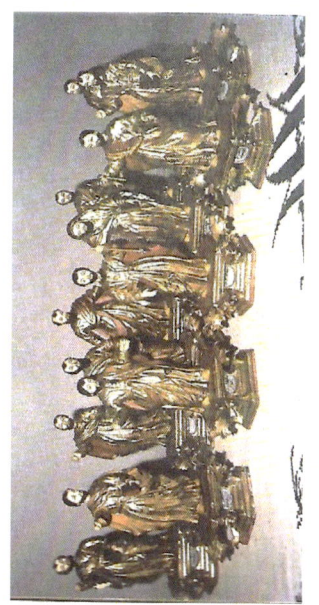

ஏசுவின் பன்னிரண்டு சீடர்கள் – மரச்சிற்பங்கள்

ஃபிரான்சிஸ் சேவியர் சிற்பம்

அன்னையிடம் விடை பெறும் ஏசு பிரான் – முத்தியால்பேட்டை தேவாலயம் (அரிய ஓவியம்)

வில்லியனூர் லூர்து அன்னை ஆலயம்

குளம் நடுவே லூர்து மாதா சிலை

தூய ஆந்திரேயர் ஆலயம் – ரெட்டியார் பாளையம்

நெல்லித்தோப்பு விண்ணேற்பு மாதா ஆலயம்

தூய இருதய ஆண்டவர் பெருங்கோயில் – முகப்பு

பசிலிக்கா கண்ணாடி ஓவியங்கள்

5.13: தமிழ்க் கலாச்சாரம் பயின்ற வீரமாமுனிவர்

வீரமாமுனிவர்

அன்னை பெரிய நாயகி

300 ஆண்டுக்கு முன்பே கொடிமரத்துடன் தேவாலயம்